ನಾ ನಿನ್ನ ಧ್ಯಾನದೊಳಿರಲು

(ಸಾಮಾಜಿಕ ಕಾದಂಬರಿ)

ಸಾಯಿಸುತೆ

ಸುಧಾ ಎಂಟರ್‌ಪ್ರೈಸಸ್

ನಂ. 761, 8ನೇ ಮುಖ್ಯರಸ್ತೆ, 3ನೇ ಬ್ಲಾಕ್
ಕೋರಮಂಗಲ, ಬೆಂಗಳೂರು–560 034.

Naa Ninna Dhyanadoliralu (Kannada): a social novel written by Smt. Saisuthe; published by Sudha Enterprises, # 761, 8th Main, 3rd Block, Koramangala, Bangalore - 560 034.

ಮೊದಲನೆಯ ಮುದ್ರಣ	:	2009
ಎರಡನೆಯ ಮುದ್ರಣ	:	2022
ಪುಟಗಳು	:	228
ಬೆಲೆ	:	ರೂ. 200
ಉಪಯೋಗಿಸಿದ ಕಾಗದ	:	70 ಜಿ.ಎಸ್.ಎಂ. ಮ್ಯಾಪ್‌ಲಿಥೋ
ಮುಖಪುಟ ವಿನ್ಯಾಸ	:	ಅಪಾರ
ಹಕ್ಕುಗಳು	:	ಲೇಖಕಿಯವರದು

ಸಗಟು ಮಾರಾಟಗಾರರು
ವಸಂತ ಪ್ರಕಾಶನ
360, 10ನೇ 'ಬಿ' ಮುಖ್ಯರಸ್ತೆ, 3ನೇ ಬ್ಲಾಕ್,
ಜಯನಗರ, ಬೆಂಗಳೂರು – 560 011
ದೂರವಾಣಿ : 080–22443996/40917099
ಮೊ: 7892106719
email : vasantha_prakashana@yahoo.com
website: www.vasanthaprakashana.com

ಅಕ್ಷರ ಜೋಡಣೆ :
ಲೇಜ಼ರ್ ಲೈನ್ ಗ್ರಾಫಿಕ್ಸ್

ಮುದ್ರಣ :
ರೀಗಲ್ ಪ್ರಿಂಟ್ ಸರ್ವೀಸ್

ಮುನ್ನುಡಿ

ಆತ್ಮೀಯ ಓದುಗರಲ್ಲಿ

ಈ ಕಾದಂಬರಿಯಲ್ಲಿ ನನ್ನ ಪ್ರಶ್ನೆಗೆ ಉತ್ತರ ಹುಡುಕುವಲ್ಲಿ ಹಲವಾರು ಪ್ರಶ್ನೆಗಳು ಮೂಡಿ ನನ್ನಲ್ಲಿ ಚಿಂತನೆ, ಗೊಂದಲ ಜಿಜ್ಞಾಸೆ ಮೂಡಿಸಿವೆ. ಮಾನವನ ಅಸ್ತಿತ್ವದ ಹಿಂದಿರುವುದು ಏನು? ಜೀವಿಗಳು ಯಾಕೆ ಹುಟ್ಟುತ್ತವೆ? ಯಾಕೆ ಸಾಯುತ್ತವೆ? ಸಾವಿನ ಹಿಂದಿರುವುದು ಏನು? ಸತ್ತ ನಂತರ ಜೀವ ಎಲ್ಲಿಗೆ ಹೋಗುತ್ತೆ? ಇಲ್ಲವಾಗಿ ಬಿಡುವುದರ ಹಿಂದಿನ ಪ್ರಕ್ರಿಯೆ ಏನು? ಶತಶತಮಾನಗಳ ಹಿಂದಿನಿಂದ ಈ ಪ್ರಕ್ರಿಯೆ ಪ್ರಶ್ನೆಯಾಗಿಯೆ ಉಳಿದಿದೆ. ಸ್ವರ್ಗ, ನರಕ, ಪುನರ್ಜನ್ಮ ನಿಜವಾಗಿ ಇದೆಯೇ? ನಮ್ಮ ಪೂರ್ವಜರು, ಧರ್ಮಗುರುಗಳು, ತತ್ವಜ್ಞಾನಿಗಳು ಹೇಳಿದನ್ನ, ಬರೆದಿದ್ದನ್ನ ಕೇಳಿಕೊಂಡು, ಓದಿಕೊಂಡು ಬಂದಿದ್ದೇವೆ. ಅದಕ್ಕೆ ವೈಜ್ಞಾನಿಕ ದಾಖಲೆ ಇದೆಯೆ? ವೇದಾಂತ, ಕರ್ಮ, ಆತ್ಮ ಆಧ್ಯಾತ್ಮ ಪರಮಾತ್ಮ ಎನ್ನುವ ಪದಪುಂಜಗಳನ್ನು ಕೂಡ ಓದಿ, ಕೇಳಿ ಗೊತ್ತಿದೆಯೇ ವಿನಹ ಸ್ಪಷ್ಟತೆ ಗೋಚರವಾಗುತ್ತಿಲ್ಲ. ಜೀವವು ಒಂದು ದೃಷ್ಟಿಯಲ್ಲಿ ಆತ್ಮ, ಇನ್ನೊಂದು ದೃಷ್ಟಿಯಲ್ಲಿ ದೇಹ. ಇವೆರಡು ಏಕವಾದಾಗಲೇ ಲೋಕ ವ್ಯಾಪಾರಗಳಲ್ಲಿ ಭಾಗವಹಿಸುವಿಕೆ.

ಆಲ್ಬರ್ಟ್ ಐನ್‌ಸ್ಟೈನ್ ಇಪ್ಪತ್ತನೆ ಶತಮಾನದ ಅತಿ ದೊಡ್ಡ ಭೌತವಿಜ್ಞಾನಿ. ಜನಸಾಮಾನ್ಯರು ಬಳಸುವ ಅರ್ಥದಲ್ಲಿನ 'ದೇವರ'ನ್ನ ವಿಶ್ವದ ಮೂಲ ಹಾಗೂ ಏಕಮೇವ ವೈಜ್ಞಾನಿಕ ಸೂತ್ರಕ್ಕೆ ಪರ್ಯಾಯವಾಗಿಸಿಕೊಂಡು ತಮ್ಮ ಆಯುಸ್ಸಿನ ಕೊನೆಯ ನಲ್ವತ್ತು ವರ್ಷಗಳನ್ನು ಈ ರಹಸ್ಯವನ್ನು ಬಿಡಿಸುವ ಪ್ರಯತ್ನದಲ್ಲಿ ಕಳೆದರೆನ್ನುತ್ತಾರೆ. ಈ ಸಂಶೋಧನಾ ವಿಷಯಕ್ಕೆ 'ಸಮೀಕೃತ ಕ್ಷೇತ್ರಸಿದ್ಧಾಂತ' (Unified field theory) ಎನ್ನುವ ಹೆಸರು ಕೊಡಲಾಗಿದೆ. ನಾಲ್ಕು ದಶಕಗಳ ಪ್ರಯತ್ನ ಹಗಲುಗನಸಾಗಿಯೆ ಉಳಿಯಿತು. ಎಲ್ಲಕ್ಕೂ ಸಾವು ಸೆಡ್ಡೊಡೆದು ನಿಂತಿದೆ. ಅದ್ಭುತವಾದುದನ್ನು ಸಾಧಿಸಿರುವ ವೈದ್ಯಕೀಯ ವಿಜ್ಞಾನಕ್ಕೂ ಸಮರ್ಪಕ ಉತ್ತರ ನೀಡಲು ಸಾಧ್ಯವಾಗಿಲ್ಲ. ಸಾವು ಎನ್ನುವ ಸತ್ಯ ಎದುರಿಗಿದೆ. ಅದನ್ನ ಮೀರಿ ನಡೆಯಲು ಯಾರಿಂದಲೂ ಸಾಧ್ಯವಿಲ್ಲ, ಎನ್ನುವ ವಾಸ್ತವ ಎದುರಿಗೆ ಇದ್ದರೂ ತಾನು 'ಚಿರಂಜೀವಿ' ಎಂದು ಬದುಕುವ ಭ್ರಮೆ ಎಲ್ಲಿನದು? ನನ್ನ ಈ ಹುಡುಕಾಟದಲ್ಲಿ ಅಷ್ಟಿಷ್ಟು ಸಮಾಧಾನ ಕೊಟ್ಟಿದ್ದು ವಿಜಯ ಕರ್ನಾಟಕದ ಸಂಪಾದಕರಾದ ಶ್ರೀ ವಿಶ್ವೇಶ್ವರ ಭಟ್ಟರ 'ನೂರೆಂಟು ಮಾತು' ಅಂಕಣದಲ್ಲಿ ಪ್ರಕಟವಾದ 'ಸಾವು ಅರ್ಥವಾಗದಿದ್ದರೆ ಬದುಕಿನ ಮಹತ್ವ ತಿಳಿಯುವುದಿಲ್ಲ!' ಅಮೆರಿಕಾದ ಪಿಟ್‌ಬರ್ಗ್‌ನಲ್ಲಿರುವ ಕಾರ್ನೆನಿ ವಿಶ್ವವಿದ್ಯಾಲಯ 'ಟರ್ಮಿನಲ್ ಪ್ಯಾಂಕಿಯಾಟಿಕ್ ಕ್ಯಾನ್ಸರ್'ಗೆ ತುತ್ತಾಗಿ ಸಾವಿಗೆ ಮುಖಾಮುಖಿಯಾದ ನಲವತ್ತೇಳು ವರ್ಷದ ರ‍್ಯಾಂಡಿಯ "The last Lecture'ನ ಹಿನ್ನೆಲೆಯಾಗಿಟ್ಟುಕೊಂಡು ಬದುಕಿನ ಬಗ್ಗೆ ಒಂದು ಅದ್ಭುತವಾದ ಲೇಖನವನ್ನು ಬರೆದಿದ್ದಾರೆ. ವೈದ್ಯರ ಪ್ರಕಾರ ರ‍್ಯಾಂಡಿಯ ಬದುಕು ತಿಂಗಳುಗಳಷ್ಟೆ. ಆ ದಿನಗಳೂ ಕೂಡ ನಿರರ್ಥಕವಾಗಬಾರದು. 'ಬದುಕಿರುವಷ್ಟು ದಿನ ಏನಾದರೂ ಮಾಡಬೇಕು' ಎನ್ನುವ ಛಲ ಎಲ್ಲರಿಗೂ ಆದರ್ಶಪ್ರಾಯ.

'ಅಂದು ರ‍್ಯಾಂಡಿ Really achieving childhood dreams ಎಂಬ ವಿಷಯ ಕುರಿತು ಮಾತಾಡಿದವ, ಸಾವಿನ ಹೆಬ್ಬಾಗಿಲಲ್ಲಿ ನಿಂತವ, ಬದುಕನ್ನ ಹಿಂದಿರುಗಿ ನೋಡಿದ,

ತಾನು ಅಲ್ಲಿಯ ತನಕದ ಬದುಕಿನಲ್ಲಿ ಕಂಡ ಅನುಭವಗಳನ್ನು ಬಸಿದುಕೊಟ್ಟ ಉಪನ್ಯಾಸ ಅದಾಗಿತ್ತು. ಈ ಉಪನ್ಯಾಸವನ್ನು ಒಂದು ಕೋಟಿಗೂ ಹೆಚ್ಚು ಮಂದಿ ಕೇಳಿದ್ದಾರೆ, ನೋಡಿದ್ದಾರೆ'–ಈ ಸಾಲುಗಳು ಪ್ರಸಿದ್ಧ ಅಂಕಣಕಾರರಾದ ಶ್ರೀವಿಶ್ವೇಶ್ವರ ಭಟ್ಟರದು.

'ಸಾವು ಅರ್ಥವಾಗದಿದ್ದರೆ ಬದುಕಿನ ಮಹತ್ವ ತಿಳಿಯುವುದಿಲ್ಲ'–ಅರ್ಥಪೂರ್ಣ ವ್ಯಾಖ್ಯಾನ, ಜೊತೆಗೆ ಸಾಕಷ್ಟು ಮಾಹಿತಿ. ನನ್ನ ಪ್ರಶ್ನೆಗಳಿಗೆ ಉತ್ತರ ಸಿಕ್ಕದಿದ್ದರೂ ನೆಮ್ಮದಿಯನ್ನು ಕೊಟ್ಟಿದೆ.

ಮೊದಲನೆಯದಾಗಿ ಶ್ರೀ ವಿಶ್ವೇಶ್ವರಭಟ್ಟರಿಗೆ ಕೃತಜ್ಞತೆಗಳು.

ಹಣ ಸಂಪಾದನೆಗಾಗಿ ಸಮಯ, ಮನಸ್ಸು, ಆರೋಗ್ಯ ಹಾಳು ಮಾಡಿಕೊಳ್ಳುತ್ತೇವೆ. ಆ ಹಣ, ಸಂಪತ್ತನ್ನು ಉಳಿಸಿಕೊಳ್ಳಲು ಅವಿರತ ಹೋರಾಟ. ಆಮೇಲೆ ಅವೆರಡಕ್ಕೂ ಒತ್ತೆಯಾಗಿ ಹೋದ ಆರೋಗ್ಯದ ರಿಪೇರಿಗಾಗಿ ಪರದಾಟ. ಭವಿಷ್ಯದ ಬಗ್ಗೆ ಚಿಂತಿಸಿ, ಚಿಂತಿಸಿ ವರ್ತಮಾನವನ್ನು ಮರೆಯುತ್ತೇವೆ. ಹೀಗಾಗಿ ವರ್ತಮಾನದಲ್ಲಿ ಬದುಕುವುದಿಲ್ಲ, ಭವಿಷ್ಯತ್‌ನಲ್ಲಿ ಬದುಕು ಸಿಗುವುದಿಲ್ಲ. ತಾವು ಎಂದೆಂದು ಚಿರಂಜೀವಿಯೆನ್ನುವ ಭ್ರಮೆ, ಕಡೆಗೆ ಹುಟ್ಟಿಯೆ ಇಲ್ಲವೆನ್ನುವಂತೆ ಸಾವು ಬಂದು ಕೊಂಡೊಯ್ಯುತ್ತದೆ.

ಈ ಸಂದರ್ಭದಲ್ಲಿ ನಮ್ಮ ಅತ್ಯಂತ ಜನಪ್ರಿಯ ಚುಟುಕು ಕವಿಗಳಾದ ದುಂಡಿರಾಜ್ ಅವರು ತಮ್ಮಲೇಖನದಲ್ಲಿ 'ಅಲೋಪತಿ'ಯ ಬಗ್ಗೆ ತಾವು ಕೇಳಿದ ಡಾ|| ಬಾಪೂಜಿಯವರ ಉಪನ್ಯಾಸದಲ್ಲಿ ಕೋಟ್ ಮಾಡಿದ ಡಾಟ ಸಿ.ಎಸ್. ಬರ್ವೆನ್‌ರವರ ಒಂದು ಹೇಳಿಕೆ "ವೈದ್ಯಕೀಯವನ್ನು ಬೋಧಿಸುವವರಿಗೆ ತಾವು ಹೇಳಿಕೊಡುತ್ತಿರುವುದರಲ್ಲಿ ಅರ್ಧದಷ್ಟು ನಿಜವಲ್ಲ ಎಂಬುದು ಗೊತ್ತಿರುತ್ತದೆ. ಆದರೆ ಸಮಸ್ಯೆ ಎಂದರೆ ಯಾವ ಅರ್ಧ ಅಸತ್ಯ ಎಂದು ಗೊತ್ತಿರುವುದಿಲ್ಲ." ಎಂಬುದನ್ನು ಪ್ರಸ್ತಾಪಿಸಿದ್ದಾರೆ.

ಮೇಲಿನ ಸತ್ಯವನ್ನು ಪ್ರತಿಯೊಬ್ಬರು ಖಂಡಿತ ತಿಳಿದಿರಬೇಕು. ತಮ್ಮ ಲೇಖನದಲ್ಲಿ ಡಾ|| ಸಿ.ಎಸ್. ಬರ್ವೆನ್‌ರ ಈ ನುಡಿಗಳನ್ನು ಕೋಟ್ ಮಾಡಿದ ಶ್ರೀ ದುಂಡಿರಾಜ್, ಡಾ|| ಬಾಪೂಜಿಯವರ ಸಾಮಾಜಿಕ ಕಳಕಳಿಗೆ ಧನ್ಯವಾದಗಳು. ಬಹಳ ದಿನಗಳಿಂದ ಮನಸ್ಸಿನಲ್ಲಿದ್ದ ಈ ಮಾತನ್ನು ಇಲ್ಲಿ ಪ್ರಸ್ತಾಪಿಸಿದ್ದೇನೆ.

ನನ್ನ ಮನದ ಜಿಜ್ಞಾಸೆ ಕಾದಂಬರಿಯಲ್ಲಿನ ಪಾತ್ರಗಳ ರೂಪದಲ್ಲಿ ಮೂಡಿ ಬಂದಿದೆ. ಅವೆಲ್ಲಕ್ಕೂ ನಾನು ಋಣಿ.

ಈ ಕಾದಂಬರಿಯನ್ನು ಪ್ರಕಟಿಸುತ್ತಿರುವ ಸುಧಾ ಎಂಟರ್‌ಪ್ರೈಸಸ್‌ನ ಶ್ರೀ ಕೆ.ಎಸ್. ಮುರಳೀ ಅವರಿಗೂ ಮುದ್ರಕರಿಗೂ ಮುಖಚಿತ್ರದ ಕಲಾವಿದರಿಗೂ ನನ್ನ ಕೃತಜ್ಞತೆಗಳು.

ನಿಮ್ಮನ್ನ ಮರೆಯಲು ಸಾಧ್ಯವೇ? ನಮನಗಳು.

– ಸಾಯಿಸುತೆ

"ಸಾಯಿಸದನ", # 12, 2ನೇ ಮುಖ್ಯರಸ್ತೆ, 2ನೇ ಅಡ್ಡರಸ್ತೆ,
ಮಾರುತಿನಗರ, ಕೋಗಿಲೆ ಕ್ರಾಸ್, ಯಲಹಂಕ
ಓಲ್ಡ್ ಟೌನ್, ಬೆಂಗಳೂರು – 560064.
ದೂ: 080–28571361
Email: saisuthe1942@gmail.com

ನಮ್ಮಲ್ಲಿ ದೊರೆಯುವ ಸಾಯಿಸುತೆಯವರ
ಇತರ ಕಾದಂಬರಿಗಳು

ಮೇಘವರ್ಷಿಣಿ	ವರ್ಷಬಿಂದು
ನವಚೈತ್ರ	ಸಪ್ನ ಸಂಭ್ರಮ
ಪೂರ್ಣೋದಯ	ನನ್ನ ಭಾವ ನಿನ್ನ ರಾಗ
ಅಪೂರ್ವ ಮೈತ್ರಿ	ಸುಮಧುರ ಭಾರತಿ
ನಿಶೆಯಿಂದ ಉಷೆಗೆ	ಮೌನ ಆಲಾಪನ
ಸಪ್ತರಂಜನಿ	ಮತ್ತೊಂದು ಬಾಡದ ಹೂ
ವಸುಧೈವ ಕುಟುಂಬ	ಶಿಶಿರದ ಇಂಚರ
ಪ್ರೇಮಸಾಫಲ್ಯ	ಮುಂಗಾರಿನ ಹುಡುಗಿ
ಸದ್ಗೃಹಸ್ಥೆ	ಸಾಮಗಾನ
ಕಾರ್ತೀಕದ ಸಂಜೆ	ಕಡಲ ಮುತ್ತು
ನಾ ನಿನ್ನ ಧ್ಯಾನದೊಳಿರಲು	ಆಡಿಸಿದಳು ಜಗದೋದ್ಧಾರನಾ
ಸುಪ್ರಭಾತದ ಹೊಂಗನಸು	ಪಂಚವಟಿ
ಕರಗಿದ ಕಾರ್ಮೋಡ	ಶ್ಯಾನುಭೋಗರ ಮಗಳು
ಹೃದಯ ರಾಗ	ಮೂಡಿ ಬಂದ ಶಶಿ
ಅಮೃತಸಿಂಧು	ಜನನೀ ಜನ್ಮಭೂಮಿ
ಬಣ್ಣದ ಚುಂಬಕ	ಬಿರಿದ ನೈದಿಲೆ
ಸ್ವರ್ಣ ಮಂದಿರ	ಶರದೃತುವಿನ ಚಂದ್ರ
ಶ್ರೀರಸ್ತು ಶುಭಮಸ್ತು	ಮೋಹನ ಮುರಳಿ ಕರೆಯಿತು
ಗಂಧರ್ವಗಿರಿ	ಮುಗಿಲ ತಾರೆ
ಶುಭಮಿಲನ	ಅಗ್ನಿದಿವ್ಯ
ಸಪ್ತಪದಿ	ಧವಳ ನಕ್ಷತ್ರ
ಚೈತ್ರದ ಕೋಗಿಲೆ	ಕಲ್ಯಾಣಮಸ್ತು
ಬೆಳ್ಳಿದೋಣಿ	ದಂತದ ಗೊಂಬೆ
ವಿವಾಹ ಬಂಧನ	ಸುಭಾಷಿಣಿ
ಮಂಗಳ ದೀಪ	ಮಮತೆಯ ಸಂಕೋಲೆ
ಡಾ॥ ವಸುಧಾ	ಮಂತ್ರಾಕ್ಷತೆ
ಮುಂಜಾನೆಯ ಮುಂಬೆಳಕು	ಸಪ್ತಧಾರೆ
ಸೊಬಗಿನ ಪ್ರಿಯದರ್ಶಿನಿ	ಹೇಮಂತದ ಸೊಗಸು
ರಾಗಬೃಂದಾವನ	ಬೆಳಕಿನ ಹಣತೆ
ಬಿಳಿ ಮೋಡಗಳು	ಗ್ರೀಷ್ಮದ ಸೊಬಗು
ಅನುಬಂಧದ ಕಾರಂಜಿ	ಗ್ರೀಷ್ಮ ಋತು
ಮಿಂಚು	ಪ್ರಿಯ ಸಖೀ
ನಾಟ್ಯಸುಧಾ	ಚಿರಬಾಂಧವ್ಯ
ಪಸರಿಸಿದ ಶ್ರೀಗಂಧ	ಆಶಾಸೌರಭ
ಬೆಳದಿಂಗಳ ಚೆಲುವೆ	ಗಿರಿಧರ

ನಾ ನಿನ್ನ ಧ್ಯಾನದೊಳಿರಲು

ವಿಷ್ಣುಕಟ್ಟೆಯ ಅಪೇಕ್ಷ ಮನೆಗೆ ಬಂದಾಗ, ಅಂದರೆ ತಾನು ಪೇಯಿಂಗ್ ಗೆಸ್ಟ್ ಆಗಿದ್ದ ಮೃಣಾಲಿನಿ ಮನೆಗೆ ಬಂದಾಗ ಹೊರಗೆ ಪೂವಯ್ಯನೊಂದಿಗೆ ಹರಟುತ್ತಿದ್ದ ಮಂಜು ಮೇಲಕ್ಕೆದ್ದ. ಅಂದರೆ ಮೃಣಾಲಿನಿ ಮನೆಯಲ್ಲಿಲ್ಲವೆಂದು ಅರ್ಥ. ಜೋರಾಗಿ ಉಸಿರಾಡಲು ಹೆದರುವ ಮಂಜು, ಯಜಮಾನಿ ಇಲ್ಲದಿದ್ದರೆ, ತಾನೇ ಸುಪ್ರೀಮ್ ಅನ್ನೋ ತರಹ ವರ್ತಿಸುತ್ತಿದ್ದ. ಅದು ಎಲ್ಲರಿಗೂ ಗೊತ್ತಿತ್ತು. ಹಾಸ್ಯಾಸ್ಪದವೂ ಕೂಡ. ಅದನ್ನು ಸಿರಿಯಸ್ಸಾಗಿ ತಗೊಳ್ಳದೇ ಉತ್ಪ್ರೇಕ್ಷಿಸುವುದು ಸರಿಯೆನಿಸಿತ್ತು ಎಲ್ಲರಿಗೂ. ಇದಕ್ಕೆ ಇದ್ದ ಪೇಯಿಂಗ್ ಗೆಸ್ಟ್‌ಗಳು ಹೊಂದಿಕೊಂಡಿದ್ದರು. ಹಣ ಕೊಟ್ಟು ಊಟ, ತಿಂಡಿಯ ಜೊತೆ ಆಶ್ರಯ ಪಡೆದಿದ್ದ ಅತಿಥಿಗಳು. ಇಲ್ಲಿ ಎಲ್ಲರಿಗೂ ಪ್ರವೇಶ ಸಿಗುತ್ತಿರಲಿಲ್ಲ. ರೆಕಮಂಡೇಷನ್, ಹಣಕ್ಕಿಂತ ಭಿನ್ನವಾಗಿ ಯೋಚಿಸುವ ಮೃಣಾಲಿನಿಯ ಉದ್ದೇಶವೇ ಬೇರೆಯಾಗಿತ್ತು. ಸಾರ್ಥಕತೆ ಅಗತ್ಯವೆನಿಸುವ ಮನೋಭಾವ. ಅದಕ್ಕಾಗಿ ಕೆಲವು ರೂಲ್ಸುಗಳು.

ಇವಳು ರೂಮಿಗೆ ಹೋಗಿ ಹೊರಗೆ ಬರುವ ವೇಳೆಗೆ ಒಂದು ರೀತಿಯ ನಿಶ್ಶಬ್ದ! ಮೃಣಾಲಿನಿ ಮನೆಯಲ್ಲಿದ್ದರೆ ಕಿಚನ್‌ನಲ್ಲಿ ಪಾತ್ರೆಗಳು ಕೂಡ ಸದ್ದು ಮಾಡದು. ಲೇಡಿಸ್ ಕಾಲೇಜ್‌ನಲ್ಲಿ ಪ್ರಿನ್ಸಿಪಾಲರಾಗಿದ್ದರಿಂದ ಅದೇ ಕಟ್ಟುನಿಟ್ಟು ಮನೆಯಲ್ಲಿ.

"ಅಮ್ಮ.... ಬಂದ್ರಾ?" ಎನ್ನುತ್ತ ಅವರ ರೂಮಿನಲ್ಲಿ ಇಣುಕಿದವಳು "ನಾನು ಒಳ್ಗೇ ಬರಬಹುದಾ?" ಸಣ್ಣಗೆ ಕೇಳಿದ್ದು. "ಪ್ಲೀಸ್ ಕಮಿನ್" ಎಂದು ಪರ್ಸ್‌ನಲ್ಲಿದ್ದ ಮಾತ್ರೆ ಸ್ಲಿಪನ್ನು ಹೊರಗೆ ತೆಗೆದರು. "ಮಂತ್ಲಿ ಚೆಕ್‌ಅಪ್‌ಗೆ ಹೋಗಿದ್ದೆ. ಆರೋಗ್ಯ ಚೆನ್ನಾಗಿದ್ದರು ನಾಲ್ಕಾರು ಟೆಸ್ಟ್‌ಗಳು, ಸ್ಟುಪಿಡ್... ಫೆಲೋಸ್..." ಡಾಕ್ಟರನ್ನು ಬೈಯ್ದುಕೊಂಡರು. ಇಂದು ಸ್ವಲ್ಪ ಬೇಸರವಿತ್ತು ಅವರ ದನಿಯಲ್ಲಿ. ಉಗುಳು ನುಂಗಿದಳು ಅಪೇಕ್ಷ.

ಗ್ಲಾಸ್‌ಗೆ ನೀರು ಬಗ್ಗಿಸಿ ಅವರ ಮುಂದಿಡಿದು "ಇಂದೇಕೋ ಅಪ್‌ಸೆಟ್ ಆಗಿದ್ದೀರಿ. ಎನೀ ಪ್ರಾಬ್ಲಮ್, ತಮ್ಮ ಪಟ್ಟಿಗೆ ಹೊಸದೇನಾದ್ರೂ ಸೇರಿಸಿದ್ರಾ?" ಎಂದಳು ಮೆಲ್ಲಗೆ. ಇಲ್ಲಿ ಇದ್ದಿದ್ದು ವಿಷಾದ. ಇಡೀ ಪ್ರಕರಣವೇ ಅವಳ ಕಣ್ಮುಂದೆ ಬಂದು ನಿಂತಿತು.

ಮಾತ್ರೆ ನುಂಗಿ, ನೀರಿನ ಗ್ಲಾಸ್ ಟೀಪಾಯಿ ಮೇಲಿಟ್ಟು ಉಸಿರನ್ನೆಳೆದುಕೊಂಡು ದಬ್ಬಿ "ವೈದ್ಯ ಜಗತ್ತು ಸಾಕಷ್ಟು ಪ್ರಗತಿ ಸಾಧಿಸಿದೆ. ಯಾವ ಯಾವ ಕಾಯಿಲೆಗಳನ್ನು

ವಾಸಿಮಾಡಲು ಅಸಾಧ್ಯವಾಗಿತ್ತೋ ಅಂಥ ಕಾಯಿಲೆಗಳನ್ನು ಗುಣಪಡಿಸಲು ಸಾಧ್ಯವೆನ್ನುವುದನ್ನು ತೋರಿಸಿಕೊಟ್ಟಿದ್ದಾರೆ. ಆದರೆ ಇಲ್ಲಿ ವೈದ್ಯನ ಸಾಮರ್ಥ್ಯದ ಜೊತೆ ಹೃದಯವಂತಿಕೆ ಕೂಡ ಅಗತ್ಯವೆಂದು ಎಷ್ಟೋ ಜನ ವೈದ್ಯರಿಗೆ ತಿಳಿದಿಲ್ಲ. ವೈದ್ಯಕೀಯ ಕ್ಷೇತ್ರದಲ್ಲಿ ಹೊಸ ಅರಿವಿನ ಪ್ರವಾಹ ಹರಿದು ಬರುತ್ತಿದ್ದರು ತಮ್ಮ ತಿಳಿವಳಿಕೆಯನ್ನೇ ನವೀಕರಿಸಿಕೊಳ್ಳದ ವೈದ್ಯರು" ಎಂದರು. "ತಾವು ಕಲಿತಿದ್ದಕ್ಕೆ ಜೋತುಬಿದ್ದು ರೋಗಿಯ ಸಾವಿಗೆ ಕಾರಣರಾಗ್ತಾ ಇದ್ದಾರೆ. ಇದೆಲ್ಲದರ ಬದಲಾವಣೆ ಎಂದು? ಯಮಧರ್ಮನಲ್ಲಿ ಸಖ್ಯ ಬೆಳೆಸಿದಂತಿದೆ. ಹೊಸ ಹೊಸ ರೋಗಗಳ ಆವಿಷ್ಕಾರವಾಗುತ್ತಿದ್ದರು ಕೆಲವು ವೈದ್ಯರು ಹೃದಯರೋಗ, ಅಧಿಕ ರಕ್ತದೊತ್ತಡ, ಮಧುಮೇಹ, ಮನೋದೈಹಿಕ ಕಾಯಿಲೆಗಳನ್ನು ಮುಂಚೂಣಿಯಲ್ಲಿರಿಸಿಕೊಂಡು ಚಿಕಿತ್ಸೆ ಕೊಡ್ತಾ ಇದ್ದಾರೆ. ಇಲ್ಲಿ ಹಣ ಪ್ರಧಾನ ಪಾತ್ರ ವಹಿಸ್ತಾ ಇದೆ" ಇಂದು ನಾಲ್ಕು ಮಾತು ಹೆಚ್ಚಿಗೆ ಆಡಿದರು. ಹೆಚ್ಚು ಬೇಸರ ಕೂಡ.

"ಅಮ್ಮ ಇಳಾಭಟ್ ಏನೋ ಪರ್ಚೆಸಿಂಗ್ ಇದೇ ಅಂದ್ರು" ತಿಳಿಸಿ ಹೊರಬಂದಳು. ಸರಕಾರಿ ನೌಕರಿಯಲ್ಲಿರುವ ಇಳಾಭಟ್ ಇನ್ನೊಬ್ಬ ಪೇಯಿಂಗ್ ಗೆಸ್ಟ್. ವಿವಾಹವಾಗಿ ಎರಡು ಮಕ್ಕಳನ್ನು ಪಡೆದಿರುವ ಗೃಹಿಣಿ. ತನ್ನ ಪರ್ಸ್‌ನ್ನು ಹ್ಯಾಂಡ್ ಬ್ಯಾಗ್‌ನೊಳಕ್ಕೆ ಸೇರಿಸಿ ಇಳಾಭಟ್ ಹೇಳಿದ ಸ್ಯಾರಿ ಹೌಸ್ ತಲುಪುವ ವೇಳೆಗೆ, ಆಕೆ ಅಲ್ಲಿ ಕಾದು ನಿಂತಿದ್ದವರು "ಸದ್ಯ ಬಂದೆಯಲ್ಲ, ನಿನ್ನಷ್ಟು ಕವನ, ನಯನಾ ನಂಗೆ ಸೇರೋಲ್ಲ. ಅಂಥ ಜವಾಬ್ದಾರಿ ಇಲ್ಲದೋರು, ಅವರೇ ಸ್ವತಂತ್ರವಾಗಿ ಡಿಸಿಷನ್ ತಗೋಬಲ್ಲರು. ನಂಗೆ ಸಾಧ್ಯನಾ? ಗಂಡ, ಮಕ್ಕಳು, ಅತ್ತೆ ಮಾವ ಇರೋ ತುಂಬು ಸಂಸಾರ. ಎಲ್ಲದರ ಬಗ್ಗೆನೂ ಯೋಚಿಸ್ಬೇಕು" ಎಂದರು. ಆಕೆ ಮಾತಾಡುವಾಗಲ್ಲೆಲ್ಲ 'ಗಂಡ, ಮಕ್ಕಳು' ರಿಪೀಟ್ ಆಗುತ್ತಿದ್ದರು. ಅಲ್ಲಿ ಹೆಚ್ಚು ಪ್ರಧಾನವಾಗುತ್ತಿದ್ದುದ್ದು ಮಕ್ಕಳು.

ಇಬ್ಬರೂ ಕೌಂಟರ್ ಪ್ರವೇಶಿಸಿದಾಗ, ಅವಳ ಬಳಿ ಮೆಲ್ಲಗೆ ಪಿಸುಗುಟ್ಟಿದರು.

"ನಾನು ಇಲ್ಲಿಗೆ ಕರ್ಕೊಂಡ್ ಬಂದಿದ್ದು ಬೇರೆ ಉದ್ದೇಶಕ್ಕೆ. ಬೆಲೆ ಕಮ್ಮಿ ಇರ್ಬೇಕು, ನೋಡೋಕೆ ಭರ್ಜರಿಯಾಗಿ ಇರ್ಬೇಕು. ಅಂಥ ಒಂದೆರಡು ಸೀರೆಗಳನ್ನು ಆಯ್ಕೆ ಮಾಡಿಕೊಡು. ಒಬ್ಬೇ ಬರೋಕೆ ಒಂದು ತರಹ ಮುಜುಗರ" ಅಂದ ಇಳಾಭಟ್ ಕಡೆ ಮರುಕದಿಂದ ನೋಡಿದ ಅಪೇಕ್ಷ ಒಂದು ತರಹ ನಗೆ ಬೀರಿ "ನಾನು ನಿಮ್ಮ ಪಾರ್ಟಿನೇ. ಕವನಾನೋ, ನಯನಾನೋ ಕರ್ಕೊಂಡ್ ಬಂದಿದ್ದರೇ, ದೊಡ್ಡ ಷಾಪಿಂಗ್ ಮಾಲ್‌ಗೆ ಕರ್ಕಂಡ್ ಹೋಗಿ ದಿನಪೂರ್ತಿ ಷಾಪಿಂಗ್ ಮಾಡಿರೋರು ಎರಡು ಸೀರೆಗೆ. ಹೋಗ್ಲಿ ಬಿಡಿ, ಇಳಾ.... ನೀವು ಪಶ್ಚಾತ್ತಾಪಪಡೋಂಗೆ ಮಾಡೋಲ್ಲ" ಎಂದು ತುಸು ಕಡಿಮೆ ಬೆಲೆಯ ಸೀರೆಗಳು ಇರುವಲ್ಲಿಗೆ ಕರೆದೊಯ್ದಳು.

ಹತ್ತು ನಿಮಿಷದಲ್ಲಿ ಸೀರೆ ಆಯ್ಕೆ ಮುಗಿದು ಹೋಯಿತು. ಶ್ರಾವಣ ಮಾಸ, ಹಬ್ಬದ ಸಂಭ್ರಮದ ತಿಂಗಳು. ಹೆಂಗಳೆಯರು ಭರ್ಜರಿಯಾಗಿ ಸೀರೆ ಆಯ್ಕೆ ಮಾಡುತ್ತಿದ್ದರು.

ಕೌಂಟರ್‌ನಲ್ಲಿ ಹಣ ಸಲ್ಲಿಸಿ ಹೊರಗೆ ಬಂದ ಇಳಾಭಟ್ ನಿಟ್ಟುಸಿರು ದಬ್ಬಿ "ನನ್ನ ಬಡ್ಜೆಟ್‌ಗಿಂತ ಕಡಿಮೆ ಬೆಲೆಯಲ್ಲಿ ಸೀರೆ ಸಿಕ್ಕಿದ್ದು ನಿಜ್ವಾಗಿ ಸಂತೋಷ. ನೋಡೋಕೆ ದಟ್ಟವಾದ ಬಣ್ಣಗಳು. ಒಡಲು, ಅಂಚು ಮಿನುಗುಟ್ಟುವ ಚುಕ್ಕಿಯ ಕೆಲಸ. ನನ್ನ ನಾದಿನಿಯರಿಗೆ ಇಷ್ಟವಾಗುತ್ತೆ. ಇಲ್ಲ ಗೊಣಗಿಕೊಂಡರು ನಾನೇನು ಮಾಡಲಾರೆ. ಏನಾದ್ರೂ ಒಂದಿಷ್ಟು ತಿನ್ನೋಣ" ಎಂದರು.

ಅವಳೇನು ಬೇಡ ಅನ್ನಲಿಲ್ಲ. ಒಂದು ಫಾಸ್ಟ್‌ಫುಡ್ ಸೆಂಟರ್‌ಗೆ ಹೋಗಿ ಇಬ್ಬರು ಒಂದೊಂದು ಮಸಾಲೆದೋಸೆ ತಿಂದು ಕಾಫಿ ಕುಡಿದು ಹತ್ತಿರದಲ್ಲೇ ಇದ್ದ ಪಾರ್ಕ್‌ನಲ್ಲಿ ಒಂದೆಡೆ ಕೂತರು, ಮತ್ತೊಮ್ಮೆ ಸೀರೆಗಳನ್ನು ನೋಡುವ ಆಸೆಯಿಂದ

"ಈಗ ಎಲ್ಲಾ ಇದೇ ತರಹದ ಸೀರೆಗಳ್ನ ಉಡ್ತಾರೆ. ಮ್ಯಾಚಿಂಗ್ ಬ್ಲೌಸ್‌ಗಾಗಿ ಹುಡುಕಾಡೋ ಅಷ್ಟು ಇರೋಲ್ಲ. ಆದರೆ ತೆಳ್ಳಗಿರೋದರಿಂದ ಒಳ್ಗೆ ಲೈನಿಂಗ್ ಕೊಟ್ಟು ಹೊಲ್ಸಬೇಕು. ಬ್ಲೌಸ್ ಪೀಸ್‌ನ ದುಡ್ಡು ಅಲ್ಲಿ ಕಿತ್ಕೊಂಡು ಹೋಗ್ಬಿಡುತ್ತೆ. ಇಷ್ಟೆಲ್ಲ ಯೋಚಿಸ್ಬೇಕಾಗುತ್ತೆ ಒಂದು ಸೀರೆ ತಗೋಬೇಕೂಂತ ಅಂದ್ಕೊಂಡರೆ" ಮನದ ಮಾತುಗಳನ್ನು ಹೇಳಿಕೊಂಡರು, ಕೆಳಮಧ್ಯಮ ದರ್ಜೆಯಲ್ಲಿ ಹುಟ್ಟಿ ಬೆಳೆದು, ಕೆಳ ಮಧ್ಯಮ ದರ್ಜೆಯ ಮನೆ ಸೇರಿ, ಈಗ ಅನಿವಾರ್ಯತೆಗಾಗಿ ಕೆಲಸಕ್ಕೆ ಸೇರಿಕೊಂಡಿರುವ ಇಳಾಭಟ್.

ಅಪೇಕ್ಷ ಮಾತಾಡಲಿಲ್ಲ. ಅವಳು ತನ್ನ ಬಗ್ಗೆ ತನ್ನ ಮನೆಯವರ ಬಗ್ಗೆ ಏನು ಹೇಳಿಕೊಂಡಿರಲಿಲ್ಲ. ಯಾಕೋ ಬೇಡವೆನಿಸುತ್ತಿತ್ತು. ಬಹುಶಃ ವಿಶ್ವರಥ ಇದ್ದಿದರೆ ಖಂಡಿತ ಬೆಂಗಳೂರಿಗೆ ಕೆಲಸಕ್ಕೆ ಕಳುಹಿಸುತ್ತಿರಲಿಲ್ಲ. ಇಡೀ ಮನೆಯ ಚಿತ್ರವೇ ಬದಲಾಗಿರುತ್ತಿತ್ತು.

"ಅಲ್ಲ, ನಂಗೆ ಒಂದು ವಿಷ್ಯಕ್ಕೆ ಆಶ್ಚರ್ಯ. ಈಗ ಪುಟ್ಟ ಮಕ್ಕಳಿಂದ ಹಿಡಿದು ಅರವತ್ತರ ಇಂಚುಮುಂಚು ಇರೋ ಹೆಂಗಸರೆಲ್ಲ ಚೂಡಿದಾರ್, ಮ್ಯಾಕ್ಸಿ, ಪಂಜಾಬಿ ಡ್ರೆಸ್, ಕೆಲವರಂತು ಷರಟು ಪ್ಯಾಂಟ್, ಟೀ ಷರಟು ಹಾಕ್ಕೊಂಡ್ ಓಡಾಡ್ತಾರೆ. ಅಂಥದ್ದರಲ್ಲಿ ಸೀರೆ ಉಡೋ ಮಂದಿ ಎಷ್ಟು? ಆದರೆ ಸೀರೆ ಅಂಗಡಿಗಳಲ್ಲಿ ಪೂರ್ತಿ ರಷ್. ಕೊಂಡ ಸೀರೆಗಳ್ನ ಏನು ಮಾಡ್ತಾರೆ?" ಇಳಾಭಟ್ ಮಾತುಗೆ ನಕ್ಕುಬಿಟ್ಟಳು ಅಪೇಕ್ಷ.

"ಆರಾಮಾಗಿ ಕಾಸ್ಟ್ಲಿ ಸೀರೆಗಳ್ನ ಬೀರುಗಳಲ್ಲಿಟ್ಟು ಬೀಗ ಹಾಕ್ತಾರೆ. ಇನ್ನು ಬೇರೆ ನಮೂನೆಯ ಸೀರೆಗಳನ್ನು ವಾರ್ಡ್‌ರೋಬ್‌ನಲ್ಲಿ ತೂಗಾಕಿ, ಆಗಾಗ ತೆಗ್ದು ನೋಡಿ ಖುಷಿಪಡ್ತಾರೆ. ಬಂದ ಫ್ರೆಂಡ್ಸ್, ರಿಲೇಟಿವ್ಸ್ ಮುಂದೆ ಪ್ರದರ್ಶನಕ್ಕೆ ಇಡ್ತಾರೆ. ಇದರಿಂದ ಉಡದಿದ್ದರೇನು, ಒಂದು ರೀತಿಯ ಸಂತೃಪ್ತಿ. ನಿಮಗೇನು ತಗೋಳ್ಳಲೇ ಇಲ್ಲ ಇಳಾ" ಎಂದಳು. ಗಂಡನ ಮನೆಯ ತಾಪತ್ರಯಗಳನ್ನು ತೋಡಿಕೊಂಡರು. ಇಳಾ ಒಂದು ರೀತಿಯಲ್ಲಿ ಪ್ರಶ್ನೆಯಾಗಿ ಉಳಿದುಬಿಡುತ್ತಿದ್ದರು. "ಇಲ್ಲಪ್ಪ, ಈ ಎರಡು ಸೀರೆಗಳು ಹಬ್ಬಕ್ಕೆ ಬರೋ ನಾದಿನಿಯರಿಗೆ. ಆರ್ಥಿಕವಾಗಿ ತೀರ ಸಂಕಷ್ಟದಲ್ಲಿರೋ ಕುಟುಂಬ ನಮ್ದು. ತಾಪತ್ರಯಗಳ ಸರಮಾಲೆ. ಮನೆಗೆ ಹಣ ಕೊಡಬೇಕು. ಇಲ್ಲಿನ ನನ್ನ

ಖರ್ಚುಗಳೆಲ್ಲ ಹೋಗಿ ಉಳಿಯೋದೆಷ್ಟು? ನಂಗೇನು ಬೇಡ. ತೆಗೆದಿದ್ದರೆ ಹುಡುಗರಿಗೆ ಒಂದಿಷ್ಟು ಬಟ್ಟೆ ತೆಗೆಯಬೇಕಿತ್ತು. ಅದಕ್ಕಿಂತ ಹಬ್ಬಕ್ಕೆ ಬರೋ ನಾದಿನಿಯರಿಗೆ ಕೊಡ್ಡೋ ಉಡುಗೊರೆಗಳ ಖರೀದಿ ಅನಿವಾರ್ಯವಾಗಿತ್ತು. ಅನಿವಾರ್ಯವಿಲ್ಲದೇ ನಾನು ಈ ದೂರದ ಬೆಂಗಳೂರಿಗೆ ಕೆಲ್ಸಕ್ಕಾಗಿ ಬರ್ತಾ ಇದ್ನಾ?" ಕಣ್ತುಂಬಿ ಸೀರೆಯ ಪ್ಯಾಕೆಟ್‌ಗಳನ್ನಿಡಿದು ಮೇಲೆದ್ದರು. ಇಲ್ಲಿ ಅನುಭವಿಸುತ್ತಿದ್ದುದು ಮಾನಸಿಕ ದಾಸ್ಯ.

"ಸಾರಿ, ಇಳಾ..." ಅವರ ಕೈ ಹಿಡಿದಳು.

"ಪರ್ವಾಗಿಲ್ಲ, ನಿನ್ಹತ್ರ ಹೇಳಿಕೊಳ್ಳೋಕೆ ನಂಗೆ ಖಂಡಿತ ಸಂಕೋಚವಿಲ್ಲ. ನೀನೇನು ಹೇಳಿಕೊಳ್ಳದಿದ್ರೂ.... ನಂಗೂ ಎಲ್ಲಾ ನಿನ್ನ ಬಗ್ಗೆ ಅರ್ಥವಾಗುತ್ತೆ" ಎಂದರು. ಅದಕ್ಕೆ ತುಟಿ ಬಿಚ್ಚಲಿಲ್ಲ.

ಮನೆಗೆ ಬರುವ ವೇಳೆಗೆ ಕತ್ತಲು ಮುಸುಕಿತ್ತು. ಮಂಜು ಮನೆ ಮುಂದಿನ ತರಕಾರಿ ಗಾಡಿಯಲ್ಲಿ ತರಕಾರಿ ಖರೀದಿ ಮಾಡುತ್ತಿದ್ದ. ಖರೀದಿಯಲ್ಲಿ ಕೊಸರಾಟ ನಡೆದೇ ಇತ್ತು. ತರಕಾರಿ ಕೊಂಡ ಮೇಲೆ ಶುಂಠಿ, ಕರಿಬೇವಿನ ಸೊಪ್ಪು ಪುಗಸಟ್ಟೆ ಎತ್ತಿಕೊಂಡು ಬುಟ್ಟಿಗೆ ಹಾಕಿಕೊಳ್ಳವವನೇ. ಆಗ ಒಂದಿಷ್ಟು ಮಾತುಕತೆ. ಆಗಾಗ ಮೃಣಾಲಿನಿ ಆ ಬಗ್ಗೆ ಗೊಣಗಾಡುತ್ತಿದ್ದರು. "ಅಷ್ಟೆಲ್ಲ ತರಕಾರಿ ತಗೋತೀಯ. ಶುಂಠಿ, ಕರಿಬೇವಿನ ಸೊಪ್ಪಿಗಾಗಿ ಯಾಕೆ ಕೊಸರಾಟ? ಅದಕ್ಕೂ ಹಣ ಕೊಡು" ಹೇಳಿದ್ದುಂಟು. ಆದರೆ ಪದ್ಧತಿಯೇನು ಬದಲಾಗಿರಲಿಲ್ಲ.

ದೊಡ್ಡ ಹಾಲ್‌ನಲ್ಲಿ ಕೂತಿದ್ದ ಮೃಣಾಲಿನಿ ಕೈಯಲ್ಲಿನ ಪತ್ರಿಕೆಯನ್ನು ಪಕ್ಕಕ್ಕೆ ಇರಿಸಿ "ದೊಡ್ಡದಾಗಿಯೇ ನಡೆದಿದೆ, ಷಾಪಿಂಗ್" ಮಾತಿನಲ್ಲಿ ನಗೆಹರಿಸಿದರು.

"ಅಂಥದೇನಿಲ್ಲ, ಹಬ್ಬದ ಸಲುವಾಗಿ ಇಳಾ ಅವರು ನಾದಿನಿಯರಿಗೆ ಎರಡು ಸೀರೆಗಳ್ನ ತಗೊಂಡರಷ್ಟೆ" ಎಂದು ಅವರ ಎದುರಿನಲ್ಲಿ ಕೂತಳು. ಮೃಣಾಲಿನಿ ಇವರುಗಳು ಪೇಯಿಂಗ್ ಗೆಸ್ಟ್‌ಗಳೆಂದು ಎಂದೂ ಜೋರು ಪ್ರದರ್ಶಿಸಿದವರಲ್ಲ. ಅತ್ಯಂತ ಸರಳವಾಗಿ ಅವರುಗಳೊಂದಿಗೆ ಬೆರತುಹೋಗಿದ್ದರಿಂದ ವಾತಾವರಣ ಸ್ನೇಹಮಯವಾಗಿತ್ತು. ಇಳಾ ಪ್ಲಾಸ್ಟಿಕ್ ಬ್ಯಾಗ್‌ನಲ್ಲಿದ್ದ ಸೀರೆಗಳನ್ನ ಬಿಚ್ಚಿ ಹರಡಿ "ತುಂಬ ಕಾಸ್ಟ್ಲಿ ಏನಲ್ಲ" ಎಂದರು.

ಆಕೆ ಸೀರೆಗಳನ್ನು ಬಿಚ್ಚಿ ಒಡಲು, ಅಂಚು, ಸೆರಗನ್ನು ನೋಡಿ "ಚೆನ್ನಾಗಿದೆ, ಸುಮ್ನೇ ಕಾಸ್ಟ್ಲಿ ಸೀರೆಗಳನ್ನು ತಂದು ಬೀರುನಲ್ಲಿ ಇಟ್ಟುಕೊಳ್ಳೋ ಬದ್ಲು ಉಟ್ಟು ಹರಿದುಬಿಡೋಕೆ ಇವೇ ಚೆಂದ" ಎಂದು ಅವರೇ ಪ್ಲಾಸ್ಟಿಕ್ ಬ್ಯಾಗ್‌ಗಳಿಗೆ ಹಾಕಿದರು.

"ತಿಂಡಿ ತಿನ್ತೀರಾ?" ಕೇಳಿದರು.

"ಬೇಡ, ಫಾಸ್ಟ್‌ಫುಡ್‌ನಲ್ಲಿ ದೋಸೆ ತಿಂದ್ವಿ" ರೂಮಿನಲ್ಲಿ ಇಟ್ಟು ಬರಲು ಹೋದರು. ಅಪೇಕ್ಷ ಅತ್ತ ನೋಟ ಹರಿಸಿದಳು. "ನೀನೇನು ಹಬ್ಬಕ್ಕೆ ತಗೋಳ್ಳಿಲ್ವ?" ಕೇಳಿದ ಒಡನೇ "ಅದೆಲ್ಲ ನಮ್ಮಣ್ಣನ ಪೋರ್ಟ್‌ಫೋಲಿಯೋ...." ಅಂದವಳು ತಟ್ಟನೆ ಎದ್ದು ರೂಮಿಗೆ ಹೋದವಳು ನಂತರ ಊಟದ ವೇಳೆಗೇ ಹೊರಗೆ ಬಂದಿದ್ದು. ಆಗಲೇ ಕವನ, ನಯನ ಕೂತು ಹರಟೆ ಹೊಡೆಯುತ್ತಿದ್ದರು ಡೈನಿಂಗ್ ಟೇಬಲ್ ಮುಂದೆ.

"ಏನು ಭರ್ಜರಿ ಷಾಪಿಂಗ್ ಮಾಡಿದರಂತೆ" ಕವನ ಹಾಸ್ಯ ಮಾಡಿದಳು, "ಸಾರಿ, ನೀನೇನು ತಗೊಳ್ಳಿಲ್ಲಂತ ಗೊತ್ತಾಯ್ತು. ತುಂಬ ಕಂಜೂಸ್, ಕಾಸು ಬಿಚ್ಚೋಕೆ ಒದ್ದಾಡ್ತೀಯ. ಒಂದ್ಸಲ ನಿನ್ನ ಹೊರ್ಗೆ ಕರ್ಕೊಂಡ್ ಹೋಗಿ ಪೂರ್ತಿ ಸಂಬಳದ ಹಣನ ಖರ್ಚು ಮಾಡ್ಸಿಬಿಡ್ಬೇಕು." ಮುಗುಳು ನಕ್ಕಳು ನಯನ. ಆದರೆ ಇವಳು ನಗಲಿಲ್ಲ, "ಅಂಥ ಛಾನ್ಸ್ ನಿಂಗೆ ಸಿಗೋದು ಕಷ್ಟ. ಆರಾಮಾಗಿ ಸಂಬಳದ ಹಣಾನ ನಿಂಗೆ ಕೊಟ್ಟು ಒಂಟಿಯಾಗಿ ನಿನ್ನನ್ನ ಷಾಪಿಂಗ್‌ಗೆ ಕಳ್ಸಿಬಿಡ್ತೀನಿ. ಆಗ ನೀನು ಬರೀ ಕೈಯಲ್ಲಿ ಬರ್ತೀಯಾ" ಅರ್ಥಪೂರ್ಣವಾಗಿ ಹೇಳಿದಳು. ಅವಳು ಎಲ್ಲರ ಮುಖ ಮಿಕಿಮಿಕಿ ನೋಡಿ "ನಂಗೇನು ಅರ್ಥವಾಗಲಿಲ್ಲ!" ಅನ್ನುವ ವೇಳೆಗೆ ಮೃಣಾಲಿನಿ ಬಂದಿದ್ದರಿಂದ ವಿಷಯ ಅಲ್ಲಿಗೆ ನಿಂತಿತು. ಸಾಧಾರಣವಾಗಿ ರಾತ್ರಿಯ ಊಟಕ್ಕೆ ಕೂತಾಗ ತಾವು ಕೂತು ಬಡಿಸುತ್ತಿದ್ದರು. ಬಲವಂತದ್ದಲ್ಲ, ಇಷ್ಟವಾದ ಕೆಲಸ.

ಕವನ, ನಯನ ನಾಲ್ಕು ತುತ್ತು ಮೊಸರನ್ನ ತಿಂದು ಎದ್ದುಹೋದರು. ಸಂಜೆ ಗಡದ್ದಾಗಿ ತಿಂಡಿ ತಿಂದಿದ್ದರಿಂದ ಹಸಿವು ಇರಲಿಲ್ಲ.

"ನಾಳಿದ್ದು ಊರಿಗೆ ಹೋಗ್ತೀನಿ. ಬರೋದು ಒಂದ್ವಾರ ಅಂದ್ಕೊಂಡಿದ್ದೀನಿ. ಅಕಸ್ಮಾತ್ ಮಧ್ಯ ಬಂದರೇ... ಬಂದೇ" ಇಳಾಭಟ್ ಊಟ ಮುಗಿಸಿ ಹೇಳಿದಾಗ, ಅಪೇಕ್ಷಳತ್ತ ನೋಡಿದರು. "ನೀನು ಹೋಗೋಲ್ವೇನು" ಅವಳು ತಲೆತಗ್ಗಿಸಿ ಅಡ್ಡಡ್ಡ ತಲೆಯಾಡಿಸಿ "ಹಬ್ಬ ಅಂಥದಕ್ಕೆಲ್ಲ ರಜೆ ಸಿಗೋಲ್ಲ" ಚುಟುಕಾಗಿ ಹೇಳಿದಳು. ಅವಳಿಗೆ ಊರಿಗೆ ಹೋಗಲು ಇಷ್ಟವಿಲ್ಲ, ಉಸಿರುಗಟ್ಟಿದಂತಾಗುತ್ತಿತ್ತು. "ಗುಡ್ ನೈಟ್ ಅಮ್ಮ" ಎದ್ದು ಹೋದವಳತ್ತ ನೋಡಿದ ಮೃಣಾಲಿನಿ ಒಳಗೊಳಗೆ ಸಂಕಟಪಟ್ಟರು. ಸಾಕಷ್ಟು ಸತಾಯಿಸಿಯೇ ಪೇಯಿಂಗ್ ಗೆಸ್ಟ್ ಆಗಿರಲು ಒಪ್ಪಿದ್ದು. ನೂರಕ್ಕೂ ಮಿಕ್ಕ ಯುವತಿಯರು ಇಲ್ಲಿ ಪೇಯಿಂಗ್ ಗೆಸ್ಟ್‌ಗಳಾಗಿ ಇದ್ದು ಹೋಗಿದ್ದರು. ಅದರಲ್ಲಿ ವಿವಿಧ ನಮೂನೆಯವರು. ಕೆಲವರನ್ನ ತಾವೇ ಹೊರಗೆ ಹಾಕಿದ್ದುಂಟು. ಕೆಲವರು ಇಲ್ಲಿಗೆ ಹೊಂದಿಕೊಳ್ಳಲಾರದೇ ಕೆಲವು ತಿಂಗಳು ಇದ್ದು ತಾವೇ ಖಾಲಿ ಮಾಡಿದ್ದುಂಟು. ಪ್ರತಿಯೊಬ್ಬರಿಗೂ ಹೇಳಿದ್ದಿಷ್ಟೆ "ಆಂಟೀ ಅಂಥದೆಲ್ಲ ಬೇಡ. ಮೃಣಾಲಿನಿ ಅನ್ನಿ, ಇಲ್ಲ ಅಮ್ಮ ಅನ್ನಿ ಅಷ್ಟು ಸಾಕು. ನಂಗೇ ಈ ಆಂಟೀತನ ಇಷ್ಟವಾಗೋಲ್ಲ."

ಕೆಲವರು ತಲೆಯಾಡಿಸಿದರು, ಹಲವರು ಒಳಗೊಳಗೆ ನಕ್ಕಿದ್ದುಂಟು. ಅಷ್ಟೇ ಸಾಕೂಂತ ಕೆಲವರು 'ಮೃಣಾಲಿನಿ' ಎನ್ನುತ್ತಿದ್ದರು. ಸ್ವಲ್ಪ ವಿವಾಹವಾಗಿ ಸಂಸಾರದಲ್ಲಿ ಮೆತ್ತಗಾದವರು 'ಮೃಣಾಲಿನಿಯಮ್ಮ' ಅನ್ನುತ್ತಿದ್ದರು. ಇನ್ನು ಕೆಲವರು ಆರಾಮಾಗಿ 'ಮೇಡಮ್' ಅನ್ನುತ್ತಿದ್ದರು. ಆದರೆ ಅಪೇಕ್ಷ ಮಾತ್ರ ಬಾಯಿ ತುಂಬ 'ಅಮ್ಮ' ಅನ್ನುತ್ತಿದ್ದಳು. ಅದು ಅವರಿಗೆ ಇಷ್ಟ ಕೂಡ. 'ತೀರಾ ಗಂಭೀರಸ್ಥ, ಸಂಸಾರಸ್ಥ ಮನೆಯ ಹುಡುಗಿ' ಎಂದು ಹೇಳಿಕೊಂಡೇ ಮೇಲೆದ್ದಿದ್ದು. ಈಗಾಗಲೇ ಎರಡು ವರ್ಷದಿಂದ ರಾತ್ರಿಯ ಊಟ ನಿಲ್ಲಿಸಿ, ಹಣ್ಣು, ಹಾಲು ತೆಗೆದುಕೊಳ್ಳುತ್ತಿದ್ದರು.

ಕಿಚನ್ ಕ್ಲೀನಿಂಗ್‌ನಲ್ಲಿದ್ದ ಮಂಜು ಟವಲನ್ನ ಕೊಡವಿ ಹೆಗಲ ಮೇಲೆ ಹಾಕಿಕೊಳ್ಳುತ್ತ "ಅಮ್ಮ ಮನೆಗೆ ಹೊರಟಿದ್ದೀನಿ, ಅವ್ವ ಮಕ್ಳು ಹಬ್ಬದ ಸಲುವಾಗಿ

ಬಂದಿದ್ದಾರೆ" ಎಂದು ಕೈಗಳನ್ನು ತೀಡುತ್ತ ನಿಂತ. ಆಕೆ ತೀಕ್ಷ್ಣವಾಗಿ ನೋಡಿ "ಮತ್ತೆ ರಜಾನಾ? ಐದು ಜನರ ಅಡ್ಗೇ ಯಾರು ಮಾಡ್ತಾರೆ? ನೀನು ಕೆಲ್ಸನೇ ಬಿಟ್ಹೋಗು. ನಾನು ಬೇರೆ ಯಾರನ್ನಾದ್ರೂ ಅಪಾಯಿಂಟ್ ಮಾಡ್ಕೋತೀನಿ" ರೇಗಿದರು. ಆದರೆ ನಿಭಾವಣೆ ಕಷ್ಟವೆಂದು ಆಕೆಗೆ ಗೊತ್ತಿತ್ತು.

"ಇಲ್ಲಮ್ಮ ಮನೆ ಹತ್ತಿರವೇ. ಬೆಳಗಿನ ಕಾಫಿ ಹೊತ್ಗೆ ಬಂದು ಬಿಡ್ತೀನಿ. ಕೆಲ್ಸ ಬಿಟ್ಟು ನಾನೆಲ್ಲಿ ಹೋಗ್ಲಿ? ನಿಮ್ಗೆ, ಹಾಲು, ಹಣ್ಣು ತಂದಿಟ್ಟ ಪೂವಯ್ಯನಿಗೆ ಬಡ್ಸಿ ಹೋಗ್ತೀನಿ" ಇಂಥದೊಂದು ಬೇಡಿಕೆ ಸಲ್ಲಿಸಿಯೇ ಹೋಗಿದ್ದು. ಕ್ಷಣಗಳಲ್ಲಿ ಆಕೆಯ ಮುಖದಲ್ಲಿ ವಿಷಾದ ತುಂಬಿಕೊಂಡಿತು. ಅವನಿಗೆ ಸಂಸಾರ ಇತ್ತು. ಹೋರಾಟವೋ, ಒದ್ದಾಟವೋ ಅದರಲ್ಲಿ ಸುಖ ಕಂಡಿದ್ದವ, ಬಹು ಜನವೇನು ನೂರಕ್ಕೆ ತೊಂಬತ್ತ ಒಂಬತ್ತು ಜನ ಅಪ್ಪಿಕೊಳ್ಳೋದು ಅದನ್ನೇ.

ಮೃಣಾಲಿನಿ ರೂಮಿಗೆ ಹೋಗಿ ಸುಮ್ಮನೆ ಕೂತರು.

ಹಾಲ್‌ನಲ್ಲಿ ದೊಡ್ಡ ಟೀವಿ ಇತ್ತು. ಅದಕ್ಕೆ ಕೇಬಲ್ ಕನೆಕ್ಷನ್. ಪೇಯಿಂಗ್ ಗೆಸ್ಟ್‌ಗಳ ಉಪಯೋಗಕ್ಕೆಂದು. ಆ ಬಗ್ಗೆ ಸಣ್ಣಪುಟ್ಟ ವಿರಸಗಳು ಇತ್ತು. ಅದು ಮೃಣಾಲಿನಿಯವರವರೆಗೂ ಬರುತ್ತಿತ್ತು. ಒಬ್ಬೊಬ್ಬರದು ಒಂದೊಂದು ಭಾಷೆಯ ಬಗೆಗಿನ ಪ್ರೇಮ. ನಿರಂತರ ನ್ಯೂಸ್, ಹೆಚ್ಚು ಪಾಶ್ಚಾತ್ಯ ಸಂಗೀತ ಇಷ್ಟಪಡುವವರು ಕೆಲವರಿದ್ದರೆ, ಇನ್ನು ಕೆಲವರು ರಿಯಾಲಿಟಿ ಶೋ ಇಷ್ಟಪಡುತ್ತಿದ್ದರು. ಈಚೆಗೆ ಪರ್ಮಿಷನ್ ತಗೊಂಡು ನಯನ ತನ್ನ ರೂಮಿನಲ್ಲಿ ಒಂದು ಟೀವಿ ತಂದಿಟ್ಟುಕೊಂಡಿದ್ದಳು. ರೆಕಮಂಡೇಷನ್ ಕ್ಯಾಂಡಿಡೇಟ್. ಅವಳು ಸಾಫ್ಟ್‌ವೇರ್ ಇಂಜಿನಿಯರ್. ಸ್ವಂತ ಮನೆ ಮಾಡಿಕೊಂಡು ಇರುವಷ್ಟು ಹಣ ಬಂದರೂ ಕುಟುಂಬದವರ ಒಪ್ಪಿಗೆ ಇರಲಿಲ್ಲ. ಮಾತ್ರವಲ್ಲ, ನಿರ್ವಹಣೆ ತನ್ನಿಂದಾಗದೆಂದು ಪೇಯಿಂಗ್ ಗೆಸ್ಟ್ ಆಗಿ ಉಳಿದುಕೊಂಡಿದ್ದಳು. ವಾರಕ್ಕೆರಡು ದಿನ ರಜ, ಬೆಳಿಗ್ಗೆ ಮನೆ ಬಿಟ್ಟರೆ ಬರುತ್ತಿದ್ದುದ್ದು ರಾತ್ರಿಗೇನೇ. ಕೆಲವೊಮ್ಮೆ ಮಾತುಕತೆ ಇಲ್ಲದೇ ಹೋಗಿ ಮಲಗಿಬಿಡುತ್ತಿದ್ದಳು. ಮೃಣಾಲಿನಿ ಅಂಥ ಸಮಯದಲ್ಲಿ ನಿಂತು ವಿಚಾರಿಸಿಕೊಳ್ಳುತ್ತಿದ್ದರು. ಬರೀ ಹಣದ ಸಲುವಾಗಿ ಪೇಯಿಂಗ್ ಗೆಸ್ಟ್‌ಗಳನ್ನು ಮನೆಯಲ್ಲಿ ಇರಿಸಿಕೊಳ್ಳುತ್ತಿರಲಿಲ್ಲ. ಒಂಟಿಜೀವಕ್ಕೆ ಒಂದು ಕಮಿಟ್‌ಮೆಂಟ್ ಅಗತ್ಯವಿತ್ತು.

ಸೇಬಿನ ಚೂರುಗಳನ್ನು, ಹಾಲನ್ನು ಹಿಡಿದು ಬಂದ ಮಂಜು 'ಅಮ್ಮ ಹೋಗ್ಬರ್ಲಾ? ನಯನಮ್ಮ ಹೋಗೋದು ಎಂಟೂವರೆಗಂತೆ. ಷಿಫ್ಟ್ ಛೇಂಜಾಗಿದೆಯಂದ್ರು. ಆ ವೇಳೆಗೆ ಬಂದು ಬ್ರೇಕ್ ಫಾಸ್ಟ್ ರೆಡಿ ಮಾಡಿಬಿಡ್ತೀನಿ" ಎನ್ನುತ್ತ ಅಲ್ಲೇ ಇದ್ದ ಟೀಪಾಯಿ ಮೇಲಿಟ್ಟ.

"ಆಯ್ತು ಹೋಗ್ಬಾ! ಏನೂ ಬೇಡಾಂತ ಅನ್ನಿಸಿಬಿಟ್ಟಿದೆ. ಇದನ್ನೆಲ್ಲ ತೆಗ್ದುಬಿಡು" ಅನ್ನೋ ವೇಳೆಗೆ ಬಂದ ಅಪೇಕ್ಷ "ನಾನು ನೋಡ್ತೀನಿ, ನೀವ್ ಹೋಗ್ಬನ್ನಿ ಮಂಜುನಾಥಯ್ಯನವರೇ" ಎಂದು ಹೇಳಿ ನಡು ಹಾಲ್‌ನ ಬಾಗಿಲನ್ನು ಹಾಕಿಕೊಂಡು

ಬಂದು ಅವರ ಮುಂದೆ ಕೂತು "ಸ್ವಲ್ಪನಾದ್ರೂ ತಗೊಳ್ಳಿ, ಬರೀ ಹೊಟ್ಟೆಯಲ್ಲಿ ಮಾತ್ರೆ ತಗೊಂಡರೇ ಹೊಟ್ಟೆಯಲ್ಲಿ ಸಂಕಟ ಶುರುವಾಗುತ್ತೆ" ಎಂದು ಬಲವಂತ ಮಾಡಿ ಅವರಿಗೆ ಕೊಟ್ಟಳು.

ಹಿಂದೆ ಪೇಯಿಂಗ್ ಗೆಸ್ಟ್ ಆಗಿದ್ದ ಇಂದಿರನ ನೆನಪು ಮಾಡಿಕೊಂಡರು. "ಅಪೇಕ್ಷ, ನೀನಿದ್ದ ರೂಮಿನಲ್ಲೇ ಇಂದು ಅಂತ ಒಬ್ಬ ಪೇಯಿಂಗ್ ಗೆಸ್ಟ್ ಇದ್ದಳು. ಎಂಥ ಸೆನ್ಸ್ ಆಫ್ ಹ್ಯೂಮರ್ ಅವಳದು ಗೊತ್ತಾ? ಅವಳು ಹುಟ್ಟೋಕೆ ಮೊದ್ಲು ನಗು ಹುಟ್ಟಿತೋ ಇಲ್ಲ ಅವಳು ಹುಟ್ಟಿದ ಕೂಡಲೇ ನಗು ಹುಟ್ಟಿತೋ, ಸದಾ ಅವಳಿದ್ದಲ್ಲಿ ನಗು, ಹಾಸ್ಯ. ನನ್ನ ತುಂಬ ಹಚ್ಕೊಂಡಿದ್ಲು. ಇಲ್ಲಿಂದ ಹೋದ್ಮೇಲೆ ಕನಿಷ್ಟ ಒಮ್ಮೆ ಕೂಡ ಫೋನ್ ಮಾಡ್ಲಿಲ್ಲ ಅನ್ನೋದೇ ಆಶ್ಚರ್ಯ. ಇಂದ್ಯಾಕೋ ಅವಳು ತುಂಬಾ ನೆನಪಾಗ್ತಾ ಇದ್ದಾಳೆ" ಎಂದರು. ನೋಡದ, ಏನು ತಿಳಿಯದ ಇಂದಿರ ಬಗ್ಗೆ ಏನು ಹೇಳಿಯಾಳು?

"ನೀವು ಮಲಕ್ಕೊಳ್ಳಿ" ಎಂದು ಅವರಿಗೆ ಹೇಳಿ ಹೊರಬಂದಾಗ ನಯನಳ ರೂಮಿನಲ್ಲಿ ದೊಡ್ಡದಾಗಿ ನಗು ಕೇಳಿಸುತ್ತಿತ್ತು. ಅದು ಕವನಳದೆಂದು ಗೊತ್ತು. ಇಷ್ಟು ದೊಡ್ಡದಾಗಿ ನಗಬಲ್ಲವಳು ಕವನ ಮಾತ್ರ. "ಹಲೋ" ಎಂದು ಆ ಕೋಣೆಯಲ್ಲಿ ಇಣುಕಿದಾಗ ಮೊಣಕಾಲುಗಳಿಗೆ ಗದ್ದವನ್ನೂರಿ ಕೂತ ನಯನ ಕಣ್ಣಲ್ಲಿಯೇ ಒಳಗೆ ಬರುವಂತೆ ಸನ್ನೆ ಮಾಡಿ "ಸ್ವಲ್ಪ ಕೂತ್ಕೊ, ನಿಂಗೇನಾದ್ರೂ ಅರ್ಥವಾಗುತ್ತೇನೋ ನೋಡು" ಎಂದು ನಿಲ್ಲಿಸಿದ್ದ ಕವನನ "ಪ್ಲೀಸ್ ಷುರು ಮಾಡು, ನಂಗೆ ಅರ್ಥವಾಗ್ದೇ ಇರಬಹುದು. ಆದರೆ ಇವ್ಳಿಗಾದರೂ ಅರ್ಥವಾಗುತ್ತೆ." ನಸು ನಗುವಿನಿಂದ ಉತ್ತೇಜಿಸಿದಾಗ ಅಪೇಕ್ಷ ಅವಳು ಪಕ್ಕದಲ್ಲಿಯೇ ಹೋಗಿ ಕೂತಳು.

"ಸೊನ್ನೆಗೆ ಸೊನ್ನೆ ಸೇರಿಸಿದರ ಸೊನ್ನೆಯಾಗುತ್ತದೆ. ಸೊನ್ನೆಯಲ್ಲಿ ಸೊನ್ನೆಯನ್ನು ಕಳೆದರೆ ಸೊನ್ನೆ ಉಳಿಯುತ್ತದೆ. ಸೊನ್ನೆಯಿಂದ ಸೊನ್ನೆ ಗುಣಿಸಿದರೆ ಸೊನ್ನೆ ಉಳಿಯುತ್ತದೆ. ಸೊನ್ನೆಯಿಂದ ಸೊನ್ನೆಯನ್ನು ಭಾಗಿಸಿದರೆ ಸೊನ್ನೆ ಉಳಿಯುತ್ತದೆ. ಸೊನ್ನೆಗೆ ಒಂದು ಸ್ವತಂತ್ರ ಅಂಕಿಯಾಗಿ ವ್ಯವಹಾರದಲ್ಲಿ ಬೆಲೆ ಇಲ್ಲ. ಆದರೆ ಅದು ಇನ್ನೊಂದು ಸ್ತರದಲ್ಲಿ ಸಾಂಕೇತಿಕ ಅರ್ಥವನ್ನು ಒಳಗೊಂಡಿದೆ. ಅದು ಯಾವುದು? ಹತ್ತರಿಂದ ಮೂವತ್ತು ಸೆಕೆಂಡ್‌ಗಳು ನಿಮ್ಮ ಸಮಯ. ಉತ್ತರಿಸಿದರೆ ಎರಡು ಸಾವಿರ ರೂಪಾಯಿಗಳು ನಿಮಗೇ ಸಿಗುತ್ತೆ" ಇಂಥದೊಂದು ಘೋಷಿತ ವಾಕ್ಯ ಉದುರಿಸಿದಾಗ ನಯನ ತಲೆಯಾಡಿಸಿದಳು. "ನೀನು ನೋಡು ಅಪೇಕ್ಷ. ಎರಡು ಸಾವಿರ ಸಾಧಾರಣ ಮೊತ್ತವಲ್ಲ" ಉತ್ತೇಜಿಸಿದ ತಕ್ಷಣ "ಆಧ್ಯಾತ್ಮಿಕ ಸ್ತರದಲ್ಲಿ ಈಶಾವಾಸ್ಯೋಪನಿಷತ್‌ನಲ್ಲಿ ಶಾಂತಿ ಮಂತ್ರವಿದೆ.

ಓಂ ಪೂರ್ಣವಿದಂ ಪೂರ್ಣವಿದಂ ಪೂರ್ಣ ಮುದಚ್ಯತೇ ।
ಪೂರ್ಣಸ್ಯ ಪೂರ್ಣಮಾದಾಯ ಪೂರ್ಣಮೇವಾವಶಿಷ್ಯತೆ ॥

ಅದು ಪೂರ್ಣ, ಇದು ಪೂರ್ಣ, ಪೂರ್ಣದಿಂದ ಪೂರ್ಣ ಉಂಟಾಗುತ್ತದೆ. ಪೂರ್ಣದಿಂದ ಪೂರ್ಣ ತೆಗೆದು ಹಾಕಿದರೆ ಪೂರ್ಣವೇ ಉಳಿಯುತ್ತದೆ. ಇಷ್ಟು ನಂಗೆ ಗೊತ್ತಿರೋದು" ಅಂದಕೂಡಲೇ ನಯನ ಸರಿಯಾಗಿ ಕೂತು ಚಪ್ಪಾಳೆಯೊಡೆದು

"ನಂಗಂತು ಈ ಆನ್ಸರ್‌ನಿಂದ ತೃಪ್ತಿ" ಅಂದಕೂಡಲೇ ಸ್ಟೈಲ್ಲಾಗಿ ಐದುನೂರರ ನಾಲ್ಕು ನೋಟುಗಳನ್ನು ಎಣಿಸಿ ಅಪೇಕ್ಷ ತೊಡೆಯ ಮೇಲಿಟ್ಟು "ನೀವು ನಮ್ಮ ಪ್ರಶ್ನೆಗೆ ಸರಿಯಾಗಿ ಉತ್ತರಿಸಿ ಬಹುಮಾನದ ಮೊತ್ತವನ್ನು ಗೆದ್ದಿದ್ದೀರಿ. ಇಲ್ಲಿಗೆ ಸಾಕು ಮಾಡ್ತೀರಾ. ಇಲ್ಲ ಎರಡು ಸಾವಿರ ಹೂಡಿ ನಮ್ಮ ಪ್ರಶ್ನೆಗೆ ಉತ್ತರಿಸಿದರೆ, ನಾಲ್ಕು ಸಾವಿರ ನಿಮ್ಮದ್ದಾಗುತ್ತೆ. ಇಲ್ಲ ಸೋತರೇ ಬರೀ ಗೈಯಲ್ಲಿ ಹಿಂದಿರುಗಬೇಕಾಗುತ್ತೆ" ಪ್ರಕಟಿಸಿದ ಕೂಡಲೆ ನಯನ ಆ ನೋಟುಗಳನ್ನೆತ್ತಿ ಅಪೇಕ್ಷ ಕೈಯಲ್ಲಿ ತುರುಕಿ "ಸದ್ಯಕ್ಕೆ ಸಾಕು, ನಾವು ಹಣಹೂಡಿ ಆಟ ಮುಂದುವರಿಸೋಲ್ಲ" ಘೋಷಿಸಿ ಮುಕ್ತಾಯ ಹಾಡಿದಾಗ ಅಪೇಕ್ಷ ತಬ್ಬಿಬ್ಬು.

"ಓಕೆ. ವಂದನೆಗಳು... ಅಭಿನಂದನೆಗಳು. ನಮ್ಮ ಆಟ ಹೇಗೆ ಅನ್ನಿಸ್ತು? ಎಂಜಾಯ್... ಮಾಡಿದ್ರಾ?" ಕೇಳಿದಕ್ಕೆ ನಯನಾ ಎರಡು ಕೈಗಳನ್ನು ಜೋಡಿಸಿ "ಧನ್ಯವಾದಗಳು, ಈಗ ತಲೆನೋವಿಗೆ ಮಾತ್ರೆ ಹುಡುಕಬೇಕಾಗಿದೆ" ಸುಸ್ತು ನಟಿಸಿದಳು.

ಅಪೇಕ್ಷ ತನ್ನ ಕೈಯಲ್ಲಿರುವ ನೋಟುಗಳನ್ನು ನೋಡಿಕೊಂಡು "ಈ ಹಣ ನನ್ನದಲ್ಲ, ಇದೊಂದು ಆಟ, ಇಲ್ಲಿ ನಿಯಮಗಳು ಇವೆಯೆಂದು ನಾನು ಭಾಗವಹಿಸಿದ್ದಲ್ಲ. ಅದರಿಂದ ಈ ಹಣ ನನ್ನದಲ್ಲ" ಟಿ.ವಿ.ಯ ಮುಂದಿಟ್ಟಳು. ಆದರೂ ಕವನ ಒಪ್ಪದೇ "ಸಾಧ್ಯವೇ ಇಲ್ಲ. ನಂಗೆ ಉತ್ತರ ಗೊತ್ತಿಲ್ಲದ ಪ್ರಶ್ನೆಗೆ ಉತ್ತರಿಸಿ, ನನ್ನ ಬಾಯಿ ಮುಚ್ಚಿಸಿದ್ದರಿಂದ ಈ ಹಣ ತಗೊಳ್ಳಬೇಕು" ಪಟ್ಟುಹಿಡಿದು ಕೊಟ್ಟಳು.

ಕವನ, ನಯನಾದು ಒಂದು ರೂಮು. ಸ್ವಲ್ಪ ವಿಶಾಲವಾಗಿಯೇ ಇತ್ತು. ಸಪರೇಟಾಗಿ ಬೀರು, ವಾರ್ಡ್‌ರೋಬ್, ಟೇಬಲ್ ಜೊತೆ ಕಂಪ್ಯೂಟರ್‌ನ ವ್ಯವಸ್ಥೆಯೂ ಇತ್ತು. ನಯನಾ ಟಿ.ವಿ. ಕೂಡ ತಂದಿಟ್ಟುಕೊಂಡಿದ್ದಳು. ಇಳಾಭಟ್ ಮತ್ತು ಇವಳು ಒಂದು ರೂಮು ಷೇರ್ ಮಾಡಿಕೊಂಡಿದ್ದರು. ಗಾಳಿ, ಬೆಳಕಿನ ಉತ್ತಮ ವ್ಯವಸ್ಥೆ ಇತ್ತು ಎರಡು ರೂಮುಗಳಲ್ಲಿ. ಮುಂದೆ ಒಂದು ಆಫೀಸ್ ರೂಂ ಇತ್ತು. ನೆಂಟರೋ, ಗೆಳತಿಯರೋ ಬಂದರೇ ಅಲ್ಲಿ ಕೂತು ಮಾತಾಡಬಹುದಿತ್ತು. ಬೇಕಾದರೆ, ಊಟ, ತಿಂಡಿಯ ವ್ಯವಸ್ಥೆ ಇತ್ತು. ಆದರೆ ರಾತ್ರಿಗಳಲ್ಲಿ ಇಲ್ಲಿ ಉಳಿಯುವಂತಿರಲಿಲ್ಲ ಎನ್ನುವ ಕಟ್ಟುನಿಟ್ಟು. ಮುಂದಿನ ಆಫೀಸ್‌ನಲ್ಲಿ ಒಂದು ರಿಜಿಸ್ಟರ್ ಇತ್ತು. ಹೋಗುವ, ಬರುವ ಸಮಯವನ್ನು ಅಲ್ಲಿ ದಾಖಲಿಸಬೇಕಿತ್ತು. ಬಂದವರ ಸಹಿ ಪಡೆದುಕೊಳ್ಳಲಾಗುತ್ತಿತ್ತು. ಅದಕ್ಕಾಗಿ ವಯಸ್ಸಾದ ಒಬ್ಬ ಗುಮಾಸ್ತರನ್ನು ಅಪಾಯಿಂಟ್ ಮಾಡಿಕೊಂಡಿದ್ದರು. ಅಂತು ಎಲ್ಲಾ ವ್ಯವಸ್ಥಿತವಾಗಿ ನಡೆಯುತ್ತಿತ್ತು. ಈ ಬಗ್ಗೆ ಮೃಣಾಲಿನಿ ಎಚ್ಚರವಹಿಸಿದ್ದರು.

ಉತ್ತಮ ನಾಗರೀಕ ಪ್ರಶಸ್ತಿ ಕೂಡ ಮೃಣಾಲಿನಿಗೆ ಲಭ್ಯವಾಗಿತ್ತು. ತೋರಿಕೆಗೋ, ಇಲ್ಲ ಯಾರದಾದರೂ ರೆಕಮಂಡೇಷನ್‌ನಿಂದ ಬಂದ ಪ್ರಶಸ್ತಿಯಲ್ಲ. ಅಂಥ ಅರ್ಹತೆ ಆಕೆಗಿತ್ತು.

* * * *

ಕವನ ಮುಂಬಯಿ ಹುಡುಗಿ. ತೀರಾ ಅಂತಹ ಬಡತನವಿಲ್ಲದಿದ್ದರೂ ದೊಡ್ಡದಾಗಿ ಶ್ರೀಮಂತರಲ್ಲ. ತಂದೆ-ತಾಯಿ ದುಡಿಯುತ್ತಿದ್ದರು. ಇಬ್ಬರು ಹೆಣ್ಣು ಮಕ್ಕಳಲ್ಲಿ ಇವಳು ಎರಡನೆಯವಳು. ಮೊದಲನೆಯವಳು ಬಾಟನಿಯಲ್ಲಿ ಎಂಎಸ್‌ಸಿ ಮಾಡಿ ಒಂದು ಕಾಲೇಜಿನಲ್ಲಿ ಉಪನ್ಯಾಸಕಳಾಗಿದ್ದಳು. ಅದೇನು ಪರ್ಮನೆಂಟ್ ಜಾಬ್ ಅಲ್ಲ. ಇವಳು ಎಂ.ಬಿ.ಎ. ಮುಗಿಸಿದ ಮೇಲೆ ಒಂದು ಪ್ರೈವೇಟ್ ಕಂಪನಿಯಲ್ಲಿ ಜಾಬ್. ಅದು ಬೆಂಗಳೂರಿನಲ್ಲಿ ಒಂದು ಬ್ರಾಂಚ್ ಓಪನ್ ಮಾಡಿದಾಗ ಇಲ್ಲಿಗೆ ಬಂದಿದ್ದಳು. ಆ ಬಗ್ಗೆ ಹೆತ್ತವರ ವಿರೋಧವಿಲ್ಲ. ಸಾಕಷ್ಟು ಸ್ವತಂತ್ರ ಕೊಟ್ಟಿದ್ದರು.

"ಒಳ್ಳೆದೇ ಆಯ್ತು! ಇಲ್ಲಿಗಿಂತ ಬೆಂಗಳೂರು ಚೆನ್ನ. ಅಲ್ಲಿ ಹೊಸ ಹೊಸ ಉದ್ದಿಮೆಗಳು ಪ್ರಾರಂಭವಾಗ್ತಾ ಇರೋದರಿಂದ ಒಳ್ಳೆ ಅಪರ್ಚುನಿಟೀಸ್ ಇದೆ. ಇದೇ ಕೆಲ್ಸಕ್ಕೆ ಅಂಟಿಕೋಬೇಡ. ಬೇಗ ಹಣ ಮಾಡಿದರೆ ಬೇಗ ಮದ್ವೆ ಆಗಿ ಸೆಟಲ್ ಆಗಬಹುದು. ಗಂಡನ್ನ ಸೆಲೆಕ್ಷನ್ ಮಾಡಿಕೊಳ್ಳೋವಾಗ ಹುಷಾರಾಗಿರು. ಅವ್ನ ಹತ್ರ ವಿದ್ಯೆ ಜೊತೆ ಹಣಾನು ಇರ್ಬೇಕು. ಹ್ಯಾಂಡ್‌ಸಮ್ ಅಂತ ಮರುಳಾಗೋಕೆ ಹೋಗ್ಬೇಡ. ಬಿ ಕೇರ್‌ಫುಲ್.... ಬದ್ಕಿಗೆ ಹಣವೆ ಮುಖ್ಯವಾಗುತ್ತೆ" ಇಂಥ ಬುದ್ಧಿವಾದ ಹೇಳಿಯೇ ಹೆತ್ತವರು ಇಲ್ಲಿಗೆ ಕಳಿಸಿದ್ದು. ಹೆಚ್ಚೇನು ತಲೆಕೆಡಿಸಿಕೊಳ್ಳುವಂಥವರಲ್ಲ.

ಅವಳಮ್ಮ ಅಪ್ಪನದು ತೀರಾ ಲೆಕ್ಕಾಚಾರ. ಹಣದ ಬಗ್ಗೆ ವಿಪರೀತ ಕಾಳಜಿ. ಎಜುಕೇಷನ್ ಮುಗಿದ ದಿನವೇ ಹೇಳಿದ್ದರು. "ನಮ್ಮ ಡ್ಯೂಟಿ ನಾವು ಮುಗ್ಸಿದ್ದೀವಿ. ಇನ್ನು ಮುಂದಿನ ಜೀವನ ನಿಮ್ದು. ನಿಮ್ಮ ನಿಮ್ಮ ಭವಿಷ್ಯಗಳನ್ನು ನೀವೇ ರೂಪಿಸ್ಕೋಬೇಕು. ನಮ್ಮ ಸೇವಿಂಗ್ಸ್ ನಮ್ಮ ವೃದ್ಧಾಪ್ಯದ ಬದುಕಿಗೆ. ಆದ್ದರಿಂದ ಇನ್ನು ಯಾವ ಹಣಕಾಸಿನ ಸಹಾಯವೂ ಸಿಗದು. ಜೊತೆಗೆ ನಾವುಗಳು ಗಂಡುಗಳನ್ನು ಹುಡ್ಕಿ ಮದ್ವೆ ಮಾಡೋಕ್ಕಾಗೋಲ್ಲ. ನಿಮ್ಮ.... ನಿಮ್ಮ ಪಾರ್ಟನರ್‌ನ ನೀವೇ ಸೆಲೆಕ್ಟ್ ಮಾಡ್ಕೊಳ್ಳಿ. ಆಗ ಹಿರಿಯರು ಕೈಹಾಕೋಲ್ಲ. ದೊಡ್ಡದಾಗಿ ವರದಕ್ಷಿಣೆ, ವರೋಪಚಾರ, ಮದುವೆಯ ಖರ್ಚು ಇರೋಲ್ಲ. ಆಯ್ಕೆಗಳು ನಿಮ್ದೇ ಆಗಿರೋದರಿಂದ ಎಡವದೆ ಎಚ್ಚರವಾಗಿ ಇರ್ತೀರಿ" ಇಂಥ ಮಾತುಗಳನ್ನಾಡಿ ಇಬ್ಬರು ಹೆಣ್ಣು ಮಕ್ಕಳಿಗೂ ಪೂರ್ತಿ ಸ್ವತಂತ್ರ ಕೊಟ್ಟಿದ್ದರು.

ಅದರಿಂದ ಮುಂಬಯಿಗೆ ಬಾ ಎಂದು ತಾಕೀತು ಮಾಡುವವರು ಇಲ್ಲದ ಕಾರಣ ಅವಳು ಬಂದ ಮೇಲೆ ಅಲ್ಲಿಗೆ ಹೋಗಿಯೇ ಇರಲಿಲ್ಲ. ಸಮಸ್ತವನ್ನು ಅವಳೇ ಹುಡುಕಿಕೊಳ್ಳಬೇಕಿತ್ತು. ಆ ನೋವು, ವೇದನೆ ಯಾವ ಪ್ರಕಾರವಿತ್ತೋ, ಆದರೂ ನಗುತ್ತಿದ್ದಳು. ಒಂದು ರೀತಿಯಲ್ಲಿ ಮುಕ್ತವಾದ ಕಿಲಕಿಲ ನಗುವು.

"ಒಮ್ಮೆ ಬಂದು ಹೋಗು, ನಿನ್ನಜ್ಜ ನೋಡಬೇಕೂಂತ ಅಂದ್ರು" ಅವಳಮ್ಮ ಫೋನ್ ಮಾಡಿದಾಗ ಹೋಗಲು ನಿರ್ಧರಿಸಿದಳು ಅಪೇಕ್ಷ. ಅದನ್ನ ರಾತ್ರಿ ಊಟದ ಸಮಯದಲ್ಲಿ ಮೃಣಾಲಿನಿಗೆ ಹೇಳಿದಾಗ ಮಧ್ಯದಲ್ಲಿ ಕವನ, "ಏಯ್ ಅಪೇಕ್ಷ, ನಾನು ನಿಮ್ಮ ಊರಿಗೆ ಬರ್ಲಾ? ಆಫೀಸ್‌ನಲ್ಲಿ ಎಲ್ಲಾ ರಜ ಹಾಕ್ತಾರೆ. ನಾನು ಮಾತ್ರ ರಜ ಹಾಕೋದೇ ಇಲ್ಲವೇನೋ ಅನ್ನೋ ತೀರ್ಮಾನಕ್ಕೆ ಬಂದಿದ್ದಾರೆ. ಈಗ

ನಿನ್ನೊತೆಯಾದ್ರೂ ರಜ ಹಾಕಿ ಬರ್ತೀನಿ" ಅಂದಾಗ ಅವಳಿಗೆ ತಕ್ಷಣ ಏನು ಹೇಳಬೇಕೋ ತಿಳಿಯಲಿಲ್ಲ "ಖಂಡಿತ ಬೇಡಾಂತ ಅನ್ನಬೇಡ. ನಿನ್ನ ನೋಡಿದಾಗ್ನಿಂದ ನಿಮ್ಮ ಮನೆಯವರನ್ನ ನೋಡಬೇಕೂಂತ ಅನ್ನಿಸಿದೆ" ದುಂಬಾಲು ಬಿದ್ದಳು. 'ಅಸ್ತು' ಅನ್ನುವುದು ಅವಳಿಗೆ ಅನಿವಾರ್ಯವಾಯಿತು. ಕರೆದೊಯ್ಯಲು ಅಂಥ ಇಂಟರೆಸ್ಟೇನೂ ಇರಲಿಲ್ಲ. ಎರಡು ವರ್ಷಗಳ ಹಿಂದೆ ಮನೆಗೆ ಯಾರಾದರೂ ಬರುವವರೆಂದರೆ ಸಂಭ್ರಮ, ಸಂತೋಷ ತುಂಬಿ ತುಳುಕುತ್ತಿತ್ತು. ಆದರೆ ಈಗ ಅದು ಬದಲಾಗಿತ್ತು.

ಬಸ್ಸಿನ ವೇಳೆ ಹೇಳಲು ಬಂದಾಗ ನಯನಾ ಆಗಲೇ ಮಲಗಿದ್ದಳು. ಕವನ ದೊಡ್ಡದಾಗಿ ಪ್ಯಾಕ್ ಮಾಡುತ್ತಿದ್ದುದನ್ನು ನೋಡಿ ದಂಗಾದಳು.

"ಇಷ್ಟೊಂದು ದೊಡ್ಡದಾಗಿ ಪ್ಯಾಕಿಂಗ್. ನೀನೇನಾದ್ರೂ ಅಲ್ಲೇ ಉಳಿಯುವ ಯೋಚ್ನೆ ಮಾಡಿದ್ದೀಯ? ಮುಂಬಯಿ ಹುಡ್ಗೀ, ಈಗ ಬೆಂಗಳೂರಿನಲ್ಲಿ ವಾಸ್ತವ, ಆ ಪುಟ್ಟ ಊರಿನಲ್ಲಿ ಒಂದೆರಡು ದಿನಗಳು ಕಳೆಯೋ ವೇಳೆಗೆ ಕಷ್ಟವಾಗಿಬಿಡುತ್ತೆ" ಎಂದಳು ಮುಗುಳುನಗುತ್ತ. ತಟ್ಟನೆ ಬ್ಯಾಗ್‌ನೊಳಕ್ಕೆ ತಳ್ಳುತ್ತಿದ್ದ ಬಟ್ಟೆಗಳನ್ನು ನಿಲ್ಲಿಸಿ "ಕಷ್ಟವಾಗುತ್ತೆ, ಒಂದು ತರಹ ಜೀವನಕ್ಕೆ ಹೊಂದಿಕೊಂಡ ಮನಸ್ಥಿತಿ. ಮೂರು ದಿನದ ಲಗೇಜ್, ಮೂರು ಡ್ರೆಸ್, ಜೊತೆಗೊಂದು ಸೀರೆ, ಟವಲು, ಬೆಡ್‌ಷೀಟ್, ದಿಂಬಿನ ಕವರ್, ಕರ್ಚೀಫ್, ಕಾಸ್ಮಾಟಿಕ್ಸ್, ನೀರು..." ಒಂದೊಂದೇ ಹೇಳುತ್ತ ಹೋದಾಗ ಅಪೇಕ್ಷ ಸುಸ್ತಾದಳು.

"ಇಷ್ಟೆಲ್ಲ ಬೇಕಿಲ್ಲ. ಹಾಸಿಗೆ, ಹೊದ್ದಿಕೆ ನಮ್ಮಲ್ಲಿದೆ. ನೀನು ಬ್ರಷ್ ತಂದರೆ ಸಾಕು. ಪೇಸ್ಟ್ ನಮ್ಮಲ್ಲಿ ಸಿಗುತ್ತೆ. ಎರಡು ಡ್ರೆಸ್ ಸಾಕು. ಆಕಸ್ಮಾತ್ ಕೊಳೆಯಾದರೇ ಒಗೆದು, ಐರನ್ ಮಾಡ್ಕೋಬಹ್ದು. ಇಲ್ಲ ಅಗಸಗಿತ್ತಿಗೆ ಕೊಟ್ಟರೆ ತೊಳೆದು ಐರನ್ ಮಾಡಿಕೊಡ್ತಾಳೆ. ನಾನಂತು ನನ್ನ ಸೀರೆ, ಬ್ಲೌಸ್‌ನ ನಾಜೂಕಾಗಿ ಮಡಚಿ ಮಂಚದ ಮೇಲಿನ ಹಾಸಿಗೆ ಕೆಳ್ಗೇ ಇಟ್ಕೋತೀನಿ. ನಾವು ಹೋಗ್ತಾ ಇರೋದು ಬಸ್ಸಿನಲ್ಲಿ, ಲಗೇಜ್ ದೊಡ್ಡದಾದರೇ ಕಷ್ಟ" ಅರ್ಧ ತೆಗೆದಿಟ್ಟು ಪ್ಯಾಕ್ ಮಾಡಿಕೊಟ್ಟಳು. "ಮೈಗಾಡ್, ಎಲ್ಲಾದರೂ ಹೋಗೋಕೆ ಖುಷಿ. ಪ್ಯಾಕಿಂಗ್ ಅದೆಲ್ಲ ಕಷ್ಟ. ಮುಂಬಯಿನಲ್ಲಿದ್ದ ಫಿಮೇಲ್ ಸರ್ವೆಂಟ್ ಇದನ್ನೆಲ್ಲ ಮಾಡಿಕೊಡೋಳು, ನಾನು ಲಿಸ್ಟ್ ಕೊಟ್ಟುಬಿಡುತ್ತಿದ್ದೆ" ನಿಡುಸುಯ್ದಳು. ಬೇರೆ ಬೇರೆ ವಿಷಯಗಳು ಮಾತಾಡುವಾಗ ಅಮ್ಮ ಅಪ್ಪ, ಕಡೆಯದಾಗಿ ಅಕ್ಕನ ವಿಚಾರ ಬರುತ್ತಿದ್ದುದು ಕಡಿಮೆಯೆ. ಅವರ ಬಗ್ಗೆ ಇಂಟರೆಸ್ಟ್ ಇಲ್ಲದಂತೆ ವರ್ತಿಸುತ್ತಿದ್ದುದು ಅಚ್ಚರಿ.

ಬೆಳಗಿನ ಬಸ್ಸಿಗೆ ಹೊರಟರು. ಮನೆ ತಲುಪುವ ವೇಳೆಗೆ ಸಂಜೆಯೇ ಆಗಿತ್ತು. ದೊಡ್ಡದಾಗಿ ಬಸ್ ಸ್ಟ್ಯಾಂಡ್ ಅಂಥದೇನು ಇರಲಿಲ್ಲ. ಚಾವಡಿಯಂಥ ಜಾಗ. ಅಲ್ಲಿ ಕೆಲವರು, ಹಾಕಿದ್ದ ಕಲ್ಲು ಬೆಂಚಿನ ಮೇಲೆ ಕೂತಿದ್ದರು. ಕೆಲವರು ನಿಂತಿದ್ದರು. ಅತ್ತಿಂದಿತ್ತ ಓಡಾಡುವ ಜನರಿದ್ದರು. ಅದರ ಎದುರಿಗೆ, ರೋಡಿನಿಂದ ಆಚೆಗೆ ಒಂದು ನಾಲ್ಕು ಅಂಗಡಿಗಳು. ಅವೆಲ್ಲ ತೀರಾ ಸಣ್ಣವೇ.

ಬಸ್ಸಿನಿಂದ ಇಳಿದವಳಿಗೆ ಆರ್ಟ್ ಫಿಲಂನಲ್ಲಿ ನೋಡಿದ ದೃಶ್ಯದಂತೆ ಕಂಡಿತು. ಆದರೂ ಆಪ್ತವೆನಿಸಿತು. "ರಿಯಲಿ ಫೆಂಟ್ಯಾಸ್ಟಿಕ್, ಮುಂಬಯಿನಲ್ಲಿರೋ ಕೊಳೆಗೇರಿಗಳು ತುಂಬ ಹೀನಸ್ಥಿತಿಯಲ್ಲಿವೆ. ಒಮ್ಮೆ ನೋಡಿದ್ದಷ್ಟೆ" ಅನ್ನುವ ವೇಳೆಗೆ ಒಂದು ಮಧ್ಯವಯಸ್ಸಿನ ಹೆಣ್ಣನ್ನು ಹಿಂದಿಟ್ಟುಕೊಂಡುಬಂದು "ಇವ್ರು ನಮ್ಮ ನೆಸರು" ಹೇಳಿದಾಗ ಅವಳು ನಾಚಿ ಇವಳ ಕೈಯಲ್ಲಿನ ಬ್ಯಾಗ್ ತಗೊಂಡಾಗ "ವಾಟ್, ಫೀಮೇಲ್ ಸರ್ವೆಂಟಾ?" ಕೇಳಿದಳು ಅವಳತ್ತ ನೋಟ ಹರಿಸುತ್ತ ಕವನ. "ಸರ್ವೆಂಟ್ ಅಂತೇನಲ್ಲ, ನಮ್ಮ ಮನೆಯಲ್ಲಿ ಅವ್ರು ಒಬ್ಬಳಷ್ಟೇ. ನಡೀ... ಹೋಗೋಣ." ತನ್ನ ಬ್ಯಾಗನ್ನು ತಾನೇ ಎತ್ತಿಕೊಂಡಳು. "ಕೊಡು, ಅಪೇಕ್ಷ" ಅಂದು ಕೈನೀಡಿದವಳನ್ನ ಗದರಿಸಿ "ನೀನು ತಗೊಂಡ್ ಮೊದಲು ನಡೀ. ನಾವು ಹಿಂದಿನಿಂದ ಬರ್ತೀವಿ. ಅದೇ ಭಾರ ಇದೆ. ಬಿಸ್ಕಟ್ ಪ್ಯಾಕೆಟ್, ಚಾಕ್ಲೆಟ್‌ಗಳಿಂದ" ನಗಾಡಿ ಅವಳನ್ನು ಕಳುಹಿಸಿ ಎದುರಾದವರನ್ನೆಲ್ಲ ಮಾತಾಡಿಸುತ್ತ ಹೆಜ್ಜೆ ಹಾಕುತ್ತಿದ್ದ ಅವಳೊಂದಿಗೆ ಕವನ ಹೊರಟಳು. ಇಲ್ಲಿ ಎಲ್ಲಾ ಪರಿಚಿತರೇ! ಕವನಗೆ ಅಬ್ಬ ಎನಿಸಿತು. ಮಾತಾಡಿಸುವಷ್ಟು, ವಿಚಾರಿಸುವಷ್ಟು, ನಗುವಷ್ಟು ಪುರಸೊತ್ತು ಎಲ್ಲರಿಗೂ ಇದ್ದಂಗೆ ಕಂಡಿತು. ಅವಳು ಕೆಲಸ ಮಾಡುವ ಆಫೀಸ್‌ನಲ್ಲಿ ಎದುರಾದರೇ ಕೆಲವೊಮ್ಮೆ ಕಿರುನಗೆ, ಇಲ್ಲದಿದ್ದರೆ, ಅದೂ ಇಲ್ಲ. ಎಲ್ಲರೂ ಒಂದೇ ಕಡೆ ಕೆಲಸ ಮಾಡುವವರು. ಒಬ್ಬರಿಗೊಬ್ಬರು ಮಾತನಾಡಿಸಲಾರದಷ್ಟು ಬಿಜಿ. ಕೆಲವೊಮ್ಮೆ ಅವಳಪ್ಪ, ಅಮ್ಮ ಕೂಡ ಹಾಗೆ ವರ್ತಿಸುತ್ತಿದ್ದರಿಂದ ಅಂಥ ಪರಿಸ್ಥಿತಿಗೆ ಕವನ ಒಗ್ಗಿಕೊಂಡಿದ್ದಳು. ಇಲ್ಲಿನ ವಾತಾವರಣವೇ ಅವಳಲ್ಲಿ ಬೆರಗು ಮೂಡಿಸಿತ್ತು.

ಇವರುಗಳು ಹೋಗುವ ವೇಳೆಗೆ ಇಬ್ಬರು ನಡುವಯಸ್ಸಿನ ಹೆಂಗಳೆಯರ ಜೊತೆ, ಒಬ್ಬ ವಯಸ್ಸಾದ ವ್ಯಕ್ತಿ ಜೊತೆ ಇವಳನ್ನೇ ಹೋಲುವ ಯುವತಿ - ಎಲ್ಲರು ಜಗುಲಿಯ ಮೇಲೆ ತುಂಬಿಕೊಂಡಿದ್ದರು.

ಅವುಡು ಕಚ್ಚಿಡಿದು ಅಳು ನುಂಗುತ್ತಿದ್ದವಳು ಹೋದವಳು ನಡು ವಯಸ್ಸಿನ ಹೆಣ್ಣಿನ ಕಾಲಿಗೆ ನಮಸ್ಕರಿಸಿ ತಬ್ಬಿಕೊಂಡು ಅಳತೊಡಗಿದಾಗ ಕವನಗೆ ಗಾಬರಿ. ಇಂಥ ಒಂದು ಸನ್ನಿವೇಶ ಅವಳಿಗೆ ಒದಗಿ ಬಂದಿರಲಿಲ್ಲ. ಇಲ್ಲಿಗೆ ಅವಳು ಬೆಂಗಳೂರಿಗೆ ಹೊರಟು ಬರುವಾಗ ಒಂಟಿಯಾಗಿಯೇ ಬಂದಿದ್ದು. ಬೀಳ್ಕೊಡಲು ಮನೆಯಲ್ಲಾಗಲೀ, ರೈಲ್ವೆ ಸ್ಟೇಷನ್‌ನಲ್ಲಾಗಲೀ ಯಾರೂ ಇರಲಿಲ್ಲ. ಅವಳೇನು ಹೆಚ್ಚಾಗಿ ಭಾವಿಸಲಿಲ್ಲ. ಒಂದು ಕ್ಷಣ ಹುಟ್ಟಿ, ಬೆಳೆದ ಮುಂಬಯಿಯನ್ನು ಬಿಟ್ಟು ಬೇರೆಡೆ ಹೋಗುವುದು ಪಿಚ್ಚೆನ್ನಿಸಿತ್ತಷ್ಟೆ.

ಆಮೇಲೆ ಪಕ್ಕದಲ್ಲಿದ್ದ ಹೆಣ್ಣನ್ನ ಅಪ್ಪಿಕೊಂಡು ಕಣ್ಣೀರು ಸುರಿಸಿ ಸಮಾಧಾನಕ್ಕೆ ಬಂದ ಮೇಲೆಯೇ ಇವಳತ್ತ ಗಮನ ಕೊಟ್ಟಿದ್ದು. "ಸಾರಿ... ಐಯಾಮ್ ವೆರಿ ಸಾರಿ!.... ನಾನು ಊರಿಗೆ ಬಂದು ಎರಡ್ವರ್ಷ ಆಯ್ತು. ಒಂದು ರೀತಿಯ ಭಾವೋದ್ವೇಗ. ಡೋಂಟ್ ಮೈಂಡ್" ಹೇಳಿ ಕಿವಿಯ ಬಳಿ ಬಗ್ಗಿ "ಕೆಲ್ಸ ಅಂಥದೇನು ಬೇಕಿರ್ಲಿಲ್ಲ. ಈಗ ಅನಿವಾರ್ಯವಾಯ್ತು ಅಷ್ಟೆ" ಪಿಸುಗುಟ್ಟಿ ಒಳಗೆ ಕರೆದೊಯ್ದಳು.

ಕಂಬಸಾಲೆಯ ಮನೆ. ಮಧ್ಯಕ್ಕೊಂದು ಉಯ್ಯಾಲೆ. ಗೋಡೆಯ ಮೇಲೆ ಹಳೆಯ ಕಾಲದ ದೇವರ ಫೋಟೋಗಳು. ಇನ್ನೊಂದು ಕಡೆ ಅಗಲವಾಗಿ ಹಣೆಗೆ ಕುಂಕುಮ ಹಚ್ಚಿದ್ದ ತುಂಬು ಮುತ್ತೈದೆಯ ಹಳೆಯ ಕಾಲದ ಕಪ್ಪು ಬಿಳುಪಿನ ಫೋಟೋ. ಆಕೆ ಲಕ್ಷಣವಾಗಿ ಕಂಡರು. ತುಂಬ ಚೆನ್ನಾಗಿ ಇದ್ದಿರಬಹುದೆಂದುಕೊಂಡಳು ಕವನ.

"ಮೊದ್ಲು ಕೂತ್ಕೋ" ಅಂದ ಕೂಡಲೇ ಕವನ ಹೋಗಿ ಉಯ್ಯಾಲೆ ಮಣೆಯ ಮೇಲೆ ಕೂತಳು. ವೃದ್ಧರ ಬಳಿ ಸಂಭಾಷಿಸುತ್ತಿದ್ದ ಅಪೇಕ್ಷ "ಇವ್ರು ನನ್ನ ತಾತ. ಈಕೆ ಕವನ ಅಂತ. ನಾನು ಇರೋ ಮನೆಯಲ್ಲಿಯ ಪೇಯಿಂಗ್ ಗೆಸ್ಟ್" ಹೇಳಿದಳು. ಕವನ ನಸುನಗೆ ಬೀರಿದಳು. ಹಿರಿಯರು ಅಂದಕೂಡಲೇ ಸಿಕ್ಕವರಿಗೆಲ್ಲ ಅಡ್ಡ ಬೀಳುವುದು ಅಭ್ಯಾಸವಿಲ್ಲ. ಅಂಥದನ್ನು ಯಾರು ಕಲಿಸಿರಲಿಲ್ಲ. "ಒಳ್ಳೆದಾಗ್ಲೀ ಮಗು" ಆಶೀರ್ವದಿಸಿದರು.

"ನೆಸರು, ಆ ಬ್ಯಾಗ್‌ನ ತಗೊಂಡ್ ಹೋಗಿ ಅಕ್ಕನ ರೂಂನಲ್ಲಿ ಇಡು" ಹೇಳಿ ಅವಳನ್ನು ಕೈ ಹಿಡಿದು ರೂಮಿಗೆ ಕರೆದೊಯ್ದಳು. ರೂಮು ದೊಡ್ಡದಾಗಿತ್ತು. ಮರದ ವಿಶಾಲವಾದ ಗಟ್ಟಿಮುಟ್ಟಾದ ಮಂಚ ನೋಡಿಯೇ ಹೆದರಿದಳು.

"ಅಪೇಕ್ಷ ಇಷ್ಟು ದೊಡ್ಡ ಮಂಚ. ಸಿಟಿಯ ರೂಮಿನಲ್ಲಿ ಇದ್ನ ಫಿಕ್ಸ್ ಮಾಡಿದರೆ, ಅಲ್ಲಿ ಓಡಾಡೋಕೆ ಕೂಡ ಸಾಧ್ಯವಿಲ್ಲ. ಇಲ್ಲಿ ಎಲ್ಲಾನೂ ಅದ್ಭುತವೇ. ಎಷ್ಟೊಂದು ದೊಡ್ಡ ರೂಮುಗಳು. ಕಿಟಕಿಗಳು ಮಾತ್ರ ಚಿಕ್ದು" ಅಂದಾಗ ಮುಗುಳುನಗೆ ಬೀರಿ "ಇದೆಲ್ಲ ತಾತನ ಅಪ್ಪನ ಕಾಲದ್ದು. ಯಾವಾಗಲಾದರೊಮ್ಮೆ ಒಂದಿಷ್ಟು ರಿಪೇರಿಯೇ ವಿನಃ ಬದಲಾವಣೆ ಮಾಡಿದ್ದಿಲ್ಲ. ಪ್ಲೀಸ್, ನಿಂಗೆ ಸ್ವಲ್ಪ ಇರುಸುಮುರುಸು ಆಗಬಹುದು. ಅದಕ್ಕೇ ನಿನ್ನ ಕರ್ಕೊಂಡ್ ಬರೋಕೆ ಅನುಮಾನಿಸಿದ್ದು. ಸ್ವಲ್ಪ ಅನುಸರಿಸ್ಕೋಬೇಕು" ಎಂದು ಹೇಳಿದ ಕೂಡಲೆ ಅವಳೆರಡು ಕೈಗಳನ್ನು ಹಿಡಿದುಕೊಂಡು "ಸಾರಿ ಅಪೇಕ್ಷ, ನಾನು ಒಂದೇ ತೆರನಾದ ಫ್ಲ್ಯಾಟ್ ಜೀವನದಲ್ಲಿ ಬದುಕಿದವಳು. ವೈವಿಧ್ಯತೆಯೆ ಇರಲಿಲ್ಲ. ಮಮ್ಮಿ, ಡ್ಯಾಡಿ ವ್ಯಾವಹಾರಿಕವಾಗಿ ನಮ್ಮೊಂದಿಗೆ ಮಾತಾಡುತ್ತಿದ್ದರೇ ವಿನಹ ಅವರ ವೈಯಕ್ತಿನ ಬದ್ಕಿನ ಯಾವುದೇ ಒಂದು ಪ್ರಸಂಗವನ್ನು ಹೇಳಿದ್ದಿಲ್ಲ. ನೆಂಟರು ಬಂಧುಗಳು ಅಂತ ಬೇರೆ ಕಡೆ ಹೋಗಿದ್ದಿಲ್ಲ. ಅಪರೂಪಕ್ಕೆ ಬಂಧುಗಳಂತ ಬಂದರೇ, ಒಂದೆರಡು ಗಂಟೆಗಳಲ್ಲಿ ಮುಗಿಯುತ್ತಿತ್ತು. ಕೆಲವೊಮ್ಮೆ ನಮ್ಮನ್ನು ಕರೆದು ಮಮ್ಮಿಯಾಗ್ಲೀ, ಡ್ಯಾಡಿಯಾಗ್ಲಿ ಪರಿಚಯಿಸುತ್ತಿರಲಿಲ್ಲ. ಅವೆಲ್ಲ ಅಗತ್ಯವಿಲ್ಲ ಅನ್ನೋ ತರಹ ವರ್ತಿಸುತ್ತಿದ್ದರು. ಸ್ವಲ್ಪ ಬದಲಾದ ವೈವಿಧ್ಯಮಯ ಜೀವನವನ್ನು ನೋಡಬೇಕೆಂಬ ಆಸೆ ಇತ್ತು. ಅದಕ್ಕೆ ನಿನ್ನ ಹಿಂದೆ ಬಿದ್ದೆ" ಅಂದಳು. ದನಿ ಭಾರವಾಗಿತ್ತು.

ಆಮೇಲೆ ಕಾಫೀ ಅಂಥದ್ದು ಆದ ಮೇಲೆ ನಡುಮನೆಗೆ ಅಂಟಿಕೊಂಡಿದ್ದ ಕೋಣೆಗೆ ಕರೆದೊಯ್ದು "ಅಪ್ಪಯ್ಯ, ಇವರು ನನ್ನ ಗೆಳತಿ" ಎಂದು ಪರಿಚಯಿಸಿ ಅವರ ಕಾಲು ಮುಟ್ಟಿ ನಮಸ್ಕಾರ ಮಾಡಿದಳು. ಕವನ ಕೈ ಜೋಡಿಸಿದಳು.

"ಸಂತೋಷ ಕಣಮ್ಮ, ಏನೂ ತೊಂದರೆ ಆಗ್ದಂಗೆ ನೋಡ್ಕೋ. ಏನು ತೊಂದರೆ ಆಗಲಿಲ್ಲ ತಾನೇ?" ಎಂದು ವಿಚಾರಿಸಿಕೊಂಡರು.

ರಾತ್ರಿ ಊಟದ ವೇಳೆಗೆ ಮನೆಯಲ್ಲಿ ಸ್ವಲ್ಪ ಕಲರವ.

"ಇವ್ರು.... ಅಮ್ಮ" ಎಂದು ಪರಿಚಯಿಸಿ "ಪಾರ್ವತಮ್ಮ ಅಂತ. ಎಲ್ಲರೂ ಕರೆಯೋದು ಪಾರಮ್ಮ, ಪಾರವ್ವ ಅಂತ... ಅಪ್ಪಯ್ಯ ಮಾತ್ರ ಪಾರು ಅಂತ ಕರೀತಾರೆ. ಹಾಗೇ ಕರಿಯೋ ಅಧಿಕಾರ ಅವರೊಬ್ಬರಿಗೆ ಮಾತ್ರ" ಎಂದು ನಗೆ ಬೀರಿದಾಗ ಆಕೆಯ ಮುಖದಲ್ಲಿ ನಾಚಿಕೆ ಸ್ಪಷ್ಟವಾಯಿತು. "ಇದೆಲ್ಲ ಹೇಳ್ಬೇಕಾ?" ಅನ್ನುತ್ತಲೇ ಒಳಗೆ ಹೋದರು.

ಇನ್ನೊಬ್ಬಾಕೆ ನೀರಿಡಲು ಬಂದಾಗ "ಇವರು ಅಮ್ಮ, ಗಿರಿಜಮ್ಮ ಅಂತ. ನಮ್ಮಪ್ಪಯ್ಯ ಮಾತ್ರ ಗಂಗ ಅಂತ ಕರೀತಾರೆ. ಕೆಲವೊಮ್ಮೆ ತಾತ ಕರೆಯೋದುಂಟು. ಬೇರೆಯವ್ರಿಗೆಲ್ಲ ಗಿರಿಜಮ್ಮನೇ" ಅಂದಾಗ ಆಕೆ ನಸುನಗು ಬೀರಿ "ಹೊರ್ಗಿನವರ ಮುಂದೆ ಏನು ಹುಡ್ಗಾಟ! ಸಿಟಿ ಜನ ಏನಂದ್ಕೋಬೇಕು?" ಅನ್ನುತ್ತ ಚೊಂಬಿನ ನೀರನ್ನು ಲೋಟಗಳಲ್ಲಿ ಬಗ್ಗಿಸಿ ಹೋದರು. ಆಮೇಲೆ ಉಳಿದಿದ್ದು ಮೂವರು. "ಇವರು ನನ್ನಕ್ಕ ಆರತಿ, ತಂಗಿ ಅದಿತಿ, ತಮ್ಮ ಅರುಣಕುಮಾರ. ಇದು ಸ್ಕೂಲಿನ ರಿಜಿಸ್ಟರ್‌ನಲ್ಲಿರುವ ಹೆಸರು. ಮನೆಯವರಿಗೆ ಮಾತ್ರವಲ್ಲ, ಹೊರ್ಗಿನವರಿಗೂ ಅವ್ನು ಅರುಣಾನೇ" ಅಂದಾಗ ಸ್ವಲ್ಪ ನಾಚಿಕೆ ಸ್ವಭಾವದವನೂಂತ ಕಾಣುತ್ತೆ, ಅಕ್ಕನ ಮಗ್ಗುಲಿಗೆ ಸರಿದುಹೋದ.

ಮನೆಯವರೆಲ್ಲ ಊಟದ ನಡುವೆ ಉಪಚರಿಸಿದರು. ಎಲ್ಲಾ ಕೆಳಗಡೆ ಸಾಲಿನಲ್ಲಿ ಕೂತು ಊಟ ಮಾಡಿದ್ದು. ಕವನಾಗೆ ಅಭ್ಯಾಸವಿಲ್ಲ. ಆದರೂ ಊಟ ರುಚಿಯಾಗಿತ್ತು. ಅದಿತಿ, ಆರತಿ ಆಗಾಗ ಮಾತಾಡುತ್ತಿದ್ದರು. ಒಬ್ಬೊಬ್ಬರಾಗಿ ಎದ್ದ ಮೇಲೆ ಅಡಿಗೆ ಮನೆಯಲ್ಲಿ ಒಂದಿಷ್ಟು ಸಹಾಯ ಮಾಡಿ ರೂಮಿಗೆ ಬಂದಾಗ ಆರತಿ, ಅದಿತಿ, ಅರುಣ ಅಲ್ಲಿಯೇ ಇದ್ದರು. ಕವನ ಅಲ್ಲಿ ಕಾರ್ಯಕ್ರಮ ಶುರು ಹಚ್ಚಿದ್ದಳು.

"ಅಯ್ಯೋ, ಟಿ.ವಿ.ಯಲ್ಲಿ ಪ್ರಸಾರವಾಗುವ ಪ್ರೋಗ್ರಾಂ ತರಹ ಒಂದು ಕಾರ್ಯಕ್ರಮ ಹಾಕ್ಕೊಂಡಿದ್ದಾರೆ. ನಗೆಯಲ್ಲಿ ಯಾವುದು ಶ್ರೇಷ್ಠ?" ಹೇಳಿದಾಗ ನಗುತ್ತ ಅಲ್ಲೇ ಕೂತು "ನಂಗೂ ಮೊನ್ನೆ ಎರಡು ಸಾವಿರ ಕೊಟ್ಟಿದ್ದಾರೆ. ದಯವಿಟ್ಟು ಇದೆಲ್ಲ ಬೇಡ ಕವನ. ನಾವೇನು ಅಂಥ ಬುದ್ಧಿವಂತರಲ್ಲ" ಎಂದಳು ಮುಕ್ತವಾಗಿ.

ನೂರರ ಐದು ಹೊಸ ನೋಟುಗಳನ್ನು ಕೈಯಲ್ಲಿಡಿದು "ಈಗಾಗ್ಲೇ ಆಟ ಶುರುವಾಗಿದೆ. ಮೊನ್ನೆ ಎಂದೋ ನಿಮ್ಗೇ ಹಣ ಬಂದಿರಬಹುದು. ಇವತ್ತೂ ಹಾಗೇ ಆದರೆ ಕಳೆದುಕೊಳ್ಳೋದು ತೀರಾ ಚಿಕ್ಕ ಅಮೌಂಟ್... ನಗುವಿನಲ್ಲಿ ಶ್ರೇಷ್ಠ ನಗು ಯಾವುದು?" ಮತ್ತದೇ ಪಟ್ಟು. ಕವನ ಅಷ್ಟಿಷ್ಟು ಅರ್ಥವಾಗಿದ್ದಳು. ಅವಳಿಗೆ ಈ ಆಟ ಅತ್ಯಂತ ಪ್ರಿಯ. ಯಾರೂ ಸಿಗದಿದ್ದರೇ ಮಂಜು, ಪೂವಯ್ಯನನ್ನು ಕರೆದು ಕೂಡಿಸಿಕೊಂಡು ತಲೆ ಬಿಸಿ ಮಾಡುತ್ತಿದ್ದಳು. ಅವರಿಗೇನೂ ತೋಚುತ್ತಿರಲಿಲ್ಲ. ಕಡೆಗೆ

ಒಂದ್ಹತ್ಹತ್ತು, ಹತ್ತು ರೂಪಾಯಿ ಕೊಡುತ್ತಿದ್ದರಿಂದ ಅವರಿಗೇನು ಲಾಸ್ ಇರಲಿಲ್ಲ. ಬಹಳ ಇಂಟರೆಸ್ಟಾಗಿ ಭಾಗವಹಿಸುತ್ತಿದ್ದರು.

"ಬೇಗ್ಹೇಳಿ, ಈಗ ನಿಮ್ಮ ಸಮಯ ಶುರುವಾಗುತ್ತೆ. ನಗುವಿಕೆಯಲ್ಲಿ ಹಲವು ನಗೆಗಳು ಇರುತ್ತೆ. ನಂದು ಕಿಲಕಿಲ ನಗು.ಆರತಿದು ಮುಸುಮುಸು ನಗು. ಅರುಣನದು ನಾಚಿಕೆ ನಗು, ಇನ್ನು ಹಲವಾರು ನಗೆಗಳು. ಇವುಗಳಲ್ಲಿ ಯಾವ್ದು ಶ್ರೇಷ್ಠ? ಈಗ ಶುರುವಾಗುತ್ತೆ ನಿಮ್ಮ ಸಮಯ. ಬರೀ ನಿಮ್ಮ ಸಮಯ 59 ಸೆಕೆಂಡ್" ಎಂದು ವಾಚ್ ನೋಡತೊಡಗಿದಾಗ ಆರತಿ, ಅಪೇಕ್ಷ ಅತ್ತ ನೋಟ ಹರಸಿದಾಗ ತಟ್ಟನೆ ಅದಿತಿ "ಮುಗುಳ್ನಗೆಯೇ ಶ್ರೇಷ್ಠ. ನಮ್ಮಣ್ಣ ಅಪೇಕ್ಷಕ್ಕನ್ನ ನೋಡಿದಾಗಲೆಲ್ಲಾ ಹೇಳ್ತಾ ಇದ್ದ" ಅಂದು ತಟ್ಟನೆ ನಿಲ್ಲಿಸಿದಳು. ಅವಳ ಮುಖದ ಮೇಲೆ ವಿಷಾದ ಇಣುಕಿತು. ಹೆಚ್ಚು ಕಡಿಮೆ ಎಲ್ಲರ ಮುಖವು ಮಂಕಾಯಿತು.

"ಯೂ ಆರ್ ಕರೆಕ್ಟ್, ಎಲ್ಲಾ ನಗುಗಿಂತ ಮುಗುಳ್ನಗೆಯೇ ಚೆಂದ. ಅದನ್ನ ಅಪೇಕ್ಷ ತುಟಿಯ ಮೇಲೆ ಗುರುತಿಸಿಯೇ ತೀರ್ಮಾನಕ್ಕೆ ಬಂದಿದ್ದು. ತಗೋ, ನಿಮ್ಮಣ್ಣನಿಗೆ ನನ್ನ ಅಭಿನಂದನೆಗಳು" ಚಪ್ಪಾಳೆ ತಟ್ಟಿದ್ದಳು. ಎಲ್ಲ ಒಬ್ಬೊಬ್ಬರಾಗಿ ಎದ್ದು ಹೋದರು. ಉಳಿದಿದ್ದು ಅಪೇಕ್ಷ ಒಬ್ಬಳೇ.

"ಇಲ್ಲಿ ಮಲಗೋಕೆ ಏನು ತೊಂದರೆ ಇಲ್ಲ ತಾನೇ? ಆರಾಮಾಗಿ ಲೈಟ್ ಹಾಕ್ಕೊಂಡು ಮಲಕ್ಕೋಬಹ್ದು. ಬೆಡ್ ಲ್ಯಾಂಪ್ ಅಂಥದೇನು ಇಲ್ಲ. ನಾನು ಕೆಳ್ಗೆ ಇಲ್ಲೇ ಮಲಗ್ತೀನಿ " ಅಂದು ಮೇಲೆದ್ದಾಗ "ನೀನು ಇಲ್ಲೇ ಮಲಕ್ಕೋಬಹ್ದು. ನಂಗೆ ಸ್ವಲ್ಪ ಭಯಾನೇ. ನಾನು ನನ್ನಕ್ಕ ಬುದ್ಧಿ ತಿಳಿದಾಗಿನಿಂದ ಬೇರೆ, ಬೇರೆ ಕೋಣೆಯಲ್ಲಿಯೇ ಮಲಗ್ತಾ ಇದ್ದಿದ್ದು. ಅದಕ್ಕೆ ಜಗಳ, ಸ್ನೇಹ, ಸಲಿಗೆ ಅಂಥದೆಲ್ಲ ಕಮ್ಮೀನೇ. ನನ್ನ, ಅವ್ಳ ನಡ್ವೇ ಎರಡು ವರ್ಷದ ಅಂತರ. ಆದರೆ ನಾವ್ ಓದಿದ್ದು ಬೇರೆ... ಬೇರೆ ಕಾನ್ವೆಂಟ್‌ನಲ್ಲಿ. ಸಮಯ, ಸ್ಕೂಲು, ಬಸ್ಸು ಎಲ್ಲಾ ಬೇರೇನೇ. ನೀನು, ನಿನ್ನಕ್ಕ ಇಲ್ಲೇ ಮಲಗ್ತಾ ಇದ್ರೀಂತ ಗೊತ್ತಾಯ್ತು. ಈಗ್ಲೂ ನಿಮ್ಮಕ್ಕ, ಅದಿತಿ ಈ ಮಂಚದ ಮೇಲೆ ಮಲಗ್ತಾರಂತೆ. ನಮ್ಮ ಪೇರೆಂಟ್ಸ್ ಸ್ಟ್ರಿಕ್ಟಾಗಿ ಕಾಣ್ತಾ ಇದ್ರು. ಆದರೆ ಪೂರ್ತಿ ಸ್ವತಂತ್ರ ಕೊಟ್ಟಿದ್ರು. ಏನೊಪ್ಪ ನನ್ನಲ್ಲೇ ಕನ್‌ಫ್ಯೂಷನ್" ತೋಡಿಕೊಂಡಳು. ಅವಳ ಅನಿಸಿಕೆಗಳನ್ನ, ಭಾವನೆಗಳನ್ನ ಕೇಳುವವರು ಬೇಕಿತ್ತು. ಅದಕ್ಕೆ ಈಗ ಸಿಕ್ಕಂತಾಗಿತ್ತು. ನಯನಾ, ಇಳಾಭಟ್, ಇವಳು ಕೆಲವೊಮ್ಮೆ ಮೃಣಾಲಿಯ ಮುಂದು ಹೇಳಿಕೊಳ್ಳುತ್ತಿದ್ದಳು.

ಬರೀ ಮುಗುಳ್ನಗೆ ಬೀರಿ "ಅಭ್ಯಾಸವಿಲ್ಲ, ನೀನು ಮೇಲೆ ಮಲಕ್ಕೊ. ನಂಗೆ ಕೆಳ್ಗೆ ಮಲ್ಗೀ ಅಭ್ಯಾಸವಿದೆ. ಇಡೀ ಹಿಂಡು ರಾತ್ರಿಯೆಲ್ಲ ಒಂದೆಡೆ ಸೇರಿ ಕಲರವ ಮಾಡುತ್ತಿದ್ವಿ. ಅವೆಲ್ಲ ಬರೀ ನೆನಪು. ಸೊಳ್ಳೆ ಅಂಥದೇನಿಲ್ಲ" ಅವಳನ್ನ ಮಲಗಲು ಬಿಟ್ಟು ಒಂದು ಸಮಯದಲ್ಲಿ ಎದ್ದು ಹೋದವಳು ಬಹಳ ಹೊತ್ತಿನ ನಂತರ ಬಂದು ಮಲಗಿದಳು. ಮಲಗಿದವಳು ಬಹಳ ಹೊತ್ತಿನವರೆಗೂ ಸಣ್ಣಗೆ ಬಿಕ್ಕುತ್ತಿದ್ದುದ್ದು ಕವನಾಗೆ ಕೇಳಿಸಿದರು ಸುಮ್ಮನೆ ಮಲಗಿದಳು. ಅಳುಗೆ ಕಾರಣ?

ಕವನಾಗೆ ಎಚ್ಚರವಾಗುವ ವೇಳೆಗೆ ಮನೆಯವರೆಲ್ಲ ಎದ್ದಿದ್ದರು. ಬಂದ ಆರತಿ "ಬೆಡ್ ಕಾಫಿ ಕುಡ್ಯೋ ಅಭ್ಯಾಸನಾ?" ಕೇಳಿದಳು, ಕೈಯಲ್ಲಿ ಕಾಫೀಯ ಲೋಟ ಹಿಡಿದು ಬಂದು. "ಹಾಗಂತೇನು ಇಲ್ಲ, ಕೊಟ್ಟರೇ ಕುಡೀತೀನಿ" ಎಂದು ಲೋಟ ಇಸ್ಕೊಂಡು ಅತ್ತಿತ್ತ ನೋಡಿ "ಅಪೇಕ್ಷ...." ಎಂದಳು.

"ಹೊರ್ಗೇ ರಂಗೋಲಿ ಹಾಕ್ತ ಇದ್ದಾಳೆ" ಎಂದಳು.

ಕಾಫೀ ಕುಡಿಯುತ್ತಲೇ ಬಂದು ಹೊರ ಜಗುಲಿಯ ಮೇಲೆ ನಿಂತಳು. ಜಗುಲಿಯ ಮೇಲು ರಂಗೋಲಿ. ಅತ್ಯಂತ ತನ್ಮಯಳಾಗಿ ರಂಗೋಲಿ ಬಿಡುತ್ತಿದ್ದವಳ ಅಕ್ಕಪಕ್ಕ ಕೂತ ಅದಿತಿ, ಅರುಣ, ಏನೋ ಸಜೆಷನ್ ಕೊಡುತ್ತಿದ್ದರು. ಇಂಥ ಒಂದು ಸಂದರ್ಭ ತನ್ನ ಬದುಕಿನಲ್ಲಿ ಬಂದಿದೆಯ, ಅಂಥ ಸನ್ನಿವೇಶದ ಕಲ್ಪನೆಯೇ ಸಾಧ್ಯವೇ? ಮೆಟ್ಟಿಲುಗಳನ್ನು ಇಳಿದು ಕೆಳಗೆ ಬಂದು ಲೋಟವನ್ನು ಪಕ್ಕಕ್ಕೆ ಇರಿಸಿಕೊಂಡು ಕುಕ್ಕುರುಗಾಲಿನಲ್ಲಿ ಕೂತಳು. ಚೆಂದದ ರಂಗೋಲಿ. ಫ್ಲ್ಯಾಟ್‌ನಲ್ಲಿ ಇದ್ದಿದ್ದು ಜಗುಲಿ, ರಂಗೋಲಿ ಅವೆಲ್ಲ ಸಾಧ್ಯವಿರಲಿಲ್ಲ.

"ನಿಂಗೆ ಇದೆಲ್ಲ ಬರುತ್ತೆ" ಅಚ್ಚರಿ ಅವಳ ದನಿಯಲ್ಲಿ, ತಲೆ ಮೇಲಕ್ಕೆತ್ತಿದ ಅಪೇಕ್ಷ, "ನಂಗಿಂತ ಆರತಿ ಅಕ್ಕ ಚೆನ್ನಾಗಿ ಹಾಕ್ತಾಳೆ. ನಮ್ಮ ಅದಿತಿಗೂ ಬರುತ್ತೆ" ತಂಗಿಯತ್ತ ಮೆಚ್ಚುಗೆಯಿಂದ ನೋಡಿದಾಗ "ನೋಡಿ, ಒಂದು ಪ್ರಶ್ನೆಗೆ ಉತ್ತರಿಸಿದ್ದಕ್ಕೆ ಐನೂರು ರೂಪಾಯಿ ಕೊಟ್ರಿ. ಈ ರಂಗೋಲಿಗೆ ಎಷ್ಟು ಸಾವಿರ ಕೊಡ್ಬೇಕು ಗೊತ್ತಾ? ನಮ್ಮಣ್ಣ ಹಬ್ಬಗಳಲ್ಲಿ ಭೇಷ್ ಎಂದು ನೂರರ ಚಿಲ್ಲರೆಯೊಳ್ಗೇ ಕೊಡ್ತಾ ಇದ್ದ" ಅಂದವಳು ತಟ್ಟನೆ ತೆಪ್ಪಗಾದಳು, ಸಪ್ಪಗಾದಳು. ವಿಚಿತ್ರವಾಗಿ ಕಂಡಿತು. "ಎಲ್ಲಿ ನಿಮ್ಮಣ್ಣ?" ಕೇಳಿದಳು ಕವನ.

"ಅವನಿಲ್ಲ!" ಅರುಣ ನುಡಿದ.

ರಂಗೋಲಿ ಮುಗಿಸಿ ಅಪೇಕ್ಷ ಮಾತು ಬದಲಾಯಿಸಿದಳು "ನೀನು ಸ್ನಾನ ಮುಗ್ಸಿ, ತಿಂಡಿ ತಗೊ. ನಮ್ಮ ತೋಟದ ಕಡೆ ಹೋಗ್ಬರೋಣ" ಒಳಗೆ ಕರೆದೊಯ್ದಳು.

ತಿಂಡಿಗೆ ಎರಡು ಬಗೆಯ ಕಡಬು. ಎರಡು ಚಟ್ನಿ ಜೊತೆ ಹಣ್ಣಿನ ರಸಾಯನ ಅಂಥದೆಲ್ಲ ಇತ್ತು. ಪದಾರ್ಥ, ರುಚಿ ಎರಡು ಅದ್ಭುತವೆನಿಸಿತು. ಮನೆಯಲ್ಲಿ ಅವಳಮ್ಮ ಫಾಸ್ಟ್‌ಫುಡ್ ಸೆಂಟರ್‌ಗಳಿಂದ ರೆಡಿಮೇಡ್ ತಿಂಡಿ ಪ್ಯಾಕೆಟ್‌ನ ತಂದು ಉಪಹಾರ, ಅಡಿಗೆ ಮಾಡಿಡುತ್ತಿದ್ದರು. ಬ್ರೆಡ್, ಬಿಸ್ಕತ್ ಚಾಕಲೇಟ್ ಅಂಥದ್ದು ಇರುತ್ತಿತ್ತು. ಕೈಯಲ್ಲಿ ಹಣವಿರುವವರು, ಹೊರಗೆ ಚಾಟ್ಸ್ ತಿನ್ನಲು ಅಭ್ಯಂತರವಿರಲಿಲ್ಲ.

ತೊಟಕ್ಕೆ ಹೋರಟಾಗ ದಾರಿಯಲ್ಲಿ "ಒಂದು ಡೌಟ್. ಪಾರ್ವತಮ್ಮ, ಗಿರಿಜ ಅವರಲ್ಲಿ ನಿನ್ನಮ್ಮ ಯಾರು?" ಕವನ ಕೇಳಿದಾಗ "ಇಬ್ಬರೂನು" ಅಂದಿದ್ದಕ್ಕೆ "ಸರ್ಯಾಗಿ ಹೇಳು, ನಂಗೆ ಸಂಬಂಧಗಳೇ ಗೊತ್ತಾಗೋಲ್ಲ. ನಂಗೆ ಮಮ್ಮಿ ಡ್ಯಾಡಿ, ಒಬ್ಬ ಅಕ್ಕ ಬಿಟ್ಟು..... ಬೇರೆ ಯಾವ್ದೇ ಸಂಬಂಧಗಳು ಗೊತ್ತಾಗೋಲ್ಲ. ಅಂಕಲ್, ಅಂಟೀ, ನೀಸ್, ನೇಬರ್, ಕಸೀನ್ ಅನ್ನೋದು ಬಿಟ್ಟು ಇನ್ನೊಂದು ಸಂಬಂಧಕ್ಕೆ ಸಂಬಂಧಿಸಿದ ಪದ ಕೇಳಿಲ್ಲ. ನಿಂಗೆ ಇಬ್ಬರು ಮಮ್ಮಿಯರು ಹೇಗೆ?" ಅದೇ ಪ್ರಶ್ನೆ.

"ಇಬ್ರೂ ನಮ್ತಂದೇನ ಮದ್ವೆಯಾದವರು" ಅಂದಕೂಡಲೇ ಕವನ ಚಪ್ಪಾಳೆ ತಟ್ಟಿ "ಪತಿ-ಪತ್ನಿ, ಔರ್... ತರಹ" ಅಂದಕೂಡಲೇ "ಷಟಪ್, ಹಾಗೆಲ್ಲ ಮಾತಾಡ್ಬೇಡ. ಹಿರಿಯರ ಒಪ್ಪಿಗೆಯಿಂದ ಎರಡ್ಡು ಮದುವೆಗಳು ಶಾಸ್ತ್ರೋಕ್ತವಾಗಿ ನಡೆದಿವೆ. ಬೇರೆ ರೀತಿಯ ಸಂಬಂಧವಲ್ಲ. ನಮ್ತಂದೆ ವಿವಾಹವಾದ ಐದು ವರ್ಷಗಳು ಮಕ್ಕಳಾಗದಿದ್ದಕ್ಕೆ ತಾತ, ಅಜ್ಜಿ, ಬಂಧುಗಳು ಬಲವಂತ ಮಾಡಿ ಇನ್ನೊಂದು ಮದ್ವೆ ಮಾಡಿದ್ದು. ಆಮೇಲೆ ಮೊದಲನೆಯವರಿಗೆ ಮೊದಲು ಮಕ್ಕಳಾದದ್ದು" ಅನ್ನುವ ವೇಳೆಗೆ ತೋಟದ ಬಳಿ ಬಂದಿದ್ದರು.

"ಅರೇ, ಅಪೇಕ್ಷ ಯಾವಾಗ್ಬಂದೇ?" ಎದುರಾದ ಯುವಕ ಕೇಳಿದಾಗ "ಹಾಯ್ ಸತ್ಯ ನೀನ್ಯಾವಾಗ ಬಂದಿದ್ದು?" ಎಂದು ನಿಂತವಳ ಕಣ್ಣಲ್ಲಿ ನೀರಾಡಿತು. ಅಲ್ಲಿಗೆ ಆರತಿ, ಅರುಣ ಮತ್ತು ಅದಿತಿ ಬಂದು ಜೊತೆಯಾದರು. "ಇವ್ರು ಸತ್ಯ ಅಂತ. ನನ್ನಣ್ಣನ ಫ್ರೆಂಡ್, ನೆಂಟರು ಕೂಡ. ಎಲ್ಲಾ ಒಂದೇ ಕಡೆ ಆಡಿ ಬೆಳೆದವರು" ಎಂದು ಪರಿಚಯಿಸಿ ಅವರುಗಳ ಜೊತೆ ಕವನಳನ್ನು ತೋಟಕ್ಕೆ ಕಳುಹಿಸಿ ಅವನೊಂದಿಗೆ ಅವನ ಮನೆಯೊಳಕ್ಕೆ ಹೆಜ್ಜೆ ಹಾಕಿದವಳು, ಕೈಗಳಿಂದ ಮುಖ ಮುಚ್ಚಿಕೊಂಡು ಬಿಕ್ಕತೊಡಗಿದಳು. ಹಿಡಿದಿಟ್ಟ ದುಃಖದ ಪ್ರವಾಹ ಸೆಡ್ಡೊಡೆದುಕೊಂಡು ಹೊರಬಂತು.

ಸತ್ಯ ಮೌನವಾಗಿ ಹೋಗಿ ಕಿಟಕಿಯ ಬಳಿ ನಿಂತ. ಅವಳ ಪರಿಸ್ಥಿತಿಗಿಂತ ಅವನದೇನು ಭಿನ್ನವಾಗಿರಲಿಲ್ಲ. ವಿಶ್ವರಥನ ಸಾವು ಅನಿರೀಕ್ಷಿತವೇ!

"ಸಮಾಧಾನ ಮಾಡ್ಕೋ. ವಿಷ್ಯ ತಿಳಿದಾಗ ಕೈಕಾಲುಗಳಾಡಲಿಲ್ಲ. ಇದ್ನ ಈಗ್ಲೂ ನಂಗೆ ನಂಬೋಕೆ ಸಾಧ್ಯವಾಗ್ತಾ ಇಲ್ಲ. ಹೇಗೆ ನಂಬೋದು? ಅನಾರೋಗ್ಯವೆಂದರೆ ಅವನನ್ನು ನೋಡಿ ಓಡಿ ಹೋಗ್ತಾ ಇತ್ತು. ನಮ್ಮನ್ನೆಲ್ಲ ಹಾಸ್ಯ ಮಾಡ್ತಾ ಇದ್ದ. ಗೆಳೆಯರ ಹಿಂಡಿನಲ್ಲಿ ಅವ್ನು ಹೀರೋ ಆಗಿದ್ದ. ಇದು ಹೇಗೆ ಸಾಧ್ಯ?" ಕಿಟಕಿಯ ಸರಳುಗಳಿಗೆ ತಲೆಯೊತ್ತು ಬಡಬಡಿಸಿದ. ಚೇತರಿಸಿಕೊಳ್ಳಲೇ ಆಗಿರಲಿಲ್ಲ. "ನಿಜ್ವಾಗಿ ಹೇಳಬೇಕೆಂದರೆ ತೀರಾ ಮನಸ್ಸಿಗೆ ಹೃದಯಕ್ಕೆ ಹತ್ತಿರವಾದವರು ಸತ್ತರೇ, ಅದು ನಮ್ಮ ಸಾವೇ ಆಗುತ್ತೆ. ವಿಶ್ವನ ಸಾವಿನ ಸುದ್ದಿ ತಿಳಿದಾಗ ನಂಗೆ ಫೀಲಾಗಿದ್ದು ಹಾಗೆಯೇ. ಆ ಬಗ್ಗೆ ಮಾತಾಡಲೇ ಹೆದರಿದೆ. ಅದಕ್ಕೇ ನಿಮಗ್ಯಾರಿಗೂ ಕನಿಷ್ಟ ಫೋನ್ ಮಾಡಿ ಮಾತಾಡಿಸಲಿಲ್ಲ" ತುಟಿ ಕಚ್ಚಿ ಕಣ್ಣೀರು ಸುರಿಸಿದ.

ಕುಸಿದುಕೂತ ಅಪೇಕ್ಷ ಮತ್ತಷ್ಟು, ಮಗದಷ್ಟು ಬಿಕ್ಕಿಬಿಕ್ಕಿ ಅತ್ತರೂ ಸಂತೈಯಿಸಲು ಹೋಗಲಿಲ್ಲ. ಅವನೂ ಸಮಾಧಾನಿಸುವ ಮನಃಸ್ಥಿತಿಯಲ್ಲಿ ಇರಲಿಲ್ಲ. ವಿಶ್ವರಥ ಅವನ ಬಾಲ್ಯದ ಪ್ರಿಯ ಸ್ನೇಹಿತ.

"ಸಾವಿನ ಕದ ಬಡಿದವನಿಗೆ ಮಾತ್ರ ಬದುಕಿನ ಸತ್ಯ ಗೋಚರಿಸುತ್ತಂತೆ. ಸಾವಿನ ಸಾಕ್ಷಾತ್ಕಾರ ಮಾತ್ರ ಬದ್ಕಿನ ಸಾರ್ಥಕತೆಯ ಬಗ್ಗೆ ಸ್ಪಷ್ಟವಾಗಿ ಹೇಳುತ್ತೆ. ಸಾವಿನ ಹೆಬ್ಬಾಗಿಲಲ್ಲಿ ನಿಂತವ ಮಾತ್ರ ಹಿಂದಿರುಗಿ ನೋಡಿ ಅರ್ಥೈಯಿಸಿಕೊಳ್ಳಬಲ್ಲ. ತಪ್ಪುಗಳನ್ನು ಲೆಕ್ಕ ಹಾಕಬಲ್ಲ. ಹೇಗೆ ಬದುಕಿದ್ದರೇ ಚೆನ್ನ, ಎಷ್ಟು ಕಾಲ ನಿರರ್ಥಕವಾಗಿ ಕಳೆದೆ? ಆ ಸಮಯದಲ್ಲಿ ಕೂಡಿ, ಕಳೆಯುವ ಆತುರ. ಆದರೆ ಎಷ್ಟು

ಪ್ರಯೋಜನವಾದೀತು? ವೈ.ಎನ್.ಕೆ.ಯವರನ್ನ ನಿಮ್ಮ ಸಂಗಾತಿ ಯಾರೂಂತ ಪ್ರಶ್ನಿಸಿದರೇ 'ನನ್ನ ಸತತ ಸಂಗಾತಿ ಸಾವೇ' ಎಂದು ಉತ್ತರಿಸುತ್ತಿದ್ದರಂತೆ. ಅದು ನೂರಕ್ಕೆ ನೂರರಷ್ಟು ನಿಜ. ವಿಶ್ವನ ಸಾವಿನಿಂದ ನನ್ನ ಸಾವಿನ ಬಗ್ಗೆ ಯೋಚಿಸುವಂತಾಗಿದೆ" ಸ್ವಲ್ಪ ದೀರ್ಘವಾಗಿಯೇ ಮಾತಾಡಿದ.

ಅತ್ತು... ಅತ್ತು... ಸಮಾಧಾನ ಮಾಡಿಕೊಂಡ ಅವಳು ಎದ್ದು "ಮನೆಯಲ್ಲಿ ಯಾರು ಇದ್ದಂಗೆ ಕಾಣ್ಲೆಲ್ಲ" ಎನ್ನುತ್ತ ಬಚ್ಚಲುಮನೆಗೆ ಹೋಗಿ ಮುಖ ತೊಳೆದು ಬರುವ ವೇಳೆಗೆ "ಮಾಚಿಕಟ್ಟೆ ಜೋಯಿಸರ ಮೊಮ್ಮಗುವಿನ ನಾಮಕರಣಕ್ಕೆ ಎಲ್ಲಾ ಹೋದ್ರು. ನಂಗೂ ಊಟದ ಸಮಯಕ್ಕೆ ಬಾ ಅಂದು ಹೋಗಿದ್ದಾರೆ. ಆದರೆ ಹೋಗೋ ಮನಸ್ಸೇನು ಇಲ್ಲ. ಪ್ಲೀಸ್ ಸಾರಿ, ಅಪೇಕ್ಷ.... ನಾನು ನಿನ್ನ ಸಮಾಧಾನಿಸುವ ಸ್ಥಿತಿಯಲ್ಲಿ ಇರಲಿಲ್ಲ. ಕೂತ್ಕೋ, ಒಂದಿಷ್ಟು ಕಾಫೀ ಮಾಡ್ಕೊಂಡು ಬರ್ತೀನಿ" ಅಡಿಗೆ ಮನೆಗೆ ಹೋದ. ಮೊದಲಾಗಿದ್ದರೇ ತಡೆದು ಕಾಫೀ ಮಾಡಿ ತರುತ್ತಿದ್ದಳು. ಈ ಮನೆಯವರಾಗಲೀ, ಇಲ್ಲಿನ ಜನರಾಗಲೀ ಅವಳಿಗೆ ಹೊಸಬರಲ್ಲ. ಎರಡೂ ಕಡೆ ಓಡಿಯಾಡಿ ಆಡಿ ಬೆಳೆದವಳೇ. ಇಂದು ಮಾತ್ರ ಸುಮ್ಮನೆ ಕೂತಳು.

ಸತ್ಯೇಂದ್ರ ಎರಡು ಲೋಟ ಕಾಫೀ ಮಾಡಿಕೊಂಡು ಬಂದು ಅವಳ ಮುಂದೊಂದು ಲೋಟ ಇಟ್ಟು "ತಗೋ, ಪ್ಲೀಸ್, ತಗೋಮ್ಮ ಅಪೇಕ್ಷ" ಎಂದು ಎದುರಿನಲ್ಲಿ ಕೂತ. ಇಬ್ಬರು ಕಾಫೀ ಕುಡಿದು ರಿಲ್ಯಾಕ್ಸ್ ಆಗುವ ಅಗತ್ಯವಿತ್ತು. ವಿಶ್ವರಥ ತೀರಿಕೊಂಡು ಎರಡು ವರ್ಷದ ಮೇಲೆ ಎರಡು ತಿಂಗಳಾಗಿತ್ತು. ಆದರೆ ಆ ಸಾವಿನ ಛಾಯೆಯಿಂದ ಹೊರ ಬಂದಿರಲಿಲ್ಲ ಇಡೀ ಮನೆಯವರು.

ಆ ಎರಡು ಖಾಲಿ ಲೋಟಗಳನ್ನು ಹಿತ್ತಲಿಗೆ ಒಯ್ದು ತೊಳೆದಿಟ್ಟು ಬಂದು ಕೂತು "ಯಾವಾಗ್ಬಂದಿದ್ದು? ಎಲ್ಲಿ ಚಾರುಲತ?" ಕೇಳಿದಳು. ನಿರ್ಲಿಪ್ತಭಾವ ಅವನ ಮುಖವನ್ನು ಆವರಿಸಿತು. "ಇಬ್ಬರ ಜೊತೆ ಮಗುವೊಂದು. ಇವಳ ಹೆರಿಗೆಗೆಂದು ಬಂದ ಅವಳಮ್ಮ ಅಲ್ಲೇ ಇದ್ದಾರೆ. ನಾಲ್ಕು ಜನ ಬಂದು ಹೋಗೋದೂಂದರೇ, ಖರ್ಚು ಜಾಸ್ತಿ. ಈಗ ಮಗುನ ಇಲ್ಲಿಗೆ ಕರೆದುಕೊಂಡು ಬಂದರೆ, ಆರೋಗ್ಯ ಕೆಡುತ್ತೆ ಅನ್ನೊಂದು ಅಮ್ಮ, ಮಗಳ ಅಭಿಪ್ರಾಯ. ನಾನು ಬಲವಂತ ಮಾಡಲಿಲ್ಲ. ನನ್ನ ಮನಸ್ಥಿತಿ ಬದಲಾಗಿದೆ. ಒಂಟಿತನ ಬೇಕೆನಿಸಿತು. ಮುವತ್ತು ದಿನ ರಜೆ ಸಿಕ್ಕಿದೆ, ಅದಕ್ಕೆ ಬಂದೆ" ವಿವರಿಸಿದ. ಐದು ನಿಮಿಷದಷ್ಟು ದೀರ್ಘಕಾಲದ ಮೌನದ ನಂತರ ತುಟಿ ತೆರೆದ.

"ನಿಮ್ಮ ಮನೆಗೆ ಎರಡು ಸಲ ಹೋಗಿದ್ದೆ. ಯಾಕೋ ಬಾಯಿಬಿಟ್ಟು ವಿಶ್ವರಥನಿಗೆ ಏನಾಗಿತ್ತೂಂತ ಕೇಳಬೇಕೆಂದುಕೊಂಡರೂ ಕೇಳಲಾಗ್ಲಿಲ್ಲ. ಏನಾಗಿತ್ತು ವಿಶ್ವರಥನಿಗೆ?"

"ಸರ್ಯಾಗಿ ಗೊತ್ತಾಗ್ಲಿಲ್ಲ. ಹೆಂಡತಿ ಊರಿನ ಜಾತ್ರೆಗೆಂದು ಅತ್ತಿಗೆಯ ಜೊತೆಗೆ ಎರಡು ದಿನ ಹೋಗಿ ಬಂದ. ಮರುದಿನ ದಿನನೇ ವಾಂತಿ ಮಾಡಿಕೊಂಡವನು ನಿರ್ಲಕ್ಷ್ಯ ಮಾಡಿ ಯಾರ್ಗೂ ಹೇಳ್ಲಿಲ್ಲ. ಆಮೇಲೆ ಒಂದಿಷ್ಟು ಊಟ, ತಿಂಡಿಯ ಬಗ್ಗೆ ಅಲಕ್ಷ್ಯ ತೋರಿಸಿದ. ಅದೇನು ಮಹಾ ಅಂದ್ಕೊಂಡ್ವಿ. ಅಮ್ಮ ಶುಂಠಿ ಕಷಾಯ ಅದೂ

ಇದೂ.... ಮಾಡಿ ಕೊಟ್ಟು. ತುಂಬ ಸುಸ್ತು ಅಂತ ಮೂರು ದಿನ ಮಲಗಿದಾಗ್ಲೇ ಗಾಬ್ರಿ ಆಗಿದ್ದು. ಡಾ। ಚಿದಾನಂದ್ ಮೂರ್ತಿ ಇಲ್ಲಿ ಹೆಸರು ಮಾಡಿದ್ರು. ಅದೂ ಅಲ್ಲದೇ ವಿದೇಶಕ್ಕೆ ಹೋಗ್ಬಂದ ಅನ್ನೋ ಕೋಡು. ಮಾವನ ಆಸ್ತಿಯ ಸಲುವಾಗಿ ಇಲ್ಲಿ ಕ್ಲಿನಿಕ್ ತೆಗೆದಿದ್ದು. ಮಾವನ ಹಣದಲ್ಲಿ ವಿದೇಶಕ್ಕೆ ಹೋಗಿ ಬಂದ ಕೊಬ್ಬು. ಬೆಳಿಗ್ಗೆ ಕ್ಲಿನಿಕ್ ಓಪನ್ನಾದರೇ ರಾತ್ರಿ ಹತ್ತಕ್ಕೆ, ಹನ್ನೊಂದಕ್ಕೆ ಮುಚ್ಚೋದು. ನೀರಿನ ಹಾಗೆ ದುಡ್ಡು ಹರಿದು ಬರೋದು. ಪುರಸೊತ್ತಿಲ್ಲ. ಆ ಮನುಷ್ಯ ತನ್ನ ತಿಳಿವಳಿಕೆಯನ್ನ ನವೀಕರಿಸಿಕೊಳ್ಳಲಿಲ್ಲ. ತನ್ನ ಸ್ನಾತಕೋತ್ತರ ಶಿಕ್ಷಣವನ್ನು ಔಷಧಿ ತಯಾರಿಕ ಸಂಸ್ಥೆಗಳಿಂದ ಪಡೆದುಕೊಂಡವ! ಅದೊಂದು ದೊಡ್ಡ ದುರಂತ ವೈದ್ಯಕೀಯ ಕ್ಷೇತ್ರಕ್ಕೆ. ಸಣ್ಣ ಜ್ವರಕ್ಕೆ ಹೋದರೂ ಕನಿಷ್ಟ ಮೂರು ನೂರರಿಂದ ಸಾವಿರ ರೂಪಾಯಿಗಳ ಮಾತ್ರೆಗಳು. ಕ್ಲಿನಿಕ್‌ಗಳಿಗೆ ಹೆಜ್ಜೆ ಇಟ್ಟ ಕೂಡಲೆ ಒಂದು ಫೈಲು ರೆಡಿ ಮಾಡುತ್ತಿದ್ದ. ಕ್ಲಿನಿಕ್‌ನ ಪಕ್ಕದಲ್ಲಿ ಮೆಡಿಕಲ್ ಸ್ಟೋರ್. ಬರೆದು ಕೊಟ್ಟ ಪ್ರಿಸ್ಕ್ರಿಪ್ಷನ್ ನೋಟುಗಳಾಗಿ ಬದಲಾಗುತ್ತಿತ್ತು. ಒಂದೆರಡು ಸಲ ಕಾಲುಗಳು ಲಾಕ್ ಆದಾಗ ಕ್ಯಾಲ್ಷಿಯಂ ಮಾತ್ರೆಗಳು ಷೀಟ್‌ಗಟ್ಟಲೇ. ಸಮಸ್ಯೆಗಳು ಹೆಚ್ಚಾದಾಗ ಮಾತ್ರೆಗಳ ಪ್ರಮಾಣ ಹೆಚ್ಚಾಯಿತಷ್ಟೆ. ಸುಸ್ತು, ಸಂಕಟ ಬೇರೆಯ ಕಾರಣಕ್ಕೆ, ಆದರೆ ಲೀಲಾಜಾಲವಾಗಿ ಷುಗರ್ ಅಂತ ಮಾತ್ರೆ ಷುರು ಮಾಡಿದ್ದು, ನಂತರ ಬಿ.ಪಿ. ನಿರಂತರ ಬ್ಲಡ್ ಟೆಸ್ಟ್, ಸ್ಕ್ಯಾನಿಂಗ್. ನಂತರ ಅದಕ್ಕೊಂದು ಹೊಸ ಹೆಸರು 'ಲಿವರ್ ಸಿರೋಸಿಸ್.' ಅವನ ನೋವು ಹಿಂಸೆಗೆ ಮನೆಯವರೆಲ್ಲ ಒದ್ದಾಡಿದರು. ಆ ಮನುಷ್ಯನಿಗೆ ಲಿವರ್ ಸಿರೋಸಿಸ್ ಗುಣಲಕ್ಷಣಗಳೇ ಗೊತ್ತಿಲ್ಲ. ಇನ್ನೆಂಥ ಚಿಕಿತ್ಸೆ ಕೊಟ್ಟಾನು? ನಾವು ಮುಗ್ಧ ಜನ. ನೆಗಡಿ, ಜ್ವರ, ಕೆಮ್ಮು ಬಿಟ್ಟು ನಮ್ಮ ಮನೆಯಲ್ಲಿ ಯಾರಿಗೂ ಏನು ಗೊತ್ತಿಲ್ಲ. ಷುಗರ್ ನಿಲ್, ಕಾರ ನಿಲ್, ಉಪ್ಪು ನಿಲ್, ಎಲ್ಲಾ ಒಂದಾದ ಮೇಲೆ ಒಂದು ನಿಲ್. ನಾಲ್ಕಾರು ಪೇಷಂಟ್‌ಗಳನ್ನು ಕೂಡಿಸಿಕೊಂಡು ಫೈಲ್‌ಗಳನ್ನ ಮುಂದೆ ಹಾಕಿಕೊಂಡು ತನ್ನ ಹಣವನ್ನು ಜೇಬಿಗೆ ಸೇರಿಸುತ್ತಿದ್ದ ಅವನಿಗೆ ವೃತ್ತಿಯಲ್ಲಿ ಹೇಗೆ ಡೆಡಿಕೇಷನ್ ಇದ್ದೀತು? ಆರೋಗ್ಯಕರ ಲಿವರ್ ನೂರಾರು ಪ್ರಮುಖ ಕೆಲಸಗಳನ್ನು ಮಾಡುತ್ತೆ. ತೂಕದಲ್ಲಿ ಏರಿಳಿತ, ನಿತ್ರಾಣ, ಜಾಂಡಿಸ್, ಕಾಲು ಊತ ಇದೆಲ್ಲ ಅದರ ಪ್ರಮುಖ ಗುಣಗಳಂತೆ. ಆದರೆ ಆ ಡಾ। ಚಿದಾನಂದಮೂರ್ತಿ ಇದನ್ನು ಗುರ್ತಿಸಲಿಲ್ಲ. ಪ್ರತಿಯೊಂದಕ್ಕೂ ಬೇರೆ ಬೇರೆ ಮಾತ್ರೆಗಳನ್ನು ಬರೆದುಕೊಟ್ಟು ಹಿಂಸಿಸಿದ. ನಿಜ್ವಾಗ್ಲೂ ಅವನ ಸಾವಿಗೆ ಆ ಡಾಕ್ಟರ್ ಕಾರಣ. ಅಮ್ಮಂದಿರು ಪ್ರತಿದಿನ ದೇವರ ಮುಂದೆ ಕೂತು ಶಾಪ ಹಾಕ್ತಾರೆ. ಅವನು ಸಾಯೋಕೆ ಮುನ್ನಿನ ದಿನ ನಾನೇ ಡಾಕ್ಟ್ರ ಷಾಪ್‌ಗೆ ಕರ್ಕೊಂಡ್ಹೋಗಿದ್ದೆ. ಯಾಕೋ ಕಾಲು, ಮುಖ ಊದಿದೆ ಡಾಕ್ಟರೇ ಅಂತ ಕಣ್ಣೀರಿಟ್ಟೆ. 'ನೋ ಪ್ರಾಬ್ಲಮ್, ಈ ಮಾತ್ರೆ ನಿಲ್ಸಿ.... ಈ ಮಾತ್ರೆ ಕೊಡಿ ಅಂದ್ರು' ಅಷ್ಟೇ. ಮುಗಿದೇ ಹೋಯ್ತು. ಮರುದಿನ ಏನೇನೋ ಮಾತಾಡಿದ. ಅವನಲ್ಲಿನ ಚಲನೆ ನಿಂತಿತ್ತು. ರಾತ್ರಿ ಫೋನ್ ಮಾಡಿದಾಗ.... 'ನಾನೆಲ್ಲ ವಿಚಾರಿಸ್ತೀನಿ. ಆ ನರ್ಸಿಂಗ್ ಹೋಂಗೆ ಕರ್ಕಂಡ್ ಹೋಗಿ ಅಡ್ಮಿಟ್ ಮಾಡಿ, ನಾನು ಅಲ್ಲಿನ ಡಾಕ್ಟ್ರುಗೆ ಫೋನ್ ಮಾಡಿದ್ದೀನಿ' ಎಂದರು. ಆ ನರ್ಸಿಂಗ್ ಹೋಂನಲ್ಲಿ ಆ ಡಾಕ್ಟ್ರೇ ಇರಲಿಲ್ಲ. ಅಡ್ಮಿಟ್ ಮಾಡಿದ ಒಂದೆರಡು

ಗಂಟೆಗಳಲ್ಲಿ ಎಲ್ಲಾ ಮುಗ್ದು ಹೋಯ್ತು. ವಿಶ್ವರಥ ಮರುದಿನ ಮಧ್ಯಾಹ್ನದ ವೇಳೆಗೆ ಬೂದಿಯಾಗಿಬಿಟ್ಟ. ಇದು ಹೇಗಾಯ್ತು, ಸತ್ಯ" ಕೈಗಳನ್ನು ಮುಷ್ಟಿ ಹಿಡಿದು ಪೂರ್ತಿ ತಾಳ್ಮೆ ಕಳೆದುಕೊಂಡು ತಲೆ ಚಚ್ಚಿಕೊಳ್ಳುತ್ತಿದ್ದವಳನ್ನು ತಡೆದು ಅಪ್ಪಿ ಸಂತೈಯಿಸಿ ಕಣ್ಣೀರಿಟ್ಟ. ವಿಶ್ವರಥ ಅವನ ಪ್ರಿಯಮಿತ್ರ. ಎರಡು ದೇಹ ಒಂದು ಆತ್ಮ ಎನ್ನುವಂತೆ ಬೆಳೆದವರು.

ಸಮಾಧಾನಕ್ಕೆ ಬರಲು ಸಾಕಷ್ಟು ಸಮಯವೇ ಆಯಿತು. ಸತ್ಯೇಂದ್ರ ಕೂತ. ಅವನ ತಲೆಯಲ್ಲಿ ಚಿಂತನೆಯ ಮಂಥನ.

"ಎಲ್ಲಿ ನಮ್ಮ ವಿಶ್ವರಥಣ್ಣ? ನಮ್ಮಲ್ಲಿ ಪ್ರಾಣವಿರಿಸಿಕೊಂಡು ನೂರೆಂಟು ಕನಸುಗಳನ್ನು ಇಟ್ಟುಕೊಂಡ ಅವನು ಎಲ್ಲಿಗೆ ಹೋದ? ಹೇಗೆ ಹೋಗಲು ಸಾಧ್ಯವಾಯಿತು? ಅವನೆಲ್ಲೋ ಇದ್ದಾನೆ, ಇಂಥ ಭ್ರಮೆಗಳಿಂದ ನಾನು ಮುಕ್ತಳಾಗಿಲ್ಲ. ಈಗೇನು ಮಾಡೋದು? ಒಂದೂ ತೋಚ್ತಾ ಇಲ್ಲ" ಎದೆಯುಬ್ಬಿ ದುಃಖ ಒತ್ತಿಕೊಂಡು ಬಂದು ತಪ್ತಳಾದಳು.

ಸತ್ಯೇಂದ್ರ ಗಂಭೀರವಾದ.

"ತನಗೆ ಸ್ವಂತ ಖರ್ಚುಗಳು ಏನು ಇಲ್ವೇ ಇಲ್ಲ ಅನ್ನೋ ತರಹ ಅಷ್ಟಿಷ್ಟು ಹಣ ತೆಗೆದಿಡುತ್ತಿದ್ದ ಆರತಿಯಕ್ಕನ ಮದ್ವೆಗಾಗಿ. ಈಗ ಆ ಜವಾಬ್ದಾರಿ ಹೊರೋರು ಯಾರು, ಸತ್ಯ? ಅದು ಅವ್ನಿಗೆ ಗೊತ್ತಾಗಲಿಲ್ಲ! ದೇವರಿಗೆ ಗೊತ್ತಿರಲಿಲ್ವಾ? ನಮ್ಮ ಮನೆ ದೀಪ ಆರಿಸಿಬಿಟ್ಟ" ಬಡಬಡಿಕೆ. ಎಷ್ಟು ದಿನದ್ದೋ, ಮನೆಯಲ್ಲಿ ಎಂಥ ಸ್ಥಿತಿ ಇತ್ತೆಂದರೆ ಯಾರ ಮುಂದು ಕಣ್ಣೀರಿಡುವ ಸ್ಥಿತಿಯಲ್ಲಿ ಇರಲಿಲ್ಲ. ಇವಳಿಗಿಂತ ಭಿನ್ನವಾದ ಸ್ಥಿತಿಯಲ್ಲೇನು ಇರಲಿಲ್ಲ ಅವರುಗಳು. ಅರುಣ ಗಿಡಗಳ ಮರೆಯಲ್ಲಿ ಬಿಕ್ಕಿದರೆ, ಆರತಿ ತೋಟದಲ್ಲಿ ಹೋಗಿ ಒಂಟಿಯಾಗಿ ಕಣ್ಣೀರಿಡುತ್ತಿದ್ದರೆ, ಅದಿತಿ ಮುಖಕ್ಕೆ ಪುಸ್ತಕ ಮುಚ್ಚಿಕೊಂಡು ಅಳುತ್ತಿದ್ದಳು. ಪಾರ್ವತಮ್ಮ ಗಿರಿಜಮ್ಮ ಹೊರಗೆ ಮುಖ ಇಡುವುದನ್ನು ಕಮ್ಮಿ ಮಾಡಿ ದೇವರ ಮುಂದೆ ಕೂತು ಗೋಳಾಡುತ್ತಿದ್ದರು. ತಾತ, ಮನೆಯ ಯಜಮಾನ ಅನ್ನಿಸಿಕೊಂಡಿದ್ದ ವಿಶ್ವರಥನ ತಂದೆ ಶೇಷಪ್ಪಯ್ಯ ಒಳಗೊಳಗೆ ಸವಿಯುತ್ತಿದ್ದರು. ಅವರನ್ನೇ ಸಮಾಧಾನಿಸಿಕೊಳ್ಳಲಾರದ ಸ್ಥಿತಿ, ಬೇರೆಯವರನ್ನ ಹೇಗೆ ಸಂತೈಯಿಸಬಲ್ಲರು?

"ಇದು ಎಲ್ಲರಲ್ಲೂ ಇರೋ ಜಿಜ್ಞಾಸೆ. ಶತಶತಮಾನಗಳಿಂದ ಸಾವಿನ ಬಗ್ಗೆ ನಿರಂತರವಾಗಿ ಉತ್ತರ ಹುಡುಕಲು ಪ್ರಯತ್ನಿಸುತ್ತಿದ್ದಾರೆ. ಸಾವಿನ ಬಗ್ಗೆ ತತ್ವಶಾಸ್ತ್ರಜ್ಞರ ಪಾರಮಾರ್ಥಿಕ ಚಿಂತನೆಗಳು ನಡೆದಿರುವಷ್ಟೆ ತೀವ್ರವಾಗಿ ಮನಃಶಾಸ್ತ್ರಜ್ಞರ ಸಂಶೋದನೆಗಳು ನಡೆದಿವೆ. ಸಾವಿನ ಕಲ್ಪನೆ, ಸಾವಿನ ನಂತರದ ಸ್ಥಿತಿಯ ಕಲ್ಪನೆ ಇದೆಲ್ಲ ಮಾನಸಿಕ ವಿದ್ಯಮಾನಗಳೇನೋ ಎನಿಸುತ್ತೆ. ಈ ವಿಚಾರದಲ್ಲಿ ಧರ್ಮ ಗುರುಗಳು ಪೂರ್ವಜರು, ತತ್ವಜ್ಞಾನಿಗಳು ಹೇಳಿದ್ದನ್ನ ನಾವು ಮೌನವಾಗಿ ಕಣ್ಣುಮುಚ್ಚಿಕೊಂಡು ನಂಬುತ್ತ ಬಂದಿದ್ದೇವೆ. ಸತ್ತ ಮೇಲೆ ಉತ್ತರ ಕ್ರಿಯಾದಿಗಳನ್ನು ನಡೆಸುವ ಬಗ್ಗೆ ಅನುಮಾನವಿದ್ದರೂ ಪ್ರಶ್ನಿಸುವ ಧೈರ್ಯವಿಲ್ಲ ಮಾತ್ರವಲ್ಲ, ಯಾರನ್ನ ಪ್ರಶ್ನಿಸುವುದು?

ಅಂಥ ಒಂದು ಉತ್ತರ ಸಿಕ್ಕೀತೇ? ನಮ್ಮ ಆಧುನಿಕ ವಿಜ್ಞಾನ ಅದ್ಭುತವಾದ ಪ್ರಗತಿಯನ್ನು ಸಾಧಿಸಿದೆ. ಆದರೆ ಜೀವಿಗಳು ಯಾಕೆ ಹುಟ್ಟುತ್ತವೆ? ಯಾಕೆ ಸಾಯುತ್ತವೆ? ಸತ್ತ ಮೇಲೆ ಎಲ್ಲಿಗೆ ಹೋಗುತ್ತವೆ? ಸ್ವರ್ಗ, ನರಕ, ಪುನರ್ಜನ್ಮ ಇವೆಲ್ಲ ನಿಜಕ್ಕೂ ಇದೆಯೆ? ಎನ್ನುವ ಮೂಲಭೂತ ಪ್ರಶ್ನೆಗಳಿಗೆ ಇನ್ನು ಉತ್ತರಿಸಿಲ್ಲ. ಇವೆಲ್ಲ ಪ್ರಶ್ನೆಗಳಾಗಿಯೆ ಇವೆ. ವಿಶ್ವ ಎಲ್ಲಿದ್ದಾನೆ? ಹೇಗಿದ್ದಾನೆ? ಅವನ ಬಗ್ಗೆ ತಿಳಿಯೋ ಕುತೂಹಲ ನಮ್ಗೆ ಇರಬಹುದು. ಆದರೆ ಸಾಧ್ಯಾನಾ? ನೆನಪುಗಳೊಂದಿಗಿನ ಸೆಣಸಾಟ ಅಷ್ಟೆ. ಡಾ॥ ಚಿದಾನಂದಮೂರ್ತಿ ಮಾದೇಗೌಡರ ಅಳಿಯ ಅಲ್ವಾ? ಅವನಪ್ಪ, ಅಮ್ಮ ಸುಮಾರು ಅಷ್ಟೆ. ಮಾವನ ಮೂಲಕ ವಿದೇಶಕ್ಕೆ ಹೋಗಿದ್ದು. ಅದಕ್ಕೆ ಮಾವ, ಹೆಂಡ್ತಿಗೆ ನಿಷ್ಠೆ. ಹೊರನೋಟಕ್ಕೆ ಅಂಥ ಡೆವಲಪಿಂಗ್ ಏನು ಕಾಣೋಲ್ಲ. ಅದ್ರೂ ಬರೋಬರಿ ಪೇಷೆಂಟ್‌ಗಳು. ವೈದ್ಯರೆಂದರೆ ದೇವರೆಂದು ನಂಬುವ ಪರಂಪರೆ ನಮ್ದು. ಆದರೆ ಇವತ್ತು ಎಷ್ಟು ಮಂದಿ ವೈದ್ಯರು ಅಂಥ ನಂಬಿಕೆಗೆ ಅರ್ಹರಾಗಿದ್ದಾರೆ? ಈಗ ಎಲ್ಲಾ ವಾಣಿಜ್ಯೀಕರಣ. ಈಗ ಬರೀ ಎಂ.ಬಿ.ಬಿ.ಎಸ್. ಮಾಡಿದವರನ್ನು ಮೂಸೋರಿಲ್ಲ. ಎಂ.ಎಸ್. ಎಂ.ಡಿ. ಅಂಥದ್ದು ಮಾಡಲೇಬೇಕು. ಆಮೇಲೆ ಕೆಲಸ ಸಿಗೋದು ಸುಲಭವಲ್ಲ. ಸ್ವಂತ ಕ್ಲಿನಿಕ್, ನರ್ಸಿಂಗ್ ಹೋಂ ಆರಂಭಿಸೋಕೆ ಲಕ್ಷಗಟ್ಟಲೇ ಹಣಬೇಕು. ಹೀಗೆ ಲಕ್ಷಗಟ್ಟಲೆ ವೆಚ್ಚ ಮಾಡಿದ ಡಾಕ್ಟರಿಗೆ ವೃತ್ತಿಧರ್ಮಕ್ಕಿಂತ ಹೂಡಿದ ಹಣವನ್ನ ಬಡ್ಡಿ ಸಮೇತ ಹಿಂದಕ್ಕೆ ಪಡೆಯುವ ಕಾಯಕವೆ ಮುಖ್ಯವಾಗುತ್ತೆ. ದೊಡ್ಡ ನಗರಗಳಲ್ಲಿ ಡಾಕ್ಟರ್‌ಗಳು, ನರ್ಸಿಂಗ್ ಹೋಂಗಳು ಮತ್ತು ಔಷಧಿ ಅಂಗಡಿಗಳ ನಡುವೆ ಅಪವಿತ್ರವಾದ ಸಂಬಂಧಗಳು ಇರುತ್ತದೆಯೆಂದು ಕೆಲವು ಡಾಕ್ಟರ್‌ಗಳೇ ಒಪ್ಪಿಕೊಂಡಿದ್ದಾರೆ. ದುಬಾರಿ ಮಾತ್ರೆಗಳು, ಅನಗತ್ಯವಾಗಿ ನರ್ಸಿಂಗ್ ಹೋಂಗಳಲ್ಲಿ ಅಡ್ಮಿಟ್ ಮಾಡುವುದು, ಸಣ್ಣಪುಟ್ಟದಕ್ಕೆ ಆಪರೇಷನ್. ಕೆಲವೊಮ್ಮೆ ನರ್ಸಿಂಗ್ ಹೋಂನಲ್ಲಿ ಪೇಷೆಂಟ್ ಸತ್ತಿದ್ದರೂ ಐ.ಸಿ.ಯುನಲ್ಲಿ ಇಟ್ಕೊಂಡು ಲಕ್ಷಾಂತರ ಬಿಲ್ ಮಾಡಿದ ಘಟನೆಗಳು ಇರುತ್ತೆ" ನಿಟ್ಟುಸಿರಿನೊಂದಿಗೆ ಹೇಳಿದ.

"ಸತ್ಯ ನಾವು ಆಗ ತುಂಬ ಇನ್ನೋಸೆಂಟ್ ಹಂಗೆ ನಡೆದುಕೊಂಡ್ವಿ. ದಿನ ಹದಿನೆಂಟು, ಇಪ್ಪತ್ತು ಮಾತ್ರೆಗಳ್ನ ನುಂಗಲಾರದೆ ವಿಶ್ವಣ್ಣ ಎಷ್ಟೊಂದು ಹಿಂಸೆ ಅನುಭವಿಸಿದ. ಆ ಮಾತ್ರೆಗಳೇ ರಾಕ್ಷಸರಾಗಿ ನಮ್ಮಣ್ಣನ ಮೈಯಲ್ಲಿನ ರಕ್ತವನ್ನೆಲ್ಲ ಕುಡಿದುಬಿಟ್ವು. ಆಮೇಲೆ ವಿಷ್ಯ ನಮ್ಮ ಅರಿವಿಗೆ ಬರೋ ವೇಳೆಗೆ ಸಮಯ ಮೀರಿತ್ತು. ಮನೆಯವರೆಲ್ಲ ಎಷ್ಟು ಪರದಾಡಿದ್ವಿ. ತೋಟದ ಮೇಲೆ ಹಣ ತಗೊಂಡು ಲಕ್ಷಗಟ್ಟಲೆ ಹಣ ಖರ್ಚು ಮಾಡಿದ್ವಿ. ಅಮ್ಮಂದಿರ ಒಡ್ವೆಗಳನ್ನಲ್ಲ ಒಯ್ದು ಟೋಟಲ್ಲಾಗಿ ಮಾರಿಬಿಟ್ವಿ. ನಮ್ಗೆ ವಿಶ್ವಣ್ಣ ಉಳಿದರೇ ಸಾಕಿತ್ತು. ಅವ್ನ ನೋವು ತುಂಬಿದ ನಿಸ್ಸಾಯಕ ನೋಟ ನೆನಪಾದರೇ ಕರುಳು ಕತ್ತರಿಸಿದಂತಾಗುತ್ತೆ. ಅವನನ್ನ ಸರ್ಯಾದ ಚಿಕಿತ್ಸೆ ಕೊಡಿಸಲಾರದೆ ನಾವು ಕೊಂದವಾ? ಇಲ್ಲ ಸರ್ಯಾಗಿ ಡಯಾಗ್ನೈಸ್ ಮಾಡದೇ ಟ್ರೀಟ್‌ಮೆಂಟ್ ಕೊಟ್ಟು ಡಾಕ್ಟರ್ ಕೊಂದನಾ? ಇಲ್ಲ ಇದಕ್ಕೆ ಇನ್ಯಾರಾದರೂ ಕಾರಣರಾದವರು ಇದ್ದಾರ? ಅವರಿಗೆ ಹೇಗೆ ಶಿಕ್ಷೆ ಕೊಡಿಸೋದು? ನಮ್ಗೆ ವಿಶ್ವಣ್ಣ

ಬೇಕು. ಎಲ್ಲಿ ಹುಡ್ಕೋದು?" ಮತ್ತೆ ಅಳು. ಅವಳು ಅತ್ತು ಸಮಾಧಾನವಾಗಬೇಕಿತ್ತು. ಮೌನವಹಿಸಿದ ಸತ್ಯ. ಆಮೇಲೆ ತಟ್ಟನೆ ಎದ್ದಳು.

"ಮರ್ತೆ, ನನ್ಜೊತೆ ಬೆಂಗ್ಳೂರಿನಿಂದ ಫ್ರೆಂಡ್ ಅಂದ್ಕೊ, ನಾನು ಪೇಯಿಂಗ್ ಗೆಸ್ಟ್ ಆಗಿರ್ರೋ ಕಡೆ ಅವರು ಇದ್ದಾರೆ, ಹುಟ್ಟಿ ಬೆಳೆದಿದ್ದೆಲ್ಲ ಮುಂಬಯಿ, ಈ ಕಡೆ ಕರ್ನಾಟಕದ ಯಾವ್ದೇ ಪ್ರದೇಶ ನೋಡಿಲ್ಲ. ತುಂಬ ಆಸೆಪಟ್ಟು ಬಂದಿದ್ದಾರೆ. ಅದೇನು ಒಂಟಿಯಾಗಿ ಬಂದಿದ್ದಾ? ಸಾರಿ, ಮಗು ಈ ಎನ್ವಿರಾನ್ಮೆಂಟ್‌ಗೆ ಒಗ್ಗೋಲ್ಲಾಂತ ತಾನೇ ಹೇಳಿದ್ದು. ಪೂರ್ತಿಯಾಗಿ ಅಲ್ಲೇ ಇದ್ಬಿಡೋ ತೀರ್ಮಾನನಾ?" ಕೇಳಿದಳು. ಮಾತು ಮರೆಸುವ ಅಗತ್ಯವಿತ್ತು. ಒಂದು ರೀತಿಯ ಬಡಬಡಿಕೆ.

"ಇಲ್ಲ, ನಂಗೆ ವಾಪಸ್ಸು ಬರೋ ಮನಸ್ಸು. ಚಾರುಲತಗೆ ಇಷ್ಟವಿಲ್ಲಾಂತ ಅವ್ಳ ಮಾತು, ನಡತೆಯಿಂದ್ಲೇ ವ್ಯಕ್ತವಾಗುತ್ತೆ. ಮಗಳ ಹೆರಿಗೆಗೇಂತ ಬಂದ ಅವಳಮ್ಮ ಎಷ್ಟೊಂದು ಒಗ್ಗಿಕೊಂಡು ಬಿಟ್ಟಿದ್ದಾರೆಂದರೆ ಮತ್ತಷ್ಟು ತಿಂಗಳು ವೀಸಾ, ಪಾಸ್‌ಪೋರ್ಟ್ ಮುಂದುವರಿಸೋಕೆ ಸಾಧ್ಯಾನಾಂತ ಕೇಳೋಕೆ ಶುರು ಮಾಡಿದ್ದಾರೆ. ಇನ್ನು ಆಕೆಯ ಮಗಳು ಭಾರತಕ್ಕೆ ಹಿಂದಿರುಗೋಕೆ ಒಪ್ತಾಳಾ ಅನ್ನೋದು ಸಮಸ್ಯೆಯಾಗಬಹುದು. ಆದರೆ ಅದ್ನ ಸಮಸ್ಯೆಯಾಗಿ ತಗೋಬಾರದೂಂತ ತೀರ್ಮಾನ ಮಾಡಿದ್ದೀನಿ. ಆಗ ಅದರ ಸದ್ದಡಗಿ ಹದವಾಗುತ್ತೆ. ಇಲ್ಲ...." ಮುಗುಳು ನಕ್ಕ. ಅದರಲ್ಲಿ ನೋವು, ಬೇಸರ, ನಿರಾಸೆ ಇತ್ತು.

ಅಪೇಕ್ಷ ಮೇಲೆದ್ದು "ಸದ್ಯಕ್ಕಂತು ಇನ್ನು ಇಲ್ಲಿ ಇರ್ತೀಯಾಂತ ಆಯ್ತು. ನಾನು ನಾಳೆ, ನಾಳಿದ್ದು ಇರ್ತೀನಿ. ಮನೆ ಕಡೆ ಒಮ್ಮೆ ಬಾ. ಅತ್ತೆ, ಮಾವ ಬಂದರೇ ಹೇಳು" ಬಾಗಿಲತ್ತ ಹೊರಟಳು.

"ಏಯ್ ಹುಡ್ಗೀ..." ಅಂದಕೂಡಲೆ ಹಿಂದಿರುಗಿದಳು. "ನೀನು ಬೆಂಗ್ಳೂರು ಅಂಥ ಊರಿಗೆ ಹೋಗಿ ಕೆಲ್ಸ ಹಿಡಿದು ಒಂಟಿಯಾಗಿ ಇದ್ದೀ ಎಂದರೆ ನಂಗೆ ನಂಬೋಕೆ ಆಗ್ತಾ ಇಲ್ಲ. ನಿನ್ನ ವಿಶ್ವ.... ಮೂರು ಜನ ತಂಗಿಯರಲ್ಲಿ ನೀನೇ ಪುಕ್ಕಲೀಂತ ಹಂಗಿಸ್ತಾ ಇದ್ದ" ಮತ್ತದೇ ವಿಶ್ವ ಪ್ರತ್ಯಕ್ಷನಾದ. ಅವನನ್ನು ಬಿಟ್ಟು ಮಾತಾಡಲು ಸಾಧ್ಯವಿರಲಿಲ್ಲ.

ಅವಳ ಮುಖ ಮುದುಡಿತು. "ಬರೀ ವಿಶ್ವ ನಮ್ಮನ್ನು ಬಿಟ್ಟು ಹೋಗಿದ್ದಾನೇಂತ ಅಂದ್ಕೋಬಹ್ದು. ಆದರೆ ನಾವು ಇರೋವರ್ಗೂ ಇರ್ತಾನೆ. ಅವ್ನ ಸಾವಿನ ಆ ಕಡೆಯ ಮೆಟ್ಟಿಲಿಗೆ ಜಾರಿದ್ದಾನೆ. ನಾವು ಈ ಕಡೆ ಸರತಿ ಸಾಲಿನಲ್ಲಿ ನಿಂತಿದ್ದೀವಿ. ಯಾವಾಗ್ಲೋ... ಏನೋ...." ಅಂದ. ಅವಳ ದನಿ ಮತ್ತೆ ಚೇತರಿಸಿಕೊಂಡು "ಬಂದ ಅತಿಥಿಗೆ ಒಂದು ಔತಣಾಂತ ಇರುತ್ತಲ್ಲ. ನಾಳೆ ಕವನಾಗೆ ಔತಣ. ನೀನು ಮಧ್ಯಾಹ್ನದ ಊಟಕ್ಕೆ ಅಲ್ಲಿಗೆ ಬಾ" ಹೇಳಿಯೇ ಹೊರಟಿದ್ದು.

ಸತ್ಯ ಬಂದು ಹೊರಗಡೆಯೆ ನಿಂತು ಅವಳು ಹೋದತ್ತಲೇ ನೋಡಿದ. ವಿಶ್ವನಿಗೆ ಇವಳೊಂದರೆ ಪ್ರಾಣ. ಹೆಚ್ಚು ಗೋಳೊಯ್ದುಕೊಳ್ಳುತ್ತಿದ್ದುದು ಇವಳನ್ನ. ತಕ್ಷಣ ವಿಶ್ವನ ಹೆಂಡತಿ ಸುಕನ್ಯನ ನೆನಪಿಸಿಕೊಂಡ. ಮನೆಗೆ ಹೋದಾಗಲೂ ಸಿಕ್ಕಿರಲಿಲ್ಲ. ಅವಳ ಬಗ್ಗೆ

ಕೇಳಬೇಕಿತ್ತೆನಿಸಿತು. ಅಪ್ಪ, ಅಮ್ಮ ಹಿಂದಿರುಗಿದ ಕೂಡಲೇ ಕುತೂಹಲ ತಡೆಯಲಾರದೆ ಪ್ರಶ್ನಿಸಿಯೇಬಿಟ್ಟ.

"ಅಮ್ಮ, ವಿಶ್ವನ ಹೆಂಡ್ತಿ ಸುಕನ್ಯ ಎಲ್ಲಿ?"

"ಅವ್ಳು ಇಲ್ಯಾಕೆ ಇರ್ತಾಳೆ? ಅಪ್ಪ, ಅಮ್ಮನ ಹಿಂದೆ ವೈಕುಂಠ ಸಮಾರಾಧನೆಯ ದಿನನೇ ಹೋದ್ಲು. ಎಂಥ ಕೆಟ್ಟ ಜನ ಅಂದ್ಕೊಂಡಿದ್ದಿ? ಮಗನ್ನ ಕಳ್ಕೊಂಡ್ ಇಡೀ ಮನೆಯವರು ಗೋಳಾಡ್ತ ಇದ್ದರೆ ಅವಳಪ್ಪ 'ಹೋದೋನು ನಿಮ್ಮ ಮಗ ಹೋದ. ನಮ್ಮ ಮಗ್ಳ ಜೀವನಕ್ಕೆ ಏನಾದ್ರೂ ಕೊಡೀ' ಅಂತ ಕೂತ. ಅವೆಂಥ ಗಂಡು ಮಕ್ಕಳು, ಸೊಸೆಯಂದಿರು! ಸ್ವಲ್ಪ ಕೂಡ ಸಂಸ್ಕಾರ, ಮನುಷ್ಯತ್ವ ಬೇಡ್ವಾ? ದೊಡ್ಡದಾಗಿ ಜಗಳ ಮಾಡಿದ್ರು. ಚಿನ್ನ, ಬೆಳ್ಳಿ ಎಲ್ಲಾ ಎತ್ಕೊಂಡ್ ಹೋದ್ರು. ವಿಶ್ವ ಸುಮಾರು ಹಣ ಇಟ್ಟಿದ್ನಂತೆ. ಎಲ್ಲಾ ಖಾಲಿ ಮಾಡ್ಕೊಂಡ್ ಹೋದ್ಲು. ಅವಳೆಂಥ ಹೆಣ್ಣೋ? ಅಂಥ ಮಗನ್ನ ಕಳ್ಕೊಂಡು ಇಡೀ ಮನೆಯವರು ಗೋಳಾಡ್ತ ಇದ್ದರೆ, ಬಾಯಿಗೆ ಬಂದಂಗೆ ಮಾತಾಡ್ತಾ ಇದ್ದಾಗ ಒಂದೇ ಒಂದು ಮಾತಾಡಿ ಅವರ ಬಾಯನ್ನ ನಿಲ್ಲಿಸಲಿಲ್ಲ. ಅವ್ಳ ಉದ್ದೇಶ ಏನಿತ್ತೋ, ಏನೋ.... ಎಲ್ಲಾ ತೊರೆದುಕೊಂಡೇ ಹೋದಳು. ಸ್ವಂತ ಹೆಣ್ಣು ಮಕ್ಳಿಗಿಂತ ಅವಳ್ನ ಚೆನ್ನಾಗಿ ನೋಡ್ಕೊಂಡಿದ್ರು. ಸ್ವಲ್ಪ ಕೂಡ ನಿಯತ್ತು ಇಲ್ದ ಹೆಣ್ಣೇ. ಅಲ್ಹೋಗಿ ಅದೇನು ಸುಖ ಸುರ್ದುಕೋತಾಳೋ? ಅವಳಪ್ಪ ಎಂಥ ಹೀನ ಜಾತ್ಕದವನು, ಸಾವಿನ ಮನೆಯಲ್ಲಿ ಎಂಥೆಂಥ ಮಾತುಗಳನ್ನಾಡಿ ನೋಯಿಸ್ದ. ದೇವರು ಅನ್ನೋನು ಒಬ್ಬ ಇದ್ದರೆ ಖಂಡಿತ ಅವ್ರನ್ನ ಕ್ಷಮಿಸ್ಬಾರ್ದು" ಹಿಡೀ ಶಾಪ ಹಾಕಿದರು ವಿಶ್ವನ ಹೆಂಡತಿ ಸುಕನ್ಯಾಗೆ, ಅವಳ ತವರಿಗೆ. ಎಂಥ ಮನುಷ್ಯತ್ವ ಇಲ್ಲದ ಜನ ಅಂದುಕೊಂಡ.

ಆ ಕ್ಷಣ ಸತ್ಯನ ಮುಂದೆ ವಿಶ್ವರಥನ ಹೆಂಡತಿ ಬಂದು ನಿಂತಳು. ದೊಡ್ಡದಾಗಿ ಚೆಲುವೆಯಲ್ಲದಿದ್ದರೂ ಅಚ್ಚುಕಟ್ಟಾಗಿದ್ದಳು. ಎಂದೂ ಯಾರು ಅವಳನ್ನ ದೂರಿದ್ದಿಲ್ಲ. ಅಂತಹ ಸಾಮರಸ್ಯದ ಬಾಳ್ವೆಯಾಗಿತ್ತು. ವಿವಾಹವಾಗಿ ಎಂಟು ವರ್ಷಗಳಾಗಿದ್ದರೂ ಮಕ್ಕಳಿಲ್ಲವೆನ್ನುವ ಕೊರಗಿನ ಜೊತೆ ಗರ್ಭಕೋಶದಲ್ಲಿ ಸಣ್ಣಪುಟ್ಟ ತೊಂದರೆ ಇದೆ, ಮುಂದೆ ಆಗಬಹುದೆನ್ನುವ ಸೂಚನೆ ಸಿಕ್ಕಿದ್ದರಿಂದ ನಿರಾತಂಕವೇ. ಆ ವಿಷಯಕ್ಕಾಗಿ ಎಂದೂ ಯಾರು ಅವಳನ್ನು ಅಂದದ್ದಿರಲಿಲ್ಲ.

ಒಮ್ಮೆ ಪಾರ್ವತಮ್ಮ "ನಮ್ಮ ವಿಶ್ವನ ಹಿಂದೆ ಮದ್ವೆ ಆದವರಿಗೆಲ್ಲ ಎರಡೆರಡು ಮಕ್ಳು. ಇನ್ನು ನಮ್ಮ ಮನೆಯಲ್ಲಿ ತೊಟ್ಟಿಲು ಕಟ್ಟಿದ್ದಿಲ್ಲ" ದನಿ ತಗ್ಗಿಸಿಯೇ ಅಂದಿದ್ದಳು.

"ಅಯ್ಯೊ, ಸುಕನ್ಯ ಕಿವಿಗೆ ಬಿದ್ದೀತು, ನೊಂದುಕೊಂಡಾಳು. ಸ್ವಲ್ಪ ತಡವಾಗಿ ಆಗುತ್ತೆ. ಸಾಕಷ್ಟು ಹರಕೆ ಕಟ್ಟಿದ್ದೀವಲ್ಲ" ಇಂಥ ಸಮರ್ಥನೆ ಗಿರಿಜಮ್ಮನವರಿಂದ.

"ಈಗೇನಾಯ್ತು, ಸದ್ಯಕ್ಕೆ ಇರೋ ಮಕ್ಳನ್ನ ಸುಧಾರಿಸಿದರೇ ಸಾಕು. ಮೊದ್ಲು, ಆರತಿ ಮದ್ವೆ ಆಗ್ಬೇಕು. ಆಮೇಲೆ ಅಪೇಕ್ಷಗೆ ಗಂಡು ನೋಡಬೇಕು, ಹಿಂದೆಯೇ ಅದಿತಿ ಜೊತೆಗೆ ಅರುಣನ ವಿದ್ಯಾಭ್ಯಾಸದ ಬಗ್ಗೇನು ಗಮನ ಹರಿಸಬೇಕು" ಎನ್ನುತ್ತಿದ್ದ

ವಿಶ್ವರಥ. ಆ ಎಲ್ಲಾ ಜವಾಬ್ದಾರಿಗಳಿಗೆ ಹೆಗಲು ಕೊಡಲು ಸಿದ್ಧವಾಗಿದ್ದ ಅವನು ಇಷ್ಟೆಲ್ಲ ಬಿಟ್ಟು ಮಾಯವಾದದ್ದಾದರೂ ಹೇಗೆ? ತೀರಾ ಗೊಂದಲವೆನಿಸಿತು.

ಹೊರಗೆ ಬಂದು ನಿಂತವನು ದೂರಕ್ಕೆ ನೋಟ ಹರಿಸಿದ. ಅಪೇಕ್ಷ ಎಲ್ಲರೊಂದಿಗೆ ಹೆಜ್ಜೆ ಹಾಕುತ್ತಿದ್ದದ್ದು ಕಂಡಿತು. 'ಸತ್ಯ, ಅವನನ್ನ ನೋಡದೆ ಇರೋದೇ ಕಷ್ಟವಾಗಿದೆ? ಎಲ್ಲಿಗೆ ಹೋದ? ನಮ್ಮನ್ನೆಲ್ಲ ಬಿಟ್ಟು ಹೋಗೋಕೆ ಅವನಿಗೆ ಹೇಗೆ ಸಾಧ್ಯವಾಯಿತು?' ಎಂದು ಅತ್ತ ಅವಳ ಚಿತ್ರದ ಕಲ್ಪನೆಯ ಹೊಗೆ ಅಲ್ಲೆಲ್ಲ ಹರಡಿಕೊಂಡಂತಾಯಿತು.

ಎಷ್ಟೋ ಹೊತ್ತು ಅಲ್ಲಿಯೇ ನಿಂತಿದ್ದ. 'ವಿಶ್ವ ನೀನೆಲ್ಲಿ ಹೋದೆ?' ಅವನ ಮನ ಪ್ರಶ್ನಿಸಿತು.

* * * *

ಬೆಳಿಗ್ಗೆ ಶೇಷಪ್ಪಯ್ಯನವರು ಹೆಂಡತಿನ ಕರೆದು "ಅಪೇಕ್ಷ ಗೆಳತಿನ ಕರ್ಕಂಡು ಬಂದಿದ್ದಾಳೆ. ಒಂದಿಷ್ಟು ಸಿಹಿ ಮಾಡಿ ಬಡ್ಸು. ಈ ಕಡೆ ಹೊಸ್ಬ್ಳಂತ ಕಾಣುತ್ತೆ" ಎಂದು ಹೇಳಿ ದೇವರ ಕೋಣೆಗೆ ಹೋದರು. ದೀಪಗಳಿಗೆ ಬತ್ತಿ ಹಾಕಿ ಹೂ ಬಿಡಿಸಿಟ್ಟಿದ್ದರೇ, ಒಂದರ್ಧ ಗಂಟೆ ಶ್ಲೋಕಗಳನ್ನು ಹೇಳಿಕೊಳ್ಳುತ್ತ ಪೂಜೆ ಮಾಡಿ ಹುಡುಗರಿಗೆ ಮಂಗಳಾರತಿ, ತೀರ್ಥ ಅಂಥ ಕಾರ್ಯಕ್ರಮ ಮುಗಿದ ಮೇಲೆಯೇ ಉಪಾಹಾರದ ವ್ಯವಸ್ಥೆ.

ಮನೆಗೆ ಹಿರಿಯ ಅಂತ ಇದ್ದ ಪಾರ್ವತಮ್ಮನ ತಂದೆ ಯಾವುದೇ ಉಸಾಬರಿಗೆ ಬರುತ್ತಿರಲಿಲ್ಲ. ತೋಟ, ಮನೆಯ ಮಧ್ಯೆ ಓಡಾಟದ ಜೊತೆ ಹುಡಗರೊಂದಿಗೆ ಬೆರೆತು ಇದ್ದುಬಿಡುತ್ತಿದ್ದರು. ಪಕ್ವ ಜೀವಿ, ಮೌನಿಯೆ.

ಬಿಸಿ ಮಾಡಿದ ಹರಳೆಣ್ಣೆ ಬಟ್ಟಲು ಹಿಡಿದು ಬಂದ ಗಿರಿಜಮ್ಮ "ತಲೆಗೆ ಒಂದಿಷ್ಟು ಎಣ್ಣೆ ಹಚ್ಚೇನಿ. ಅಲ್ಲಿ ಎಣ್ಣೆ ಹಚ್ಕೊಂಡ್ ಎರಕೋತೀಯ? ನಿಂಗೆ ಮದ್ವೆ ಮಾಡಿ ಕಳ್ಸೋ ಬದ್ಲು ಕೆಲ್ಸಕ್ಕೇಂತ ಬೆಂಗ್ಳೂರಿಗೆ ಕಳ್ಸಬೇಕಾಯ್ತು. ವಿಶ್ವ ಇದ್ದಿದ್ರೆ ಹೀಗೆ ಆಗ್ತಾ ಇತ್ತ? ನಾವೆಲ್ಲ ಇದ್ಕೊಂಡ್ ಅವ್ನು ಹೇಗೆ ಹೋದ?" ಎಂದು ಕಣ್ಣಂಚು ಒದ್ದೆ ಮಾಡಿಕೊಂಡವರು ಬಟ್ಟಲು ನೆಲದ ಮೇಲಿಟ್ಟು ರೂಮಿಗೆ ಹೋಗಿ ಮುಸಿ ಮುಸಿ ಅನ್ನತೊಡಗಿದರು.

ಬಂದ ಶೇಷಪ್ಪಯ್ಯ "ಗಿರಿಜ ಇದು ಚೆಂದವಾ? ಅವ್ನ ಸತ್ಮೇಲು ದಂಡಿಸಬೇಕಾ? ಸಾವು ಅವ್ನ ಕೈಯಲ್ಲಿತ್ತ? ಬದ್ಕಬೇಕೂಂತ ಎಷ್ಟೊಂದು ಮಾತ್ರೆ ನುಂಗಿದ. ಎಷ್ಟೊಂದು ಸಲ ಬೆರಳಿಗೆ ಚುಚ್ಚಿಸ್ಕೊಂಡ್ ರಕ್ತ ಕೊಟ್ಟ. ಅವ್ನಿಗೂ ಬದ್ಕಬೇಕೂಂತಲೇ ಇತ್ತು ಕಣೇ. ಆಯುಸ್ಸು ಇರಬೇಕಲ್ಲ. ದೇವರು ಅವ್ನ ಹಣೆಯಲ್ಲಿ ಅಷ್ಟೆ ಆಯುಸ್ಸು ಬರೆದು ಕಳಿಸಿದ್ದು. ಸ್ವಲ್ಪ ಬದ್ಕಿರೋರ ಬಗ್ಗೆ ಯೋಚ್ಸು. ಆ ಹುಡ್ಗೀ ಎಲ್ಲರಿಗಿಂತ ಹೆಚ್ಚಾಗಿ ವಿಶ್ವನ್ನ ಹಚ್ಚಿಕೊಂಡಿದ್ಳು. ಈಗ ದೂರದ ಬೆಂಗ್ಳೂರಿನಲ್ಲಿದ್ದಾಳೆ. ಈ ಕಡೆಗೆ ಬರೋಕೆ ಹೆದರಿ ಅಲ್ಲೇ ಉಳಿದು ಒಳಗೊಳಗೆ ನೋವು ತಿಂದವಳು... ಏನೋ ಬಂದಿದ್ದಾಳೆ. ಜೊತೆಗೆ ಇನ್ನೊಂದು ಹುಡ್ಗೀ. ನೋವು, ದುಃಖ ಇದ್ದರೂ ಒಂದಿಷ್ಟು ಸಂತೋಷ ಕೂಡ

ಬದುಕೋಕೆ ಬೇಕು. ಇಲ್ಲದಿದ್ದರೇ ದಿನಗಳು ತಳ್ಳೋದು ಕಷ್ಟವಾಗುತ್ತೆ" ಹೆಂಡತಿಗೆ ಬುದ್ಧಿ ಹೇಳಿದರಾದರೂ ಅವರ ಕಣ್ಣಂಚಿನಲ್ಲೂ ಕಂಬನಿ ಇತ್ತು.

ಕಣ್ಣೊರೆಸಿಕೊಂಡು ಅಡಿಗೆ ಕೋಣೆಗೆ ಹೋಗಿ ಮತ್ತೆ ನಡುಮನೆಗೆ ಬಂದು "ಅಪೇಕ್ಷ ಬಾ ಇಲ್ಲಿ" ಕೂಗಿದವರು "ನಿನ್ನ ಗೆಳತಿನೂ ಕರೀ. ಒಂದಿಷ್ಟು ಎಣ್ಣೆ ಹಚ್ಚಿ ನಾಲ್ಕು ಚೊಂಬು ನೀರು ಹಾಕ್ತೀನಿ" ಎಂದು ಕರೆದರು.

ಬಂದ ಕವನ ಅಪೇಕ್ಷಗೆ ಎಣ್ಣೆ ಹಚ್ಚುತ್ತಿದ್ದುದನ್ನು ನೋಡಿ ಅಲ್ಲೇ ನಿಂತಳು. ಖಂಡಿತ ಅವಳಿಗೆ ಇದು ಅಭ್ಯಾಸವಿಲ್ಲ. ಸ್ವಲ್ಪ ಬುದ್ಧಿ ಬಂದ ಮೇಲೆ ಅವಳ ಎಲ್ಲಾ ಕೆಲಸಗಳನ್ನ ಅವಳೇ ಮಾಡಿಕೊಳ್ಳಬೇಕಿತ್ತು. ಅಗತ್ಯವೆನಿಸಿದರೆ ಮನೆಕೆಲಸದವಳ ಸಲಹೆ, ಸಹಕಾರ ಪಡೆದುಕೊಳ್ಳಬಹುದಿತ್ತು ಅಷ್ಟೆ. ಆದರೆ ತಾನಾಗಿ ಅವಳಮ್ಮ ತಲೆ ಬಾಚಿದ್ದು ಕೂಡ ಅವಳಿಗೆ ಸರಿಯಾಗಿ ನೆನಪಿರಲಿಲ್ಲ.

"ಬಾಮ್ಮ... ಕವನ" ಕೂಗಿದರು.

ಎರಡು ಕೈಗಳಿಂದ ಮುಖ ಮುಚ್ಚಿಕೊಂಡಳು ಗಾಬರಿಯಿಂದ. "ಅಯ್ಯೋ, ನಂಗೆ ಅಭ್ಯಾಸವಿಲ್ಲ. ಶಾಂಪುನಲ್ಲಿ ಕೂದಲು ತೊಳೆದುಕೊಂಡೇ ಅಭ್ಯಾಸ." ನಿರಾಕರಣೆಗೆ ಅರುಣ, ಅದಿತಿ ಪಕ್ಕನೆ ನಕ್ಕರು. ಈಗಲೂ ಅವರುಗಳ ತಲೆಯನ್ನು ಪಾರ್ವತಮ್ಮನೋ, ಗಿರಿಜಮ್ಮನೋ ಇಬ್ಬರಲ್ಲಿ ಒಬ್ಬರು ಉಜ್ಜಿಯೇ ನೀರು ಹಾಕಬೇಕು.

ಬಹಳ ಬಲವಂತದ ಮೇಲೆ ಎಣ್ಣೆ ಹಚ್ಚಿಸಿಕೊಂಡು ಸಂಕೋಚ, ನಾಚಿಕೆಯಿಂದ ನೀರು ಹಾಕಿಸಿಕೊಂಡ ಕವನ ಹೋಗಿ ಮಲಗಿಬಿಟ್ಟವಳು ಸಂಜೆಯೇ ಎದ್ದಿದ್ದು. ಏನೋ ಒಂದು ರೀತಿಯ ಹಗುರಾದಂಥ ಅನುಭವ. ಅವರೆಗೂ ಹುಡುಗರು, ಅಪೇಕ್ಷ ಜೊತೆ ಸತ್ಯೇಂದ್ರ ಕೂಡ ಊಟಕ್ಕಾಗಿ ಕಾದಿದ್ದ.

"ಏನ್ರೀ ಈಪಾಟಿ ನಿದ್ದೆ. ಸಂಪ್ರದಾಯಸ್ಥರ ಮನೆ. ಅತಿಥಿಗಳಿಗೆ ಬಡಿಸದೆ ಮನೆಯವರಿಗೆ ಬಡಿಸೋಲ್ಲ. ನಾವೆಲ್ಲ ಹಸಿದುಕೊಂಡಿದ್ದೀವಿ. ಬೇಗ ಊಟಕ್ಕೆ ರೆಡಿಯಾಗಿ" ಹಾಸ್ಯ ಮಾಡಿದ ಸತ್ಯೇಂದ್ರ.

ಅಟ್ಟ ಅಡುಗೆ ಅಕ್ಷಯವಾಗಲಿ
ಲಕ್ಷ ಮಂದಿಗೆ ಭೋಜನವಾಗಲಿ
ಲಕ್ಷ್ಮಿಪತಿ ಸತಿ ಸಮೇತ ಇಲ್ಲೆ ತಳ ಊರಲೀ!

ಇದನ್ನು ಹೇಳಿದ್ದು ಅರುಣ. ಅತಿಥಿಗಳನ್ನು ದೇವರೆಂದು ಕಾಣುವ ಸಂಪ್ರದಾಯ ನಮ್ಮದು. ಇದನ್ನ ಸತ್ಯೇಂದ್ರ ವಿವರಿಸಿದ.

ಒಟ್ಟಿಗೆ ಕೂತ ಪಂಕ್ತಿಯ ಊಟ. ಎಲ್ಲಾ ಈಗ ವಿಶ್ವ ಇದ್ದಿದ್ದರೆ ಚೆನ್ನಾಗಿತ್ತು ಎನ್ನುವ ಕಲ್ಪನೆಯಲ್ಲಿಯೇ ಊಟ ಮಾಡಿದರು. ಅವನ ನೆರಳು ಎಷ್ಟು ದಟ್ಟವಾಗಿ ಹಬ್ಬಿತ್ತೆಂದರೆ ಅದರಿಂದ ಪಾರಾಗುವಂತಿರಲಿಲ್ಲ. ಹೋದಷ್ಟು ದೂರವು ನೆರಳು ಕೊಡೆಯಾಗಿ ಹಿಂಬಾಲಿಸುತ್ತಿತ್ತು. ಅದರಡಿಯಲ್ಲಿಯೇ ಬದುಕು.

ಉಯ್ಯಾಲೆಯ ಮೇಲೆ ತಾತ ಕೂತರು. ಉಳಿದವರೆಲ್ಲ ಒಂದೊಂದು ಕಡೆ. ಶೇಷಪ್ಪಯ್ಯನವರು ಕೋಣೆಗೆ ಹೋದರು. ಗಿರಿಜಮ್ಮ, ಪಾರ್ವತಮ್ಮ ಊಟ ಮುಗಿಸಿ ಅಡಿಗೆ ಮನೆಯ ಬಾಗಿಲ ಬಳಿ ಕೂತರು.

ಕವನ ಒಂದೆರಡು ಸಲ ಅವರೆಡೆ ನೋಟ ಹರಿಸಿದಳು. ವೇಷ, ಭೂಷಣಗಳಲ್ಲಿ ಅಂಥ ದೊಡ್ಡದಾದ ವ್ಯತ್ಯಾಸವೇನು ಕಾಣುತ್ತಿರಲಿಲ್ಲ. ಅವರಿಬ್ಬರನ್ನು ಅಮ್ಮ ಅನ್ನುತ್ತಿದ್ದರು. ಅವಳಿಗೆ ಇದೊಂದು ಕನ್‌ಫ್ಯೂಷನ್. ಹಾಗೆಂದು ಇಷ್ಟು ಜನರಿರುವಾಗ ವ್ಯಕ್ತಪಡಿಸಲು ಸಾಧ್ಯವೇ?

ಅರುಣ ಅದಿತಿಯ ಕಿವಿಯ ಬಳಿ ಪಿಸುಗುಟ್ಟಿದ. "ಅದೇನೋ ಆಟ! ಮತ್ತೆ ಐನೂರು, ಸಾವಿರ ಗೆಲ್ಲಬಹುದು. ಹೇಗೂ ಕವನ ನಾಳಿದ್ದು ಬೆಳಿಗ್ಗೆ ಹೊರಟು ಹೋಗ್ತಾರಲ್ಲ." ಅವಳು ಬಾಯಿ ಮುಚ್ಚಿಕೊಂಡಳು.

ಕವನ ರೂಮಿಗೆ ಹೋಗಿ ತನ್ನ ಹ್ಯಾಂಡ್ ಬ್ಯಾಗ್ ಹಿಡಿದು ಬಂದು "ಈಗ ಹೊಸದೊಂದು ಬೊಂಬಾಟ್ ಆಟ. ಎಲ್ಲಾ ಭಾಗವಹಿಸಬಹುದು. ಜಗತ್ತಿನಲ್ಲಿ ಅತ್ಯಂತ ಅಚ್ಚರಿಯ ವಿಷಯ ಯಾವ್ದು?" ಕೇಳುತ್ತಿದ್ದಾಗೆ ಮೇಲೆದ್ದ ಸತ್ಯನ ತೋಳು ಹಿಡಿದು ಕೂಡಿಸಿದ ಅದಿತಿ "ಸತ್ಯ ಬಹುಮಾನ ಇರುತ್ತೆ. ಟಿ.ವಿ.ಯ ರಿಯಾಲಿಟಿ ಶೋಗಳಲ್ಲಿ ಇರುತ್ತಲ್ಲ ಬಂಗಾರದ ಕಾಸು, ರೇಶಿಮೆ ಸೀರೆ, ಹಣದ ಪ್ರೈಜು... ತುಂಬಾ ಚೆನ್ನಾಗಿರುತ್ತೆ. ಮೊನ್ನೆ ನಾವು ಐನೂರೂ ರೂಪಾಯಿ ಗೆದ್ವಿ. ಅಪೇಕ್ಷಗೆ 2 ಸಾವಿರ ಬೊಂಬಾಟ್ ಆಟ" ಎಂದಳು. ಅವನು ಜೋರಾಗಿ ನಕ್ಕುಬಿಟ್ಟ.

ಎಲ್ಲರ ಒತ್ತಡ, ಬಲವಂತದಿಂದ ಕೂತ.

"ಇದು ಬಹಳ ದೊಡ್ಡ ಪ್ರಶ್ನೆ. ಇಡೀ ಜಗತ್ತಿನಲ್ಲಿ ಅಚ್ಚರಿಯುಂಟು ಮಾಡುವಂಥ ಸಂಗ್ತಿ ಯಾವ್ದು? ಒಂದು ನಿಮಿಷ ಸಮಯಾವಕಾಶ. ಸರಿಯಾದ ಅರ್ಥಪೂರ್ಣ ಉತ್ತರ ಹೇಳಲಾಗದಿದ್ದರೇ ಅವರು ಐದುನೂರು ರೂಪಾಯಿ ಕೊಡಬೇಕಾಗುತ್ತೆ. ಇಲ್ಲ ಗೆದ್ದರೇ ಐದು ಸಾವಿರ ರೂಪಾಯಿಗಳು" ಅಂದು ಘೋಷಿಸಿದ ಕೂಡಲೇ ಅದಿತಿ, ಅರುಣನ ತೋಳು ಜಗ್ಗಿ 'ಬೇಡ' ವೆನ್ನುವಂತೆ ತಲೆ ಅಡ್ಡಡ್ಡ ಆಡಿಸಿದಳು.

ಸತ್ಯ ತಲೆದೂಗಿ "ಒಂದು ವಿಷ್ಯ, ಇದು ಜಗತ್ತಿಗೆ ಸಂಬಂಧಿಸಿದ ಪ್ರಶ್ನೆ. ಪ್ರಶ್ನೆ ಚಿಕ್ಕದಾಗಿ ಕಂಡರೂ ಉತ್ತರ ವಿಶಾಲವಾಗಿರುತ್ತೆ. ಬಹುಶಃ ಒಂದು ನಿಮಿಷ ಅವಧಿ ಉತ್ತರ ಶುರು ಮಾಡೋಕೋ, ಮುಗಿಸೋಕೋ ಗೊತ್ತಿಲ್ಲ" ಎಂದ.

ಎರಡು ಕ್ಷಣ ಸುಮ್ಮನಿದ್ದ ಕವನ "ಶುರು ಮಾಡೋಕೆ" ಎಂದು ಬ್ಯಾಗ್‌ನಿಂದ ಸಾವಿರದ ಐದು ಗರಿಮುರಿಯ ಕೆಂಪು ನೋಟುಗಳನ್ನು ತೆಗೆದಿಟ್ಟು "ರೆಡಿನಾ, ಈಗ ಶುರುವಾಗುತ್ತೆ ನಿಮ್ಮ ಸಮಯ" ಅಂದಳು. ಐವತ್ತು ಸೆಕೆಂಡ್‌ಗಳು ಜಾರಿತು. ಅಪೇಕ್ಷ ದಿವ್ಯ ಮೌನವಹಿಸಿದ್ದಳು. ಅವಳಿಗೆ ತುಟಿ ತೆರೆಯುವ ಇಚ್ಛೆ ಇರಲಿಲ್ಲ.

"ಮಹಾಭಾರತದ ಒಂದು ಪ್ರಸಂಗನ ವಿವರಿಸಬೇಕಾಗುತ್ತೆ. ತನ್ನ ತಮ್ಮಂದಿರೆಲ್ಲ ಸತ್ತು ಒರಗಿದಾಗ ಧರ್ಮರಾಯ ಕೊಳದ ಬಳಿ ಬರುತ್ತಾನೆ. ಆಗ ಯಕ್ಷ ಒಂದು ಪ್ರಶ್ನೆ ಹಾಕುತ್ತಾನೆ. ಈ ಜಗತ್ತಿನಲ್ಲಿ ಅತ್ಯಂತ ಆಶ್ಚರ್ಯಕರ ಸಂಗತಿ ಯಾವುದು? ಆಗ

ಧರ್ಮರಾಯನ ಉತ್ತರ 'ಅಹನ್ಯಹನಿ ಭೂತಾನಿ ಪ್ರವಿಶಂತಿ ಯಮಾಲಯಂ' ಪ್ರತಿ ಕ್ಷಣವು ಜೀವಿಗಳು ಯಮಲೋಕ ಸೇರುತ್ತಿದ್ದರೂ ತಾನು ಮಾತ್ರ ಶಾಶ್ವತ ಎಂದುಕೊಳ್ಳುತ್ತಾನೆ ಮಾನವ. ಅದಕ್ಕಿಂತ ಆಚ್ಚರಿಯಾದ ಸಂಗತಿ ಮತ್ತೊಂದಿಲ್ಲ. ಈ ಜಗತ್ತು ಆ ಬೇಸ್ ಮೇಲೆ ಇರೋದು. ಒಂದು ಸಣ್ಣ ಉದಾಹರಣೆ, ನಮ್ಮ ವಿಶ್ವನ ಹೆಂಡ್ತಿ, ಸುಕನ್ಯ, ಅವನು ಸತ್ತ ಕ್ಷಣದಿಂದ ತನ್ನ ಬದ್ಕಿನ ಬಗ್ಗೆ ಯೋಚ್ಸಿ ಸಿಕ್ಕಿದ್ದೆಲ್ಲ ಗಂಟು ಕಟ್ಟಿಕೊಂಡ್ ತವರು ಮನೆ ಸೇರಿದಳಂತೆ. ಅವರಿಬ್ಬರದು ಅನ್ಯೋನ್ಯ ದಾಂಪತ್ಯವೇ ಆಗಿತ್ತು! ಆದರೆ ಅವನು ಹೆಣವಾಗಿ ಮಲಗಿದ ಕ್ಷಣದಿಂದಲೇ ತನ್ನ ಬದ್ಕಿನ ಚಿಂತನೆ ನಡೆಸಿದ್ದು ಹೇಗೆ? ಇದಕ್ಕಿಂತ ಇನ್ನೊಂದು ಆಶ್ಚರ್ಯ ಸುದ್ದಿಯುಂಟಾ? ಬರ್ತೀನಿ... ಅಮ್ಮ ಹುಡ್ಕಿಕೊಂಡು ಬಂದುಬಿಡ್ತಾಳೆ" ಮೇಲೆದ್ದ.

ಕವನ ತಟಸ್ಥಳಾದಳು. ಸದಾ ಅಣ್ಣ... ಅಣ್ಣ ಎಂದು ಜಪಿಸುವ ಪ್ರತಿಯೊಂದು ಮಾತಿನಲ್ಲು ನುಸುಳುವ ವಿಶ್ವ ಇಲ್ಲ! ಅವಳ ತಲೆ ಧಿಮ್ಮೆಂದಿತು.

"ನಿಮ್ಮ ಉತ್ತರ ಸರ್‍ಯಾಗಿದೆ" ಎಂದು ಹೊರಟವನನ್ನು ನಿಲ್ಲಿಸಿ "ಪ್ಲೀಸ್ ತಗೊಳ್ಳಿ, ನೀವು ಗೆದ್ದಿದ್ದೀರಿ. ನಾನು ಶಾಲೆಯ ಪುಸ್ತಕಗಳನ್ನು ಬಿಟ್ಟು ಬೇರೇನೂ ಓದಿಕೊಂಡಿಲ್ಲ" ಅಂದವಳ ಮುಖದಲ್ಲಿ ಮ್ಲಾನತೆ ಇತ್ತು.

"ಬೇಡ, ನಾನೇನು ಆಟಕ್ಕೇಂತ ಕೂತಿದ್ದಲ್ಲ. ಸಾರಿ, ಮನಸ್ಸಿನ ತುಡಿತ ಬೇರೊಂದು ರೂಪದಲ್ಲಿ ಹೊರಬಿತ್ತು" ನಿರಾಕರಿಸಿ ಹೊರಟೇಬಿಟ್ಟ. ಕವನ ಎಷ್ಟು ಕಂಗೆಟ್ಟಳೂಂದರೇ, ಇವರೆಲ್ಲ ಅಣ್ಣ, ವಿಶ್ವ ಎನ್ನುತ್ತಿದ್ದರೇ ಎಲ್ಲೋ ಹೋಗಿರಬಹುದೆಂದು ತಿಳಿದಳೇ ವಿನಹ, ಈಗ ತೀರಾ ಇಲ್ಲವಾಗಿದ್ದುಬಿಟ್ಟಿದ್ದರಿಂದ ತುಂಬ ನೋವು ಮಾಡಿಕೊಂಡು ಅಪೇಕ್ಷಳ ಕೈ ಹಿಡಿದುಕೊಂಡು "ಸಾರಿ, ಇಷ್ಟು ನೋವನ್ನ ಅರಗಿಸಿಕೊಂಡು...." ಮೆಲುನಗೆ ಬಿರಿದ ಅವಳು "ಬೇರೆಯವ್ರಿಗೆ ತೀರಾ ಹಳೆಯ ವಿಷ್ಯವೇ. ಅವ್ನು ಸತ್ತು ಈಗಾಗಲೇ ಎರ್ಡು ವರ್ಷದ ಮೇಲೆ ಎರಡು ತಿಂಗಳಾಗಿದೆ. ಸಾವು ಅನ್ನೋದು ಅಪರಿಚಿತವಲ್ಲ. ಹುಟ್ಟಿನೊಂದಿಗೆ ಥಳಕು ಹಾಕಿಕೊಂಡಿರುತ್ತೆ. ಮೊನ್ನೆ ಮೊನ್ನೆಯವರೆಗೂ ನಮ್ಮೊಂದಿಗೆ ಇದ್ದವರು ಇಂದು ಇರೋಲ್ಲ. ಅರಗಿಸಿಕೊಳ್ಳೋದು ಕಷ್ಟ. ಆದರೆ ಕ್ಷಣ ಭಂಗುರದ ಸಂಬಂಧ ನಶ್ವರ ಅನ್ನೋ ಸತ್ಯ ತಿಳ್ಕೊಂಡ್ ಶಾಂತವಾಗಬೇಕಷ್ಟೆ.... ಈಗ್ಬಾ.... ನಮ್ಮಣ್ಣನ ಕೋಣೆ ನೋಡು. ಅವನದು ಒಂದು ರೀತಿಯ ಅಪರೂಪದ ಕ್ಯಾರೆಕ್ಟರ್. ಪ್ರೀತಿಗೆ ಪ್ರತಿರೂಪ ಅನ್ನಂಗೆ ಎಲ್ಲರನ್ನ ಹಚ್ಕೊಂಡ್ ಬಿಡೋನು" ಸ್ವಲ್ಪ ಗೆಲುವನ್ನು ನಟಿಸುತ್ತ ಕೋಣೆಗೆ ಕರೆದೊಯ್ದಳು. ಸಾಧಾರಣವಾಗಿ ಮನೆಯ ಎಲ್ಲ ಕೋಣೆಗಳಂತೆ ಇತ್ತು. ಟೇಬಲ್ಲಿನ ಮೇಲೆ ನಸುನಗು ಬೀರುವ ಯುವಕನ ಚಿತ್ರ. ಮುಖ ತುಂಬಿಕೊಂಡು ಹ್ಯಾಂಡ್‌ಸಮ್ ಹಾಗೆ ಕಂಡ.

"ಇವ್ನೆ ವಿಶ್ವರಥ. ಸತ್ಯೇಂದ್ರ ಅವ್ನು ಓರಗೆಯವರು. ಆಟವಾಡಿ, ಜಗಳವಾಡಿ ಬೆಳೆದವರು. ತುಂಬ ಸ್ನೇಹಪರ. ಮನೆಯಲ್ಲಿ ಎಲ್ಲರ ಪರ ಅವನ ವಕಾಲತ್ತು. ರಾಮಾಯಣ ಅಂದರೆ ಅವನಿಗೆ ಬಹಳ ಇಷ್ಟ. ಆ ಬಗ್ಗೆ ಬಂದ ಪ್ರತಿಯೊಂದು

ಲೇಖನವನ್ನು ಮಾತ್ರವಲ್ಲ ಕೃತಿಗಳನ್ನು ಕೂಡ ಸಂಗ್ರಹಿಸಿದ್ದಾನೆ. ವಾಲ್ಮೀಕಿ ರಾಮಾಯಣ ಒಂದು ಆದಿಕಾವ್ಯ. ಸಂಸ್ಕೃತ ಸಂಗ್ರಹದೊಂದಿಗೆ, ಅದರ ಅನುವಾದವನ್ನು ಸಂಗ್ರಹಿಸಿದ್ದಾನೆ" ಎಂದು ಜೋಡಿಸಿಟ್ಟ ಕೃತಿಗಳನ್ನು ಒಂದೊಂದಾಗಿ ಆರುಹಿದಳು. "ತಮಿಳಿನಲ್ಲಿ ಕಂಬರು ರಚಿಸಿರುವ ಇರಾಮಾವತಾರಮ್, ಹಿಂದಿಯ ತುಳಸೀದಾಸರು ರಚಿಸಿರುವ ರಾಮಚರಿತ ಮಾನಸ್. ಇನ್ನೊಂದು ಕನ್ನಡ ನಾಗಚಂದ್ರ ಕವಿಯ ರಾಮಚಂದ್ರ ಚರಿತ ಪುರಾಣ. ಹನ್ನೆರಡನೆ ಶತಮಾನದ್ದು. ಬೇರೆಲ್ಲ ರಾಮಾಯಣಗಳು ವೈದಿಕ ರಾಮಾಯಣವನ್ನು ಅನುಸರಿಸಿದರೇ, ಈ ಕೃತಿ ಅವೈದಿಕ ಸಂಪ್ರದಾಯ ಸೃಷ್ಟಿಸಿದ ಕಾವ್ಯ. ಪಾತ್ರಗಳನ್ನು ಸೃಷ್ಟಿಸುವ ದೃಷ್ಟಿಕೋನ ಇಲ್ಲಿ ವಿಭಿನ್ನವಾಗಿದೆ" ಪ್ರತಿಯೊಂದನ್ನು ವಿವರಿಸಿದಾಗ ತಲ್ಲೀನಚಿತ್ತಳಾಗಿ ಕೇಳಿದಳು.

ತುಳಸೀದಾಸರ ರಾಮಚರಿತ ಮಾನಸ್ ಕೈಯಲ್ಲಿ ಹಿಡಿದು ಮೊದಲ ಪುಟ ತಿರುವಿದಳು. ನೋಟ ಅಲ್ಲಿಯೇ ನಿಂತಿತ್ತು. 'ವಿಶ್ವರಥ' ಪುಟ್ಟದಾಗಿ ಸಹಿ ಹಾಕಿ ತಾರೀಖನ್ನು ನಮೂದಿಸಿದ್ದ. ಕೈ ಬೆರಳುಗಳಿಂದ ತಡವಿದಾಗ ದುಃಖ ನುಗ್ಗಿತು. ತಟ್ಟನೆ ಕಣ್ಣೊರೆಸಿಕೊಂಡು ಉಸುರಿದ್ದು.

"ಇದು ನಮ್ಮ ವಿಶ್ವಣ್ಣನ ಸಹಿ, ಅವನು ತೀರಿಕೊಂಡ ಮೇಲೆ ಈ ಕೋಣೆಗೆ ಬರ್ತಾ ಇರೋದು ಎರಡನೆ ಸಲವೋ, ಮೂರನೇ ಸಲವೋ! ಇವೆಲ್ಲ ಅವನ ಸಂಗ್ರಹವೇ. ಪುಸ್ತಕ ಭಂಡಾರದ ವೃದ್ಧಿಯ ಜೊತೆಗೆ ಫೋಟೋಗ್ರಫಿ ಅವನ ಹಾಬಿ, ತೆಗೆದಿಟ್ಟ ಫೋಟೋಗಳೆಷ್ಟೋ? ಅವನ್ನ ನಾವೇನು ಮಾಡೋಣ? ಒಂದೂ ತೋಚೋಲ್ಲ. ಜಗತ್ತಿನಲ್ಲಿನ ಮಾನವ ಪೀಳಿಗೆ ಎಲ್ಲಾ ಬಿಟ್ಟುಹೋಗುವ ಸಲುವಾಗಿ ಇಷ್ಟೆಲ್ಲ ಸಂಗ್ರಹಿಸಬೇಕಾ? ಇಂಥ ನೂರಾರು ಪ್ರಶ್ನೆಗಳು. ಅಣ್ಣ ಸಾವು ನನ್ನ ಮುಗ್ಧತೆ, ಚಿಂತನೆಯಲ್ಲಿಯೇ ಅಪಾರವಾದ ಬದಲಾವಣೆ ತಂದಿದೆ. ಎಲ್ಲಿ ಹೋದ ವಿಶ್ವ? ಅವನನ್ನ ಒಮ್ಮೆ ನೋಡಬೇಕು. ಮನಸ್ಸಿನಲ್ಲಿನ ಭಾವನೆಗಳನ್ನ ಅವನ ಮುಂದೆ ಹೊರ ಚೆಲ್ಲಬೇಕು? ಇಂಥ ಭಾವನೆಗಳ ಸಂಘರ್ಷದಿಂದ ತುಂಬ ನೊಂದಿದ್ದೀನಿ. ಅದಕ್ಕೆ ಇಲ್ಲಿಗೆ ಬರಲೇ ಹೆದರಿಕೆ. ವಿಶ್ವಣ್ಣನಿಲ್ಲದ ವಿಷ್ಣುಕಟ್ಟೆ...." ಮತ್ತೆ ಕಣ್ಣೀರು ಸುರಿಸಿ ಆ ಕಡೆ ತಿರುಗಿಕೊಂಡಳು.

ಕವನ ಅವಳ ಕೈ ಹಿಡಿದು ಅದುಮಿದಳು.

ಸ್ವಲ್ಪ ಸುಧಾರಿಸಿಕೊಂಡ ಅಪೇಕ್ಷ "ನಮ್ಮಣ್ಣ ಈ ತುಳಸೀದಾಸರ ರಾಮಚರಿತಮಾನಸ್‌ನ ಬಹಳ ಇಷ್ಟಪಡುತ್ತಿದ್ದ. ಆ ಕೃತಿಯ ಬಗೆಗಿನ ಒಂದು ದಂತಕತೆಯನ್ನು ಹೇಳಿದ್ದ.

"ಹದಿನಾರನೇ ಶತಮಾನದಲ್ಲಿ ಕಾಶಿಯ ಪಂಡಿತವರ್ಗ ತುಳಸೀದಾಸರ ರಾಮಾಯಣವನ್ನು ಅನುಮಾನದಿಂದ ನೋಡಿದಾಗ, ದೇವಾಲಯ ಒಂದರ ಗರ್ಭಾಂಕಣದಲ್ಲಿ ಸಂಸ್ಕೃತವನ್ನು ಒಳಗೊಂಡು ಬೇರೆ ಬೇರೆ ಭಾಷೆಗಳಲ್ಲಿ ರಚಿತವಾದ ರಾಮಾಯಣಗಳನ್ನು ಒಂದರ ಮೇಲೆ ಒಂದರಂತೆ ಪೇರಿಸಿ ಇಟ್ಟರಂತೆ. ಮರುದಿನ ಬೆಳಿಗ್ಗೆ ನೋಡಿದರೆ ಎಲ್ಲ ಗ್ರಂಥಗಳ ಅಡಿಯಲ್ಲಿ ಇಟ್ಟಿದ್ದ ತುಳಸೀದಾಸರ ರಾಮಾಯಣ

ಉಳಿದೆಲ್ಲ ರಾಮಾಯಣಗಳ ಮೇಲೆ ಇತ್ತಂತೆ! ಇದನ್ನೆಲ್ಲ ಹೇಳೋನು. ಇಡೀ ರಾತ್ರಿಗಳಲ್ಲಿ ನಿದ್ದೆಗೆಟ್ಟು ಓದೋನು. ಬಿ.ಎಸ್‌ಸಿ ಕಂಪ್ಲೀಟ್ ಮಾಡಿದ್ದ. ಹೊರ್ಗೆ ಹುಡುಕಿದ್ದರೆ ಒಂದು ಕೆಲ್ಸ ಸಿಗೋದು. ತೋಟ, ಮನೆ ಇಲ್ಲಿನ ಜನರನ್ನು ನೆಚ್ಚಿಕೊಂಡು ಕೂತ. ಅದು ನಮ್ಮ ಅತ್ತಿಗೆ ಸುಕನ್ಯಗೆ ಇಷ್ಟವಿದ್ದಂಗೆ ಕಂಡಿರಲಿಲ್ಲ. ಆದರೆ ಅವನ ದೃಢತೆಯನ್ನು ಅಲುಗಾಡಿಸಲು ಸಾಧ್ಯವಿರಲಿಲ್ಲ" ಮನಸ್ಸು ಬಿಚ್ಚಿ ಎಲ್ಲಾ ಹೇಳಿಕೊಂಡಳು.

ಇಬ್ಬರು ಹೊರಗೆ ಬಂದಾಗ ಮಧ್ಯಾಹ್ನವೇ ಆಗಿತ್ತು. ಒಂದೆರಡು ಸಲ ಪಾರ್ವತಮ್ಮ, ಗಿರಿಜಮ್ಮ ಬಂದು ಇಣುಕಿದರೇ ವಿನಹಃ ಕೂಗಲಿಲ್ಲ. ವಿಶ್ವನಿಲ್ಲದ ಮನೆ, ಬದುಕಿಗೆ ಅವರು ಹೊಂದಿಕೊಳ್ಳುವ ಅಗತ್ಯವಿತ್ತು.

ತಟ್ಟನೇ ನೆನೆಪಿಸಿಕೊಂಡ ಕವನ "ಅದು ಆಟ ಅಂದ್ಕೊಂಡರೋ ಬಿಟ್ಟರೋ, ಐದು ಸಾವಿರವಂತು ಅವರದ್ದೇ. ಈಗ ನೋಡ್ತಾ ಇದ್ದರೇ ನಾನು ಕಲಿತಿದ್ದು, ತಿಳಿದಿದ್ದು ಸ್ವಲ್ಪವೇ. ಬೆಂಗ್ಳೂರಿಗೆ ಬಂದಿದ್ದು ಒಳ್ಳೆದಾಯ್ತು. ವಿಶಾಲವಾದ ಜಗತ್ತನ್ನು ನೋಡದೆ ಅಮ್ಮ ಅಪ್ಪ ನಿರ್ಮಿಸಿಕೊಟ್ಟ ಸ್ವತಂತ್ರ ಎನ್ನುವ ಬದುಕಷ್ಟೆ ಎಂದು ತಿಳಿದಿದ್ದೆ. ಸತ್ಯೇಂದ್ರನ ಮನೆಗೆ ಹೋಗಿಬರೋಣ್ವಾ?" ಕೇಳಿದಾಗ ಹ್ಲೂಂಗುಟ್ಟಿದಳು.

ಅಮ್ಮಂದಿರಿಗೆ ಅಡುಗೆ ಮನೆಯಲ್ಲಿ ಸಹಾಯ ಮಾಡುತ್ತಿದ್ದ ಆರತಿ ಎರಡು ಲೋಟ ಬೆಲ್ಲದ ಪಾನಕ ಮಾಡಿ ತಂದುಕೊಟ್ಟಳು.

"ಇದು ನೀವುಗಳು ಕುಡ್ಯೋ ಜ್ಯೂಸ್ ತರಹ ಅಲ್ಲ. ಮನೆಯಲ್ಲಿ ಮಾಡಿದ ಪಾನಕ, ತುಂಬ ರುಚಿನೇ"

ಮೊದಲು ಕವನ ಅನುಮಾನಿಸಿದರೂ ಪೂರ್ತಿಯಾಗಿ ಕುಡಿದು ಇಟ್ಟೇ ಮೇಲಿದ್ದೆದ್ದು "ತುಂಬ ಟೇಸ್ಟೀಯಾಗಿದೆ. ಆರತಿ ನೀನು ನಮ್ಜೊತೆ ಬಂದ್ಬಿಡು. ಕಂಪನಿ ತುಂಬ ಚೆನ್ನಾಗಿರುತ್ತೆ" ಅಂದು "ಹೋಗೋಣ ಅಪೇಕ್ಷ" ಅವಳತ್ತ ನೋಟ ಹರಿಸಿದಳು.

ಆ ವೇಳೆಗೆ ಪಾರ್ವತಮ್ಮ ಹೊರಬಂದು "ಮೊದ್ಲು ತೋಟಕ್ಕೆ ಹೋಗಿ ಸತ್ಯೇಂದ್ರನ ಮನೆಗೆ ಹೋಗು. ಅಲ್ಲೇ ಊಟಕ್ಕೆ ನಿಲ್ಲಬೇಡ. ಅಕ್ಕ ಏನೇನೋ ಮಾಡೋಕೆ ಹಚ್ಕೊಂಡ್ ಇದ್ದಾಳೆ" ಎಂದು ಮುಟ್ಟಿಸಿ ಹೋಗಿದ್ದರು.

ಇಬ್ಬರು ತೋಟದ ಕಡೆ ಹೊರಟರು. ಅರುಣ, ಅದಿತಿ ಶಾಲೆಗೆ ಹೋಗಿದ್ದರಿಂದ ಮನೆ ಒಂದು ರೀತಿಯಲ್ಲಿ ನಿಶ್ಶಬ್ದ. ತಾತ ಉಪಾಹಾರದ ನಂತರ ತೋಟಕ್ಕೆ ಹೋದರೆ ಸಂಜೆಯೇ ಬರೋದು. ನಂತರವೇ ಅವರ ಊಟ.

"ಇಲ್ಲಿ ಜನ ಸಿಕ್ಕರೆ ಕೆಲವು ನಿಮಿಷಗಳಾದ್ರೂ ನಿಂತು ಮಾತಾಡಿಸ್ತಾರೆ. ಸಿಟಿಗಳಲ್ಲಿ ಅಂಥ ಪದ್ಧತಿ ಇಲ್ಲ." ಮುಂಬಯಿಯ ತಾವು ವಾಸಿಸುತ್ತಿದ್ದ ಏರಿಯಾ ಬಳಿಯಲ್ಲಿನ ಜನರ ಬಗ್ಗೆ ಹೇಳುತ್ತಿದ್ದ ಕವನ ತಟ್ಟನೆ "ಇಫ್ ಯು ಡೋಂಟ್ ಮೈಂಡ್, ಇದು ಆಟ ಅಲ್ಲ, ಸ್ವಲ್ಪ ಸೀರಿಯಸ್ಸಾದ ಪ್ರಶ್ನೆಯೆ. ಪಾರ್ವತಮ್ಮ, ಗಿರಿಜಮ್ಮ ಇಬ್ಬರಲ್ಲಿ ನಿಮ್ಮ ತಾಯಿ ಯಾರು?" ಕುತೂಹಲ ಹತ್ತಿಕ್ಕಲಾರದೆ ಪ್ರಶ್ನಿಸಿದಳು.

"ಇಬ್ಬರೂನೂ..." ಅಂದ ಕೂಡಲೆ ಕವನ ಕಣ್ಣರಳಿಸಿ "ಅದು ಹೇಗೆ? ತಪ್ಪಿದ್ದರೇ ಏನು ಅಂದ್ಕೋಬೇಡ. ಕೃಷ್ಣನಿಗೆ ಹೆತ್ತ ತಾಯಿ, ಸಾಕಿದ ತಾಯಿ ಇಬ್ಬರಿದ್ದರಂತೆ. ಹಾಗಾ, ಹಾಗಾದರೇ ಹೆತ್ತ ತಾಯಿ ಯಾರು? ನಾನು ಸೂಕ್ಷ್ಮವಾಗಿ ಗಮನಿಸಿದೆ. ಇಬ್ಬರನ್ನೂ ಅಮ್ಮ ಅಂತ ಕರೀತೀಯ.... ಇಬ್ಬರೂ ಒಂದೇ ತರಹ ನೋಡ್ತಾರೆ. ಟೋಟಲಿ ಐ ಯಾಮ್ ಫುಲ್ಲೀ ಕನ್‌ಫ್ಯೂಸ್ಡ್, ಪ್ಲೀಸ್..." ರಿಕ್ವೆಸ್ಟ್ ಮಾಡಿಕೊಂಡಳು.

"ನಂಗೆ ಇಬ್ಬರಲ್ಲೂ ಅಂಥ ವ್ಯತ್ಯಾಸವೇನು ಇಲ್ಲ. ನಾನು, ಅದಿತಿ, ಅರುಣ ಪಾರ್ವತಮ್ಮನ ಮಕ್ಳು. ವಿಶ್ವರಥ, ಆರತಿ, ಗಿರಿಜಮ್ಮನ ಮಕ್ಳು. ನಮ್ತಂದೆ ಇಷ್ಟಪಟ್ಟು ಆದ ಮದ್ವೆಯೇನು ಅಲ್ಲ ಎರಡನೆಯದು. ಶೇಷಪ್ಪಯ್ಯನ ಮೊದಲ ಹೆಂಡ್ತಿ ಗಿರಿಜಮ್ಮನೆ. ಮದ್ವೆಯಾಗಿ ಐದು ವರ್ಷವಾದ್ರೂ ಮಕ್ಕಳಾಗದಿದ್ದಕ್ಕೆ ತಾತ, ಅಜ್ಜಿ ತಾವು ಮೊಮ್ಮಕ್ಕಳನ್ನ ನೋಡದೇ ಎಲ್ಲಿ ಸಾಯ್ತೀವೋಂತ ಬಲವಂತದಿಂದ ವಿವಾಹ ಮಾಡಿದ್ದು. ಆದರೆ ಮೊದ್ಲು ಮಕ್ಕಳಾಗಿದ್ದು ಗಿರಿಜಮ್ಮನಿಗೇನೇ. ವಿಶ್ವರಥ ಹುಟ್ಟಿದಾಗ ಆಕಾಶ ಧರೆಗಿಳಿದಂತೆ. ಆಮೇಲೆ ಆರತಿ ಹುಟ್ಟಿದ ನಂತರವೇ ನಾವು ಮೂವರು ಈ ಲೋಕಕ್ಕೆ ಬಂದಿದ್ದು. ಸದ್ಯಕ್ಕೆ ಇಷ್ಟು ಸಾಕಲ್ವಾ?"

"ಫೆಂಟ್ಯಾಸ್ಟಿಕ್, ಅದ್ಹೇಗೆ ಇಬ್ಬರು ಹೆಂಡತಿಯರು ಒಂದೇ ಮನೆಯಲ್ಲಿ? ಅಯ್ಯೋ, ನಮ್ಮ ಫ್ಲ್ಯಾಟ್‌ನ ಪಕ್ಕದ ಫ್ಲ್ಯಾಟ್‌ನಲ್ಲಿ ಒಬ್ಬ ಮಾರ್ವಾಡಿ ಇದ್ದಾನೆ. ಎರಡು ಹೆಂಡ್ತೀರು. ಬೇರೆ ಬೇರೆ ಕಡೆ ವಾಸ. ಆಗಾಗ ಆಕೆ ಬಂದು ಈಕೆ ಮೇಲೆ ಫೈಟಿಂಗ್‌ಗೆ ಬೀಳ್ತಾಳೆ. ಮೊದ್ಲು ಮಾತಿನ ಜಗಳ, ಆಮೇಲೆ ಕೈ ಕೈ ಮಿಲಾವಣೆ. ಭರ್ಜರಿ ನೋಟ. ಸಾಕಷ್ಟು ಸಲ ನೋಡಿದ್ದೀನಿ. ನನ್ನ ಡ್ಯಾಡಿ ತಲೆ ಮೇಲೆ ಕೈಯಾಡಿಸುತ್ತ, 'ಅವನೊಬ್ಬ ಫೂಲ್, ಒಂದು ಹೆಂಡ್ತಿನ ಸೈರಿಸಿಕೊಳ್ಳೋದೆ ಕಷ್ಟ. ಇನ್ನ ಎರಡನೆಯದು, ಎಂದೋ ಅವರಿಬ್ರೂ ಸೇರಿ ಅವನನ್ನ ಮರ್ಡರ್ ಮಾಡಿಬಿಡ್ತಾರೆ' ಅನ್ನುತ್ತಿದ್ದರು. ಆ ಮನುಷ್ಯ ಮನೆಗೆ ಬಂದಾಗಲೂ ಜಗಳ, ಹೊಡೆತ, ಅಳು. ಇಲ್ಲಿ.... ಹೇಗೆ?" ಫಕ್ಕನೆ ನಕ್ಕುಬಿಟ್ಟಳು. ಅಪೇಕ್ಷ ಕೂಡ ಅದನ್ನು ತಮಾಷೆಯಾಗಿ ತಗೊಂಡಳೇ ವಿನಹ ಸೀರಿಯಸ್ಸಾಗಿ ಮನಸ್ಸಿಗೆ ಹಾಕಿಕೊಳ್ಳಲಿಲ್ಲ.

"ನೋ, ಅವರಿಬ್ಬರಲ್ಲಿನ ಅನ್ಯೋನ್ಯತೆಯನ್ನು ನೋಡಿ ಸ್ವಂತ ಅಕ್ಕ ತಂಗಿಯರು, ಅನ್ಯೋನ್ಯ ಗೆಳತಿಯರು ನಾಚ್ಕೋಬೇಕು. ಜಗಳ ಅಂಥದ್ದೇನಿಲ್ಲ. ನನ್ನ ಹೆತ್ತಾಕೆಗೆ ವಿಶ್ವಣ್ಣನೆಂದರೆ ಪ್ರಾಣ. ಅವ್ನು ಸತ್ತಾಗ ಎಷ್ಟು ಡಿಪ್ರೆಸ್ ಆಗಿದ್ದರೆಂದರೆ ಅವರು ಉಳಿಯೋದು ಸಾಧ್ಯವಿಲ್ಲಾಂತ ತಿಳ್ದುಕೊಂಡಿದ್ವಿ. ಇನ್ನೊಂದು ಅನಾಹುತವಾಗದೇ ಉಳ್ದುಕೊಂಡಿದ್ದು ಹೆಚ್ಚು. 2 ವರ್ಷ 2 ತಿಂಗಳ ಮೊದ್ಲು ಏನು ಸಿಹಿ ತಿಂದಿದ್ದರೋ, ಅಷ್ಟೇ. ಇಂದಿಗೂ ಸಿಹಿ ಬಾಯಿಗೆ ಹಾಕೋಲ್ಲ. ಅವ್ನ ಕೋಣೆಯಲ್ಲಿ ಹೋಗಿ ಕಣ್ಣೀರು ಇಡ್ತಾರೆ. ಈ ಕತೆ ಸಾಕು ಕವನ" ಎಂದವಳ ಕಣ್ಣುಗಳಲ್ಲಿ ತುಂತುರು ಇತ್ತು. ವಿಶ್ವ ಇಲ್ಲಿ ನೆನಪಿನ ಗೊಂಬೆಯಾಗಿದ್ದ. ಅಂಥ ಅದೃಷ್ಟ ಎಷ್ಟು ಮಂದಿಗೆ ಇದ್ದೀತು?

ತೋಟ ಸಮೀಪವಾದಾಗ ಕವನ "ನಂಗ್ಯಾಕೋ ರಾಮಾಯಣಕ್ಕೆ ಸಂಬಂಧಪಟ್ಟ ಎಲ್ಲಾ ಕೃತಿಗಳನ್ನು ಗುಡ್ಡೆ ಹಾಕ್ಕೊಂಡು ಓಡಿ ಬಿಡಬೇಕೆನ್ನಿಸುತ್ತೆ. ಮಮ್ಮಿ ಕಂಪ್ಯೂಟರ್‌ಗೆ

ಸಂಬಂಧಪಟ್ಟ ಕೋರ್ಸ್ ಮಾಡ್ಕೊ ಪ್ರಮೋಷನ್ ಸಿಕ್ಕುತ್ತೆ. ಆಗ ಇನ್ನಷ್ಟು ಸಂಬಳ ಜಾಸ್ತಿಯಾಗುತ್ತೆ. ಆಗ ಒಳ್ಳೆ ಪ್ರಪೋಸಲ್ ಬರುತ್ತೆ ಅಂತಾರೆ. ಅವರು ಹೇಳ್ದಂಗೆ ಮಾಡ್ಕೊಂಡ್ ಬಂದಿದ್ದಕ್ಕೆ ಏನು ಸಿಕ್ಕಿದ್ಯೋ ಗೊತ್ತಿಲ್ಲ. ಆದರೆ ಇಲ್ಲಿಗೆ ಬಂದ ಮೇಲೆ ಸ್ವಲ್ಪ ಬದ್ಕು ಡಿಫರೆಂಟಾಗಿದ್ದರೇ ಚೆನ್ನ ಅನಿಸುತ್ತೆ. ರಾಮಾಯಣ ಓದೋಕೆ ಎಲ್ಲಿಂದ ಶುರು ಮಾಡ್ಕೊಳ್ಲಿ. ರಮಾನಂದಸಾಗರ್ ರಾಮಾಯಣ, ಮಹಾಭಾರತ ಟಿ.ವಿಯಲ್ಲಿ ಬರ್ತಾ ಇದ್ದಾಗ, ಒಂದು ದೊಡ್ಡ ವೈಬ್ರೇಷನ್ ಅನ್ನೋ ಹಂಗೆ ಎಲ್ಲಾ ನೋಡಿದ್ರು. ಆ ಸಮಯದಲ್ಲಿ ನಾನು, ನನ್ನಕ್ಕ ಸ್ವಿಮ್ಮಿಂಗ್ ಕಲಿಯೋಕೆ ಹೋಗ್ತಾ ಇದ್ವಿ. ಓದೋಕೆ ಶುರು ಮಾಡೋಕೆ ಮೊದ್ಲು ಒಂದಿಷ್ಟು ಇಂಟರೆಸ್ಟ್ ಬೆಳಸ್ಕೋಬೇಕು" ಪಟ್ಟುಹಿಡಿದಳು.

"ನನ್ನ ನಾಲೆಜ್ ಕಮ್ಮಿಯೇ. ತಾತ, ಅಪ್ಪಯ್ಯನಿಂದ ಕೇಳಿದಕ್ಕಿಂತ, ವಿಶ್ವಣ್ಣನಿಂದ ತಿಳಿದಿದ್ದೆ ಹೆಚ್ಚು. ಬಯಲಾಟ, ಯಕ್ಷಗಾನಕ್ಕೆ ಕರ್ಕೊಂಡ್ ಹೋಗ್ತಾ ಇದ್ದ. ವಾಲ್ಮೀಕಿ ರಾಮಾಯಣದಲ್ಲಿ ಸುಂದರಕಾಂಡ ತುಂಬ ಇಷ್ಟವೆನಿಸುತ್ತೆ. ಆ ಕಾಂಡದ ಸ್ವಾರಸ್ಯಕರವಾದ ಕತೆಯೆ ಸೀತಾಮಾತೆ ಲಂಕಾನಗರದ ಅಶೋಕವನದಲ್ಲಿ ಅನುಭವಿಸುವ ಕಷ್ಟಕಾರ್ಪಣ್ಯಗಳ ಗೋಳಿನ ವ್ಯಥೆ. ಜೊತೆಗೆ ಹನುಮಂತ ಕೋಪಗೊಂಡು ಲಂಕಾನಗರಿಗೆ ಬೆಂಕಿ ಇಟ್ಟ ಸಾಹಸದ ಕತೆ. ಈ ಚಾಪ್ಟರ್‌ಗೆ ವಾಲ್ಮೀಕಿ ಯಾಕೆ ಸುಂದರಕಾಂಡ ಎಂದು ಹೆಸರಿಟ್ಟರು ಎಂದೂ ನಾನಾ ಕೋನಗಳಿಂದ ವಿಶ್ವಣ್ಣ ಚರ್ಚಿಸುತ್ತಿದ್ದ. ಬೇರೆಲ್ಲ ಕಾಂಡಗಳಿಗಿಂತ ಅತಿ ಸುಂದರ ಅನ್ನಿಸುವುದಕ್ಕೊಂದು ಮುಖ್ಯ ಕಾರಣದ ಬಗ್ಗೆ ಗುರ್ತಿಸಿ ಹೇಳುತ್ತಿದ್ದ. ಮರ್ಯಾದ ಪುರುಷ ಶ್ರೀರಾಮಚಂದ್ರ, ವಿಭೀಷಣ, ಸೀತೆ, ರಾವಣ, ಮಂಡೋದರಿ ಮುಂತಾದ ಮುಖ್ಯ ಪಾತ್ರಗಳ ಭೌತಿಕ ವರ್ಣನೆ ಅತ್ಯಂತ ಅದ್ಭುತ. ಕವಿ ವಾಲ್ಮೀಕಿ ಲಂಕಾನಗರಿ, ಅಶೋಕವನ, ಪುಷ್ಪಕವಿಮಾನ, ಮಧುವನದ ಅದ್ಭುತವಾದ ವರ್ಣನೆ ಇಲ್ಲಿ ಸೃಷ್ಟಿಸಿದ್ದಾರೆ. ಲಂಕೆಯಲ್ಲಿನ ಬೆಳದಿಂಗಳ ರಾತ್ರಿಗಳನ್ನ ಅತಿ ರೋಚಕವಾಗಿ ವರ್ಣಿಸಿದ್ದರಿಂದ ಬೇರೆ ಕಾಂಡಗಳಿಗಿಂತ ಭಿನ್ನವೆನ್ನುವಂತೆ ಚಿತ್ರಿಸಿದ್ದಾರೆಂದು ವಿದ್ವತ್‌ಜನರ, ವಿಮರ್ಶಕರ ವ್ಯಾಖ್ಯಾನದೊಂದಿಗೆ ಹೇಳುತ್ತಿದ್ದ" ಅನ್ನುವ ವೇಳೆಗೆ ತರಕಾರಿ ಬುಟ್ಟಿ ಒಯ್ಯುತ್ತಿದ್ದ ನೆಸರು "ಅರುಣ, ಅದಿತಿ ತೋಟದಲ್ಲಿ ಇದ್ದಾರೆ" ಸೂಚಿಸಿ ಮುಂದಕ್ಕೆ ಹೋದಳು.

ಸುತ್ತಮುತ್ತಲು ಇದಕ್ಕಿಂತ ದೊಡ್ಡ ತೋಟಗಳು ಇದ್ದವು. ಆದ್ದರಿಂದ ಇದನ್ನೇನು ಭರ್ಜರಿಯೆನ್ನುವಂತೇನು ಇರಲಿಲ್ಲ. ವಿಶ್ವರಥ ಹೋದ ಮೇಲೆ ತೋಟ ಸೊರಗಿದೆಯೆಂದು ಎಲ್ಲರಿಗೂ ಗೊತ್ತು. ಮೊದಲಿನಷ್ಟು ಹಣಕಾಸಿನ ಅನುಕೂಲವಿರಲಿಲ್ಲ. ತೋಟದ ಬೆಳೆ ಜೊತೆ ವಿಶ್ವ ಸಹಕಾರಿ ಬ್ಯಾಂಕ್‌ನಲ್ಲಿದ್ದ. ಅವನ ಸಂಬಳವು ಬರುತ್ತಿತ್ತು. ಸಾಲ ಅಂಥದ್ದೇನು ಇರಲಿಲ್ಲ. ವಿಶ್ವನ ಆರೋಗ್ಯ ಸುಧಾರಣೆಗಾಗಿ ಸಾಕಷ್ಟು ಸಾಲ ಮಾಡಿದ್ದರು ತೋಟದ ಮೇಲೆ. ಈಗ ತಿಂಗಳಿಗೊಮ್ಮೆ ಹಣದ ರೂಪದಲ್ಲಿ ಬರುತ್ತಿದ್ದುದ್ದು ಶೇಷಪ್ಪಯ್ಯನ ಸಂಬಳದ ಹಣ. ಅಡಿಕೆ ಮಂಡಿಯಲ್ಲಿ ಲೆಕ್ಕ ಬರೆಯುವ ಕಾಯಕ. ದೊಡ್ಡ ಸಂಬಳವಲ್ಲದಿದ್ದರೂ ಆ ಸಂಬಳದಲ್ಲಿಯೇ ಇಡೀ ಸಂಸಾರವನ್ನು ಪೋಷಿಸುತ್ತಿದ್ದರು, ವಿಶ್ವ ಕೆಲಸ

ಹಿಡಿಯುವವರೆಗೆ. ಈಗ ಅವನಿಲ್ಲ! ಆರ್ಥಿಕವಾಗಿಯೂ ತೊಂದರೆಯೇ. ಮೂರು ಹೆಣ್ಣು ಮಕ್ಕಳ ಮದುವೆಯ ಹೊಣೆ ಇತ್ತು. ಕುಸಿತಕ್ಕೆ ಇದು ಒಂದು ಕಾರಣ.

ಅಡಿಕೆ ಕಾಯಿಗಳನ್ನ ಹಾಯುತ್ತಿದ್ದ ಅರುಣ, ಅದಿತಿ ಓಡಿ ಬಂದರು. "ನೀನು ಬರ್ತೀ ಅಂತ ಗೊತ್ತಿತ್ತು" ಆಸೆಯ ಕಂಗಳಿಂದ ನೋಡಿದ ಅರುಣ "ಇನ್ನು ನಾಲ್ಕು ದಿನ ಇರೇ. ಈಗ ಹೋದರೆ ಮತ್ತೆ ಯಾವಾಗ ಬರ್ತೀಯೋ?" ಅವನ ಕ್ರಾಪ್ ಕೆದರಿ "ನಿನ್ನ ಸ್ಕೂಲಿನ ರಜೆ ವೇಳೆಗೆ ಬರ್ತೀನಿ. ಆಗ ನಿನ್ನ ಕರ್ಕಂಡ್ ಹೋಗ್ತೀನಿ" ಅಂದಾಗ ಕೈ ನೀಡಿದ. ಪ್ರಾಣ ಸಂಕಟ. ಕೈ ನೀಡುವ ಮುಂದೆಯೇ ತಡೆದ ಅದಿತಿ "ಅಪ್ಪಿಗೆ ಅಲ್ಲಿ ಕಷ್ಟವಾಗುತ್ತೆ. ಅಲ್ಲೇನು ಮನೆ ಇದ್ಯಾ? ಅಲ್ಲಿ ಪೇಯಿಂಗ್ ಗೆಸ್ಟ್ ಆಗಿದ್ದಾರಂತೆ. ಇರೋಕೆ ಊಟ, ತಿಂಡಿಗೆ ತಿಂಗ್ಳಿಗೊಮ್ಮೆ ಹಣ ಕೊಡೋದು. ನಿನ್ನ ಹೇಗೆ ಕರ್ಕೊಂಡ್ ಹೋಗೋದು?" ವಿವರಣೆ ನೀಡಿದವಳನ್ನು ಹತ್ತಿರಕ್ಕೆಳೆದುಕೊಂಡು "ನೀನು ತುಂಬ ತಿಳ್ಕೊಂಡಿದ್ದೀ ಬಿಡು" ತಲೆಯ ಮೇಲೆ ಮೊಟಕಿ ಮುಂದೆ ನಡೆದಳು.

"ಎಷ್ಟೊಂದು ತಿಳ್ದುಕೊಂಡಿದ್ದಾರೆ, ಎಷ್ಟೊಂದು ಮಾತಾಡ್ತಾರೆ. ನಮ್ಗೆ ಮಾತೇ ಇರ್‍ತಾ ಇರ್‍ಲಿಲ್ಲ, ಮಾತಾಡೋಕೆ" ಕವನ ಅಚ್ಚರಿಗೊಂಡಳು.

ಇಬ್ಬರು ತೋಟ ಸುತ್ತಾಡಿ ಸತ್ಯೇಂದ್ರನ ಮನೆಯ ಬಳಿಗೆ ಬರುವ ವೇಳೆಗೆ ಎರಡರ ಸುಮಾರು. ಊಟ ಇಲ್ಲಿಯೇ ಎಂದು ಡೆಫಿನೆಟ್ ಆಯಿತು. ಮನೆಯ ಯಜಮಾನ ಇರಲಿಲ್ಲ, ಯಜಮಾನಿ ಬುಟ್ಟಿ ಮುಂದಿಟ್ಟುಕೊಂಡು ಹತ್ತಿಬಿಡಿಸುತ್ತಿದ್ದವರು ಮೇಲೆದ್ದು ಹೇಳಿದರು.

"ಬಂದದ್ದು ಒಳ್ಳೆದಾಯ್ತು. ಊಟಕ್ಕೆ ಕರ್ಕಂಡ್ ಬರೋಣಾಂತ ನಿಮ್ಮ ಮನೆಗೆ ಹೋಗಿದ್ದೆ. ತೋಟ ಸುತ್ತಾಡಿಕೊಂಡು ನಿಮ್ಮಲ್ಲಿಗೆ ಬರ್ತಾರೆ ಅಂದ್ಲು, ಪಾರ್ವತಿ. ಅದಕ್ಕೆ ಸತ್ಯನೂ ನಿಮಗೋಸ್ಕರ ಕಾಯ್ತ ಇದ್ದಾನೆ" ಎಂದು ಒಳಗೆ ಹೋದರು.

ಉಯ್ಯಾಲೆಯ ಮೇಲೆ ಕೂತಿದ್ದ ಸತ್ಯೇಂದ್ರ "ತುಂಬ ಸುತ್ತಿದಂಗೆ ಕಾಣ್ತೀರಾ! ಒಂದಿಷ್ಟು ಮುಖಕ್ಕೆ ತಣ್ಣೀರು ಹಾಕ್ಕೊಳ್ಳಿ" ಎಂದು ಕೋಣೆಯಿಂದ ಟವಲು ತಂದುಕೊಟ್ಟು ಹೋದ.

ಇವರು ಹಿತ್ತಲಿನಿಂದ ಬರೋ ವೇಳೆಗೆ ಎರಡು ಲೋಟ ಪಾನಕ ತಂದಿಟ್ಟು "ಎಲೆ ಹಾಕಿಬಿಡ್ಲಾ?" ಸೆರಗನ್ನ ಎಳೆದು ಸೊಂಟಕ್ಕೆ ಸಿಕ್ಕಿಸುತ್ತ ಕೇಳಿದರು. ಆರಾಮಾಗಿ ಚಾಪೆಯ ಮೇಲೆ ಕೂಡುತ್ತ "ಈಗ್ಲೇ ಬೇಡ, ಆರಾಮಾಗಿ ಒಂದ್ಗಂಟೆ ಬಿಟ್ಟು ಊಟ ಮಾಡ್ತೀವಿ. ಆ ವೇಳೆಗೆ ನೀವೊಂದು ನಿದ್ದೆ ತೆಗೀರಿ" ಅಪೇಕ್ಷ ಹಾಸ್ಯ ಮಾಡಿದಾಗ "ಹುಚ್ಚು ಖೋಡಿ, ಇನ್ನೂ ತಮಾಷೆ ಮಾಡೋದು ಬಿಟ್ಟಿಲ್ಲ" ನಸುಮುನಿಸು ತೋರಿಯೇ ಅಡಿಗೆ ಮನೆಗೆ ಹೋಗಿದ್ದು.

ಈ ಸಮಯ ನಿದ್ದೆಯದ್ದು. ಅದು ಅಡಿಗೆ ಮನೆಯ ಬರೀ ನೆಲದ ಮೇಲೆ ತಲೆಯಾಸರೆಗೆ ಒಂದು ಮಣೆ ಇಟ್ಟುಕೊಂಡು ಸುಖ ಕಾಣುವುದು ಆಕೆಯ ಅಭ್ಯಾಸ. ಅದೊಂದು ರೀತಿಯ ಸುಖ. ಸ್ವಲ್ಪ ಹೆಚ್ಚು ಕಡಿಮೆಯಾದರೆ, ಸಿಡುಕು. ಈ ವಿಷಯ ಎಲ್ಲರಿಗೂ ಗೊತ್ತಿತ್ತು.

"ಚಾರುಲತ ಫೋನ್ ಮಾಡಿದ್ರಾ? ನೀನೆಂದು ಹೊರಡೋ ಪ್ರೋಗ್ರಾಂ? ಒಮ್ಮೆ ಬೆಂಗ್ಳೂರಿಗೆ ಬಾ" ಎಂದಳು ಸರಳವಾಗಿ ಅಪೇಕ್ಷ. ಮೌನವಹಿಸಿದ. ಕೂತ ಉಯ್ಯಾಲೆ ನಿಧಾನವಾಗಿ ಜೀಕುತ್ತಿತ್ತು "ವಿದೇಶ ಅನ್ನೋದು ಆಸಕ್ತಿ ವಿಷ್ಯವಾಗಿತ್ತು. ಡಾಲರ್‌ದು ಮತ್ತಷ್ಟು ಆಕರ್ಷಣೆ. ಆದರೆ ಅಲ್ಲಿನ ಸಾಮಾಜಿಕ ವ್ಯವಸ್ಥೆ ಮತ್ತು ಸಾಂಸ್ಕೃತಿಕ ದೃಷ್ಟಿಕೋನ ತೀರಾ ಬೇರೆ. ನಂಗೂ ಮಗುವಾಗಿದೆ. ಅಲ್ಲಿನದು ಮುಕ್ತ ಸ್ವತಂತ್ರ. ಮಕ್ಕಳು ಸಂತಸದ ಬೆಂಬತ್ತಿ ಹೋಗುವುದು, ಸ್ವಚ್ಛಂದ ಬದುಕಿಗೆ ಏನು ಬೇಕೋ ಅದನ್ನೆಲ್ಲ ಹುಡುಕೋಕೆ ಶುರು ಮಾಡ್ತಾರೆ. ಬರೀ ಸುಖ, ಸಂತೋಷಕ್ಕಾಗಿ ನಾನಾ ಅನ್ವೇಷಣೆ ಶುರು ಮಾಡ್ತಾರೆ. ಇದು ನಾನು ಅಲ್ಲಿ ನೋಡುತ್ತಿರುವ ಜೀವನ ಶೈಲಿ. ಅಂಥ ಸಾಂಸ್ಕೃತಿಕ ಕ್ಷೇತ್ರದಲ್ಲಿ ನನ್ನ ಮಗಳು ಬೆಳೆಯುವುದು ಬೇಡವಾಗಿದೆ. ನಂಗೆ ಇಲ್ಲೇ ಉಳಿಯೋ ಆಸೆ. ಚಾರುಲತಾದು ಗಟ್ಟಿಯಾದ ಪ್ರತಿಭಟನೆ. ಇಲ್ಲಿ ಅಪ್ಪ, ಅಮ್ಮನಿಗೆ ಮಗ ಇದ್ದಾನೆ. ಮೊಮ್ಮಗು ಬಂದಿದೆ. ಅದರಿಂದ ಯಾವ ಪ್ರಯೋಜನ? ಮಕ್ಕಳ ಬಗ್ಗೆ ಕಾಣುವ ಕನಸುಗಳಿಗೆ ಅರ್ಥವಿಲ್ಲದೆ ಹೋಗಿದೆ. ಅವಳಿಗೆ ಭಾರತಕ್ಕೆ ಬರೋ ಇಷ್ಟವಿಲ್ಲ. ನೀವು ವಿದೇಶದಲ್ಲಿ ಇದ್ದೀರಂತಲೇ ನಿಮ್ಮನ್ನು ವಿವಾಹವಾಗಿದ್ದೀನಿ, ಅನ್ನೋ ಪಟ್ಟು. ನನ್ನದು ಇಬ್ಬದಿಯ ಸ್ಥಿತಿ. ಬಸವಣ್ಣನವರು ಯಾವ ಅರ್ಥದಲ್ಲಿ ಹೇಳಿದರೋ, ಈಗ ಮಾತ್ರ ನಂಗೆ ಅನ್ವಯಿಸುವಂತಿದೆ.

ಕಾಲಲ್ಲಿ ಕಟ್ಟಿದ ಗುಂಡು, ಕೊರಳಲ್ಲಿ ಕಟ್ಟಿದ ಬೆಂಡು
ತೇಲಲೀಯದು ಗುಂಡು, ಮುಳುಗಲೀಯದು ಬೆಂಡು
ಇಂತಪ್ಪ ಸಂಸಾರ ಶರಧಿಯ ದಾಂಟಿಸಿ
ಕಾಲಂತನೆ ಕಾಯೋ, ಕೂಡಲ ಸಂಗಮದೇವಾ

ಕಾಲಲ್ಲಿ ಕಟ್ಟಿರುವ ಗುಂಡು ನೀರಿನಲ್ಲಿ ಮುಳುಗಿಸುತ್ತಿದೆ. ಕೊರಳಲ್ಲಿ ಕಟ್ಟಿರುವ ಬೆಂಡು ತೇಲಿಸುತ್ತಿದೆ. ಹೀಗಾಗಿ ಇತ್ತ ಮುಳುಗಲೂ ಆಗದ, ಅತ್ತ ತೇಲಲೂ ಆಗದ ಶೋಚನೀಯ ಸ್ಥಿತಿ ನನ್ನದಾಗಿದೆ. ಈಗ ನಾನು ಗಟ್ಟಿ ಪ್ರಯತ್ನ ಮಾಡಿ ಕರೆತರದಿದ್ದರೇ, ಮುಂದೆ ಅಮ್ಮನ ಸಪೋರ್ಟ್‌ಗೆ ಬೆಳೆದ ಮಗಳು ನಿಲ್ತಾಳೆ. ಇಲ್ಲಿನ ನನ್ನ ಬೇರುಗಳು ಸವೆದುಹೋಗುತ್ತೆ. ಹಾಗೆ ಆಗದಿರಲೀಯೆಂದು ಹಾರೈಸು" ಎಂದು ಹೇಳಿ ನಕ್ಕ.

ಕವನ ಅತ್ಯಂತ ಗಂಭೀರವಾಗಿ ಕೇಳುತ್ತಿದ್ದಳು.

"ಖಂಡಿತ ಹಾರೈಸ್ತೀನಿ. ಕಟ್ಟೆ ಗಣಪತೀನಾ ಸತ್ಯದ ಗಣಪತಿ ಅಂತಾರೆ. ಬೇಕಾದರೆ ನೂರು ತೆಂಗಿನಕಾಯಿ ಈಡುಗಾಯಿ ಹಾಕೋಕೆ ಸಿದ್ಧ. ಹಿಂದೆ ಪ್ರತಿಯೊಂದಕ್ಕೂ ದೇವರೇ.... ದೇವರೇ ಅಂತ ಇದ್ದೆ. ಆ ನಂಬಿಕೆನೇ ನನ್ನಲ್ಲಿ ಸತ್ತುಹೋಗಿದೆ ಕಣೋ ಸತ್ಯ. ವಿಶ್ವಣ್ಣ ಆರೋಗ್ಯ ಕೆಟ್ಟಾಗ ಎಷ್ಟು ದೇವರಿಗೆ ಹರಕೆ ಹೊತ್ತಿದ್ದೆ. ಒಂದೊಂದು ದೇವರಿಗೆ ಒಂದೊಂದು ಒಪ್ಪತ್ತು, ವ್ರತ, ನಿಯಮ ಪಾಲಿಸಿದ್ವಿ. ಎಷ್ಟು ದೇವರಿಗೆ ಮುಡುಪು ತೆಗೆದಿಟ್ಟಿದ್ರು. ಆದರೆ ಆಗಿದ್ದಾದರೂ ಏನು? ನಾವೇನು ತಪ್ಪು ಮಾಡಿದ್ವಿ? ನಮ್ಮ ವಿಶ್ವಂಗೆ ಸಾಯೋ ವಯಸ್ಸು ಆಗಿತ್ತಾ? ಅದು ಯಾವ ಕಾಯಿಲೆ? ಸಾವಿರಾರು ರೂಪಾಯಿ ಮಾತ್ರೆಗಳನ್ನ ದಿನವೂ ನುಂಗಿದ.

ನಾವೇನು ತಪ್ಪು ಮಾಡಿದ್ವಿ? ದೇವರು ನಮ್ಮ ಮನೆ ದೀಪ ವಿಶ್ವನ್ನ ಯಾಕೆ ಕರ್ಕೊಂಡ ಹೇಳು" ಜೋರಾಗಿ ಅಳೋಕೆ ಷುರು ಮಾಡಿದಳು. ಅವಳಿನ್ನೂ ಆ ದುಃಖದಿಂದ ಪಾರಾಗಿರಲಿಲ್ಲ.

ಅವಳ ಕಣ್ಣೊರೆಸಿ ಸಮಾಧಾನ ಮಾಡಲು ಹೋದ ಅವನ ಕೈಗಳಲ್ಲಿ ಮುಖವಿಟ್ಟು ಬಿಕ್ಕಳಿಸಿದ್ದು ಜೋರಾಗಿಯೆ. " 'ಜಾತಸ್ಯ ಹಿ ಧ್ರುವೋ ಮೃತ್ಯು' ಅನ್ನೋದು ಗೀತೆಯ ಮಾತು. ಇದು ಅವನೇ ಮಾಡಿದ ಸಂವಿಧಾನ. ಹೇಗೆ ಮೀರಲು ಸಾಧ್ಯ? ಇದನ್ನು ನೋಡಿಯೇ ಒಬ್ಬ ಗ್ರೀಕ್ ತತ್ವಜ್ಞಾನಿ ತೆಗೆದ ಉದ್ಗಾರ 'ಮನುಷ್ಯ ಹುಟ್ಟದಿದ್ದರೇ ಚೆನ್ನಿತ್ತು.' ಇದು ಸಾಧ್ಯಾನಾ? ಸಾವು ಸಮತಾವಾದಿ; ಲೋಕದ ಏಕೈಕ ಸಮತವಾದಿ ಡೆತ್, ದಿ ಲೆವಲರ್ ಅಂತಾರೆ. ಅದಕ್ಕೆ ಯಾರ ಬಗ್ಗೆಯು ಪಕ್ಷಪಾತವಿಲ್ಲ; ಅದು ರಾಗದ್ವೇಷರಹಿತವಾದ ಕರಾಳ ನಿರ್ಲಿಪ್ತ ಶಕ್ತಿ, ಅಜೇಯ, ಅದಮ್ಯ. ಯಾವುದೇ ತರ್ಕಕ್ಕೆ ಸಿಗೋಲ್ಲ. ಸಮಾಧಾನ ಮಾಡ್ಕೋ" ಕಣ್ಣೀರು ತೊಡೆದು ಸಮಾಧಾನಿಸಿದ. ಇಂಥ ಒಂದು ನಿಲುವು ಸಮಾಧಾನ ಕೊಡಲು ಸಾಧ್ಯ. ಆದರೆ ಸಾಧ್ಯವಾ?

ಬೇಗ ಸಮಾಧಾನಕ್ಕೆ ಬಂದಳು ಕೂಡ. ಮುಖ ತೊಳೆದು ಬಂದು ತಾನೇ ತಟ್ಟೆ ಇಟ್ಟು "ಬಾ, ಕವನ... ಅತ್ತೆ ಕೈನ ಅಡ್ಗೆ ಬ್ರಹ್ಮಾಂಡ. ಮೊದ್ಲು ನಮ್ಮ ಸತ್ಯ ಹೇಗಿದ್ದ ಗೊತ್ತಾ? ಈಗ ಒಂದು ಹತ್ತು ಕೆ.ಜಿ.ಯಾದ್ರೂ ಕಮ್ಮಿಯಾಗಿದ್ದಾನೆ" ಎಂದು ಅವನನ್ನು ಹಂಗಿಸಿಯೇ ತುಪ್ಪದ ಬಟ್ಟಲು ತರಲು ಅಡಿಗೆ ಮನೆಗೆ ಹೋದಳು.

"ಬನ್ನಿ ಕವನ, ನಿಮ್ಮ ಬಗ್ಗೆ ಏನು ಹೇಳಲೇ ಇಲ್ಲ" ಅಂದ ತಟ್ಟೆಯ ಮುಂದೆ ಕೂಡುತ್ತ. ಸಂಕೋಚವಿಲ್ಲದೆ ತಾನು ಹೋಗಿ ತಟ್ಟೆಯ ಮುಂದೆ ಕೂತು "ನಿಜ್ವಾಗೂ ನಂಬಿ. ಪ್ಲೀಸ್ ಬಿಲೀವ್ ಮಿ. ಹೇಳಿಕೊಳ್ಳೋಕೆ ಏನಿಲ್ಲ. ಇಬ್ಬರಲ್ಲ, ಒಬ್ಬ ಗಂಡ, ಒಬ್ಬ ಹೆಂಡತಿಗೆ ನಾವಿಬ್ರು ಹೆಣ್ಣು ಮಕ್ಳು. ಅದು ಮಮ್ಮಿ, ಡ್ಯಾಡಿ ಹೇಳಿದ್ಮೇಲೆ ಗೊತ್ತಾಗಿದ್ದು" ಅಂತ ಹೇಳಿದ ಕೂಡಲೇ ಸತ್ಯೇಂದ್ರ ಫಕ್ಕೆಂದು ನಕ್ಕ. ಕವನಳ ಕಿಲಕಿಲ ನಗು ಕೂಡ ಸೇರಿತು.

"ಪ್ಲೀಸ್ ಬಿಲೀವ್ ಮಿ. ನಾನು ಹೇಳ್ತಾ ಇರೋದೆಲ್ಲ ನಿಜ. ನಾನು ಕವನವಾದರೆ, ನಂಗಿಂತ ದೊಡ್ಡವಳು ಕಾದಂಬರಿ. ಹೆಸರುಗಳ ನಾಮಕರಣ ಕೂಡ ಅವರದ್ದೇ. ಮಿಕ್ಕ ಸಂಬಂಧಗಳ ಪರಿಚಯವಿಲ್ಲ. ನಾನು, ಕಾದಂಬರಿ ಜಗಳವಾಡಿದ್ದಿಲ್ಲ ಅನ್ನೋದ್ನ ನೀವು ನಂಬಬೇಕು. ನನ್ನ ರೂಮು, ಅವಳ ರೂಮು ಬೇರೆ... ಬೇರೆ. ಪ್ರತಿಯೊಂದು ಪ್ರತ್ಯೇಕ. ಬೇರೆ ಬೇರೆ.... ಕಾನ್ವೆಂಟ್‌ಗಳಲ್ಲಿ ಓದಿದ್ದು. ನನ್ನ ರೂಮಿಗೊಂದು ಟೀವಿ. ಅವಳದು ಸಪರೇಟ್. ಒಂದೇ ಬ್ರಾಂಡ್. ಜಗಳ ಆಡೋಕೆ ಅವಕಾಶವೇ ಇರ್ಲಿಲ್ಲ. ಇಲ್ಲಿ ಅರುಣ, ಆದಿತಿ ಜಗಳವಾಡೋದು ನೋಡಿ ಖುಷಿ ಆಯ್ತು. ನಾನು ಅವನ್ನೆಲ್ಲ ಮಿಸ್ ಮಾಡ್ಕೊಂಡಿದ್ದೀನೀಂತ ಈಗ್ಲೇ ಗೊತ್ತಾಗ್ತ ಇರೋದು."

ಹೇಳಿದ್ದನ್ನೆಲ್ಲ ಕೇಳಿಸಿಕೊಂಡು ಸಹಾನುಭೂತಿಯ ನೋಟ ಬೀರಿದ. ಇಲ್ಲಿ ಬೆಳೆದ ಅವನು ಆ ತರಹದ ಜೀವನ ಕಲ್ಪಿಸಿಕೊಳ್ಳಲಾರ. ಅಮೆರಿಕಾ ಜೀವನಕ್ಕೆ ಹೊಂದುಕೊಳ್ಳಲಾರದೆ ಒದ್ದಾಡಿದ್ದ.

ಅನ್ನದ ತಪ್ಪಲೆ ಹಿಡಿದು ಬಂದ ಸತ್ಯೇಂದ್ರನ ತಾಯಿ "ಅಪೇಕ್ಷ, ನೀನೂ ಕೂತ್ಕೊಂಡು ಬಿಡು. ನಾನು ಅಲ್ಲಿ ಹೇಳಿ ಬಂದಿದ್ದೀನಿ ತಗೋ" ಎಂದು ಬಲವಂತವಾಗಿ ಕೂಡಿಸಿದರು.

ಪಾಯಸದ ಅಡಿಗೆ ಮಾಡಿದ್ದರು. ದಿನವು ಎಲೆಯ ಕೊನೆಗಾದರೂ ಏನಾದರೂ ಸಿಹಿ ಇರುತ್ತಿತ್ತು!

"ಅಪೇಕ್ಷ, ಇನ್ನಷ್ಟು ತೆಳ್ಳಗೆ ಆಗಿದ್ದಾಳೆ. ಪೆಯಿಂಗ್ ಗೆಸ್ಟ್ ಆಗಿದ್ದಿಯಂತಲ್ಲ. ಊಟ, ತಿಂಡಿ ಹೇಗೆ?" ಬಡಿಸಿ ಕೈಗಳನ್ನು ಹಿಂದಿಟ್ಟುಕೊಂಡು ವಿಚಾರಿಸಿದರು ಆಕೆ. ಸ್ವಲ್ಪ ಮಾತಿನ ಸ್ವಭಾವವೇ. ಅನ್ನ ಕಲೆಸುತ್ತಿದ್ದವಳು ತಲೆ ಮೇಲೆತ್ತಿ "ಅಡುಗೆಗೆ ಮಂಜು ಅಂತ ಇದ್ದಾನೆ. ಹುಟ್ಟಿದ್ದು ದಕ್ಷಿಣ ಕನ್ನಡವಂತೆ. ಈಗ ಮುವತ್ತು ವರ್ಷದಿಂದ ಬೆಂಗಳೂರಿನಲ್ಲಿದ್ದಾನೆ. ಊಟ, ತಿಂಡಿ ಚೆನ್ನಾಗಿ ಮಾಡ್ತಾನೆ. ಮೃಣಾಲಿನಿಯವರೇ, ಬಡಿಸುವಾಗ ಎದುರಿಗೆ ಇದ್ದು ಉಪಚರಿಸ್ತಾರೆ. ಮನೆ ತರಹನೇ" ಎಂದು ಕಲೆಸಿದ ಅನ್ನದ ತುತ್ತನ್ನು ಬಾಯಿಗಿಟ್ಟುಕೊಂಡಳು.

ನಿಧಾನವಾಗಿ ಮಾತಿನ ನಡುವೆ ಊಟ ಮುಗಿಸಿ ಎದ್ದು ಬಂದಾಗ ಒಂದು ಚಿಪ್ಪು ಏಲಕ್ಕಿ ಬಾಳೆಹಣ್ಣನ್ನು ತಂದು ಅವರುಗಳ ಮುಂದಿಟ್ಟು ಒಳಗೆ ಹೋದರು. ಕೈಹಾಕಿ ಎಲ್ಲಾ ತಿಂದಿದ್ದು ಎರಡೆರಡು. ಉಳಿದಿದ್ದು ಒಂಬತ್ತು. ಆ ಬಾಳೆಹಣ್ಣಿನ ಚಿಪ್ಪನ್ನು ಕೈಯಲ್ಲಿಡಿದು ನೋಡಿ ಇಟ್ಟ.

"ನಮ್ಮ ಒಬ್ಬ ಸಂಪ್ರದಾಯಸ್ಥ ಪ್ರಖ್ಯಾತ ಸಂಗೀತ ವಿದ್ವಾಂಸರು ಕಛೇರಿ ನಡೆಸುವಾಗ ಅಕ್ಕಪಕ್ಕದಲ್ಲಿ ಒಂಬತ್ತು ಜನ ಪಕ್ಕವಾದ್ಯದವರನ್ನು ಕೂಡಿಸಿಕೊಳ್ಳುತ್ತಾರಂತೆ. ಕಾರಣ ಅಂತು ನಂಗೆ ಗೊತ್ತಿಲ್ಲ. ನಮ್ಮ ಹಿಂದೂಗಳಲ್ಲಿ ಒಂಬತ್ತಕ್ಕೆ ವಿಶಿಷ್ಟ ಸ್ಥಾನವಿದೆ. ಪಂಚಭೂತಗಳ ಜೊತೆ ಕಾಲ, ಯಮ, ಸೂರ್ಯಚಂದ್ರರು ಸೇರಿದರೇ ನವಸಾಕ್ಷಿಗಳು. ನಿಷೇಕ, ಗರ್ಭ, ಜನನ, ಬಾಲ್ಯ, ಕೌಮಾರ್ಯ, ಯೌವ್ವನ, ವಯೋಮಧ್ಯ, ಜರಾ, ಮರಣಗಳೆಂಬ ನವಾವಸ್ಥೆಗಳು" ಅಂದವ ತಟ್ಟನೆ ನಿಲ್ಲಿಸಿದ. ನೆನಪು ಅವನ ನಾಲಿಗೆಗೆ ಬ್ರೇಕ್ ಹಾಕಿತು.

"ಬರ್ತೀನಿ ಕಣೋ, ಅಪರೂಪಕ್ಕೆ ಬಂದಿದ್ದು. ಅಮ್ಮಂದಿರ ಜೊತೆ ಕೂತು ಒಂದರ್ಧ ಗಂಟೆ ಮಾತಾಡಲಾಗಲಿಲ್ಲ. ಒಬ್ಬರಿಗೊಬ್ಬರು ಮುಖ ತಪಿಸ್ತ ಇದ್ದೀವೀಂತ ಅನ್ನಿಸ್ತಾ ಇದೆ" ಮೇಲೆದ್ದು ಹೊರಟುನಿಂತಳು.

ಕವನ ಬ್ಯಾಗ್‌ನಿಂದ ಐದು ಸಾವಿರ ರೂಪಾಯಿಗಳ ನೋಟುಗಳನ್ನು ತೆಗೆದು ಅವನ ಮುಂದಿಟ್ಟು "ಸಾರಿ, ಈ ಹಣ ಗೆದ್ದಿದ್ದೀರಿ. ಅದ್ನ ನಾನೇ ಇಟ್ಕೊಂಡರೆ ಗಿಲ್ಟ್ ಕಾಡುತ್ತೆ. ದಯವಿಟ್ಟು ಏನೂ ಹೇಳಬೇಡಿ" ಅಂದಾಗ ಅವನು ಮಾತಾಡಲಿಲ್ಲ.

ಬಾಗಿಲವರೆಗೂ ಬಂದು ಬೀಳ್ಕೊಟ್ಟ.

"ಹೇಗೂ ಬಂದಿದ್ದೀ. ಒಮ್ಮೆ ಹೋಗಿ ಸುಕನ್ಯನ ಮಾತಾಡಿಸಿ ಬಂದಿದ್ದರೇ ಚೆನ್ನಿತ್ತು. ಅವಳ್ನ ನೆನಸ್ಕೊಂಡರೇ ಅಯ್ಯೋ ಅನಿಸುತ್ತೆ" ಎಂದ ಸತ್ಯೇಂದ್ರನತ್ತ ನೋಟ ಹರಿಸಿ, "ನಂಗೂ ಆ ಆಸೆ ಇದೆ. ಅಷ್ಟೊಂದು ವರ್ಷ ಒಡನಾಡಿದವರು. ನನ್ನ ಪ್ರೀತಿಯ

ಅಣ್ಣನ ಹೆಂಡ್ತಿ. ಆದರೆ ಅಂದು ಮದ್ವೆಯಲ್ಲಿ ವಿಶ್ವಣ್ಣನ ಬೆರಳಿಗೆ ಹಾಕಿದ ಉಂಗುರದ ಬಗ್ಗೆ ಎಷ್ಟೊಂದು ರಾಮಾಯಣ ಮಾಡಿದರು ಗೊತ್ತಾ, ಅವಳಪ್ಪ. ಅವರ ಗಂಡು ಮಕ್ಕಳು ಸೊಸೆಯಂದಿರು ಪ್ರೇಕ್ಷಕರಾಗಿದ್ದರು. ಅಮ್ಮ ಎಲ್ಲೋ ಇಟ್ಟು ಮರೆತಿದ್ದರು. ನಾವು ಬೇಕಾಗಿಯೇ ಆ ಉಂಗುರವನ್ನ ಲಪಟಾಯಿಸಲು ಪ್ಲಾನ್ ಮಾಡಿದ್ದೀವೀಂತ ದೊಡ್ಡದಾಗಿ ಜಗಳ ತೆಗೆದರು. ಆಗ ಎದುರಿಗಿದ್ದ ಅತ್ತಿಗೆ ನಮ್ಮ ಪರ ಒಂದೇ ಒಂದು ಮಾತಾಡಬಹುದಿತ್ತು. ತಂದೆಗೆ ಸಪೋರ್ಟ್ ನೀಡಿದರು. ಅಂದು ಆ ಉಂಗುರ ಸಿಕ್ಕದಿದ್ದರೇ ನಮ್ಮನ್ನು ಎಳೆದು ಬೀದಿಗೆ ನಿಲ್ಲಿಸುತ್ತಿದ್ದರು. ಶೋಕದ ನಡುವೆ ಇದೊಂದು ದೊಡ್ಡ ರಂಪ. ದೇವರ ದಯೆ ಸಿಕ್ತು. ಎಲ್ಲ ತಂದಿಟ್ಟಾಗ ಅವರೆಲ್ಲ ಹೇಗೆ ಬಾಚಿಕೊಂಡು ಹೋದರು ಗೊತ್ತಾ? ಬಹುಶಃ ಅವರೆಲ್ಲ ವಿಶ್ವಣ್ಣನ ಸಾವಿಗೆ ಕಾಯುತ್ತಿದ್ದರೇನೋ ಅನಿಸಿತು. ಆ ಕ್ಷಣ ಅಲ್ಲಿಗೆ ಸಂಬಂಧ ಮುಗ್ದು ಹೋಯ್ತು. ಮನಸ್ಸು ತಡೆಯದೆ ಒಂದೆರಡು ಸಲ ಫೋನ್ ಮಾಡ್ದೇ. ಅವಳಪ್ಪ ಅತ್ತಿಗೆ ಇಲ್ಲಾಂದ್ರು. ಆಮೇಲೆ ಕೈಬಿಟ್ಟೆ. ಈಚೆಗೆ ಮನೆಯಲ್ಲಿ ಕೂಡ ಅತ್ತಿಗೆಯ ಪ್ರಸ್ತಾಪ ಮಾಡೋಲ್ಲ. ನಮ್ಮನ್ನ ಶತ್ರುಗಳ ತರಹ ನಡ್ಸಿಕೊಂಡ್ರು. ಕಾರಣ ಇಂದಿಗೂ ತಿಳೀಲಿಲ್ಲ. ಹೋಗ್ಲಿ, ಎಲ್ಲಾದ್ರೂ ಚೆನ್ನಾಗಿ ಇರ್ಲಿ. ಇನ್ನು ಹೋಗೋದಂತು ಸುಳ್ಳು" ಎಂದಳು ಮುಕ್ತವಾಗಿ. ಅಷ್ಟು ಜಿಗುಪ್ಸೆ ಬೆಳೆದಿತ್ತು ಸುಕನ್ಯ ಬಗ್ಗೆ.

ಅವನ ತುಟಿಯಂಚಿನಲ್ಲಿ ವಿಷಾದದ ನಗೆ ತೇಲಿತು.

ಅಷ್ಟು ದೂರ ಹೋದ ಮೇಲೆ ನಿಂತಲ್ಲಿಂದಲೇ ಅಪೇಕ್ಷನ ಕರೆದು "ಆಮೇಲೆ ಒಂದಿಷ್ಟು ಸಿಗು, ನಿನ್ಹತ್ರ ಸ್ವಲ್ಪ ಮಾತಾಡೋದು ಇದೆ" ಇಂಥ ಒಂದು ಸಂದೇಶ ಮುಟ್ಟಿಸಿದವನು "ಕವನ.... ಬೇಡ" ಅಂದ. ತಲೆದೂಗಿ ಒಪ್ಪಿಗೆ ಸೂಚಿಸಿ ಹಿಂದಕ್ಕೆ ಬಂದಳು.

ತಾತ ಸೊಪ್ಪನ್ನ ತಗೊಂಡು ಬರುತ್ತಿದ್ದವರು "ಬಸಳೆ, ಒಂದಲಗ ಸೊಪ್ಪು, ಸಾರು, ತಂಬುಲಿ ಚೆನ್ನ. ಅದಕ್ಕೆ ಕಿತ್ಕೊಂಡ್ ಬಂದೆ." ಅಂದರು. ತೀರಾ ಹಣ್ಣಾದ ಜೀವ. ಮಗ, ಸೊಸೆಯಿಂದ ಬೇಸತ್ತು ಮಗಳ ಮನೆ ಸೇರಿಕೊಂಡಿದ್ದರು. ಹಿರಿಯನೆಂಬ ಪುರಸ್ಕಾರದ ಜೊತೆ ಮನೆಮಂದಿಯೆಲ್ಲ ಚೆನ್ನಾಗಿ ನೋಡಿಕೊಂಡಿದ್ದರು. "ಅಪೇಕ್ಷ, ನಾನೊಮ್ಮೆ ಬೆಂಗ್ಳೂರಿಗೆ ಬರಬೇಕಲ್ಲ. ಇಪ್ಪತ್ತು, ಮೂವತ್ತು ವರ್ಷಗಳ ಹಿಂದೆ ನೆಂಟರ ವಿವಾಹದ ಸಲುವಾಗಿ ಹೋಗಿದ್ದೆ. ಮತ್ತೆ ಹೋದದ್ದಿಲ್ಲ. ಈಗ ಏನೇನೋ ಬದಲಾವಣೆಗಳು ಆಗಿದೆಯಂತಲ್ಲ" ನಾಲ್ಕು ಮಾತಾಡುತ್ತಲೇ ಮನೆಯೊಳಕ್ಕೆ ಹೋದರು.

"ಎಷ್ಟೊಂದು ಚಟುವಟಿಕೆ, ಜೀವನ ಪ್ರೀತಿ. ನನ್ನ ತಂದೆ ಅವರ ಪೇರೆಂಟ್ಸ್‌ನ ವೃದ್ಧಾಶ್ರಮದಲ್ಲಿ ಬಿಟ್ಟಿದ್ದರಂತೆ. ನಾವು ನೋಡಿದ್ದಿಲ್ಲ. ಮಮ್ಮಿ, ಡ್ಯಾಡಿ ಹೋಗ್ತಾ ಇದ್ದರೋ, ಇಲ್ಲವೋ ಗೊತ್ತಿಲ್ಲ. ವಯಸ್ಸಾದವರ ಬದುಕನ್ನು ಹತ್ತಿರದಿಂದ ನೋಡಿದ್ದೇ ಇಲ್ಲ" ಅಂದಳು ಕವನ. ಅಪೇಕ್ಷ ಪ್ರತಿಕ್ರಿಯಿಸಲಿಲ್ಲ.

ಕಾಲು ಸೋಸುತ್ತಿದ್ದ ಗಿರಿಜಮ್ಮ ಮೇಲೆದ್ದು "ಅಲ್ಲೇ ಊಟ ಆಯ್ತ? ಪದ್ದಮ್ಮ ಬಂದು ಹೇಳಿಹೋಗಿದ್ರು. ಈಚೆಗೆ ಆಕೀಗೂ ಮಾಡೋಕೆ ಕೈಯಲ್ಲಾಗೋಲ್ಲ. ಮಗ

ಬಂದಿದ್ದಾನೆ, ಅನ್ನೋ ನೆಮ್ದಿ ಜೊತೆ ಸೊಸೆ ಮೊಮ್ಮಗ್ಳು ಬರಲಿಲ್ಲಾನ್ನೋ ಕೊರಗು" ಅಂದರು.

"ಸ್ವಲ್ಪ ಬಾ" ಎಂದ ಅವರು "ಇನ್ನು ನಾಲ್ಕು ದಿನ ಇದ್ದು ಹೋಗೋಕೆ ಆಗೋಲ್ವಾ? ಮತ್ತೆ ಯಾವಾಗ ಬರ್ತೀಯೋ" ಹೇಳಿ ಸುಮ್ಮನಾದರು.

ಕವನ ಮಧ್ಯೆ ಬಾಯಿ ಹಾಕಿ "ನಾನು ಬೇಕಾದರೆ ತಿಂಗಳಿಗೊಮ್ಮೆ ಬರ್ತೀನಿ, ಅದು ನೀವ್ ಒಪ್ಕೊಂಡರೇ" ನಗುತ್ತ ಹೇಳಿದಳು. ಈ ಜನ, ವಾತವರಣ ಎಷ್ಟು ಇಷ್ಟವಾಯಿತೆಂದರೆ ಇಲ್ಲೇ ಎಲ್ಲಾದರೂ ಕೆಲಸ ಸಿಕ್ಕರೇ ಉಳಿದುಬಿಡೋಣಾಂತ ಅನ್ನಿಸಿತ್ತು ಅವಳಿಗೆ.

ಎಲ್ಲ ನಕ್ಕರು. ಇಂಥ ನಗುವೇ ಈಚೆಗೆ ಅಪರೂಪವಾಗಿತ್ತು.

"ಹೇಗೂ ಕವನ ತಿಂಗಳಿಗೊಮ್ಮೆ ಬರ್ತೀನೀಂತ ಅಂದುಕೊಂಡಿದ್ದಾಳಲ್ಲ, ನಾನು ಬರ್ತೀನಿ. ಈಗ ಇರೋಕ್ಕಾಗೋಲ್ಲ. ರಜ ಅನ್ನೋ ಪದವೇ ನಮ್ಮ ಮ್ಯಾನೇಜರ್‌ಗೆ ಇಷ್ಟವಾಗೋಲ್ಲ."

ಮಗಳ ಮಾತಿಗೆ ಇನ್ನೊಂದು ಮಾತಾಡಲಿಲ್ಲ. ಈಗ ವಿಶ್ವನ ಸಾವಿನ ಜೊತೆ ಸಾಲ, ಆರತಿಗೆ ವಿವಾಹ ಮಾಡಬೇಕೆನ್ನುವ ಚಿಂತೆ. ಸದ್ಯಕ್ಕೆ ಹೊರಗೆ ದುಡಿದು ಸಂಪಾದಿಸುತ್ತಿರುವವಳು ಅಪೇಕ್ಷ ಮಾತ್ರ.

ಕವನನ ಹುಡುಗರ ಜೊತೆ ಬಿಟ್ಟು ಅಡಿಗೆ ಮನೆಗೆ ಹೋದಾಗ ಏನೋ ಮಾಡುತ್ತಿದ್ದ ಗಿರಿಜಮ್ಮ ಕೈ ತೊಳೆದು ಬಂದು ಮಗಳ ಬಳಿ ಕೂತರು. "ನೀನು ಇಲ್ಲದ್ದು ತುಂಬ ನೋವೇ. ನಿಂಗೂ ಮದ್ವೆ ವಯಸ್ಸು. ಮದ್ವೆ ಮಾಡ್ಕೊಂಡ್ ಗಂಡನ ಜೊತೆ ಇರಬೇಕಾದವಳು" ಅನ್ನುವ ವೇಳೆಗೆ ಪಾರ್ವತಮ್ಮ ಕೂಡ ಬಂದು ಕೂತರು. "ನನ್ನ ವಯಸ್ಸಿನವರ ಕಲಿಕೆ ಮುಗಿದಿರೋಲ್ಲ. ಆರತಿಗೆ ಯಾವುದಾದ್ರೂ ಸಂಬಂಧಗಳು ಬರ್ತಾ ಇದ್ಯಾ?" ಪಾರ್ವತಮ್ಮ ತಲೆ ತಗ್ಗಿಸಿ "ಇಲ್ಲ ಕಣೆ, ಇವಳಿಗೆ ಕೆಲ್ಸದಲ್ಲಿರೋ ಗಂಡೇ ಬೇಕೆನ್ನೋ ಪುಕಾರು ಹುಟ್ಟಿಕೊಂಡ ಮೇಲೆ ಯಾರೂ ಜಾತ್ಕ ಕೇಳೋಕೆ ಬಂದಿಲ್ಲ. ಇವಳ ಮನಸ್ಸಿನಲ್ಲು ಇಂದಿಗೂ ಅದೇ ಆಸೆ. ಹೋಗುವಾಗ ಜಾತ್ಕ ಹಿಡ್ಕೊಂಡ್ ಹೋಗು. ಒಟ್ಟಿನಲ್ಲಿ ಪಗಾರ ತರೋ ಗಂಡು ಬೇಕು. ನಿನ್ನ ಅಪ್ಪಯ್ಯ ಮೊದ್ಲಿನಂತಿಲ್ಲ. ತೀರಾ ಮೆತ್ತಗಾಗಿದ್ದಾರೆ. ನಾಲ್ಕು ಮಾತಿಗೆ ಒಂದೇ ಉತ್ತರ" ಎಷ್ಟೋ ಹೇಳಿಕೊಂಡರು.

ಇಡೀ ಸಂಸಾರದ ಹೊರೆಯನ್ನ ಎತ್ತಬಹುದಾದಂಥ ಭುಜ ಇನ್ನಿಲ್ಲ. ಮುಗ್ಧರು, ಎಳೆಯರು, ತೀರಾ ಸೋತವರ ಕುಟುಂಬ. ಇಂಥದನ್ನ ಎತ್ತುವವರು ಯಾರು? ಇದೇ ಪ್ರಶ್ನೆಯನ್ನು ಪಾರ್ವತಮ್ಮ ಅವಳ ಮುಂದಿಟ್ಟಾಗ ಗಿರಿಜಮ್ಮ "ದೇವರು" ಎಂದರು.

"ದೇವರು ಇದ್ದಾನೇಂತ ಇನ್ನೂ ನಂಬ್ತೀಯಾ? ಅವನಿದ್ದಿದ್ದರೆ ನಮ್ಮ ವಿಶ್ವನಂಥವರಿಗೆ ಅಂಥ ಕಾಯಿಲೆ ಬರ್ತಾ ಇರ್ಲಿಲ್ಲ. ಸಾಯ್ತಾ ಇರ್ಲಿಲ್ಲ" ಪಾರ್ವತಮ್ಮ ಕಣ್ಣೊತ್ತಿಕೊಂಡರು. ತಟ್ಟನೆ ಏನೋ ನೆನಪಿಸಿಕೊಂಡಂಗೆ ವಿಶ್ವನ ಕೋಣೆಗೆ ಬಂದು ಡೈರಿ ತಂದು ಪುಟ ಮಗುಚಿ ಓದಿದಳು.

"ಇದ್ನ ವಿಶ್ವ ನಮಗಾಗಿಯೇ ಬರೆದಿಟ್ಟಿದ್ದಾನೆ. ನಮ್ಮ ಮಾಸ್ತಿಯವರು ಅನುವಾದಿಸಿರುವ ರವೀಂದ್ರರ ಪದ್ಯದ ಸಾಲುಗಳು ಹೀಗಿವೆ.

'ಮೃತ್ಯು ಬಂದು ನಿನ್ನ ಮನೆಯ ಬಾಗಿಲನ್ನು ತಟ್ಟುವಾಗ ನೀನು ಅವನಿಗೆ ಏನನ್ನ ಕೊಡುವೆ? ನನ್ನ ಜೀವನದ ಪೂರ್ಣಪಾತ್ರೆಯನ್ನು ಅವನೆದುರಿಗೆ ಇಡುವೆನು, ಅವನನ್ನು ಬರಿಯ ಕೈಯಲ್ಲಿ ಹೋಗುವುದಕ್ಕೆ ಎಂದೂ ಬಿಡೆನು' ಎಂಥ ಮಾತುಗಳು ನೋಡು" ಅಂದಳು ನಡಗುವ ಸ್ವರದಲ್ಲಿ. "ಅವರೆಲ್ಲ ತುಂಬ ದೊಡ್ಡೋರು. ನಾವು ಸಾಮಾನ್ಯ ಜನ. ಸಾವು, ನೋವು ತಡೆದುಕೊಳ್ಳುವ ಶಕ್ತಿ ನಮ್ಮಂಥವರಿಗೆ ಇರೋಲ್ಲ" ಪಾರ್ವತಮ್ಮ ಹೇಳಿ ಎದ್ದು ಹೋದರು.

ಇದನ್ನ ಓದಿ ಹೇಳಿ ಸಾಂತ್ವನಿಸಲು ಹೊರಟಿದ್ದು ನಾನಾ ಎಂದೂ ಯೋಚಿಸುವಂತಾಯಿತು ಅಪೇಕ್ಷಗೆ. ಅಮ್ಮನ ಕೈಯನ್ನು ಹಿಡಿದು "ವಿಶ್ವ ಹೋಗಿ ಎರಡ್ವರ್ಷದ ಮೇಲೆ ಎರ್ಡು ತಿಂಗಳಾಯ್ತು. ಇನ್ನೂ ಚೇತರಿಸಿಕೊಳ್ಳದಿದ್ದರೆ ಹೇಗೆ? ಅಭಿಮನ್ಯು ಸತ್ತ ಅಂತ ಅರ್ಜುನ ಅಳ್ತಾ ಕೂಡಲಿಲ್ಲ. ಮಗನನ್ನು ಕಳೆದುಕೊಂಡ ಸುಭದ್ರೆ ಕೂಡ ಒಬ್ಬ ತಾಯಿಯೇ ಅಲ್ವಾ? ನಮ್ಮ ಡಿ.ವಿ.ಜಿ.ಯವರು ಕಷ್ಟ, ದುಗುಡ, ಸಾವು, ನೋವುಗಳ ನಡುವೆಯೂ 'ನಿನ್ನಳಲು ದುಗುಡಗಳು ನಿನ್ನೊಳಗೆ ಬಯ್ತಿಡದೆ, ಇಳೆಗೆ ಹರಡುವುದೇಕೋ ಮಂಕುತಿಮ್ಮ' ಅಂದರು. ಕವನಗೆ ಬರೀ ದುಃಖವನ್ನು ಉಣಬಡಿಸುವುದು ಬೇಡ" ಎಂದು ಹೇಳಿ ಎದ್ದಾಗ "ತುಂಬ ತಿಳ್ಕೊಂಡಿದ್ದೀ ಕಣೇ, ಅಪೇಕ್ಷ" ವಿಸ್ಮಿತರಾದರು. ಆದರೆ ಕಣ್ಣಂಚಿನಲ್ಲಿದ್ದ ಕಂಬನಿ ಅವರಿಗೆ ಕಾಣಲಿಲ್ಲ.

ಎಂಟರ ಸುಮಾರಿಗೆ ಶೇಷಪ್ಪಯ್ಯ ಬಂದರು. ಆಗ ಕೋಣೆಯಲ್ಲಿದ್ದ ಅಪೇಕ್ಷ ಹೊರಬಂದು ಹೆಗಲ ಮೇಲೆ ಹಾಕಿಕೊಂಡಿದ್ದ ವಸ್ತ್ರ ಇಸುಕೊಂಡು "ಅಪ್ಪಯ್ಯ, ಸತ್ಯೇಂದ್ರ ಯಾಕೋ ಮಾತಾನಾಡಬೇಕಂದ. ಒಂದಿಷ್ಟು ಹೋಗ್ಬರ್ಲಾ?" ಕೇಳಿಕೊಂಡೇ ಮನೆಬಿಟ್ಟಿದ್ದು. ಫೋನ್‌ನಲ್ಲಿ "ಅಮ್ಮನಿಗೊಂದು ಕಾಟನ್ ಸೀರೆ ತಗೋಬೇಕು. ನೀನು... ಬಾ" ಇಂಥದೊಂದು ಕಾರಣ ನೀಡಿದ್ದ.

ಎದುರಾದವನು "ಅಂಗಡಿಗೆ ಬೀದಿಗೆ ಹೋಗಿ ಬಂದುಬಿಡೋಣ. ಅಮ್ಮನಿಗೆ ಗೌರಿಗೆ ಉಡಿಸೋಕ್ಕೊಂದು ಕಾಟನ್ ಸೀರೇನೇ ಬೇಕಂತೆ. ಅದ್ನ ಮುಗ್ಸಿಕೊಂಡು ಈ ಕಡೆ ಬರೋಣ" ಕರೆದೊಯ್ದ. ಎಲ್ಲ ಗುರುತಿನವರೇ. ಜೊತೆ ಓಡಾಡಿ ಬೆಳೆದ ಹುಡುಗರು. ಕತೆ ಕಟ್ಟುವಂಥ ಮನಸ್ಸು ಅವರಿಗೆ ಇರಲಿಲ್ಲ.

ಒಂದು ಸೀರೆ ಖರೀದಿಸಿ ಹೊರಬಂದ ಮೇಲೆ ಪೇಟೆ ಬೀದಿಯಿಂದ ಗುಡಿಯ ಬೀದಿಯ ಕಡೆ ಹೊರಳಿದವನು ಸ್ವಲ್ಪ ಗಂಭೀರವಾದ.

"ವಿಶ್ವನ ಸಲುವಾಗಿ ಒಂದಿಷ್ಟು ಸಾಲವಾಗಿದೇಂತ ಕೇಳ್ದೇ"

"ಹೌದು ಕಣೋ, ನಿಂಗೆಲ್ಲ ಗೊತ್ತಿದ್ದುದ್ದೇ. ಬರೀ ಸಾವಿರಾರು ರೂಪಾಯಿ ಮಾತ್ರೆಗಳು. ಹತ್ತರಿಂದ ಶುರುವಾಗಿ ಇಪ್ಪತ್ತರ ಮೇಲೆ ಹೋಯಿತು. ಕಾಸ್ಟ್ಲಿ ಮಾತ್ರೆಗಳು. ಡಾಕ್ಟರ್ ಷಾಪ್‌ನ ಪಕ್ಕದ ಮೆಡಿಕಲ್ ಸ್ಟೋರ್‌ನಲ್ಲಿ ಮಾತ್ರ ಸಿಗೋದು. ನಮ್ಗೆ ಹಣ ಮುಖ್ಯವಾಗ್ಲಿಲ್ಲ. ಅವನಿಗಾಗಿ ಮನೆ ತೋಟ ಎಲ್ಲಾ ಮಾರಿಬಿಡೋಕೆ

ಸಿದ್ಧವಾಗಿದ್ವಿ. ಹಿಂದೆ ನಾನು ಕೂಡ ಸಾಧ್ಯವಿಲ್ಲದಿದ್ದರೂ ಡಾಕ್ಟರ್ ಆಗೋ ಕನಸು ಕಂಡಿದ್ದೆ. ಹೊತ್ತು ಗೊತ್ತಿಲ್ಲದೇ ತಮ್ಮ ಸುಖವನ್ನ ಪಕ್ಕಕ್ಕೆ ತಳ್ಳಿ ಪೇಷಂಟ್‌ಗಳ ಸೇವೆ ಮಾಡೋ ಅವರು ದೇವರೆಂದು ತಿಳಿದಿದ್ದೆ. ಆದರೆ ಎಷ್ಟು ಮಂದಿ ದೇವರು? ಎಲ್ಲರಿಗಿಂತ ಪಾಪಿಗಳು ಆಗೋಕೆ ಅವ್ರಿಗೆ ಅವಕಾಶ ಜಾಸ್ತಿ ಎಂದು ತಿಳಿದೆ. ಒಮ್ಮೊಮ್ಮೆ ವಿಶ್ವಣ್ಣ ಸಾವಿಗೆ ಡಾ॥ ಚಿದಾನಂದಮೂರ್ತಿ ಅನ್ನಿಸುತ್ತೆ. ಅದ್ನ ಸಾಬೀತು ಪಡಿಸೋಕೆ ನನ್ನಲ್ಲಿ ಪ್ರೂಫ್, ದಾಖಲೆಗಳು ಇಲ್ಲ. ಖಂಡಿತ ದೇವರೇ, ಇರೋದಾದರೆ ಅವನನ್ನು ಶಿಕ್ಷಿಸಬೇಕು. ಪಾಪ ಅವನು ಸಾಧಾರಣ ಮನುಷ್ಯ! ಬೆಳಿಗ್ಗೆ ಆರಕ್ಕೆ ಶುರುವಾದರೆ ಅವನ ಕಾಯಕ ರಾತ್ರಿ ಹನ್ನೊಂದರ ನಂತರವು ನಡೆಯುತ್ತದೆ. ಫಾರಿನ್ ರಿಟರ್ನ್, ದೊಡ್ಡ ಹೆಸರು. ನೋಡಲು ಸಿಂಪಲ್. ಆದರೆ ಬಂದ ಪೇಷೆಂಟ್‌ಗಳನ್ನು ನೋಡದೆ ಹಿಂದೆ ಕಳಿಸೋಕೆ ಸಾಧ್ಯನಾ? ಒಟ್ಟಿಗೆ ನಾಲ್ವರನ್ನು ಕರೆಯೋದು. ಪ್ರತಿಯೊಬ್ಬರದು ಒಂದೊಂದು ಫೈಲ್. ಒಬ್ಬರನ್ನು ಒಳಗೆ ಮಲಗಿಸೋದು, ಇನ್ನೊಬ್ಬರನ್ನು ಬ್ಲಡ್‌ಟೆಸ್ಟ್ ಅಂತ ಲ್ಯಾಬ್‌ನಲ್ಲಿ ಕೂಡಿಸೋದು. ಮತ್ತಿಬ್ಬರಿಗೆ ಬೇಕಿರಲಿ, ಬೇಡವಾಗಿರಲೀ ಇಸಿಜಿಗೆ ಕಳಿಸೋದು. ಎದುರಿಗೆ ಕೂತವರೊಂದಿಗೆ ಪೇಷೆಂಟ್‌ಗಳ ಬಗ್ಗೆ ವಿಚಾರಣೆ. ಅದರ ನಡುವೆ ಮೊಬೈಲ್ ಅಟೆಂಡ್ ಮಾಡುವುದು. ನರ್ಸಿಂಗ್ ಹೋಂಗೆ ಅಡ್ಮಿಟ್ ಮಾಡಿರುವ ಪೇಷೆಂಟ್‌ಗೆ ನೀಡಬೇಕಾದ ಚಿಕಿತ್ಸೆಯ ಬಗ್ಗೆ ಮೊಬೈಲ್‌ನಲ್ಲಿ ಮಾತುಕತೆ. ಮಧ್ಯೆ... ಮಧ್ಯೆ ಫೀಜಿನ ಬಗ್ಗೆ ಹೇಳಬೇಕು. ನೋಟುಗಳನ್ನು ಜೇಬಿಗೆ ಸೇರಿಸಬೇಕು. ನಡುನಡುವೆ ಚಿಲ್ಲರೆ ಕೊಡಬೇಕು. ಪಕ್ಕದ ಮೆಡಿಕಲ್ ಷಾಪಿನ ಹುಡುಗ 'ಈ ಮಾತ್ರೆ ಆಗಿಹೋಗಿದೆ' ಎಂದು ಚೀಟಿ ಹಿಡಿದು ಬಂದಾಗ ಅಲ್ಲಿ ಸಿಗುವಂಥ ಇನ್ನೊಂದು ಮಾತ್ರೆ ಪ್ರಿಸ್ಕ್ರಿಪ್ಷನ್ ಚೀಟಿಯಲ್ಲಿ ನಮೂದಾಗಬೇಕು. ಜೊತೆಗೆ ಮಧ್ಯೆ ಮಧ್ಯೆ ಲ್ಯಾಬ್ ಟೆಕ್ನಿಷಿಯನ್ ತರೋ ರಿಪೋರ್ಟ್ ನೋಡಬೇಕು. ಇಷ್ಟೆಲ್ಲ ಒಬ್ಬನೇ ಮಾಡಬೇಕು. ಅವನೂ ಮನುಷ್ಯನಲ್ವೇ? ಅಲ್ಲಿ ಅವನ ಮೋಟಿವೇಷನ್-ಉತ್ತೇಜನ ಸೆಲೆ ಬರೀ ಹಣದ್ದೇ ಆಗಿರುತ್ತೆ" ಹೇಳುತ್ತ ಹೋದಳು. ಕಡೆಯಲ್ಲಿ ಹೇಳಿದ.

"ಹತ್ತು ವರ್ಷದ ಹಿಂದೆ ಇದ್ದ ಸ್ಥಿತಿಯಲ್ಲಿಯೇ ಇದೆ ಕ್ಲಿನಿಕ್. ಬೆಂಗ್ಳೂರಿನಲ್ಲಿ ಕೋಟ್ಯಾಂತರ ರೂಪಾಯಿ ಬೆಲೆಯ ಕಾಂಪ್ಲೆಕ್ಸ್ ಖರೀದಿಸಿದ್ದಾನಂತೆ. ಈಗ ದೊಡ್ಡ ನರ್ಸಿಂಗ್ ಹೋಂ ತಲೆಯೆತ್ತುತ್ತಿದೆಯಂತೆ. ಅಮ್ಮ ಮೊನ್ನೆ ಅಂದರು. ಡಾ॥ ಚಿದಾನಂದನ ಹೆಂಡ್ತಿ ದೇವಸ್ಥಾನಕ್ಕೆ ಬಂದಾಗ ಮೈ ತುಂಬ ಬರೀ ವಜ್ರದ ಒಡ್ವೆಗಳ ಚಿತ್ತಾರ. ಇದು ತನ್ನ ಬುದ್ಧಿವಂತಿಕೆಗೆ ಸಿಕ್ಕ ಪುರಸ್ಕಾರ ಅಂದ್ಕೋತಾನೆ. ಎಷ್ಟು ದಿನ? ಖ್ಯಾತ ಕವಿ ಜರಗನಹಳ್ಳಿ ಶಿವಶಂಕರ್ ಒಂದು ಅರ್ಥಪೂರ್ಣ ಪದ್ಯ ಬರೆದಿದ್ದಾರೆ.

ಹಲವಾರು ವರ್ಷ ನೆರಳಾಗಿ ನಿಂತ ಮರ
ತೊಲೆಯಾಗಿ ಉಳಿಯಿತು ನೂರು ವರ್ಷ
ನೂರು ವರ್ಷ ಆಳಿದ ಅರಸ
ಹೆಣವಾಗಿ ಉಳಿಯಲಿಲ್ಲ ಮೂರು ದಿನ

"ಎಷ್ಟು ಅರ್ಥಪೂರ್ಣ. ಸಾವು ಬೇರೆಲ್ಲೋ ಇರೋಲ್ಲ. ಅದು ಅವರೊಳಗೆ ಇರುತ್ತೆ. ಅವರೊಂದಿಗೆ ಇರುತ್ತೆ. ಹುಟ್ಟಿನೊಂದಿಗೆ ಜೊತೆಯಾಗಿಬಿಡುತ್ತೆ. ಇಷ್ಟೆಲ್ಲ ಗೊತ್ತಿದ್ದೂ ಕೂಡ ವಿಶ್ವನ ಸಾವಿನಿಂದ ನಾವು ಚೇತರಿಸಿಕೊಂಡಿಲ್ಲ. ಇಷ್ಟು ಸಾಕು. ನಿನ್ನ ವಿಷ್ಯ ತಿಳ್ಸು" ಮಾತು ಬದಲಾಯಿಸಿದಳು. ಅಲ್ಲೂ ಕೂಡ ಬಂದು ಇಣಕಿದ್ದು ವಿಶ್ವನೇ. ನಿಡಿದಾಗಿ ಉಸಿರೆಳೆದು ದಬ್ಬಿದ ಸತ್ಯ.

"ಓದುತ್ತಾ ಇದ್ದಾಗ್ಲೇ ವಿದೇಶ ನನ್ನ ಕನಸ್ಸಾಗಿತ್ತು. ವಿಶ್ವ ಹಾಸ್ಯ ಮಾಡ್ತಾ ಇದ್ದ. ಡಾಲರ್ ಸಂಪಾದ್ನೆ ನನ್ನ ಕನಸ್ಸಾಗಿತ್ತು. ಚಾರುಲತನ ವಿವಾಹವಾದ ಮೇಲಂತೂ ರೆಕ್ಕೆಪುಕ್ಕೆ ಹುಟ್ಟಿಕೊಂಡಿತು. ಈಗ ನೀರಸ. ನೀನು ನಿಜ ಅಂದ್ಕೊತೀಯೋ, ಸುಳ್ಳು ಅಂತಿಯೋ, ನಂಗೆ ಸ್ವಲ್ಪ ಕೂಡ ಸೇವಿಂಗ್ಸ್ ಮಾಡೋಕಾಗ್ತ ಇಲ್ಲ. ಅಲ್ಲಿನ ಜೀವನಕ್ಕೆ ಸರ್ರ್ಯೋಗುತ್ತೆ. ಗಂಡ-ಹೆಂಡ್ತಿ ಇಬ್ರಿಗೂ ಕೆಲ್ಸ ಇದ್ದಾಗ ಎಂಜಾಯ್ ಮಾಡಬಹುದಷ್ಟೆ. ಅವ್ರುಗಳ ಸ್ಥಿತಿ ಕೂಡ ತೀರಾ ಟೆನ್‌ಷನ್‌ದು. ನಂಗೆ ಇಲ್ಲೇ, ಊರಿನಲ್ಲೇ ಉಳಿಯೋ ಆಸೆ. ಕೈ ಹಿಡಿದವಳು ಒಪ್ಪೋಲ್ಲ. ಅದೊಂದು ದೊಡ್ಡ ಯೋಚ್ನೇ ಆಗಿದೆ. ಅಮ್ಮ ಅಲ್ಲಿ ಸ್ವಂತ ಮನೆ ತಗೊಂಡ್ಯೇನೋ ಯಾವ ಯಾವ ಬ್ಯಾಂಕ್‌ನಲ್ಲಿ ಎಷ್ಟೆಷ್ಟು ಹಣ ಇಟ್ಟಿದ್ದೀಯಾಂತ ಕೇಳ್ತಾರೆ. ಆ ವಿಷ್ಯ ಬಿಡು, ಮುಂದೇನು?" ಕೇಳಿದ ಬೇಸರದಿಂದ.

"ಗೊತ್ತಿಲ್ಲ ಕಣೋ. ನಮ್ಮ ಆರತಿಗೆ ಒಂದ್ಗಂಡು ನೋಡು. ಹೇಗೂ ಸ್ವಲ್ಪ ದಿನ ಇರ್ತೀಯಲ್ಲ, ಸ್ನೇಹಿತರಲ್ಲ, ಬಂಧುಗಳಲ್ಲಿ ತಲಾಷ್ ಮಾಡು. ಅಂತು ಹುಡ್ಗ ಯಾವುದಾದ್ರೂ ಕೆಲ್ಸದಲ್ಲಿದ್ದು ಪ್ಯಾಂಟು ಹಾಕೊಂಡ್ ಓಡಾಡಬೇಕು. ಇದೊಂದೇ ಅವ್ಳ ಕನಸು" ಅಂದವಳು ನಕ್ಕುಬಿಟ್ಟಳು. ಅವನ ನಗೆ ಕೂಡ ಸೇರಿತು. "ಅಂತು ಪಂಚೆ ದ್ವೇಷಿ! ಅಲ್ಲಿಗೆ ಹೋದ್ಮೇಲೆ ಇಲ್ಲಿನ ಒಡನಾಟನೇ ಕಮ್ಮಿ. ಅದ್ರೂ ವಿಚಾರಿಸ್ತೀನಿ" ಇಂಥದೊಂದು ಆಶ್ವಾಸನೆ ಕೊಟ್ಟ ಮೇಲೆ ಅವಳಿಗೆ ಒಂದಿಷ್ಟು ಸಮಾಧಾನ. ಸತ್ಯೇಂದ್ರ ಉಡಾಫೆಯವನಲ್ಲಂತ ಅವಳಿಗೆ ಗೊತ್ತಿತ್ತು. ನಿಂತ ಅವನು ಜೇಬಿನಿಂದ ಒಂದಷ್ಟು ನೋಟುಗಳನ್ನ ತೆಗೆದು ಅವಳ ಕೈಯಲ್ಲಿಟ್ಟು "ಬೇಡ ಅನ್ನಬೇಡ. ಇದೇನು ದೊಡ್ಡ ಮೊತ್ತವಲ್ಲ. ತೋಟ ಬಿಡ್ಸಿಕೊಳ್ಳೋಕೆ ಕಿಂಚಿತ್ ಸಹಾಯ. ವಿಶ್ವನಿಗೆ ತೋಟ ಅಂದರೆ ಪ್ರಾಣ. ನಾನು ಸಾಕಷ್ಟು ಅಲ್ಲಿ ಒಡನಾಡಿದ್ದೀನಿ. ಪ್ಲೀಸ್.... ಅರ್ಥ ಮಾಡ್ಕೊ. ಲೋನ್ ತಗೊಂಡೇಂತ ಸುಳ್ಳು ಹೇಳಿ ನಿನ್ನ ಅಪ್ಪಯ್ಯನ ಕೈಗೆ ಕೊಟ್ಟು ಬ್ಯಾಂಕ್ ಸಾಲಕ್ಕೆ ಜಮಾ ಮಾಡ್ಸು. ಬಡ್ಡಿ ಕಡ್ಮೆ ಆಗುತ್ತೆ" ಎಂದ. ಸತ್ಯೇಂದ್ರನನ್ನ ಕೃತಜ್ಞತೆಯಿಂದ ನೋಡಿದಳು. ಅವಳ ಬಾಯಿಂದ ಮಾತು ಹೊರಡಲಿಲ್ಲ.

ಇವಳನ್ನು ಮನೆಯ ಬಳಿ ಬಿಟ್ಟು ತನ್ನ ಮನೆಯತ್ತ ನಡೆದ. ಜಗುಲಿಯ ಮೇಲೆ ಆರತಿಯೊಂದಿಗೆ ಕೂತಿದ್ದ ಕವನ ನೋಡಿದಳು. ಮುಂಬಯಿಯಲ್ಲಿ ಹುಟ್ಟಿ ಬೆಂಗಳೂರಿನಲ್ಲಿದ್ದ ಅವಳಿಗೆ ಗಂಡು ಹೆಣ್ಣು ಒಟ್ಟೊಟ್ಟಾಗಿ ಓಡಾಡುವುದು ತಪ್ಪೆನಿಸಲಿಲ್ಲ. ಆಶ್ಚರ್ಯ ಆಗಲಿಲ್ಲ. ಆದರೂ ಒಂದು ಸಣ್ಣ ಅನುಮಾನ. ಹರೆಯದ ಆಕರ್ಷಣೆಯಲ್ಲಿ ಅವಳು ಕಾಲೇಜಿನ ದಿನಗಳಲ್ಲಿ ಯುವಕರ ಜೊತೆ ಹದ್ದು ಮೀರದಂತೆ ಓಡಾಡಿದ್ದಳು. ಅಮ್ಮ ಅಪ್ಪನ ಎಚ್ಚರಿಕೆ ಅವಳನ್ನು ಹದ್ದುಬಸ್ತಿನಲ್ಲಿ ಇಟ್ಟಿತ್ತು. ಆದರೂ ಏನೋ ಒಂದು

ರೀತಿಯ ಭಾವವುಂಟಾಗಿತ್ತು, ಅಪೇಕ್ಷ ಮತ್ತು ಸತ್ಯೇಂದ್ರನ ಮಾತುಕತೆ ನಡವಳಿಕೆಯಲ್ಲಿ. ಸ್ನೇಹಾನಾ ಅಥವಾ ಪ್ರೇಮವಾ?

ಬೆಳಿಗ್ಗೆ ಹೊರಡಬೇಕಿತ್ತು. ಅಪೇಕ್ಷ ಏನೂ ತಂದಿರಲಿಲ್ಲ. "ನಿನ್ನ ಲಗೇಜ್ ರೆಡಿ ಮಾಡ್ಕೊಂಡ್ ಬಿಡು. ನಿಂಗೆ ಆರತಿ, ಅರುಣ, ಆದಿತಿ ಎಲ್ಲಾ ಸಹಾಯ ಮಾಡ್ತಾರೆ. ನಂಗೆ ಒಂದಿಷ್ಟು ಅಪ್ಪಯ್ಯನ ಬಳಿ ಮಾತಾಡೋದಿದೆ" ಎಂದು ಹೊರಹೋದವಳು ಹಿತ್ತಲಿಗೆ ಹೋಗಿ ಎಣಿಸಿದಳು. ಐದು ನೂರರ ಎಪ್ಪತ್ತು ನೋಟುಗಳು ಇತ್ತು. ಅರವತ್ತಕ್ಕೆ ಕವನಳಿಂದ ಬಂದ ಹತ್ತು ನೋಟುಗಳನ್ನು ಸೇರಿಸಿಕೊಟ್ಟಿದ್ದ. ಅವಳೆದೆ ತುಂಬಿ ಬಂದು ಕಣ್ಣು ತುಂಬಿತು. ತುಟಿ ಕಚ್ಚಿ ನೋವನ್ನು ನುಂಗಿ ಒಂದಿಷ್ಟು ಮುಖದ ಮೇಲೆ ಗೆಲುವನ್ನು ತುಂಬಿಕೊಂಡು ಶೇಷಪ್ಪಯ್ಯನ ರೂಮಿಗೆ ಹೋದವಳು ಅವರ ಎದುರಿನಲ್ಲಿ ಕೂತೇ ದೀರ್ಘವಾಗಿ ಉಸಿರೆಳೆದುಕೊಂಡಿದ್ದು.

"ಅಪ್ಪಯ್ಯ, ಒಂದಿಷ್ಟು ಲೋನ್ ತಗೊಂಡೇ. ಇದಿಷ್ಟು ಬ್ಯಾಂಕ್‌ಗೆ ಕಟ್ಟಿಬಿಡಿ. ಬಡ್ಡಿ ಪ್ರಮಾಣ ಕಡ್ಮೇ ಆಗುತ್ತೆ. ಒಂದಿಷ್ಟು ಸಾಲಕ್ಕೆ ಹಣ ಕಟ್ಟಿದ್ದೀವಿ ಅನ್ನೋ ಧೈರ್ಯ" ತಂದೆಯ ಮುಂದೆ ನೋಟುಗಳನ್ನು ಇಟ್ಟಳು.

ಹಣ ಮತ್ತು ಮಗಳ ಮುಖವನ್ನು ಬದಲಿಸಿ ಬದಲಿಸಿ ನೋಡಿ, "ತುಂಬ ಕಷ್ಟವಾಗುತ್ತೆ ಮಗಳೇ. ಇಷ್ಟೆಲ್ಲ ಪರಿಪಾಟಲು ಪಟ್ಕೊಂಡು ತೋಟನ ಉಳ್ಸಿಕೋಬೇಕಾ? ಬೇಡ ಅನ್ನಿಸೋಕೆ ಶುರುವಾಗಿದೆ. ಎಂಟಕ್ಕೆ ಅವರಿವ್ರು ಕೇಳ್ತಾ ಇದ್ದಾರೆ. ಇನ್ನೊಂದು ಮೇಲೆ ಸಿಗಬಹುದೇನೋ, ಆರಾಮಾಗಿ ಮಾರಿ ನಿನ್ನ, ಆರತಿಯ ಮದ್ವೆ ಮಾಡಿ ಅದಿತಿ, ಅರುಣ ಭವಿಷ್ಯಕ್ಕೇಂತ ಒಂದಿಷ್ಟು ಇಟ್ಕೋಬಹ್ದು. ತೋಟದ ಒಳ್ಗೆ ಹೋದರೆ ವಿಶ್ವನ ನೆನಪು, ಕನಸುಗಳು. ಕೆಲವೊಮ್ಮೆ ಆ ಕಡೆ ತಲೆ ಹಾಕೋಕೂ ಹಿಂಜರಿಕೆ" ಎಂದರು. ತಂದೆಯನ್ನು ನೇರವಾಗಿ ನೋಡಿದಳು. ಅವರಲ್ಲಿನ ಲವಲವಿಕೆ ಪೂರ್ತಿ ಮಾಯವಾಗಿತ್ತು.

"ಬೇಡ ಅಪ್ಪಯ್ಯ, ವಿಶ್ವಣ್ಣನ್ನ ನಾವು ಉಳ್ಸಿಕೊಳ್ಳೋಕ್ಕಾಗಿಲ್ಲ. ಆದರೆ ತೋಟ ಉಳ್ಸಿಕೊಳ್ಳೋಕ್ಕೆ ದೇವರು ಅವಕಾಶ ಕೊಟ್ಟಿದ್ದಾನೆ. ಸ್ವಲ್ಪ ಕಷ್ಟ ಆಗಬಹುದು. ಆದ್ರೂ ಉಳ್ಸಿಕೋಳ್ಳೋಣ. ವಿಶ್ವಣ್ಣನ ಮಾತು, ನಗು, ಕನಸುಗಳು ಅಲ್ಲಿ ಗೂಡು ಕಟ್ಟಿಕೊಂಡಿವೆ. ಅದ್ನ ಕಳೆದುಕೊಳ್ಳೊದೆಂದರೆ..." ಬಿಕ್ಕಿಬಿಕ್ಕಿ ಅಳೋಕೆ ಶುರು ಮಾಡಿದಳು. ಅವರ ಕರುಳು ಕಿತ್ತು ಬಾಯಿಗೆ ಬಂದಂತಾಯಿತು. ವರ್ಣಿಸೋಕೆ ಸಾಧ್ಯವಿಲ್ಲದಂಥ ಸಂಕಟ. ಇದನ್ನು ಯಾವ ವೈದ್ಯ ವಾಸಿ ಮಾಡಬಲ್ಲ? ನಿಸ್ಸಹಾಯಕತೆಯಿಂದ ಮಗಳತ್ತ ನೋಡಿದರು. ದೇವರು ಇದ್ದಾನಾ? ಯಾರಿಗೂ ಕೇಡು ಬಗೆಯದ ಈ ಮುಗ್ಧ ಕುಟುಂಬಕ್ಕೆ ಯಾಕೆ ಇಂಥ ಶಿಕ್ಷೆ ಕೊಟ್ಟ? ಹುಟ್ಟು-ಸಾವು, ಆಧ್ಯಾತ್ಮಿಕತೆಯ ಬಗ್ಗೆ ಅವರ ತಿಳಿವಳಿಕೆ ಕಡಿಮೆ. ಅದನ್ನ ಎಂದೋ ಒಪ್ಪಿಕೊಂಡಿದ್ದರು.

"ನಂಗೇನು ಅರ್ಥವಾಗೊಲ್ಲ ಕಣೇ, ಅಪೇಕ್ಷ. ನಂಗೆ ವಿಶ್ವ ತೀರಿಕೊಂಡ ಮೇಲೇನೆ, ಸಾವೆಷ್ಟು ಭಯಂಕರ ಅಂತ ತಿಳಿದಿದ್ದು. ಅವನು ಹತ್ತು ಪೈಸೆಗೆ ಕೊಂಡ ಸಣ್ಣ ಪೆನ್ಸಿಲ್ ಇದೆ, ಆದರೆ ಅವನಿಲ್ಲ, ಇದನ್ನೆಲ್ಲ ಹೇಗೆ ನಂಬೋದು? ಮಹಾಭಾರತದ

ಕೃಷ್ಣನ್ನ ಭಗವಂತ ಅಂತ ಪೂಜೆ ಮಾಡ್ತೀವಿ. ಧೃತರಾಷ್ಟ್ರನ ಆಸ್ಥಾನದಲ್ಲಿ ಅವಮಾನಕ್ಕೆ ಗುರಿಯಾದ ದ್ರೌಪದಿಯ ಮಾನ ರಕ್ಷಿಸಲು ದ್ವಾರಕೆಯಿಂದ ಓಡಿ ಬಂದವ ಅಶ್ವತ್ಥಾಮ ಆಕೆಯ ಮಕ್ಕಳನ್ನು ಕೊಂದಾಗ ಎಲ್ಲಿ ಹೋಗಿದ್ದ? ನಾವು ತೀರಾ ಸಾಮಾನ್ಯ ಜನ. ನಮ್ಗೆ ಇದೆಲ್ಲಿ ಅರ್ಥವಾದೀತು? ಮನೆಯಲ್ಲಿ ಮಂಕಾಗಿ ಕೂತ ಆರತಿಗೆ ಗಂಡು ಹುಡ್ಕಿ ಮದ್ವೆ ಮಾಡಬೇಕು" ಎಂದು ನೋಟುಗಳನ್ನೆತ್ತಿಕೊಂಡರು. ತುಟಿ ಕಚ್ಚಿ ಅಡಿಗೆ ಮನೆಗೆ ಬಂದಳು.

ಉಂಡೆ ಕಟ್ಟುತ್ತಿದ್ದ ಗಿರಿಜಮ್ಮ ತಲೆಯೆತ್ತಿ "ಆರತಿಗೆ ಮದ್ವೆ ವಯಸ್ಸಾಯ್ತು. ಮತ್ತೆ ಹೆಚ್ಚಾದರೆ ಎರಡನೆ ಸಂಬಂಧಗಳಿಗೆ ಕೊಡಬೇಕಾಗುತ್ತೆ. ಗಂಜಿಕಟ್ಟೆ ಶ್ರೀನಿವಾಸ ಜೋಯಿಸರ ಸೊಸೆ ಆರು ತಿಂಗ್ಳು ಹಿಂದೆ ತೀರಿಕೊಂಡ್ರು. ಅನ್ಕೂಲದ ಜೊತೆ ಎರಡು ಮಕ್ಕಳು. ಯಾರ ಕೈಯಲ್ಲೋ ಹೇಳಿ ಕಳ್ಸಿದ್ರು. ಆರತಿ ಮುಂದೆ ಈ ಪ್ರಸ್ತಾಪ ಎತ್ತೋಕೆ ಆಗುತ್ತಾ? ಅದೊಂದು ಭಯ ಕಾಡೋಕೆ ಶುರುವಾಗಿದೆ" ಎಂದರು ವ್ಯಥೆಯಿಂದ. ಸತ್ತ ವಿಶ್ವ ಮರೆಯಾಗಿ ಆರತಿ ದೊಡ್ಡ ಸಮಸ್ಯೆಯಾಗಿ ನಿಂತಂತೆ ಕಂಡಳು. ಇದೇ ಇರಬೇಕು ಬದುಕಿನ ವಿಶಿಷ್ಟತೆ, ವೈರುಧ್ಯ!

"ಅಮ್ಮ, ಸತ್ಯ ಇಲ್ಲೇ ಇದ್ದಾನೆ. ಅವ್ನಿಗೂ ಗಂಡು ಹುಡುಕೋಕೆ ಹೇಳಿದ್ದೀನಿ. ಬೆಂಗ್ಳೂರಿನಲ್ಲಿ ಡಿಟೈಲ್ಸ್‌ನೊಂದಿಗೆ ಯಾವುದಾದ್ರೂ ಗಂಡು-ಹೆಣ್ಣು ಮ್ಯಾಚ್ ಮಾಡಿಸೋ ಅಂಥ ಸೆಂಟರ್‌ನಲ್ಲಿ ಹೆಸರು ರಿಜಿಸ್ಟರ್ ಮಾಡಿಸಿದರೆ ನಮ್ಗೆ ಬೇಕಾದಂಥ ಗಂಡನ್ನ ಹುಡ್ಕಿಕೊಡ್ತಾರೆ. ಅಂಥ ಪ್ರಯತ್ನ ನಾನು ಮಾಡ್ತೀನಿ. ಸುಮ್ನೇ ನೀವುಗಳು ಕೊರಗೋದು ಬೇಡ" ಎಂದು ಕತ್ತಿನಲ್ಲಿನ ಸರ ತೆಗೆದು ಉಂಡೆಯ ತಟ್ಟೆಯಲ್ಲಿಟ್ಟು "ನಾನು ಒಬ್ಬಳೊಬ್ಬಳೇ ಓಡಾಡ್ತೀನಿ. ಚಿನ್ನ ಹಾಕಿಕೊಳ್ಳೋದು ಒಳ್ಳೆಯದಲ್ಲ. ಆರತಿಯಕ್ಕನ ಕುತ್ತಿಗೆಯಲ್ಲಿನ ಸರ ಸವೆದು ಹೋಗಿದೆ. ಇದ್ನ ಕೂಡ ಹಾಕ್ಸಿ ಗಟ್ಟಿಯಾಗಿ ಸರವೊಂದು ಮಾಡ್ಸಿಬಿಡಿ. ಆದಷ್ಟು ಬೇಗ್ನೆ ಮದ್ವೆ ಮಾಡೋಣ" ಆಶ್ವಾಸನೆ ಕೊಟ್ಟು ಆಕೆ ಪ್ರತಿಕ್ರಿಯಿಸುವುದಕ್ಕೂ ಕಾಯದೇ ಹೊರಗೆ ಬಂದು ಕಣ್ಣೊರೆಸಿಕೊಂಡಳು.

ಕವನಗೆ ಇಲ್ಲಿನವರು ಇಷ್ಟವಾಗಿದ್ದರು. ಅರುಣ ಮತ್ತು ಅದಿತಿಗೆ ತಾನು ತಂದುಕೊಂಡಿದ್ದ ಚಾಕಲೇಟು, ಬಿಸ್ಕತ್‌ಗಳನ್ನು ಕೊಟ್ಟು ಖಾಲಿ ಮಾಡಿ "ಅರ್ಧ ಲಗೇಜ್ ಖಾಲಿ ಆಯ್ತು. ನೀವೆಲ್ಲ ಒಂದ್ಸಲ ಬೆಂಗ್ಳೂರಿಗೆ ಬನ್ನಿ" ಅದೂ ಇದೂ ಅವರೊಂದಿಗೆ ಮಾತಾಡಿಸುವ ವೇಳೆಗೆ "ಅಪ್ಪಯ್ಯ ಕರೀತಾರೆ, ನೋಡು" ಅವರುಗಳನ್ನು ಕಳಿಸಿ ಕೂತ ಕೂಡಲೆ ಇವಳತ್ತ ಜರುಗಿ "ಒಂದ್ಮಾತು ಕೇಳ್ಲಾ?" ಅಂದಳು ಕವನ.

"ಶ್ಯೂರ್, ಯಾರು ಬೇಡಾಂದ್ರು?" ನಗುತ್ತ ಪ್ರತಿಕ್ರಿಯಿಸಿದಳು.

"ನೀನು, ಸತ್ಯೇಂದ್ರ ಫ್ರೆಂಡ್ಸಾ?" ಸ್ವಲ್ಪ ತಡವರಿಸಿದಂತೆ ಕೇಳಿದ್ದು.

"ಹೌದು ಅಂದ್ಕೊ, ನಂಗಿಂತ ಸ್ವಲ್ಪ ಸೀನಿಯರ್. ನಮ್ಮಣ್ಣನಿಗೆ ಫ್ರೆಂಡ್. ನಮ್ಮ ವಿಶ್ವನಿಗಿಂತ ಮೂರು ತಿಂಗ್ಳು ಆರು ದಿನ ಎರಡು ಗಂಟೆ, ಒಂಬತ್ತು ನಿಮಿಷ ದೊಡ್ಡೋನು."

"ಮೈ ಗಾಡ್, ಎಷ್ಟು ನಿಖರವಾಗಿ ಹೇಳ್ದೇ. ಅವರಿಗೂ ನಿಮ್ಗೂ ಬಂಧುತ್ವನಾ?" ಕವನಳ ಕೇಳಿಕೆಗೆ ಅವಳಿಗೆ ನಗು ಬಂತು. "ತೀರಾ ಹತ್ತಿರದ್ದಲ್ಲ, ಸ್ವಲ್ಪ ದೂರದ್ದೆ. ತುಂಬ ಹತ್ತಿರವಾದ ಬಂಧುಗಳಿಗಿಂತ ಹೆಚ್ಚು ನಿಕಟವಾದದ್ದು ಅವರೇ. ಬಹುಶಃ ಒಂದೇ ಊರಿನಲ್ಲಿ ಇರೋದು ಕಾರಣವಾಗಿರಬಹುದು. ಅವೆಲ್ಲಕ್ಕಿಂತ ವಿಶ್ವಣ್ಣ, ಸತ್ಯೇಂದ್ರ ಒಬ್ಬರನ್ನೊಬ್ಬರು ಹಚ್ಕೊಂಡಿದ್ರು. ಆದರೆ ಒಂದೇ ವ್ಯತ್ಯಾಸ. ಸತ್ಯ ಅಮೇರಿಕಾ ಕನಸು ಕಂಡು ಹಾರಿದ, ವಿಶ್ವಣ್ಣ ಈ ಮಣ್ಣಿನ ಮೇಲೆ ಅಕ್ಕರೆ ಬೆಳೆಸ್ಕೊಂಡು...... ಅವ್ನಿಗಿಂತ ಮೇಲಕ್ಕೆ ಹಾರಿಹೋದ ಅಷ್ಟೆ" ವಿಷಯ ಅಲ್ಲಿಗೇ ಹೋಯಿತು. ವಿಚಾರ ದಟ್ಟವಾಗುವುದಕ್ಕೆ ಬಿಡದೇ ನಗುತ್ತ "ಇಷ್ಟೆಲ್ಲ ಡಿಟೈಲ್ಸ್ ಯಾಕೆ?" ಕೇಳಿದಳು.

"ನನ್ನ ಮಮ್ಮಿ, ಡ್ಯಾಡಿ ಪಾರ್ಟನರ್‌ನ ನೀನೇ ಹುಡುಕ್ಕೋ, ಆ ಎಲ್ಲಾ ಜವಾಬ್ದಾರಿ ನಿಂದೇ, ಆ ವಿಷ್ಯದಲ್ಲಿ ನಾವು ಯಾರೂ ನಿಂಗೆ ಸಹಾಯ ಮಾಡೋಲ್ಲಂತ ಹೇಳಿದ್ದಾರೆ. ಈಗ ಗಂಡು ಹುಡ್ಕಿಕೊಳ್ಳಬೇಕಾದ ರಿಸ್ಕ್ ನಂದೆ. ನಿಮ್ಮ ವಿಶ್ವನ್ನೋ, ಸತ್ಯೇಂದ್ರನ್ನೋ ವಿವಾಹವಾಗಬಹುದಿತ್ತು. ಇಬ್ರೂ ಮ್ಯಾರೀಡ್. ಇನ್ನು ಅರುಣಂಗೆ ಟ್ರೇ ಮಾಡೋಣಾಂದರೆ, ಅವ್ನು ಚಿಕ್ಕವನು. ಸಂಪಾದ್ನೆ ಇಲ್ಲ. ವಿವಾಹವಾಗೋ ವೇಳೆ ಗಂಡಿನ ಸಂಪಾದ್ನೆ ಮೇಲೆ ನಿನ್ನ ದೃಷ್ಟಿ ಇರಲೀಂತ ಮಮ್ಮಿ ಎಚ್ಚರಿಸಿದ್ದಾಳೆ" ನಕ್ಕುಬಿಟ್ಟಳು ಕವನ.

ಅಪೇಕ್ಷ ಕವನನ ಹೆಚ್ಚೇನು ಹಚ್ಚಿಕೊಂಡಿರಲಿಲ್ಲ. ದುಂಬಾಲು ಬಿದ್ದೇ ಜೊತೆಯಲ್ಲಿ ಬಂದಿದ್ದು. ಎರಡು ದಿನದಲ್ಲಿ ಎಷ್ಟೋ ಹೇಳಿಕೊಂಡಿದ್ದಲ್ಲದೇ, ಕೇಳಿ ತಿಳಿದಿದ್ದು ಅಚ್ಚರಿಯೆನಿಸುವಷ್ಟು. ಈಗ ಅವಳ ಮಾತು ಕೇಳಿ ನಗಬೇಕೋ, ಅಳಬೇಕೋ ಗೊತ್ತಾಗಲಿಲ್ಲ.

"ಸಾರಿ, ಇಬ್ಬರನ್ನು ಮಿಸ್ ಮಾಡ್ಕೊಂಡ್ ಇದ್ದೀಯಾ ಬಿಡು. ಮೃಣಾಲಿನಿಯವರು ನಿಂಗೆ ಬೇಕಾದರೇ, ಈ ವಿಷ್ಯದಲ್ಲಿ ಹೆಲ್ಪ್ ಮಾಡ್ತಾರೆ. ಪೆಯಿಂಗ್ ಗೆಸ್ಟ್‌ಗಳಾಗಿದ್ದ ಇಬ್ಬರು ಯುವತಿಯರಿಗೆ ಅವರೇ ನಿಂತು ಮದ್ವೆ ಮಾಡಿದ್ದಾರೆ" ಪರಿಹಾರ ಸೂಚಿಸಿದಳು.

"ಓಕೆ, ನಿಂಗೂ ಸತ್ಯೇಂದ್ರ ಅವ್ರಿಗೂ ಎಷ್ಟು ದಿನದ ಪರಿಚಯ?" ಪ್ರಶ್ನೆ ಅಲ್ಲಿಗೆ ಹೋದಾಗ ಅಪೇಕ್ಷ ಹಣೆಯೊತ್ತಿಕೊಂಡು "ಬಹುಶಃ ನಾನು ಹುಟ್ಟಿದಾಗ್ನಿಂದ ಅಂದ್ಕೋ. ಹುಟ್ಟಿದ ದಿನನೇ ಅವನಮ್ಮನ ಮಡಿಲಲ್ಲಿ ಕೂತು ನನ್ನ ಕೆನ್ನೆ ಸವರಿದ್ದನಂತೆ. ನಂಗಿಂತ ಆರು ವರ್ಷ ದೊಡ್ಡೋನು. ತೊಟ್ಟಲು ತೂಗಿದ್ದಾನೆ. ಕಡೆಗೆ ಎತ್ತಿಕೊಂಡು ಓಡಾಡಿದ್ದಾನಂತೆ. ಪರಿಚಯ ಅಲ್ಲಿನದು. ಈ ವಿಷ್ಯದಲ್ಲಿ ನಿಂಗ್ಯಾಕೆ ಆಸಕ್ತಿ?"

ಐದು ನಿಮಿಷ ತಲೆ ಬಗ್ಗಿಸಿಕೊಂಡ ಕವನ ಮುಖ ಮೇಲೆತ್ತಿ "ನಿಮ್ಮ ಬಾಲ್ಯ ಎಷ್ಟೊಂದು ವೈವಿಧ್ಯಮಯ. ನೆನಪಿಸಿಕೊಂಡರೂ ನಂಗೆ ಯಾರೂ ಸಿಕ್ತಾ ಇಲ್ಲ. ನನ್ನಕ್ಕ ಕಾದಂಬರಿ ಕೂಡ ಆತ್ಮೀಯಳು ಅನಿಸೋಲ್ಲ. ಇದಕ್ಕೆ ಯಾರು ಕಾರಣ? ತುಂಬ.... ತುಂಬಾನೆ ಕಳೆದುಕೊಂಡೇ ಅನಿಸುತ್ತೆ. ಬಾಲ್ಯದಲ್ಲಿ ಹೇಗಾದರೂ ಇರಲೀ, ಸತ್ಯೇಂದ್ರ ಬಾಯ್ ಫ್ರೆಂಡ್ ಅನ್ನಿಸೋಲ್ವಾ?" ಕೇಳಿದಳು.

ಅವಳು ಹಣೆಯೊತ್ತಿಕೊಂಡು "ಬಾಯ್ ಫ್ರೆಂಡ್ ಅನ್ನೋದು ಸಿಟಿಗಳಲ್ಲಿ ಬೇರೆ... ಬೇರೆ ಅರ್ಥ ಪಡೆದುಕೊಂಡಿರಬಹುದು. ಇಲ್ಲಿ ಆ ತರಹ ಏನಿಲ್ಲ. ಇಡೀ ಮನೆಗೆ ಅವನು ಆತ್ಮೀಯ. ವಿಶ್ವಣ್ಣ ಅವನು ಒಬ್ಬರಿಗೊಬ್ಬರು ಹೇಗೆ ಹಚ್ಚಿಕೊಂಡಿದ್ದರೂಂದರೇ, ಸತ್ಯ ವಿದೇಶಕ್ಕೆ ಹೋದಾಗ ವಿಶ್ವಣ್ಣ ಬಿಕ್ಕಿಬಿಕ್ಕಿ ಅತ್ತ. ಅವನು ಚೇತರಿಸಿಕೊಳ್ಳಲು ತಿಂಗಳುಗಳೇ ಬೇಕಾಯ್ತು. ಅಂಥ ಗಾಢವಾದ ಸ್ನೇಹ ಅವರಿಬ್ಬರಲ್ಲಿ. ಇನ್ನು ನಮ್ಮ ಅವ್ನ ಸಂಬಂಧದ ಬಗ್ಗೆ ಊಹಿಸ್ಕೊ" ಅವಳಿಗೇ ಬಿಟ್ಟು ಮಲಗಿದಳು.

ಕವನಾಗೆ ಇದೆಲ್ಲಾ ಹೊಸದೆನಿಸಿದರು, ಇಷ್ಟವೆನಿಸಿತು. ಇಂಥ ಒಂದೇ ಒಂದು ಸಂಬಂಧದ ಪರಿಚಯ ತಮಗಿತ್ತಾ? ಅವರೆದುರು ಅವಳ ಮಮ್ಮಿ ಡ್ಯಾಡಿ ಜಗಳವಾಡುತ್ತಿರಲಿಲ್ಲ. ಅವರಿಬ್ಬರ ನಡುವೆ ಜೋರಾದ ಮಾತುಕತೆ ಅವಳು ಕೇಳಿರಲಿಲ್ಲ. ಎಲ್ಲಾ ಕೋಣೆಯ ಒಳಗೆ. ಎಲ್ಲಾ ನಿರ್ಧಾರಗಳು ರೂಮಿನ ಒಳಗೇನೇ. ತಮ್ಮ ದಾಂಪತ್ಯದಿಂದ ಉದಯಿಸಿದ ಮಕ್ಕಳನ್ನು ದೂರವಿಟ್ಟೆ ಬೆಳೆಸಿದ್ದರು.

ವಿದ್ಯಾಭ್ಯಾಸ ಮುಗಿಸಿದಾಗ ಇಬ್ಬರೂ "ಇಲ್ಲಿಗೆ ನಮ್ಮ ಡ್ಯೂಟಿ ಮುಗಿದಿದೆ. ಸ್ವತಂತ್ರವಾಗಿ ನಿಮ್ಮ ಬದ್ಕನ್ನು ರೂಪಿಸ್ಕೋಬೇಕು. ನಮ್ಮ ಸೇವಿಂಗ್ಸ್ ನಮ್ಮ ವೃದ್ಧಾಪ್ಯಕ್ಕೆ ಬೇಕು. ಒಳ್ಳೆ ಸೊಫಿಸ್ಟಿಕೆಟೇಡ್ ವೃದ್ಧಾಶ್ರಮಗಳಲ್ಲಿ ಇರಬೇಕೂಂದರೆ ತುಂಬ ಹಣಾನೇ ಬೇಕು." ಅತ್ಯಂತ ಸ್ಪಷ್ಟವಾಗಿ ಹೇಳಿದ ಹೆತ್ತವರು ಹಾಗೆಯೇ ನಡೆದುಕೊಂಡಿದ್ದರು. ತಿಂಗಳಿಗೊಮ್ಮೆ ಫೋನ್ ಮಾಡಿದರೂ ವಿಚಾರಿಸುತ್ತಿದ್ದುದು ಶಾರ್ಟ್‌ಫಾರ್ಮ್‌ನಲ್ಲಿ. ಬರೀ ಬರೀಯ ಅದೇ ಪ್ರಶ್ನೆ, ಅದೇ ಮಾತುಗಳು. ಅವಳಿಗೇನು ಇಂಟರೆಸ್ಟಿಂಗ್ ಎನಿಸುತ್ತಿರಲಿಲ್ಲ. ಇಲ್ಲಿ ಸಂಬಂಧಗಳೇ ಮಸುಕಾಗತೊಡಗಿತ್ತು.

ನಿದ್ದೆ ಬಂದಿದ್ದು ಯಾವಾಗಲೋ, ಬಸ್ಸಿನ ಬಳಿಗೆ ಎಲ್ಲರು ಬಂದು ಹತ್ತಿಸಿದರು. ಅಲ್ಲಿಗೆ ಬಂದಿದ್ದ ಸತ್ಯೇಂದ್ರ ಒಂದು ಪ್ಯಾಕೆಟ್ ಕೊಟ್ಟು "ಅಮ್ಮ ಕೊಟ್ಟಿದ್ದು. ಹೋಗೋಕೆ ಮುನ್ನ ಒಮ್ಮೆ ಬರ್ತೀನಿ. ಜೀವನ್ಮುಖಿಯಾಗು" ಅಷ್ಟು ಹೇಳಿ ಕೈಬೀಸಿದ್ದ.

* * * *

ಅಂದು ನರ್ಸಿಂಗ್ ಹೋಂನಿಂದ ಡಿಸ್ಚಾರ್ಜ್ ಆಗಿ ಮನೆಗೆ ಬಂದವರು ನಿಟ್ಟುಸಿರು ದಬ್ಬಿ " ಅಂತು ಇಲ್ಲಿನ ಋಣ ತೀರಿಲ್ಲ. ಈ ಸಲ ಹಾರ್ಟ್ ಅಟ್ಯಾಕ್ ಅಂತ ಐ.ಸಿ.ಯುಗೆ ಹಾಕಿದಾಗ್ಲೇ ಹೊರಟಿದ್ದೀನಿ ಅಂದ್ಕೊಂಡಿದ್ದೆ. ನೋ... ಮತ್ತೆ... ಬಂದೆ" ನಗುತ್ತ ಹೇಳಿದರು ಮೃಣಾಲಿನಿ.

ಪೂವಯ್ಯ ಒಂದು ತರಹ ಮುಖ ಮಾಡಿಕೊಂಡು ಟ್ಯಾಕ್ಸಿಯಿಂದ ತಂದ ವಸ್ತುಗಳನ್ನು ಒಳಗೆ ಒಯ್ದ. ಟ್ಯಾಕ್ಸಿಯವನಿಗೆ ಹಣ ಕೊಟ್ಟು ಬಂದ. ಅಪೇಕ್ಷ ಅವರೆದುರು ಕೂತು "ಇನ್ಮೇಲೆ ಒಂದಿಷ್ಟು ರೆಸ್ಟ್ ಬೇಕು" ಎಂದಾಗ ಆಕೆ ನಕ್ಕುಬಿಟ್ಟರು. "ಈಗ ಅಂಥ ಕೆಲ್ಸ ಏನಿದೆ? ಹೆಚ್ಚು ಕಡ್ಮೆ ರೆಸ್ಟ್. ನಂಗೋಸ್ಕರ ರಜ ಹಾಕ್ದೆ! ಇದೇನು ನಂಗೇನು ಹೊಸ್ದಲ್ಲ. ಸುಮಾರು ಸಲ ನರ್ಸಿಂಗ್ ಹೋಂನಲ್ಲಿ ಅಡ್ಮಿಟ್ ಆಗಿದ್ದೀನಿ. ಮಂಜು, ಪೂವಯ್ಯ ಓಡಾಡ್ತಾರೆ. ಇಲ್ಲಿ ಪೇಯಿಂಗ್ ಗೆಸ್ಟ್ ಆಗಿರುತ್ತಿದ್ದವರಿಗೆ ಕೆಲವೊಮ್ಮೆ ವಿಷ್ಯವೇ ಗೊತ್ತಿರ್ತಿರಲಿಲ್ಲ. ಇನ್ನು ಕೆಲವರು ಬಂದು ನೋಡಿದ್ದುಂಟು.

ನೀನು ಮಾತ್ರ ಈ ಸಲ ತುಂಬ ರಿಸ್ಕ್ ತಗೊಂಡುಬಿಟ್ಟೆ" ಅಭಿಮಾನದಿಂದ ಅಪೇಕ್ಷ ಕಡೆಗೆ ನೋಡಿದರು.

"ನಂಗೆ ಹಾಗೆ ಅನ್ನಿಸ್ಲಿಲ್ಲ. ನಿನ್ನೆ ಇಂಗ್ಲೆಂಡ್‌ನಿಂದ ಫೋನ್ ಮಾಡಿದ ನಿಮ್ಮ ತಮ್ಮ ಬರಬೇಕಾಗುತ್ತಾಂತ ವಿಚಾರಿಸಿದ್ರು. ಏನು ಹೇಳಬೇಕೋ ಗೊತ್ತಾಗ್ಲಿಲ್ಲ" ಆಕಾಂಕ್ಷ ಹೇಳಿದ ಕೂಡಲೆ ಮೃಣಾಲಿನಿ ನಕ್ಕುಬಿಟ್ಟರು.

"ಅವ್ನ ತಲೆ, ನಾನು ಹೊರಟು ನಿಂತಿದ್ದೇನೋಂತ. ಅವನು ವಿಚಾರಿಸಿದ ಪರಿ ನೋಡಿದರೆ ನೆನಪಾಗುತ್ತೆ. ಚರ್ಚಿಲ್‌ರ 71ನೆಯ ಜನ್ಮದಿನೋತ್ಸವ ಸಂದರ್ಭದಲ್ಲಿ ಒಬ್ಬ ಪತ್ರಕರ್ತ 'ತಾವು ದೇವರನ್ನು ಭೇಟಿಯಾಗಲು ಸಿದ್ಧವಾಗಿದ್ದೀರಾ?' ಎಂದು ಪ್ರಶ್ನಿಸಿದ ಅವರ ಇಳಿ ವಯಸ್ಸನ್ನು ನೆನಪಿಸುತ್ತ. ಆ ಮಾತಿಗೆ ಚರ್ಚಿಲರ ಉತ್ತರ ಸಿದ್ಧವಾಗಿತ್ತು. 'ನಾನು ದೇವರನ್ನು ಭೇಟಿ ಮಾಡಲು ಯಾವಾಗಲೋ ಸಿದ್ಧನಿದ್ದೇನೆ. ಆದರೆ ನನ್ನಂಥ ಖ್ಯಾತ ಪ್ರಧಾನ ಮಂತ್ರಿಯನ್ನು ಭೇಟಿಯಾಗಲು ಆ ನಿಮ್ಮ ದೇವರಿಗೆ ಇಷ್ಟವಿದೆಯೋ ಇಲ್ಲವೋ ಎಂಬುದನ್ನು ಕಂಡುಕೊಳ್ಳುವ ಬಾಧ್ಯತೆ ನಿಮ್ಮದು' ಎಂದರಂತೆ. ಹಾಗಾಯ್ತು ಇವನ ಮಾತಿನ ಧೋರಣೆ" ಎಂದು ಮೇಲೆದ್ದರು. ಅವರನ್ನ ಕೋಣೆಗೆ ಬಿಟ್ಟು ತನ್ನ ರೂಮಿಗೆ ಹಿಂದಿರುಗಿದಳು.

ಸೇಬು, ಮೋಸಂಬಿ ಜೊತೆ, ಒಂದು ನಾಲ್ಕು ಬಿಸ್ಕತ್ ಪ್ಯಾಕೆಟ್ ಟೇಬಲಿನ ಮೇಲಿತ್ತು. ಬಹುಶಃ ಇಳಾಭಟ್ ಗಂಡ ಬರಬಹುದೆಂದುಕೊಂಡಳು. ಎರಡು ಮಕ್ಕಳ ತಾಯಿ, ಮಕ್ಕಳ ಮೇಲಿನ ಮಮಕಾರ. ಅಷ್ಟು ಇಷ್ಟು ಉಳಿಸಿ ಮಕ್ಕಳಿಗಾಗಿ ಖರೀದಿಸಿ ತಂದಿಡುತ್ತಿದ್ದುದುಂಟು.

ಅದನ್ನೆಲ್ಲ ಸರಿಸಿಟ್ಟು ಮಂಚದ ಮೇಲೆ ಕೂತಳು. ಎರಡು ದಿನದ ಹಿಂದೆ ಶೇಷಪ್ಪಯ್ಯ ಫೋನ್ ಮಾಡಿ "ಹಣ ಬ್ಯಾಂಕ್‌ಗೆ ಕಟ್ಟಿದೆ. ಮತ್ತೆ ಖರೀದಿಯ ಪ್ರಸ್ತಾಪ ಬಂದಿದೆ. ನಿಮ್ಮಿಬ್ಬರ ಮದ್ವೆ ನಂಗೆ ಮುಖ್ಯ. ವಿಶ್ವ ಇದ್ದಾಗ ಒಂದು ರೀತಿಯ ನಿಶ್ಚಿಂತೆ ಇತ್ತು. ಈಗ ಭಯ ಕಣೆ ಮಗಳೆ. ತೋಟಕ್ಕಿಂತ ನಿಮ್ಮಗಳ ಭವಿಷ್ಯ ಮುಖ್ಯ." ಇಂಥ ಮಾತುಗಳನ್ನಾಡಿದಾಗ ಅವಳಿಗೆ ದಿಕ್ಕು ತೋಚದಂತಾಗಿತ್ತು" ನೋಡೋಣಪ್ಪ, ಅಣ್ಣ ಕೆಲ್ಸದಿಂದ ಮನೆಗೆ ಬಂದ ಕೂಡಲೆ ತೋಟದಲ್ಲಿ ಹೋಗಿ ಕೂಡ್ತಾ ಇದ್ದ. ಆರೋಗ್ಯ ಕೆಟ್ಟ ಮೇಲೂ ತೋಟ ಅನ್ನೋದೊಂದು ಜಪವಾಗಿತ್ತು. ಕರ್ಮಾಂತರಗಳು ಮಾಡಿದ್ದು ಅಲ್ಲೇ. ಅಸ್ತಿ ವಿಸರ್ಜಿಸಿ ಬೂದಿನಾ ತಂದು ತೋಟಕ್ಕೆ ಹಾಕಿದ್ವಿ. ಅವನಲ್ಲೇ ಇರ್ತಾನೆ. ಮಾರೋಕೆ ಮನಸ್ಸು ಬರೋಲ್ಲ, ಬೇಗ ಆರತಿ ಮದ್ವೆ ಮಾಡೋಣ" ಅನ್ನುವ ವೇಳೆಗೆ ಅವಳಿಗೆ ಬಿಕ್ಕುವಂತಾಗಿತ್ತು.

ಹೇಗೆ? ಹೇಗೆ? ಹೇಗೆ? ಗಂಡು ಹುಡುಕಬೇಕು. ಆಮೇಲೆ ವಿವಾಹದ ಖರ್ಚಿಗೆ ಹಣ ಬೇಕು? ಹೇಗೆ ಹೊಂದಿಸೋದು? ತಿಂಗಳು... ತಿಂಗಳು ಹಣ ಕಳಿಸುತ್ತಿದ್ದಳು. ತಲೆ ಕೆಡಿಸಿಕೊಂಡು ಕೂತಳು. ಅವಳ ವಿದ್ಯಾರ್ಹತೆಗೆ ಎಂಟು ಸಾವಿರದಷ್ಟು ಹಣ ಸಿಕ್ತಾ ಇತ್ತು. ಅದೇ ಅವಳಿಗೆ ಹೆಚ್ಚೆನಿಸುತ್ತಿತ್ತು. ಮೂರು ಸಾವಿರ ಮೃಣಾಲಿನಿಯವರಿಗೆ ಕೊಡಬೇಕಿತ್ತು. ಎರಡೊತ್ತು ತಿಂಡಿ, ಕಾಫೀ, ಬೇಡಾಂತ ಅಂದಿದ್ದರಿಂದ 500

ರೂಪಾಯಿ ಕನ್‌ಸೆಷನ್ ಸಿಕ್ಕಿತ್ತು. ಉಳಿದವರಾರು ಆ ಬಗ್ಗೆ ತಕರಾರು ತೆಗೆದಿರಲಿಲ್ಲ. ನಾಲ್ಕು ಸಾವಿರ ಊರಿಗೆ ಕಳಿಸುತ್ತಿದ್ದಳು. ಅಲ್ಲಿ ರಿಸೆಪ್ಷನಿಸ್ಟ್ ಮಾತ್ರವಲ್ಲ, ಅಕೌಂಟ್ಸ್ ಕೂಡ ನೋಡುತ್ತಿದ್ದರಿಂದ ಇಷ್ಟು ಹಣ ಸಿಗುತ್ತಿತ್ತು. ಅವಳೇ ಬ್ಯಾಂಕ್‌ಗೆ ಹಣ ಒಯ್ದು ಕೆಲವೊಮ್ಮೆ ರೆಮಿಟ್ ಮಾಡಬೇಕಿತ್ತು.

"ಇದೇನು, ಬೇಗ್ಬಂದ್ಯಾ?" ಇಳಾ ಬ್ಯಾಗ್ ಹಿಡಿದು ಒಳಬಂದವರೇ ಕೂತು "ಭಯಂಕರ ರಷ್ ಬಸ್ಸಿನಲ್ಲಿ, ತೀರಾ ಸಾಕಾಗಿ ಹೋಯ್ತು. ಆಟೋದಲ್ಲಿ ಓಡಾಡಿ ಬಿಡೋಣಾಂತ ಅನಿಸುತ್ತೆ. ಆದರೆ ಅಷ್ಟೊಂದು ಶ್ರೀಮಂತಿಕೆ ಇಲ್ಲ. ಕೆಲವೊಮ್ಮೆ ಹಣದ ಸಲುವಾಗಿಯಾದ್ರೂ, ಕಾಲ್‌ಸೆಂಟರ್‌ಗೆ ಸೇರಿ ಬಿಡೋಣಾಂತ ಅನಿಸುತ್ತೆ. ಅದಕ್ಕೂ ಟ್ರೈನಿಂಗ್ ಬೇಕು. ನನ್ನ ಕೈಯಲ್ಲಿ ಆಗುತ್ತೊ ಇಲ್ವೋ ಅನ್ನೋ ಅನುಮಾನ ಬೇರೆ. ಅಂಥ ಧೈರ್ಯಸ್ಥೆ ಅಲ್ಲ ನಾನು, ಅಪೇಕ್ಷ. ನನ್ನಂಥವಳು ಬರೀ ಹೌಸ್ ವೈಫ್ ಆಗಿರೋಕೆ ಮಾತ್ರ ಲಾಯಕ್. ಏನು ಮಾಡ್ತೀಯಾ ಹಣೆಬರಹ" ಎಲ್ಲಾ ಒಂದೇ ಸಲ ಹೇಳಿ ಮುಗಿಸಿಬಿಟ್ಟಿದ್ದು. ಇಷ್ಟು ಮಾತಾಡಿದ ಮೇಲೆ ಒಂದಿಷ್ಟು ರಿಲೀಫ್, ಟೆನ್‌ಷನ್ ಕಡಿಮೆ ಆಗುತ್ತಿತ್ತು.

"ತಗೊಳ್ಳಿ, ನೀರು" ಬಾಟಲಿನಲ್ಲಿದ್ದ ನೀರು ಬಗ್ಗಿಸಿ ಕೊಟ್ಟು "ಏನ್ಮಾಡೋಕಾಗುತ್ತೆ? ಪರಿಸ್ಥಿತಿಗೆ ನಾವು ಹೊಂದ್ಕೋಬೇಕು. ಮಂಜು ಕಾಫೀ, ತಿಂಡಿ ಹಿಡಿದು ಪ್ರತ್ಯಕ್ಷವಾಗಿ ಬಿಡ್ತಾನೆ. ಬೇಗ ಫ್ರೆಷ್ ಅಪ್ ಆಗ್ಬನ್ನಿ" ಹೇಳಿ ಬಾತ್‌ರೂಮಿಗೆ ಕಳಿಸಿದಳು. ಅಟ್ಯಾಚ್ಡ್ ಬಾತ್‌ರೂಂ ಇತ್ತು ಪ್ರತಿಕೋಣೆಗೂ. ತುಂಬ ಅನುಕೂಲದ ವ್ಯವಸ್ಥೆಯೆ.

ಇಳಾಭಟ್‌ದು ಒಂದು ರೀತಿಯ ಹೋರಾಟವೇ. ಆರ್ಥಿಕವಾಗಿ ಕುಟುಂಬನ ಬಲಪಡಿಸೋದು ಆಕೆಯ ಉದ್ದೇಶ. ಮಕ್ಕಳು, ಗಂಡನಿಂದ ದೂರವುಳಿದು ಈ ಉದ್ಯೋಗಕ್ಕೆ ಜೋತುಬಿದ್ದಿದ್ದು.

ಮುಖ ತೊಳೆದು ಬಂದ ಇಳಾಭಟ್ ಒಂದೆರಡು ಪತ್ರಿಕೆಗಳನ್ನು ತೆಗೆದು ಟೇಬಲ್ಲು ಮೇಲಿಟ್ಟು "ಓದೋ ಆಸೆ, ಪತ್ರಿಕೆಗಳಿಗೆ ದುಡ್ಡು ಹಾಕೋಕೆ ಆಗೋಲ್ಲ. ಅದಕ್ಕೆ ಒಂದೆರಡು ಆಫೀಸ್‌ನಿಂದ ಹಿಡಕೊಂಡು ಬರ್ತೀನಿ" ಹೇಳಿ ಡ್ರೆಸ್ಸಿಂಗ್ ಟೇಬಲ್‌ನ ಮುಂದೆ ಕೂತು ಒಂದಿಷ್ಟು ಪೌಡರ್ ಬಳಿದುಕೊಂಡು ಸ್ಟಿಕರ್ ಅಂಟಿಸಿಕೊಳ್ಳುವ ವೇಳೆಗೆ ಮಂಜು ತಿಂಡಿಯ ಟ್ರೇ ಹಿಡಿದು ಪ್ರತ್ಯಕ್ಷನಾದ.

"ಅಮ್ಮನ್ನ ಡಿಸ್‌ಛಾರ್ಜ್ ಮಾಡ್ಸೋ ಸಲುವಾಗಿ ಅಪೇಕ್ಷಮ್ಮ ಕೂಡ ಬಂದಿದ್ದರು." ಎಂದು ಇಳಾಭಟ್ ಅವರಿಗೆ ಹೇಳಿ ಅಪೇಕ್ಷ ಕಡೆ ತಿರುಗಿ "ನಿಮ್ಗೂ ತಿಂಡಿ ತರ್ಲಾ?" ಕೇಳಿದ ಟ್ರೇಯನ್ನು ಟೀಪಾಯಿ ಮೇಲಿಡುತ್ತ. 'ಬೇಡ'ವೆನ್ನುವಂತೆ ಕೈಯಾಡಿಸಿ "ಬೇಡಪ್ಪ ಮಂಜಣ್ಣ, ಈಗ ತಿಂಡಿಯೇನಾದ್ರೂ ತಿಂದರೆ ರಾತ್ರಿ ಊಟ ಮಾಡೋಕ್ಕಾಗೋಲ್ಲ. ಆಗ ಊಟ ಮಾಡದಿದ್ದರೆ ಮಧ್ಯ ರಾತ್ರಿ ಹಸಿವು ಕಾಣಿಸಿಕೊಳ್ಳುತ್ತೆ" ಎಂದು ಪತ್ರಿಕೆ ಹಿಡಿದು ಹೊರಬಂದು ಹಾಲ್‌ನಲ್ಲಿ ಕೂತು ಟಿ.ವಿ. ಆನ್ ಮಾಡಿದ್ದಳು. ಯಾವುದೋ ಧಾರಾವಾಹಿ. ಹೆಣ್ಣು ಸೇಡಿನ ಪ್ರತಿರೂಪದಲ್ಲಿ ಕತ್ತಿ

ಮಸೆಯುವ ಸೀನ್. ಆಫ್ ಮಾಡಿ ಪತ್ರಿಕೆ ತೆಗೆದಳು. ಖ್ಯಾತ ಚುಟುಕು ಕವಿ ದುಂಡಿರಾಜ್‌ರ ಚುಟುಕುಗಳ ಮೇಲೆ ಕಣ್ಣು ಹಾಯಿಸಿದಳು.

ಡಾಕ್ಟರ್ ಸಾಯೇಬ್ರೆ ನಮಸ್ಕಾರ
ನೀವು ಯಮರಾಜನ ಸಹೋದರ
ಆತ ಕಸಿಯುತ್ತಾನೆ ಬರೀ ಪ್ರಾಣ
ನೀವು ಪ್ರಾಣದ ಜೊತೆ ಹಣ!

ಅದನ್ನು ಓದಿದ ಕೂಡಲೇ ವಿಶ್ವಣ್ಣನ ಅನಾರೋಗ್ಯದ ಸೀನುಗಳು. ಡಾಕ್ಟರ್ ಚಿದಾನಂದಮೂರ್ತಿ ಇದ್ದ ಜಾಗದಲ್ಲೇ ಲ್ಯಾಬ್‌ನ ಏರ್ಪಾಟು. ಬಂದವರಿಗೆಲ್ಲ ಒಂದಲ್ಲ ಒಂದು ಕಾರಣಕ್ಕೆ ಬ್ಲಡ್ ಟೆಸ್ಟ್. ಯಾರಿಗೂ ಯೂನಿಫಾರಂ ಇಲ್ಲ. ಅವರು ಟೆಕ್ನಿಷಿಯನ್ನೋ, ಅಲ್ಲವೋ, ಇವರಿಂದ ತರಬೇತಿ ಪಡೆದ ಯುವತಿಯೋ. ಹೌದು ನೋವು, ಸಂಕಟ, ಸುಸ್ತಿನಿಂದ ಒದ್ದಾಡುತ್ತಿದ್ದ ವಿಶ್ವರಥ ಬೆರಳಿನಿಂದ ಮುಂಗೈನಿಂದ ಪಡೆದ ರಕ್ತಕ್ಕೆ ಲೆಕ್ಕವೇ ಇರಲಿಲ್ಲ. ವಿವಿಧ ಮಾತ್ರೆಗಳ ಪ್ರಯೋಗ ಅವನ ಮೇಲೆ. ಕಡೆಯವರೆಗೂ ಅವನಲ್ಲಿ ರಕ್ತಕಣಗಳು ಹಂತಹಂತವಾಗಿ ಸಾಯುವ ಸ್ಥಿತಿ ತಲುಪಿ, ಬಿಳಿ ರಕ್ತ ಕಣಗಳು ನಿಲ್ ಆಗುತ್ತಿದೆಯೆಂದು ತಿಳಿದಾಗಲೇ ಬೇರೆ ಡಾಕ್ಟರಿಗೆ ರೆಫರ್ ಮಾಡಿದ್ದು. 'ಆ ಆಸ್ಪತ್ರೆಗೆ ಕರೆದೊಯ್ಯಿರಿ' ಎಂದು ಕೈ ತೊಳೆದುಕೊಂಡುಬಿಟ್ಟರು. ಆ ವೇಳೆಗೆ ವಿಶ್ವರಥ ಸಾಕಾಗಿದ್ದ. ಅಲ್ಲಿ ಅವರು ಕೇಳಿದ್ದು 'ಯಾಕೆ ಈಗ ಕರ್ಕಂಡ್ ಬಂದ್ರಿ?' ಎಂದು. ದೊಡ್ಡದಾದ ಆಸ್ಪತ್ರೆಯೆ, ಫೀಜು ಕಟ್ಟಿಸಿಕೊಂಡ ಒಂದೆರಡು ಗಂಟೆಗಳಲ್ಲಿ ಇಹಲೋಕ ತ್ಯಜಿಸಿದ್ದ. ಇದಕ್ಕೆ ಯಾರು ಹೊಣೆ? ಕೂರಲಾರದೆ ಎದ್ದು ಹೋಗಿ ಬಾಲ್ಕನಿಯಲ್ಲಿ ನಿಂತಳು. 'ಎಲ್ಲಿ ಹೋದೆ ವಿಶ್ವಣ್ಣ?' ಬೇರೆ ಬೇರೆ ತರಹ ಜನರಿಗೆ ಕಾನೂನು ಶಿಕ್ಷೆ ವಿಧಿಸುತ್ತೆ. ಇವರಿಗೆ...? ಕಾಣದ ದೇವರನ್ನು ಪ್ರಶ್ನಿಸಿದಳು.

"ಏನು, ತಪಸ್ಸು ಮಾಡ್ತಾ ಇದ್ದೀಯಾ?" ನಯನಾ ಸ್ವರಕ್ಕೇ ಎಚ್ಚೆತ್ತಿದ್ದು. "ಸಾರಿ, ನಿಮ್ಮ ಮದರ್ ಮಾಡಿಕೊಟ್ಟ ಉಂಡೆ, ಚಕ್ಕುಲಿನ ಕವನ ಕೊಟ್ಲು. ತುಂಬ ಟೇಸ್ಟಿ ಆಗಿತ್ತು. ಕೊಲೆಸ್ಟ್ರಾಲ್ ಪ್ರಾಬ್ಲಮ್, ಹೆಚ್ಚು ತಿನ್ನೋಕ್ಕಾಗ್ಲಿಲ್ಲ. ಎನಿವೇ ತುಂಬ ಥ್ಯಾಂಕ್ಸ್." ಹೇಳಿ ಒಳಗೆ ಹೋದಳು. ಬುದ್ಧಿವಂತೆ ಅನ್ನೋದನ್ನ ಸರ್ಟಿಫಿಕೇಟ್ ಸಾಬೀತುಪಡಿಸಿತ್ತು, ಕ್ಯಾಂಪಸ್ ಸೆಲೆಕ್ಷನ್. ನಿರಾಯಾಸವಾಗಿ ಜಾಬ್ ಸಿಕ್ಕಿತ್ತು. ಹೆಚ್ಚು ಮಾತಿಲ್ಲದ ಹುಡುಗಿ ಎಂದು ಎಲ್ಲರು ಇಷ್ಟಪಡುತ್ತಿದ್ದರು.

ಆ ವೇಳೆಗೆ ಕವನ ಬಂದವಳೇ ಅವಳ ಭುಜದ ಮೇಲೆ ಕೈ ಹಾಕಿ "ಹೇಗಿದ್ದಾರೆ, ಮೃಣಾಲಿನಿ ಆಂಟೀ? ಅಪ್ರಿಗೆ ಹುಷಾರಿಲ್ಲವೆಂದ ಕೂಡಲೇ ತುಂಬ ಹೆದರಿದ್ದೆ. ಈಗ ಸ್ವಲ್ಪ ಅನುಭವಸ್ಥರ ಸಲಹೆ, ಸಹಕಾರ ಬೇಕಾಗುತ್ತೆ. ನಾವಾಗಿ ಗಂಡನ್ನ ಹುಡ್ಕಿಕೊಳ್ಳೋದು ರಿಸ್ಕಿ. ಆರಾಮಾಗಿ ಲವ್ ಮಾಡ್ತಾರೆ. ನಂಗೆ ಅದು ಸಾಧ್ಯವಾಗ್ತ ಇಲ್ಲ. ಅನ್‌ಸೆಕ್ಯೂರ್ಡ್ ಅನಿಸುತ್ತೆ. ನಂಗೆ ಮೂರು ಜನ ಇಷ್ಟವಾದ್ರು. ಅವರಲ್ಲಿ ವಿಶ್ವರಥ, ಅವರಿಲ್ಲ. ಇನ್ನು ಸತ್ಯೇಂದ್ರ, ಆ ಮನುಷ್ಯ ಮ್ಯಾರೀಡ್. ಇಲ್ಲೇ ಇದ್ರೆ ಹೇಗೋ ಮ್ಯಾನೇಜ್ ಮಾಡ್ಕೋಬಹುದಿತ್ತು. ಆ ಮನುಷ್ಯ ಅಮೆರಿಕಾದಲ್ಲಿ, ನಾನು

ಇಲ್ಲಿ, ನಾನೊಂದು.... ತೀರಾ.... ನೀನೊಂದು ತೀರಾ.... ಅಂತ ಹಾಡಬೇಕಾಗುತ್ತೆ. ಇನ್ನು ಅರುಣ ಓಕೆ. ಚಿಕ್ಕವನು, ಆದ್ರೂ ಓಕೆ.... ಅಂದ್ಕೊಂಡ್ರೂ... ನನ್ನ ಮಮ್ಮಿ ಡ್ಯಾಡಿ ಸಂಪಾದನೆ ಇಲ್ಲದವ್ನ ವಿವಾಹವಾಗಬಾರ್ದೂಂತ ಹೇಳಿದ್ದಾರೆ. ಅದಕ್ಕೆ ಯೋಚ್ನೆ" ಕಿಲಕಿಲ ನಕ್ಕಳು. ಅಪೇಕ್ಷಗೂ ನಗು ಬಂತು.

"ಮ್ಯಾರೇಜ್ ಬ್ಯೂರೋಗೆ ಹೋಗಿ ನಿನ್ನ ಬಯೋಡಾಟಾನ ರಿಜಿಸ್ಟರ್ ಮಾಡಿಸೋಣ. ಅಕಸ್ಮಾತ್ ಒಂದು ತಿಂಗಳಲ್ಲಿಯೇ ವಿವಾಹವಾದ್ರೂ.... ಹೆಚ್ಚಲ್ಲ" ಸಮಾಧಾನಿಸುವ ಸ್ವರದಲ್ಲಿ ಹೇಳಿ "ಮೃಣಾಲಿನಿಯಮ್ಮ ಬಂದಿದ್ದಾರೆ. ತಿಂಡಿನೂ ರೆಡಿ ಇದೆ" ಅವಳನ್ನು ಕಳುಹಿಸಿ ಅಲ್ಲಿಯೇ ನಿಂತಳು.

"ಅಮ್ಮ ಕರೀತಾರೆ" ಮಂಜು ಹೇಳಿಹೋದ.

ಆರಾಮಾಗಿ ದಿವಾನ ಮೇಲೆ ಮೇಲೆ ಕೂತಿದ್ದ ಆಕೆ "ಬಾ... ಬಾ... ಈ ಸಲ ನಿನ್ನಿಂದಲೇ ಬೇಗ ಚೇತರ್ಸಿಕೊಂಡೆ. ನಿಜ್ವಾಗ್ಲೂ ಭಯವಾಗಿತ್ತು. ಯಾರಾದ್ರೂ ಹತ್ತಿರ ಇರಬೇಕೆನ್ನಿಸಿತ್ತು. ಐ.ಸಿ.ಯು. ಆದರಲ್ಲಿ ಬೇರೆಯವರಿಗೆ ಪ್ರವೇಶವಿಲ್ಲ. ಎಂಥ ಹಿಂಸೆ ಅಂತೀ. ಎಲ್ಲಾ ಕಿತ್ತೆಸೆದು ಹೊರಗೆ ಓಡಿಬಿಡಬೇಕೆನಿಸಿತ್ತು. ಆದರೆ ಸಾಧ್ಯವೇ? ಚೈತನ್ಯ ಉಡುಗಿ ಹೋಗಿರುವಂಥ ಸ್ಥತಿ. ಅಲ್ಲಿರೋರೆಲ್ಲರ ಸ್ಥಿತಿಯೂ ಅಷ್ಟೆ. ಕೆಲವರಂತು ತಾವು ದುಡಿದಿಟ್ಟಿದ್ದೆಲ್ಲ ಲೆಕ್ಕ ಹಾಕೋಕೇ ಶುರು ಮಾಡುತ್ತಾರೆ. ಬಿಟ್ಟುಹೋಗಲು ಸಮಾಧಾನವಿಲ್ಲ. ಸಾವಿನ ಕದ ಬಡಿದವನಿಗೆ ಮಾತ್ರ ಬದುಕಿನ ಅರ್ಥ ಗೋಚರಿಸುತ್ತೆ. ಹಿಂದೆ ನಂಗೆ ಹಾರ್ಟ್ ಅಟ್ಯಾಕ್ ಆದಾಗ ನೀವು ಸತ್ತೆ ಹೋಗ್ತೀರೀಂತ ಅಂದ್ರು. ಅಂದಿನಿಂದ ನನ್ನಲ್ಲಿನ ಸಾವಿನ ಭಯ ಹಾರಿಹೋಯ್ತು. ನಾನು ಮಾಡಬೇಕಾದ ಒಳ್ಳೆಯ ಕೆಲ್ಸಗಳು ಏನಾದ್ರೂ ಇದ್ಯಾ ಅಂತ ಯೋಚಿಸ್ತೀನಿ. ಸಾರಿ ಅಪೇಕ್ಷ, ಏನೇನೋ ಮಾತಾಡೋಕೆ ಶುರು ಮಾಡ್ದೇ. ನೀನು ತಿಂಡಿ ತಗೊಂಡ್ಯಾ?" ವಿಚಾರಿಸಿದರು.

ನಿಂತಿದ್ದವಳು ಅವರೆದುರಿಗೆ ಕೂತು "ಬೇಡಮ್ಮ, ನಂಗೆ ಸಂಜೆ ತಿಂಡಿಯ ಅಭ್ಯಾಸವೇ ಇಲ್ಲ. ರಾತ್ರಿ ಊಟ ಗಡದ್ದಾಗಿದ್ದರೇನೇ. ಈಗ ಹೇಗೆ ಅನ್ನಿಸುತ್ತೆ?" ಕೇಳಿದಳು.

"ಪರ್ವಾಗಿಲ್ಲ, ನಾನು ಸುಮಾರು ಸಲ ಒಂದಲ್ಲ ಒಂದು ಕಾರಣಕ್ಕೆ ನರ್ಸಿಂಗ್ ಹೋಂನಲ್ಲಿ ಅಡ್ಮಿಟ್ ಆಗಿದ್ದು ಇದೆ. ಈ ಸಲ ನೀನು ಚೆನ್ನಾಗಿ ನೋಡ್ಕೊಂಡೆ, ಬದ್ಕಬೇಕನ್ನೋ ಆಸೆ ಚಿಗುರಿಸ್ದೆ! ನಿನ್ನ ಮದ್ವೆ ಯಾವಾಗ?" ಕೇಳಿಯೇಬಿಟ್ಟರು. ಅವಳು ನಕ್ಕಳು.

"ಅಂತೂ ಒಂದ್ಮದ್ವೆ ಮಾಡಿ ಪುಣ್ಯ ಸಂಚಯ ಮಾಡ್ಕೋಬೇಕೂಂತ ತೀರ್ಮಾನಿಸಿಬಿಟ್ಟಿದ್ದೀರಿ. ಕವನ ರೆಡಿ ಇದ್ದಾಳೆ. ಆ ಪುಣ್ಯ ಅನಾಯಾಸವಾಗಿ ಸಿಗುತ್ತೆ" ಈಗ ನಗುವ ಸರದಿ ಆಕೆಯದಾಯಿತು.

ಮಾತು ಎಲ್ಲೆಲ್ಲಿಗೋ ಹೊರಳಿತು. ಮೃಣಾಲಿನಿ ಇನ್ನ ವಿವಾಹವಾಗದ ಕನ್ಯೆಯೆ.. ಮೇಲುಮಟ್ಟದ ಜೀವನ. ಉತ್ತಮ ವಿದ್ಯಾಭ್ಯಾಸ. ಎಂ.ಎಸ್ಸಿಯ ನಂತರ ಉಪನ್ಯಾಸಕಿಯ ಹುದ್ದೆ. ವಿವಾಹ ಬೇಕೆನಿಸಲಿಲ್ಲ. ಹೇಳೋರು,

ಬಲವಂತಪಡಿಸೋರು ಹಾರಿಹೋದರು. ಐವತ್ತರ ನಂತರ ಅನಾರೋಗ್ಯದಿಂದ ನರ್ಸಿಂಗ್ ಹೋಂ ಸೇರಿದಾಗ ತಪ್ಪಿನ ಅರಿವಾಗಿತ್ತು. ಕಾಲ ಮಿಂಚಿ ಹೋಗಿತ್ತು. ಒಂಟಿತನ ಶಾಶ್ವತವೆನಿಸಿತ್ತು. ಮೂರು ವರ್ಷಕ್ಕೋ ನಾಲ್ಕು ವರ್ಷಕ್ಕೋ ಬರೋ ತಮ್ಮನ ಸಂಸಾರವಷ್ಟೇ ಬಂಧುಗಳು ಅನ್ನೋ ಮಿತಿಗೆ ಬಂದುಬಿಟ್ಟಿದ್ದರಿಂದ, ವಿಶಾಲವಾದ ದೊಡ್ಡ ಮನೆ ಬೇಸರ ತರಿಸಿತ್ತು. ಆಗ ಮಾಡಿಕೊಂಡ ವ್ಯವಸ್ಥೆ ಇದು.

"ಹಾಲು.... ಕೊಡ್ಲಾ?" ಮಂಜು ಬಂದು ಕೇಳಿದ. "ನಾನೇ ಡೈನಿಂಗ್ ಹಾಲ್‌ಗೆ ಬರ್ತೀನಿ. ನಯನಾ, ಕವನ ಎಲ್ಲಾ ಬಂದಿದ್ದಾರ?" ವಿಚಾರಿಸುತ್ತಲೇ ಬಂದರು. ಇಡೀ ಏಳು ದಿನ ನರ್ಸಿಂಗ್ ಹೋಂ ವಾಸ. ಮೂರು ದಿನ ಐಸಿಯುನಲ್ಲಿ ಇದ್ದಿದ್ದು.

ಕೂತಿದ್ದ ನಯನಾ ತಲೆಯೆತ್ತಿ "ಹೇಗಿದ್ದೀರಾ, ಮೇಡಮ್? ಈಗ ಮಂಜು ಹೇಳ್ದ." ಅಷ್ಟು ಅಂದಿದ್ದಕ್ಕೆ ಆಕೆ ಬರೀ ಮುಗುಳ್ನಗೆ ಬೀರಿದರಷ್ಟೆ. ನಯನಾ ಸಾಫ್ಟ್‌ವೇರ್ ಇಂಜಿನಿಯರ್. ಅವಳ ಕಾನ್ಸನ್‌ಟ್ರೇಷನ್ ಎಲ್ಲಾ ವರ್ಕ್ ಕಡೆಗಷ್ಟೆ. ಬೇರೆಡೆ ಅವಳ ಗಮನ ಹರಿಯುತ್ತಿದ್ದುದ್ದಿಲ್ಲ. ಅವಳ ಸಂಬಳ ನಲವತ್ತೈದು ಸಾವಿರ. ಬಹುಶಃ ಒಂದೆರಡು ವರ್ಷಗಳಲ್ಲಿ ಲಕ್ಷ ಮುಟ್ಟಿದರೂ ಹೆಚ್ಚಲ್ಲ. ಆಮೇಲೆ ಮಾತೇ ಇಲ್ಲ.

ಬೇಗ ಊಟ ಮುಗಿಸಿ ಎದ್ದು ಹೋಗಿದ್ದು ನಯನಾನೇ.... ಉತ್ತರಾಧಿ ಸಂಗೀತ ಶುರುವಾಯಿತು. ಈಚೆಗೆ ಕವನ ಖಾಲಿಯಾದ ಪಕ್ಕದ ರೂಮಿನಲ್ಲಿ ಹೋಗಿ ಮಲಗುತ್ತಿದ್ದಳು. ಅದಕ್ಕೆ ಅಬ್‌ಜೆಕ್ಷನ್ ಏನು ಇರಲಿಲ್ಲ.

"ಅದೇನು, ಹಿಂದೂಸ್ತಾನಿ ಸಂಗೀತ ಕೇಳ್ತಾರೋ! ನಂಗಂತು ತಲೆಚಿಟ್ಟು ಹಿಡಿದು ಹೋಗುತ್ತೆ. ಅದು ಓಕಲ್ ಅಲ್ಲ, ಬರಿ ಇನ್‌ಸ್ಟ್ರುಮೆಂಟ್ಸ್" ಇವಳ ಬೇಸರಕ್ಕೆ ಯಾರೂ ಮಾತಾಡಲಿಲ್ಲ. ಚಿಕ್ಕ ಟ್ಯೂನ್‌ನಲ್ಲಿ ಇಡುತ್ತಿದ್ದರಿಂದ ಮನೆಯಲ್ಲಿರುವವರಿಗೇನೇ ಡಿಸ್ಟರ್ಬ್ ಆಗುತ್ತಿರಲಿಲ್ಲ.

ಎಲ್ಲಾ ಊಟ ಮಾಡಿ ರೂಮಿಗೆ ಹೋಗುವ ವೇಳೆಗೆ ಸತ್ಯೇಂದ್ರನಿಂದ ಫೋನ್ ಬಂತು. "ಬೆಂಗ್ಳೂರಿಗೆ ಹೊರಟಿದ್ದೀನಿ. ನಾಳಿದ್ದಿಗೆ ಫ್ಲೈಟ್ ರಿಸರ್ವ್ ಆಗಿದೆ. ನಾಳೆ ನಂಗೆ ಸಿಗೋಕೆ ಸಾಧ್ಯನಾ?" ಕೇಳಿದ.

"ಖಂಡಿತ, ಅರ್ಧ ದಿನ ಆಫೀಸ್‌ಗೆ ಅಟೆಂಡ್ ಆಗಿ ಮಧ್ಯಾಹ್ನ ಪರ್ಮಿಷನ್ ಕೇಳಿ ಬರ್ತೀನಿ" ಹೇಳಿದಕ್ಕೆ "ಹಾಗೇ ಮಾಡು, ಹೇಗೂ ಆರು ಗಂಟೆಯೊಳಗೆ ಬೆಂಗ್ಳೂರು ತಲುಪ್ತೀನಿ. ಎಂಟೂವರೆಯೊಳ್ಗೇ ಬಂದು ನಿನ್ನ ಮೀಟ್ ಮಾಡ್ತೀನಿ. ಆಮೇಲೆ ಅಲ್ಲಿನ ಪ್ರೋಗ್ರಾಂ ಬಗ್ಗೆ ನಿರ್ಧರಿಸೋಣ" ಇಂಥದೊಂದು ಸೂಚನೆ ಕೊಟ್ಟ. ಅವಳಿಗೆ ಸಂತೋಷವೆನಿಸಿತು. ಒಂದಿಷ್ಟು ಮಾತಾಡಬಹುದು. ಹೊರಗಿನ ದುಗುಡ ಕಡಿಮೆಯಾಗುತ್ತದೆಯೆನ್ನುವ ಆಸೆ, ಅದ್ಭುತವಾದ ಸ್ನೇಹ ಸಂಚಲನ.

ರೂಮಿಗೆ ಬಂದ ಮೇಲೆ ಇಳಾಭಟ್ ಮಕ್ಕಳಿಗಾಗಿ ಕೊಂಡಿದ್ದನ್ನೆಲ್ಲ ಹರಡಿಕೊಂಡು ಕೂತಿದ್ದರು. "ಇಷ್ಟಕ್ಕೆ ಎಷ್ಟಾಯ್ತು ಅಂತೀಯಾ? ನಮ್ಮವರು ಬಯ್ತಾರೆ.

ಇದಕ್ಕೆಲ್ಲ ಕಾಸು ಹಾಕ್ಬೇಡ, ಅದನ್ನ ಮನೆಗೆ ಕೊಡು ಅಂತಾರೆ" ಅನ್ನುತ್ತಲೇ ಎಲ್ಲಾ ಬ್ಯಾಗ್‌ಗೆ ಹಾಕಿಟ್ಟರು.

ಗೊಣಗುತ್ತಲೇ ಎಲ್ಲಾ ಎತ್ತಿಟ್ಟು ಮಲಗುವ ವೇಳೆಗೆ ಅಪೇಕ್ಷ ಮಲಗಿ ಆಗಿತ್ತು.'ಪುಣ್ಯಾತ್ಮಗಿತ್ತಿ, ಒಂದಿಷ್ಟು ಚಿಂತೆ ಇಲ್ಲ. ಆರಾಮಾಗಿ ನಿದ್ದೆ ಮಾಡ್ತಾಳೆ' ಎಂದು ಗೊಣಗಿಕೊಂಡೇ ಮಲಗಿದರು ಇಳಾಭಟ್. ಜಗತ್ತಿನಲ್ಲಿರುವುವರೆಲ್ಲ ಸುಖಿಗಳು, ನಾನೊಬ್ಬಳೇ ಕಷ್ಟಪಡೋದು ಎಂದು ತಿಳಿದಿದ್ದಂತೆ ಮಾತಾಡುತ್ತಿದ್ದರೆ, ಕೆಲವೊಮ್ಮೆ ಅವಳಿಗೆ ನಗು ಬರುತ್ತಿತ್ತು. ಕೆಲವೊಮ್ಮೆ ಸಹಾನೂಭೂತಿ.

ಬಾತ್‌ರೂಮಿಗೆ ಹೋಗಿ ಬಂದ ಇಳಾಭಟ್ "ಅಪೇಕ್ಷ, ಒಂದು ಐದುನೂರು ರೂಪಾಯಿ ಇದ್ದರೇ ಕೊಡು. ಅವರು ಬಂದಾಗಲ್ಲಾದ್ರೂ ಜೊತೆಯಾಗಿ ಹೋಗಿ, ಒಂದು ಸಿನಿಮಾ ನೋಡಿ, ಹೋಟೆಲ್‌ನಲ್ಲಿ ಊಟ ಮಾಡೋಣಾಂತ" ಅಂದಾಗ ಮೇಲೆದ್ದ ಅಪೇಕ್ಷ ತನ್ನ ಬ್ಯಾಗ್‌ನಿಂದ ಐದುನೂರರ ಒಂದು ನೋಟನ್ನು ತೆಗೆದು ಅವರಿಗೆ ಕೊಟ್ಟು "ಖಂಡಿತ ಹೋಗ್ಬನ್ನಿ. ಹ್ಯಾವ್ ಎ ನೈಸ್ ಡೇ. ಈಗ್ಲೇ ಹೇಳಿಬಿಟ್ಟಿದ್ದೀನಿ. ಬೆಳಿಗ್ಗೆ ಹೇಳೋದು ಮರೆತರೇ ಹೆಚ್ಚಲ್ಲ. ಬರಿ ಗಡಿಬಿಡಿ" ಹೇಳಿಯೇ ಮಲಗಿದ್ದು.

ಇಳಾಭಟ್‌ಗೆ ಮಾತಾಡುವ ಉತ್ಸಾಹವಿತ್ತು. ಆದರೆ ಅವಳಿಗೆ ಬೇಡವಾಗಿತ್ತು. ಸಾಕಷ್ಟು ಸಲ ಕೇಳಿದ್ದೇ. ಅದನ್ನು ದೊಡ್ಡದಾಗಿ ತಲೆಯ ಮೇಲೆ ಹೊತ್ತಂತೆ ಚಡಪಡಿಸುವುದು ಮಾತ್ರ ದೊಡ್ಡ ದುರಂತ.

ಮಲಗಿದ ತಕ್ಷಣ ನಿದ್ದೆ ಬಂದರೆ ಸಮ. ಇಲ್ಲದಿದ್ದರೆ ಇಡೀ ರಾತ್ರಿ ಎಚ್ಚರ. ವಿಶ್ವನ ನಗು, ಮಾತು, ಅವನ ಕನಸುಗಳು ಪೂರ್ತಿಯಾಗಿ ಹರಡಿಕೊಂಡು ವಿಚಲಿತಳನ್ನಾಗಿಸುತ್ತಿತ್ತು. ಎದ್ದು ಕೂತು ಗಾಯತ್ರಿ ಜಪ ಪಠಿಸುತ್ತಿದ್ದಳು. ಇದರಿಂದೇನು ಉಪಯೋಗ ಅನ್ನುವಷ್ಟು ಲೌಕಿಕಕ್ಕೆ ಬರುತ್ತಿದ್ದದ್ದುಂಟು. ದೇವರ ಮೇಲಿನ ನಂಬಿಕೆಯೆನ್ನುವ ಆಧಾರ ಬೇಕೆನಿಸುತ್ತಿತ್ತು. ಒಂದು ರೀತಿಯ ಗೊಂದಲವೆ.

ಮಧ್ಯದಲ್ಲಿ ಎದ್ದು ಮೃಣಾಲಿನಿಯ ರೂಮಿಗೆ ಹೋದಳು. ಆಯಾಸಕ್ಕೆ ಕಣ್ಣು ಮುಚ್ಚಿದ್ದರು, ಎಚ್ಚರವಾಗಿಯೇ ಇದ್ದರು. ಸದ್ದಿಗೆ ಕಣ್ಣುಬಿಟ್ಟು "ಬಾ ಅಪೇಕ್ಷ, ಯಾಕೆ ನಿಂಗೂ ನಿದ್ದೆ ಬಂದಿಲ್ವಾ?" ಅಕ್ಕರೆಯಿಂದಲೇ ಮಾತಾಡಿಸಿದರು. ಅವಳ ಬಗ್ಗೆ ಬಹಳ ಕಡಿಮೆ ಹೇಳಿಕೊಂಡಿದ್ದಳು.

ಏಳಲು ಪ್ರಯತ್ನಿಸಿದ ಆಕೆಗೆ ಆಸರೆ ನೀಡಿ ದಿಂಬಿಟ್ಟು "ಡಾಕ್ಟ್ರು ಫುಲ್ ರೆಸ್ಟ್ ಹೇಳಿದ್ದಾರೆ" ಅಂದಳು. ಆಕೆ ಮುಗುಳುನಕ್ಕು "ದೈಹಿಕವಾಗಿ ನಂಗೆ ಅಂಥ ಕೆಲ್ಸವೇನು ಇಲ್ಲ. ಹಿಂದೆ ಅಡಿಗೆಯವರು ಕೈಕೊಡ್ತಾ ಇದ್ದಿದ್ದರಿಂದ ನಾನೇ ಪೇಯಿಂಗ್ ಗೆಸ್ಟ್‌ಗಳಿಗೆ ಅಡ್ಗೇ ಮಾಡಿ ಬಡ್ಸಬೇಕಿತ್ತು. ಒಮ್ಮೆ ಬಂದ ನನ್ನ ತಮ್ಮ ತುಂಬಾ ಬೇಜಾರು ಮಾಡಿಕೊಂಡಿದ್ದ. 'ಇದಲ್ಲ ನಿಂಗೆ ಬೇಕಾ? ಹಣ, ಕಾಸಿಗೇನು ತಾಪತ್ರಯವಿಲ್ಲ. ಮನೆ, ಸ್ವಂತದ್ದು. ಮತ್ತೆ ಯಾವ ಕಮಿಟ್‌ಮೆಂಟ್?' ಸಿಟ್ಟು ಮಾಡಿಕೊಂಡಿದ್ದ. 'ನಿಂಗೇನೇ ಹೇಳಿದ್ರೂ ಅರ್ಥವಾಗೋಲ್ಲ. ಇಷ್ಟು ದೊಡ್ಡ ಮನೆಯಲ್ಲಿ ಒಂಟಿಯಾಗಿರೋದು ಕಷ್ಟ.'

ಇಲ್ಲಿ ಬೇರೊಬ್ಬರ ಉಸಿರಾಟ ಇರ್ತಾ ಇರ್ಲಿಲ್ಲ. ಆಗ ಅಂಕಲ್ ರಾಮನಾಥಯ್ಯ ನಂಗೆ ಇಂಥ ಒಂದು ಉಪಾಯ ಹೇಳಿದ್ದು ಮಾತ್ರವಲ್ಲ, ನಾಲ್ಕು ಪೇಯಿಂಗ್ ಗೆಸ್ಟ್‌ಗಳನ್ನು ಇಲ್ಲಿಗೆ ತಂದಿಟ್ಟರು. ಮೊದಲು ಮುಜುಗರವೆನಿಸಿದರು ಆಮೇಲೆ ಇಷ್ಟವಾಯ್ತು" ಮನಸ್ಸು ಬಿಚ್ಚಿ ಹೇಳಿಕೊಂಡರು. ಆಕೆ ಶ್ರೀಮಂತೆಯೇ. ಇದು ಒಂದು ರೀತಿಯ ಕಮಿಟ್‌ಮೆಂಟ್.

ಶ್ರದ್ಧೆಯಿಂದ ಆಲಿಸಿದಳು.

"ನಿಂಗೆ ಗಂಡು ನೋಡ್ತಾ ಇದ್ದಾರ?" ವಿಚಾರಿಸಿದರು ಮೆಲ್ಲಗೆ.

"ಇನ್ನು ನನ್ನ ಆರತಿಯಕ್ಕನ ಮದ್ವೆ ಆಗ್ಬೇಕು. ಪಿ.ಯು.ಸಿ.ವರ್ಗೂ ಓದು. ನೋಡೋಕೆ ಚೆನ್ನಾಗಿದ್ದಾಳೆ. ನಂಗಿಂತ ಒಳ್ಳೆ ಕಲರ್. ಹೈಟು ಪರ್ಸನಾಲಿಟಿ ಎಲ್ಲಾ ನಾರ್ಮಲ್. ಕೆಲ್ಸದಲ್ಲಿರೋ ಹುಡ್ಗ ಬೇಕು. ಹೊರ್ಗೆ ದುಡಿದು ಸಂಬಳ ತರೋಂಥ ಯುವಕ ಬೇಕು." ಇವಳ ಮಾತುಗಳಿಗೆ ಆಕೆ ನಕ್ಕುಬಿಟ್ಟರು.

"ಅಂತು ಬಿಸಿನೆಸ್ ಲೈನ್‌ನಲ್ಲಿರೋ ಗಂಡು ಬೇಡ. ಛೇರ್ ಮೇಲೆ ಕೂತು ಕೆಲ್ಸ ಮಾಡಿ ತಿಂಗಳಿಗೊಮ್ಮೆ ಪಗಾರ ತರೋ ಆಸಾಮಿ ಬೇಕು." ನಗುವಿನಲ್ಲೇ ಹೇಳಿದಾಗ ಹೌದೆಂದು ತಲೆಯಾಡಿಸಿ "ನಮ್ಮಡೆ ಜನ ಹೆಚ್ಚು ಕೃಷಿಕರು. ಸದಾ ತೋಟದಲ್ಲಿ ದುಡಿಯೋ ಅವರುಗಳು ಪ್ಯಾಂಟ್ ಹಾಕೋದು ಕಡ್ಮೆ. ಸದಾ ಪಂಚೆ ಉಟ್ಟಿರುತ್ತಾರೆ. ಅದು ಅಪ್ಪಿಗೆ ಇಷ್ಟವಿಲ್ಲ." ನಗುವಿನಲ್ಲಿ ಬಿಡಿಸಿಟ್ಟಳು. ಅವಳಿಗೆ ಈ ವಿಷಯದಲ್ಲಿ ಮೃಣಾಲಿನಿಯ ನೆರವು ಬೇಕಿತ್ತು. ಅಲ್ಲಿನ ಭಾರ, ಪೇಚಾಟ ಕಡಿಮೆಯಾಗಬೇಕೂಂದರೆ, ಕನಿಷ್ಟ ಆರತಿಯ ವಿವಾಹವಾದರೂ ಆಗಬೇಕು. ಆ ಮಂಗಳಕಾರ್ಯದಿಂದಲಾದರೂ ಮನೆ ಕಳೆಗಟ್ಟೀತು, ಮನೆಯವರ ಮುಖದಲ್ಲಿ ಸಂತೋಷ ಕಂಡೀತು - ಇಂಥದೊಂದು ಆಸೆ.

ಇವಳು ರೂಮಿಗೆ ಬರುವ ವೇಳೆಗೆ ಒಳ್ಳೆ ನಿದ್ದೆಯಲ್ಲಿದ್ದರು ಇಳಾಭಟ್. ನಿದ್ದೆಯಲ್ಲಿ ಏನೋ ಬಡಬಡಿಕೆ. ಹೊದ್ದಿಕೆಯನ್ನು ಸರಿ ಮಾಡಿ ತಾನು ಮಲಗಿದಳು.

ಸತ್ಯೇಂದ್ರ ವಿಷ್ಣುಕಟ್ಟೆಯಲ್ಲಿ ಉಳಿದರೇ ಚೆಂದ. ಮನೆಯವರಿಗೆ ಸಹಾಯವಾಗುತ್ತೆ. ಆದರೆ ಅದು ಸಾಧ್ಯವಾ? ಕಿಟಕಿಯ ಬಳಿ ಏನೋ ಸದ್ದಾಯಿತು. ಎದ್ದು ಕೂತಳು. ಪುಟ್ಟ ಇಲಿಯ ನೆರಳು ಮುಚ್ಚಿದ ಕಿಟಕಿಯ ಗಾಜಿನಲ್ಲಿ ಕಾಣಿಸಿತು. ಸತ್ಯೇಂದ್ರ ನೌಕರಿಯನ್ನು ನೆನೆಸಿಕೊಂಡು ಹೇಳಿದ್ದ "ಸಂಪಾದನೆಗಾಗಿ ನೌಕರಿ ಹಿಡಿದ ವ್ಯಕ್ತಿ ಮೇಲೆ ಮೇಲಕ್ಕೆ ಹೋಗಲು ಇತರರೊಡನೆ ಸ್ಪರ್ಧಿಸೋಕೆ ಇಂಗ್ಲೀಷ್‌ನಲ್ಲಿ ರ್‍ಯಾಟ್‌ರೇಸ್ (Ratrace) ಅಂತಾರೆ. ಇಲಿಗಳನ್ನ ಗಮನಿಸಿದ್ದೀಯಾ, ಅವು ಎಂಥ ಸಂದರ್ಭಗಳಲ್ಲೂ ಉಳಿದುಕೊಳ್ಳುವ ಪ್ರಯತ್ನ ಮಾಡುತ್ವೆ. ನಂಗೆ ಅಂಥದ್ದು ಗೊತ್ತಿಲ್ಲ" ಎಂದು ನಕ್ಕಿದ್ದನ್ನು ನೆನೆಸಿಕೊಂಡು ಮಗ್ಗುಲಿಗೆ ಹೊರಳಿ ಮಲಗಿದಳು. ರ್‍ಯಾಟ್‌ರೇಸ್ ಎಲ್ಲಾ ಕಡೆಯು ಅಗತ್ಯವೆನಿಸಿತು ಅವಳಿಗೆ.

ಬೆಳಿಗ್ಗೆ... ಬೆಳಿಗ್ಗೆಯೇ ಬಂದ ಸತ್ಯೇಂದ್ರ ಮುಂದಿನ ವಿಸಿಟರ್ಸ್ ರೂಂನಲ್ಲಿ ಕೂತ. ಆಗತಾನೇ ಸ್ನಾನ ಮುಗಿಸಿಕೊಂಡು ಕೂದಲು ಬಿಚ್ಚಿ ಬಾಚುತ್ತಿದ್ದು ವಿಷಯ ತಿಳಿದ ಅಪೇಕ್ಷ ಹಾರು ನಡಿಗೆಯಲ್ಲಿ ಬಂದಳು.

"ಹಾಯ್, ಹುಡ್ಗೀ... ಸ್ವಲ್ಪ ನಿಧಾನ ಇರ್ಲೀ. ಸಾರಿ ಅಂತೇನು ಕೇಳೋಲ್ಲ. ಲಗೇಜ್ ಲಾಡ್ಜ್ ರೂಮಿನಲ್ಲಿಟ್ಟು ಸ್ನಾನ ಮುಗ್ಸಿ ಬಂದೆ. ರಾತ್ರಿ ಊಟ ಸರಿ ಹೋಗ್ಲಿಲ್ಲ. ಬೇಗ ರೆಡಿಯಾಗಿ ಬಂದರೆ ಒಂದಿಷ್ಟು ಹೋಟೆಲ್‌ಗೆ ಹೋಗಿ ತಿಂಡಿ ತಗೋಳೋಣ" ಆಫರ್ ಕೊಟ್ಟ. ಹಿಂದೆಯೆ ಬಂದಿದ್ದ ಕವನ "ನೋ... ನೋ... ಬ್ರೇಕ್‌ಫಾಸ್ಟ್ ಇಲ್ಲೆ. ನಮ್ಜೊತೆ ಆರಾಮಾಗಿ ತಗೋಬಹುದು. ನಾನು ಅರೇಂಜ್ ಮಾಡ್ತೀನಿ" ಹೇಳಿ ಒಳಗೆ ಹೋದಾಗ ಸಣ್ಣಗೆ ನಗೆ ಬೀರಿದ ಅಪೇಕ್ಷ "ನಿನ್ನ ಬಗ್ಗೆ ತುಂಬ ಇಂಟರೆಸ್ಟ್" ಅಂದಾಗ ಅವನ ಹುಬ್ಬೇರಿತು.

"ಐದು ನಿಮಿಷ ಬಂದ್‌ಬಿಟ್ಟೆ. ನೀನು ಪೇಪರ್ ನೋಡ್ತಾ ಇರು" ಒಳಗೆ ಓಡಿದ್ದು ವೇಗವಾಗಿ. "ಸತ್ಯ ನಂಗೆ ಭಯವಾಗುತ್ತೆ ಕಣೋ. ಅಪೇಕ್ಷಗೆ ಓಡೋಕೆ ಗೊತ್ತೆ ವಿನಹ ನಡ್ಯೋಕೆ ಬರೋಲ್ಲ" ವಿಶ್ವ ಆಗಾಗ ಹೇಳುತ್ತಿದ್ದ. ಅದು ನೆನಪಾಗಿ 'ನಿನ್ನಷ್ಟು ವೇಗವಾಗಿ ತಲುಪೋಕೆ ನಮ್ಮಿಂದ ಆಗ್ಲಿಲ್ಲ" ಅಂದುಕೊಂಡ ಮನದಲ್ಲಿ. ವಿಶ್ವ ನಕ್ಕಂತಾಯಿತು.

ಮಂಜುವಿನೊಂದಿಗೆ ಕವನ ಬಂದವಳೇ ತಾನೇ ಎಲ್ಲಾ ಅರೇಂಜ್‌ಮೆಂಟ್ಸ್ ಮಾಡಿ "ನೀವು ತಗೊಳ್ಳಿ" ಹೇಳಿದಳು.

"ಅಪೇಕ್ಷ ಬರಲಿ" ಎಂದ.

"ಅವ್ಳು ಬ್ರೇಕ್‌ಫಾಸ್ಟ್ ತಗೋಳೊಲ್ಲ. ಬರೀ ಎರಡು ಹೊತ್ತು ಲಂಚ್ ಅಷ್ಟೆ. ರಾತ್ರಿ ಹಾರ್ಲಿಕ್ಸ್, ಹಾಲು ಅಂಥದ್ದೆಲ್ಲ ನಿಲ್. ಅಭ್ಯಾಸವಿಲ್ಲ ಒಂದೇ ಉತ್ತರ."

ಕವನ ಮಾತು ಕೇಳಿ ಷಾಕಾದ. ಬೆಳಗಿನ ತಿಂಡಿ ಶೇಷಪ್ಪಯ್ಯನ ಮನೆಯಲ್ಲಿ ಪಟ್ಟಾಗಿ ಇರುತ್ತಿತ್ತು. ಅಂಥದ್ದರಲ್ಲಿ, ಒಂದು ತರಹ ಎನಿಸಿತು. ಬಲವಂತದ ನಗೆಯನ್ನು ಮುಖದ ಮೇಲೆ ತಂದುಕೊಂಡ.

"ಬರಲೀ...." ಅಷ್ಟೇ ಹೇಳಿದ್ದು.

ಕವನ ಬಂದು ಬಲವಂತವಾಗಿ "ಅಯ್ಯೋ, ತಿಂಡಿ ಆರಿಹೋಗುತ್ತೆ, ಬೇಗ ಬಾ. ನೀನು ಬರೋವರ್ಗೂ ಸತ್ಯ ಮುಟ್ಟೋ ಹಂಗೆ ಕಾಣೋಲ್ಲ" ಎಳೆದೊಯ್ದಳು.

ಸತ್ಯ ನೋಟ ಮೇಲೆತ್ತಿ "ನೀನು ಬ್ರೇಕ್‌ಫಾಸ್ಟ್ ತಗೊಳ್ಳಲ್ಲವಂತೆ. ನಂಗೆ ಸಂಕೋಚವೆನಿಸುತ್ತೆ. ಇನ್ನೂ ಹೆಚ್ಚಿಗೆ ಸ್ಲಿಮ್ ಆಗೋದ್ಬೇಡ. ನೀನು ತಗೊಂಡರೇ ಮಾತ್ರ" ಒತ್ತಡವೇರಿದ. ಸುಮ್ಮನೆ ಕೂತಳು.

ಮಂಜು ಆತ್ಮೀಯವಾಗಿ ಬಲವಂತ ಮಾಡಿ ಮಾಡಿ ಬಡಿಸಿದ. ಒಂದು ರೀತಿಯಲ್ಲಿ ಮನೆಯ ವಾತಾವರಣವೇ. ಬಂದು ಇಣುಕಿದ ಇಳಾಭಟ್ "ಸಂಜೆ ಸ್ವಲ್ಪ ಲೇಟಾಗಿ ಬರ್ತೀನಿ. ಇಲ್ಲ ಅವ್ರು ಉಳಿದುಕೊಂಡರೆ ನಾಳೆ ಸಂಜೆ ಬರ್ತೀನಿ. ಮೇಡಮ್‌ಗೆ ಇನ್‌ಫರ್ಮೇಷನ್ ಕೊಟ್ಟುಬಿಡು" ಹೇಳಿಹೋದಾಗ ಕವನ ಕಿಲಕಿಲನೆ

ನಕ್ಕು "ಒಂದು ರಾತ್ರಿ ಸಲುವಾಗಿ ಲಾಡ್ಜ್‌ನಲ್ಲಿ ರೂಮು ಮಾಡೋಂಥ ಗಂಡಸೇನಲ್ಲ. ಈಕೆದು ಬರೀ ಆಸೆ" ಅಂದಿದ್ದು ಸಂಕೋಚಪಡದೇ. ಅಪೇಕ್ಷ, ಸತ್ಯೇಂದ್ರ ಮಾತಾಡಲಿಲ್ಲ.

ಆ ವೇಳೆಗೆ ಕವನ ತಿಂಡಿ ಮುಗಿಸಿ ಆತುರಾತುರವಾಗಿ ಹೊರಡುವ ಮುನ್ನ "ನಂಗೂ ನೀವು ಬರೋದು ತಿಳಿದಿದ್ದರೇ ಲೀವ್ ತಗೋತಾ ಇದ್ದೆ. ಸಂಜೆ... ರಾತ್ರಿ... ಸಿಗುತ್ತೀರಲ್ಲ?" ಅಂದಾಗ ಸತ್ಯೇಂದ್ರ "ನೋ ಥ್ಯಾನ್ಸ್, ಮುಂದಿನ ಸಲ ಬಂದಾಗ... ಗೊತ್ತಿಲ್ಲ" ಎಂದು ನಕ್ಕವ, "ಅಂತು ನಿಮ್ಮನ್ನ ಮರೆಯೋಕ್ಕಾಗೋಲ್ಲ, ಯಾಕೆಂದರೆ ಐದು ಸಾವಿರ ನಿಮ್ಮಿಂದ ಗೆದ್ದಿದ್ದೀನಿ" ಇಂಥದೊಂದು ಡೈಲಾಗೊಡೆದ. ಕಿಲಕಿಲ ನಗುತ್ತಲೇ ಹೊರಟಳು.

ಕವನ ಹೊರಟ ಮೇಲೆ ಮೃಣಾಲಿನಿ ಹೊರಗೆ ಬಂದು ಮಾತಾಡಿಸಿದರು. "ನಮ್ಮೂರು, ನಮ್ಮ ಪದ್ದತ್ತೆ ಮಗ. ನನ್ನಣ್ಣ ವಿಶ್ವನ ಫ್ರೆಂಡ್. ಈಗ ಅಮೆರಿಕಾದ ಫ್ಲೋರಿಡಾದಲ್ಲಿದ್ದಾನೆ. ಮದ್ವೆಯಾಗಿದೆ. ಒಂದು ಮಗುವಿನ ತಂದೆ" ಇಷ್ಟೆಲ್ಲ ಹೇಳಿ ಪರಿಚಯಿಸಿದಾಗ ಆಕೆ ನಕ್ಕರು. "ಮತ್ತೇನು ಕೇಳೋದ್ಬೇಡಾಂತ" ಎಂದು ಮಾತಾಡಿಸಿ ಒಳಗೆ ಹೋದರು. ಇದು ಅವರ ಪದ್ಧತಿ. ಪೇಯಿಂಗ್ ಗೆಸ್ಟ್ ಕಡೆಯವರು ಯಾರೇ ಬಂದರು ನೋಡಿ, ಒಂದಿಷ್ಟು ಪರಿಚಯ ಮಾಡಿಕೊಳ್ಳುವುದು ಮಾತ್ರವಲ್ಲ, ರಿಜಿಸ್ಟರ್‌ನಲ್ಲಿ ಅವರ ಸಹಿ, ವಿಳಾಸ, ಫೋನ್, ಮೊಬೈಲ್ ನಂಬರ್‌ಗಳನ್ನು ಬರೆಸಿಡುವುದು ಅವರ ಪದ್ಧತಿ.

ಇಬ್ಬರೂ ಜೊತೆಯಾಗಿಯೇ ಹೊರಟರು. ಗೇಟಿನಿಂದ ಹೊರಗೆ ಹೋಗಿ ಹಿಂದಿರುಗಿ ನೋಡಿದ. "ಮುಂದೆ ಎಷ್ಟು ಜಾಗ ಬಿಟ್ಟಿದ್ದಾರೆ. ಈಗ ಬೆಂಗ್ಳೂರಿನಲ್ಲಿ ಇಂಚಿಂಚು ಜಾಗಕ್ಕೂ ಲಕ್ಷಗಳು. ಬೇರೆ ಬಿಲ್ಡರ್ ಕೈಗೆ ಸಿಕ್ಕರೆ, ಮುಲಾಜಿಲ್ಲದೆ ಅಪಾರ್ಟ್‌ಮೆಂಟ್‌ಗಳು ಮೇಲೆ ಏಳುತ್ವೆ. ಆಗ ಡಾಲರ್‌ಗಳಲ್ಲಿ ಲೆಕ್ಕ ಹಾಕಬೇಕಾಗುತ್ತೆ" ಎಂದ ಸಹಜವಾಗಿ. ಇಂಥದನ್ನು ನೋಡಿದಾಗ ಅವನ ಮನದ ಆಸೆಗಳೇನು ಕೆರಳುತ್ತಿರಲಿಲ್ಲ. ಊರಿನಲ್ಲಿರುವ ಅವನ ಮನೆ ಸಾಕಿತ್ತು.

"ಸತ್ಯ ಲಂಚ್ ಸಮಯಕ್ಕೆ ಸಿಕ್ತೀನಿ. ನಿಂಗೇನಾದರೂ ಬೇರೆ ಕೆಲ್ಸವಿದ್ಯಾ? ಷಾಪಿಂಗ್ ಅಂಥದೇನಾದರೂ" ಕೇಳಿದಳು.

ಮೊದಲು ಮುಗುಳ್ನಕ್ಕು "ಒಂದಿಷ್ಟು ಷಾಪಿಂಗ್ ಇದೆ. ಅವಳಿಗೊಂದು ಹೊಸ ಮಾದರಿಯ ಮೈಸೂರು ಸಿಲ್ಕ್ ಸೀರೆ ಬೇಕಂತೆ. ಅಲ್ಲೂ ಸಿಗುತ್ತೆ. ಆದರೆ ಇಲ್ಲಿಂದ ಕೊಂಡೊಯ್ಯುವ ಹೆಚ್ಚುಗಾರಿಕೆ. ನೋ ವೇ... ಸೀರೆ ನೋಡಿದ ಮೇಲೇನೆ ಪ್ರಸನ್ನವಾಗೋದು. ನೀನು ಬಂದ್ಮೇಲೆ ಆ ಕೆಲ್ಸವಾಗಬೇಕು. ನೇರವಾಗಿ ಲಾಡ್ಜ್ ಹತ್ತಿರ ಬಂದ್ಬಿಡು. ನಾನು ಸುಮ್ನೆ ತಬ್ಬಲಿಯಂಗೆ ಬೆಂಗಳೂರು ಬೀದೀ ಬೀದಿಯಲ್ಲಿ ಅಲೆಯೋದು ಬೇಡ. ಹಿಂದೆ ಬೆಂಗ್ಳೂರು ನನ್ನ ಕನಸಿನ ರಾಜಧಾನಿಯಾಗಿತ್ತು. ಅಲ್ಲಿಂದ ನೇರವಾಗಿ ಹಾರಿದ್ದು ಅಮೆರಿಕಾಗೆ. ಈಗ ಭ್ರಮನಿರಸನ" ಎಂದ. ಇಬ್ಬರು ನಡೆದಿದ್ದು ವಿಭಿನ್ನ ದಿಕ್ಕಿಗೆ.

ಅತಿ ದೊಡ್ಡ ಔಷಧಿಗಳ ಸಂಗ್ರಹ, ಮಾರಾಟ ಮಳಿಗೆಯಲ್ಲಿ ರಿಸೆಪ್ಷನಿಸ್ಟ್-ಕಂ-ಅಕೌಂಟ್. ಇದು ಸಾಗರದ ಕಡೆಯವರದು. ನಮ್ಮ ಕಡೆಯ ಜನ ಎನ್ನುವ ಅಭಿಮಾನಕ್ಕೆ ಇವಳ ಅಪ್ಲಿಕೇಷನ್‌ನ ಅಕ್ಸೆಪ್ಟ್ ಮಾಡಿಕೊಂಡಿದ್ದರು. ಲಕ್ಷಗಟ್ಟಲೇ ಟರ್ನ್ ಓವರ್, ಸದಾ ಬಿಜಿ. ಹಲವಾರು ವಿದೇಶಿ ಕಂಪನಿಗಳ ಹೋಲ್‌ಸೇಲ್ ಡೀಲರ್‌ಗಳಲ್ಲಿ ಇವರೊಬ್ಬರು.

ಇವತ್ತು ಅವಳಿಗೆ ಮನಸ್ಸಿಟ್ಟು ಕೆಲಸ ಮಾಡಲಾಗಲಿಲ್ಲ. ಮೂವತ್ತೈದು ಸಾವಿರದಷ್ಟು ಮೊತ್ತವನ್ನು ಕೊಟ್ಟ ಸತ್ಯೇಂದ್ರನ ಬಗ್ಗೆ ತುಂಬು ಕೃತಜ್ಞತೆ. ಮಾತುಗಳಲ್ಲಿ ವ್ಯಕ್ತಪಡಿಸಲಾರದಂಥದ್ದು. ಅವನಿಗೆ ಮಗುವಾಗಿದೆ. ಗಿಫ್ಟ್ ಅಂಥದ್ದು ಏನಾದರೂ ಕೊಡಬೇಕೆನಿಸಿತು... ಏನು ಕೊಡುವುದು?

ಇವಳು ಆಟೋ ಹಿಡಿದು ಲಾಡ್ಜ್‌ನ ಬಳಿಗೆ ಹೋಗುವ ವೇಳೆಗೆ ರಿಸೆಪ್ಷನಿಸ್ಟ್ ಹಾಲ್‌ನಲ್ಲಿ ಕೂತಿದ್ದ ಸತ್ಯೇಂದ್ರ ಎದ್ದು ಹೊರಬಂದ.

"ಏನೂ ತೊಂದರೆ ಆಗಲಿಲ್ಲವಲ್ಲ?" ಅಂದ.

"ಇಲ್ಲ, ಮೊದ್ಲು ಬಂದಾಗ ಇಲ್ಲಿನ ಜನಜಂಗುಳಿ, ವಾಹನಗಳ ಆರ್ಭಟ ನೋಡಿ ಹೆದರಿದ್ದೆ. ಎಷ್ಟೋ ಸಲ ಹಿಂದಿರುಗಿಬಿಡಲೇಂತ ಯೋಚಿಸಿದ್ದೆ. ಆದರೆ ಕೆಲಸ ಅನಿವಾರ್ಯವಾಗಿತ್ತು. ಜೊತೆಗೆ ನಾನು ಅಲ್ಲಿ ಇರಲಾರದವಳಾಗಿದ್ದೆ. ಬಾ... ಬಾ... ಅವರು ಲಂಚ್ ಅವರ್ ಎಂದು ಬಾಗಿಲೆಳೆದು ಕೂತರೇ ಕಷ್ಟ. ಅದು ಗೌರ್ನಮೆಂಟ್‌ದಲ್ವ, ವಿಧಿಸಿದ ಎಲ್ಲಾ ನಿಯಮಗಳನ್ನು ತಮಗೇ ಅನುಕೂಲವಾಗುವಂತಿದ್ದರೆ, ಅ[illegible] ಮಾಡ್ಕೋತಾರೆ" ಎಂದು ಹೋಗುತ್ತಿದ್ದ ಆಟೋ ನಿಲ್ಲಿಸಿದಳು. ಅವಳಿಗೂ ಇಂಥದ್ದೆಲ್ಲ ಗೊತ್ತಿಲ್ಲ. ಒಮ್ಮೆ ನಯನಾ ಜೊತೆ ಬಂದಿದ್ದರಿಂದ ಸೀರೆಯ ರೇಂಜ್ ಗೊತ್ತಾಗಿತ್ತು ಅಷ್ಟೆ.

ಮೈಸೂರು ಸಿಲ್ಕ್ ಸ್ಯಾರಿಸ್ ಸೆಂಟರ್ ಮುಂದೆ ಇಳಿದಾಗ "ತುಂಬಾ ಕಾಸ್ಟ್ಲಿದು ಬೇಡ. ಸುಮ್ನೆ ಡ್ರೆಸ್‌ಗಳ್ನ ತಂದು ತುಂಬಿಕೊಂಡಿದ್ದಾಳೆ. ಸೀರೆ ಉಡೋದು ವರ್ಷದಲ್ಲಿ ಒಂದೆರಡು ಸಲ ಮಾತ್ರ. ಅದಕ್ಕಾಗಿ ಸಾವಿರಾರು ಸುರಿದು ಬೀರು ತುಂಬಿಕೋಬೇಕು. ಸ್ವಲ್ಪ ಕೂಡ ಕಾಮನ್‌ಸೆನ್ಸ್ ಇಲ್ಲ" ಗೊಣಗಿದ ನಂತರವೆ ಆಟೋದವನಿಗೆ ಹಣ ಕೊಟ್ಟಿದ್ದು.

"ಮಾರಾಯ, ನಿನ್ಹತ್ರ ತುಂಬಾನೆ ಕಷ್ಟ. ಒಂದು ಸೀರೆಗೇ ಇಷ್ಟೊಂದು ಗೊಣಗಾಟವಾದರೆ ಹೇಗೆ? ಹಾಗೆ ನೋಡಿದರೆ ಸುಕನ್ಯ ಅತ್ತಿಗೆಗೆ ಸೀರೆ ಹುಚ್ಚು ಜಾಸ್ತಿ. ಎಷ್ಟೊಂದು ತುಂಬಿಕೊಂಡಿದ್ಲು ಗೊತ್ತಾ? ಒಂದೇ ಒಂದು ಬಿಡ್ದಂಗೆ ಬ್ಯಾಗುಗಳಿಗೆ ತುಂಬಿಕೊಡು ಹೋದ್ಲು. ಆ ಸಮಯಕ್ಕಾದ್ರೂ ಒಂದಿಷ್ಟು ವಿರಕ್ತ ಭಾವ ಬರಬೇಕಿತ್ತು. ಆದರೆ ಎಷ್ಟು ಪ್ರಾಕ್ಟಿಕಲ್ಲಾಗಿ ಯೋಚ್ಸಿದ್ಲು ನೋಡು. ಈ ವಿಷ್ಯದಲ್ಲಿ ಅದೇನು ತವರಿನ ಸಪೋರ್ಟೋ? ಅಳಿಯ ಸತ್ತಿದ್ದಕ್ಕೆ ಅವ್ರಿಗೆ ನೋವು ಇದ್ದಂಗೆ ಕಾಣ್ಲಿಲ್ಲ. ನನ್ನ ಮನಸ್ಸಿನಲ್ಲಿ ಏನೇನೋ ಅನುಮಾನಗಳು ಹುಟ್ಟಿಕೊಳ್ಳುತ್ತೆ" ಅಂದನಂತರ ಈ ಮಾತುಗಳು ಬೇಡವಾಗಿತ್ತೆನೋಂತ ಅನ್ನಿಸಿದ್ದರಿಂದ "ಸಾರಿ, ಆ ಹ್ಯಾಂಗೋವರ್‌ನಿಂದ ನಂಗೆ

ಹೊರ್ಗೆಬರೋಕೆ ಆಗ್ತಾ ಇಲ್ಲ" ಅಂದಳು. ದನಿಯಲ್ಲಿ ನೋವಿತ್ತು. ಭುಜ ತಟ್ಟಿ ತಲೆ ಕೆಡಿಸಿಕೊಳ್ಳಬಾರದೆಂದು ಕಣ್ಣಲ್ಲಿಯೇ ಸನ್ನೆ ಮಾಡಿದ.

ಅಂಗಡಿಯ ತುಂಬ ಹೆಂಗಳೆಯರ ದಂಡು. ಬರೀ ಒಂದು ರೇಂಜ್‌ನ ಸೀರೆಗಳನ್ನು ಮಾತ್ರ ತೆಗೆಸಿ ನೋಡಿ ಅದರಲ್ಲಿ ಸಣ್ಣ ಬಾರ್ಡರ್‌ನ ಪಿಂಕ್ ಕಲರ್ ಸೀರೆ ಪ್ಯಾಕ್ ಮಾಡಿಸಿ ಹೊರಗೆ ಬಂದರು.

"ಅಮ್ಮನಿಗೆ, ಆರತಿಗೆ, ನಿಂಗೆ ಎಲ್ಲಾ ಸೀರೆ ಕೊಳ್ಳೋ ಆಸೆ ಇದೆ. ಆದರೆ ಬಡ್ಜೆಟ್ ಇಲ್ಲ. ಸಾರಿ.... ಅಪೇಕ್ಷ" ಎಂದು ಜೇಬು ತಟ್ಟಿ ನಗೆ ಬೀರಿದಾಗ "ಬೇಡಪ್ಪ ಸತ್ಯ, ಮೂವತ್ತೈದು ಸಾವಿರದಷ್ಟು ದೊಡ್ಡ ಮೊತ್ತಾನೇ ಕೊಟ್ಟಿದ್ದಿ. ಅಷ್ಟು ಸಾಲ್ದ? ಈಗ ಸೀರೆಗಳ ಅಗತ್ಯವೇನು ಇರಲಿಲ್ಲ. ಅತ್ತೆಗೆ ಒಂದು ತಗೋಬೇಕಿತ್ತು" ಎಂದಳು.

"ಆ ಕೆಲ್ಸ ಮಾಡಿದ್ದೀನಿ. ಆಕೆ ಹೆಣ್ಣು ಅಲ್ವ. ಸೀರೆ ಪ್ಯಾಕೆಟ್ ಕೊಟ್ಟಾಗ ಆಕೆಯ ಮುಖ ಮೊರದಗಲವಾಯ್ತು. ಚಾರು ವಿದ್ಯಾವಂತೆ. ಅಮ್ಮನ ಕಲಿಕೆ ಎರಡನೆ ಕ್ಲಾಸ್‌ನವರೆಗೆ. ಆದರೆ ಇಬ್ಬರಲ್ಲೂ ಅಂಥ ವ್ಯತ್ಯಾಸವಿಲ್ಲ. ಸೀರೆ, ಒಡವೆಗಳ ಬಗ್ಗೆ ಅದೇ ಅಚ್ಚರಿ. ಅಮ್ಮನಿಗೆ ಆಸೆ ಇದ್ದರೂ ಬಾಯಿಬಿಟ್ಟು ಕೇಳಿದ್ದಿಲ್ಲ. ಆದರೆ ಚಾರು ಹಾಗಲ್ಲ. ಹೆಂಡ್ತಿ ಅಂದ್ಮೇಲೆ ಡಿಮ್ಯಾಂಡ್ಸ್ ಅನ್ನೋ ಅರ್ಥದಲ್ಲಿ ವರ್ತಿಸ್ತಾಳೆ. ಬೇಗ ವೈರಾಗ್ಯ ಬಂದುಬಿಡುತ್ತೆ. ಅದು ಒಳ್ಳೇದೇ. ಒಮ್ಮೆ ಬೇಸತ್ತು...." ಮಾತು ಪೂರ್ತಿ ಮಾಡದಂಗೆ ಕೈನಿಂದ ಅವನ ಬಾಯಿಮುಚ್ಚಿ "ಏನೇನೋ ಮಾತಾಡಬೇಡ. ಈಗ ಲಂಚ್ ಎಲ್ಲಿ? ಯಾವುದಾದ್ರೂ ಫಾಸ್ಟ್‌ಫುಡ್‌ಗೆ ಹೋಗೋಣ್ವಾ?" ಕೇಳಿದಳು.

ಎರಡೂ ಕೈಗಳನ್ನು ಜೋಡಿಸಿ "ಫಾಸ್ಟ್... ಫಾಸ್ಟ್... ಪ್ರತಿಯೊಂದರಲ್ಲೂ ಫಾಸ್ಟ್. ಊಟದ ಸವಿ ಸವಿಯುತ್ತ ಊಟ ಮಾಡೋದರಲ್ಲಿ ಎಷ್ಟೊಂದು ಮಜಾ ಇತ್ತು. ಆರಾಮಾಗಿ ಕೂತು ಊಟ ಮಾಡೊಂಥ ಹೋಟೆಲ್‌ಗೆ ಕರ್ಕೊಂಡ್ ಹೋಗು. ಹೆಚ್ಚು ಜನ ಜಂಗುಳಿ ಬೇಡ. ಅವರು ಊಟ ಮಾಡ್ತಾ ಇದ್ದರೆ, ನಾವು ಕಾಯ್ತ ನಿಲ್ಲೋದು. ನಾವು ಊಟ ಮಾಡ್ತಾ ಇದ್ದರೆ, ಕಾದವರು ಶಾಪ ಹಾಕುತ್ತ ನಿಲ್ಲೋಂಥದ್ದು ಬೇಡ. ಮಾತು ಆಡ್ತಾ ಊಟ ಮಾಡೋಣ." ಸೂಚಿಸಿದ. ಅಲ್ಲೇ ಹತ್ತಿರವಿದ್ದ ತೀರಾ ಸುಮಾರಾದ ಹೋಟೆಲ್‌ಗೆ ಹೋದರು. ಅಚ್ಚು ಕಟ್ಟಾಗಿತ್ತು. ಒಂದೆರಡು ಟೇಬಲ್‌ಗಳು ಭರ್ತಿ. ಆರಾಮಾಗಿ ಕೂತು ಊಟ ಮಾಡಬಹುದೆನಿಸಿತು. "ಥ್ಯಾಂಕ್ ಗಾಡ್...." ಎಂದು ಎದೆಯ ಮೇಲೆ ಕೈಯಿಟ್ಟುಕೊಂಡ.

ಒಂದು ಟೇಬಲ್ ಹಿಡಿದು ಎರಡು ಊಟಕ್ಕೆ ಆರ್ಡರ್ ಮಾಡಿದರು. "ಕವನ ಹೆಚ್ಚು ಪೊಸೆಸಿವ್ ಅನಿಸುತ್ತೆ" ಅಂದ ಬಾಳೆಯ ಎಲೆಯ ಮೇಲಿನ ನೀರಿನ ಬಿಂದುಗಳನ್ನು ಕೊಡವುತ್ತ. ಇಲ್ಲವೆಂದು ತಲೆಯಾಡಿಸಿದ ಅಪೇಕ್ಷ ಸಂಕ್ಷಿಪ್ತವಾಗಿ ಅವಳ ಹೆತ್ತವರ ಬಗ್ಗೆ ತಿಳಿಸಿ "ಅವಳಿಗೆ ಪ್ರೀತಿ, ಪ್ರೇಮ ಅನ್ನೋದೆ ಗೊತ್ತಿಲ್ಲವೆನ್ನುವಂತೆ ಬೆಳೆದವಳು. ಪೂರ್ತಿ ಸ್ವತಂತ್ರ ಕೊಟ್ಟಿದ್ದಾರೆ. ನಾಯಿಯನ್ನು ಸರಪಣಿಯಲ್ಲಿ ಬಂಧಿಸಿಟ್ಟು ಬರೀ ಕರ್ತವ್ಯವೆನ್ನುವಂತೆ ಅದರ ಮುಂದೆ ಬಿಸ್ಕತ್ ಹಾಕಿ, ದೂರದಲ್ಲಿಯೇ ನಿಂತು ಹಾಗೇ ಇರಬೇಕು, ಹೀಗೆ ಇರಬೇಕು, ಇದು ಇಷ್ಟೆ ಎನ್ನುವಂತೆ ಬೆಳೆಸಿದ್ದಾರೆ. ಕನಿಷ್ಟ

ಒಂದು ನಾಲ್ಕು ವಿಶ್ವಾಸದ ಮಾತುಗಳನ್ನಾಡಿದರೂ ಅಚ್ಚರಿಯೆನ್ನುವಂತೆ ಕುಣಿದು ಕುಪ್ಪಳಿಸಿಬಿಡ್ತಾಳೆ. ನಂಗೆ ದಂಬಾಲು ಬಿದ್ದೇ ಊರಿಗೆ ಬಂದಿದ್ದು. ಸ್ವರ್ಗ ಕೈಗೆ ಎಟುಕಿದಂತಾಗಿದೆ. ಹೀಗೂ ಇರುತ್ತೆ ಬದುಕು ಅನ್ನೋದು ಮನದಟ್ಟಾಗಿದೆ. ನೀನು ಇಷ್ಟವಾಗಿದ್ದೀ. 'ನಿಮ್ಮ ವಿಶ್ವ ಕೂಡ ಇಷ್ಟವಾಗಿದ್ರು. ಆದರೆ ಛಾಯ್ಸ್ ಇಲ್ಲ.' ಅರುಣನನ್ನ ಮದ್ವೆಯಾದರೆ ಹೇಗೆಂದ್ಲು" ಅನ್ನುತ್ತ ಜೋರಾಗಿ ನಕ್ಕುಬಿಟ್ಟಳು. ಅವನಿಗೂ ನಗು ಬಂತು. ಅವಳ ಬಗ್ಗೆ ಸಹಾನುಭೂತಿಯೆನಿಸಿತು. 'ಪ್ರೀತಿ ಇಲ್ಲದೆ ಬದುಕುವುದು ಹೇಗೆ? ಬದುಕಿಗೆ ತಳಪಾಯವೇ ಪ್ರೀತಿ. ಅದಕ್ಕಾಗಿಯೇ ಸೃಷ್ಟಿಕರ್ತ ಒಂದಕ್ಕೊಂದು ಸಂಬಂಧಗಳ ಕೊಂಡಿ ಬೆಸೆದಿರುವುದು' ಅಂದುಕೊಂಡ.

ಊಟ ಮುಗಿಸಿ ಹೊರ ಬಂದ ಮೇಲೆ ನಿಂತು "ವಿಶ್ವನ ಸಾವಿನ ಬಗ್ಗೆ ನಾವು ಸಮಾನ ದುಃಖಿಗಳು. ವಿಷಯ ತಿಳಿದಾಗ ಇದು ಸಾಧ್ಯವಿಲ್ಲವೆನಿಸಿತು. ಆದರೆ ವಾಸ್ತವಾನ ಅರಗಿಸಿಕೊಂಡು ಬದುಕುವಂತೆ ಮಾಡುವುದೇ ವಿಸ್ಮಯ. ದೇವುಡು ನರಸಿಂಹಶಾಸ್ತ್ರಿಗಳು ದೊಡ್ಡ ವಿದ್ವಾಂಸರು, ಸಾಹಿತಿಗಳು, 'ಮಹಾಬ್ರಾಹ್ಮಣ', 'ಮಹಾಕ್ಷತ್ರಿಯ', 'ಮಹಾದರ್ಶನ'ದಂಥ ಮಹಾನ್ ಕೃತಿಗಳನ್ನು ರಚಿಸಿದವರು. ಭಗವದ್ಗೀತೆಯನ್ನು ಓದಿದವರು ಮಾತ್ರವಲ್ಲ ಅರ್ಥ ಮಾಡಿಕೊಂಡವರು ಕೂಡ. ಉಡುಪಿಯಲ್ಲಿ ನಡೆದ ಸರ್ವಧರ್ಮ ಸಮ್ಮೇಳನದಲ್ಲಿ ಅವರು ಭಾಷಣ ಮಾಡಬೇಕಿತ್ತು. ಜೊತೆ...ಲ್ಲಿ ಅವರ ಪತ್ನಿಯೂ ಇದ್ದರು. ಆದರೆ ವೇದಿಕೆಯೇರುವ ಸಂದರ್ಭದಲ್ಲಿ ಒಂದು ಟೆಲಿಗ್ರಾಮ್ ತಂದುಕೊಟ್ಟರು. ಆಗೆಲ್ಲ ಮೊಬೈಲ್‌ಗಳ ಹಾವಳಿ ಇರಲಿಲ್ಲ. ಅದನ್ನು ತೆಗೆದು ಓದಿಕೊಂಡವರು ತೆಗೆದಿಟ್ಟುಕೊಂಡರು. ವ್ಯವಸ್ಥಾಪಕರು ಕೇಳಿದಾಗ ಯಾವುದೋ ಪ್ರಕಾಶನ...ಸಂಬಂಧಪಟ್ಟದೆಂದು ಹೇಳಿದರು. ಅಂದು ಅವರ ಉಪನ್ಯಾಸ ಅಮೋಘವಾಗಿತ್ತು. ಇಂಥ ಭಾಷಣ ಕೇಳಿಯೇ? ಇಲ್ಲವೆಂದು ಅವರ ಪತ್ನಿ ಉದ್ಗರಿಸಿದರು. ಕೇಳಿದವರೆಲ್ಲ ಅವರ ಭಗವದ್ಗೀತೆಯ ಮೇಲಿನ ಭಾಷಣವನ್ನು ಹಾಡಿ ಹೊಗಳಿದರು. ಆದರೆ ಸಮಚಿತ್ತ ಕಾಯ್ದುಕೊಂಡರು. 'ನಾನು ಸಭೆಗೆ ಗೀತೋಪದೇಶ ಮಾಡಲಿಲ್ಲ. ನನಗೆ ನಾನೇ ಮಾಡಿಕೊಂಡೆ. ಸ್ಥಿತಪ್ರಜ್ಞನ ಲಕ್ಷಣಗಳನ್ನು ನನಗೆ ನಾನೇ ಬೋಧಿಸಿಕೊಂಡೆ. 'ಮಾಮೇಕಂ ಶರಣಂ ವ್ರಜ' ಎಂಬ ಉಕ್ತಿಯಿಂದ ಸಮಾಧಾನ ಮಾಡಿಕೊಂಡೆ. ಕೋಲಾರದಲ್ಲಿ ನನ್ನ ಮಗ ರಾಮು ತೀರಿಕೊಂಡನಂತೆ. ಈ ಕೂಡಲೇ ಅಲ್ಲಿಗೆ ಹೋಗಲು ವ್ಯವಸ್ಥೆ ಮಾಡಿಕೊಡಿ 'ಅಂದಾಗ ಅವರ ಸುತ್ತಲಿನವರೆಲ್ಲ ದಂಗಾದರಂತೆ. ಎಂಥ ಸಮಚಿತ್ತ, ನಿಶ್ಚಲ ಭಾವ. ಜೀವನ ಕ್ಷಣಿಕವೆಂದು ಗೊತ್ತು. ಆದರೂ ಮೋಹವೆನ್ನುವುದು ಬಿಡದು. ದೇವುಡು ಅವರಿಗೆ ಸಾಧ್ಯವಾಗಿದ್ದು ನಮಗೆ ಯಾಕೆ ಸಾಧ್ಯವಾಗುವುದಿಲ್ಲ? ಯಾರೂ ಇಲ್ಲಿ ಶಾಶ್ವತವಾಗಿ ಇರಲು ಬಂದವರಲ್ಲ, ನಾವು ಕೂಡ ಹೊರಟು ನಿಂತ ಜನವೇ" ಅಂದ ಅವನನ್ನ ಪಿಳಿಪಿಳಿ ಕಣ್ಣುಗಳಿಂದ ನೋಡಿದಳು. ಸರಳ ನೇರ ಜೀವನವನ್ನ ಇಷ್ಟಪಡುವವ ಫಿಲಾಸಫಿಗೆ ಬಂದು ನಿಂತಿದ್ದ.

"ಸಾರಿ, ಇದು ನನಗೆ ನಾನೇ ಸಮಾಧಾನ ಮಾಡಿಕೊಳ್ಳುವ ರೀತಿ. ಥ್ಯಾಂಕ್ಯೂ ಅಪೇಕ್ಷ, ಅರ್ಧ ದಿನ ನನಗಾಗಿ ರಜ ಹಾಕಿದ್ದೀ. ಈ ಸಮಯ ಮೆಮೋರಬಲ್. ಇಲ್ಲಿ ನಮ್ಮ ಚಾರುವಿನ ಹೊಸ ಅಂಕಲ್ ಇದ್ದಾರಂತೆ. ಅಲ್ಲಿಗೆ ಹೋಗ್ಬರಬೇಕೂಂತ ಕಟ್ಟಪ್ಪಣೆ

ಮಾಡಿದ್ದಾಳೆ. ಇನ್ನು ನಾನು ಬರಲಾ? ಏಯ್ ನಾನು ಮತ್ತೆ ಬರುವ ವೇಳೆಗೆ ನಿನ್ನ, ಆರತಿಯ ವಿವಾಹ ಆಗಿ ಹೋಗಿದ್ದರೆ... ತಪ್ಪದೆ ತಿಳ್ಸು. ಖಂಡಿತ ಬರೋಕೆ ಪ್ರಯತ್ನಿಸ್ತೀನಿ" ಬೀಳ್ಕೊಟ್ಟು ಹೋದ. ಮನೆಗೆ ಹಿಂದಿರುಗಿದಳು.

ಮೃಣಾಲಿನಿ ಮಲಗಿದ್ದರು. ಮಂಜು, ಪೂವಯ್ಯ ಹೊರಗೆ ಕೂತು ಹರಟೆ ಹೊಡೆಯುತ್ತಿದ್ದವರು ಗೇಟು ತೆಗೆದ ಶಬ್ದಕ್ಕೆ ಮೇಲೆದ್ದರು.

"ಆರಾಮಾಗಿ ಕೂತು ನಿಮ್ಮ ಮಾತುಕತೆ ಮುಗ್ಸಿ ಒಳ್ಗೆ ಬನ್ನಿ. ನನ್ನ ಊಟ ಆಗಿದೆ. ನೀರೊಂದು ಬೇಕು, ನಾನು ತಗೋತೀನಿ" ಅವರನ್ನು ಅಲ್ಲಿಯೇ ಕೂಡಿಸಿ ರೂಮಿಗೆ ಬಂದಾಗ ಆಶ್ಚರ್ಯ. ಇಳಾಭಟ್ ಮಲಗಿಬಿಟ್ಟಿದ್ದರು. ಅವರ ಪತಿ ದೇವರು ಬಂದಿಲ್ಲ! ದಾಂಪತ್ಯಕ್ಕೆ ಅದರದೇ ಆದ ವಿಪರೀತ ಅರ್ಥದ ಜೊತೆ, ರೋಚಕತೆಯೂ ಇದೆ ಅಂದುಕೊಂಡು ತನ್ನ ಬ್ಯಾಗ್ ಇಟ್ಟು ಬಾತ್‌ರೂಂಗೆ ಹೋದಳು.

ಇವಳು ಮುಖ ತೊಳೆದು ಬರುವ ವೇಳೆಗೆ ಕೂತಿದ್ದ ಇಳಾಭಟ್‌ರ ಕೆನ್ನೆಯ ಮೇಲೆ ಅತ್ತ ಗುರುತಿತ್ತು. ಕಂಬನಿ ಹರಿದಿದ್ದಕ್ಕೆ ದಾಖಲೆಯೊದಗಿಸಿತ್ತು.

ಅವರ ಮಂಚದ ಮೇಲೆ ಪಕ್ಕ ಕೂತು "ನಿಮ್ಮ ಯಜಮಾನ್ರು ಬರಲಿಲ್ವಾ?" ಕೇಳಿದ್ದು ಮೆಲ್ಲಗೆ. "ಇಲ್ಲ ಬಿಡು, ಯಾಕೆ ಬರ್ತಾರೆ? ತಿಂಗ್ಳು... ತಿಂಗ್ಳು... ಸಂಬಳ ಬಂದ ಕೂಡಲೇ ಹಣ ಕಳಿಸ್ತೀನಿ. ಅಷ್ಟು ಸಾಕು, ಸತ್ತಳಾ, ಬದುಕಿದಳಾ ಅನ್ನೋದು ಬೇಕಿಲ್ಲ. ಮಕ್ಕಳಿಗೆ ಎಲ್ಲಾ ಖರೀದಿಸಿ ಇಟ್ಕೊಂಡಿದ್ದೆ. ಸಿನಿಮಾಗೂ ಎರಡು ಟಿಕೆಟ್ಸ್ ತರಿಸಿದ್ದೆ. ತಿಪಟೂರು ಯಾವ ದೊಡ್ಡ ದೂರ? ನಾನು ಬರಬಹುದ್ದೂಂತ ಕಾದು.... ಕಾದು ಫೋನ್ ಮಾಡಿದರೆ ತಣ್ಣಗೇ ಅಲ್ಲೇ ಇದ್ದಾರೆ. ಆಗ್ಲಿಲ್ಲಂತ ಹೇಳಿದರಷ್ಟೆ. ಎಷ್ಟು ಕೋಪ ಬಂತೂಂದರೇ ರೈಲು ಚಕ್ರಗಳ ಅಡಿಗೆ ತಲೆ ಕೊಟ್ಟು ಬಿಡ್ಲಾ, ಅನ್ನಿಸ್ತು" ಕಣ್ಣೀರಿಟ್ಟಾಗ, ಅಪೇಕ್ಷ ಗಾಬರಿಯಾದಳು.

"ಅಯ್ಯೋ, ಎಂಥ ಮಾತು ಆಡ್ತೀರಾ! ಆಮೇಲೆ ನೀವು ಇಲ್ಲವಾಗಿಬಿಡ್ತೀರಾ! ಯಾವ್ದೇ ಕಾರಣಕ್ಕೂ ಸಾವಿನ ಬಗ್ಗೆ ಯೋಚ್ಸಬಾರ್ದು. ಅದು ಬಂದಾಗ ಬರಲಿ. ಬರದೇ ಇದ್ದಿದ್ದಕ್ಕೆ ಅವರದೇ ಆದ ಕಾರಣವಿರುತ್ತೆ. ನೀವು ಒಂದ್ಮೂರು ದಿನ ರಜ ಹಾಕಿ ಹೋಗ್ಬನ್ನಿ. ಮಕ್ಕಳ ಜೊತೆ ಇದ್ದಂಗೆ ಆಗುತ್ತೆ. ತಾಪತ್ರಯಗಳು ಇರುತ್ತೆ. ಅದರ ಜೊತೆ ಬದ್ಕು ಇರುತ್ತೆ. ಸಹನೀಯವಾಗಿಸ್ಕೋಬೇಕು" ಆರಾಮಾಗಿ ಬುದ್ಧಿ ಹೇಳಿದಳು. ಆ ಸಮಯದಲ್ಲಿ ಹೇಳೋದು ಬಹಳ ಸುಲಭವಾಗಿ ಕಂಡಿತು.

ಆಮೇಲೆ ಎಷ್ಟೋ ಹೊತ್ತಿಗೆ ಇಳಾಭಟ್ ಸಮಾಧಾನಕ್ಕೆ ಬಂದರು. "ನಾನು ಬೇಕಾದರೆ ಲೀವ್ ಲೆಟರ್ ಕೊಡ್ತೀನಿ ನಿಮ್ಮ ಆಫೀಸ್‌ಗೆ. ನಿಮ್ದು ಗೌರ್ನಮೆಂಟ್ ಜಾಬ್. ಸೆಕ್ಯೂರಿಟಿ ಇರುತ್ತೆ. ಅಂಥದ್ದೇನು ಆಗೋಲ್ಲ. ಆರಾಮಾಗಿ ಊರಿಗೆ ಹೋಗಿ. ನಾನು ಬಂದು ನಿಮ್ಮನ್ನ ಬಸ್ಸು ಹತ್ತಿಸ್ತೀನಿ" ಎಂದಕೂಡಲೇ ಆಕೆಯ ಮುಖದಲ್ಲಿ ಗೆಲುವು ಮೂಡಿತು. ನಂತರ ಮುಖ ಒಂದು ತರಹ ಮಾಡಿಕೊಂಡು "ಬೈಯ್ತಾರೆ, ಯಾಕ್ಬಂದೇ.... ಅಂತಾರೆ. ಅವ್ರಿಗೆ ಹಗಲೆಲ್ಲ ರಜ ಹಾಕೋದು ಇಷ್ಟವಾಗೋಲ್ಲ" ಹೇಳಿಕೊಂಡರು.

"ಸ್ವಲ್ಪ ಧೈರ್ಯ ತಂದ್ಕೊಳ್ಳಿ. ಯಾರ ಗಂಡಂದಿರು ಬೈಯೋಲ್ಲ, ಹೇಳಿ? ಎಲ್ಲಾ ಅವರವರ ಸಾಮರ್ಥ್ಯದಷ್ಟು ಬೈಯ್ತಾರೆ ಅಷ್ಟೆ. ಮೊನ್ನೆ ಟಿ.ವಿ.ನಲ್ಲಿ ಒಂದು ಪ್ರೋಗ್ರಾಂ ಬಂದಿತಲ್ಲ, ಪ್ರತಿಯೊಬ್ಬ ಗೃಹಿಣಿಯು ತಾವು ಜಗಳಾನೇ ಆಡಿಲ್ಲ, ತಾವು ಕೇಳಿದ್ದೆಲ್ಲ ಗಂಡಂದಿರು ತಂದು ಕೊಟ್ಟಿದ್ದಾರೆ ಹಾಗೇ... ಹೀಗೇಂತ... ಹೇಳಿಕೊಂಡರಲ್ಲ ಅದೆಲ್ಲ ನಿಜಾನಾ? ಆಮೇಲೆ ಅವರ ಗಂಡಂದಿರು ಸ್ವಲ್ಪಮಟ್ಟಿಗೆ ನಿಜಾನೇ ಹೇಳಿದ್ರು. ಒಬ್ಬ ಆಸಾಮಿಯಂತು ಧೈರ್ಯವಾಗಿ ಇವಳದು ಸಾಕಷ್ಟು ಕೆಟ್ಟ ಹಟ, ಒಂದಷ್ಟು ಬಾರಿ ಬಾರಿಸಿದ್ದಿದೆ ಅಂತ ಹೇಳಿದಾಗ ಸಭಿಕರೆಲ್ಲ ಘೊಳ್ಳೆಂದರು. ಈಗ ನೀವು ಹೋಗಿ ನಾಳೆ ಉಳಿದುಕೊಂಡು ನಾಳಿದ್ದು ಬನ್ನಿ. ಗಂಡ-ಹೆಂಡತಿ ಅಂದ್ಮೇಲೆ ಬಯ್ಯೋದು, ಬಯ್ಸಿಕೊಳ್ಳೋದು ಅಭ್ಯಾಸ ಮಾಡ್ಕೋಬೇಕು. ನೀವು ಎಕ್ಸ್‌ಪೀರಿಯನ್ಸ್ಡ್. ನಿಮ್ಗೇ ಹೇಳಿಕೊಡಬೇಕಾ?" ತಮಾಷೆ ಮಾಡಿದಳು.

"ಅಯ್ಯೋ, ನಂಗೆ ಬೈಗಳು ಅಂದರೆ ಬೇಸರ ಬಂದುಹೋಗಿದೆ. ಸದಾ ಒಂದಲ್ಲ ಒಂದು ಕಾರಣ ಹೇಳ್ಕೊಂಡ್ ಬೈಯ್ತಾರೆ. ನಂಗಂತು ರೋಸಿ ಹೋಗಿದೆ. ಬೇರೆ ಹೆಣ್ಣಿನ ಸಹವಾಸವಿಲ್ಲ. ಸಂಸಾರ ಅಂದರೆ ಪ್ರಾಣ. ಇದೆಲ್ಲ ಸರಿ, ಆದರೆ ಮೂರ್ಹೊತ್ತು ತಾನು ಮಾತ್ರ ಸರಿ ಮಿಕ್ಕವರೆಲ್ಲ ಮೂರ್ಖರು ಅನ್ನೋ ತರಹ ಮಾತಾಡ್ತಾರೆ. ನಾನಂತು ತೀರಾ ಪೆದ್ದಿ ಅನ್ನೋದು ಅವರ ಅಭಿಪ್ರಾಯ." ಇಳಾಭಟ್ ತೋಡಿಕೊಂಡಾಗ ಅಪೇಕ್ಷಾಗೆ ನಗು ಬಂತು. "ನಂಗೆ ಅನ್ನಿಸುತ್ತೆ, ಪ್ರತಿಯೊಬ್ಬ ಗಂಡಸರು ಹೆಂಡತಿಯರ್ನ ಪೆದ್ದಿ ಅಂದುಕೊಂಡಿರ್ತಾರೆ! ಆದರೆ ಅವರೆಷ್ಟು ಮೂರ್ಖರೂಂತ ಅವ್ರ ಹೆಂಡತಿಯರಿಗೆ ಮಾತ್ರ ಗೊತ್ತಿರುತ್ತೆ" ತಮಾಷೆ ಮಾಡಿದಳು. ಇಳಾಭಟ್ ಇಡೀ ರಾತ್ರಿ ಮುಸಿಮುಸಿ ಎನ್ನುವುದು ಅವಳಿಗೆ ಬೇಕಿರಲಿಲ್ಲ.

ಅಂತು ಇಂತು ಒಪ್ಪಿಸಿ ತಾನೇ ಇಳಾಭಟ್‌ರನ್ನ ಕರೆದೊಯ್ದು ಬಸ್ಸು ಹತ್ತಿಸಿ ಬಂದಳು. ಆಗ ವಿಶ್ವನ ಮಾತುಗಳು ನೆನಪಾಯಿತು.

"ನೀನು, ಏನೇ ಹೇಳು ಅಪೇಕ್ಷ. ಹೆಂಡತಿಗಿಂತ ಗಂಡ ಉದ್ದ ಇರ್ಬೇಕು. ಹಾಗೆ ಅವ್ಳಿಗಿಂತ ಅವನು ದಪ್ಪ ಇರ್ಬೇಕು. ಇನ್ನೊಂದು ಪಾಯಿಂಟ್, ಕಟ್ಟಿಕೊಳ್ಳುವ ಹೆಣ್ಣಿಗಿಂತ ಹೆಚ್ಚು ಸಂಬಳ ತರುವವನಿರಬೇಕು. ಗಂಡು ಬುದ್ಧಿವಂತನಾಗಿದ್ದರೆ, ಅವನ ಕಡೆಯವರನ್ನೆಲ್ಲ ಸ್ಟ್ರಾಂಗ್ ಪಾಯಿಂಟ್‌ನಲ್ಲಿ ನಿಲ್ಲಬೇಕು. ಅವಳ ಕಡೆಯವರಿಗೆ ಹೆಚ್ಚು ಒತ್ತು ಕೊಡಬಾರದು. ಹೊಗಳಬೇಕು, ಅನಗತ್ಯ ಹೊಗಳಿಕೆ ಕೂಡದು. ಮಾವನ ಮನೆಗಂತು ಆಗಾಗ ಹೋಗಬಾರದು. ಅಗತ್ಯಕ್ಕಿಂತ ಹೆಚ್ಚಿನ ಹಣ ಹೆಂಡತಿಗೆ ಕೊಡಬಾರದು. ಅವಳು ಬಂದು ತಮ್ಮ ಮನೆಯಲ್ಲಿರೋದರಿಂದ ಇಲ್ಲಿನ ರೀತಿನೀತಿಗಳಿಗೆ ಬದ್ಧಳಾಗಿರಬೇಕು. ಇಲ್ಲ ತೀರಾ ಯಡವಟ್ಟು" ಒಮ್ಮೆ ಹೆಂಡತಿಯರ ಬಗ್ಗೆ ಇಂಥದೊಂದು ಭಾಷಣ ಮಾಡಿದ್ದ. ಇಲ್ಲಿ ಸರಿತಪ್ಪುಗಳ ವಿಶ್ಲೇಷಣೆ ಇರಲಿಲ್ಲ. ಇದು ಅವನ ವೈಯಕ್ತಿಕ ಅಭಿಪ್ರಾಯವಾಗಿತ್ತು. ಅದೇ ಏನಾದರೂ ಅವನ ಬದುಕಿಗೆ ಮುಳುವಾಯಿತಾ? ಇಂಥದೊಂದು ಪ್ರಶ್ನೆ ಹಾಕಿಕೊಂಡಳು. ತೀರಾ ಅರ್ಥಹೀನ!

ಒಂದಕ್ಕೊಂದು ಸಂಬಂಧವಿಲ್ಲ ಎನ್ನುವ ತೀರ್ಮಾನಕ್ಕೆ ಬರುವ ವೇಳೆಗೆ ಮಂಜು ಬಂದು "ನಿಮ್ಗೆ ಫೋನಿದೆ" ತಿಳಿಸಿ ಹೋದ.

"ಮಹರಾಯ್ತಿ, ನೀನೊಂದು ಮೊಬೈಲ್ ಇಟ್ಕೋಬಾರ್ದಾ? ಇನ್ನೊಂದು, ಅಂಗಡಿ ಮನೆ ಫಣೀಂದ್ರ ಅವರು ಫೋನ್ ಮಾಡಿದ್ರು. ಈಗ ಮಗ ಜಗ್ಗಿ ಸಹಕಾರ ಬ್ಯಾಂಕ್‌ನಲ್ಲಿ ಕ್ಲರ್ಕ್ ಆಗಿದ್ದಾನಂತೆ. ಆರತಿನ ಅಗಬಹುದೂಂದ್ರು. ನಿಮ್ಮ ಅಪ್ಪಯ್ಯನಿಗೆ ಜಾತ್ಕ ಕೊಡೋಕೆ ಹೇಳು. ಅದಕ್ಕೆ ಮೊದ್ಲು ಎಲ್ಲಾ ತಿಳ್ಕೋ ಅನ್ನು. ಇಲ್ಲಿ ಪ್ಯಾಂಟಿನ ವಿಷ್ಯ ಮುಖ್ಯವಾಗಿರೋದರಿಂದ, ಅವ್ನು ವಿವಾಹವಾದ್ಮೇಲೆ ಪ್ಯಾಂಟ್ ಹಾಕಲೇಬೇಕೂಂತ ಅಗ್ರಿಮೆಂಟ್ ಮಾಡಿಕೊಳ್ಳೋಣ" ಎಂದ ಸತ್ಯೇಂದ್ರ ನಗುವಿನೊಂದಿಗೆ.

"ಜಗ್ಗಿನ ಎಲ್ಲಾ ನೋಡಿದ್ದಾರೆ. ಅಪ್ಪಯ್ಯನ ಹತ್ರ ಮಾತಾಡ್ತೀನಿ.ಸದ್ಯಕ್ಕೆ ಆ ಮನೆಯಲ್ಲಿ ಒಂದು ಶುಭಕಾರ್ಯವಾದರೆ ನವಚೇತನ ಹರಿದಾಡುತ್ತೆ. ತುಂಬ ಥ್ಯಾಂಕ್ಸ್ ಕಣೋ" ಅಂದಳು.

"ಅದೆಲ್ಲ ಏನು ಬೇಡ. ನಿನ್ನ ಲಂಚ್ ಸಮಯಕ್ಕೆ ಆಫೀಸ್ ಹತ್ರ ಬರ್ತೀನಿ. ಏನೋ ಮಾತಾಡೋದಿದೆ" ಹೇಳಿ ಫೋನಿಟ್ಟ. ಅಷ್ಟು ಪ್ರೀತಿಯಿಂದ ಇದ್ದ ಅತ್ತಿಗೆಯ ಇನ್ನೊಂದು ಮುಖದ ದರ್ಶನವಾದ ಮೇಲೆ ಸಂಬಂಧಗಳು ಅರ್ಥ ಕಳೆದುಕೊಂಡಿದೆಯೆನಿಸಿತು. ಆದರೆ ಸತ್ಯೇಂದ್ರ ಮಿಡಿದ ರೀತಿ ನೋಡಿದ ಮೇಲೆ ಇನ್ನೂ ಮನಸ್ಸುಗಳಲ್ಲಿನ ಒಳ್ಳೆಯತನ ಉಳಿದಿದೆ. ಅದು ಮಿದುಳಿಗೆ ಕೊಟ್ಟು ಪೂರ್ತಿಯಾಗಿ ದಾರಿ ತಪ್ಪಿದೆಯೆನ್ನುವುದು ಪೂರ್ತಿ ನಿಜವಲ್ಲವೆನಿಸಿತ್ತು "ಥ್ಯಾಂಕ್ಯೂ.... ಸತ್ಯ" ಎಂದುಕೊಂಡಳು. ಆದರೆ ನಾಳೆ ಭೇಟಿ ಮಾಡಿ ಮಾತಾಡುವಂಥ ಮುಖ್ಯವಾದ ವಿಷಯವೇನಿರಬಹುದೆಂಬ ಅನುಮಾನ ಕೂಡ ಮೂಡಿತು.

ರೂಮಿನೊಳಗೆ ಇಣುಕಿದ ಕವನ "ಮೆ ಐಗೆಟ್ ಇನ್, ಬರಬಹುದಾ ಅಪೇಕ್ಷ ಮೇಡಮ್ ಅವರೆ" ಎನ್ನುತ್ತ ಒಳಗೆ ಬಂದವಳು ಇವಳ ಮಂಚದ ಮೇಲೆ ಕೂತು "ಇಳಾ ಎಲ್ಹೋದ್ರು? ಸಾರಿ..." ಎಂದು ಕೆನ್ನೆಗಳಿಗೆ ಹಾಕಿಕೊಂಡು "ಇಳಾಭಟ್, ನಾಪತ್ತೆ! ಏನಾದ್ರೂ ಪರ್ಚೆಸ್ಸಿಂಗ್? ಕೇಳಿದಳು.

"ಇಲ್ಲ, ಊರಿಗೆ ಹೋದ್ರು" ಚುಟುಕಾಗಿ ಹೇಳಿ "ಊಟ ಮಾಡೋಣ್ವಾ? ನಯನಾ ಬಂದಿದ್ದಾರ? ಒಟ್ಟಿಗೆ ಮಾಡೋದು ಒಳ್ಳೇದು. ಮೃಣಾಲಿನಿಯವರು ಬಂದು ಕೂಡ್ತಾರೆ. ಅವ್ರಿಗೆ ಒಂದು ರೀತಿಯ ತೃಪ್ತಿ" ಎಂದು ಮೇಲೆದ್ದಳು.

"ರೂಮಿನ ಬಾಗ್ಲು ತೆಗೆದಿತ್ತು, ಬಂದಿರಬಹುದು" ಕೈಯಲ್ಲಿನ ಪತ್ರಿಕೆಯನ್ನು ಅಲ್ಲೇ ಇಟ್ಟು "ನಡೀ, ಮುಗ್ಸಿಬರೋಣ. ಹೇಗೂ ಇಳಾಭಟ್ ಇಲ್ಲ. ನಾನು ಇಲ್ಲಿಗೆ ಶಿಫ್ಟ್ ಆಗಿಬಿಡ್ತೀನಿ ಈ ರಾತ್ರಿ. ಆದರೆ ಅದಕ್ಕೆ ಮೇಡಮ್ ಒಪ್ಗೆ ಸಿಗೋಲ್ಲ. ಕೆಲವನ್ನಂತೂ ಮಸ್ಟ್ ಅಂಡ್ ಶುಡ್ ಪಾಲಿಸಲೇಬೇಕು."

ಇಬ್ಬರೂ ಡೈನಿಂಗ್ ಹಾಲ್‌ಗೆ ಬಂದಾಗ ತಟ್ಟೆ ಹಾಕಿ ರೆಡಿ ಮಾಡಿದ್ದರು. ಎಲ್ಲಾ ಅಚ್ಚುಕಟ್ಟು. ಅಕಸ್ಮಾತ್, ತೀರಾ ಹೊಟ್ಟೆ ಹಸಿದವರು ಬಡಿಸಿಕೊಂಡು ಊಟ

ಮಾಡಬಹುದು. ಅಂಥ ಸ್ವತಂತ್ರಗಳು ಇತ್ತು. ರೊಟ್ಟಿ, ಚಪಾತಿ, ಸಾರು, ಹುಳಿ, ಅನ್ನ, ಪಲ್ಯಗಳ ಜೊತೆ ಕೆಲವೊಮ್ಮೆ ಬೇರೆ ಐಟಂಗಳು ಇರುತ್ತಿತ್ತು. ಹಾಲು, ಮೊಸರು, ತರಕಾರಿ, ತುಪ್ಪಗಳಲ್ಲಿ ಕಾಂಪ್ರಮೈಸ್ ಇರಲಿಲ್ಲ. ಇವರುಗಳ ದುಡ್ಡಿನಿಂದ ದೊಡ್ಡ ರೀತಿಯಲ್ಲಿ ಹಣ ಮಾಡಬೇಕೆಂಬ ಇರಾದೆ ಇಲ್ಲದಿದ್ದರಿಂದ ಹೆಚ್ಚಿನ ವ್ಯವಹಾರ ಬೆರೆಸುತ್ತಿರಲಿಲ್ಲ ಮೃಣಾಲಿನಿ.

ತಲೆ ತಗ್ಗಿಸಿಕೊಂಡು ಬಂದ ನಯನಾ ಮಾತಾಡದೇ ಕಟ್ಟೆಯ ಮುಂದೆ ಕೂತು "ಒಂದು ಚಪಾತಿ ವಿತ್ ವೆಜಿಟೆಬಲ್ಸ್" ಅಂದಿದ್ದು ಸಣ್ಣನೆಯ ದನಿಯಲ್ಲಿ. ಬಂದ ಮೃಣಾಲಿನಿ "ಬಂದ ಕೂಡಲೆ ತಿಂಡಿ ಕೂಡ ತಗೊಳ್ಳಲಿಲ್ಲವಂತೆ. ಮುಂದೆ ಪ್ರಾಬ್ಲಂ ಆಗುತ್ತೆ ನಯನಾ, ಕನಿಷ್ಟ ರಾತ್ರಿಯ ಒಂದು ಊಟನಾದ್ರೂ ಹೊಟ್ಟೆಯ ತುಂಬ ತೃಪ್ತಿಯಾಗಿ ಮಾಡಬೇಕು" ಅತ್ಯಂತ ನಯವಾಗಿ ಪ್ರೀತಿಯಿಂದಲೇ ಹೇಳಿದರು. ಹೆಚ್ಚಿಲ್ಲದಿದ್ದರು, ಸುಮಾರಾಗಿಯೇ ಮಾಡಿದ್ದು ಊಟ.

ನಯನಾ ಬೇಗ ಎದ್ದು ರೂಮಿಗೆ ಹೋದಳು.

"ತೀರಾ ಟೆನ್‌ಷನ್ ಜಾಬ್. ಈ ಹುಡ್ಗಿ ಸವೆದು ಹೋಗ್ತಾ ಇದ್ದಾಳೆ. ತೀರಾ ಬುದ್ಧಿವಂತೆಯಾಗಿದ್ದಕ್ಕೆ ಸಾಕಷ್ಟು ಕಳೆದುಕೊಂಡ್ಲು" ಇಂಥದೊಂದು ಮಾತಾಡಿದರು ಆಕೆ. ಅಂದಿನ ತುಂಬ ಬುದ್ಧಿವಂತೆಯೆನ್ನುವ ಅಮಲು ಒಂಟಿಯಾಗಿ ನಿಲ್ಲಿಸಿತ್ತು. ಆ ಬಗ್ಗೆ ಈಗೀಗ ತುಂಬ ಪಶ್ಚಾತಾಪಪಡುತ್ತಿದ್ದರು. "ಇಳಾಭಟ್ ಅವ್ರಿಗೆ ಬಸ್ಸು ಸಿಕ್ತಾ? ಫ್ಯಾಮಿಲಿಯ ಬಗ್ಗೆ ತೀರಾ ಪೊಸೆಸಿವ್" ವಿಚಾರಿಸಿದರು ಅಪೇಕ್ಷನ.

"ಸಿಕ್ತು, ಇವತ್ತು ಅವ್ರ ಹಸ್ಬೆಂಡ್ ಬರ್ತ್‌ಡೇಂತ ಅಂದಿದ್ದರಂತೆ, ಬರ್ಲಿಲ್ಲ, ಅದ್ನ ತುಂಬ ಮನಸ್ಸಿಗೆ ಹಚ್ಕೊಂಡಿದ್ರು. ಪಾಪ ಮಕ್ಕಳಿಗಾಗಿ ಚಾಕಲೇಟು, ಬಿಸ್ಕತ್ ಎಲ್ಲಾ ತಂದಿಟ್ಕೊಂಡಿದ್ರು" ಹೇಳಿಯೇ ಮೇಲೆ ಎದ್ದಿದ್ದು.

ಮೃಣಾಲಿನಿಯವರು ಗುಡ್‌ನೈಟ್ ಹೇಳಿಹೋದ ಮೇಲೆ ಅಪೇಕ್ಷ ರೂಮಿಗೆ ಹಿಂದಿರುಗಿದಳು. 'ಮೃಣಾಲಿನಿಯವರ ಮನೆ ತುಂಬ ಹೋಮ್ಲಿ' ಅನ್ನಿಸುತ್ತೆ ಎಂದು ಮ್ಯಾನೇಜರ್ ಷಣ್ಮುಖಪ್ಪ ಹೇಳಿದ್ದರು. ಅವರೇ ಇಲ್ಲಿಗೆ ಕರೆತಂದು ಪರಿಚಯಿಸಿದ್ದು. ಟಿ.ವಿ. ನೋಡುತ್ತಿದ್ದ ಕವನ ಬಂದು ಇವಳನ್ನು ನಯನಾ ರೂಮಿಗೆ ಕರೆದೊಯ್ದಳು.

"ಸ್ವಲ್ಪ ಕೂತ್ಕೊ. ನಂಗೆ ನಿಮ್ಮ ಊರಿಗೆ ಬಂದ್ಮೇಲೆ ನಾನಾ ವಿಷ್ಯಗಳಲ್ಲಿ ಇಂಟರೆಸ್ಟ್ ಬೆಳೀತಾ ಇದೆ. ಸಂಬಳಕ್ಕಾಗಿ ಪ್ರೊಫೆಷನ್. ನಂಗೆ ಯೋಚ್ಸೋಂಥ ವಿಶಿಷ್ಟ ವ್ಯಕ್ತಿಗಳು, ವಿಶಿಷ್ಟ ಘಟನೆಗಳು, ಸಂದರ್ಭಗಳೇನು ಇಲ್ಲ. ನಿಂಗೆ ನ್ಯೂಮರಾಲಜಿ ಅಥವಾ ಸಂಖ್ಯಾಶಾಸ್ತ್ರದ ಬಗ್ಗೆ ಏನಾದ್ರೂ ಗೊತ್ತಾ?" ಕೇಳಿದಳು. ಒಂದು ನಿಮಿಷ ಸುಮ್ಮನಿದ್ದು "ಅಲ್ಪಸ್ವಲ್ಪ ಕೇಳಿದ್ದುಂಟು. ನಮ್ಮಣ್ಣನಿಗೆ ತುಂಬ ಇಂಟರೆಸ್ಟ್ ಇತ್ತು. ಆ ಬಗ್ಗೆ ತುಂಬ ಹೇಳೋನು. ಬೇರೆ ಬೇರೆ ದೇಶಗಳಲ್ಲಿ ಬೇರೆ ಬೇರೆ ಸಂಖ್ಯೆಗಳ ಶಕ್ತಿಯ ಬಗ್ಗೆ ನಂಬಿಕೆನಂತೆ" ಅಷ್ಟು ಹೇಳಿದಳು.

ಮಲಗಿದ್ದ ನಯನಾ ಎದ್ದು ಕೂತು ಟಿ.ವಿ. ಆಫ್ ಮಾಡಿ ದಿಂಬನ್ನು ತೊಡೆಯ ಮೇಲೆ ಹಾಕಿಕೊಂಡು "ಹೌದು, ನಮ್ಮ ಅಂಕಲ್ ಹೇಳ್ತಾ ಇರ್ತಾರೆ. ಪಶ್ಚಿಮ

ರಾಷ್ಟ್ರಗಳಲ್ಲಿ '13' ಅಪಶಕುನದ ಸಂಖ್ಯೆಯಂತೆ. ಕೆಲವು ಕಟ್ಟಡಗಳಲ್ಲಿ 13ನೇ ಅಂತಸ್ತು ಇರೋದಿಲ್ವಂತೆ, 12ರ ನಂತರ '14 ಇರುತ್ತಂತೆ. ಕೆಲವು ಕಡೆ '12' ನಂತರ '14' ಎಂದು ಸೂಚಿಸುತ್ತಾರಂತೆ. ಮುಂದುವರಿದ ದೇಶಗಳಲ್ಲಿ ಕೂಡ ನ್ಯೂಮರಾಲಜಿ ಬಗ್ಗೆ ಇಂಥ ನಂಬಿಕೆ. ಆಂಟೀಗಂತು ಭಯಂಕರ ನಂಬಿಕೆ, '13' ಅಂದರೆ ದೂರ ಸರಿಸ್ತಾರೆ. ತೀರಾ ಮಿಸ್ಟರಿ!" ಒಂದಿಷ್ಟು ಮಾತಾಡಿದಳು.

"ನಿನ್ನ ಅದೃಷ್ಟ ಸಂಖ್ಯೆ ಯಾವ್ದೂ?" ಕೇಳಿದಳು.

"ಗೊತ್ತಿಲ್ಲ, ನಂಬರ್ ಬಗ್ಗೆ ತಲೆ ಕೆಡ್ಸಿಕೊಂಡಿಲ್ಲ"

ನಯನಾಳಿಂದ ಅವಳ ನೋಟ ಇವಳತ್ತ ಹರಿದ ಕೂಡಲೇ ಮೇಲೆದ್ದು "ನಂಗೂ ಅಂಥ ಅದೃಷ್ಟಸಂಖ್ಯೆಯೇನಿಲ್ಲ. '7' ಎಂದರೆ 'ಮಿಸ್ಟಿಕಲ್ ನಂಬರ್' ಅಂತಾರೆ. ವಾರಗಳು ಏಳು, ಸಪ್ತರ್ಷಿಗಳು ಏಳು, ಬೆಳಕಿನ ಬಣ್ಣ ಏಳು, ಸಪ್ತಸಾಗರಗಳು ಜೊತೆಗೆ ಸಪ್ತಸ್ವರಗಳಿಲ್ಲದ ಸಂಗೀತವಿಲ್ಲ. ಆದರೆ ಒಂಬತ್ತು ಅಕ್ಷಯ ಸಂಖ್ಯೆ. ಅದೇ ಮುಖ್ಯ ಎನ್ನುವವರು ಇದ್ದಾರಂತೆ. ಇನ್ನೊಂದು ಫೆಂಟಾಸ್ಟಿಕ್ ವಿಷಯವೆಂದರೆ 9 ಬೆಸಸಂಖ್ಯೆಯಾದರೂ 9ನ್ನು ಯಾವ ಸಂಖ್ಯೆಯಿಂದ ಗುಣಿಸಿದರೂ ಲಬ್ಧವಾಗುವ ಸಂಖ್ಯೆಗಳ ಮೊತ್ತ ಒಂಬತ್ತೆ ಆಗಿರುತ್ತೆ. 9 x 1 = 9, 9 x 2 = 18 ಅಂದರೆ 1 + 8 ಕೂಡಿದರೆ 9, 9 x 3 = 27, 2 + 7 ರ ಮೊತ್ತ 9, ಹೀಗೆಯೇ 9 x 4 = 36, ಆ 3 + 6ನ್ನು ಕೂಡಿದರೆ 9. ಹಾಗೆಯೇ 9 x 10 = 90ರವರೆಗೂ ಬರುವ ಸಂಖ್ಯೆ ಕುತೂಹಲಕಾರಿ ಮಾತ್ರವಲ್ಲ, ಮಾಂತ್ರಿಕ ಶಕ್ತಿಯಿದೆ 9 ಅಂಕಿಯಲ್ಲಿ ಎಂದು ನಂಬುವ ಜನ 9ಕ್ಕೆ ವಿಪರೀತ ಮಹತ್ವ ಕೊಟ್ಟಿದ್ದಾರೆ. ಒಂಬತ್ತನ್ನು ಎಷ್ಟರಿಂದ ಗುಣಿಸಿದರೂ ಒಂಬತ್ತು ಆಗುವುದರಿಂದ ಅಷ್ಟೋತ್ತರ ನೂರೆಂಟು, ಕೂಡಿದರೆ ಒಂಬತ್ತಾಗಿ, ಸಹಸ್ರಾರ ಕೂಡಿ ಸಾವಿರದೆಂಟು. ಎಂದರೆ ಕೂಡಿದರೆ ಒಂಬತ್ತು ಆಗಿ ಒಂಬತ್ತರ ಹಿರಿಮೆ ಹೆಚ್ಚಿದೆ. 1116 ರೂಪಾಯಿ ಕೂಡಿದರೆ ಒಂಬತ್ತು ಆಗುವುದರಿಂದ ಅದೇ ಸಂಖ್ಯೆಯಲ್ಲಿ ಅನೇಕ ಲಕೋಟೆಗಳಲ್ಲಿ ಹಣ ಇಟ್ಟು ಅದನ್ನು ಅಕ್ಷಯ ನಿಧಿ ಎನ್ನುತ್ತಾರೆ. ಇಷ್ಟು ಡಿಟೈಲ್ಸ್ ಕೊಟ್ಟಿದ್ದು ನಮ್ಮಣ್ಣ. ಅವನ ಆಸಕ್ತಿಗಳು ಹಲವಾರು." ದನಿ ಮುಕ್ತಾಯ ಹಂತಕ್ಕೆ ಬರುವ ವೇಳೆಗೆ ಸೋತು ಹೋಯಿತು. ತಕ್ಷಣ ಹೊರಟವಳನ್ನು ಹಿಡಿದು ನಿಲ್ಲಿಸಿದ್ದು ಕವನ.

"ಇಂಥ ಒಬ್ಬ ಅಣ್ಣ ನಿಂಗೆ ಇದ್ದ ಅನ್ನೋದು ಹೆಮ್ಮೆ. ಅವನನ್ನು ನೋಡಿದ್ದು, ಮಾತಾಡಿದ್ದು, ಅವನೊಂದಿಗೆ ಒಡನಾಡಿದ್ದು ಫೆಂಟಾಸ್ಟಿಕ್, ಅಂಥ ಅನುಭವಗಳು ಇಲ್ದೇ ಬೆಳೆದವಳು ನಾನು. ನನ್ನ ಬಗ್ಗೆ ದುರಂತ ಅಂತ ಅನ್ನಿಸೋಲ್ವಾ? ಅಂಥ ಒಂದೇ ಒಂದು ನೆನಪು ನಂಗಿಲ್ಲ".

ಅವಳು ಕೇಳಿದ ರೀತಿಗೆ ಬೆಕ್ಕಸ ಬೆರಗಾದಳು.

ನಯನಾಗೆ ಏನೂ ಅರ್ಥವಾಗಲಿಲ್ಲ. ಸುಮ್ಮನೆ ಮಲಗಿ "ಡೋಂಟ್ ಡಿಸ್ಟರ್ಬ್ ಮಿ. ಗುಡ್ ನೈಟ್." ಎಂದಳು. ಇಬ್ಬರೂ ಹೊರಗೆ ಬರುವುದು ಅನಿವಾರ್ಯವಾಯಿತು.

"ಮೃಣಾಲಿನಿಯವರನ್ನ ನೋಡಿ ಬರ್ತೀನಿ" ಅಪೇಕ್ಷ ಹೊರಟಳು.

ಕವನ ಬಂದು ಇಳಾಭಟ್ ಹಾಸಿಗೆಯ ಮೇಲೆ ಕೂತಳು. ವಿಶ್ವರಥನ ಫೋಟೋನ ಅಪೇಕ್ಷ ಮನೆಯಲ್ಲಿ ನೋಡಿದ್ದಳು. ಬುದ್ಧಿಯ ತೀಕ್ಷ್ಣತೆಯನ್ನು ಸೂಸುವ ಕಣ್ಣುಗಳು. ಹಣೆ ಕೂಡ ಚೆಂದವಿತ್ತು. ನೀಳ ಮೂಗಿನ ಕೆಳಗಿನ ಒತ್ತು ಮೀಸೆ ಆಕರ್ಷಕವೆನಿಸಿತು. ಅದರಡಿಯ ಪುಟ್ಟ ಬಾಯಿ. ಅಂತು ಚೆಂದದ ಗಂಡು. ಎಲ್ಲಕ್ಕಿಂತ ಅವನ ನಡತೆ, ಸ್ವಭಾವ ಇಷ್ಟವೆನಿಸಿತ್ತು. ಎಂಥ ಅದ್ಭುತ ವ್ಯಕ್ತಿ. ಪ್ರತಿಯೊಂದರ ಮೇಲು, ಪ್ರತಿಯೊಬ್ಬರ ಮನದಲ್ಲು ನೆನಪಿನ ಚಾಮರ ಬೀಸುವ ವ್ಯಕ್ತಿ. ನಿಜವಾಗಿಯೂ ಅದೃಷ್ಟವಂತ. ಇಲ್ಲಿಗೆ ಕವನ ಬರುವ ಮೂರು ತಿಂಗಳ ಹಿಂದೆ ಅವಳಮ್ಮನ ತಮ್ಮ ತೀರಿಕೊಂಡಿದ್ದರು. ಇವಳಮ್ಮ ಹೋಗಲೇ ಇಲ್ಲ. "ಒಳ್ಳೆ ಪೀಕ್ ಅವರ್. ಟ್ಯಾಕ್ಸಿ ಸಿಗ್ಲಿಲ್ಲ. ಅವ್ನ ಹೆಂಡ್ತಿ ಚಂದನಾಗೆ ಒಂದು ಮೆಸೇಜ್ ಕಳಿಸ್ದೆ" ನಿರಾಕಾರಚಿತ್ತರಾಗಿ ಅವಳಮ್ಮ ನುಡಿದಾಗ ಅವಳಿಗೇನು ಅನ್ನಿಸಿರಲಿಲ್ಲ. ತೀರಾ ಸೋದರಿಕೆಯ ರಕ್ತ ಸಂಬಂಧ. ಕಣ್ಣೀರಿರಲಿ, ನೆನಪಿಗೂ ಲಾಯಕ್ಕಾಗಲಿಲ್ಲ. ಸಾವು ಅಂದರೆ ಪೂರ್ತಿ ಇಲ್ಲವಾಗಿ ಬಿಡುವಂಥದ್ದು. ಆದರೆ ವಿಶ್ವ ಮನೆಯ ಎಲ್ಲರೊಡನೆ ಬದುಕಿದ್ದ. ಇವರೆಲ್ಲ ಇರುವವರೆಗೂ ಅವನಿಗೆ ಸಾವಿಲ್ಲವೆನಿಸಿತು. ಇದು ಹೊಳೆದಿದ್ದೆ ತಡ ಖುಷಿಯೆನಿಸಿತು.

ಅಪೇಕ್ಷ ರೂಮಿಗೆ ಬಂದ ಒಡನೆ "ಅಪೇಕ್ಷ, ನಿಮ್ಮ ವಿಶ್ವಣ್ಣ ಇನ್ನು ಸತ್ತಿಲ್ಲಾ. ಮತ್ತಷ್ಟು ನಿಮ್ಮ ಮನಸ್ಸುಗಳ ನಡುವೆ ನಿಕಟವಾಗಿದ್ದಾನೆ. ದುಃಖಿಸೋದು ಬೇಡ. ನಾನು ಬೇಕಾದರೆ ಅವ್ನನ್ನ ಮಾನಸಿಕವಾಗಿ ಗಂಡನ್ನಾಗಿ ಸ್ವೀಕರಿಸಿಬಿಡ್ತೀನಿ. ಗುಡ್‌ನೈಟ್..." ಎಂದು ಮಲಗಲು ಹೋದಳು. ಎಂಥ ಅರ್ಥಪೂರ್ಣ ಮಾತೆನಿಸಿತು.

ಆ ಧಾಟಿಯಲ್ಲಿ ಯೋಚಿಸೋದು ಹೆಚ್ಚು ಆರೋಗ್ಯಕರವೆನಿಸಿತು.

* * * *

ರಾತ್ರಿ ಇವನ ಬರುವನ್ನು ಖಚಿತಪಡಿಸಿಕೊಳ್ಳಲು ಫೋನ್ ಮಾಡಿದ ಚಾರುಲತ ಒಂದು ಹತ್ತು ಸಲವಾದರು ಮೈಸೂರು ಸಿಲ್ಕ್ ಸೀರೆಯ ಬಣ್ಣ, ಅಂಚು, ಜರಿಯ ಬಗ್ಗೆ ಖಾತರಿಪಡಿಸಿಕೊಂಡಳು. ಮಡದಿಯ ಮೇಲೆ ರೇಗಿಕೊಂಡ ಸತ್ಯೇಂದ್ರ.

"ಮುಗಿಯಿತು, ಇನ್ನು ನಾನು ಫ್ಲೋರಿಡಾ ತಲುಪೋವರ್ಗೂ ಫೋನ್ ಮಾಡಬೇಡ. ಅಕಸ್ಮಾತ್ ಮಾಡಿದರೆ ಆರಾಮಾಗಿ ಊರಿಗೆ ಹಿಂದಿರುಗಿಬಿಡ್ತೀನಿ. ಆಮೇಲೆ ನಿನ್ನಿಷ್ಟ."

ಆಮೇಲೇ ಒಂದಿಷ್ಟು ನಿದ್ರಿಸಿದ್ದು. ಸದ್ಯಕ್ಕೆ ಅಪೇಕ್ಷ ಮನೆಯಲ್ಲಿನ ಒಂದು ಸಮಸ್ಯೆಯಾದರು ಕಮ್ಮಿಯಾಗಬೇಕಿತ್ತು. ಹಿಂದೆ ವಿಶ್ವರಥ ತಂಗಿಯ ಬಗ್ಗೆ ಹೇಳಿಕೊಂಡು ನಕ್ಕಿದ್ದ.

"ಅವ್ಳಿಗೆ ಪಂಚೆ ಉಡೋ ಗಂಡಸರನ್ನು ನೋಡಿ... ನೋಡಿ ಬೋರಾಗಿದೆ. ಪ್ಯಾಂಟ್ ಹಾಕ್ಕೊಂಡ್ ಆಫೀಸ್‌ಗೆ ಹೋಗಿ ಸಂಜೆ ಮನೆಗೆ ಬರೋಂಥ ಗಂಡನೇ ಬೇಕಂತೆ" ಅದು ನೆನಪಿಗೆ ಬಂದು ಪಕ್ಕಕ್ಕೆ ಹೊರಳಿದ.

ಮಲಗಿದ್ದವ ಬೆಳಗಿನ ಜಾವಕ್ಕೆ ಎದ್ದು ಶೇವ್ ಮಾಡಿಕೊಂಡು ರೆಡಿಯಾದ. ಟ್ಯಾಕ್ಸಿ ಹಿಡಿದು ಚಾರುಲತ ಅಂಕಲ್ ಮನೆಗೆ ಹೋಗಿ ಬರಬೇಕು. ಯಾಕೋ ಬೇಸರವೆನಿಸಿತು. ಈಗ ಹೋದರೆ ಸಂಜೆಯವರೆಗೂ ಹಿಡಿದಿಟ್ಟುಕೊಳ್ಳಬಹುದು. ಆ ಮನುಷ್ಯನಿಗೆ ಅಮೆರಿಕಾದ ಸಂಪೂರ್ಣ ಮಾಹಿತಿ ಇವನ ಬಾಯಿಂದಲೇ ಕೇಳಬೇಕು. ಸಾಕಷ್ಟು ಅವರಲ್ಲಿ ಇತ್ತು. ಆದರೂ ಕುತೂಹಲಕ್ಕೊ, ಬರೀ ಮಾತಿನ ಸಲುವಾಗಿಯೋ, ಕೇಳಿದ್ದೇ ಕೇಳಿ ಬೇಸರಪಡಿಸುವುದು ಅವರ ಜಾಯಮಾನ. ಜೊತೆಗೆ ಎಂಥ ಜುಗ್ಗ ಅಂದರೆ ಫೋನ್ ಕರೆಗೂ ಹಣ ಹಾಕುತ್ತಿರಲಿಲ್ಲ. ಅಲ್ಲಿಗೂ ಒಂದು ಮಿಸ್‌ಕಾಲ್. ಸರಿ ಫೋನ್ ಮಾಡಿದ್ದೇವೆಂದು ಇಟ್ಟುಕೊಂಡರೆ, ಲೀಲಾಜಾಲವಾಗಿ ಹರಟೋಕೆ ಷುರು ಮಾಡೋರು. ಜೊತೆಗೆ ಪ್ರತಿಸಲವು 'ನೀವುಗಳು ಅಲ್ಲೇ ಇರೀ. ಇಲ್ಲಿಗೆ ಬರೋ ಹುಚ್ಚುತನ ಬೇಡ. ನಮ್ಮನ್ನ ಒಂದ್ಸಲ ಕರ್ಸಿಕೊಳ್ಳಿ' ಬುದ್ಧಿವಾದದ ಜೊತೆ ಒತ್ತಾಯವು ಕೂಡ. ಅದರಿಂದ ಆ ವ್ಯಕ್ತಿಯೆಂದರೆ ತಲೆ ಬಿಸಿ.

ಆರಾಮಾಗಿ ಅಲ್ಲಿ ಇಲ್ಲಿ ಓಡಾಡಿ ಮಾರಿಕಾಂಬ ಫಾರ್ಮಾಸೂಟಿಕಲ್‌ಗೆ ಬರುವ ವೇಳೆಗೆ ಎರಡಕ್ಕೆ ಐದು ನಿಮಿಷ ಇತ್ತು. ಇವನಿಗಾಗಿ ಕಾದವಳಂತೆ ಹೊರಗೆ ಬಂದು ಮುಗುಳ್ನಗು ಬೀರಿದಳು.

"ನಿನ್ನ ಮುಗುಳ್ನಗು ಚೆಂದ. ಇದು ವಿಶ್ವ ಹೇಳ್ತಾ ಇದ್ದ ಮಾತು. ಅಪ್‌ಸೆಟ್ ಆಗಬೇಡ. ಅಂಗಡಿ ಮನೆ ಜಗ್ಗಿ ವಿಷ್ಯ ಮಾತಾಡಬೇಕು. ಸದ್ಯದ ಮೊದಲ ಸಮಸ್ಯೆ ಅದು" ಎಂದ ಸರಳವಾಗಿ.

ಅಷ್ಟು ದೂರ ಹೋದ ಮೇಲೆ "ಕ್ಯಾಂಟೀನ್ ವ್ಯವಸ್ಥೆ ಏನಾದ್ರೂ ಇದ್ಯಾ?" ಕೇಳಿದ. "ಇಲ್ಲಪ್ಪ, ಕೆಲವರು ಲಂಚ್ ಬಾಕ್ಸ್ ತಂದ್ಕೋತಾರೆ. ಇನ್ನು ಕೆಲವರು ಹೋಟೆಲ್‌ಗೆ ಹೋಗ್ತಾರೆ. ನಮ್ದು ಆಫೀಸ್ ಕಂ-ಗೋಡೋನ್. ಯಾಕೆ ಹೊಟ್ಟೆ ಹಸಿದಿದ್ಯಾ?" ಕೇಳಿದಳು.

"ಸದ್ಯಕ್ಕೆ, ಎಲ್ಲಾದ್ರೂ ಕೂತು ಮಾತಾಡೋಣ" ಅಲ್ಲೇ ಹತ್ತಿರದಲ್ಲಿದ್ದ ಪಾರ್ಕ್‌ಗೆ ಕರೆದೊಯ್ದು ಕಲ್ಲಿನ ಬೆಂಚ್ ಮೇಲೆ ಕೂತು "ಅಂಗಡಿ ಫಣೀಂದ್ರ ಇನ್ನೊಂದ್ಮಾತು ಸೇರಿಸಿದ್ರು. ನಿಮ್ಮಕ್ಕ ಆರತಿ ಆಫೀಸರ್‌ನ ಬಿಟ್ಟು ಬೇರೆಯವ್ರನ್ನ ಮದ್ವೆ ಆಗೋಲ್ಲ ಅನ್ನೋ ವಿಷ್ಯ ಗೊತ್ತಾಗಿದೆ. ನಮ್ಮ ಸ್ಥಿತಿಗತಿ ನೋಡಿ ಒಪ್ಪಿಗೆಯಾದರೆ ಜಾತ್ಕ ಕೊಡೀಂತ ಅಂದ್ರು. ಏನು.... ಹೇಗೆ? ಇವೆಲ್ಲ ಒಂದಕ್ಕೆ ಎರಡಾಗಿ ಹಬ್ಬುತ್ತೆ. ಯಾವ್ದೋ ಒತ್ತಡಕ್ಕೆ ಮಣಿದು ಆರತಿ ಜೀವನಪೂರ್ತಿ ಕೊರಗಬಾರದು. ಅವ್ಳ ಮನಸ್ಸಿನಲ್ಲಿ ಏನಿದೇಂತ ತಿಳ್ಕೊಂಡು ಪ್ರಸ್ತಾಪ ಮಾಡು" ಹೇಳಿದ. ಕೂತ ಅಪೇಕ್ಷ ಯೋಚಿಸತೊಡಗಿದಳು. ಈಚೆಗೆ ಸೀರಿಯಸ್ಸಾಗಿ ಅವಳ ವಿವಾಹದ ಸುದ್ದಿ ಮನೆಯಲ್ಲಿ ಪ್ರಸ್ತಾಪವಾಗಿರಲಿಲ್ಲ. ಎಲ್ಲರ ಮನಸ್ಸಿನಲ್ಲಿ ಈ ವಿಷಯ ಇದ್ದರೂ, ಪ್ರಸ್ತಾಪಿಸಲು ಒಂದು ರೀತಿಯ ಹಿಂಜರಿಕೆ. ಹೇಗೆ? ಎತ್ತ? ದಿಕ್ಕೆಟ್ಟ ಸ್ಥಿತಿ.

"ಯಾಕೆ ಸುಮ್ನೇ ಕೂತೇ? ನಡೆದು ಹೋಗಿದ್ದನ್ನ ಮುಂದಿಟ್ಕೊಂಡು ನಡೆಯಬೇಕಾದುದ್ದರ ಬಗ್ಗೆ ನಿರ್ಲಕ್ಷ ಒಳ್ಳೆಯದಲ್ಲ. ಯಾರಾದರೊಬ್ರು, ವಿಷ್ಯ

ಪ್ರಸ್ತಾಪಿಸಲೇಬೇಕು. ನೀನೇ ಶುರು ಮಾಡು. ಅದಕ್ಕೆ ಮೊದ್ಲು, ಅಂಗಡಿ ಫಣೇಂದ್ರ ಅವರ ಮಗ ತೀರಾ ಅಪರಿಚಿತನೇನು ಅಲ್ಲ. ಬಿ.ಎ. ಅನ್ನೋದೊಂದು ಪದವಿ ಇದೆ.ಅದೇ ನಮ್ಮ ವಿಶ್ವ ಕೆಲ್ಸ ಮಾಡ್ತಾ ಇದ್ದ ಸಹಕಾರಿ ಬ್ಯಾಂಕ್‌ನಲ್ಲಿ ಕೆಲ್ಸ. ಸಂಬಳಕ್ಕೆ ಕೂಡ ಮೋಸವಿಲ್ಲ. ಮನೆ ಕಡೆನೂ ಪರ್ವಾಗಿಲ್ಲ ಅನ್ನೋ ರೀತಿ ಅನ್ಕೂಲ. ಆರತಿಗೆ ನೇರವಾಗಿ ವಿಷ್ಯನ ವಿವರಿಸಿ, ಆಮೇಲೆ ಶೇಷಪ್ಪಯ್ಯ ಮಾವನಿಗೆ ಹೇಳು. ನನ್ನೈಯಲ್ಲಿ ಮೊನ್ನೆ ಹೋದಾಗ ಜಾತಕ ಫೋಟೋ ಕೊಟ್ಟಿದ್ರು, ಆದರೆ ನಾನೇ ಹಿಂಜರಿದೆ. ಆದ್ರೂ ಮನಸ್ಸು ತಡೆಯದೇ ನೇರವಾಗಿ ನಿನ್ನೊಂದಿಗೆ ಮಾತಾಡಲು ತೀರ್ಮಾನಿಸಿದೆ" ಹೇಳಿ ನಿಲ್ಲಿಸಿದ. ಜಗ್ಗುನ ನೋಡಿದ್ದಳು. ತೆಗೆದು ಹಾಕುವಂಥ ಗಂಡಲ್ಲ.

"ಯಾಕೆ ಸುಮ್ನೆ ಕೂತೇ?" ಕೇಳಿದ.

"ಒಂದ್ನಿಮಿಷ..." ಎಂದು ಪಾರ್ಕ್‌ನಿಂದ ಹೊರಗೆ ಹೋಗಿ ಅಲ್ಲೇ ಪಕ್ಕದಲ್ಲಿ ನಿಲ್ಲಿಸಿದ್ದ ತಿಂಡಿಯ ವ್ಯಾನ್‌ನಿಂದ ಎರಡು ಬಾಕ್ಸ್ ವೆಜಿಟೇಬಲ್ ರೈಸ್ ತಂದು ಅವನಿಗೊಂದು ಕೊಟ್ಟು ಬ್ಯಾಗ್‌ನಲ್ಲಿದ್ದ ನೀರಿನ ಬಾಟಲ್ ತೆಗೆದಿಟ್ಟು "ನಂಗೆ ಹಸಿವು ಇಲ್ದೇ ಇರಬಹುದು. ಸಿಕ್ಕ ಕೂಡಲೇ ಕ್ಯಾಂಟಿನ್ ಬಗ್ಗೆ ವಿಚಾರಿಸ್ದೆ. ಮೊದ್ಲು ಇದ್ನ ಮುಗಿಸೋಣ" ಎಂದಳು. ತಿಂಡಿಯ ಬಾಕ್ಸ್‌ಗಳನ್ನು ಓಪನ್ ಮಾಡಿದರು. ಖಾರ ಇತ್ತೋ ಇಲ್ಲವೋ, ಉಪ್ಪಿನ ಜೊತೆ ಬಿಸಿಯಾಗಿಯೇ ಇತ್ತು. ಅದೂ ಇದೂ ಮಾತಿನ ನಡುವೆ ಬಾಕ್ಸ್‌ಗಳು ಖಾಲಿಯಾಯಿತು. "ಟೀ ತರ್ಲಾ" ಅವಳು ಎದ್ದಾಗ "ಬೇಡ, ಮಾತು ಮುಗ್ಸಿ ಹೋಗ್ತಾ ಕುಡಿದುಹೋಗೋಣ. ಜಗ್ಗಿ ವಿಷ್ಯಕ್ಕೆ ನೀನೇನು ಹೇಳ್ತಿ?" ವಿಚಾರಿಸಿ ಅವಳ ಕೈಯಲ್ಲಿದ್ದ ಖಾಲಿ ಬಾಕ್ಸನ್ನು ಕಿತ್ತುಕೊಂಡು ಹೋಗಿ ಡಸ್ಟ್ ಬಿನ್‌ಗೆ ಹಾಕಿ ಕೈತೊಳೆದು ಬಂದು ಕೂತ.

"ಅವ್ರ ಮನೆಯೋರು ಅಲ್ಪಸ್ವಲ್ಪ ಗೊತ್ತು. ಜಗ್ಗೀನು ಗೊತ್ತು. ವಿಶ್ವಣ್ಣ ಇದ್ದಾಗ ಬಂದಿದ್ದ. ಬಹುಶಃ ಆರತಿ ಅಕ್ಕನು ನೋಡಿರಬಹುದು. ನಾನು ವಿಚಾರಿಸ್ತೀನಿ. ಒಂದು ಸಾಧಾರಣ ಮದ್ವೆಯೆಂದರು ಸಾಕಷ್ಟು ಹಣ ಬೇಕು. ಅಮ್ಮಂದಿರ ಮೈಮೇಲಿನ ಒಡ್ವೇನ ವಿಶ್ವಣ್ಣನ ಖರ್ಚಿನ ಸಲುವಾಗಿ ಮಾರಿಬಿಟ್ವಿ. ಅತ್ತಿಗೆ ಒಡ್ವೆ ಮಾತ್ರ ಅವರತ್ರ ಇತ್ತು. ಹೋಗೋವಾಗ ಎಲ್ಲಾ ತಗೊಂಡ್ಹೋಗಿದ್ದಾರೆ. ಈಗ ಅಲ್ಪಸ್ವಲ್ಪ ಚಿನ್ನನಾದ್ರೂ ಆರತಿಯಕ್ಕನಿಗೆ ಹಾಕಬೇಕು. ಸಂಬಂಧ ನಿಶ್ಚಯವಾದರೆ ಏನಾದ್ರೂ ಮಾಡೋಣ. ಥ್ಯಾಂಕ್ಸ್ ಸತ್ಯ, ನೆಂಟರಿಷ್ಟರಲ್ಲು ಹೇಳಿಕೊಳ್ಳಲಾರದಂಥ ಸಂಕಟ. ಕೆಲವರು ಅಕ್ಕನ್ನ ಹಂಗಿಸಿ ಮಾತಾಡ್ತಾರೆ. ಸ್ವಲ್ಪ ಅನ್ಕೂಲವಿರೋ ಜನ ನಾವು ವರದಕ್ಷಿಣೆ, ವರೋಪಚಾರ ಮಾಡೋ ಸ್ಥಿತಿಯಲ್ಲಿ ಇಲ್ಲಾಂತ ತಿಳಿದಿದ್ದರಿಂದ ಹಿಂಜರಿತಾರೆ. ಎನೀ ಹೌ, ಈ ಸಂಬಂಧದ ಬಗ್ಗೆ ತಿಳಿಸಿದ್ದು ಒಳ್ಳೇದೇ" ಅಂದಳು. ಆಮೇಲೆ ಹತ್ತು ನಿಮಿಷ ಮಾತಾಡಿ ಎದ್ದಳು.

ಪಾರ್ಕ್‌ನಿಂದ ಹೊರಗೆ ಬರುವಾಗ "ಇನ್ನೊಂದು ವಿಷ್ಯ. ಮೊನ್ನೆ ಶಿವಮೊಗ್ಗಗೆ ಹೋಗಿದ್ದಾಗ ಷಾಪಿಂಗ್ ಸೆಂಟರ್‌ನಲ್ಲಿ ಸುಕನ್ಯನ ನೋಡ್ದೆ. ಅವಳು ಅವರಣ್ಣನ ಮಕ್ಳ ಜೊತೆ ಹೋಗ್ತಾ ಇದ್ದಳು. ನನ್ನ ನೋಡಿರಬಹುದು. ಬಹುಶಃ ಮಾತನಾಡಿಸುವ ಇಚ್ಛೆ

ಇದ್ದಂಗೆ ಕಾಣ್ಲಿಲ್ಲ. ಆರಾಮಾಗಿ ಕಂಡ್ಲು. ಕಾಫೀ ಪುಡಿ ಸಿದ್ದರಾಮ ನನ್ನ ಜೊತೆಯಲ್ಲಿ ಇದ್ದವ 'ಆಕೀ ನಮ್ಮ ವಿಶ್ವಣ್ಣನ ಹೆಂಡ್ತಿ ಅಲ್ವಾ? ವಿವಾಹ ಅಂದರೆ ಎರಡು ಕುಟುಂಬಗಳ ಸಂಬಂಧ ಅಂತಾರೆ. ಗಂಡ ಸತ್ತ ಕೂಡಲೇ ಎಲ್ಲರನ್ನ ತೊರೆದುಕೊಂಡು ಹೋದಂಗೆ ಟೆಂಟ್ ಎತ್ಕೊಂಡ್ ಹೋಗಿಬಿಡೋದಾ? ಹಿರಿಯರು ಅನ್ನಿಸ್ಕೊಂಡೋರಿಗೆ ಬುದ್ಧಿ ಬೇಡ್ವಾ? ಆಕೀ ಅಪ್ಪ ದುಡ್ಡಿನ ಮನುಷ್ಯ. ಮಹಾನ್ ಚಂಡಾಲ. ಅಡಿಕೆ ತೋಟದಲ್ಲಿ ದುಡಿಯೋಕೆ ಒಬ್ಬ ಬಿಟ್ಟಿ ಆಳು ಸಿಕ್ಕಾಗಾಯ್ತು. ಅಣ್ಣಂದಿರ ಮಕ್ಳುನ ನೋಡಿಕೊಳ್ಳೋಕೆ ಒಬ್ಬ ಆಯಾ.ಈಕೆಗೆ ಬೇಕಿದ್ದು ಸ್ವೇಚ್ಛೆ.' ಅಂತ ಇಡೀ ಇತಿಹಾಸ ಒಗೆದುಬಿಟ್ಟ. ಹೋಗೋಕೆ ಮುನ್ನ ನಂಗೂ ಹೋಗಿ ಮಾತಾಡ್ಸಿ ಬರೋ ಇರಾದೆ ಇತ್ತು. ನೆನಪೇ ಬೇಡಾಂತ ಬದುಕುತ್ತ ಇರೋ ಹೆಣ್ಣಿಗೆ ಹಿಂದಿನದನ್ನು ಯಾಕೆ ನೆನಪಿಸಬೇಕೂಂತ ಸುಮ್ಮನಾದೆ. ನಿಮ್ಮಪ್ಪ ಅಮ್ಮಂದಿರಿಗೆಲ್ಲ ಇನ್ನೂ ಪ್ರೀತಿ ಇದೆ, ಕಣ್ಣೀರಿಡುತ್ತಾರೆ. ಇನ್ಮೇಲೆ ಬೇಡಾಂತ ಹೇಳು. ಆ ಅರ್ಹತೆ ಅವ್ರಿಗಿಲ್ಲ! ಹೇಳೋದೋ ಬೇಡವೋಂತ ಯೋಚ್ಸೀ ಬಾಯಿಬಿಟ್ಟಿದ್ದು. ವಿಶ್ವನಂಥ ಗಂಡನ್ನ ಅವ್ರಿಂದ ಕಿತ್ಕೊಂಡ್ ದೇವರು ಅನ್ಯಾಯ ಮಾಡ್ದಾ ಅನ್ನೋ ಕೊರಗು ಇತ್ತು. ಆದರೆ ನಿಮ್ಮಂಥವರ ಸಂಬಂಧ ಪೂರ್ತಿಯಾಗಿ ತೊಡೆದುಕೊಂಡು ಅವ್ರಿಗೆ ಅವಳೇ ಅನ್ಯಾಯ ಮಾಡಿಕೊಂಡ್ಳು. ಈಗ ನಿಮ್ಮ ಪಾಲಿಗೆ ಸತ್ತಿದ್ದು ಸುಕನ್ಯನೇ ಹೊರತು ವಿಶ್ವ ಅಲ್ಲ" ಬಹಳ ಸ್ಪಷ್ಟವಾಗಿ ನುಡಿದ. ಸ್ವರದಲ್ಲಿ ದೃಢತೆ ಇತ್ತು.

ಅಪೇಕ್ಷ ಮಾತೇ ಆಡಲಿಲ್ಲ. ಅವಳಿಗೆ ಕವನಳ ಮಾತುಗಳು ನೆನಪಾಗಿ "ಸತ್ಯ, ಕವನ ಏನು ಹೇಳಿದಳು ಗೊತ್ತಾ? ನಮ್ಮ ವಿಶ್ವಣ್ಣನ್ನ ಮಾನಸಿಕವಾಗಿ ಪತಿಯಾಗಿ ಸ್ವೀಕರಿಸ್ತಾಳಂತೆ. ಎಂಥ ಎಂಥ ವಿಚಿತ್ರಗಳು, ವಿಸ್ಮಯಗಳು ಇವೆ. ಇದ್ನ ಅದೂ ಈಗ 21ನೇ ಶತಮಾನದಲ್ಲಿ ಕಂಪ್ಯೂಟರ್ ಯುಗದಲ್ಲಿ ಕೇಳಿದ್ದೀಯ. ನಾನು ಷಾಕಾದೆ" ಎಂದಳು.

"ವೆರಿ ಗ್ರೇಟ್, ಕವನನ ನೋಡಿದರೆ ಸಹಾನೂಭೂತಿಯುಂಟಾಗುತ್ತೆ. ಅವ್ರಿಗೆ ಪ್ರೀತಿಯಾಸರೆಬೇಕು. ಹೆತ್ತವರಿಂದ ಏನೂ ಸಿಕ್ಕಿಲ್ಲ. ಹೋಗ್ಲಿ, ಮೃಣಾಲಿನಿ ಮೇಡಮ್‌ಗೆ ಹೇಳಿ ಒಂದು ಮದ್ವೆ ಮಾಡಿಸೋಕೆ ಹೇಳು" ಹೇಳಿದ. ಅವನ ದನಿಯಲ್ಲಿ ಅವಳ ಬಗ್ಗೆ ಕಾಳಜಿ ಇತ್ತು. "ಮೈ ಗಾಡ್, ಒಂದ್ಮದ್ವೆ ಸಾಕಾ? ಅವ್ರು ಬೇಕಾದರೆ ನಿನ್ನ ಕೂಡ ಮದ್ವೆ ಆಗೋಕೆ ಸಿದ್ಧ. ನೀನು ಚಾರುಲತನ ಫೇಸ್ ಮಾಡೋದು ಕಷ್ಟ. ಮೃಣಾಲಿನಿಯವರೇ, ವಿವಾಹದ ಬಂಧನ ಬೇಡವೆಂದು ಬ್ರಹ್ಮಚಾರಿಯಾಗಿ ಉಳಿದವರು. ಈಗ ಬದಲಾಗಿದ್ದಾರೆ" ಎಂದು ನಿಂತಳು.

ಅವನು ಸುತ್ತಲು ನೋಟ ಹರಿಸಿ "ಆ ವಿಷ್ಯವೆಲ್ಲ ಬಿಡು. ಊರಿಗೆ ಹೋದಾಗ ನಮ್ಮ ಮನೆ ಕಡೆ ಹೋಗ್ಬಾ. ಅಪ್ಪಯ್ಯ, ಅಮ್ಮನ ಪಾಲಿಗೆ ನಾನಿದ್ದು ಇಲ್ಲ. ವಯಸ್ಸಾಯ್ತು. ಮೊದಲಷ್ಟು ಕೆಲ್ಸ ಆಗೋಲ್ಲ. ನನ್ನ ಕೈ ಹಿಡಿದು ಬಂದ ಹೆಣ್ಣು ಸೊಸೆಯಾಗಿ ನಿಂತು ಆ ಮನೆಯ ಪರಂಪರೆಯನ್ನು ಕಾಯ್ದುಕೊಳ್ಳಬೇಕಿತ್ತು. ಈಗ ಬದಲಾದ ಸಮಾಜದಲ್ಲಿ ಅದು ಸಾಧ್ಯನಾ? ಯಾಕೋ ಬೇಸರವಾಗಿದೆ. ನಾನು ರಾತ್ರಿ

ಫ್ಲೈಟ್‌ಗೆ ಹೊರಡ್ತೀನಿ. ಅದಕ್ಕೆ ಮುನ್ನ ನಮ್ಮ ಚಾರು ಅಂಕಲ್‌ನ ನೋಡೋದಿದೆ." ಇವಳನ್ನು ಫಾರ್ಮಸೂಟಿಕಲ್ ಬಳಿ ಬಿಟ್ಟು ಹೊರಟವ ಮತ್ತೆ ಹಿಂದಿರುಗಿ ಬಂದು "ಇನ್ನೊಂದ್ವಿಷ್ಯ, ಅದೇನು ಇಲ್ಲಿ ಬೆಳಗಿನ ಉಪಹಾರ ಬೇಡಾಂತ ಹೇಳಿದ್ದೀಯಂತಲ್ಲ, ಈವಾಗ್ ಕಾಫೀ ಕೂಡ ಕುಡ್ಯೋಲ್ಲಂತ ಕವನ ಹೇಳಿದ್ರು. ಇದೇನಿದು?" ನಿಲ್ಲಿಸಿ ಕೇಳಿದ. ಏನು ಹೇಳಬೇಕೋ ತೋಚದೇ "ಬಾಡಿ ಮೆನ್‌ಟೆನ್ ಮಾಡೋಕೆ ಅಂದ್ಕೋ" ನಗಲು ಪ್ರಯತ್ನಿಸಿದಳು.

"ಶುದ್ಧ ಸುಳ್ಳು, ನಿಂಗೆ ಅಂಥ ಖಯಾಲಿಗಳೇನು ಇರ್ಲಿಲ್ಲಾಂತ ನಂಗೆ ಗೊತ್ತು. ಬೇರೆ ಉದ್ದೇಶ ಇರುತ್ತೆ. ದಯವಿಟ್ಟು ಹೇಳು" ರೇಗಿದ. ಅಷ್ಟು ಸಲುಗೆ ಅವನಿಗಿತ್ತು. ಹಿಂದೆಲ್ಲ ಅವಳ ಜಡೆ ಎಳೆದುದ್ದುಂಟು. ಪುಟ್ಟ ಮಗುವಾಗಿದ್ದಾಗ ಇವಳ ಸಲುವಾಗಿ ಸ್ಕೂಲು ಬಿಟ್ಟ ಕೂಡಲೆ ಓಡಿ ಬರುತ್ತಿದ್ದದ್ದುಂಟು "ಬೇಗ ಮಾತಾಡು ಅಪೇಕ್ಷ" ರೇಗಿದ.

"ಮನೆ ಸ್ಥಿತಿ ನಿಂಗೆ ಗೊತ್ತು. ತೋಟನ ಸರ್ಯಾಗಿ ನೋಡಿಕೊಳ್ಳೋರು ಇಲ್ದೇ ಉತ್ಪನ್ನ ಕಡ್ಮೇಯಾಗಿದೆ. ಇನ್ನು ಅಪ್ಪಯ್ಯನ ಸಂಬಳ ಏಕೈಕ ಆಧಾರ. ಅದರ ಜೊತೆ ಸಾಲ. ಅದಕ್ಕಾಗಿ ತೋಟನ ಮಾರೋ ತೀರ್ಮಾನಕ್ಕೆ ಬಂದದ್ದುಂಟು. ಆದರೆ ವಿಶ್ವನ ಉಸಿರು ಅಲ್ಲೆಲ್ಲ ಹರಡಿಕೊಂಡಿದ್ದೆಂತ ಅನ್ನಿಸುತ್ತೆ. ಪ್ರತಿಯೊಂದರಲ್ಲು ಅವನಿದ್ದಾನೆನ್ನುವ ಭಾವ, ಅದಕ್ಕೆ ಹಿಂಜರಿದಿದ್ದು. ಇಲ್ಲಿ ಮೃಣಾಲಿನಿಯವ್ರ ಮನೆಯಲ್ಲಿ ಪೇಯಿಂಗ್ ಗೆಸ್ಟ್ ಆಗಿರೋದರಿಂದ ಸೆಕ್ಯೂರ್ಡ್ ಅನಿಸುತ್ತೆ. ಜಾಗ ಸಿಕ್ಕೋದು ಕಷ್ಟ. ಐದು ಸಾವಿರ ಭರ್ತಿ ಕೊಡಬೇಕಾಗುತ್ತೆ. ಅದು ನಂಗೆ ದೊಡ್ಡ ಅಮೌಂಟ್ ಇರಬಹುದು. ಇಲ್ಲಿಗೆ ಮಾತ್ರ ಕಡ್ಮೇನೇ. ತಿಂಡಿಬೇಡಾಂತ ಅಂದಿದ್ದಕ್ಕೆ ಒಂದಿಷ್ಟು ಕೊಡೋ ಹಣದಲ್ಲಿ ಕನ್‌ಸೆಷನ್. ಅದನ್ನು ಖರ್ಚಿಗೆ ಇಟ್ಕೊಂಡ್ ಮಿಕ್ಕಿದ್ದು ಊರಿಗೆ ಕಳಿಸಬಹುದು. ಇದೇ ಸತ್ಯ ಅಷ್ಟೆ" ಹೇಳಿದಳು. ಅವಳಿಗೆ ಹಿಂಜರಿಕೆ ಇರಲಿಲ್ಲ.

ಅವನ ಕಣ್ಣಂಚಿನಲ್ಲಿ ಕಂಬನಿ ಶೇಖರವಾಯಿತು.

"ಇವಳು ಹೊಟ್ಟೆ ಬಾಕಿ ಕಣೋ" ಅನ್ನುತ್ತ ವಿಶ್ವ ತಂಗಿಯನ್ನು ಛೇಡಿಸಿ ತಂಗಿಯ ತಟ್ಟೆಗೆ ಇನ್ನು ನಾಲ್ಕು ರೊಟ್ಟಿ ಹಾಕುತ್ತಿದ್ದ ಆ ಕ್ಷಣಗಳು ಅದೆಷ್ಟು ಮಧುರ.

ಎರಡು ನಿಮಿಷದ ಮೌನದ ನಂತರ "ನಂಗೆ ಅರ್ಥವಾಗುತ್ತೆ, ಆದರೆ ವಿಶ್ವನ ಆತ್ಮ ವಿಲಿವಿಲಿ ಒದ್ದಾಡುತ್ತೆ ಕಣೇ, ನಂದು ಎಂಥ ನಿಸ್ಸಾಯಕ ಸ್ಥಿತಿ ನೋಡು" ಒದ್ದಾಡಿದ.

"ಡೋಂಟ್ ವರೀ, ನಿಂಗೆ ಗೊತ್ತು ನಂಗೆ ಹಸಿವನ್ನು ತಡೆದುಕೊಂಡು ಅಭ್ಯಾಸವಿಲ್ಲ. ಬೆಳಿಗ್ಗೆ ಗಡದ್ದಾಗಿ ಊಟ ಮುಗ್ಸಿಯೇ ಹೊರಡೋದು. ಮೃಣಾಲಿನಿ ಊಟ, ತಿಂಡಿಯ ವಿಷ್ಯದಲ್ಲಿ ತುಂಬ ಧಾರಾಳ. ನನ್ನ ನೋಡಿದರೆ ಗೊತ್ತಾಗೋಲ್ವಾ? ಈ ವಿಷ್ಯದ ಬಗ್ಗೆ ತಲೆ ಬಿಸಿಬೇಡ. ನೀನು ಹಿಂದಿರುಗೋದರಲ್ಲಿ ನನ್ನ ಸ್ವಾರ್ಥನು ಇದೆ. ಈಗ ನಮ್ಮ ಕುಟುಂಬ ಇರೋ ಸ್ಥಿತಿಯಲ್ಲಿ ನಿನ್ನ ಸಹಕಾರ ತುಂಬ ಮುಖ್ಯ" ಅಂದಳು.

"ನೋಡೋಣ, ಮೊದ್ಲು ಚಾರು ಅವ್ರ ಅಮ್ಮನ ಹಿಂದಕ್ಕೆ ಕಳಿಸೋ ಏರ್ಪಾಟು ಮಾಡಬೇಕು. ಗಂಡ, ಮಕ್ಕಳು ಯಾವ್ದೂ ಬೇಡಾಂತ ಅಲ್ಲೇ ಇರೋ ಪ್ಲಾನ್‌ನಲ್ಲಿ

ಇದ್ದಂಗೆ ಕಾಣ್ತಾರೆ. ಅದು ಆಗದ ಮಾತು. ಮುಂದಿನ ವಾರಕ್ಕೆ ಆಕೆ ವೀಸಾ ಮುಗಿಯುತ್ತೆ. ನಾವು ಸುಮ್ಮನಿದ್ರು ಕತ್ತಿಡಿದು ಅಟ್ಟುತ್ತಾರೆ" ನಕ್ಕು ಬೀಳ್ಕೊಟ್ಟ.

ನಡೆದು ಕಾಲು ದಾರಿಯಲ್ಲಿ ಬರುತ್ತಿದ್ದವಳ ಚಪ್ಪಲಿ ಕಿತ್ತುಹೋಯಿತು. ಅತ್ತಿತ್ತ ನೋಡಿ ಕಿತ್ತ ಚಪ್ಪಲಿಯನ್ನು ಕರ್ಚಿಪ್‌ನಲ್ಲಿ ಸುತ್ತಿಕೊಂಡು ಹೆಜ್ಜೆ ಹಾಕಿದ್ದು.

* * * *

ಪಾರ್ವತಮ್ಮ ಸೊಪ್ಪು ಸೋಸಿಕೊಂಡು ಮೇಲೆ ಏಳೋ ವೇಳೆಗೆ ನೆರಳಾಡಿತು. ತಲೆಯೆತ್ತಿ ಗಾಬರಿಯಾದರು. ತುಟಿಯಂಚಿನಲ್ಲಿ ನಗುವೇನು ಇಣುಕಲಿಲ್ಲ.

"ಎಲ್ಲಿ ಶೇಷಪ್ಪಯ್ಯ?" ಕೇಳಿ ಉಯ್ಯಾಲೆ ಮೇಲೆ ಕೂತರು ಸುಕನ್ಯ ಅಪ್ಪ. "ಅಂಗ್ಡೀಗೆ ಹೋಗಿದ್ದಾರೆ. ಹೇಗಿದ್ದಾರೆ ಮನೆಯಲ್ಲಿ?" ಕೇಳಿದರು. "ಏನು ಚೆಂದ ತಗೊಳ್ಳಿ, ನಿಮ್ಮ ಮಗ ಹೇಳ್ದೇಕೇಳ್ದೇ ಮೂಟೆ ಕಟ್ಟಿಕೊಂಡು ಹೊರಟ, ಇವಳ್ನ ನಮ್ಮ ತಲೆ ಮೇಲೆ ಹಾಕಿ" ದುರ್ದಾನ ತೆಗೆದುಕೊಂಡವರಂತೆ ನುಡಿದರು.

"ಯಾಕೆ, ಏನೇನೋ ಮಾತಾಡ್ತೀರಾ? ಸುಕನ್ಯನ ನಮ್ಮಲ್ಲೇ ಬಿಟ್ಟುಹೋಗಬೇಕಿತ್ತು. ಯಾಕೆ ಕರ್ಕಂಡ್ ಹೋದ್ರಿ?" ಬಂದ ಗಿರಿಜಮ್ಮ ತರಾಟೆಗೆ ತಗೊಂಡು "ಈಗ್ಬಂದ ವಿಷ್ಯವೇನು? ಹೇಗಿದ್ದಾಳೆ ಸುಕನ್ಯ?" ಕೇಳಿದರು. ಆ ಪ್ರಶ್ನೆಗೆ ಉತ್ತರವೇ ಇಲ್ಲ.

"ಇಲ್ಲೊಂದು ಬೆಳ್ಳಿಲೋಟ ಉಳ್ದುಕೊಂಡಿದೆ. ಅವಳು ಸುಮಾರು ಸಲ ಹೇಳಿದ್ಲು. ಇಲ್ಲಿಗೆ ಬರೋದಿತ್ತು. ಕೊಟ್ಟರೇ ಹೊರಡ್ತೀನಿ" ಇಂಥದೊಂದು ಬಾಂಬ್ ಹಾಕಿದರು. ಗಿರಿಜಮ್ಮ, ಪಾರ್ವತಮ್ಮ ಮುಖ ಮುಖ ನೋಡಿಕೊಂಡರು. ಕನಿಷ್ಟ ಕರ್ಚಿಪ್ ಕೂಡ ಬಿಡದಂತೆ ಬಳಿದುಕೊಂಡು ಹೋದವಳು ಬೆಳ್ಳಿಲೋಟ ಬಿಟ್ಟುಹೋಗಿದ್ದಾಳೆ? "ಯಾವ ಬೆಳ್ಳಿಲೋಟವಂತೆ. ಮದ್ವೆಯಲ್ಲಿ ಓದಿಸಿದ ಪ್ರಸೆಂಟೇಷನ್‌ಗಳೆಲ್ಲ ಅವ್ಳ ಹತ್ತಿರಾನೇ ಇತ್ತು. ಅದನ್ನೆಲ್ಲ ತಗೊಂಡು ಹೋಗಿದ್ದಾಳೆ. ಅವಳ ಯಾವುದೇ ವಸ್ತುಗಳನ್ನು ನಾವ್ ಬಳಸಿದ್ದಿಲ್ಲ" ಎಂದರು ಗಿರಿಜಮ್ಮ.

ಮೇಲಕ್ಕೆ ಕಾಲುಗಳನ್ನೆಳೆದುಕೊಂಡು ಪದ್ಮಾಸನ ಹಾಕಿಕೊಂಡು ಕೂತ ಆ ಮನುಷ್ಯ "ಸ್ವಲ್ಪ ಸರ್ರಾಗಿ ನೋಡಿ. ಅದು ಮಠದಿಂದ ಬಂದ ಉಡುಗೊರೆ. ತುಂಬ ಭಾರವಾಗಿತ್ತು" ಅದೇ ಧಾಟಿಯ ಮಾತುಗಳು.

ಇಬ್ಬರೂ ಮುಖಮುಖ ನೋಡಿಕೊಂಡರು. ಸುಕನ್ಯ ತನಗೆ ಬಂದಿದ್ದು ಮಾತ್ರವಲ್ಲ, ವಿಶ್ವರಥನಿಗೆ ವಿವಾಹದ ಸಮಯದಲ್ಲಿ ಬಂದ ಉಡುಗೊರೆಗಳನ್ನೂ ತೆಗೆದಿಟ್ಟುಕೊಂಡಿದ್ದು ಗೊತ್ತಿದ್ದರೂ ಯಾರು ಪ್ರಶ್ನಿಸಲು ಹೋಗಿರಲಿಲ್ಲ.

ಅದನ್ನು ನೋಡಿ ವಿಶ್ವರಥ "ಯಾಕೆ ಅದ್ನೆಲ್ಲ ಎತ್ತಿಟ್ಕೊಂಡಿದ್ದೀಯ? ತೆಗ್ದು ಈಚೆ ಹಾಕು. ಇದು ನಂಗೆ ಇಷ್ಟವಾಗೋಲ್ಲ" ಎಷ್ಟೋ ಸಲ ಹೇಳಿದ್ದ. ಆದರೆ ಅವೇನು ಈಚೆಗೆ ಬಂದಿರಲಿಲ್ಲ.

ಕಾಫೀ ತಂದಿಟ್ಟ ಪಾರ್ವತಮ್ಮ "ಬೇಕಾದರೆ, ಸುಕನ್ಯನ ಕಳ್ಸಿಕೊಡಿ. ಇದ್ದರೆ ತಗೊಂಡ್ಹೋಗ್ಲಿ. ವಿಶ್ವನಂಥ ಮಗನೇ ಹೋದ. ನಮ್ಗೆ ಅವನ್ನೆಲ್ಲ ಇಟ್ಕೊಂಡು ಆಗಬೇಕಾದ್ದೇನಿಲ್ಲ" ಹೇಳಿದರು.

ಸಂಕೋಚವಿಲ್ಲದೆ ಕಾಫೀ ಲೋಟ ಎತ್ತಿಕೊಂಡು "ಹೋದವನು ಹೋದ ಅವನಿಂದಾಗಬೇಕಾದ್ದೇನಿಲ್ಲ. ಈಗ ಅವ್ರ ಬದ್ಕೀನ ಬಗ್ಗೆ ಯೋಚ್ಸಿ" ಹೇಳಿದರು.

ಅಷ್ಟರಲ್ಲಿ ಶಾಲೆಯಿಂದ ಬಂದ ಅದಿತಿ, ಅರುಣ ಒಳಗೆ ಬಂದಿದ್ದರು.

"ಅಯ್ಯೋ ಯೋಚ್ಸೋಕ್ಕೇನಿದೆ? ಅತ್ತಿಗೆ ಮದ್ವೆ ಆಗಿದ್ದು ಅಣ್ಣನನ್ನ ತಾನೇ? ಅಲ್ಲಿಗೆ ಕಳ್ಸಿಕೊಡಿ. ಹಾಗೇ ನೀವು ಹೋಗಿ ಬೆಳ್ಳಿಲೋಟದ ಬಗ್ಗೆ ವಿಚಾರ್ಸಿಕೊಂಡು ಬನ್ನಿ" ಹೇಳಿದ್ದು ಅದಿತಿ. ಆ ಮಾತು ಕೇಳಿ ಒಳಗಿದ್ದ ಪಾರ್ವತಮ್ಮ ಹೊರಗೆ ಬಂದು "ಹಿರಿಯರ ಹತ್ರ ಹಾಗೆಲ್ಲ ಮಾತಾಡಬಾರದು" ಅಂದಕೂಡಲೇ ಅರುಣ "ಇವ್ರು ಯಾವ ಸೀಮೆ ಹಿರಿಯರು! ನಮ್ಮಣ್ಣನ್ನ ಹೋದರೆ ಹೋದ, ಅಂತಾರಲ್ಲ. ಇವ್ರ ಮಗಳ ಬದ್ಕೀಗೆ ಏನಾಗಿದೆ? ನಮ್ಮಣ್ಣನ ತಿಂದುಕೊಂಡ್ಬಿಟ್ಳು. ಅವಳ ಕಾಲುಗುಣ ದೆಸೆಯಿಂದೇ ಅಣ್ಣ ಸತ್ತಿದ್ದು." ಓಹೋ ಅಂತ ಅರುಣ ಅಳೋಕೆ ಶುರು ಮಾಡಿದ. ಅವನಿಂದ ದುಃಖ ಹತ್ತಿಕ್ಕಲಾಗಲಿಲ್ಲ.

ಆ ಮನುಷ್ಯ ಏನೇನೋ ಹೇಳಿ ಸಮರ್ಥಿಸಿಕೊಳ್ಳಲು ಹೋಗಿ ಸೋತ. ಮನೆಯಲ್ಲಿದ್ದ ಒಂದು ನಾಲ್ಕು ಬೆಳ್ಳಿಲೋಟಗಳನ್ನು ತಂದು ಗಿರಿಜಮ್ಮ ಅವರ ಮುಂದೆ ಹಾಕಿದರು.

"ನಮ್ಮ ಮನೆಯಲ್ಲಿರೋ ಬೆಳ್ಳಿಲೋಟಗಳು ಇಷ್ಟೆ. ಬೇಕಾದರೆ ತಗೊಂಡ್ಹೋಗಿ" ಗಿರಿಜಮ್ಮ ಹೇಳಿ ಕಣ್ಣೊರೆಸಿಕೊಂಡು ಅಡಿಗೆ ಮನೆಗೆ ಹೋದರು. ಆ ಮನುಷ್ಯ ಹಿಂಜರಿಯಲಿಲ್ಲ. ಸ್ವಲ್ಪ ತೂಕವಾಗಿದ್ದ ಬೆಳ್ಳಿಲೋಟ ತಗೊಂಡು ನಡೆದೇಬಿಟ್ಟರು.

ಅರುಣ ಹೊರಗೆ ಬಂದು 'ಥೂ' ಎಂದು ಉಗಿದ. ಅಣ್ಣನನ್ನು ನೆನೆಸಿಕೊಂಡು ಜೋರಾಗಿ ಅತ್ತ. ಪದೇ ಪದೇ 'ಹೋದರೆ ಹೋದ' ಎಂದು ಸಾಕಷ್ಟು ಸಲ ಅಂದು ಮಕ್ಕಳಿಂದ ಹಿರಿಯವರೆಗೂ ನೋಯಿಸಿಬಿಟ್ಟ ಅವರು ಶತ್ರುಗಳಂತೆ ಕಂಡಿದ್ದರು.

ರಾತ್ರಿ ಇದನ್ನು ಅಪೇಕ್ಷಗೆ ಫೋನ್ ಮಾಡಿ ತಿಳಿಸಿದಾಗ ಆಗತಾನೇ ಬಂದಿದ್ದವಳು ಸಮಾಧಾನವಾಗಿಯೇ "ಹೋಗ್ಲಿಬಿಡಿ, ಮತ್ತೆ ಮತ್ತೆ ಬರಬೇಡಿಂತ ಹೇಳಬೇಕಿತ್ತು. ಎಂಥ ಮನುಷ್ಯತ್ವವಿಲ್ಲದ ಜನ" ರೋಸಿ ಹೇಳಿದಳು. ಅವಳಿಗೆ ಅಳು ಬಂತು. ಫೋನ್ ಇಟ್ಟು ರೂಮಿಗೆ ಬಂದು ಕೂತಳು.

ಇಳಾಭಟ್ ಇಂದು ಬಂದಿದ್ದು ಲೇಟಾಗಿ, ಮಳೆ ಬರುತ್ತಿದ್ದರಿಂದ ಒದ್ದೆಯಾಗಿಯೇ ಬಂದಿದ್ದು.

"ನೆಂದಿದ್ದೀರಿ" ಅನ್ನುವ ವೇಳೆಗೆ "ಬಸ್ಸು ಸ್ಟಾಪ್‌ನಿಂದ ಇಲ್ಲಿಗೆ ಬರೋ ವೇಳೆಗೆ ನೆಂದೇ ಅಲ್ಲಿಂದ ಇಲ್ಲಿಗೆ ಮಿನಿಮಮ್ ಕೊಟ್ಟರೂ ಆಟೋದವರು ಬರೋಕೆ ಒಪ್ಪೊಲ್ಲ. ಅವ್ರು ಬಂದಿದ್ರು, ಅದಕ್ಕೆ ಲೇಟಾಯ್ತು" ಎಂದು ಟವಲನ್ನೆತ್ತಿಕೊಂಡು ಬಾತ್‌ರೂಮಿಗೆ

ಹೋದವರು ಮ್ಯಾಕ್ಸಿ ಧರಿಸಿ ಹೊರಬಂದರು. "ಇದ್ನ ಅವರೇ ಕೊಡ್ಸಿದ್ರು. ನಂಗೆ ಇಷ್ಟವಾಗ್ಲಿಲ್ಲ. ಬಾಯಿಬಿಟ್ಟು ಹೇಳೋಕೆ ಹೋದರೆ ರಾಮಾಯಣವಾಗುತ್ತೆ. ತನ್ನ ಮಾತೇ ನಡೆಯಬೇಕು ಅನ್ನೋ ಧಿಮಾಕ್. ಜೊತೆಗೆ ತಾನು ಮಾತ್ರ ಬುದ್ಧಿವಂತ ಅನ್ನೋ ಅಹಂಕಾರ. ಅಪರೂಪದ ಗಂಡ." ಗಂಡನನ್ನು ಬಯ್ದುಕೊಂಡು ಬಂದು ಕೂತು, ಮ್ಯಾಕ್ಸಿಯನ್ನು ನೋಡಿಕೊಂಡರು. ಇದು ಮಾಮೂಲು. ಅಪೇಕ್ಷ ಪ್ರತಿಕ್ರಿಯಿಸಲು ಹೋಗಲಿಲ್ಲ.

ಮಂಜು ಬಂದು ಇಣುಕಿದ.

"ಈಗ ತಿಂಡಿಯೇನು ಬೇಡ. ಊಟಕ್ಕೆ ಬಡ್ಸಿಬಿಡಿ. ಹೇಗಿದ್ದಾರೆ ಮೃಣಾಲಿನಿಯವರು?" ವಿಚಾರಿಸಿದರು ಇಳಾಭಟ್. "ಆಯ್ತು, ಅಮ್ಮ ಸ್ವಲ್ಪ ಚಟುವಟಿಕೆಯಿಂದ ಓಡಾಡಿದ್ರು. ಆರೋಗ್ಯ ಸುಧಾರಿಸಿದೇಂತ ಕಾಣುತ್ತೆ" ಇನ್‌ಫರ್ಮೇಷನ್ ಕೊಟ್ಟುಹೋದ.

ಇಳಾಭಟ್ ಕೂದಲು ಬಿಚ್ಚಿ ಟವಲಿನಿಂದ ತಲೆಯೊರೆಸಿಕೊಂಡು "ಹೋದ್ವಾರ ಹೋದನಲ್ಲ, ಸರ್‌ಪ್ರೈಜ್ ವಿಸಿಟ್, ಮಕ್ಕಳಿಗೆ ಖುಷಿ ಆಯ್ತು. ಅತ್ತೆ, ಮಾವ ಕೂಡ ಏನು ಅನ್ನಲಿಲ್ಲ. ಇವ್ರಿಗೆ ಇಷ್ಟವಾಗಲಿಲ್ಲ. ಬಸ್ಸು ಛಾರ್ಜ್‌ನ ನೂರೆಂಟು ಸಲ ಲೆಕ್ಕ ಹಾಕಿ ಹೇಳಿದ್ದೇ ಹೇಳಿದ್ದು. ಪ್ರತಿಯೊಂದಕ್ಕೂ ಲೆಕ್ಕ ಕೇಳ್ತಾರೆ. ನಾನು ಕೇಳೋಕೆ ಸಾಧ್ಯನಾ? ಬಾಯಿಗೆ ಬಂದಂಗೆ ಬಯ್ತಾರೆ. ಸರ್ಯಾಗಿ ಮಾತಾಡೋಕೆ ಬರೋಲ್ಲ. ನಾಯಿ ಬೊಗಳಿದಂತೆ ಬೊಗಳ್ತಾರೆ. ಕಟ್ಟಿಕೊಂಡಾಗ್ನಿಂದ ಇಷ್ಟೇ ಆಗ್ಬಿಟ್ಟಿದೆ. ನೀನ್ ಹೇಳು, ಅಪೇಕ್ಷ! ಮಕ್ಕಳಿಗೆ ಬಟ್ಟೆಗಳು ತಗೊಂಡ್ಹೋಗಿದ್ದಕ್ಕೆ ನೂರೆಂಟು ಮಾತುಗಳು. ಮನೆಗೆ ಸೋಫಾ ತರ್ಸಿ ಹಾಕಿದ್ದಾರೆ. ಇದು ಯಾಕೆ ಬೇಕಿತ್ತು, ಈ ವೈಭವ? ಇಷ್ಟು ಕಾಮನ್ ಸೆನ್ಸ್ ಕೂಡ ಇಲ್ಲ, ಆ ಮನುಷ್ಯನಿಗೆ" ನ್ಯಾಯ ಒಪ್ಪಿಸಲು ಶುರುವಾದರು.

ಅಪೇಕ್ಷ ಹೇಳಿದ್ದನ್ನೆಲ್ಲ ಕೇಳಿಸಿಕೊಂಡು "ಇದನ್ನೇ ಅವ್ರ ಮುಂದೆ ಹೇಳಿ" ಅಂದ ಕೂಡಲೇ ಬಾಯಿಯನ್ನು ಕೈಯಿಂದ ಮುಚ್ಚಿಕೊಂಡು "ಉಂಟಾ, ಕೆಲ್ಸ ಸಿಕ್ಕಿ ಸಂಬಳ ತಗೊಂಡ ಮಾತ್ರಕ್ಕೆ ಹೆಣ್ಣಿಗೆ ಆರ್ಥಿಕ ಸ್ವತಂತ್ರ ಸಿಕ್ಕಿಬಿಡುತ್ತಾ? ನಾನು ಇದ್ನ ಒಪ್ಪೋಲ್ಲ. ಈಗ್ಲೂ ಒಂದು ಸೀರೆ ತಗೊಳ್ಳೋ ಧೈರ್ಯ ಇಲ್ಲ" ಅಸಹಾಯಕತೆ ತೊಡಿಕೊಂಡರು.

ಇದು ಮಾನಸಿಕ ಅಸಹಾಯಕತೆ ಮಾತ್ರವಲ್ಲ, ಹೆಣ್ಣಿಗಿರೋ ಕುಟುಂಬ ವ್ಯವಸ್ಥೆಯ ಮೇಲಿನ ಗೌರವ, ಪ್ರೇಮ. ಅದು ಬಿಟ್ಟು ಹೊರಬರುವುದು ಅಷ್ಟೊಂದು ಸುಲಭವಲ್ಲ.

ಅಷ್ಟರಲ್ಲಿ ಬಾಗಿಲು ತಳ್ಳಿಕೊಂಡು ಬಂದ ಕವನ ಪಟ್ಟಾಗಿ ಮಂಚದ ಮೇಲೆ ಅಪೇಕ್ಷ ಪಕ್ಕ ಕೂತು "ನಾನು ನ್ಯೂಮರಲಾಜಿ ಬಗ್ಗೆ ಇಂಟರ್‌ನೆಟ್‌ನಲ್ಲಿ ಇನ್ನಷ್ಟು ತಿಳಿದೆ. ವಾಟ್ ಎ ವಂಡರ್. ಬೈ ದಿ ಬೈ, ಇಳಾಭಟ್.... ನಿಮ್ಮ ಅದೃಷ್ಟದ ಸಂಖ್ಯೆ ಯಾವ್ದು?" ಆಕೆಯತ್ತ ನೋಟ ಹರಿಸಿದಳು. "ನಂಗೆ ಅದೆಲ್ಲ ಗೊತ್ತಿಲ್ಲಪ್ಪ. ಫೈಲ್‌ಗಳ ಮಧ್ಯೆ ನನ್ನ ಸಮಯ ಕಳ್ದು ಹೋಗುತ್ತೆ. ಹುಟ್ಟಿದ್ದು ತೀರಾ ಮಧ್ಯಮ ವರ್ಗದ ಮನೆಯಲ್ಲಿ. ಅದೇ... ಥಾಟ್ಸ್? ಕೈ ಹಿಡಿದಿದ್ದು ಕೂಡ ನನ್ನ ತವರಿನಂಥ ಫ್ಯಾಮಿಲಿಯಲ್ಲಿ ಹುಟ್ಟಿ ಬೆಳೆದವರನ್ನ.

ಹೊಸ ಅನ್ವೇಷಣೆ, ಹೊಸ ಆವಿಷ್ಕಾರಗಳಂಥದ್ದು ಏನಿಲ್ಲ. ಅಂಥ ಆಸಕ್ತಿ ಕೂಡ ಇಲ್ಲ" ತೋಡಿಕೊಂಡರು.

"ನಂಗೂ ಅಂಥ ಆಸಕ್ತಿಗಳೇನು ಇರ್ಲಿಲ್ಲ. ಪಾಠಕ್ಕೆ ಸಂಬಂಧಿಸಿದಷ್ಟು ಓದಿ ಒಳ್ಳೆ ನಂಬರ್ ತಗೋತಾ ಇದ್ದೆ ಅಷ್ಟೇ. ನಾನು ಅಪೇಕ್ಷ ಊರಿಗೆ ಹೋದ್ಮೇಲೆ ಶಾಕಾದೆ. ಎಷ್ಟೊಂದು ತಿಳ್ಕೋಬಹುದ್ದು. ಹೇಗೇಗೆ ಬದ್ಕಬಹ್ದು? ಅವ್ರ ಅಣ್ಣ ವಿಶ್ವರಥನ ಇಂಟರೆಸ್ಟ್ ಬಗ್ಗೆ ಸುಸ್ತಾದೆ. ಎಂಥ ಪುಸ್ತಕಗಳ ಸಂಗ್ರಹ, ತಿಳಿವಳಿಕೆ ನೀಡುವಂಥ ಕಟಿಂಗ್ಸ್ ಎಷ್ಟೋ ಇತ್ತು. ಬರೀ ಗಂಡ, ಮಕ್ಳು ಜೊತೆ ಪ್ರೀತಿ ಅನ್ನೋದು ಹೇಗಿದ್ದರೆ ಚೆಂದ ಅನ್ನೋದ್ನ ಅವ್ರ ಮನೆಯಲ್ಲಿ ನೋಡಿ ತಿಳಿಯಬೇಕು. ಇವ್ರ ಅಪ್ಪಯ್ಯನಿಗೆ ಇಬ್ರು ಹೆಂಡತಿಯರು. ಎಷ್ಟು ಅನ್ಯೋನ್ಯವಾಗಿದ್ದಾರೆ, ಗೊತ್ತಾ? ಅಪೇಕ್ಷಗೆ ಕನ್‌ಫ್ಯೂಷನ್, ಯಾರು ತನ್ನ ಸ್ವಂತ ತಾಯೀಂತ ಗೊತ್ತಿರಲಾರದು. ಆ ವಿಷ್ಯ ಬಿಡಿ, ಪ್ರತಿಯೊಂದು ಸಂಖ್ಯೆಗೂ ತನ್ನದೆ ಆದ ಗುಣ, ಸ್ವಭಾವ, ಮೌಲ್ಯ ಇರುತ್ತಂತೆ. ಏಳು ಅನೇಕರ ಅದೃಷ್ಟಸಂಖ್ಯೆನಂತೆ.ಕೆಲವರಿಗೆ ವಾಹನದ ನಂಬರ್ ಪ್ಲೇಟ್‌ಗಳಲ್ಲಿರುವ ಸಂಖ್ಯೆಗಳನ್ನು ಕೂಡೋದು ಅಭ್ಯಾಸವಂತೆ. ನಾನು ಇವತ್ತು ನಿಂತು ವಾಹನಗಳ ನಂಬರ್ ಪ್ಲೇಟ್‌ಗಳ ಕಡೆ ನೋಟ ಹರಿಸ್ದೇ. ಒಂಬತ್ತು ಮಾಂತ್ರಿಕ ಶಕ್ತಿಯುಳ್ಳ ಅಂಕಿನಂತೆ. ಒಂಬತ್ತರ ಮಗ್ಗಿನ ನೆನಪು ಮಾಡ್ಕೊಳ್ಳಿ. ಆಮೇಲೆ ಉಪಲಬ್ಧ ಕೂಡಿ, ಒಂಬತ್ತೇ ಆಗಿರುತ್ತೆ. ಈ ಅಂಕಿಗೆ ವಿಶೇಷ ಮಹತ್ವವಿದೆಯಂತೆ. ಪಂಚಭೂತಗಳ ಜೊತೆ ಕಾಲ, ಯಮ, ಸೂರ್ಯ, ಚಂದ್ರರು ನವಸಾಕ್ಷಿಗಳು. ಗರ್ಭ, ಜನನ, ಬಾಲ್ಯ, ಕೌಮಾರ್ಯ, ಯೌವನ, ವಯೋಮಧ್ಯ, ಜರಾ, ಮರಣ..." ಇನ್ನೂ ಹೀಗೆಯೇ ಸಾಗುತ್ತಿತ್ತೇನೋ, ಮಧ್ಯೆ ಇಳಾಭಟ್ ತುಟಿ ತೆರೆದರು. ಹಿಂದೆ ಒಮ್ಮೆ ಒಂಬತ್ತು ಪ್ರಸ್ತಾಪವಾಗಿತ್ತು.

"ಊಟ ಮಾಡ್ಕೊಂಡ್ ಬಂದು ಮಾತಾಡೋಣ."

ಕವನ ಸ್ವಲ್ಪ ಪೆಚ್ಚಾದರೂ ಮೇಲೆದ್ದಳು. ತಾನು ಇಷ್ಟೊಂದು ತಿಳಿದಿದ್ದೀನೀಂತ ಎಲ್ಲರಿಗೂ ಹೇಳಿಬಿಡುವ ತವಕ. ಇಳಾಭಟ್ ತಣ್ಣೀರು ಎರಚಿದಂತಾಗಿತ್ತು.

ಮೂವರು ಬಂದು ಕೂತರು. ನಯನಾ ಶಿಫ್ಟ್ ಬದಲಾಗಿತ್ತು. ಹನ್ನೊಂದಕ್ಕೆ ಬರುವುದು. ವೆಹಿಕಲ್ ಬರುತ್ತಿತ್ತು. ಮಂಜು ಕಾದಿದ್ದು ಬಡಿಸುತ್ತಿದ್ದ. ಕೆಲವೊಮ್ಮೆ ಏನು ತಿನ್ನದೇ ಮಲಗಲು ಹೊರಟರೆ ಹಾಲು, ಹಾರ್ಲಿಕ್ಸ್ ಅಂಥದ್ದನ್ನ ಏನಾದರೂ ಬೆರೆಸಿಕೊಡುತ್ತಿದ್ದ.

ಇವರುಗಳು ಊಟ ಮುಗಿಸುವ ವೇಳೆಗೆ ಮೃಣಾಲಿನಿ ಹೊರಗೆ ಬಂದರು. "ನಯನಾಗೆ ಮದ್ವೆ ಗೊತ್ತಾಗಿರೋ ಸಂಗ್ತೀ ಗೊತ್ತಾ?" ವಿಚಾರಿಸ್ತ ಕೂತಾಗ ಒಬ್ಬರಿಗೊಬ್ಬರು ಮುಖ ನೋಡಿಕೊಂಡರು. ಬಹುಶಃ ಯಾರಿಗೂ ಗೊತ್ತಿರಲಿಲ್ಲ. "ಗೊತ್ತಿಲ್ಲ..." ಎಂದರು.

"ಮಿಥಿಲಾ ಕಾಲೇಜು ಪ್ರಿನ್ಸಿಪಾಲರು ಒಂದು ಲೆಟರ್ ಕಳಿಸಿದ್ರು. ಈಚೆಗೆ ಅವರಲ್ಲಿ ಜಾಯಿನ್ ಆದ ಒಬ್ಬ ಉಪನ್ಯಾಸಕನ ಪೇಯಿಂಗ್ ಗೆಸ್ಟ್ ಆಗಿ ಸೇರ್ಸಿಕೊಳ್ಳೀಂತ. ಸದ್ಯಕ್ಕೆ ಸಾಧ್ಯವಿಲ್ಲ ಅಂದಾಗ ನಯನಾ ವಿವಾಹದ ವಿಚಾರ ತಿಳ್ಸಿದ್ರು.

ಗಂಡು ಸಾಫ್ಟ್‌ವೇರ್ ಇಂಜಿನಿಯರ್ ಅಂತೆ. ಇಷ್ಟರಲ್ಲೇ ಎಂಗೇಜ್‌ಮೆಂಟ್ ಅಂದ್ರು" ತಿಳಿಸಿದರು.

ಮೂವರ ಬಾಯಿಂದ ಮಾತೇ ಬರಲಿಲ್ಲ. ನಯನಾಗೆ ಹೆಚ್ಚು ಮಾತು ಇಷ್ಟವಿಲ್ಲದಿದ್ದರೂ ಯಾರೊಂದಿಗೂ ತಕರಾರು ತೆಗೆಯುವಂಥ ಹುಡುಗಿಯಲ್ಲ. ಆದರೆ ಮೃಣಾಲಿನಿಗೆ ಇದು ಹೊಸದಲ್ಲ. ಒಂದು ಅಥವಾ ಎರಡು, ಕನಿಷ್ಟವೆಂದರೆ ಮೂರು ವರ್ಷ ಪೇಯಿಂಗ್ ಗೆಸ್ಟ್ ಆಗಿ ಉಳಿಯುತ್ತಿದ್ದರು. ವಿಧಾನಸೌಧದಲ್ಲಿ ಕೆಲಸ ಮಾಡುತ್ತಿದ್ದ ಜ್ಯೋತಿ ಮಂಗೇಶ್ಕರ್ ಮಾತ್ರ 3 ವರ್ಷ ನಾಲ್ಕು ತಿಂಗಳು ಇದ್ದಳು. ಅವಳದೇ ಲಾಂಗ್ ಸ್ಟ್ಯಾಡಿಂಗ್. ಡಿಫರೆಂಟ್ ಸ್ವಭಾವಗಳನ್ನು ಕಂಡಿದ್ದ ಆಕೆಗೆ ಅಚ್ಚರಿಯೇನು ಅಲ್ಲ.

ಮೊದಲು ಜಾಗ ಖಾಲಿ ಮಾಡಿದ್ದು ಇಳಾಭಟ್. 'ಅಯ್ಯೋ, ನಂದೇ ನಂಗೆ ಹಾಸ್ಕೊಂಡ್ ಹೊದ್ದುಕೊಳ್ಳೋಷ್ಟು ಇದೆ. ಇನ್ನು ಬೇರೆಯವರ ಕತೆ ನಂಗ್ಯಾಕೇ' ಅಂತ ಅಂದೇ ಬಿಡೋರು. ಆಮೇಲೆ ಮಾತಾಡುತ್ತ ಕೂತೋರು ಮೃಣಾಲಿನಿ ಮತ್ತು ಅಪೇಕ್ಷ ಮಾತ್ರ.

"ಈಗ ಹೇಗನ್ನಿಸುತ್ತೆ?" ಕೇಳಿದಳು.

"ಪರ್ವಾಗಿಲ್ಲಾಂತ ಅನಿಸುತ್ತೆ. ಆದರೂ ಅರವತ್ತು ಟಾರ್ಗೆಟ್ ಅಂದ್ಕೋ, ಅಮೇಲಿನದು ಬೋನಸ್. ತೀರಾ ಕಾಳಜಿಯಿಂದ ಸಮಯನ ಬಳಸ್ಕೋಬೇಕು. ನಿನ್ನಕ್ಕನ ಗಂಡಿನ ವಿಷ್ಯ ತಿಳಿಸಿದೆಯಲ್ಲ, ನೋಡೋಕೆ ಎಲ್ಲಾ ಸಿಂಪಲ್ಲಾಗಿ ಕಾಣುತ್ತೆ. ಸಿಟಿಯ ಬದ್ಕೇ ಕಾಸ್ಟ್ಲಿ. ಈ ಜಂಜಾಟಕ್ಕಿಂತ ಆ ಕಡೆಯ ಸರಳ, ಸುಂದರ ಬದ್ಕನ್ನ ಅಪ್ಪಿಕೊಳ್ಳೋದು ಒಳ್ಳೇದು. ನಿರಂತರ ಟೆನ್‌ಷನ್ ಇರೋಲ್ಲ" ಎಂದರು. ಆರತಿಯ ಆಸೆಯನ್ನು ಹೇಗೆ ತಿಳಿಸುವುದೋ ಅರ್ಥವಾಗದೆ ತಲೆ ಕೆರೆದುಕೊಂಡು, ಆಮೇಲೆ ಅಷ್ಟೇ ಸರಾಗವಾಗಿ "ಅವ್ಳಿಗೆ ಸಿಟಿಯ ಜೀವನ ಇಷ್ಟ. ಬೆಂಗ್ಳೂರೇ ನೋಡಿಲ್ಲ. ಇಲ್ಲಿನ ಜೀವನ ಅವಳ ಮಟ್ಟಿಗೆ ವೈಭೋಗ ಸಂಭ್ರಮ" ಆಕೆ ಸರಾಗವಾಗಿ ಅರ್ಥ ಮಾಡಿಕೊಂಡರು.

"ನಮ್ಮ ಭಾರ್ಗವಿಗೆ ಹೇಳಿದ್ದೀನಿ. ಅವ್ಳ ಸೋಷಿಯಲ್ ಸರ್ವೀಸ್‌ನ ಒಂದು ಭಾಗ ಇದು. ವಧು-ವರಾನ್ವೇಷಣೆ. ಸತ್ಯೇಂದ್ರ ಹೊರಟ್ರಾ?" ಕೇಳಿದರು. "ರಾತ್ರಿ ಹತ್ತರ ಫ್ಲೈಟ್, ಚೆನ್ನೈಗೆ ಹೋಗಿ ಆ ಮೂಲಕ ಅಮೆರಿಕಾದ ಫ್ಲೋರಿಡಾಗೆ ಹೋಗ್ತಾನೋ, ಇಲ್ಲ ದೆಹಲಿ ಮೂಲಕವೋ, ನಾನು ವಿಚಾರಿಸಿಲ್ಲ."

ಆಮೇಲೆ ಅನುಮಾನಿಸುತ್ತ ಪ್ರಸ್ತಾಪಿಸಿದ್ದು ವಿಶ್ವರಥನ ಬಗ್ಗೆ. ದುಃಖದ ಕಟ್ಟೆಯೊಡೆದು ಪ್ರವಾಹದಂತೆ ನುಗ್ಗಿತು ಅಳು. ಎಷ್ಟು ಪ್ರಯತ್ನಿಸಿದರೂ ಸಮಾಧಾನವಾಗಲಿಲ್ಲ ಅವಳಿಗೆ.

ಮೃಣಾಲಿನಿ ಅಪ್ಪಿಕೊಂಡು ಸಂತೈಯಿಸಿದರು. ಬಹಳ ಹೊತ್ತಿನ ಮೇಲೇ ಸಮಾಧಾನಕ್ಕೆ ಬಂದಿದ್ದು.

"ನಾನು ವಿಷ್ಯನ ಪ್ರಸ್ತಾಪಿಸಬಾರದಿತ್ತು. ಕವನ ಹೇಳಿದ್ಮೇಲೆ ನಂಗೆ ತಡೆದುಕೊಳ್ಳಲಾಗಲಿಲ್ಲ. ಸಾರಿ... ಸಾರಿ... ಸಾರಿ...." ಬೆನ್ನು ತಡವಿದರು. ಕಣ್ಣೀರು ತೊಡೆದರು. "ಸಾವು ಅಸಹಜವಾದದ್ದಲ್ಲ. ಹುಟ್ಟಿನೊಂದಿಗೆ ಬೆನ್ನಿಗೆ ಬಿದ್ದಿದ್ದು. ಅದರಿಂದ ಯಾರೂ ತಪ್ಪಿಸಿಕೊಳ್ಳೋಕೆ ಸಾಧ್ಯ ಹೇಳು. ಮೊನ್ನೆ ಮೊನ್ನೆಯವರಿಗೂ ಜೊತೆಗಿದ್ದವರು ಇಂದು ಇರೋಲ್ಲ. ಕ್ಷಣ ಭಂಗುರದ ಸಂಬಂಧ ಶಾಶ್ವತವಲ್ಲವೆಂದರೂ ಮಾಯೆಯ ಮಧ್ಯದ ಹೆಣಗಾಟ ಅಷ್ಟೆ. ಇಷ್ಟು ಸಾರ್ಥಕ ಕ್ಷಣಗಳನ್ನು ನಿಮ್ಮೊಂದಿಗೆ ಕಳೆದಿದ್ದಾನೆ. ಅದ್ಭುತವಾದ ನೆನಪುಗಳನ್ನು ನಿಮ್ಗೆ ಬಿಟ್ಟು ಹೋಗಿದ್ದಾನೆ. ಮಹಾಭಾರತದಲ್ಲಿ ಒಂದು ಮಾತು ಬರುತ್ತದೆ. 'ಯಾವುದನ್ನು ತಡೆಯಲು ಆಗದೋ, ಅದನ್ನು ಚಿಂತಿಸಬಾರದು.' ಅಲ್ಲಿ ಚಿಂತೆ ಬಿಡುವುದೆ ಅದಕ್ಕೆ ಮದ್ದು! ಹೇಳಿದಷ್ಟು ಸುಲಭವಲ್ಲ. ಸಾರಿ.... ಅಪೇಕ್ಷ... ಹೋಗಿ ಮಲ್ಗು, ಗುಡ್‌ನೈಟ್, ಸ್ವೀಟ್ ಡ್ರೀಮ್ಸ್" ಅವಳನ್ನು ಕಳುಹಿಸಿ ರೂಮಿಗೆ ಹೋದರು.

ಅನಿತ್ಯಂ ಯೌವನಂ ರೂಪಂ ಜೀವಿತಂ
ದ್ರವ್ಯಸಂಚಯಃ ।
ಆರೋಗ್ಯಂ ಪ್ರಿಯ ಸಂವಾಸೋಗೃಧ್ಯೇತ್
ತತ್ರ ನ ವಂಚಿತಃ ॥

ಯೌವನ ಉಳಿಯುವುದಿಲ್ಲ; ರೂಪ ಒಂದು ದಿನ ಅಳಿಯುತ್ತದೆ. ದಾರಿದ್ರ್ಯ ಅನಿವಾರ್ಯ; ಆರೋಗ್ಯ ಶಾಶ್ವತವಲ್ಲ, ಪ್ರಿಯರೊಡನೆ ಸದಾ ಇರುವುದು ಆಗದು, ವಿಯೋಗ ತಪ್ಪದು. ಇಲ್ಲಿ ಚಿಂತಿಸುತ್ತ ಕುಳಿತದ್ದೇ ದುಃಖ ಮೂಲ. ಚಿಂತೆ ಬಿಡಬೇಕು. ಧೈರ್ಯದಿಂದ ಇದನ್ನೆಲ್ಲ ಎದುರಿಸಬೇಕು. ಮಹಾಭಾರತದ ಮಾತು.

ಎಷ್ಟೋ ಹೊತ್ತು ಇದೇ ಗುಂಗಿನಲ್ಲಿ ಇದ್ದರು.

* * * *

ಮಗಳು ಫೋನ್ ಮಾಡಿದ ವಿಷಯವನ್ನು ಶೇಷಪ್ಪಯ್ಯ ಇಬ್ಬರೂ ಹೆಂಡಿರನ್ನು ಕರೆಸಿಕೊಂಡು ಹೇಳಿದರು. "ಅಂಗಡೀ ಫಣೀಂದ್ರನ ಕುಟುಂಬ ನೋಡಿರೋದೇ. ಅವ್ರ ಜಗ್ಗಿ ನಮ್ಮ ವಿಶ್ವನ ಓರಗೆಯವನೇ. ಆರತಿನ ಕೂಡ ನೋಡಿದ್ದಿದೆ. ಸತ್ಯೇಂದ್ರ ಇದ್ನ ಅಪೇಕ್ಷಗೆ ಹೇಳಿ ಹೋಗಿದ್ದಾನೆ. ನಿಮ್ಗೆ ಒಪ್ಗೆ ಅನ್ನಿಸಿದರೆ ಜಾತ್ಕ ಕೊಡೋಣ. ಎಷ್ಟು ವರ್ಷ ಅಳ್ತಾ ಕೂಡೋದು? ಮಿಕ್ಕ ಮಕ್ಕಳ ಭವಿಷ್ಯದ ಬಗ್ಗೆ ಯೋಚ್ಸಬೇಕಲ್ಲ."

ಪಾರ್ವತಮ್ಮ, ಗಿರಿಜಮ್ಮ ಒಬ್ಬರ ಮುಖವನ್ನೊಬ್ಬರು ನೋಡಿಕೊಂಡರು. ಯೋಚಿಸುವ ರೀತಿಯಲ್ಲಿ ಅಲ್ಪಸ್ವಲ್ಪ ಭೇದವಿದ್ದರೂ ಅನುಸರಿಸಿಕೊಂಡು ಹೋಗುವ ಮನೋಭಾವ. ಬುದ್ಧಿಗೆ ಕೆಲಸ ಕೊಡುವಂಥ ವಿಷಯಗಳೇನು ಇರಲಿಲ್ಲ, ಅವರ ಇಷ್ಟು ವರ್ಷದ ಜೀವನದಲ್ಲಿ.

"ವಿಶ್ವ ಬದುಕಿದಾಗ್ಲೇ ಸುತ್ತಮುತ್ತಲಿನ ಕೆಲವು ಸಂಬಂಧಗಳು ಬಂದಿತ್ತಲ್ಲ, ಜಾತ್ಕನು ಪ್ರಶಸ್ತವಾಗಿತ್ತು. ಆರತಿನೇ ಬೇಡ ಅಂದ್ಲು. ತಾಳಿ ಕಟ್ಟೋ ಗಂಡು ಕೆಲಸದಲ್ಲಿ ಇರಬೇಕೂಂತಾಳೆ" ಗಿರಿಜಮ್ಮ ಹೇಳಿದರು.

ಶೇಷಪ್ಪಯ್ಯ ಮೌನವಾಗಿ ಕೂತರು. ಮಕ್ಕಳನ್ನು ನೋವಾಗುವಂತೆ ದಂಡಿಸಿದವರೆ ಅಲ್ಲ. ಆರತಿಯ ಬಗ್ಗೆಯೂ ಮೆದು ಧೋರಣೆ.

"ವಿಚಾರಿಸ್ಕೋ ಪಾರ್ವತಿ. ನಾವು ಹೊರ್ಗೇ ನಿಂತು ಗಂಡು ನೋಡ್ಕೋಷ್ಟು ಆರ್ಥಿಕ ಸ್ಥಿತಿಯಲ್ಲಿ ಇದ್ದೀವಾ? ತಿಳ್ಸಿ ಹೇಳಿ. ಈಗ್ಲೂ ಮದ್ವೆ ಅನ್ನೋ ಕಾರ್ಯಕ್ರಮಕ್ಕೆ ಸಾಕಷ್ಟು ಹಣ ಬೇಕು. ಅದ್ನ ಹೊಂದಿಸೋದೇ ನಮ್ಗೆ ಕಷ್ಟ. ಇನ್ನೊಂದು ಸಂಬಂಧ ಜಾಲಿಕುಂಟೆಯಲ್ಲಿ ಪ್ರಾಥಮಿಕ ಶಾಲೆಯ ಮೇಷ್ಟ್ರಂತೆ. ಒಂದು ಲಕ್ಷಾನ ಕ್ಯಾಷಾಗಿ ಕೊಟ್ಟು ಇಪ್ಪತ್ತು ತೊಲ ಬಂಗಾರ ಹಾಕಿ ಎರಡು ಕಡೆ ಖರ್ಚಿಟ್ಟು ಮದ್ವೆ ಮಾಡ್ಕೋರಿಗೆ ಜಾತ್ಕ ಕೊಡ್ಕೋದೂಂತ ಅಂದನಂತೆ. ನಂಗೆ ಒಂದೂ ತೋಚ್ತಾ ಇಲ್ಲ. ದೇವರ ಇಚ್ಛೆ ಇದ್ದಂತಾಗ್ಲೀ" ಎದ್ದುಹೋದರು. ನಿಸ್ಸಾಯಕತೆ ಶರೀರದ ಶಕ್ತಿಯನ್ನು ಕುಗ್ಗಿಸಿತ್ತು.

"ಆರತಿಗೆ ನೀನೇ ಹೇಳು ಪಾರು" ಗಿರಿಜಮ್ಮ ಎದ್ದುಹೋದರು.

ತೋಟಕ್ಕೆ ಹೋದ ಆರತಿ ಹೂ ಬಿಡಿಸಿಕೊಂಡು ಬರುವಾಗ ಎದುರಾದ ಶೇಷಪ್ಪಯ್ಯ "ಅಪೇಕ್ಷ ಫೋನ್‌ನಲ್ಲಿ ಏನಾದ್ರೂ ಹೇಳಿದ್ಲಾ?" ಕೇಳಿದರು.

"ಇಲ್ಲ ಅಪ್ಪಯ್ಯ, ಯಾಕೆ ಏನು ವಿಷ್ಯ?"

"ಏನಿಲ್ಲ, ಗಿರಿಜ ಹತ್ರ ಮಾತಾಡು. ಬೇಡ ಅವ್ವೇ ಮಾತಾಡ್ತಾಳೆ" ಹೇಳಿ ಹೋದರು. ಮಗನ ಸಾವು ಅವರನ್ನು ಎಷ್ಟು ರೀತಿಯಲ್ಲಿ ಕಂಗೆಡಿಸಿಬಿಟ್ಟಿತ್ತೆಂದರೇ, ದಿನಗಳು ಕಾಲಿನಡಿಯಲ್ಲಿ ಇರಲಿಲ್ಲ, ಅದನ್ನು ಎತ್ತಿಕೊಂಡು ಓಡಾಡುವಂತೆ ಭಾಸವಾಗುತ್ತಿತ್ತು.

ಹೂ ದೇವರ ಮನೆಯಲ್ಲಿಟ್ಟು ಅಡಿಗೆ ಮನೆಯಲ್ಲಿ ಇಣಕಿದವಳು ನಿಂತಾಗ, ಸೊಪ್ಪು ಸೋಸುತ್ತಿದ್ದ ಪಾರ್ವತಮ್ಮ "ಬಾ ಆರತಿ.... ಒಂದಿಷ್ಟು ಮಾತಾಡೋದಿದೆ" ಕರೆದು ಹತ್ತಿರ ಕೂಡಿಸಿಕೊಂಡು ಶೇಷಪ್ಪಯ್ಯ ಹೇಳಿದ್ದನ್ನು ಹೇಳಿ "ಜಗ್ಗಿ ಕೂಡ ಸಹಕಾರಿ ಬ್ಯಾಂಕ್‌ನಲ್ಲಿ ಕೆಲ್ಸದಲ್ಲಿ ಇದ್ದಾನೆ. ನೀನು ಕೂಡ ನೋಡಿದ್ದೀ. ವಿಶ್ವ ಇದ್ದಾಗ ಸಾಕಷ್ಟು ಸಲ ನಮ್ಮ ಮನೆಗೆ ಬಂದಿದ್ದಾನೆ. ಸ್ವಭಾವದಲ್ಲೂ ಪರ್ವಾಗಿಲ್ಲ. ನೀನೂ ಹ್ಞೂ ಅಂದರೆ ಜಾತ್ಕ ಕೊಟ್ಟು ಬರ್ತಾರೆ ನಿನ್ನಪ್ಪ."

"ನಂಗೆ ಮದ್ವೇನೇ ಬೇಡ. ನಾನೇನು ನಿಮ್ಗೆ ಭಾರವಾಗಿರೋಲ್ಲ, ತೋಟ ಮನೆಯಲ್ಲಿ ಕೆಲ್ಸ ಮಾಡ್ಕೊಂಡ್ ಇರ್ತೀನಿ" ಅಳುತ್ತ ಎದ್ದು ಹೋದಾಗ "ಗಿರಿಜ, ನೋಡಿದ್ಯಾ, ಎಲ್ಲಾ ವಿಶ್ವ ಸಂಭಾಳಿಸಿಕೊಂಡು ಹೋಗ್ತಾ ಇದ್ದ. ನಮ್ಗೆ ತಾನೇ ಅಪೇಕ್ಷ ಬೆಂಗ್ಳೂರಿಗೆ ಹೋಗಿ ಕೆಲ್ಸ ಹಿಡ್ಯೋದು ಇಷ್ಟವಿತ್ತಾ?" ಆಕೆ ನೋವು ತೋಡಿಕೊಂಡರು.

ಆರತಿ ರೂಮಿನಲ್ಲಿ ಕೂತು ಮನದಣಿಯೆ ಅತ್ತಳು.

"ನೋಡ್ತಾ ಇರು, ನಿಂಗೆ ಎಂಥ ಗಂಡನ್ನ ತರ್ತೀನೋ, ಅವನು ಸದಾ ಸೂಟಿನಲ್ಲಿಯೇ ಇರ್ಬೇಕು" ವಿಶ್ವ ಛೇಡಿಸುತ್ತಿದ್ದ. ತುಂಬು ಸ್ನೇಹಪರ. ಎಷ್ಟು ಆತ್ಮೀಯವಾಗಿ ಹರಟುತ್ತಿದ್ದನೆಂದರೆ ಒಬ್ಬ ಸ್ನೇಹಿತನಾಗಿಬಿಡುತ್ತಿದ್ದ. ಮನ ಬಿಚ್ಚಿ ಅವನಲ್ಲಿ ಆಸೆ ಆಕಾಂಕ್ಷೆಗಳನ್ನು ತೋಡಿಕೊಳ್ಳಬಹುದಿತ್ತು. ಈಗ ಅಂಥ ಆಸೆ,

ಆಕಾಂಕ್ಷೆಗಳು ಬೇಕಾ? 'ವಿಶ್ವಣ್ಣ ಎಲ್ಲಿ ಹೋದೆ?' ಬಿಕ್ಕಳಿಸಿದ್ದು ಜೋರಾಗಿಯೇ. ಅಂದು ರಜೆ ಇದ್ದುದ್ದರಿಂದ ಪಕ್ಕದ ರೂಮಿನಲ್ಲಿ ಹೋಂವರ್ಕ್ ಮಾಡುತ್ತಿದ್ದ ಅದಿತಿ, ಅರುಣ ಓಡಿಬಂದರು.

"ಅಕ್ಕ, ಅಳ್ತಾ ಇದ್ದಿಯೇನೇ?" ಅದಿತಿ ಅವಳ ಪಕ್ಕ ಬಂದುಕೂತಳು.

ಕಣ್ಣೊರೆಸಿಕೊಂಡ ಆರತಿ "ಇಲ್ಲ ಬಿಡು, ಅತ್ತರೆ ವಿಶ್ವಣ್ಣ ವಾಪಸ್ಸು ಬರ್ತಾನಾ? ಜಡೆ ಬಿಚ್ಕೋ, ಎಣ್ಣೆ ತರ್ತೀನಿ" ಹೊರಗೆ ಹೋದಳು.

"ಒಳ್ಳೆಯವರು ಸ್ವರ್ಗಕ್ಕೆ ಹೋಗ್ತಾರಂತೆ. ವಿಶ್ವಣ್ಣ ಒಳ್ಳೆಯವನಲ್ವಾ. ಸ್ವರ್ಗಕ್ಕೆ ಹೋಗಿರ್ತಾನೆ ಬಿಡು. ಇಲ್ಲಿ ಎಷ್ಟು ಕಷ್ಟಪಟ್ಟ. ಸುಸ್ತು.... ಸುಸ್ತು ಅನ್ನೋನು. ನಾವು ಊಟ ಮಾಡಿದ್ರೆ, ಅವ್ನು ಉಪವಾಸ." ಓ ಅಂತ ಅರುಣ ಆಳೋಕೆ ಶುರು ಮಾಡಿ "ಅಲ್ಲಾದ್ರೂ ಸುಖವಾಗಿ ಇರ್ಲಿ ಬಿಡು. ಆ ಡಾಕ್ಟ್ರು ರಕ್ತ ತಗೊಂಡು... ತಗೊಂಡು... ಅವ್ನ ಮೈಯಲ್ಲಿ ರಕ್ತ ಇಲ್ದಂಗೆ ಮಾಡ್ಬಿಟ್ರು. ಆಮೇಲೆ ಎಷ್ಟೊಂದು ರಕ್ತ ಹಾಕ್ಸಿದ್ದಿ" ಅತ್ತ. ವಯಸ್ಸು, ವಿದ್ಯೆ, ತಿಳಿವಳಿಕೆಗೆ ಅನುಗುಣವಾಗಿ ಟ್ರೀಟ್‌ಮೆಂಟ್‌ನ ಅನಲೈಜ್ ಮಾಡಿದ.

ಒಳಗೆ ಬಂದ ಆರತಿ ಅವರುಗಳನ್ನು ಸುಮ್ಮನಾಗಿಸಿ "ಅಳಬೇಡ. ಮನೆಯಲ್ಲಿ ಪೂರ್ತಿ ಅಳುನೇ ತುಂಬಿಕೊಂಡುಬಿಡುತ್ತೆ. ನಮ್ಮ ವಿಶ್ವಣ್ಣನಿಗೆ ಅಳು ಇಷ್ಟವಾಗ್ತ ಇರ್ಲಿಲ್ಲ" ಸಮಾಧಾನಿಸಿದಳು.

ಆಮೇಲೆ ಮಧ್ಯಾಹ್ನ ಅಂಗಡಿ ಫಣೀಂದ್ರ ಬಂದರು. ತೀರಾ ಹೊಸಬರೇನು ಅಲ್ಲದಿದ್ದರಿಂದ ಸಂಕೋಚಪಡುವಂಥದೇನು ಇರಲಿಲ್ಲ.

"ಕೂತ್ಕೊಳ್ಳಿ...." ಎಂದು ಉಪಚರಿಸಿದ ಪಾರ್ವತಮ್ಮ "ಅವ್ರು ಇಲ್ಲ, ಸಂಜೇನೇ ಬರೋದು. ಏನಾದ್ರೂ ಮಾತಾಡೋದು ಇತ್ತಾ? ವಿಚಾರಿಸಿದರು.

ಬಂದ ವಿಷಯ ಹೇಳಿ "ಈ ವರ್ಷನಾದ್ರೂ ನಮ್ಮ ಜಗ್ಗಿಗೆ ಮದ್ವೆ ಮಾಡ್ಬೇಕು. ಅಷ್ಟಿಷ್ಟು ಕಲಿತ ಹುಡ್ಗಿಯರಿಗೆ ಸಿಟಿಯ ಕಡೆಯ ವ್ಯಾಮೋಹ. ಬಲವಂತಕ್ಕೆ ವಿವಾಹವಾಗಿ ಬಂದ್ರೂ ಅವಕ್ಕೂ ಸುಖವಿರೋಲ್ಲ. ನಮ್ಗೂ ಇರೋಲ್ಲ. ಈ ಕಡೆಯ ಸಂಬಂಧವಾದರೇ ಒಳ್ಳೆದೂಂತ ಅವಳು ಹೇಳ್ತಾಳೆ. ಆರತಿ ನಾವು ಕಂಡ ಹುಡ್ಗೀನೇ. ಬೇರೇನೋ ಕೇಳ್ದೇ. ಆ ಹುಡ್ಗೀಗೂ... ಸಿಟಿಯ ವ್ಯಾಮೋಹಾಂತ. ಒಂದಿಷ್ಟು ವಿಚಾರ್ಸಿಯೇ ಜಾತ್ಕ ಕೇಳೋಣಾಂತ. ಅದಕ್ಕೇ ಬಂದೆ" ನೇರವಾಗಿಯೇ ಬಿಡಿಸಿಟ್ಟರು.

"ಅದೇ ಮಾತಾಡಿಕೊಂಡ್ವಿ. ಒಂದೆರಡು ದಿನ ಸಮಯ ಕೊಡಿ. ಯಜಮಾನರೇ ಜಾತ್ಕ ತಂದುಕೊಡ್ತಾರೆ." ಗಿರಿಜಮ್ಮ ಹೇಳಿದರು. ಆದರೆ ಆರತಿಯ ಬಳಿ ಮತ್ತೆ ಪ್ರಸ್ತಾಪಿಸುವ ಧೈರ್ಯವಿರಲಿಲ್ಲ. "ಹಾಗೇ ಮಾಡಿ, ಒಮ್ಮೆ ನಿಮ್ಮ ಮಗಳನ್ನು ಕೇಳಿ. ನಿಮ್ಮ ಮಗಳಿಂದ ನಮ್ಮ ಮನೆ ಬೆಳಕಾಗಬೇಕು" ಎಂದು ಹೇಳಿಹೋದರು.

ಸಂಜೆ ಫೋನ್ ಮಾಡಿದ ಅಪೇಕ್ಷಗೆ ಎಲ್ಲಾ ತಿಳಿಸಿ "ಈಗೇನು ಮಾಡೋದು, ಒಂದೂ ತೋಚೋಲ್ಲ. ನೀನೇ ಬಂದು ಆರತಿ ಹತ್ರ ಮಾತಾಡು. ವಯಸ್ಸು ಮೀರಿದರೆ

ಮುಂದೆ ಗಂಡು ಸಿಗೋಲ್ಲ. ಎರಡನೆ ಸಂಬಂಧಾನ ಹುಡ್ಕಬೇಕಾಗುತ್ತೆ. ನಿನ್ನ ಅಪ್ಪಯ್ಯ ಕೂಡ ಜೋರಾಗಿ ಅಪ್ಳಿಗೆ ಹೇಳಲಾರರು."

ಅಮ್ಮನ ಮಾತಿಗೆ ಏನು ಹೇಳಬೇಕೋ ಗೊತ್ತಾಗಲಿಲ್ಲ. ಆದರೆ, "ರಾತ್ರಿನೇ.... ಹೊರಟು ಬೆಳಿಗ್ಗೆ ವೇಳೆಗೆ ಬರ್ತೀನಿ. ನಾಳೆಯೊಂದು ದಿನ ಉಳ್ಕೊಂಡ್ ವಿಚಾರಿಸೋಣ" ಎಂದು ಫೋನ್ ಇಟ್ಟು ಸುಮ್ಮನೆ ಕೂತಳು.

ಸದಾ ಬಿಜಿ ಇರುವ ಮಾರಿಕಾಂಬ ಫಾರ್ಮಸುಟಿಕಲ್ಸ್ ಹೆಸರಾಂತ ದೇಶಿ, ವಿದೇಶಿ ಔಷಧಿ ಕಂಪನಿಗಳ ಏಜೆನ್ಸಿ. ಅವರಲ್ಲಿ ಕ್ಯೂನಲ್ಲಿ ನಿಂತು ಔಷಧಿಯ ದಾಸ್ತಾನನ್ನು ಪಡೆಯಬೇಕಿತ್ತು. ರಜ ಸಿಕ್ಕುವುದು ಕಷ್ಟ. ಬಹಳ ಕನ್ವಿನ್ಸ್ ಮಾಡಿ ಒಂದು ದಿನದ ರಜ ಪಡೆದು ರಾತ್ರಿ ಹೊರಡುವುದೆಂದು ತೀರ್ಮಾನಿಸಿ ಬೇಗ ಮನೆಗೆ ಬಂದಳು.

ಮೃಣಾಲಿನಿಯವರು ಇರಲಿಲ್ಲ. ಮಂಜು, ಪೂವಯ್ಯನಿಗೆ ಹೇಳಿ, ಆಫೀಸ್‌ನಲ್ಲಿರೋ ರಿಜಿಸ್ಟರ್‌ನಲ್ಲಿ ವಿಷಯ ಬರೆದು ಸಹಿ ಹಾಕಿ ಹೊರಡುವ ವೇಳೆಗೆ ಇಳಾಭಟ್ ಎದುರಾದರು.

"ಊರಿಗೆ ಹೋಗಿ ಬರ್ತೀನಿ" ಚುಟುಕಾಗಿ ಹೇಳಿದಳು.

"ಸರ್‌ಪ್ರೈಜ್..." ಅನ್ನುವುದು ಕೇಳಿಸಿದರು ಪ್ರತಿಕ್ರಿಯಿಸಲಿಲ್ಲ. ಬಿರುಸಾಗಿ ಹೆಜ್ಜೆ ಹಾಕಿದಳು. 'ನಂಗೆ ಮದ್ವೆನೇ ಬೇಡಾಂದ್ಲು, ಆರತಿ. ಅಪ್ಳಿಗೆ ಯಾರು ಹೇಳ್ಬೇಕು?' ಇಂಥದೊಂದು ಮಾತು ಮುಟ್ಟಿಸಿದ್ದರು ಅವಳಮ್ಮ. ಬಸ್ಸಿನಲ್ಲೆಲ್ಲ ಇದೇ ಯೋಚನೆ.

ಹಿಂದಿನ ಸೀಟಿನಲ್ಲಿ ಕೂತವರು ಜೋಕ್ ಮಾಡುತ್ತಿದ್ದರು.

"ಏನಾದ್ರೂ ಅಂದ್ಕೋ, ಮಾರಾಯ. ಡಾಕ್ಟರ್, ಪಕ್ಕದ ಮನೆಯವ, ಕ್ಷೌರಿಕ, ಕಟ್ಟಿಕೊಂಡ ಹೆಂಡ್ತಿ ಜೊತೆ ದೊಡ್ಡದಾಗಿ ಜಗಳ ಕಾಯಬಾರ್ದಂತೆ. ಡಾಕ್ಟರ್‌ಗೆ ಜೀವ, ಕ್ಷೌರಿಕನಿಗೆ ತಲೆ, ಪಕ್ಕದ ಮನೆಯವರಿಗೆ ನೆಮ್ದಿ. ಹೆಂಡ್ತಿಗೆ ಬರಾಬರಿ ಲೈಫ್. ಇವರೆಲ್ಲ ಸಿಟ್ಟು ಮಾಡ್ಕೊಂಡರೇ ನರ್ಕ ದರ್ಶನ."

ಅದಕ್ಕೆ ಒಂದು ಮೂರು ಜನ ಜೋರಾಗಿ ನಕ್ಕಿದ್ದರಿಂದ ನಿದ್ದೆಯ ಗುಂಗಿನಲ್ಲಿದ್ದ ಕೆಲವು ಪ್ರಯಾಣಿಕರು ಎಚ್ಚೆತ್ತರು. ವಿಷ್ಣುಕಟ್ಟೆ ತಲುಪುವ ವೇಳೆಗೆ ಬೆಳಕು ಹರಿದುಹೋಯಿತು.

ಬಸ್ಸಿಳಿದು ಸರಸರನೆ ಮನೆಗೆ ಬರುವ ವೇಳೆಗೆ ರಂಗೋಲಿ ಬಿಡುತ್ತಿದ್ದ ಪಾರ್ವತಮ್ಮ ಸೊಂಟ ನೇರ ಮಾಡಿ "ಬಂದ್ಯಾ, ಮಗಳೆ.... ನೀನು ಬಂದಿದ್ದು ಒಳ್ಳೆದಾಯ್ತು" ಎಂದರು.

ನಡುಮನೆ ಸಾರಿಸುತ್ತಿದ್ದ ಆರತಿ "ಅಮ್ಮ, ಅಪೇಕ್ಷ... ಬಂದ್ಲು" ಸಂತೋಷದ ಉದ್ಗಾರ. ಕೋಣೆಗಳಲ್ಲಿದ್ದವರೆಲ್ಲ ನಡುಮನೆಗೆ ಬಂದರು. ಏನೋ ಒಂದು ರೀತಿಯ ವಿಶೇಷತೆ ಅವಳ ವ್ಯಕ್ತಿತ್ವಕ್ಕೆ. ತಂಗಿಯ ಕೈಯಲ್ಲಿನ ಬ್ಯಾಗು ಇಸಕೊಂಡು "ಒಂದಿಷ್ಟು ಬಚ್ಚಲಿಗೆ ಹೋಗ್ಬಾ, ಕಾಫೀ ತರ್ತೀನಿ" ಎಂದು ಹೋದಳು ಆರತಿ.

ಬಂದ ಅದಿತಿ, ಅರುಣ ಅವಳನ್ನು ತಬ್ಬಿಕೊಂಡರು.

"ನಮ್ಮನ್ನ ಬೆಂಗ್ಳೂರಿಗೆ ಕರ್ಕಂಡ್ ಹೋಗ್ತೀಯಾ?" ಅರುಣನ ಆಸೆಯ ದನಿಗೆ ಮುಗುಳ್ನಗು ಬೀರಿ "ಮೊದ್ಲು ನಿನ್ನ ಓದು ಮುಗೀಲಿ" ಕೆನ್ನೆ ಸವರಿ, ಅದಿತಿಯ ಬೆನ್ನು ಸವರಿ ಬಚ್ಚಲ ಮನೆಗೆ ಹೋದಳು.

ಸ್ನಾನ ಮುಗಿಸಿ ದೇವರ ಮನೆಗೆ ಹೋದವಳ ಕಣ್ಣಲ್ಲಿ ಕಂಬನಿ ಇತ್ತು. 'ಯಾವ ತಪ್ಪಿಗೆ ಈ ಕುಟುಂಬಕ್ಕೆ ಶಿಕ್ಷೆ?' ಇದೊಂದೇ ಪ್ರಶ್ನೆ. ಇದಕ್ಕೆ ಉತ್ತರರೂಪವಾಗಿ ಭಗವಂತನಾದ ಕೃಷ್ಣ ಹೇಳಿದ್ದಾನೆ. 'ಜಾತಸ್ಯ ಧ್ರುವ ಮರಣಂ', 'ಹುಟ್ಟಿದವನು ಸಾಯಲೇಬೇಕು,' ಸ್ವಲ್ಪ ಸಮಯದ ನಂತರವೇ ಹೊರಗೆ ಬಂದದ್ದು.

ಅತ್ಯಂತ ಅಕ್ಕರೆಯಿಂದ ಅಕ್ಕಪಕ್ಕ ಕೂತು ತಿಂಡಿಕೊಟ್ಟರು. ನೀರು ದೋಸೆ, ಕೆಂಪು ಚಟ್ನಿ, ಬಿಳಿ ಚಟ್ನಿಯೊಂದಿಗೆ ಕ್ಷೀರಾ "ಅರುಣನಿಗೆ ಇಷ್ಟಾಂತ ಮಾಡ್ದೇ" ಪಾರ್ವತಮ್ಮ ಸಮಜಾಯಿಷಿ ಕೊಟ್ಟರು. ಅದು ವಿಶ್ವರಥನಿಗೆ ಇಷ್ಟ! ವಾರದಲ್ಲಿ ಮೂರು ದಿನ ಕ್ಷೀರ! ಅಪೇಕ್ಷ ಮಾತಾಡಲಿಲ್ಲ.

ಬೆಂಗಳೂರಿನ ಅನೇಕ ಸುದ್ದಿಗಳ ಜೊತೆ ಆರತಿಯ ವಿಷಯ. ಕೂತಿದ್ದ ಅವಳು ಎದ್ದು ಹೋದಳು. ಹೋಗುವ ಮುನ್ನ "ನಂಗೆ ಮದ್ವೆ ಬೇಡಾಂತ ಹೇಳಿ ಆಯಿತಲ್ಲ. ಅಪೇಕ್ಷ ನನ್ನ ಓದುಗೆ ಸಿಗುವಂಥ ಒಂದು ಕೆಲ್ಸ ನೋಡು. ನಾನೂ ಅಲ್ಲಿಗೆ ಬಂದ್ಬಿಡ್ತೀನಿ. ಎದುರಿಗೆ ಇದ್ದರೆ ಕಷ್ಟ" ಹೇಳಿ ಹೋದದ್ದು.

"ನೋಡಿದ್ಯಾ, ಇದೇ ತರಹ ಮಾತಾಡ್ತಾಳೆ. ಈಗಾಗ್ಲೇ ಹತ್ತು ಊರಿನಲ್ಲಿ ಶೇಷಪ್ಪಯ್ಯನ ಮಗ್ಳಿಗೆ ಆಫೀಸರ್ ಗಂಡು ಬೇಕಂತೆ ಅಂದುಕೊಳ್ಳೋಕೆ ಶುರು ಮಾಡಿದ್ದಾರೆ. ಈಗ ತಾನಾಗಿ ಫಣೀಂದ್ರ ಪ್ರಸ್ತಾಪ ಮಾಡ್ಕೋಂಡ್ ಬಂದಿದ್ದಾರೆ. ಈಗ ಸುಮ್ಮನಿದ್ದರೇ ಕಷ್ಟವಾಗುತ್ತೆ. ಒಂದು ಮಂಗಳಕಾರ್ಯ ನಡ್ಯೋದು ಒಳ್ಳೇದು" ಗಿರಿಜಮ್ಮ ಹೇಳಿಕೊಂಡರು.

ಅರುಣ ಬಂದು ಅಪೇಕ್ಷಳ ಕಿವಿಯಲ್ಲಿ ಪಿಸುಗುಟ್ಟಿದ.

"ಜಗ್ಗಿಗೆ ಆಫೀಸರ್ ಅಂಗೇ ಡ್ರೆಸ್ ಹಾಕಿ ಕರ್ಕಂಡ್ ಬಂದು ತೋರಿಸಿದರೆ" ಅವಳಿಗೆ ನಗು ಬಂತು. ತುಟಿಯ ಮೇಲೆ ಬೆರಳಿಟ್ಟು "ಅಕ್ಕನಿಗೆ ಕೋಪ ಬರುತ್ತೆ" ಅವನನ್ನು ಕಳಿಸಿ "ನಾನು ಅಕ್ಕನ ಹತ್ರ ಮಾತಾಡ್ತೀನಿ, ನೋಡೋಣ" ಅಷ್ಟೇ ಹೇಳಿದ್ದು.

ಆರತಿ, ಇವಳು ತೋಟಕ್ಕೆ ಹೋದರು. ಅಡ್ಡಾಡಿದರು. ಒಂದು ಕಡೆ ಕೂತರು. ತಲೆ ಬಗ್ಗಿಸಿದ ಆರತಿ ಮೌನವಾಗಿ ಕಣ್ಣೀರು ಸುರಿಸತೊಡಗಿದಾಗ ತೋರು ಬೆರಳಿನಿಂದ ಅವಳ ಗದ್ದ ಹಿಡಿದೆತ್ತಿ ಕಣ್ಣೀರು ತೊಡೆದಳು.

"ಅಳುಯಿಂದ ಇನ್ನೇನು ಪ್ರಯೋಜನ? ವಿಶ್ವಣ್ಣ ಮತ್ತೇನು ಬರೋಲ್ಲ. ಈಗ ಅಪ್ಪಯ್ಯ, ಅಮ್ಮಂದಿರ ನೋವನ್ನು ನಾವು ಅರ್ಥ ಮಾಡ್ಕೋಬೇಕು. ಅಣ್ಣನ ಸಲುವಾಗಿಯಾದ್ರೂ ತೋಟ ಬಿಡಿಸ್ಕೋಬೇಕು. ಹೇಗೆ? ಇಂಥದೊಂದು ಪ್ರಶ್ನೆ. ಜೊತೆಯಲ್ಲಿ ಮೂವರು ಹೆಣ್ಣು ಮಕ್ಳ ಮದ್ವೆ. ಇಂಥದ್ದೇ ಸಾಕಷ್ಟು ಇದೆ. ನಾವು ಸಮಸ್ಯೆಗಳ ರೂಪದಲ್ಲಿ ಇದ್ದೇವೆ. ಅದಕ್ಕೆ ಪರಿಹಾರ ಗೊತ್ತೆ ಇದೆ.ಅಣ್ಣ ತೀರಿಕೊಂಡ್ ಹತ್ತಿರ ಹತ್ತಿರ ಎರಡೂವರೆ ವರ್ಷ ಆಯ್ತು. ಅವ್ನ ಬಗ್ಗೆ ಯೋಚಿಸಿದ್ದು ಮುಗಿದಿದೆ.

ಈಗ ನಮ್ಮಗಳ ಯೋಚ್ನೆ ಮಾಡಬೇಕಾದ ಅನಿವಾರ್ಯತೆ ಇದೆ. ನಾವು ಸಹಕಾರ ಕೊಡದಿದ್ದರೆ ಕಷ್ಟಕ್ಕೆ ಸಿಕ್ಕಿ ಹಾಕ್ಕೋತಾರೆ. ಅಂಗಡಿ ಫಣೀಂದ್ರ ಅವ್ರು ತಾವಾಗಿ ಸಂಬಂಧ ಪ್ರಸ್ತಾಪ ಮಾಡಿಕೊಂಡು ಬಂದಿದ್ದಾರೆ." ಶುರುವಿನಲ್ಲಿಯೇ ಆರತಿ ರೇಗಾಡಿದಳು, ಕೂಗಾಡಿದಳು. ಅತ್ತಳು "ನೀನೇ ಮಾಡ್ಕೋ" ಎಂದು ಸಿಟ್ಟಿನಿಂದ ಹೇಳಿ ಅಷ್ಟು ದೂರ ಹೋಗಿ ಕೂತಳು. ಅಪೇಕ್ಷ ಮೌನವಹಿಸಿದಳು.

"ನಂಗ್ಯಾಕೆ ತೊಂದರೆ ಕೊಡ್ತೀರಾ? ನಂಗೆ ಮದ್ವೆನೇ ಬೇಡ"

ಇಂಥದೊಂದು ನಿರ್ಧಾರ ಪ್ರಕಟಿಸಿದ ಮೇಲೆ ಅಪೇಕ್ಷ ಮೇಲೆದ್ದಳು. "ಮನೆಗೆ ಹೋಗೋಣ. ನಾನು ನಿಂಗಿಂತ ಚಿಕ್ಕವಳು. ನಿನ್ಮದ್ವೆ ಆಗ್ದೇ ನಾನು ವಿವಾಹವಾದರೇ, ಮುಂದೆ ನಿನ್ನ ಮದ್ವೆ ಆಗೋದು ಕಷ್ಟ. ನಂಗೆ ಪಂಚೆಯ ಬಗ್ಗೆ ಅಂಥ ತಿರಸ್ಕಾರವೇನಿಲ್ಲ. ನಾನು ಪಂಚೆವಾಲನ್ನ ಮದ್ವೆ ಆಗೋಕೆ ರೆಡಿ. ಮನೆಯಲ್ಲಿನ ಒಂದೊಂದೆ ಸಮಸ್ಯೆ ಪರಿಹಾರವಾಗದ ಹೊರ್ತು ನೆಮ್ದಿ ಇರೋಲ್ಲ. ನಾನು ಜಗ್ಗಿನ ಮದ್ವೆ ಆಗೋಕೆ ರೆಡಿ" ಇಂಥದೊಂದು ನಿರ್ಣಯ ಘೋಷಿಸಿಬಿಟ್ಟಳು.

ಆರತಿ ಮುಖ ಮುದುಡಿಕೊಂಡೇ ಮನೆಗೆ ಬಂದಿದ್ದು. ಪಾರ್ವತಮ್ಮ ಅಡಿಗೆ ಮನೆಗೆ ಕರೆದು ಕೇಳಿದರು. "ಏನಂದ್ಲೂ, ಇದು ತಪ್ಪಿದರೆ ಈ ಕಡೆಯ ಸಂಬಧಗಳೇ ಬರೋಲ್ಲ. ವರದಕ್ಷಿಣೆ, ವರೋಪಚಾರ ಕೊಡಬೇಕೂಂದರೆ ತೋಟನ ಮಾರಬೇಕು. ಅದೊಂದೇ ಆಸರೆ ಈ ಕುಟುಂಬಕ್ಕೆ. ಏನೋ ವಿಶ್ವನಿಗಾಗಿ ಅದ್ನ ಉಳ್ಸಿಕೊಳ್ಳಬೇಕನ್ನೋ ಆಸೆ" ಕಣ್ಣೀರು ಹಾಕಿಕೊಂಡರು. ಗಿರಿಜಮ್ಮ ಅಲ್ಲೇ ಇದ್ದರು.

"ಬೆಳಿಗ್ಗೆ ಹೇಳ್ತೀನಿ ಅಂದಿದ್ದಾಳೆ. ವಿಶ್ವಣ್ಣ ಆರೋಗ್ಯ ಕೆಟ್ಟ ಮೇಲೆ ತೋಟಕ್ಕೆ ಹೋದರೆ ಒಂದಿಷ್ಟು ಸಮಾಧಾನವಾಗಿರೋನು. ಅವ್ನ ಆತ್ಮ ಅಲ್ಲೆಲ್ಲೋ ಸಂಚರಿಸ್ತ ಇರುತ್ತೆ. ಅದನೇನು ಮಾರೋಲ್ಲ" ಇಂಥ ಆಶ್ವಾಸನೆ ಕೊಟ್ಟಿದ್ದು ಅರೆ ಮನಸ್ಸಿನಿಂದಲೇ. "ಅವಳಾಗಿ ಏನಾದ್ರೂ ಮಾತಾಡೋವರ್ಗೂ ಆರತಿ ಅಕ್ಕನ್ನ ಏನು ಕೇಳೋಕೆ ಹೋಗ್ಬೇಡಿ. ನಾನು ಪದ್ದತ್ತೆನ ನೋಡ್ಕೊಂಡ್ ಬರ್ತೀನಿ" ಅವರ ಮನೆಯತ್ತ ನಡೆದಳು.

ಆಕಸ್ಮಿಕ ಎದುರಾಗಿದ್ದು ಜಗ್ಗೀ... ಜಗದೀಶ, ಅಂಗಡಿ ಫಣೀಂದ್ರರ ಮಗ. ನೇರವಾಗಿ ಅವಳ ನೋಟ ಹರಿದಿದ್ದು ಉಟ್ಟಿದ ಪಂಚೆಯ ಕಡೆಗೆ. ಫಕ್ಕನೆ ನಗು ಬಂತು. ಬಾಯಿ ಮುಚ್ಚಿಕೊಂಡಳು ಕೈಯಿಂದ.

"ಹಲೋ ಮೇಡಮ್, ಹೇಗಿದೆ ಬೆಂಗ್ಳೂರು! ನೀವೂ ಈಗ ವಿಷ್ಣುಕಟ್ಟೆಯ ಹುಡ್ಗೀಯಲ್ಲ. ಈಗ್ಹೇಳು. ನಿಮ್ಮೂರು ಚೆಂದವೋ, ನಮ್ಮೂರು ಚೆಂದವೋ?" ಎನ್ನುತ್ತ ಜೊತೆಯಲ್ಲಿದ್ದ ಇನ್ನಿಬ್ಬರಿಗೆ "ನಮ್ಮ ವಿಶ್ವರಥನ ತಂಗಿನ ಮಾತಾಡ್ಸಿಕೊಂಡು ಬರ್ತೀನಿ. ನೀವು ನಡೀರಿ" ಅವರನ್ನು ಕಳಿಸಿ ಇವಳತ್ತ ಬಂದ. ಹಿಂದೆ ಅಪರೂಪಕ್ಕೆ ಸಿಕ್ಕರೂ ಒಂದೆರಡು ಮಾತುಗಳಲ್ಲಿ ಮುಗಿಸಿ ಸರಿದು ಹೋಗುತ್ತಿದ್ದ. ಇಂದು ಒಂದಿಷ್ಟು ಅಕ್ಕರೆ ತೋರಿಸುವುದಕ್ಕೆ ಕಾರಣವಿದೆಯೆಂದು ಅವಳ ಅರಿವಿಗೆ ಬಂತು "ಹೇಗಿದ್ದೀರಾ, ಜಗದೀಶ್?" ಕೇಳಿದಳು. "ಫೈನ್ ಅಂತೇನು ಹೇಳೋಕ್ಕಾಗೋಲ್ಲ! ಅಂಗಡಿ,

ತೋಟದ ಮಧ್ಯದ ಓಡಾಟದಲ್ಲಿ... ಡ್ಯೂಯೆಟ್ ಆಡೋಕೆ ಜೊತೆಯಿಲ್ಲ ಜಗದೀಶ.... ಸರ್ವೇಶ... ಗೌರೀಶ... ಅಂತ ಹಾಡೋಕೆ ಒಂದು ಹುಡ್ಗೀ ಬೇಡ್ವಾ?" ತಮಾಷೆಯಾಗಿ ಮಾತಾಡಿದ.

ಅಪೇಕ್ಷ ಬರೀ ಮುಗುಳ್ನಕ್ಕಳು.

"ಅಪ್ಪಯ್ಯ ನಿಮ್ಮ ಮನೆಯವರ್ರೂ ಬಂದಿದ್ರೂಂತ ಗೊತ್ತಾಯ್ತು. ಸುತ್ತ ಹತ್ತು ಹುಡ್ಗೀಯರಿಗೂ.... ಸಾಫ್ಟ್‌ವೇರ್ ಇಂಜಿನಿಯರ್‌ಗಳೇ ಬೇಕಂತೆ. ಎಲ್ಲರಿಗೂ ಬೆಂಗ್ಳೂರು ಮೇಲೆ ಕಣ್ಣು. ಈ ಆಸೆಯಲ್ಲೇ ಮುದ್ಕೀಯರು ಆಗ್ಬಿಡ್ತಾರೇನೋ? ಹೋಗ್ಲಿ, ಆರತಿ ಏನಂತಾಳೇ? ನಂಗೂ ಒಂದು ಕೆಲ್ಸ ಇದೇಂತ ಹೇಳು. ಲಕ್ಷಗಳಗಟ್ಲೇ ಎಣಿಸದಿದ್ದರೂ ತಿಂಗಳು... ತಿಂಗಳಿಗೆ ಸಾವಿರಕ್ಕೆ ಮೀರಿಯೇ ಸಂಬಳ ಬರುತ್ತೆ" ಹೇಳಿಕೊಂಡ. ಆ ಹಾದಿಯಲ್ಲಿ ಓಡಾಟ ಕಮ್ಮಿಯೇ. "ಅಂತು ಹೇಗೋ ಒಂದಷ್ಟ್ವೆಯಾದರೇ ಸಾಕೂನ್ನೋ ನಿರ್ಣಯಕ್ಕೆ ಬಂದಿದ್ದೀ. ನಾಳೆ ಅಪ್ಪಯ್ಯ ನಿಮ್ಮ ಮನೆಗೆ ಬರಬಹುದು. ಮೊದ್ಲು ಜಾತ್ಕಾನ್ಕೂಲವಾಗಬೇಕಲ್ಲ" ಎಂದಳು. ಅವನ ಮುಖ ಒಂದು ತರಹ ಆಯಿತು.

"ಏನು ಮಣ್ಣು.... ಮಸೀ..... ಜಾತಕವೋ! ಸುಕನ್ಯ, ವಿಶ್ವರಥರ ಜಾತ್ಕ ಭವ್ಯವಾಗಿತ್ತು ಅಂದರು. ಆಗಿದ್ದಾದರೂ ಏನು? ಸುಕನ್ಯೆಗೆ ತವರುಮನೆಯ ಕಡೆಯ ಎಳೆತ. ಅವನನ್ನು ನಿರಂತರವಾಗಿ ಕಾಡಿಬಿಟ್ಟಳು ರ್‍ಯಾಸ್ಕಲ್. ಅವ್ನು ಮನೆ ನೆಮ್ದಿ ಹಾಳಾಗಬಾರದೆಂದು ಎಲ್ಲಾ ನುಂಗಿಕೊಂಡು ಸಾಮರಸ್ಯ ನಟಿಸ್ದ. ಕಡೆಗೆ ಅವನೇ ಬಲಿಯಾದ. ಮಚ್ಚು ತಗೊಂಡ್ಹೋಗಿ ಕತ್ತರಿಸಿಬಿಡೋಣ್ವಾಂತ ಅನ್ನಿಸುತ್ತೆ. ಈಗ ತವರು ಸೇರ್ಕೊಂಡ್ ಚೈನಿ ಮಾಡ್ತಾ ಇದ್ದಾಳೆ." ಸುಕನ್ಯ ಮೇಲೆ ಕೆಂಡಕಾರಿದ. ಅವಳ ತವರಿನಲ್ಲಿ ಇವನ ತಾಯಿಯ ಕಡೆಯ ಸಂಬಂಧಿಗಳು ಇದ್ದುದರಿಂದ, ಆಗಾಗ ಹೋಗಿಬರುವ ಪದ್ಧತಿ ಇತ್ತು.

ಅಪೇಕ್ಷಗೆ ಶಾಕಾಯಿತು. ಆದರೆ ವ್ಯಕ್ತಪಡಿಸಲು ಹೋಗಲಿಲ್ಲ. ಆಮೇಲೆ ಒಂದತ್ತು ನಿಮಿಷ ಮಾತಾಡಿದರು. ಜಗ್ಗೀಗೆ ಆರತಿ ವಿವಾಹವಾಗಲು ಇಷ್ಟವಿತ್ತು ಅನ್ನೋದು ಮಾತ್ರ ವ್ಯಕ್ತವಾಯಿತು. ಆಮೇಲೆ ಇನ್ನೊಂದು ಮಾತು ಹೇಳಿದ "ಜಾತ್ಕದ ವಿಷ್ಯದಲ್ಲಿ ಏನೋ ಹೇಳ್ದೆ! ಸುಕನ್ಯ ಒರಿಜಿನಲ್ ಜಾತ್ಕ ಕೊಟ್ಟಿರಲಾರ ಆ ಮನುಷ್ಯ. ತೀರಾ ಕೆಟ್ಟ ಸಂಸ್ಕೃತಿಯ ಜನ. ಒಟ್ಟಿನಲ್ಲಿ ವಿಶ್ವನ ಅದೃಷ್ಟ ಕೆಟ್ಟಿತ್ತು. ಕುಮಾರವ್ಯಾಸ ಹೇಳುವಂತೆ, 'ಅರಸ ಕೇಳ್, ಆಯುಷ್ಯವುಳ್ಳರೆ ಹರಿಹರಬ್ರಹ್ಮಾದಿಗಳೂ ಸಂಹರಿಸಲರಿಯರು....' ಅನ್ನೋ ಹಾಗೇ ವಿಶ್ವನ ಆಯಸ್ಸು ಇದ್ದಿದ್ದೇ ಅಷ್ಟೂಂತ ಕಾಣಿಸುತ್ತೆ. ಆಯಸ್ಸು ನಿರ್ಣಯ ಮೇಲಿನವನದೇ" ಎಂದು ಮೇಲಕ್ಕೆ ಕೈತೋರಿಸಿದ ನಿರ್ಲಿಪ್ತತೆಯಿಂದ. ಆ ಕ್ಷಣ ಈ ಲಾಜಿಕ್ ಅವಳಿಗೆ ಕೂಡ ಇಷ್ಟವಾಯಿತು.

"ಅವಳ ಮನಸ್ಸು ತಿಳ್ಕೋ. ಯಾವ್ದೋ ಒತ್ತಡಕ್ಕೆ ಮಣಿದು ಕಣ್ಣೀರು ಸುರಿಸೋದು ಬೇಡ. ಇನ್ನೊಂದು ವಿಷ್ಯ, ಅದೇನು ಪ್ಯಾಂಟ್‌ನ ಕತೆ?" ಕೇಳಿದ. ಅವಳು ನಕ್ಕಳು. ಸ್ವಲ್ಪ ಸಂಕೋಚಿಸುತ್ತಲೇ ತಿಳಿಸಿದಾಗ ನಗುವ ಸರದಿ

ಅವನದಾಯಿತು. "ಬ್ಯಾಂಕ್‌ಗೆ ಹೋಗೋವಾಗ ಪ್ಯಾಂಟ್ ಹಾಕ್ಕೋತೀನಿ. ಮಿಕ್ಕ ಸಮಯದಲ್ಲಿ ಪಂಚೇನೇ. ಅಪ್ಪ ಸಲುವಾಗಿ ಒಂದೆರಡು ಗಂಟೆ ಹೆಚ್ಚಿಗೆ ಪ್ಯಾಂಟ್ ಹಾಕ್ಕೋಬಹುದು. ಅಷ್ಟು ನಾನು ಮಾಡಬಲ್ಲೆ. ಇದೇನು ಕಗ್ಗಂಟಲ್ಲ ಬಿಡು" ಸರಾಗವಾಗಿ ನುಡಿದ.

ಆಮೇಲೆ ಅವರಿಬ್ಬರ ದಾರಿ ಬೇರೆ ಬೇರೆಯಾಯಿತು. ಪದ್ಮಮ್ಮನ ಮನೆ ಮುಟ್ಟೋ ವೇಳೆಗೆ ಅರುಣ ಅಲ್ಲಿದ್ದ. ಪುಸ್ತಕದ ಬ್ಯಾಗನ್ನು ಹೆಗಲಿಗೆ ಹಾಕಿಕೊಂಡು "ಅಕ್ಕ ಇವತ್ತೊಂದು ದಿನ ರಜ ಹಾಕ್ಲಾ?" ಕೇಳಿದ.

ಅವನನ್ನೇ ನೋಡಿದವಳು "ನಾನು ಹೇಳ್ದೇಂತಲೇ ಹೇಳಿ ಮನೆಯಲ್ಲಿ ಉಳ್ಕೋ. ನಾನು ರಾತ್ರಿಯ ಬಸ್ಸಿಗೆ ಹೋಗ್ಬೇಕು. ರಜಾ ಇದ್ದಾಗ ಒಮ್ಮೆ ಬೆಂಗ್ಳೂರಿಗೆ ಕರ್ಕಂಡ್ ಹೋಗ್ತೀನಿ" ಅವನ ಕೆನ್ನೆ ತಟ್ಟಿ ಕಳಿಸಿದಳು.

ಇವಳ ದಾರಿ ಕಾಯುವಂತೆ ಪದ್ದಮ್ಮ ಹೊರಗೆ ಬಂದು "ಬಾ... ಬಾ.... ನೀನು ಬಂದಿದ್ದೀಂತ ತಿಳ್ದು ಕೂಡಲೇ ನಾನೇ ಬಂದು ಮಾತಾಡಿಸೋಣಾಂತ ಇದ್ದೆ. ನೀನು ಬಂದಿದ್ದು ಭಲೋ ಆಯ್ತು" ಒಳಗೆ ಕರೆದೊಯ್ದರು. ಬೇಡವೆಂದರು ತಿಂಡಿ ಕೊಟ್ಟು ಉಪಚರಿಸಿದರು.

"ವಯಸ್ಸಾಯ್ತು, ಮೊದಲಿನಷ್ಟು ಕೆಲ್ಸ ಆಗೋಲ್ಲ. ಸಿಕ್ಕ ಸಿಕ್ಕ ಪಾತ್ರೆ ಪಗಡವೆಲ್ಲ ಕೂಡಿ ಹಾಕ್ಕೊಂಡೇ. ಈಗ ಯಾವ್ದೂ ಬೇಕೂಂತ ಅನ್ನಿಸೋಲ್ಲ. ಸೊಸೆ, ಮಗ, ಮೊಮ್ಮಕ್ಳು ಬಂದು ನಿಂತರೇ, ಒಂದು ರೀತಿಯ ನಿಶ್ಚಿಂತೆ. ನಮ್ಮ ನಂತರ ಇದೆಲ್ಲ ಯಾರಿಗೆ? ಇಷ್ಟೊಂದು ಕೂಡಿಟ್ಕೊಂಡ್ ಜೋಪಾನ ಮಾಡೋ ಅಗತ್ಯವಿತ್ತಾ?" ಅಲವತ್ತುಕೊಂಡರು. ಅವಳಿಗೆ ಏನು ಹೇಳಬೇಕೋ ತೋಚಲಿಲ್ಲ.

"ಸತ್ಯ ಇಲ್ಲಿಗೂ ಫೋನ್ ಮಾಡಿದ್ದ. ಜಗ್ಗೀ ಒಳ್ಳೆ ಹುಡ್ಗನೇ. ಗೊತ್ತಿದ್ದ ಕಡೆ ಸಂಬಂಧ ಒಪ್ಪಿಕೊಳ್ಳೋಕೇನು ಧಾಡಿ? ತಮ್ಮ ಆಸೆ, ಆಕಾಂಕ್ಷೆಗಳ ಜೊತೆ ಮನೆಯವ್ರ ಕಷ್ಟಸುಖಗಳ ಬಗ್ಗೆ ಕೂಡ ಯೋಚ್ಸಬೇಕು. ಆರತಿಗೆ ಯಾಕೆ ಇದೆಲ್ಲ ಅರ್ಥವಾಗೋಲ್ಲ?" ಸ್ವಲ್ಪ ಸಿಡಿಮಿಡಿಯಿಂದಲೇ ಹೇಳಿದರು.

"ಸತ್ಯ ಫೋನ್ ಮಾಡಿದ್ನಾ?" ವಿಚಾರಿಸಿದಳು.

"ಹೌದು, ಈಗ ಸ್ವಲ್ಪ ಮನೆಯವ್ರ ಕಡೆ ಗಮನ ಹರಿಸಬೇಕನ್ನೋ ತಿಳಿವಳಿಕೆ ಬಂದಿದೆ. ಮದ್ವೆಯಾಗಿ ಅಮೆರಿಕಾಕ್ಕೆ ಹೋದ್ಮೇಲೆ ಮುಗ್ದೇ ಹೋಯ್ತು. ಇನ್ನು ಹೆಂಡ್ತಿ, ಉದ್ಯೋಗನೇ ಸಮಸ್ತ ಅಂತ ತಿಳ್ಕೊಂಡ್‌ಬಿಟ್ಟಿದ್ದ. ಮಗುವಾದ್ಮೇಲೆ ಬುದ್ಧಿ ಬಂದಿದೆ. ನಮ್ಗೂ ಮೊಮ್ಮಗುನ ನೋಡೋ ಆಸೆ. ನಮ್ಗೇ ಹೋಗೋಕ್ಕಾಗೋಲ್ಲ" ನೊಂದು ಹೇಳಿಕೊಂಡರು. ಇದು ಎಷ್ಟೋ ಹೆತ್ತವರ ಸಮಸ್ಯೆ.

ಆ ವೇಳೆಗೆ ಪದ್ದಮ್ಮನ ಗಂಡ ಬಂದವರೇ, ಉಯ್ಯಾಲೆ ಮಣೆಯ ಮೇಲೆ ಕೂತರು, "ಶಂಕರ, ಶಂಕರ' ಎನ್ನುತ್ತ.

"ಯಾವಾಗ್ಬಂದೇ ಅಪೇಕ್ಷ?" ಕೇಳಿದರು ಭಾರವಾದ ಉಸಿರನ್ನು ದಬ್ಬುತ್ತ.

"ರಾತ್ರಿ ಹೊರಟಿದ್ದು, ಬೆಳಿಗ್ಗೆ ಇಲ್ಲಿಗೆ ಬಂದು ತಲುಪಿದ್ದು. ಮತ್ತೆ ರಾತ್ರಿ ಹೊರಡಬೇಕು" ಎಂದಳು. ತಕ್ಷಣ ಅವರು "ನಾಳೆಯೊಂದು ದಿನ ಉಳ್ಕೋ. ಶಂಕರರ ಜಯಂತಿ. ಹಿಂದೆ ಮನೆಯಲ್ಲಿ ಆಚರಿಸುವ ಪದ್ಧತಿ ಇರಲಿಲ್ಲ. ಶೃಂಗೇರಿಗೆ ನಾನು, ಇವ್ರು ಹೋಗ್ತಾ ಇದ್ವಿ. ಈಗ ಅಂಥ ತ್ರಾಣ ಮೈಯಲ್ಲಿಲ್ಲ. ಇವಳಿಗೂ ಒಂದಿಷ್ಟು ಸಹಾಯ ಮಾಡಿದಂತಾಗುತ್ತೆ" ಎಂದರು. ಅಪೇಕ್ಷಗೆ ಒಂದಿಷ್ಟು ಕಸಿವಿಸಿ. ಅವಳು ಒಂದೇ ದಿನ ಲೀವ್ ಪಡೆದಿದ್ದು.

"ಹಾಗೇ ಮಾಡು, ಚಂದ್ರಶೇಖರ ಮಾಷ್ಟ್ರು ಬರ್ತಾರೆ. ಸೌಂದರ್ಯಲಹರಿ ಸ್ತೋತ್ರವನ್ನ ಬಹಳ ಚೆನ್ನಾಗಿ ಪಠಿಸ್ತಾರೆ. ಶಂಕರ ಭಗವತ್ಪಾದರ ಅನನ್ಯ ಭಕ್ತರು. ಅವ್ರ ಬಗ್ಗೆ ಸಾಕಷ್ಟ ತಿಳಿದವರು" ಒತ್ತಡವೇರಿದರು. 'ಹ್ಞೂ' ಅನ್ನಲೇಬೇಕಿತ್ತು.

ಮನೆಗೆ ಬಂದ ಮೇಲೇ ಅವಳಿಗೆ ತಾತನ ನೆನಪಾದದ್ದು.

"ತಾತ ಎಲ್ಲಿ?" ಕೇಳಿದಳು. ತೋಟದಲ್ಲಿ ಕೂಡ ನೋಡಿದಂಗಿರಲಿಲ್ಲ. "ನೆಂಟರ ಮನೆಗೇಂತ ಹೋದ್ರು. ಈಗ ಹೆಚ್ಚಿಗೆ ತೋಟಕ್ಕೆ ಹೋಗೋಲ್ಲ. ಕೂತಲ್ಲಿ ಧ್ಯಾನಾಸಕ್ತರಾಗಿರುತ್ತಾರೆ. ಅದಷ್ಟು ಲೌಕಿಕ ಕರ್ಮ್ಮೆ ಮಾಡಿಕೊಂಡಿದ್ದಾರೆ. ಕೆಲವೊಮ್ಮೆ ವಿಶ್ವನ ರೂಮಿನಲ್ಲಿ ಹೋಗಿ ಕೂತು ಪುಸ್ತಕಗಳನ್ನು ತಿರುವಿ ಹಾಕ್ತಾ ಇರ್ತಾರೆ. ಅವನು ಗುರುತು ಹಾಕಿಟ್ಟಿರೋ ಡೈರಿಗಳನ್ನೆಲ್ಲ ತೆಗೆದುನೋಡ್ತಾರೆ. ಬಹಳಷ್ಟು ಬದಲಾಗಿದ್ದಾರೆ" ಗಿರಿಜಮ್ಮ ಹೇಳಿದರು.

ನೆನಪಿಸಿಕೊಂಡವಳಂತೆ ವಿಶ್ವನ ರೂಮಿಗೆ ಬಂದಳು. ಹತ್ತಾರು ಡೈರಿಗಳು. ಅದನ್ನು ತೆಗೆದುನೋಡುವ ಸಾಮರ್ಥ್ಯವೇ ಅವಳಿಗೆ ಇರಲಿಲ್ಲ. ನೆನಪುಗಳು ದುಃಖದ ಸಮುದ್ರದಲ್ಲಿ ಈಜಾಡಿಬಿಡಿಸುತ್ತವೆ. ಮನಸ್ಸು ಗಟ್ಟಿಮಾಡಿ ಡೈರಿ ಓಪನ್ ಮಾಡಿದಳು. ಅದ್ವೈತ ಪ್ರತಿಪಾದಕ ಶಂಕರಾಚಾರ್ಯರ ಬಗ್ಗೆ ಒಂದು ಲೇಖನಕ್ಕಾಗುವಷ್ಟು ವಸ್ತುವನ್ನು ಸಂಗ್ರಹಿಸಿದ್ದ. ಈಶ್ವರನ ದರ್ಶನಕ್ಕೆಂದು ಹೊರಟ ಶಂಕರಾಚಾರ್ಯರು 'ಡುಕ್ಕ ಕರುಣೆ, ಡುಕ್ಕ ಕರುಣೆ,' ಎಂಬ ಸಂಸ್ಕೃತದ ವ್ಯಾಕರಣ ಪದವನ್ನು ಅಭ್ಯಸಿಸುತ್ತಿದ್ದ ಮುದುಕನನ್ನು ಕಂಡು 'ಅಯ್ಯೋ, ಇಂದೋ.... ನಾಳೆಯೋ ಸಾಯುವಂತಿರುವೆ. ಮೃತ್ಯು ಸಮೀಪಿಸಿದಾಗ ವ್ಯಾಕರಣ ನಿಯಮಗಳು ಯಾರನ್ನು ರಕ್ಷಿಸುವುದಿಲ್ಲ. ಬದುಕಿರುವಾಗಲೇ ಅಮರವೂ, ಪರಿಶುದ್ಧವೂ ಮತ್ತು ಪರಿಪೂರ್ಣವಾದ ಸ್ಥಿತಿಯನ್ನು ತಿಳಿಸುವುದಕ್ಕೆ ಉಪದೇಶಿಸು' ಎಂದು ಉಪದೇಶಿಸಿದ್ದರು. ಇಂಪಾರ್ಟೆಂಟ್ ಎಂದು ಪಕ್ಕದಲ್ಲಿ ನಮೂದಿಸಿದ್ದವ ಅವರು ಹುಟ್ಟಿದ ಕಾಲಮಾನವನ್ನು ದಾಖಲಿಸಿದ್ದ. ಕ್ರಿ.ಶ. 788-820. ಅಂದರೆ ಅವರು ಬದುಕಿದ್ದು 32 ವರ್ಷಗಳು ಮಾತ್ರ. ಆದರೆ ಅವರ ಕೀರ್ತಿ ಅಜರಾಮರ. ಬ್ರಹ್ಮಸೂತ್ರ, ಭಗವದ್ಗೀತೆ ಮತ್ತು ಉಪನಿಷತ್ತುಗಳಿಗೆ ಭಾಷ್ಯವನ್ನು ಬರೆದುದಲ್ಲದೇ ಭಜಗೋವಿಂದಂ. ಇದರ ಆಧಾರದ ಮೇಲೆ ನಾಲ್ಕು ಪೀಠಗಳನ್ನು ಸ್ಥಾಪಿಸಿದರು. ವಿವೇಕಾ ಚೂಡಮಣಿ, ಶಿವಾನಂದಲಹರೀ, ದಕ್ಷಿಣಾಮೂರ್ತಿ ಅಷ್ಟಕ, ಶಿವಪಂಚಾಕ್ಷರ ಸ್ತೋತ್ರ, ಸೌಂದರ್ಯಲಹರಿ ಮುಂತಾದ ಸ್ತೋತ್ರಗಳನ್ನು ರಚಿಸಿದ ಅವರು 'ಬ್ರಹ್ಮವೊಂದೇ ಸತ್ಯ, ಜಗತ್ತು ಮಿಥ್ಯೆ, ಜೀವನು ಬ್ರಹ್ಮನೇ, ಜೀವ ಬ್ರಹ್ಮನಿಂದ ಬೇರೆ ಅಲ್ಲ' ಎಂದು ನಾಲ್ಕು ಅದ್ವೈತ ತತ್ವದ ಸಿದ್ಧಾಂತವನ್ನು ಸಾರಿದರು.

ಆ ಡೈರಿಯ ಇನ್ನೊಂದು ಭಾಗದಲ್ಲಿ ತಾನು ಸಂಗ್ರಹಿಸಿದ ಪುಸ್ತಕಗಳ ಪಟ್ಟಿಯನ್ನು ಕೊಟ್ಟಿದ್ದ. ಮುಂದಿನ ಅವನ ಯೋಜನೆ ದೊಡ್ಡದಾಗಿತ್ತು. ಆದರೆ.... ಅವಳ ಗಂಟಲು ಒತ್ತಿಕೊಂಡು ಬಂತು. ಹೊರಗೆ ಬಂದು ಕೂತಳು.

ರಾತ್ರಿ ಊಟದ ನಂತರ ಬಂದ ಆರತಿ "ಅಪ್ಪಯ್ಯನಿಗೆ ಜಾತ್ಕ ಕೊಡೋದಿಕ್ಕೆ ಹೇಳು" ಅಷ್ಟು ತಿಳಿಸಿ ರೂಮಿಗೆ ಹೋದಳು. ಎದೆಯ ಮೇಲಿನ ದೊಡ್ಡ ಭಾರ ಇಳಿದಂತಾಯಿತು. ಅಮ್ಮಂದಿರಿಗೆ ವಿಷಯ ಮುಟ್ಟಿಸಿ "ಇವತ್ತು ಜಗದೀಶ್ ಸಿಕ್ಕಿದ್ರು. ಅವ್ರಿಗೂ ಆರತಿ ಇಷ್ಟವಾಗಿದ್ದಾಳೆ. ಜಾತ್ಕಾನ್ಕೂಲವಾದರೆ ಮುಂದಿನ ವಿಷ್ಯ ಮಾತಾಡಬಹುದು. ನೀವೇ ಮಾತಾಡಿ ಹಣ ಎಷ್ಟಾಗಬಹುದೆಂದು ಲೆಕ್ಕಹಾಕಿ. ಫಣೀಂದ್ರ ಅವ್ರಿಗೂ ಇರೋ ವಿಷ್ಯ ತಿಳ್ಸಿ. ಪದ್ದತ್ತೆ ಮನೆಗೆ ಹುಡುಗರನ್ನ ಕಳ್ಸಿ. ಶಂಕರ ಜಯಂತಿನಂತೆ. ನನ್ನ ಇರೂಂದರು, ಆಗೋಲ್ಲ. ನಂದೇನು ಸರ್ಕಾರಿ ಕೆಲ್ಸವಲ್ಲ. ಬೇರೆಯವ್ರು ನಂಗಿಂತ ಕಡ್ಮೆ ಸಂಬಳಕ್ಕೆ ಮಾಡೋಕೆ ತಯಾರಾಗಿ ಇರ್ತಾರೆ. ನಾನು ಹೋಗ್ಲೇಬೇಕು" ಹೊರಡುವ ತೀರ್ಮಾನ ಮಾಡಿದಳು.

ಅರುಣ, ಅದಿತಿ ಹೋಗಿ ಬಸ್ಸು ಹತ್ತಿಸಿ ಬಂದರು, ಜೊತೆಗೆ ಆರತಿ ಕೂಡ ಹೋಗಿದ್ದಳು. ಒಂಟೊಂಟಿಯಾಗಿ ಹೆಣ್ಣು ಮಕ್ಕಳನ್ನ ರಾತ್ರಿಯ ವೇಳೆ ಕಳಿಸಿದ್ದುಂಟ? 'ನಾನೂ ಬರ್ತೀನಿ' ಶೇಷಪ್ಪಯ್ಯ ಅಂದಾಗ "ಬೇಡ ಅಪ್ಪಯ್ಯ, ಬಸ್ಸು ತುಂಬ ಜನ ಇರ್ತಾರೆ. ಈಗ ಮೊದ್ಲಿನ ಹಾಗೆ ಇಲ್ಲ. ಒಂಟೊಂಟಿಯಾಗಿ ಹೆಣ್ಣು ಮಕ್ಳು ಓಡಾಡ್ತಾರೆ' ಎಂದು ನಿರಾಕರಿಸಿದ್ದಳು.

* * * *

ಕವನ ಮುಂಬಯಿಗೆ ಹೋಗಿ ಹಿಂದಿರುಗಿದ್ದಳು. ಸ್ವಲ್ಪ ಡಿಸ್ಟರ್ಬ್ ಆದಂಗೆ ಕಂಡರೂ ವಿಚಾರಿಸಿ ಕಣ್ಣೊರೆಸಲು ಯಾರಿಗೂ ಪುರಸೊತ್ತಿಲ್ಲ! ಅವರವರದೇ ಸಮಸ್ಯೆಗಳು ಅವರಿಗೆ ಹೆಚ್ಚು.

ಜೋರಾದ ಮಳೆಯಲ್ಲಿ ನೆಂದೇ ಬಂದ ಅಪೇಕ್ಷ ಮೊದಲು ಬಟ್ಟೆ ಬದಲಾಯಿಸಿ ತಲೆಯೊರೆಸಿಕೊಂಡು ಬಂದು ನಡುಮನೆಯಲ್ಲಿದ್ದ ಸೋಫಾ ಮೇಲೆ ಕೂತು ಪೇಪರ್ ಕೈಗೆತ್ತಿಕೊಂಡಳು. ಬರೀ ಮಳೆಯದೇ ಸುದ್ದಿ. 'ಉದ್ಯಾನನಗರಿಯಲ್ಲಿ ಜನಜೀವನ ಅಸ್ತವ್ಯಸ್ತ. ಕೆಲವು ಕಡೆಗಳಲ್ಲಿ ಮನೆಗಳಿಗೆ ನೀರು.' ಬರೀ ಇಂಥ ಸುದ್ದಿಗಳೇ. ಮಧ್ಯದ ಪುಟಗಳನ್ನು ಮಗುಚಿ ಒಂದೆಡೆ ಇಡುವ ವೇಳೆಗೆ ಮಂಜು ಕೈಯೊರೆಸುತ್ತ ಕಿಚನ್‌ನಿಂದ ಬಂದವನು ನಿಂತ.

"ಬಿಸಿಯಾಗಿ ಬೋಂಡ ಮಾಡಿದ್ದೀನಿ, ತಂದು ಕೊಡ್ಲಾ?"

"ಬೇಡ, ಇವತ್ತೇನು ಇನ್ನೂ ಯಾರೂ ಬಂದಂಗಿಲ್ಲ. ಇಳಾಭಟ್ ಬಂದಿರಬೇಕಿತ್ತಲ್ಲ, ಅರ್ಧ ದಿನ ರಜ ಅಂದ್ರು. ಅಮ್ಮ ರೂಮಿನಲ್ಲಿ ಇದ್ದಾರ?" ಮೇಲೆದ್ದಳು. "ಇಲ್ಲ, ಯಾವ್ದೋ ಮೀಟಿಂಗ್ ಅಂತ ಹೋದವರು ಅವ್ರ ಫ್ರೆಂಡ್ ಮೊಮ್ಮಗ್ಳು ಬರ್ತ್‌ಡೇನಂತೆ. ಬರೋದು ಹತ್ತರ ಸುಮಾರಿಗೆ ಅಂತ ಫೋನ್ ಮಾಡಿದ್ರು. ಹಿಂದೆ ಇಲ್ಲಿ ಪೇಯಿಂಗ್ ಗೆಸ್ಟ್ ಆಗಿದ್ದ ನಮಿತಾ ಮೇಡಮ್ ಬಂದಿದ್ರು.

ಅಮ್ಮನೇ ನಿಂತು ಮದ್ವೆ ಮಾಡಿಸಿದ್ದು. ಸ್ವಲ್ಪ ಗೆಲುವಾಗಿದ್ರು" ಇಷ್ಟನ್ನು ವರದಿ ಒಪ್ಪಿಸಿದ. ಕೆಲವೊಮ್ಮೆ ಮಾತಾಡುತ್ತಿದ್ದ. ಇಲ್ಲ, ತಂದುಕೊಡೋದು, ಬಡಿಸೋದು, ಒಂದೆರಡು ಮಾತುಗಳಲ್ಲಿ ಎಲ್ಲಾ ಮುಗಿಸುತ್ತಿದ್ದ.

ಅಷ್ಟರಲ್ಲಿ ಕೊಡೆ ಹಿಡಿದು ಅರ್ಧಂಬರ್ಧ ನೆಂದು ಬಂದ ಇಳಾಭಟ್ "ಬೇಗ ಕಾಫೀ ಬೇಕು, ತುಂಬಾನೇ ಚಳಿ" ಎನ್ನುತ್ತ ತೆರೆದ ಕೊಡೆಯನ್ನು ಮಡಚಿ ಪೂವಯ್ಯನಿಗೆ ಕೊಟ್ಟು ಓಡಿದರು. ಇರೋ ನಾಲ್ಕುಜನರಲ್ಲಿ ಸ್ವಲ್ಪ ದಪ್ಪನೇ, ಎರಡು ಮಕ್ಕಳ ತಾಯಿ. ಎಂಟು ವರ್ಷ ದಾಂಪತ್ಯ ಸುಖ ಅನುಭವಿಸಿದ ಗೃಹಿಣಿ. ಕಿಚನ್‌ನತ್ತ ಹೊರಟ ಮಂಜು "ಅಮ್ಮ, ನಿಮ್ಗೂ ತರಲಾ ಕಾಫೀ?" ಕೇಳಿದ. ಬೇಡವೆನ್ನುವಂತೆ ತಲೆಯಾಡಿಸಿದಳು. ಕೆಲವೊಮ್ಮೆ ಬೇಕೆನಿಸಿದರೂ ನಿರಾಕರಿಸುತ್ತಿದ್ದಕ್ಕೆ ಸ್ಪಷ್ಟ ಕಾರಣವಿತ್ತು.

ಹೊರಗೆ ಬಂದು ನಿಂತು ಮಳೆಯನ್ನ ನೋಡತೊಡಗಿದಳು. ಮಲೆನಾಡಿನ ಸೊಬಗೇ ಬೇರೆ. ಸಿಟಿಯಲ್ಲಿ ಮಳೆ ಬಂದರೆ, ಎಲ್ಲೆಡೆ ನೀರೇ.... ನೀರು... ಜೊತೆಗೆ ರಾಡಿ! ಏಕೆ ಬಂತು ಮಳೆ ಎನ್ನುವ ಮಟ್ಟಿಗೆ ಮುಜುಗರ ಪಡಬೇಕೆನಿಸುತ್ತೆ.

ಕಾಫೀ ಕಪ್ ಹಿಡಿದು ಬಂದ ಇಳಾಭಟ್ ಇವಳ ಪಕ್ಕ ನಿಂತು "ಅದೇನು ಮಳೆ! ಬಸ್ಸು ಸಿಕ್ಕೋದು ತಡವಾಗಿದ್ದರಿಂದ, ಆಟೋ ಹಿಡಿಬೇಕೂಂತ ಅನ್ನಿಸ್ತು. ಆಮೇಲೆ ಸುಮ್ಮನಾದೆ. ಪೈಸಾ... ಪೈಸಾಕ್ಕೆ ಲೆಕ್ಕ ಕೇಳ್ತಾರೆ. ಹೊರ್ಗೇ ದುಡಿಯೋ ಹೆಣ್ಣಿಗೆ ಆರ್ಥಿಕ ಸ್ವತಂತ್ರ ಇರುತ್ತೇಂತ ಟಿ.ವಿ.ಯಲ್ಲಿನ ಚರ್ಚಾಗೋಷ್ಠಿಗಳಲ್ಲಿ ವಾದಿಸ್ತಾರೆ. ಏನಿದ್ಯೋ ಮಣ್ಣಾಗಟ್ಟಿ, ನಂಗಂತು ತೋಚೋಲ್ಲ" ಮತ್ತದೇ ತಾಪತ್ರಯ. ಎಷ್ಟು ಮಾತಾಡಿದರು ಬಗೆಹರಿಯಲಾರದೆಂದು ತಿಳಿದಿದ್ದ ಅಪೇಕ್ಷ ತುಟಿ ತೆರೆಯಲಿಲ್ಲ.

"ನೀವು ಹೇಗ್ಬಂದ್ರಿ?" ಕೇಳಿದರು ಮತ್ತೆ.

"ಬಸ್ಸಲ್ಲೇ, ಮಾಮೂಲಿ ರಷ್. ಅಭ್ಯಾಸವಾಗಿ ಹೋಗಿದೆ. ಕೆಲವೊಮ್ಮೆ ಸೀಟು ಸಿಗುತ್ತೆ. ನಯನಾಗೆ ಪ್ರಾಬ್ಲಂ ಇಲ್ಲ. ವೆಹಿಕಲ್ ಮನೆ ಮುಂದೆ ಬಂದು ನಿಲ್ಲುತ್ತೆ. ಕವನಾದೇ ಸಮಸ್ಯೆ" ಎಂದಳು ಅಪೇಕ್ಷ.

"ಆರಾಮಾಗಿ ಟ್ಯಾಕ್ಸಿಯಲ್ಲಿ ಬರ್ತಾಳೆ. ಮೊದ್ಲು ಮಾತೇ ಇರ್ಲಿಲ್ಲ. ಯಾರೊಂದಿಗೂ ಬೆರಿತಾ ಇರ್ಲಿಲ್ಲ. ನಿಮ್ಜೊತೆ ನಿಮ್ಮೂರಿಗೆ ಹೋಗ್ಬಂದ್ಮೇಲೆ ತುಂಬ ಬದಲಾಗಿದ್ದಾಳೆ. ಎಷ್ಟೊಂದು ಮಾತು. ಏನೇನೋ ವಿಚಾರಗಳು ಎತ್ಕೊಂಡ್ ಬಂದು ಮಾತಾಡ್ತಾಳೆ. ಸುಮ್ನೇ ಹೇಳಿ... ಹೇಳಿ... ಚಿಟ್ಟಿಡಿಸ್ತಾಳೆ. ಆ ಒಂಬತ್ತರ ವಿಷ್ಯ ಇನ್ನೂ ಬಿಟ್ಟಿಲ್ಲ," ಅನ್ನೋ ವೇಳೆಗೆ ಟ್ಯಾಕ್ಸಿ ಬಂದು ಮನೆಯ ಮುಂದೆ ನಿಂತಿತು. ಪುಟ್ಟ ಕೊಡೆ ದೊಡ್ಡದಾಗಿ ಬಿಡಿಸಿಕೊಂಡು ಗೇಟು ತೆರೆದುಕೊಂಡು ಓಡಿ ಬಂದು ಇವರ ಪಕ್ಕ ನಿಂತು ಕೊಡೆ ಮಡಚಿ ಪಕ್ಕಕ್ಕಿಟ್ಟು "ಅಪೇಕ್ಷ, ನೀನೊಂದು ಮೊಬೈಲ್ ಇಟ್ಕೊ. ನಿಮ್ಮ ಆಫೀಸ್ ಫೋನ್‌ಗೆ ಟ್ರೇ ಮಾಡಿ ಸಾಕಾಯ್ತು. ಐದು ಲೈನ್ ಯಾವಾಗ್ಲೂ ಎಂಗೇಜ್" ಎಂದು ಉಸುರಿ ಮುಂಗೈ ಮೇಲಿದ್ದ ಮಳೆಯ ಹನಿಗಳನ್ನು ಕೊಡವಿದಳು.

"ಮೊದ್ಲು ತಿಂಡಿ ಮುಗ್ಸಿಕೊಂಡು ಬಾ" ಹೇಳಿದಳು ಅಪೇಕ್ಷ.

"ಇರಿ.. ಬಂದೇ" ಒಳಗೆ ಹೋದ ಇಳಾಭಟ್ ಒಂದು ಪ್ಲೇಟ್ ಬಿಸಿ ಬೋಂಡ ಹಿಡಿದು ಬಂದು "ಮಂಜು, ಊಟ ತಿಂಡಿ ಬೆಸ್ಟಾಗಿ ಮಾಡ್ತಾನೆ. ಬಡಿಸೋವಾಗ್ಲೂ

ಒಂದಿಷ್ಟು ಹಿಡಿತವಿಲ್ಲ. ನಮ್ಮ ಮನೆಯಲ್ಲೇ ಇಷ್ಟು ತಿನ್ನೋಕ್ಕಾಗೋಲ್ಲ. ಮೈ ಜಾಸ್ತಿ ಆಯ್ತು. ತಿಂಡಿ ಕಡ್ಮೆ ಮಾಡೂಂತ ನಮ್ಮ ಯಜಮಾನ್ರು ಹೇಳ್ತಾರೆ. ನಂಗೆ ಕರಿದಿದ್ದು ಅಂದರೆ ತುಂಬಾನೆ ಇಷ್ಟ. ಪ್ಲೀಸ್ ಒಂದೇ.... ಒಂದು ತಗೊ" ಎಂದು ಬಲವಂತ ಮಾಡಿಕೊಟ್ಟರು. ಸುರಿಯುವ ಮಳೆ ನೋಡುತ್ತ ಬಿಸಿಬಿಸಿ ಬೋಂಡ ಮೆಲ್ಲುವಲ್ಲಿ ಖುಷಿ ಇತ್ತು. ವಿಶ್ವರಥ ಇದ್ದಾಗ ಅದರ ಮಜಾವೆ ಬೇರೆ. ಎಲ್ಲರನ್ನು ಗೋಳಾಡಿಸುತ್ತಿದ್ದ. ಎಂತಹ ಕ್ಷಣಗಳು. ಮುಂದೆ ಬರಲು ಸಾಧ್ಯವೇ? ಸಾವು ಅನ್ನೋದು ಯಾಕೆ ಬೇಕಿತ್ತು?

"ಅಯ್ಯೋ, ತಣ್ಣಗಾಗುತ್ತೆ ತಿನ್ನು, ನಾನು ಪ್ಲೇಟ್ ಖಾಲಿ ಮಾಡ್ದೇ. ನೀನು ಒಂದು ತಿನ್ನೋಕೆ ಹಿಂದೂ, ಮುಂದೂ ನೋಡ್ತಾ ಇದ್ದೀಯಾ. ಪ್ಲೀಸ್ ಬೇಗ ತಿನ್ನು." ಬಲವಂತದ ನಂತರವೇ ಅಪೇಕ್ಷಳ ಬಾಯಲ್ಲಿ ಕರಗಿದ್ದು. ಇಳಾಭಟ್ ಏನೋ ಹೇಳುತ್ತಿದ್ದರು. ಅವಳಿಗೊಂದೂ ಅರ್ಥವಾಗಲಿಲ್ಲ. "ನಿಮ್ಮ ಬ್ಯಾಗ್ ಪೂರ್ತಿ ನೆಂದಿತ್ತು. ಜಿಪ್ ಸರ್ಯಾಗಿ ಬೀಳದಿದ್ದರೆ, ಒಳಗಿರೋ ನೋಟುಗಳೆಲ್ಲ ನೆಂದು ಹೋಗಿರುತ್ತೆ." ಜ್ಞಾಪಿಸಿ ಕಳಿಸಿ ನಿಟ್ಟುಸಿರು ದಬ್ಬಿದಳು. ಅವಳಿಗೆ ಈಗ ಒಂಟಿಯಾಗಿರಬೇಕೆನಿಸಿತು.

ಹಿಂದೆಯೆ ಕವನ ಬಂದು "ನಿಂಗೆ 9ರ ಬಗ್ಗೆ ಇನ್ನಷ್ಟು ಹೇಳಲಾ? ಬಾಟಾದಂಥ ವ್ಯಾಪಾರಿ ಸಂಸ್ಥೆಗಳಿಗೆ 99 ಪೈಸೆ ತುಂಬ ಪ್ರಿಯವಾದ ಸಂಖ್ಯೆ. ಅದರ ಬೂಟುಗಳ ಸಂಖ್ಯೆ 629, 729ರೂ 99 ಪೈಸೆ ಅಥವಾ 900 ರೂಪಾಯಿ 99 ಪೈಸೆ. ಇಂಗ್ಲೆಂಡಿನಲ್ಲಿ ತುರ್ತು ಸಹಾಯಕ್ಕಾಗಿ ಡಯಲ್ ಮಾಡಬೇಕಾದ ಸಂಖ್ಯೆ 999. ಅಮೆರಿಕದ ಸುಪ್ರೀಂ ಕೋರ್ಟಿನಲ್ಲಿ ಜಡ್ಜ್‌ಗಳ ಸಂಖ್ಯೆ 9. ಶೇಕ್ಸ್‌ಪಿಯರನ ಮ್ಯಾಕ್‌ಬತ್ ನಾಟಕದಲ್ಲಿ ಯಕ್ಷಿಣಿಯರು ಹಾಡುವುದು thrice to thine and thrice to mine, and three again to make up nine ಎಂದು. ಬಾಕ್ಸಿಂಗ್‌ನಲ್ಲಿ ಕೆಳಗೆ ಬಿದ್ದ ಬಾಕ್ಸರ್ ಒಂಬತ್ತನೆ ಬಾರಿ ಕೂಗಿಗಾದಲೂ ಮೇಲೇಳದಿದ್ದರೆ ಸೋತಂತೆ. ಇನ್ನೊಂದು ವಿಷಯ. ಯೇಸುಕ್ರಿಸ್ತ ಕೊನೆಯುಸಿರು ಎಳೆದದ್ದು ಒಂಬತ್ತು ಗಂಟೆಗೆ...." ಹೀಗೆಯೇ ಅವಳ ಮಾತುಗಳು ಸಾಗಿದಾಗ "ಫೆಂಟಾಸ್ಟಿಕ್. ನಿನ್ನ ಇಂಟರೆಸ್ಟ್ ಮೆಚ್ಚಬೇಕಾದ್ದು. ಈ ಕಡೆ ಬಾ. ನಿನ್ನ ಮ್ಯಾಕ್ಸಿಯ ಅಂಚನ್ನು ಮಳೆ ತೋಯಿಸುತ್ತ ಇದೆ." ಸ್ವಲ್ಪ ಹಿಂದೆ ಸರಿದು ರೆಟ್ಟೆ ಹಿಡಿದು ಹಿಂದಕ್ಕೆ ಎಳೆದುಕೊಂಡಳು.

"ಹೇಗೆ ಅನ್ನಿಸ್ತು ಮುಂಬೈ?" ಕೇಳಿದಳು.

ಮುಂಬಯಿಗೆ ಹೋದ ಮೇಲೆ ಸ್ವಲ್ಪ ಬಿಜಿಯಾಗಿದ್ದ ಕವನ, ಅವಳಾಗಿ ಏನು ಹೇಳಿಕೊಂಡಿರಲಿಲ್ಲ. ಸ್ವಲ್ಪ ಅಪ್‌ಸೆಟ್ ಆದಂಗೆ ಕಂಡಿದ್ದರೂ ಅಪೇಕ್ಷ ಪ್ರಶ್ನಿಸಲು ಹೋಗಿರಲಿಲ್ಲ. ಅವಳದೇ ದೊಡ್ಡ ತಲೆನೋವಾಗಿತ್ತು.

"ಎಲ್ಲೂ ಸುತ್ತೋಕೆ ಹೋಗಿರಲಿಲ್ಲ. ಅಂಥ ಫ್ರೆಂಡ್ಸ್ ಯಾರು ಇದ್ದಂಗೆ ಕಾಣಲಿಲ್ಲ. ಮೂರು ದಿನ ಮನೆಯಲ್ಲಿ ದೊಡ್ಡದಾಗಿ ಪಂಚಾಯ್ತಿ, ನಮ್ಮಕ್ಕ ಎಷ್ಟು ರೂಡ್ ಆಗಿ ವರ್ತಿಸಿದಳೂಂದರೇ, ಡ್ಯಾಡಿ ಮಮ್ಮಿಗೇ ಶಾಕಾದ್ರು" ಪ್ರವರ ಬಿಚ್ಚಿದಳು. "ಲವ್ ಅಫೇರಾ....?" ಇವಳು ಕೇಳಿದಕ್ಕೆ ಅವಳದು ಜೋರಾದ ನಗೆ. "ಅದಕ್ಕಾಗಿ ಗಲಾಟೆ ಆಗೋ ಛಾನ್ಸ್ ಇಲ್ಲ. ಅವ್ರೆ ರಿಸ್ಕ್ ಬೇಡಾಂತ ಫ್ರೀಡಂ ಕೊಟ್ಟಿದ್ರು. ನಮ್ಮ

ತಾತನ ಪ್ರಾಪರ್ಟಿ ಇತ್ತು. ಅವರೇನೋ ತೀರಿಕೊಂಡರಂತೆ. ಅದು ಇವ್ರಿಗೆ ಸೇರಬೇಕಲ್ಲ. ಅದನ್ನ ಈಗ ಮಾರ್ತಾ ಇದ್ದಾರೆ ಮಮ್ಮಿ ಡ್ಯಾಡಿ. ಕೊಂಡುಕೊಳ್ಳೋರಿಗೆ ಮೊಮ್ಮಕ್ಳು ಸಹಿ ಹಾಕ್ಸಿ ಕೊಡಬೇಕಂತೆ. ಇದೆಲ್ಲ ಗೊತ್ತಾಗ್ತ ಇರ್ಲಿಲ್ಲ. ಒಮ್ಮೆ ನಮ್ಮ ಕಾದಂಬರಿ, ಡ್ಯಾಡಿ, ಮಮ್ಮಿ ಜಗಳ ಆಡ್ತಾ ಇರೋವಾಗ ಕೇಳ್ಸಿಕೊಂಡಿದ್ದಾಳೆ. ಇಬ್ರಿಗೂ ಫಿಫ್ಟಿ, ಫಿಫ್ಟಿಯ ಒಡಂಬಡಿಕೆ. ನಾನು ಹೋಗೋ ವೇಳೆಗೆ ನಂಗೂ ಷೇರ್ ಬರಬೇಕೂಂತ ಶುರು ಮಾಡಿದ್ಲು. ನಾನು ತಾನೇ ಯಾಕೆ ಬಿಡ್ಲಿ? ಆದರೆ ಮಮ್ಮಿ ಡ್ಯಾಡಿಗೆ ಕೊಡೋ ಇಷ್ಟ ಇಲ್ಲ. ದೊಡ್ಡದಾಗಿ ರಂಪ, ರಾದ್ಧಾಂತ. ಕಡೆಗೆ ಅವರು ಒಪ್ಪಲೇಬೇಕಾಯ್ತು. ಎಂಬತ್ತು ಲಕ್ಷಕ್ಕೆ ಸೇಲ್ ಅಗ್ರಿಮೆಂಟ್, ನೀವುಗಳು ಹತ್ತತ್ತು ಸಾವಿರ ತಗೊಳ್ಳಿ, ನಾನೇ ನಿಮ್ಗೆ ಹೆಚ್ಚು ಖರ್ಚು ಮಾಡಿರೋದೂಂತ ಜಗಳ. ಅಬ್ಬಬ್ಬ.... ಇದು ಎಲ್ಲಿಗೆ ಹೋಗಿ ಮುಟ್ಟಿತೂಂದರೆ ಹುಟ್ಟಿನವರೆಗೂ ಹೋಗಿ ತಲುಪಿತು. ಕಡೆಗೆ ಒಪ್ಪಿಕೊಂಡರು. ನನ್ನ ಷೇರ್ ಅಮೌಂಟ್ ಇಪ್ಪತ್ತು ಲಕ್ಷ. ಒಂದು ರೀತಿ ಈ ಇಪ್ಪತ್ತು ಲಕ್ಷದೊಂದಿಗೆ ಪೂರ್ತಿಯಾಗಿ ಸಂಬಂಧ ಕಡಿದು ಹೋಯ್ತು. ಕಾದಂಬರಿ ಬೇರೆ ಫ್ಲ್ಯಾಟ್ ಹಿಡ್ದು ಹೋದ್ಲು. ಇನ್ನು ಮುಂಬಯಿ ಕಡೆ ಹೋಗೋ ಅಗತ್ಯವೇ ಇಲ್ಲ" ಸ್ಪಷ್ಟವಾಗಿ ಹೇಳಿದಳು ಕವನ. ಅವಳಿಗೆ ಇದರಿಂದ ನೋವಾದಂತೆ ಕಾಣಲಿಲ್ಲ. ಅಪೇಕ್ಷಗೆ ಗಲಿಬಿಲಿ.

ಮುಂದಿನ ಗೆಸ್ಟ್‌ರೂಮಿಗೆ ಹೋದ ಅಪೇಕ್ಷ ಕುಸಿದಂತೆ ಕೂತಳು. ಸಂಬಂಧಗಳು ಇಷ್ಟು ಸುಲಭವಾಗಿ ಕಡಿದು ಹೋಗಬಲ್ಲದೇ? ಹಣ ಎಲ್ಲಾ ಸಂಬಂಧಗಳಿಗೂ ಮೀರಿದ್ದಾ?

ಹತ್ತು ನಿಮಿಷದ ಮೇಲೆ ಬಂದ ಕವನ ಅವಳ ಎದುರಿಗೆ ಕೂತು "ಇದೇನು, ನೀನು ಇಷ್ಟೊಂದು ಅಪ್‌ಸೆಟ್ ಆದೇ? ನಮ್ಮ ಮತ್ತು ಮಮ್ಮಿ ಡ್ಯಾಡಿಯ ಸಂಬಂಧ ಅಷ್ಟೊಂದು ಥಿಕ್ ಆಗಿರಲಿಲ್ಲ. ಈಗ ಅನಿಸುತ್ತೆ. ಅವರಿಬ್ಬರ ಸಂಬಂಧ ಕೂಡ ಅಂಥ ಆಳವಾದುದ್ದೇನಲ್ಲಂತ. ಮೊದಲ ಸಲ ಅವರಿಬ್ಬರು ಕಿತ್ತಾಡಿದನ್ನು ನಾವಿಬ್ರೂ ನೋಡಿದ್ದಿ. ಮಮ್ಮಿ ಹಣದ ವಿಷಯಕ್ಕಾಗಿ ಡ್ಯಾಡಿಗೆ ಚಟೀರೆಂದು ಬಾರಿಸಿದರು. ಡ್ಯಾಡಿ ಅಷ್ಟು ದೂರಕ್ಕೆ ತಳ್ಳಿ, ನಾಲ್ಕು ಬಾರಿಸಿದರು. ನಾವಿಬ್ರೂ ಬಿಡ್ಸಿ ಬೇರೆ ಮಾಡಬೇಕಾಯ್ತು. ಇದೊಂದು ಫೆಂಟಾಸ್ಟಿಕ್ ದೃಶ್ಯ. ಅವರಿಬ್ಬರು ಒಂದೇ ಫ್ಲ್ಯಾಟ್‌ನಲ್ಲಿ ವಾಸಿಸೋಕೆ ಅವರದೇ ಆದ ಕಾರಣಗಳು ಇರಬಹುದಷ್ಟೆ." ಇಂಥದೊಂದು ಚಿತ್ರ ಬಿಡಿಸಿಟ್ಟಾಗ ಅವಾಕ್ಕಾದಳು. ಇದು ಹೇಗೆ ಸಾಧ್ಯ? ಪ್ರೀತಿ ವಿಶ್ವಮಯ ಅಂತಾರೆ, ಆದರೆ ಇಲ್ಲಿ ಪ್ರೀತಿಯೇ ಇಲ್ಲವಲ್ಲ, ಅಪೇಕ್ಷ ಹಣೆಯೊತ್ತಿಕೊಂಡಳು.

"ಆ ವಿಷ್ಯ ಬಿಡು, ಆರತಿಯವ್ರ ಮದ್ವೆ ವಿಷ್ಯ ಏನಾಯ್ತು?" ವಿಚಾರಿಸಿದಳು. ಅವಳು ತಲೆಕೊಡವಿಕೊಂಡು ಬಲವಂತದ ನಗೆ ಬೀರಿ "ಜಾತ್ಕಾನ್ಕೂಲವಿದೇಂತ ತಿಳಿದು, ಸಾಂಪ್ರದಾಯಿಕವಾಗಿ ಹೆಣ್ಣು ನೋಡೋ ಶಾಸ್ತ್ರ. ಆಮೇಲೆ ಮಾತುಕತೆ, ಅವೆರಡರ ನಂತರವೇ ವಿವಾಹದ ದಿನದ ನಿಶ್ಚಯ. ಇಷ್ಟು ಒಂದಾದ ಮೇಲೊಂದು

ನಡಿಯಬೇಕು" ಎಂದಳು. ಅಷ್ಟು ನಡೆಯಬೇಕಾಗಿದ್ದಕ್ಕೆ ತಯಾರಿ ಎಷ್ಟು? ಶ್ರಮ, ತೊಂದರೆ, ಪರದಾಟ.... ಕ್ಷಣ ಮೈಯಲ್ಲಿ ಶಕ್ತಿ ಇಲ್ಲವೆನಿಸಿತು ಅಪೇಕ್ಷಾಗೆ.

"ಪ್ಲೀಸ್ ಅಪೇಕ್ಷ, ಈ ಎಲ್ಲಾ ಕಾರ್ಯಕ್ರಮಗಳಲ್ಲಿ ನಾನು ಭಾಗವಹಿಸಬೇಕು. ನಿಮ್ಮ ಮನೆ, ಜನ.... ನನಗಂತು ಹೊಸ ಅನುಭವ. ಅದ್ನ ಕಳೆದುಕೊಳ್ಳೋಕೆ ನಂಗಿಷ್ಟವಿಲ್ಲ. ಇದು ನನ್ನ ಹಂಬಲ್ ರಿಕ್ವೆಸ್ಟ್ ಅಂತ ತಿಳ್ಕೋ" ಕೇಳಿಕೊಂಡಳು.

"ಓಕೆ. ನೀನು ಇಷ್ಟಪಟ್ಟರೆ ನಾನು ಬೇಡಾನ್ನಲ್ಲ. ನಮ್ಮ ಮನೆಯ ಎಲ್ಲರಿಗೂ ಇಷ್ಟವಾಗುತ್ತೆ. ನೀನು ರಜ ಹೇಗೆ ಹೊಂದಿಸ್ಕೋತಿಯೋ, ನಂಗೆ ಗೊತ್ತಿಲ್ಲ" ಅಲ್ಲಿಗೆ ಆ ಪ್ರಸ್ತಾಪಬಿಟ್ಟು ಮಳೆ ನೋಡಲು ಹೊರಗೆ ಬಂದಳು. ಆ ವೇಳೆಗೆ ಮಂಜು "ಅಮ್ಮ ನಿಮ್ಗೆ ಫೋನಿದೆ. ಯಾರೋ ನಿಮ್ಮ ಊರಿನ ಸಂಬಂಧಿ ಜಗದೀಶ್ ಅಂತೆ" ಹೇಳಿ ಹೋದ.

"ಹಲೋ...." ಅಂದಾಗ "ಹಾಯ್, ನಾನು ಜಗದೀಶ... ಸರ್ವೇಶ.... ಮಲ್ಲೇಶ.... ಗೌರೀಶ... ನೂರಾರು ಹೆಸರು? ಹೇಗಿದ್ದಿ? ನಿಮ್ಮಪ್ಪ, ನಮ್ಮಪ್ಪ ಕೂತು ಒಂದು ಹಂತದ ಮಾತುಕತೆ ನಡೆದಿದ್ದೆ. ಅಂಥ ದೊಡ್ಡ ಡಿಫರೆನ್ಸ್ ಏನಿಲ್ಲ. ನಾಳಿದ್ದು ಹುಡ್ಗಿ ತೋರ್ಸೋ ಶಾಸ್ತ್ರ ಇದೆ. ನೀನು ಬಂದರೇ ಒಳ್ಳೇದು. ನಾನಂತು ಪ್ಯಾಂಟ್ ಹಾಕ್ಕೊಳ್ಳೋದೂಂತ ಮಾಡಿದ್ದೀನಿ" ನಕ್ಕ.

"ಒಳ್ಳೇದು, ನಾನು ಹಗಲೆಲ್ಲ ಬರೋದು ಕಷ್ಟ. ರಜ ಸಿಕ್ಕೋಲ್ಲ. ಲೋನ್ ಕೇಳಬೇಕೂಂತ ಇರೋದ್ರಿಂದ ರಜ ಹಾಕೋಕ್ಕಾಗೋಲ್ಲ. ಅದೆಲ್ಲ ಮುಗೀಲಿ. ನಿಶ್ಚಿತಾರ್ಥದ ಶಾಸ್ತ್ರಕ್ಕೆ ಬರ್ತೀನಿ. ನಿನ್ಕಡೆಯಿಂದ ಪಾಸಿಟಿವ್ ಓಪಿನಿಯನ್, ನಾನು ಆರತಿಯಕ್ಕನ್ನ ಮಾತಾಡಿಸ್ತೀನಿ. ಏನೋ ಇದೊಂದು ಸಂಬಂಧ ಕೂಡಿ ಬಂದರೆ, ನಮ್ಮ ಮನೆ ದೇವರಿಗೆ ನೂರೊಂದು ತೆಂಗಿನಕಾಯಿ ಒಡಿಸ್ತೀನಿ. ಸಾರಿ, ಅಮ್ಮ.... ನಾನು ವಿಶ್ವಣ್ಣ ಸಲುವಾಗಿ ಜ್ಞಾಪ್ಕ ಬಂದ ದೇವರಿಗೆಲ್ಲ ಹರಕೆ ಮಾಡಿಕೊಂಡಿದ್ವಿ. ಯಾವ ದೇವರು ನೆರವಿಗೆ ಬರ್ಲಿಲ್ಲ. ಬಿಡು ಆ ವಿಷ್ಯ. ಮತ್ತೇನು? ಅಪ್ಪಯ್ಯನಿಗೂ ತುಂಬಾ ಕೊಟ್ಟು ಮಾಡಬೇಕನ್ನೋ ಇರಾದೆ ಇದ್ದರೂ ಸಾಧ್ಯವಿಲ್ಲ. ಸ್ವಲ್ಪ ಅದ್ನ ನೀವುಗಳು ಅರ್ಥ ಮಾಡ್ಕೋಬೇಕು" ಅವಳ ದನಿ ಸಣ್ಣದಾಯಿತು.

"ಅಯ್ಯೋ ಹುಡ್ಗೀ ಒಪ್ಪಿ ಮದ್ವೇಂತ ಒಂದಾದರೇ ಸಾಕೂಂತ ಅನ್ನಿಸಿಬಿಟ್ಟಿದೆ. ಎಲ್ಲಿ ಒಂಟಿ ಮರವಾಗಿ ಉಳ್ದುಬಿಡ್ತೀನೋಂತ ಭಯವಾಗಿ ಬಿಟ್ಟಿತ್ತು. ಈಗ ಸ್ವಲ್ಪ ರಿಲ್ಯಾಕ್ಸ್. ನಮ್ಮಮನೆಯವರು ಸ್ವಲ್ಪ ಮೆತ್ತಗಾಗಿದ್ದಾರೆ. ಗಂಡ್ನೋರು ಅನ್ನೋ ಧಿಮಾಕ್ ಇರೋಲ್ಲ, ಯಾವ್ದೇ ದೊಡ್ಡ ರೀತಿಯ ಡಿಮ್ಯಾಂಡ್ಸ್ ಕೂಡ ಇರೋಲ್ಲ. ಆ ಬಗ್ಗೆ ನಿಂಗೆ ಭಯ ಅಗತ್ಯವಿಲ್ಲ. ಬಂದಿದ್ದರೇ ಚೆನ್ನಾಗಿತ್ತು" "ಸಾರಿ...." ಅಷ್ಟೇ ಅಂದಿದ್ದು.

ಅರ್ಥಂಬರ್ಥ ಕೇಳಿಸಿಕೊಂಡ ಕವನ ಏನು ಅನ್ನುವಂತೆ ಮುಖ ನೋಡಿದಾಗ, ವಿಷಯ ತಿಳಿಸಿ "ನಾಳಿದ್ದು ಹುಡ್ಗೀ ತೋರ್ಸೋ ಶಾಸ್ತ್ರ ಇದೆಯಂತೆ, ನನ್ನ ಬಾ ಅಂದ್ರು. ಸದ್ಯಕ್ಕೆ ಆಗೋಲ್ಲಾಂದೇ" ಅಷ್ಟು ಹೇಳಿದಳು.

"ನಾನು ಹೋಗ್ಬರ್ಲಾ? ನಂಗೆ ರಜ ಸಿಕ್ಕುತ್ತೆ. ನಂಗೆ ಇಂಥ ಆಹ್ವಾನಗಳೇ ಬರೋಲ್ಲ. ಇದೆಲ್ಲ ಹೊಸ್ದು. ಭಾಗವಹಿಸೋಕೆ ಇಷ್ಟ. ಅವರುಗಳು ಏನಾದ್ರೂ ತಿಳ್ಕೋತಾರಾ?"

ಅವಳ ಕೇಳಿಕೆಗೆ ವಿಸ್ಮಿತ್ರಳಾದಳು. ಅಪೇಕ್ಷಗೆ ಏನು ಹೇಳಬೇಕೋ ಗೊತ್ತಾಗಲಿಲ್ಲ. "ನನ್ನನೇನು ಕರ್ಯೋದು ಬೇಡ. ನಾನಾಗಿಯೇ ಹೋಗ್ತೀನಿ" ಮತ್ತದೇ ಬೇಡಿಕೆ. "ಖಂಡಿತ ಹೋಗು. ಅವ್ರುಗಳಿಗೂ ತುಂಬಾ ಸಂತೋಷವಾಗುತ್ತೆ. ಫೋನ್ ಮಾಡಿ ವಿಷ್ಯ ತಿಳಿಸ್ತೀನಿ" ಅಂದಾಗ ಅವಳಿಗೆ ಕುಣಿದಾಡುವಷ್ಟು ಸಂತೋಷವಾಯಿತು "ನಾನು ನಾಳೆನೇ ಹೊರಡ್ತೀನಿ" ಕುಣಿಯುತ್ತ ಹೋದಳು.

ಅಪೇಕ್ಷಗೆ ಇನ್ನೂ ಅನುಮಾನ. ಆದರೆ ಕವನ ಹೊರಟಿದ್ದಂತು ನಿಜ. ತಾನೇ ಅವಳನ್ನು ಬಸ್ಸು ಹತ್ತಿಸಿ ಫೋನ್ ಮಾಡಿ ಮನೆಗೆ ವಿಷಯ ತಿಳಿಸಿದಳು.

"ಕವನ ಮುಂಬಯಿ ವಾಸಿ. ನೆಂಟರಿಷ್ಟರ ಮಧ್ಯ ಬೆಳೆದ ಹುಡ್ಗಿಯಲ್ಲ. ಸಂಪ್ರದಾಯದ ಸಮಾರಂಭದ ಬಗ್ಗೆ ಅವಳಿಗೇನು ಗೊತ್ತಿಲ್ಲ. ಇಷ್ಟಪಟ್ಟು ಹೊರಟಿದ್ದಾಳೆ. ಅರುಣ, ಅದಿತಿ ಅವಳ ಜೊತೆಗಿದ್ದು ಬೇಜಾರಾಗದಂತೆ ನೋಡಿಕೊಳ್ಳಲಿ".

ಅರುಣ, ಅದಿತಿಯೇನು ಶೇಷಪ್ಪಯ್ಯ ಕೂಡ ಬಸ್ಸಿನ ಬಳಿಗೆ ಬಂದಿದ್ದು ಕರೆದುಕೊಂಡು ಹೋದರು. ಮಗಳು ಬರಲಿಲ್ಲ, ಕವನ ಬಂದಿದ್ದು ಸಂತೋಷವನ್ನು ತಂದಿತು.

"ಬಾಮ್ಮ...." ಇಬ್ಬರು ಅ[illegible]ಂದಿರು ಸ್ವಾಗತಿಸಿದರು.

ಆರತಿಗೆ ಒಂದು ತರಹ ಸಂಕೋಚ, ಜೊತೆಗೆ ತಂಗಿ ಬರದ್ದು ಬೇಸರವೇ.

"ನೀನು ಬಂದಿದ್ದು ತುಂಬ ಸಂತೋಷ" ಹೇಳಿದಳು ಮೆಲ್ಲಗೆ.

"ನಿಂಗೆ ಸಂತೋಷವೋ, ಇಲ್ಲವೋ... ನಂಗೆ ಗೊತ್ತಿಲ್ಲ. ನಂಗಂತು ತುಂಬ ಸಂತೋಷ. ನಿಂಗೆ ನಾನೇ ಅಲಂಕಾರ ಮಾಡ್ತೀನಿ. ನಾನು ಈ ಸಂಪ್ರದಾಯನ ಸಿನಿಮಾಗಳಲ್ಲಿ ನೋಡಿದ್ದೇ ವಿನಹ ಎಲ್ಲು ಭಾಗವಹಿಸಿದ್ದಿಲ್ಲ. ನಮ್ಗೂ ಇಂಥದೆಲ್ಲ ನಡ್ಯೋ ಹಂಗಿಲ್ಲ. ನನ್ನ ಮಮ್ಮಿ, ಡ್ಯಾಡಿ ಪೂರ್ತಿ ಸಂಬಂಧಾನೆ ಹರ್ದುಕೊಂಡುಬಿಟ್ಟಿದ್ದಾರೆ" ಫ್ರಾಂಕಾಗಿ ಹೇಳಿದಾಗ ಅವಳಿಗೇನು ಅರ್ಥವಾಗಲಿಲ್ಲ. ಕವನ ನಡವಳಿಕೆ ವಿಚಿತ್ರವೆನಿಸಿತು ಆರತಿಗೆ.

ಮನೆಯ ಅಚ್ಚುಕಟ್ಟುಗೆ ಅವಳು ಕೈ ಹಾಕಿದಳು. ವಿಶ್ವನ ರೂಮನ್ನ ಅವಳು, ಅದಿತಿ ಸೇರಿ ಅಚ್ಚುಕಟ್ಟು ಮಾಡಿದರು. ತಾನೇ ಕಟ್ಟಿದ ಹೂವನ್ನು ಹಾರ ಮಾಡಿ ಅಲಂಕರಿಸಿ 'ಹಲೋ ಹ್ಯಾಂಡ್‌ಸಮ್, ಯು ಆರ್ ಜೀನಿಯಸ್' ಇಂಥದೊಂದು ಡೈಲಾಗೊಡೆದಿದ್ದು ಶ್ರದ್ಧೆಯಿಂದಲೇ.

ಬೆಳಗಿನ ಹತ್ತರ ಸಮಯಕ್ಕೆ ಅಂಗಡಿ ಫಣೀಂದ್ರರ ಮನೆಯಿಂದ ಒಂದತ್ತು ಜನ ಬಂದರು, ಗಂಡನ್ನ ಸೇರಿಸಿಕೊಂಡು. ಸದಾ ಪಂಚೆಯಲ್ಲಿ ಓಡಾಡುವ ಜಗದೀಶ ಇಂದು

ನೇವಿಬ್ಲೂ ಬಣ್ಣದ ಪ್ಯಾಂಟ್ ಹಾಕಿಕೊಂಡು ದಪ್ಪ ಚೌಕಳಿ ತೆಳು ನೀಲಿಯ ಉದ್ದ ತೋಳಿನ ಷರಟು ಹಾಕಿಕೊಂಡಿದ್ದ. ಅವನ ಬಣ್ಣ, ನಿಲುವಿಗೆ ಒಪ್ಪುವಂತಿದ್ದ, ತುಂಬ ಆಕರ್ಷಕವಾಗಿ ಕಾಣುತ್ತಿದ್ದ. ತಿಂಡಿ-ಕಾಫಿಯ ಸರಬರಾಜುವಿನ ನಂತರ ಹೆಣ್ಣನ್ನು ತೋರಿಸುವ ಶಾಸ್ತ್ರ. ರೇಶಿಮೆ ಸೀರೆಯುಟ್ಟು ತಲೆ ತುಂಬ ಹೂಮುಡಿದ ಆರತಿ ಬಂದು ಹಿರಿಯರಿಗೆ ನಮಸ್ಕರಿಸಿ ಹಾಸಿದ್ದ ಜಮಖಾನೆಯ ಮೇಲೆ ಕೂತಳು, ತಲೆ ಬಗ್ಗಿಸಿ,

ಕವನಾಗೆ ಇದೆಲ್ಲ ತುಂಬ ಚೆಂದ ಕಂಡಿತು. ಹಿರಿಯರ ಬಲವಂತಕ್ಕೆ ಒಂದು ಪುರಂದರದಾಸರ ದೇವರನಾಮ.

ಮತ್ತು ಜಗದೀಶನ ಬಲವಂತಕ್ಕೆ ಕೆ.ಎಸ್. ನರಸಿಂಹ ಸ್ವಾಮಿಯವರ 'ರಾಯರು.... ಬಂದರು.... ಮಾವನ ಮನೆಗೆ ರಾತ್ರಿಯಾಗಿತ್ತು' ನಾಚಿ.... ನಾಚಿ.... ಆರತಿ ಹಾಡಿದ್ದರಿಂದ ವಾತಾವರಣಕ್ಕೊಂದು ಸೊಬಗು ಬಂತು. ಅಂತು ಈ ಕಾರ್ಯಕ್ರಮ ಸಾಂಗವಾಗಿ ನೆರವೇರಿತು. ಹಿರಿಯರು ಒಂದಿಷ್ಟು ಮಾತಾಡಿಕೊಂಡರು. ಅಂದು ಅಲ್ಲಿಯೇ ಉಳಿದುಕೊಂಡು ಕವನಾ ಹೊರಟಾಗ ಒಂದಿಷ್ಟು ತಿಂಡಿಯ ಜೊತೆ, ಹಣ್ಣು, ತರಕಾರಿಯೆಲ್ಲಾ ಕೊಡುವುದರ ಜೊತೆಗೆ ಶೇಷಪ್ಪಯ್ಯ ಸ್ವತಃ ಬಂದು ಬಸ್ಸು ಹತ್ತಿಸಿದರು. ಎಂತಹುದೋ ಸಂತೋಷ, ಮನೆಯ ಹುಡುಗಿಯಂತೆ ನಡೆದುಕೊಂಡ ಕವನಾಳ ಬಗ್ಗೆ. ಆಗ ಪದೇ... ಪದೇ ಸುಕನ್ಯ ನೆನಪಾದದ್ದುಂಟು. ಗಂಡ ಸತ್ತ ಕೂಡಲೇ ಇಡೀ ಮನೆಯವರ ಸಂಬಂಧ ಕಳೆದುಕೊಂಡ ಅವಳ ಬಗ್ಗೆ ನೆನಪು ಕಹಿಯೆ.

ರಾತ್ರಿನೇ ಕವನಾಗೆ ಅಪೇಕ್ಷಗೆ ಸಿಕ್ಕಿದ್ದು. ಮೃಣಾಲಿನಿಯವರ ಮುಂದೆ ಮಾತ್ರವಲ್ಲ, ಮಂಜು, ಪೂವಯ್ಯನಿಗೂ ಹೇಳಿ ಮುಗಿಸಿದ್ದಳು. ಇಷ್ಟು ವರ್ಷ ಸಿಗದ ಜೀವನ ಪ್ರೀತಿಯ ಅನುಭೂತಿ ಅವಳಿಗೆ ಸಿಕ್ಕಿತ್ತು.

"ತುಂಬ ಚೆನ್ನಾಗಿತ್ತು. ನಂಗಂತು ಎಲ್ಲಾ ಇಷ್ಟವಾಯ್ತು. ಎಲ್ಲರು ಇಷ್ಟವಾದರು." ನಡೆದದ್ದನ್ನೆಲ್ಲ ಒತ್ತಿ ಒತ್ತಿ ವಿವರಿಸಿ "ಮಧ್ಯೆ-ಮಧ್ಯೆ ವಿಶ್ವನ ಬಗ್ಗೆಯೇ ಮಾತುಗಳು. ಎಷ್ಟೊಂದು ಒಳ್ಳೆಯ ನೆನಪು ಉಳಿಸಿ ಹೋಗಿದ್ದಾನೆ. ಬಹುಶಃ ನನ್ನ ಮಮ್ಮಿನೋ, ಡ್ಯಾಡಿನೋ ಸತ್ತರೂಂತ ಇಟ್ಕೋ. ನನ್ನ ನೆನಪಲ್ಲಿ ಎಷ್ಟು ದಿನ ಉಳಿತಾರೋ, ಗೊತ್ತಿಲ್ಲ. ಎಷ್ಟು ಕೆದಕಿದರು ಒಳ್ಳೆ ನೆನಪುಗಳೇನು ಇರೋಲ್ಲ. ಆದರೆ ನಿಜವಾಗಿ ವಿಶ್ವ ಸತ್ತಿಲ್ಲ ಬಿಡು" ದಾರ್ಶನಿಕಳಂತೆ ನುಡಿದಳು.

ಅಪೇಕ್ಷ ಕಣ್ಣರಳಿಸಿ ನೋಡಿದಳು.

ಮೂರನೆ ದಿನ ಇವಳು ಫೋನ್ ಮಾಡಿದಾಗ "ಅವರೇನು ಬಾಯ್ಬಿಟ್ಟು ಕೇಳಲಿಲ್ಲ. ನಾವಾದ್ರೂ ತಿಳ್ಕೊಂಡ್ ಅಷ್ಟಿಷ್ಟು ಕೊಡದಿದ್ದರೆ ಸಮನಿಲ್ಲ. ಎಷ್ಟು ಕೂಡಿ ಕಳೆದರೂ ಮನೆ ಮುಂದಿನ ಮದ್ವೆಯೆಂದರೂ ಒಂದೂವರೆ ಲಕ್ಷ ಬೇಕು. ಆರತಿ ಕಿವಿಯಲ್ಲಿನ ಓಲೆ ಅನ್ನೋ ಚಿನ್ನ ಬಿಟ್ಟರೆ ಮತ್ತೇನಿಲ್ಲ. ಇನ್ನು ನಿನ್ನ ಅಮ್ಮಂದಿರ ಮೈಮೇಲಿನ ಚಿನ್ನ ಮಾರಿ ಡಾಕ್ಟರಿಗೆ ಕೊಟ್ಟೆ. ಈಗೇನು ಮಾಡೋದು... ಒಂದೂ ತೋಚದಾಗಿದೆ. ಯಾರನ್ನ ಸಾಲ ಕೇಳೋದು? ಕೇಳಿದರೇ ಕೊಡ್ತಾರೆ ಅನ್ನೋ ಗ್ಯಾರಂಟಿಯೇನು? ಅಡಿಕೆ ಮಂಡಿಯ ಸಾಹುಕಾರರನ್ನ ಒಂದು ಐವತ್ತು ಸಾವಿರ

ಕೇಳಿದರೆ ಕೊಟ್ಟಾರು. ತಿಂಗಳು... ತಿಂಗಳು ಸಂಬಳದಲ್ಲಿ ಮುರ್ಕೋತಾರೆ. ಮನೆಯ ಖರ್ಚಿಗೆ ತೊಂದರೆ ಆಗುತ್ತೆ. ನಾವು ಸುಕನ್ಯಗೆ ಮಾಡ್ಸಿಕೊಟ್ಟ ಒಡ್ವೆನಾ ಕೇಳಬಹುದೇನೋ? ಅಕಸ್ಮಾತ್ ಕೇಳಿದರೆ.... ಕೊಟ್ಟಾರ?" ಅಂದರು.

"ಬೇಡ ಅಪ್ಪಯ್ಯ, ಅವಳು ವಿಶ್ವಣ್ಣನ ಹೆಂಡ್ತಿನೇ ತಾನೇ? ಎಂಟು ವರ್ಷ ನಮ್ಮನೆಯಲ್ಲಿ ಇದ್ಲು. ತೊಡೆದುಕೊಳ್ಳುವಂಥ ಸಂಬಂಧವೇನು ಅಲ್ಲ. ನೋಡೋಣ. ಒಂದು ದಿನ ಬರ್ತೀನಿ" ಫೋನಿಟ್ಟಳು.

ಶೇಷಪ್ಪಯ್ಯ ಮಾತಾಡುತ್ತಿದ್ದುದ್ದನ್ನು ಕೇಳಿಸಿಕೊಂಡಿದ್ದ ಪಾರ್ವತಮ್ಮ ತಮ್ಮ ಟ್ರಂಕ್‌ನಲ್ಲಿದ್ದ ಅಷ್ಟಿಷ್ಟು ಚಿನ್ನನ ಹಿಡಿದು ಬಂದರು. "ಸರ ಸವೆದಿದೆ. ಆರತಿ ಚೈನ್ ಕೂಡ ಸವೆದಿದೆ. ಎರಡು ಸೇರಿ ಸರ ಮಾಡ್ಸಿಂತ ಅಪೇಕ್ಷ ಕೊಟ್ಟುಹೋದಳು. ಒಂದ್ಕೊತೆ ಬಳೆ ಮಾಡ್ಸಿ ಹಾಕೋಣ" ಹೇಳಿದರು. ಅಪೇಕ್ಷ ಬಗ್ಗೆ ಅಭಿಮಾನವೆನಿಸಿತು. ಬೆಂಗಳೂರಿಗೆ ಕೆಲಸಕ್ಕೆ ಕಳಿಸುವಾಗ ಚಿತ್ರಹಿಂಸೆ ಅನುಭವಿಸಿದ್ದರು. ಆದರೆ ಬೇರೆ ದಾರಿ ಇರಲಿಲ್ಲ.

"ನೋಡೋಣ, ಗಿರಿಜ ಊರಿನ ಕಡೆಯವ್ರು ಬಂದಿದ್ದರಲ್ಲ, ಸಚ್ಚಿದಾನಂದನ ಸುಳಿವೇನಾದ್ರೂ ಸಿಕ್ಕಿತಂತಾ?" ವಿಚಾರಿಸಿದರು. ಪಾರ್ವತಮ್ಮ ಮುಖ ಸಣ್ಣಗೆ ಮಾಡಿಕೊಂಡು "ಇಲ್ಲಾಂತ ಕಾಣುತ್ತೆ, ಆಗಾಗ ಅಕ್ಕ ನೆನೆಸಿಕೊಂಡು ಅಳ್ತಾರೆ. ಒಂದಲ್ಲ ಒಂದು ದಿನ ಬರ್ತಾಗೆ. ನಮ್ಮ ಆರತಿ ಮದ್ವೆ ಹೊತ್ಗೇ ಬಂದರೆ ಚೆಂದ" ಹೇಳಿಹೋದರು.

ಕೂತ ಶೇಷಪ್ಪಯ್ಯನ ಉಯ್ಯಾಲೆ ತೂಗುತ್ತಿತ್ತು. ಅಪರೂಪದ ಗಂಡು ಮಗ ವಿಶ್ವ ಬಂದು ತೊಡೆಯೇರಿದರೆ ೯ರ್ಗ ಅವರ ಪಾಲಿಗೆ ಧರೆಗಿಳಿಯುತ್ತಿತ್ತು. ಮುದ್ದಾಡುತ್ತಿದ್ದರು. ಆ ಕ್ಷಣಗಳು ಎಲ್ಲಿ ಹೋಯಿತು? ಎಲ್ಲಿ ಹೋದ ವಿಶ್ವ? ಸಾವು ಇಷ್ಟೊಂದು ದುರ್ಭರವೇ?

"ಮಂಡಿ ಸಾಹುಕಾರರು ಹೇಳಿ ಕಳ್ಸಿದ್ದಾರೆ" ಅರುಣ ಬಂದು ಹೇಳಿ ಎಚ್ಚರಿಸಿದ. ಹೊರಗೆ ಬಂದಾಗ ಅವರ ಮನೆಯ ಆಳು ನಿಂತಿದ್ದವ "ನಿಮ್ಮನ್ನ ಕರ್ಕಂಡ್ ಬರೋಕೆ ಹೇಳಿದ್ದಾರೆ, ಅಮ್ಮಾವ್ರು. ಜಮೀನಿನ ಕೇಸು ಎದುರು ಪಾರ್ಟಿಯ ಕಡೆಗೆ ಆಯಿತಂತೆ. ಯಜಮಾನ್ರು ಗೋಳೋಂತ ಅಳೋಕೆ ಷುರು ಮಾಡಿದ್ದಾರೆ. ಏನು ಮಾಡೋಕ್ಕಾಗುತ್ತೆ? ಈಗೇನು ಕಡ್ಮೇ ಆಸ್ತಿ ಇದ್ಯಾ? ಯಾಕೆ ಇಷ್ಟೊಂದು ವ್ಯಾಮೋಹ?" ಅವನ ಅಭಿಪ್ರಾಯ ಕೂಡ ಸೇರಿಸಿದ. ಕೋಣೆಯಲ್ಲಿ ಕೂತು ಹೂ ಕಟ್ಟುತ್ತ ಹಾಡುತ್ತಿದ್ದ ಆರತಿಯ ದನಿ ಕೇಳಿಸಿತು. 'ಮುನ್ನ ಶತಕೋಟಿ ರಾಯರುಗಳಾಳಿದಾ ನೆಲವ ತನ್ನದೆಂದೆನ್ನುತ್ತ ಶಾಸನವ ಬರೆಸಿ, ಬಿನ್ನಣದ ಮನೆ ಕಟ್ಟಿ, ಕೋಟೆ ಕೊತ್ತಲವಿಕ್ಕಿ ಚೆನ್ನಿಗನು ಅಸುವಳಿಯೆ ಹೊರಗೆ ಹಾಕುವರೋ,' ಪುರಂದರದಾಸರ ಈ ಪದ ಮಾನವಕುಲಕ್ಕೆ ಎಚ್ಚರಿಕೆಯ ಗಂಟೆಯಾಗಿತ್ತು. ಆದರೆ ಮೋಹವಳಿಯದು, ಭ್ರಮೆ ಬಿಡದು.

ಅಡಿಕೆ ಮಂಡಿಯ ಸಾಹುಕಾರರ ಆಸ್ತಿ ಶೇಷಪ್ಪಯ್ಯನ ಲೇಕಕ್ಕೆ ಸಿಗುವಂಥದಲ್ಲ. ಬಡತನ ಕಂಡರಿಯದ ಕುಟುಂಬ. ಆದರೆ ಹಾಗೆಂದು ಧಾರಾಳಿಯಲ್ಲ.

"ಬರ್ತೀನಿ".... ಮೆಟ್ಟಲುಗಳನ್ನು ಇಳಿದು ಹೆಜ್ಜೆ ಹಾಕತೊಡಗಿದಾಗ ಎದುರಾದದ್ದು ಜಗದೀಶ. ಬಲ್ಲವರೇ, ಆದರೆ ಹೆಚ್ಚಿನ ಮಾತುಕತೆ ಅಂಥದಿರಲಿಲ್ಲ "ಆರತಿ ಹತ್ರ ಮಾತಾಡಬೇಕಿತ್ತು. ಸಂಸಾರದಲ್ಲಿ ಸಾಮರಸ್ಯ ಮುಖ್ಯ. ನಾಳೆ ಯಾವುದೋ ಒತ್ತಡಕ್ಕೆ ಮಣಿದು ಎಡವಟ್ಟಾಗಬಾರದು" ಎಂದ ಸಂಕೋಚವಿಲ್ಲದೆ. ಅದು ಅವರಿಗೆ ಸರಿಯೆನ್ನಿಸ್ತು ಕೂಡ. "ಖಂಡಿತ ಮಾತಾಡು. ನಮ್ಗಿಂತ ನೀನು ಮಾತಾಡೋದೇ ಒಳ್ಳೇದು. ನಂಗೆ ಸ್ವಲ್ಪ ಸಾಹುಕಾರರ ಮನೆ ಕಡೆ ಹೋಗೋದಿದೆ. ಏನು ತಿಳ್ಕೊಳ್ಳೋದು ಬೇಡ" ಅಂದರು ಸಂಕೋಚದಿಂದ.

"ಖಂಡಿತ ಹೋಗ್ಬನ್ನಿ. ನಾನು ಮಾತಾಡೋಕೆ ಬಂದಿರೋದು ಆರತಿ ಹತ್ರ. ನಿಮ್ಮ ಇರುವೇನು ಅಗತ್ಯವಿಲ್ಲ" ಎಂದ. ಅವರು ಸುಸ್ತಾದರು. ಈಗಿನ ಹುಡುಗರೇ ಹೀಗೆ ಎಂದುಕೊಂಡು ಹೆಜ್ಜೆ ಹಾಕಿದರು ಶೇಷಪ್ಪಯ್ಯ.

ಒಂದು ಲೆಕ್ಕಾಚಾರಕ್ಕೆ ಸಂಬಂಧ ಕುದುರಿತ್ತು. ಹಣ, ಕಾಸು ಹೊಂದಿಸಿಕೊಳ್ಳಬೇಕಿತ್ತು. ತೋಟದ ಪತ್ರಗಳನ್ನು ಬ್ಯಾಂಕ್‌ನಲ್ಲಿ ಇಟ್ಟಿದ್ದರಿಂದ ಮನೆಯ ಮೇಲೆ ಮಾತ್ರ ಸಾಲ ತೆಗೆಯಬಹುದಿತ್ತು.

ಯೋಚನಾ ಧಾಟಿಯಲ್ಲಿ ಯಜಮಾನರ ಮನೆ ತಲುಪಿದ್ದೇ ಅವರಿಗೆ ಗೊತ್ತಾಗಲಿಲ್ಲ.

* * * *

ಮೃಣಾಲಿನಿಯವರ ತಮ್ಮ ಹತ್ತು ವರ್ಷದಿಂದ ಅಕ್ಕನಿಗೆ ಇಂಗ್ಲೆಂಡ್‌ಗೆ ಬರಬೇಕೆಂದು ಹೇಳುತ್ತಿದ್ದವ ಈ ಸಲ ಬರಲೇಬೇಕೆಂದು ಒತ್ತಡವೇರಿದ್ದ. ಹೋಗುವ ಮನಸ್ಸು ಕೂಡ ಇತ್ತು. ನಾಮಕಾವಸ್ಥೆ ನೇಮಕ ಮಾಡಿಕೊಂಡಿದ್ದ ಕ್ಲರ್ಕ್ ನಾಗೇಂದ್ರಪ್ಪನ ಕರೆದು ಈ ವಿಷಯ ಪ್ರಸ್ತಾಪಿಸಿದರು.

"ಇಂಗ್ಲೆಂಡ್‌ಗೆ ಹೋಗೋ ತೀರ್ಮಾನ ಮಾಡಿದ್ದೀನಿ. ಬರೋದು ಒಂದ್ಮೂರು ತಿಂಗ್ಳು ಆಗಬಹುದು. ಎಲ್ಲಾ ಜವಾಬ್ದಾರಿಯನ್ನು ನೀನೇ ವಹಿಸ್ಕೋಬೇಕು" ಅಂದಾಗ ಆ ಮನುಷ್ಯ ತಲೆ ಕೆರೆದುಕೊಂಡ.

"ಮೇಡಮ್ ಹೇಳಿದ್ದು ಮಾಡಿ ಅಭ್ಯಾಸವೇ ಹೊರ್ತು, ಜವಾಬ್ದಾರಿ ಅನ್ನೋದು ನಂಗೆ ಗೊತ್ತಿಲ್ಲ. ಈಗಿರೋ ಪೇಯಿಂಗ್ ಗೆಸ್ಟ್‌ಗಳು ಪರ್ವಾಗಿಲ್ಲ." ನುಣುಚಿಕೊಳ್ಳುವ ಮಾತಾಡಿದ.

"ಬರಬಹುದಾ?" ಅಂದುಕೊಂಡೇ ಬಂದ ಅಪೇಕ್ಷ "ಮೊದಲ ಆಹ್ವಾನ ಪತ್ರಿಕೆ ನಿಮಗೇನೇ. ನನ್ನಕ್ಕ ಆರತಿ ಮದ್ವೆ. ನೀವು ಬಂದು ಆಶೀರ್ವಾದ ಮಾಡ್ಬೇಕು." ಆಹ್ವಾನ ಪತ್ರಿಕೆ ಕೊಟ್ಟು ಅವರ ಎದುರು ಕೂತಳು. "ಅಮ್ಮ ಅಪ್ಪ ಎಲ್ಲಾ ಬಂದು ಕರೆಯಲೇಬೇಕೂಂತ ಇದ್ರು, ಸಾಧ್ಯವಾಗಲಿಲ್ಲ. ಎಲ್ಲರ ಪರವಾಗಿ ನಾನು ಆಹ್ವಾನಿಸುತ್ತಿದ್ದೀನಿ" ಪತ್ರಿಕೆ ತಗೊಂಡು ನಾಗೇಂದ್ರಪ್ಪನನ್ನು ಹೋಗುವಂತೆ ಸನ್ನೆ ಮಾಡಿದರು.

ನಿಧಾನವಾಗಿ ತೆಗೆದು ನೋಡಿದರು. ಸಂಪ್ರದಾಯತೆ, ಸರಳತೆ ಬೆರೆತ ಸಾಮಾನ್ಯ ಲಗ್ನಪತ್ರಿಕೆ. ಮುಚ್ಚಿ ಅಲ್ಲೇ ಇಟ್ಟು "ಇಂಗ್ಲೆಂಡ್‌ಗೆ ಹೋಗೋ ಉದ್ದೇಶ ಇತ್ತು" ಅಂದರು. ಆದರೂ ನಿರಂತರ ಪ್ರಯತ್ನಗಳಾಗಿದ್ದರು ವಿದೇಶದಲ್ಲಿದ್ದ ತಮ್ಮ ಅವನ ಮಕ್ಕಳನ್ನು ನೋಡುವ ಆತುರವೇನು ಆಕೆಗೆ ಇರಲಿಲ್ಲ. ಯಾಕೆ? ಒಂದು ಪ್ರಶ್ನೆಗೆ ಹತ್ತಾರು ಉತ್ತರಗಳು ಸಿಗಬಹುದು. ಅದರಲ್ಲಿ ಯಾವುದು ಸರಿಯೋ, ಅವರೇ ನಿಶ್ಚಯಿಸಲಾರರು.

"ಖಂಡಿತ ಕರ್ಕೊಂಡ್ ಬರ್ತೀನೀಂತ ಹೇಳಿದ್ದೆ. ನೀವು ಬಂದಿದ್ದರೇ, ತುಂಬ ಸಂತೋಷ ಇತ್ತು. ನಮ್ಗೆ ಸಿಟಿಯ ಕಡೆ ಬಂಧುಗಳೇ ಇಲ್ಲ. ಏಕೈಕ ವಿವಿಐಪಿ ನೀವಾಗಿ ಬಿಡ್ತಾ ಇದ್ರಿ" ಅವಳ ಸ್ವರದಲ್ಲಿ ಪ್ರಾಮಾಣಿಕ ಅಭಿಮಾನ ತುಂಬಿ ತುಳುಕಿತ್ತು.

ತಕ್ಷಣವೇ ತಮ್ಮ ಪ್ರೋಗ್ರಾಂನ ಮುಂದಕ್ಕೆ ಹಾಕಿ ಮದುವೆಗೆ ಹೋಗಲು ನಿಶ್ಚಯಿಸಿದರು.

"ಆಯ್ತು ಬರ್ತೀನಿ, ನಂಗೂ ಇಂಥ ಬದಲಾವಣೆಗಳು ಬೇಕು. ನೀನೆಂದು ಹೊರಡ್ತೀಯ?" ವಿಚಾರಿಸಿದರು. "ದೇವರ ಸಮಾರಾಧನೆಯ ಹಿಂದಿನ ದಿನ. ಹೆಚ್ಚಿನ ದಿನ ರಜ ಹಾಕೋಕ್ಕಾಗೋಲ್ಲ." ಆಕೆಗೆ ಅವಳ ಮಾತು ಸರಿಯೆನಿಸಿತು. "ಈಗೆಲ್ಲ ಮದ್ವೆ ಅಂದರೆ ಒಂದೆರಡು ಗಂಟೆ ಅಷ್ಟೆ. ಛತ್ರ, ಹೋಟೆಲ್, ಕಾನ್ಫರೆನ್ಸ್ ಹಾಲ್‌ಗಳು ಬುಕ್ ಆಗೋದು ಕೂಡ ಗಂಟೆ ಲೆಕ್ಕದಲ್ಲಿಯೇ. ಆಯ್ತು... ಬರ್ತೀನಿ" ಆಶ್ವಾಸನೆ ಕೊಟ್ಟರು.

ಸಂಜೆ ಬಂದ ಕವನ "ಅಪೇಕ್ಷ. ನಾನು ಮದ್ವೆಗೆ ಯಾರನ್ನಾದ್ರೂ ಆಹ್ವಾನಿಸಬಹುದಾ?" ಕೇಳಿದಾಗ ಅವಳಿಗೆ ವಿಸ್ಮಯ. ಆದರೂ "ಓ.ಕೆ. ಯಾರು ಬೇಡಾಂದ್ರು?" ಅಷ್ಟು ಅಂದಿದ್ದು ಸಾಕಿತ್ತು "ಒಂದೆರಡು ಇನ್ವಿಟೇಷನ್ ಕೊಡು" ಸಂಭ್ರಮದಿಂದ ಇಸುಕೊಂಡಳು. ಅಂತು ಅವಳು ಬರೋದಂತೂ ಗ್ಯಾರಂಟಿಯಾಗಿತ್ತು.

ಅರುಣ, ಅದಿತಿಗೆ ಮಾತ್ರ ಬಟ್ಟೆ ಖರೀದಿಸಿ ಪ್ಯಾಕ್ ಮಾಡಿಕೊಂಡಳು. "ಜವಳಿ ಇಲ್ಲೇ ತೆಗೆದಿದೆ" ಅಂದಿದ್ದಳು ಅವಳಮ್ಮ. ಇವಳು ಏನೂ ತಗೊಳ್ಳೋ ಪರಿಸ್ಥಿತಿ ಕೂಡ ಇರಲಿಲ್ಲ. ಮದುವೆಗೆ ಆರು ದಿನ ಉಳಿದಿತ್ತು. ಅಂದು ಕೆಲಸಕ್ಕೆ ಹೊರಡುವ ವೇಳೆಗೆ ಜಗದೀಶ ಬಂದ. "ಸಾರಿ ಮೇಡಮ್, ಬೆಂಗ್ಳೂರಿಗೆ ಬಂದಿದ್ದೆ. ಭಾವಿ ನಾದಿನಿನ ಭೇಟಿಯಾಗದೆ ಹೇಗೆ ಹಿಂದಿರುಗೋದು? ಅದಕ್ಕೆ ಬಂದೆ. ಏನು ತೊಂದರೆ ಇಲ್ವಲ್ಲ? ಅಡ್ರೆಸ್ ಹುಡುಕೋದೇನು ಕಷ್ಟವಾಗ್ಲಿಲ್ಲ. ನಿಮ್ಮ ಮೇಡಮ್ ಸಾಕಷ್ಟು ಪ್ರಸಿದ್ಧ." ಅಂದವನು ಬಾಯಿ ಮೇಲೆ ಕೈಯಿಟ್ಟಕೊಂಡು "ಸಾರಿ...." ಅಂದ. ಹೊರಗೆ ಕರೆದೊಯ್ದು ಮುಂದಿನ ಸಿಟ್ಟಿಂಗ್ ರೂಂನಲ್ಲಿ ಕೂಡಿಸಿ ಮೃಣಾಲಿನಿಯವರನ್ನು ಕರೆತಂದಳು.

ತಕ್ಷಣ ಎದ್ದು ನಿಂತು "ಇನ್ವಿಟೇಷನ್ ಕೊಡೋಕೆಂತಲೇ ಬಂದೆ. ತೊಂದರೆ ಆಯಿತೇನೋ?" ಸಂಕೋಚವಿಲ್ಲದೆ ಹೇಳಿದ. "ಪರ್ವಾಗಿಲ್ಲ ಕೂತ್ಕೊಳ್ಳಿ" ಅಂದು

ಕೂತರು. ನಾಲ್ಕು ಮಾತಿನ ನಂತರ ಕಾಫೀ ತಿಂಡಿ ಬಂತು. ತಿಂದ ನಂತರ ಮೇಲೆದ್ದು "ದಯವಿಟ್ಟು ನೀವು ಮದ್ವೆಗೆ ಬರ್ಬೇಕು. ನಮ್ಮ ಚೆಂದದ ಊರನ್ನ ನೋಡಿದಂತಾಗುತ್ತೆ" ಇಂಥದ್ದೊಂದು ಡೈಲಾಗ್ ಸೇರಿಸಿದ. "ಖಂಡಿತ.... ಬರ್ತೀನಿ" ಆಶ್ವಾಸನೆ ಕೊಟ್ಟರು.

ಅಪೇಕ್ಷ, ಅವನು ಗೇಟಿನಿಂದ ಹೊರಗೆ ಬಂದರು. ಜಗದೀಶ ನಿಂತು ಹಿಂದಿರುಗಿದ. ಕಟ್ಟಡ ಹಳೆಯದಾದರೂ ಶೋಭಾಯಮಾನವಾಗಿತ್ತು.

"ಈ ಬಿಲ್ಡಿಂಗ್ ಅಪ್ಪನ ಬಳುವಳಿಯೋ, ಗಂಡನಿಂದ ಬಂದಿದ್ದೋ?" ಕೇಳಿದ. ಅವಳಿಗೆ ನಗು ಬಂತು. "ಮಾರಾಯ, ಮೇಡಮ್ ಮದ್ವೇನೇ ಆಗ್ಲಿಲ್ಲ. ಎಂ.ಎಸ್ಸಿ ಮಾಡ್ಕೊಂಡು ಉಪನ್ಯಾಸಕಿಯಾಗಿದ್ದರು. ಒಳ್ಳೆ ಯುಜಿಸಿ ಸ್ಕೇಲ್. ಬಲವಂತ ಮಾಡುವ ಹಿರಿಯರು ಇರ್ಲಿಲ್ಲ ಅನ್ನೋ ಕಾರಣಕ್ಕೋ ಇಲ್ಲ ವೈವಾಹಿಕ ಜೀವನ ಬೇಡವೆಂದೋ ಒಂಟಿಯಾಗಿ ಉಳಿದ್ರು. ನಾಲ್ಕಾರು ಸಂಘ ಸಂಸ್ಥೆಗಳಲ್ಲಿ ಕೆಲ್ಸ ಮಾಡ್ತಾರೆ. ಒಂದಿಷ್ಟು ಸಮಾಜ ಸೇವೆ ಕಾರ್ಯ ಕೂಡ ಇದೆ. ಬರೀ ನಾಲ್ಕು ಜನ ಪೇಯಿಂಗ್ ಗೆಸ್ಟ್‌ಗಳಿಗೆ ಮನೆಯಲ್ಲಿ ಜಾಗ. ಅದು ಅವ್ರ ಇತಿಹಾಸ. ತಿಳ್ದೇ ಒಳ್ಗೆ ಸೇರಿಸೋದು. ನಂಗೆ ನಮ್ಮ ಮ್ಯಾನೇಜರ್ ಹೆಲ್ಪ್ ಮಾಡಿದ್ರು. ಇಷ್ಟು ಸಾಕಲ್ಲ, ಡೀಟೈಲ್ಸ್? ಇನ್ನೇನಾದ್ರೂ ಬೇಕಾದರೆ ಮತ್ತೊಂದು ದಿನಕ್ಕಿರಲೀ, ಈಗ ಬಂದದ್ದೇನು?"

"ಸದ್ಯಕ್ಕೆ ಇಷ್ಟು ಸಾಕು! ನನ್ನ ಫ್ರೆಂಡ್ಸ್ ಒಂದಿಷ್ಟು ಜನ ಇದ್ದರು. ಅವ್ರಿಗೆ ಆಹ್ವಾನ ಪತ್ರಿಕೆ ಕೊಡೋ ಸಲುವಾಗಿ ಬಂದೆ. ಜೊತೆಗೆ ಆರತಿಗೆ ನನ್ನದಾಗಿ ಒಂದು ಸೀರೆ ತರಬೇಕೂಂತ ಅನ್ನಿಸ್ತು. ಆ ಕೆಲ್ಸದ ಜೊತೆ ನಿನ್ನ ಭೇಟಿ ಕೂಡ." ನಡೆಯುತ್ತಲೇ ಉಸುರಿದ.

"ಮಧ್ಯಾಹ್ನದ ಮೇಲೆ ಸಿಕ್ತೀನಿ" ಅವನನ್ನು ಬೀಳ್ಕೊಟ್ಟಳು.

ಆಫೀಸ್‌ಗೆ ಹೋಗಿ ಮಧ್ಯಾಹ್ನದ ಮೇಲೆ ಪರ್ಮಿಷನ್ ಪಡೆದುಬಂದು "ಯಾವ ರೇಂಜ್‌ನಲ್ಲಿರಬೇಕು ಸೀರೆ? ಆಯಾ ಕೌಂಟರ್‌ಗೆ ಹೋದರೆ ಸಾಕು" ಸ್ಯಾರಿ ಹೌಸ್ ಮೆಟ್ಟಲು ಹತ್ತುವಾಗಲೇ ಹೇಳಿದಳು.

"ಎರಡರಿಂದ ಮೂರು" ಚುಟುಕಾಗಿ ನುಡಿದ.

ಒಂದರ್ಧ ಗಂಟೆಯಲ್ಲಿ ಸೀರೆ ಪರ್ಚೆಸ್ ಮಾಡಿ ಹೊರಗೆ ಬಂದರು. "ನಿನ್ನ ಕೆಲ್ಸ ಮುಗಿತಾ? ಒಂದಿಷ್ಟು ಲೋನ್‌ಗೆ ಅಪ್ಲೈ ಮಾಡಿದ್ದೆ. ಸಂಜೆ ಸಿಗಬಹುದು ಆ ಹಣ ಕ್ಯಾಷಾಗಿ. ನೀನು ರಾತ್ರಿ ಬಸ್ಸಿಗೆ ಹೊರಡೋದಾದರೆ ನಿನ್ನ ಕೈಯಲ್ಲೇ ಕೊಡ್ತೀನಿ. ಅದು ಅಪ್ಪಯ್ಯನಿಗೆ ಕೊಟ್ಬಿಡು" ಅಂದಕೂಡಲೇ ಜಗದೀಶನ ಮುಖ ಗಂಭೀರವಾಯಿತು. ಕೆಲವು ವಿಷಯಗಳಲ್ಲಿ ಅವನು ನಿಸ್ಸಾಯಕ.

"ಸಾರಿ ಅಪೇಕ್ಷ, ನಮ್ಗೇ ಅನ್ಕೂಲವಿದೆ. ನಾವೇ ಮದ್ವೆ ಮಾಡ್ಕೋಬಹುದಿತ್ತು. ಇಲ್ಲ ಇನ್ನಷ್ಟು ಚಿಕ್ಕದಾಗಿ ಉಡುಗೊರೆ, ಉಪಚಾರ ಏನು ಬೇಡಾಂತ ದೇವಸ್ಥಾನದಲ್ಲಿ ಕನ್ಯಾದಾನ ಮಾಡ್ಸಿಕೊಂಡು ಮನೆ ತುಂಬಿಸ್ಕೋಬಹುದಿತ್ತು. ಇದನ್ನೆಲ್ಲ ಅಪ್ಪನಿಗೆ ಹೇಳೋಕೆ ಹೋದರೆ ಒಂದು ಸಣ್ಣ ಯುದ್ಧ! ಅವ್ರ ನಾಲಿಗೆ ಬಹಳ ಶಾರ್ಪ್.

ಕೆಲವೊಮ್ಮೆ ವಿಪರೀತ ಮಾತುಗಳು ಹೊರಡುತ್ತೆ. ನನ್ಕೈಯಲ್ಲಿ ಕೇಳೋಕ್ಕಾಗೋಲ್ಲ. ಅದಕ್ಕೆ ಪ್ರತಿಯೊಂದಕ್ಕೆ ಹ್ಞೂಂ ಅಂದು ಮೌನವಹಿಸಬೇಕಾಯ್ತು" ಸಮಸ್ಯೆ ಮೂಲ ತೋಡಿಕೊಂಡ.

"ಸದ್ಯ ಸುಮ್ಮನಿರು. ಅವರದು ಧಾರಾಳ ಮನಸ್ಸು. ವರದಕ್ಷಿಣೆ, ವರೋಪಚಾರಂತ ಏನೂ ಕೇಳಿಲ್ಲ. ಈ ಕಾಲಕ್ಕೆ ಅದು ದೊಡ್ಡತನ"

ಅಪೇಕ್ಷ ಮಾತಿಗೆ ರೋಡು ಎನ್ನುವುದನ್ನು ಮರೆತು ಜೋರಾಗಿ ನಕ್ಕುಬಿಟ್ಟ. "ಮಹರಾಯ್ತಿ, ನಮ್ಮಪ್ಪನ್ನ ಆ ತರಹ ಎಸ್ಟಿಮೇಟ್ ಮಾಡಬೇಡ. ಅಂಥ ಎಲ್ಲಾ ಪ್ರಯತ್ನಗಳನ್ನ ಮಾಡಿ ಯಾವ ಹೆಣ್ಣೂ ಈ ಪುಟ್ಟ ಊರಿನಲ್ಲಿ ಇರೋಕೆ ಇಷ್ಟಪಡದಿದ್ದಾಗ, ಮಗ ಎಲ್ಲಿ ಒಂಟಿ ಮರವಾಗಿಬಿಡ್ತಾನೋಂತ ಈ ಲೆವಲ್‌ಗೆ ಬಂದುನಿಂತಿದ್ದಾನೆ. ತೀರಾ ನಮ್ಮಪ್ಪ ಕೆಟ್ಟವನಲ್ಲದಿದ್ದರೂ, ದೊಡ್ಡದಾಗಿ ಒಳ್ಳೆಯತನವೇನಿಲ್ಲ. ಆದರ್ಶ, ಮಣ್ಣು, ಮಸಿ ಅಂಥದೇನು ಇಟ್ಕೊಂಡಿಲ್ಲ. ತುಂಬ ಪ್ರಾಕ್ಟಿಕಲ್."

ಅವನು ಹೇಳಿಕೊಂಡಿದ್ದಕ್ಕೆ ಅಪೇಕ್ಷಗೆ ನಗು ಬಂತು.

"ಇಲ್ಲಿ ಎಲ್ಲಾದ್ರೂ ಜೂಸ್ ಕುಡಿದು, ಬೇಡ... ಊಟಾನೇ ಮಾಡೋಣ. ಈಗ ಸ್ನೇಹಿತರ ಮನೆಯಲ್ಲಿ ಊಟ ನಿರೀಕ್ಷಿಸೋದು ತಪ್ಪು. ಇಬ್ಬರೂ ಕೆಲ್ಸಕ್ಕೆ ಹೋಗೋರು. ಕಿಚನ್ ಕಡೆ ಮುಖ ಹಾಕೋಕೆ ಯಾರ್ಗೂ ಪುರಸತ್ತು ಇಲ್ಲ" ಎಂದವ ಅಂಥ ಮನೆಗಳ ಚಿತ್ರ ಬಿಡಿಸಿಟ್ಟ.

"ನಂಗೆ ಊಟ ಬೇಡ. ನಂಗೆ ಲೋನ್ ಹಣ ಸಿಕ್ಕರೆ ನಿನ್ನ ಮೊಬೈಲ್‌ಗೆ ಫೋನ್ ಮಾಡ್ತೀನಿ, ಬಂದು ತಗೊಂಡ್ಹೋಗು. ಒಂದಿಷ್ಟು ಹೆಲ್ಪ್ ಆಗುತ್ತೆ" ಅವನನ್ನು ರಿಕ್ವೆಸ್ಟ್ ಮಾಡಿಕೊಂಡಾಗ "ಏಯ್, ಆರತಿ ನಂಗೆ ಒಂದು ಗುಟ್ಟು ಹೇಳಿದ್ಲು ಗೊತ್ತಾ? ಆರತಿ ಮದ್ವೆಗೆ ಒಪ್ಪದಿದ್ದರೆ, ನೀನು ನನ್ನ ಮದ್ವೆ ಆಗೋಕೆ ಸಿದ್ಧವಿದ್ದೆಯಂತೆ. ಮೊದ್ಲೇ ನಂಗೆ ಈ ಸಂಗತಿ ತಿಳಿದಿರಬೇಕಿತ್ತು" ಛೇಡಿಸಿದ. ಅವಳು ಆರಾಮಾಗಿ ನಕ್ಕಳು. ನಿಜವಾಗಿ ಅವಳಿಗೆ ಸದ್ಯಕ್ಕೆ ವಿವಾಹವಾಗುವ ಉದ್ದೇಶವಿರಲಿಲ್ಲ. ಅದು ಬರೀ ಮಾತಿನದು. ಹಾಗಂತ ಹೇಳಲು ಹೋಗಲಿಲ್ಲ.

ಮೂರರ ಸುಮಾರಿಗೆ 25 ಸಾವಿರದಷ್ಟು ಲೋನ್ ಹಣ ಸಿಕ್ಕಿತು. ಅಪೇಕ್ಷಗೆ ಎಷ್ಟೋ ಸಮಾಧಾನ. ಜಗದೀಶನ ಮೊಬೈಲ್‌ಗೆ ಫೋನ್ ಮಾಡಿ ಹಣ ಅವನ ಕೈಗಿಟ್ಟಳು.

"ನಂಗೆ ಇಷ್ಟಾದ್ರೂ ಮಾಡೋಕಾಯ್ತು ಅನ್ನೋ ಸಮಾಧಾನ"

ಜಗದೀಶನ ಬಾಯಿಂದ ಮಾತುಗಳೇ ಹೊರಡಲಿಲ್ಲ. ಕಣ್ಣಲ್ಲೇ ನೂರು ಭಾವಗಳನ್ನು ವ್ಯಕ್ತಪಡಿಸಿದ. 'ವಿಶ್ವ, ನಿನ್ನ ತಂಗಿ ಗ್ರೇಟ್ ಕಣೋ" ಅಂದುಕೊಂಡ.

ಶೇಷಪ್ಪಯ್ಯನ ಮನೆ ಆರತಿಯ ವಿವಾಹದ ಸಲುವಾಗಿಯಾದರೂ ಸುಣ್ಣಬಣ್ಣ ಕಂಡಿತು. ಒಳಗಿನ ಪಾತ್ರೆ ಪದಾರ್ಥಗಳೆಲ್ಲ ಲಕಲಕ ಅಂದಿತು. ಹತ್ತಿರದ ನೆಂಟರಿಷ್ಟರು

ಬಂದರು. ಅಂತು ವಿಶ್ವ ಸತ್ತ ಮೇಲೆ ಸಂಭ್ರಮದ ಕ್ಷಣಗಳು. ಜೊತೆಗೆ ನೋವು ಕೂಡ. ಅವನಿಲ್ಲದ ಹಬ್ಬ ಕೂಡ ರುಚಿಸದು.

ಈ ಸಮಯದಲ್ಲಾದರೂ ಸುಕನ್ಯ ಬರಬಹುದೆಂದು ನಿರೀಕ್ಷಿಸಿದ್ದರು. ಎಂಟು ವರ್ಷ ಈ ಮನೆಯಲ್ಲಿ ಸೊಸೆಯಾಗಿ ಬಾಳಿದವಳು. ವಿಶ್ವ ಬದುಕಿಲ್ಲ, ಇವಳು ಇದ್ದಾಳೆ. ಅವಳದೇ ಮನೆ ಆಗಿದ್ದ ಮನೆ. ಆರತಿ ಅವಳ ಸ್ವಂತ ನಾದಿನಿ. ಬಂದು ಭಾಗವಹಿಸಲಿ ಎನ್ನುವ ಆಕಾಂಕ್ಷೆ ಮನೆಯವರಿಗೆಲ್ಲ ಇತ್ತು.

ದೇವರ ಸಮಾರಾಧನೆಯ ಹಿಂದಿನ ದಿನ ಅಪೇಕ್ಷ ಮತ್ತು ಕವನ ಬಂದಿಳಿದರು. ಆ ಹುಡುಗಿ ಬಂದಿದ್ದು ಎಲ್ಲರಿಗೂ ಸಂತೋಷವೇ.

"ತುಂಬ ಸಂತೋಷ" ಅಂದರು ಗಿರಿಜಮ್ಮ.

"ನಂಗಂತು, ನೂರರಷ್ಟು ಸಂತೋಷ. ಮಮ್ಮಿ, ಡ್ಯಾಡಿ ನಮ್ಮನ್ನ ಯಾವ್ದೇ ನೆಂಟರಿಷ್ಟರ ಮನೆಗಳ ಮದ್ವೆಗೆ ಕರೆದುಕೊಂಡು ಹೋಗಿದ್ದಿಲ್ಲ. ನಂಗೆ ಒಂದಿಬ್ಬರು ಫ್ರೆಂಡ್ಸ್ ಆಹ್ವಾನ ಪತ್ರಿಕೆ ಕೊಟ್ಟ ನೆನಪು. ಅವೇನು ಮದ್ವೆಯ ಸಂಭ್ರಮದ ಅನುಭವಗಳನ್ನು ಕೊಟ್ಟಿದ್ದಿಲ್ಲ. ನಾನು ಮೊದಲ ಸಲ ಇಂಥ ಒಂದ್ಮದ್ವೆಯಲ್ಲಿ ಭಾಗವಹಿಸ್ತ ಇರೋದು. ನಂಗೆ ಏನಾದ್ರೂ ಕೆಲ್ಸ ಹೇಳಿ" ಎಂದವಳನ್ನು ಕಣ್ಣರಳಿಸಿ ನೋಡಿದರು.

ಹಾಗೆಯೇ ವರ್ತಿಸಿದಳೂ ಕೂಡ. ಆರತಿಗಾಗಿ ಕೊಂಡು ತಂದಿದ್ದ ಬಳೆ, ಮೇಕಪ್ ಕಿಟ್‌ನ ಕೊಟ್ಟಳು. ಗೊತ್ತಾಗದಿದ್ದರೂ ಒಂದಲ್ಲ ಒಂದು ಕೆಲಸ ಹಚ್ಚಿಕೊಂಡು ಪಾರ್ವತಮ್ಮ, ಗಿರಿಜಮ್ಮನ ನಡುವೆ ಓಡಾಡತೊಡಗಿದ್ದು ನೋಡಿ ಎಲ್ಲರೂ ಮೂಗಿನ ಮೇಲೆ ಬೆರಳಿಟ್ಟರು.

"ಯಾವ್ದು ಈ ಹುಡ್ಗೀ?" ಎಲ್ಲರದು ಒಂದೇ ಪ್ರಶ್ನೆ.

"ನಮ್ಮ ಅಪೇಕ್ಷ ಗೆಳತಿ" ಒಂದೇ ಉತ್ತರ.

ತಂದೆಯ ರೂಮಿಗೆ ಬಂದ ಅಪೇಕ್ಷ "ಅಪ್ಪಯ್ಯ, ಅತ್ತಿಗೆಯವರ ಮನೆಯವರು ಯಾರು ಬಂದಂಗೆ ಕಾಣ್ಲಿಲ್ಲ" ಅಂದಾಗ ಬೀರುವಿನ ಬಾಗಿಲಿನ ಹಿಡಿ ಹಿಡಿದವರು "ಗೊತ್ತಿಲ್ಲ, ಕಣಮ್ಮ. ನಾನು, ಗಿರಿಜ ಹೋಗಿ ಪತ್ರಿಕೆ ಕೊಟ್ಟು ಹೇಳಿ ಬಂದ್ವಿ. ಸುಕನ್ಯ ತೋಟದಲ್ಲಿದ್ಲು. ಅಲ್ಲಿಗೂ ಹೋಗಿ ಹೇಳಿ ಬಂದ್ಲು ಗಿರಿಜ. ಅವ್ಳು ಸರ್ಯಾಗಿ ಮಾತಾಡ್ಲೇ ಇಲ್ವಂತೆ. ಅರುಣ ಅಂತು ಕಣ್ಣಲ್ಲಿ ನೀರಾಕಿಕೊಂಡ. ಬರೋಲ್ಲಂತ ಕಾಣುತ್ತೆ. ಮಗನನ್ನು ಕಳೆದುಕೊಂಡ ನಮ್ಮ ಮೇಲೆ ಅವಳಿಗೆ ಎಂಥ ಶತ್ರುತ್ವ? ಬರೀ ನೋವೇ... ಹೋಗ್ಲಿಬಿಡು" ಎಂದವರ ಮನದಲ್ಲಿನ ವೇದನೆ ಅವರ ಮುಖದ ಮೇಲೆ ವ್ಯಕ್ತವಾಯಿತು.

ವರಪೂಜೆಯಲ್ಲಿ ಶುರುವಾಯಿತು ಅಂಗಡಿ ಫಣೀಂದ್ರ ದಂಪತಿಗಳ ಉಪಟಳ. 'ಅಯ್ಯೋ, ಅದು ಬೇಕಿತ್ತು, ಇದು ಬೇಕಿತ್ತು' ಎಂದು ಖರೀದಿಸಿದ್ದ ಸೀರೆ, ಪಂಚೆಗಳನ್ನೆಲ್ಲ ತರಿಸಿಕೊಂಡಿದ್ದನ್ನು ಕಣ್ಣಾರೇ ನೋಡಿದ ಜಗದೀಶನಿಗೆ ರೇಗಿತು. ಅದರ

ಪರಿಣಾಮ ಶೇಷಪ್ಪಯ್ಯನ ಕುಟುಂಬದ ಮೇಲೆಂದು ತಿಳಿದಿದ್ದರಿಂದ ತೆಪ್ಪಗಿದ್ದ. ಊಟ, ಉಪಚಾರದಲ್ಲಿ ಕೊರತೆಯೆಂದು ಆಡಿಕೊಂಡದ್ದುಂಟು. ಮಾಂಗಲ್ಯಧಾರಣೆಯಾಗುವ ವೇಳೆಗೆ ಎಲ್ಲಾ ಸಾಕು ಸಾಕಾದರು. ಇಷ್ಟರ ಮಧ್ಯೆ ಸಂತೋಷದ ಸಂಗತಿಯೆಂದರೆ ಮೃಣಾಲಿನಿಯವರ ಕಾರಿನಲ್ಲಿ ಇಳಾಭಟ್, ನಯನಾ ಕೂಡ ಬಂದಿದ್ದು.

ಆಕೆ ಆರತಿಗೆ ಒಂದು ಇಪ್ಪತ್ತೈದು ಗ್ರಾಂನ ಒಂದು ಜೊತೆ ಚಿನ್ನದ ಬಳೆಯೋದಿಸಿದಾಗ, ಎಲ್ಲರಿಗೂ ಆಶ್ಚರ್ಯ. ಅಷ್ಟೊಂದು ಬೆಲೆಬಾಳುವ ಉಡುಗೊರೆ! ಆರತಿಯ ಅದೃಷ್ಟವೆಂದುಕೊಂಡರು. ನಯನಾ ಒಂದು ರೇಶಿಮೆ ಸೀರೆ ಗಿಫ್ಟಾಗಿ ಕೊಟ್ಟರೇ, ಇಳಾಭಟ್ ಒಂದು ಸ್ಟೀಲ್ ಕುಕ್ಕರ್ ಕೊಟ್ಟರು. ಇದೊಂದು ತೃಪ್ತಿ ಕೊಡುವ ಸಮಾಧಾನಕರವಾದ ಅಂಶ.

ನಾಗೋಲಿ, ಉರುಟಣೆ, ಹೆಣ್ಣು ತುಂಬಿಸಿಕೊಳ್ಳುವ ಶಾಸ್ತ್ರದಲ್ಲಿ ಭಾಗವಹಿಸಿದ ಮೃಣಾಲಿನಿ ಹೊರಟು ನಿಂತವರು "ಇಂಥ ಮದ್ವೆಗಳನ್ನು ನೋಡಿಯೇ ತುಂಬಾ ವರ್ಷಗಳಾಯ್ತು. ಐಯಾಮ್ ವೆರಿ ಹ್ಯಾಪಿ." ಅಪೇಕ್ಷ ಕೈ ಹಿಡಿದು ಹೇಳಿದಳು, "ಇಡೀ ರಾತ್ರಿಯ ಪ್ರಯಾಣ. ಅಮ್ಮ ಬೆಳಿಗ್ಗೆ ಹೊರಟರೇ ಹೇಗೆ?" ಆಕೆ ಅನುಮಾನಿಸುತ್ತ ನಯನಾ, ಇಳಾಭಟ್ ಕಡೆ ನೋಡಿದಾಗ "ಹಾಗೆ ಮಾಡೋಣ, ರಾತ್ರಿ ಪ್ರಯಾಣವೆಂದರೆ ನಂಗೆ ಭಯ" ಸಮ್ಮತಿ ಸೂಚಿಸಿದಾಗ "ನೋ, ನೋ.... ಮೈನ್ ರೋಡ್ ಜರ್ನಿ ಹೆದರೋಂಥದೇನಿದೆ" ಅಂದರು.

ಅಂತು ಎಲ್ಲರ ಒತ್ತಾಯಕ್ಕೆ ಬೆಳಿಗ್ಗೆ ಹೊರಡುವ ತೀರ್ಮಾನ. ಹಿಂದೆಯೇ ನಿಷೇಕದ ಕಾರ್ಯಕ್ರಮ. ಕವನಾಗೇ ಇದೆಲ್ಲ ಇಷ್ಟವಾಯಿತು. ಆದರೆ ತನ್ನ ಜೀವನದಲ್ಲಿ ಇದೆಲ್ಲ ಸಾಧ್ಯವೇ? 'ನಿನ್ನ ಪಾರ್ಟನರ್‌ನ ನೀನೇ ಹುಡ್ಕೋಬೇಕು, ಮೆಜಾರಿಟಿಗೆ ಬಂದ ಮೇಲೆ ಅವರವರ ಜವಾಬ್ದಾರಿಗಳು ಅವರವರದೇ' ಇಂಥ ಮಾತು ಉದುರಿಸಿದ್ದರು ಅವಳಮ್ಮ.

ಪದ್ದಮ್ಮ ಮನೆಗೆ ಕರೆದೊಯ್ದು ಮಡಿಲು ತುಂಬಿ ಒಂದು ಚಿನ್ನದ ಉಂಗುರವನ್ನು ಆರತಿಯ ಬೆರಳಿಗಿಟ್ಟು "ಫಣೀಂದ್ರ ಸಾಧಾರಣ ಮನುಷ್ಯನಲ್ಲ. ಅವ್ರಿಗೇನು ಕಮ್ಮಿಯಾಗಿದ್ದು? ಸೊಸೆಗೆ ತಾನೇ ಒಂದಿಷ್ಟು ಒಡ್ವೆ ಹಾಕಬೇಕಿತ್ತು. ಎಲ್ಲಾ ಮಾಂಗಲ್ಯ, ಎರಡು ಸೀರೆಯಲ್ಲಿ ಮುಗ್ಸಿಬಿಟ್ರು. ನಿಂಗೆ ಬಂದ ಚಿನ್ನನ ನೀನು ಜೋಪಾನ ಮಾಡ್ಕೋ" ಕಿವಿ ಮಾತೊಂದು ಹೇಳಿ ಕಳಿಸಿದರು.

ಆರತಿಗೆ ಎರಡು ದಿನದ ನಂತರವೇ ಇದು ಅರ್ಥವಾಗಿದ್ದು. ತುಪ್ಪ ಬಡಿಸಲು ಬಂದ ಸೊಸೆಯ ಕೈಗಳನ್ನು ನೋಡಿ "ಮೃಣಾಲಿನಿಯವ್ರು ಚಿನ್ನದ ಬಳೆ ಓದಿಸಿದರಲ್ಲ, ಮದ್ವೆಯಾದ ಹೊಸ್ತು, ಅದನ್ಯಾಕೆ ತೆಗೆದಿಟ್ಟೆ? ಈ ವಯಸ್ಸಿನಲ್ಲಿ ಉಡೋದು, ತೊಡೋದು ಇರುತ್ತೆ" ಎನ್ನುವ ಆಕ್ಷೇಪಣೆ ಬಂದಾಗ ಗಂಡನ ಮುಖ ನೋಡಿದಳು. ಅನ್ನ ಕಲೆಸುತ್ತಿದ್ದವನು ಸುಮ್ಮನಿರುವಂತೆ ಸನ್ನೆ ಮಾಡಿ "ತೆಗೆದು ಇಟ್ಟಿದ್ದಾಳೆ. ನಾನೇ ಹಿಂದಕ್ಕೆ ಕೊಡೆಂದೇ. ಅವ್ರಿಗೂ, ನಮ್ಗೂ ಅಂಥ ದೊಡ್ಡ ಸಂಬಂಧವು ಅಲ್ಲ,

ಪರಿಚಯವು ಅಲ್ಲ. ಅಂಥದ್ದರಲ್ಲಿ ಇಷ್ಟು ಕಾಸ್ಟ್ಲಿ ಉಡುಗೊರೆ ಬೇಡಾಂತ ಅನ್ನಿಸ್ತು. ಅಪೇಕ್ಷ ಕೈಯಲ್ಲಿ ಹಿಂದಕ್ಕೆ ಕಳಿಸೋಣಾಂತ" ಎಂದ ನಿಧಾನವಾಗಿ.

ಆತನಿಗೆ ಮೈಯೆಲ್ಲ ಉರಿದುಹೋಯಿತು.

"ಏನೋ, ಇದು? ಮದ್ವೆಯಲ್ಲಿ ಆಶೀರ್ವಾದ ಮಾಡಿಕೊಟ್ಟಿರೋದಕ್ಕೆ ಬೆಲೆ ಕಟ್ಟೋಕ್ಕಾಗುತ್ತ? ಸ್ವಲ್ಪ ಬುದ್ಧಿಬೇಕು. ಹಿಂದಕ್ಕೆ ಕಳಿಸುತ್ತಾನಂತೆ. ಅಪೇಕ್ಷ ತಗೊಂಡ್ ಹೋಗ್ತಾಳಾ? ಅವ್ರು ಹಿಂದಕ್ಕೆ ಪಡೀತಾರ? ಇದೆಲ್ಲ ಚೆನ್ನಾಗಿರೋಲ್ಲ" ಅರ್ಧ ಊಟದಲ್ಲಿ ಎದ್ದು ಜಗಳಕ್ಕೆ ನಿಂತಾಗ, ಆರತಿಗೆ, ಗಾಬರಿಯೋ ಗಾಬರಿ.

ಅತ್ತೆ ಅನ್ನಿಸಿಕೊಂಡಾಕೆ ಮಾತೇ ಆಡಲಿಲ್ಲ. ಆಮೇಲೆ ಊಟ ಮುಗಿಸಿ ಬಂದ ಜಗದೀಶ ಸಮಾಧಾನಿಸಬೇಕಾಯಿತು.

"ಹೋಗ್ಲಿ ಬಿಡು, ಇದ್ನ ಹೇಳಿದ್ದು ನಾನೇ"

"ಮೊದ್ಲು ತರ್ಸು, ಈಗ್ಲೇ ಆರತಿನ ಕರ್ಕೊಂಡ್ಹೋಗಿ ತಂದಿಡು. ಅಲ್ಲೇ ಬಿಟ್ಟುಬಂದಿದ್ದಾಳೆ, ತಾನೇ? ಇಲ್ಲ, ಇಲ್ಲೇ ಬಚ್ಚಿಟ್ಟಿದ್ದಾಳಾ?" ಉದ್ವೇಗಗೊಂಡರು. "ಅಲ್ಲೇ..." ಅಂದಿದಕ್ಕೆ "ಮೊದ್ಲು ಹೋಗಿ ತಗೊಂಡ್ಬಾ" ಶುರು ಹಚ್ಚಿದರು.

ಸರಿಯಾಗಿ ಊಟ ಮಾಡೋಕೆ ಕೂಡ ಬಿಡಲಿಲ್ಲ. ಜಗದೀಶ ಹೇಳಿ ಸಾಕಾದ. 'ಅಲ್ಲಿದೇ ಅಂದ್ಮೇಲೆ ಎಲ್ಲಿ ಹೋಗುತ್ತೆ? ಪ್ರತಿಯೊಂದಕ್ಕೂ ಆತುರ. ಅಜ್ಜಿ ನಿಮ್ಮನ್ನ ಏಳು ತಿಂಗಳಲ್ಲಿ ಹೆತ್ತಿರಬೇಕು' ಗೊಣಗಿಕೊಂಡ.

ಇಬ್ಬರೂ ಬಿಸಿಲು ಅನ್ನೋದು ಮರೆತು ಹೊರಟರು. ಕಂಬನಿಯೊತ್ತುತ್ತ ಕಣ್ಣು ಕೆಂಪಗೆ ಮಾಡಿಕೊಳ್ಳುತ್ತಿದ್ದ ಮಡದಿಯನ್ನು ತೋಟಕ್ಕೆ ಕರೆದೊಯ್ದು ಸಮಾಧಾನಿಸಿದ.

"ಅಪ್ಪ, ತುಂಬ ಕೆಟ್ಟವರೇನು ಅಲ್ಲ. ಅವರಿಗೆ ಅವರನ್ನ ಪ್ರೀತಿಸಿಕೊಳ್ಳೋದು ಗೊತ್ತೆ ವಿನಹ ಬೇರೆಯವರನ್ನು ಪ್ರೀತ್ಸಿ ಗೊತ್ತಿಲ್ಲ. ಪ್ರತಿಯೊಂದು ತನಗೆ ಅನ್ಕೂಲವಾಗ್ಬೇಕು, ತನ್ನ ಮಾತು ನಡೆಯಬೇಕು, ತಾನು ಮಾತ್ರ ಸರಿ, ಬೇರೆಯವರು ಆಡೋದು, ಮಾಡೋದು ಸರಿಯಲ್ಲ, ಜೊತೆಗೆ ತಾನು ಮಾತ್ರ ಬುದ್ಧಿವಂತ ಅನ್ನೋ ಹಮ್ಮು. ಆವೇಗ ಜಾಸ್ತಿ, ವಿವೇಕ ಕಮ್ಮಿ. ಆದ್ರೂ ಅಪಾಯವಿಲ್ಲ, ಉಪಾಯವಾಗಿ ಹೋದರೆ" ಕಣ್ಣೀರು ತೊಡೆದ.

ಇಬ್ಬರೂ ಶೇಷಪ್ಪಯ್ಯನ ಮನೆಗೆ ಬಂದಾಗ ಪಾರ್ವತಮ್ಮ, ಗಿರಿಜಮ್ಮನಿಗೆ ಸಂತೋಷದ ಜೊತೆಗೆ ಗಾಬರಿಯೂ ಕೂಡ. ಮದುವೆಯಲ್ಲಿನ ಫಣೀಂದ್ರನ ನಡವಳಿಕೆಯಿಂದ ಒಂದಿಷ್ಟು ಅಂದಾಜು ಮಾಡಿದ್ದರು.

"ಬನ್ನಿ.... ಬನ್ನಿ..." ಸ್ವಾಗತಿಸಿದರು.

ದಾರಿಯಲ್ಲೇ ಆರತಿ "ಮನೆಯಲ್ಲಿ ತುಂಬ ತೊಂದರೆಯಲ್ಲಿದ್ದಾರೆ. ಹೇಗೋ ಒಂದ್ಜೊತೆ ಬಳೆ ಮಾಡ್ಸಿ ಹಾಕಿದ್ದಾರೆ. ಇವನ್ನ ಹಿಂದಕ್ಕೆ ಕೊಟ್ಟು ಹಣ ಪಡೆದರೇ...." ಅಂದಾಗ "ಅದಕ್ಕೆ ಯಾರ ಒಪ್ಪಿಗೇನು ಸಿಗೋಲ್ಲ. ಅದೂ ಅಲ್ದೇ ನಮ್ಮಪ್ಪ

ನೋಡಿದ್ದಾನೆ. ಸುಮ್ನೆ ಇಲ್ದ ರಾದ್ಧಾಂತ. ಬೇರೆ ರೀತಿಯಲ್ಲಿ ಆ ಮನೆಗೆ ಏನಾದ್ರೂ ಸಹಾಯ ಮಾಡಬಹುದೇನೋ, ನೋಡೋಣ" ಎಂದು ಧೈರ್ಯ ಹೇಳಿದ್ದ.

"ಈ ಕಡೆ ಬಂದಿದ್ವಿ" ಅಷ್ಟೇ ಹೇಳಿದ್ದು.

ಒಂದಿಷ್ಟು ಉಪಚಾರದನಂತರ ಕೈ ಹಿಡಿದು ಮಗಳನ್ನು ಕೋಣೆಗೆ ಕರೆದೊಯ್ದು "ಏನೇ, ವಿಷ್ಯ?" ಪಿಸುದನಿಯಲ್ಲಿ ಕೇಳಿದರು ಗಿರಿಜಮ್ಮ. ಹೇಳಬೇಕೂಂತ ಇರಲಿಲ್ಲ. ಅವಳಿಗೆ ಅಳು ಬಂದೇಬಿಟ್ಟಿತು. ತಬ್ಬಿಕೊಂಡು ಅತ್ತನಂತರ, ಮನೆಯಲ್ಲಿ ನಡೆದ ರಾದ್ಧಾಂತ ಹೇಳಿಕೊಂಡಳು.

"ನಾವೆಂದಾದ್ರೂ ಅತ್ತಿಗೆ ಒಡ್ವೆ ಬಗ್ಗೆ ಕೇಳಿದ್ದೀವಾ? ಮದ್ವೆಯಲ್ಲಿ ಬಂದ ಮುಯ್ಯಿ ಹಣ ಕೂಡ ಅವ್ರ ಅಪ್ಪ ತಗೊಂಡ್ಹೋದ್ರು. ಮದ್ವೆಯಲ್ಲಿ ಹಾಕಿದ, ಉಂಗುರ, ಮಾಟಿ, ಅಂಥದನ್ನ ಅಮ್ಮನ ಮನೆಯಲ್ಲೇ ಬಿಟ್ಟುಬಂದ್ರು. ನಾವೆಂದಾದ್ರೂ ಕೇಳಿದ್ದುಂಟಾ? ಇವ್ರು... ನೋಡು! ತಗೊಂಡ್ ಬರ್ತೀನೀಂದ್ರು... ಬಿಸ್ಲಲ್ಲೇ ಹೋಗಿ ತಗೊಂಡ್ಬಾಂತ ಅಟ್ಟಿದ್ರು."

"ಹೋಗ್ಲಿ ಬಿಡು, ನೀನು ಕಣ್ಣೀರು ಹಾಕಿದರೇ ಎರಡು ಮನೆಗೂ ಒಳ್ಳೇದಲ್ಲ. ಮೃಣಾಲಿನಿ ಒಳ್ಳೆ ಮನಸ್ಸಿನಿಂದ ಕೊಟ್ಟು ಆಶೀರ್ವದಿಸಿದ್ದಾರೆ. ದೇವರು ನಿಂಗೆ ಒಳ್ಳೇದು ಮಾಡ್ಲಿ" ಸಮಾಧಾನ ಹೇಳಿದರು.

ಸಂಜೆಯ ಮುಂದು ಅಲ್ಲಿಂದ ಹೊರಡುವಾಗ ಒಂದಿಷ್ಟು ತಿಂಡಿ ಮಾಡಿಕೊಟ್ಟು ಕಳುಹಿಸಿದರು. ಅಲ್ಲಿ ವಿಶ್ವ ಮರೆಯಾಗಿ ಇವಳ ಬದುಕಿನ ಬಗ್ಗೆ ಚಿಂತೆ ಶುರುವಾಗಿತ್ತು. ಇದು ಕಾಲದ ಮಹಿಮೆಯೇನೋ!

* * * *

ವಾರದ ರಜ ದಿನ. ಇಳಾಭಟ್, ಇವಳು ಸ್ವಂತ ಬಟ್ಟೆಗಳನ್ನು ಒಗೆದುಕೊಂಡು ಇಸ್ತ್ರಿ ಮಾಡಿಕೊಳ್ಳುತ್ತಿದ್ದರು. ಇನ್ನು ನಯನ, ಕವನಾ ಉಡುಪುಗಳು ಲಾಂಡ್ರಿಯವನು ಒಯ್ದು ಡ್ರೈವಾಶ್ ಮಾಡಿ ತಂದುಕೊಡುತ್ತಿದ್ದ. ಎಲ್ಲಾ ಒಂದು ರೂಮಿಗೆ ಹೋಗಿ ಸೇರಿ ಮಾತಾಡುತ್ತಿದ್ದರು. ನಯನಾ ಯಾರ ಕೋಣೆಗೂ ಹೋಗುತ್ತಿರಲಿಲ್ಲ. ಇವರೇ ಅವಳ ರೂಮಿಗೆ ಹೋಗಿ ಮಾತಿಗೆ ಎಳೆಯಬೇಕಿತ್ತು.

ಒಂದರ್ಧ ಗಂಟೆ ಮೃಣಾಲಿನಿ ಕೂಡ ಮಾತಿಗೆ ಬಂದು ಕೂಡುತ್ತಿದ್ದರು. ನಯನಾ ಮಧ್ಯಾಹ್ನದ ಮೇಲೆ ಇರುತ್ತಿರಲಿಲ್ಲ. ರಾತ್ರಿ ಹತ್ತರ ಒಳಗೆ ಬರಬೇಕೆಂಬ ರೂಲ್ಸು ಇದ್ದುದ್ದರಿಂದ ನಯನಾ ಪಾರ್ಟಿ, ಫ್ರೆಂಡ್ಸ್‌ಗೆ ಗುಡ್‌ಬೈ ಹೇಳಿ ಹಿಂದಿರುಗುತ್ತಿದ್ದಳು.

ಅಂದು ಮೃಣಾಲಿನಿ ಇಣುಕಿದಾಗ ಐರನ್ ಮಾಡುತ್ತಿದ್ದ ಅಪೇಕ್ಷ ಹಿಂದಿರುಗಿ "ಬನ್ನಿ... ಅಮ್ಮ..." ಎಂದು ಐರನ್ ಬಾಕ್ಸ್ ಪಕ್ಕಕ್ಕಿಟ್ಟು ಪೂರ್ತಿ ಈ ಕಡೆ ಬಂದಳು. ವಿವಾಹಕ್ಕೆ ಬಂದ ಮೇಲೆ ಅವರಿಬ್ಬರ ನಡುವೆ ಇನ್ನಷ್ಟು ಆತ್ಮೀಯತೆ ಬೆಳೆದಿತ್ತು.

ಬಂದು ಆರಾಮಾಗಿ ಮಂಚದ ಮೇಲೆ ಕೂತ ಆಕೆ "ಜೈನ್ಸ್ ಹಾಲ್‌ನಲ್ಲಿ ಒಂದು ಒಳ್ಳೆ ಉಪನ್ಯಾಸವಿದೆ. ಹೋಗ್ಬೇಕೂಂತ ಅನ್ನಿಸಿದೆ. ಆಧ್ಯಾತ್ಮಿಕ್ರತೆಯಲ್ಲಿ ಹುಡುಕಾಟ

ಶುರುವಾಗಿದೆ" ಎಂದರು. ಅವಳಲ್ಲೂ ಸಾಕಷ್ಟು ಜಿಜ್ಞಾಸೆ ಇತ್ತು. ಆದರೆ ಹುಡುಕಾಟಕ್ಕೆ ಸಮಯವಿರಲಿಲ್ಲ. "ಆಯ್ತು..." ಎಂದಳು.

"ವಿದೇಶದಲ್ಲಿ ಡಾಕ್ಟರ್ ಪದವಿ ಪಡೆದ ಆ ಮನುಷ್ಯ ಆಧ್ಯಾತ್ಮಿಕತೆಯಲ್ಲಿ ಒಲವು ಬೆಳೆಸಿಕೊಂಡು ಸುತ್ತಾಟ ಆರಂಭಿಸಿದ್ದಾರೆ. ಒಳ್ಳೆಯ ವಾಗ್ಮಿ. ಹಿಂದೆ ಒಂದ್ಸಲ ಅವರ ಉಪನ್ಯಾಸ ಕೇಳಿದ್ದಿದೆ. ಬೋರ್ ಅನ್ನಿಸೋಲ್ಲ. ಮನಮುಟ್ಟುವಂತೆ ಮಾತಾಡ್ತಾರೆ" ಎಂದರು ಮೃಣಾಲಿನಿ. ವೈದ್ಯರ ವಿಷಯ ಬಂದರೆ ಡಾ॥ ಚಿದಾನಂದಮೂರ್ತಿ ಅವಳ ಕಣ್ಮುಂದೆ ಬಂದು ನಿಲ್ಲುತ್ತಿದ್ದರು. ನೋವು, ಹಿಂಸೆ ಅನುಭವಿಸುತ್ತಿದ್ದ ಪೇಷಂಟ್ ಎದುರಿಗಿದ್ದರೂ ನರ್ಸಿಂಗ್ ಹೋಂನಿಂದ ಬಂದ ಸಿಸ್ಟರ್ ಕಾಲ್ ಅಟೆಂಡ್ ಮಾಡುವಲ್ಲಿ ತನ್ಮಯ. ಅಲ್ಲಿ ಬಿಲ್‌ನ ವಿಷಯವೂ ಪ್ರಸ್ತಾಪವಾಗುತ್ತಿತ್ತು. ದೇವರಾಗಿ ಬಿಡುವ ವೃತ್ತಿ. ಆದರೆ ಎಷ್ಟು ಮಂದಿ ಅದರ ಉಪಯೋಗ ಪಡೆಯುತ್ತಿದ್ದಾರೆ? ಅಲ್ಲಿ ವಾಣಿಜ್ಯಾಸಕ್ತಿಯೇ ಹೆಚ್ಚು.

"ಆರತಿ ಫೋನ್ ಮಾಡಿದ್ರಾ? ತವರು, ಅತ್ತೆ ಮನೆ ಒಂದೇ ಕಡೆ. ಆರಾಮಾದ ಓಡಾಟ" ಎಂದರು. ಅಲ್ಲಿ ಯಾವುದೇ ಲಾಜಿಕ್ ಇರಲಿಲ್ಲ. "ಅಮ್ಮ ಎಷ್ಟು ಗಂಟೆಗೆ ಹೋಗೋದು? ಆರತಿ ಫೋನ್‌ನಲ್ಲಿ ನಿಮ್ಮ ಬಗ್ಗೆಯೇ ಮಾತಾಡಿದ್ದು. ನೀವು ಕೊಟ್ಟ ಚಿನ್ನದ ಬಳೆ ಹೆಚ್ಚಿನ ಉಡುಗೊರೆ ಆಯ್ತು" ದನಿಯಲ್ಲಿ ಸಂಕೋಚವಿತ್ತು.

"ನಂಗೆ ಅನ್ನಿಸೋಲ್ಲ, ಗಳಿಸಿದ್ದು, ಕೂಡಿಟ್ಟಿದ್ದೆ ಆಯ್ತು. ಇದು ಖರ್ಚು ಮಾಡೋ ಕಾಲ, ಉಪಯೋಗಿಸೋ ಕಾಲ. ಆ ಬಗ್ಗೆ ಮಾತು ಬೇಡ. ಸ್ವಲ್ಪ ಇನ್ನೋಸೆಂಟ್ ತರಹ ಕಾಣಿಸ್ತಾಳೆ. ಆದರೆ ಜಗದೀಶ್ ಚುರುಕು, ತೊಂದರೆ ಇಲ್ಲ" ಅಂದರು. ಅಂತು ಇಬ್ಬರು ಉಪನ್ಯಾಸಕ್ಕೆ ಹೋಗುವ ತೀರ್ಮಾನಕ್ಕೆ ಬಂದರು.

ಇಬ್ಬರೂ ಜೈನ್ ಹಾಲ್‌ಗೆ ಬಂದಾಗ ಹೆಚ್ಚು ಕಡಿಮೆ ಭರ್ತಿಯಾಗಿದ್ದರೂ, ಮುಂದಿನ ಸೀಟುಗಳನ್ನು ಕೆಲವರಿಗಾಗಿ ಕಾದಿರಿಸಿದ್ದರು. ಅವರಲ್ಲಿ ಮೃಣಾಲಿನಿ ಕೂಡ ಒಬ್ಬರು. ಅವರ ಸಂಸ್ಥೆಗೆ ಸಾಕಷ್ಟು ಹಣ ಕೊಟ್ಟಿದ್ದರು.

ಅಷ್ಟರಲ್ಲಿ ಮೃಣಾಲಿನಿಯವರ ಮೊಬೈಲ್ ಸದ್ದು ಮಾಡಿತು. ಮಂಜು "ಅಮ್ಮ ನೀವು ಬಂದರೆ ಒಳ್ಳೇದು. ಇಳಾಭಟ್ ಯಜಮಾನ್ರು ಬಂದಿದ್ದಾರೆ. ಚರ್ಚೆ, ಜಗಳ.... ಈಗ ಆಕೆ ಗೋಳಾಟ ಶುರು ಮಾಡಿದ್ದಾರೆ. ಆ ಮನುಷ್ಯ ತಲೆಯ ಮೇಲೆ ಕೈಯೊತ್ತು ಕೂತಿದ್ದಾರೆ. ನಂಗೇನು ತೋಚ್ತಾ ಇಲ್ಲ" ಉಸುರಿದಾಗ ಆಕೆ "ನೀನು ಬೇಕಾದರೆ, ಇದ್ದು ಉಪನ್ಯಾಸ ಮುಗ್ಸಿಕೊಂಡ್ಬಾ. ಸ್ವಲ್ಪ ಮನೆ ಕಡೆ ಹೋಗೋದಿದೆ. ಸಾಧ್ಯವಾದರೆ ಮತ್ತೆ ಬರ್ತೀನಿ" ಪಿಸುದನಿಯಲ್ಲಿ ಹೇಳಿದರು.

"ಇಲ್ಲಮ್ಮ ನಾನ್ಬರ್ತೀನಿ" ಮೇಲೆದ್ದಳು.

ಪಾಪ ಕಾರ್ಯಕರ್ತರು ಬಂದು ವಿಚಾರಿಸಿದಾಗ ಏನೋ ಒಂದು ಹೇಳಿ ಕಾರಿನ ಬಳಿಗೆ ಬಂದವರು ಬೆವತ ಹಣೆಯ ಮೇಲೆ ಕರ್ಚಿಫ್ ಆಡಿಸಿ "ಇಳಾಭಟ್ ಗಂಡನೊಂದಿಗೆ ಜಗಳ ಮಾಡಿಕೊಂಡಿದ್ದಾಳಂತೆ. ನಂಗೆ ಇದೆಲ್ಲ ಇಷ್ಟವಾಗೊಲ್ಲ" ಕಾರನೇರಿದರು. ಹಣ ದುಡಿಯಲು ಅಲ್ಲ. ಬೇರೆಯವರಿಗೆ ಉಪಯೋಗವಾಗಲೀ,

ಮನೆ ತುಂಬಿದಂತಿರಲೀ, ತನ್ನನ್ನು ಲೋನ್ಲಿನೆಸ್ ಕಾಡದಂತಿರಲಿಯೆಂಬ ಉದ್ದೇಶವಿತ್ತು, ಪೇಯಿಂಗ್ ಗೆಸ್ಟ್‌ಗಳ ಎಂಟ್ರಿಯಲ್ಲಿ, ಅಷ್ಟೇ.

ಇವರುಗಳು ಬಂದಾಗ ವಾಚ್‌ಮನ್ ಸೆಲ್ಯೂಟ್ ಹೊಡೆದು ಗೇಟು ತೆಗೆದ. ಹಿಂದೆ ಒಬ್ಬ ಇದ್ದ. ಆಮೇಲೆ ರಿಟೈರ್ಡ್ ಆದ ಮೇಲೆ ಆ ಪ್ಲೇಸ್ ಖಾಲಿಯಾಗಿತ್ತು. ಈಚೆಗೆ ಫಿಫ್ಟಿ ಡೇಸ್ ಬ್ಯಾಕ್ ಅಪಾಯಿಂಟ್ ಮಾಡಿಕೊಂಡಿದ್ದರು ಬೇರೊಬ್ಬ ವ್ಯಕ್ತಿಯನ್ನು.

ಇಳಿದ ಮೃಣಾಲಿನಿ "ನೀನಿರು...." ಡ್ರೈವರ್‌ಗೆ ಹೇಳಿ ಒಳಗೆ ಹೋದರು. ಮುಂದಿನ ಆಫೀಸ್ ರೂಂನಲ್ಲಿಯೇ ಕೂತಿದ್ದ ಇಳಾಭಟ್ ಗಂಡ. ಸಭ್ಯಸ್ಥನೇ. ಆ ಮನುಷ್ಯನದು ಗೌರ್ನಮೆಂಟ್ ಜಾಬ್. ಆದರೆ ತುಂಬು ಕುಟುಂಬ. ಖರ್ಚು ಅಧಿಕ. ಹಣಕಾಸಿನ ಬಗ್ಗೆ ಜೋಪಾನದ ಸ್ವಭಾವ.

ನೋಡಿದ ಕೂಡಲೇ ಎದ್ದು ನಿಂತ. ಅಲ್ಲಿ ಇಳಾಭಟ್ ಇರಲಿಲ್ಲ.

"ಕೂತ್ಕೊಳ್ಳಿ, ಕೆಲವು ನಂಗಿಷ್ಟವಾಗೋಲ್ಲ. ಹೆಂಡ್ತಿಯೊಡನೆ ಜಗಳ ಆಡೋಕೆ ಇದು ಪ್ಲೇಸ್ ಅಲ್ಲ. ಆಕೆ ಹೊರ್ಗೇ ನಿಮ್ಮ ಸಂಸಾರದ ಸಲುವಾಗಿ ದುಡಿಯೋ ಹೆಣ್ಣು ಮಗ್ಳು" ಅಂದರು. ಆ ಮನುಷ್ಯನ ಮುಖ ಬಿಳುಚಿಕೊಂಡಿತು.

ಇಡೀ ಪ್ರಕರಣವನ್ನು ಬಿಡಿಸಿ ಹೇಳಿದ.

"ಅಮ್ಮನಿಗೆ ಒಂದೆರಡು ದಿನದಿಂದ ಜ್ವರ. ಮತ್ತೆ ಟೆಂಪರೇಚರ್ ಇಳಿದು ಸುಧಾರಿಸಿಕೊಳ್ಳೋಕೆ ಮತ್ತೆರಡು ದಿನ ಬೇಕು. ಘನ ಆಹಾರ ಬಿಟ್ಟು ದ್ರವ ಆಹಾರ ಕೊಡ್ತಾ ಇದ್ದೀನಿ. ಮತ್ತೆ ಇನ್ನೊಂದು ದಿನ ಬಿಟ್ಟು ಡಾಕ್ಟ್ರು ಹತ್ರ ಕರ್ಕಂಡ್ ಹೋಗೋಣಾಂತ. ಅದಕ್ಕೆ ರಾದ್ಧಾಂತ ಮಾಡ್ಕೊಂಡ್ ಅತ್ತುಕೊಂಡು ಕೂತಿದ್ದಾಳೆ. ಒಂದು ಸಣ್ಣ ಜ್ವರ ಬಂದರೂ ನರ್ಸಿಂಗ್ ಹೋಂನಲ್ಲಿ ಅಡ್ಮಿಟ್, ನೂರೆಂಟು ಟೆಸ್ಟ್‌ಗಳು. ಆರೋಗ್ಯವಾಗಿರೋರು ಕಾಯಿಲೆ ಭ್ರಮೆಯಲ್ಲಿ ಬಿದ್ದುಹೋಗ್ತಾರೆ. ಬರೋವಾಗ ದೊಡ್ಡ ಪ್ರಿಸ್ಕ್ರಿಪ್‌ಷನ್ ಪಟ್ಟಿ. ಅದೆಲ್ಲ ದುಬಾರಿಯವೆ. ಸೈಡ್ ಎಫೆಕ್ಟ್. ಒಂದು ಫೈಲ್ ಸಿದ್ಧವಾಗುತ್ತೆ. ಇದೆಲ್ಲ ಬೇಡ, ಒಂದೆರಡು ದಿನ ತಡೆದು ನೋಡೋಣ ಅನ್ನೋ ಇರಾದೆ ನಂದು."

ಯಾವುದೋ ವಿಷಯಕ್ಕೆ ಗಲಾಟೆಯೆಂದು ತಿಳಿದಿದ್ದ ಆಕೆಗೆ ಇದನ್ನು ನೋಡಿ ನಗು ಬಂತು. ಆದರೆ ನಗಲಿಲ್ಲ.

"ಹಣದ ವಿಷ್ಯದಲ್ಲಿ ಸ್ವಲ್ಪ ಜುಗ್ಗನೇ. ಹಾಗಂತ ನಮ್ಮಮ್ಮನ ಆರೋಗ್ಯದ ಬಗ್ಗೆ ನಿರ್ಲಕ್ಷ ಮಾಡೋಂಥ ಆಸಾಮಿಯಲ್ಲ. ಇವಳಿಗೆ ಅರ್ಥನೇ ಆಗೋಲ್ಲ. ಸ್ವಲ್ಪ ಹೇಳಿ ಮೇಡಮ್. ದಯವಿಟ್ಟು ಕ್ಷಮ್ಸಿ, ಜಗಳ ಆಡೋ ಅಂಥ ಮನುಷ್ಯನಲ್ಲ" ಅಲವತ್ತುಕೊಂಡ. ಮೃಣಾಲಿನಿ ಈಚೆ ಬಂದು ನಕ್ಕು ಇಳಾಭಟ್ ಬೆನ್ನಿನ ಮೇಲೊಂದು ಪುಟ್ಟ ಏಟು ಹಾಕಿ "ಒಳ್ಳೆ ಗಂಡನೇ, ಸಮಸ್ಯೆಯನ್ನು ಹೊತ್ತುಕೊಳ್ಳುವಂಥ ಯಜಮಾನನೇ. ದೇಹದ ಸಾಮಾನ್ಯ ಉಷ್ಣತೆ ಸದಾ 98.4 ಎಫ್ ಇರೋದಿಲ್ಲ. ಒಂದು ಡಿಗ್ರಿ ಹೆಚ್ಚು ಕಡ್ಮೆ ಇರುತ್ತೆ. ಬರೋವಾಗ ಹೆಚ್ಚುಕಡ್ಮೇ ನಿಮ್ಮತ್ತೆ ಟೆಂಪರೇಚರ್

ನಾರ್ಮಲ್ ಇತ್ತಂತಲ್ಲ. ಮತ್ಯಾಕೆ ಗಾಬ್ರಿ? ನಾಡಿಬಡಿತ 72 ಇರಬೇಕನ್ನೋ ಕಲ್ಪನೆ ಸಾಮಾನ್ಯ ಜನರಲ್ಲಿ ಮಾತ್ರವಲ್ಲ, ವಿದ್ಯಾವಂತರಲ್ಲಿ ಕೂಡ. ಆದರೆ 60 ರಿಂದ 90ರ ಒಳಗೆ ಇದ್ದರೂ ನಾರ್ಮಲ್ಲೆ. ರಕ್ತದ ಒತ್ತಡವೂ ಕೂಡ ಅಷ್ಟೆ, ವಯಸ್ಸಿಗೆ ಅನುಗುಣವಾಗಿ ಮತ್ತು ದಿನದ ಬೇರೆ ಬೇರೆ ಸಮಯದಲ್ಲಿ ಬೇರೆ ಬೇರೆ ಇರುತ್ತೆ" ಬುದ್ಧಿ ಹೇಳಿದರು. ಅಂತು ಸುಖಾಂತವೇ.

ಕಡೆಯಲ್ಲಿ ಇಳಾಭಟ್‌ನ ಗಂಡನಿಗೆ ಒಂದು ಮಾತು ಹೇಳಿದರು.

"ನೀವಿರೋ ಕಡೆಗೆ ಹೆಂಡ್ತಿನ ಟ್ರಾನ್ಸ್‌ಫರ್, ಡೆಪ್ಯೂಟೇಷನ್‌ಗೆ ಪ್ರಯತ್ನಪಡಿ. ಆಕೆಗೆ ಮಕ್ಕಳ ಮೇಲಿನ ಹಂಬಲ. ಮಾನಸಿಕವಾಗಿ ನೊಂದ್ಕೋತಾರೆ."

ಆ ಮಹಾಶಯ ತಲೆಯಾಡಿಸಿಬಿಟ್ಟ.

"ಎರಡೂ ಆಗೋಲ್ಲ. ಆರಾಮಾಗಿ ನಿಮ್ಮ ಮನೆಯಲ್ಲಿ ತವರಿನಲ್ಲಿ ಇದ್ದಂತೆ ಇದ್ದಾಳೆ. ನನ್ನ ಸ್ವಭಾವದ ಬಗ್ಗೆ ನಾನೇ ವಿಶ್ಲೇಷಣೆ ಮಾಡಿಕೊಂಡಿದ್ದೀನಿ. ಸ್ವಲ್ಪ ಕಿರಿಕ್ ಪಾರ್ಟಿ. ಎದುರಿಗಿದ್ದರೆ, ಒಂದಲ್ಲ ಒಂದು ಕಾರಣಕ್ಕೆ ನೋಯಿಸ್ತಾ ಇರ್ತೀನಿ. ಎಷ್ಟು ಕಂಟ್ರೋಲ್ ಮಾಡಿಕೊಂಡರೂ ನನ್ನಿಂದ ಸಾಧ್ಯವಾಗ್ತಾ ಇಲ್ಲ. ಅವ್ಳಿಗೂ ಇದ್ರಿಂದ ನೋವು. ಬೇಕಾದರೆ ನೀವೇ ಕೇಳಿ ನೋಡಿ" ಎಂದಾಗ ನಿಬ್ಬೆರಗಾದರು. ಆಶ್ಚರ್ಯ. ಪರಮಾಶ್ಚರ್ಯ! ಇದೊಂದು ರೀತಿಯದು. ಗೊತ್ತಿದ್ದರೂ ತನ್ನ ಸ್ವಭಾವವನ್ನು ಬದಲಾಯಿಸಿಕೊಳ್ಳಲಾರದ ನಿರ್ಬಲತೆ.

ರೂಮಿನಲ್ಲಿ ಹೋಗಿ ಕೂತುಬಿಟ್ಟರು.

ತಾನು ಯಾಕೆ ಮದುವೆಯಾಗಲಿಲ್ಲ? ಈ ಪ್ರಶ್ನೆಯನ್ನು ಎಷ್ಟೋ ಸಲ ಹಾಕಿಕೊಂಡಿದ್ದರು. ಸರಿಯಾದ ಉತ್ತರ ಸಿಗದು. ಚಂದ ಇದ್ದರು. ಒಳ್ಳೆ ವಿದ್ಯಾವಂತೆ. ಉತ್ತಮ ಸಂಸ್ಕಾರವಂತರ ಸಮಾಜದಲ್ಲಿ ಸ್ಟೇಟಸ್ ಇದ್ದ ಕುಟುಂಬದಲ್ಲಿ ಹುಟ್ಟಿ ಬೆಳೆದವರು, ಒಳ್ಳೆ ಒಳ್ಳೆ ಸಂಬಂಧಗಳು ಬಂದದ್ದುಂಟು. ಕಾಲೇಜು, ನಂತರ ಕೆಲವರು ಪ್ರೇಮದ ನೋಟ ಬೀರಿದ್ದುಂಟು. ಆದರೆ ವಿಚಲಿತರಾಗದೇ, ಗಟ್ಟಿಯಾಗಿ ನಿಂತು ಸಾಧಿಸಿದ್ದೇನು?

"ಇದು ಸರಿಯಲ್ಲ ಕಣೇ.ಒಂದ್ಮದ್ವೇಂತ ಆಗು" ಅವಳಮ್ಮ, ಬದುಕಿರೋವರೆಗೂ ಹೇಳಿ ಸಾಕಾಗಿದ್ದರು. ಆಗ ಬೇಕೂಂತ ಅನ್ನಿಸಿರಲಿಲ್ಲ. ಈಗ ಕೆಲವೊಮ್ಮೆ ಪಶ್ಚಾತಾಪವೆನಿಸಿದರು, ವಿವಾಹವಾಗಿದ್ದರೆ ದೊಡ್ಡ ಸಾಧನೆಯಾಗಿ ಬಿಡುತ್ತಿತ್ತು ಅನ್ನೋ ಭ್ರಮೆ ಬೇಡಾಂತ ಅನ್ನಿಸಿದ್ದುಂಟು.

ಇದಾದ ಮೂರು ದಿನಕ್ಕೆ ಅಪೇಕ್ಷ ಬಂದು "ಅಮ್ಮ, ಆರತಿ ಜಗದೀಶ ಬೆಂಗ್ಳೂರಿಗೆ ಬರ್ತಾ ಇದ್ದಾರಂತೆ. ಒಂದು ತರಹ ಹನಿಮೂನ್ ಅಂದ್ರು" ವಿಷಯ ಮುಟ್ಟಿಸಿದಾಗ "ಬರ್ಲಿ, ಎಲ್ಲಾದ್ರೂ ಹೋಟೆಲ್‌ನಲ್ಲಿ ಉಳ್ಕೊಳ್ಳೋಕೆ ವ್ಯವಸ್ಥೆ ಮಾಡೋಣ. ಇಲ್ಲಿ ಕೆಲವು ರೂಲ್ಸುಗಳು ಇವೆ. ಅದ್ನ ಬ್ರೇಕ್ ಮಾಡೋದು ಬೇಡ" ಅಂದರು.

"ಹೋಟೆಲ್, ಲಾಡ್ಜ್ ಅಂಥದೇನು ಬೇಕಿಲ್ಲ. ಅವ್ನ ಫ್ರೆಂಡ್ ಮನೆ ಇದೆಯಂತೆ. ಅಲ್ಲಿ ಉಳ್ಕೋತಾರೆ. ನಿಮ್ಮನ್ನ ನೋಡೋ ಸಲುವಾಗಿ ಒಮ್ಮೆ ಬರಬಹುದಷ್ಟೆ" ಎಂದಳು. ಇದು ಅಪೇಕ್ಷಗೆ ಸಂತೋಷದ ವಿಷಯವಾದರೂ ಖರ್ಚಿನ ಬಾಬತ್ತು ಎನ್ನುವ ವ್ಯಸನ ಕೂಡ. "ನಿಮ್ಮನ್ನ ಜಗದೀಶ ಕೇಳ್ದೆಂತ ಹೇಳ್ದ" ಸೌಜನ್ಯಕ್ಕೆ ತಿಳಿಸಿದ್ದೇ ವಿನಹಃ ಇಲ್ಲಿ ಉಳಿಸಿಕೊಳ್ಳಬೇಕೆಂದೇನು ಇರಲಿಲ್ಲ.

ಈಚೆಗೆ ತೆಗೆದ ಲೋನ್‌ನಿಂದ ಒಂದಿಷ್ಟು ಸಂಬಳ ಕಡಿತವಾಗುತ್ತಿತ್ತು. ಅದನ್ನು ಸರಿದೂಗಿಸುವಲ್ಲಿ ಪರದಾಟ. 'ನೀನು ಲೆಕ್ಕದಲ್ಲಿ ಬುದ್ಧಿವಂತೆ. ನಮ್ಮ ಆಡಿಟರ್ ಆಫೀಸ್‌ನಲ್ಲಿ ಹೋಗಿ ಒಂದೆರಡು ಗಂಟೆ ಕೆಲ್ಸ ಮಾಡಿದರೆ ನಿಂಗೆ ಅನ್ಕೂಲವಾಗುತ್ತೆ.' ಮ್ಯಾನೇಜರ್ ಇಂಥ ಸಜೆಷನ್ ಮುಂದಿಟ್ಟಾಗ ಯೋಚಿಸುವಂತಾಗಿತ್ತು. ಮನೆ ಎಂಟೂವರೆಗೆ ಬಿಟ್ಟರೆ, ಆಫೀಸ್ ತಲುಪುವ ವೇಳೆಗೆ 9.30 ಆಗಿಬಿಡುತ್ತಿತ್ತು. ಕೆಲವೊಮ್ಮೆ ಹತ್ತು ನಿಮಿಷ ಅರ್ಧಗಂಟೆ ಲೇಟಾಗಿ ಬಿಡುತ್ತಿತ್ತು. ಹೇಗೆ, ಎಂದು ಯೋಚಿಸುವಂತಾಗಿತ್ತು.

ಅಂದು ಆಫೀಸ್ ಮುಗಿಸಿಕೊಂಡು ಬರುವ ವೇಳೆಗೆ ಜಗದೀಶ, ಆರತಿ ಕಾದು ಕೂತಿದ್ದರು. ಆರತಿ ತುಂಬ ಕಳೆಕಳೆಯಾಗಿ ಕಂಡಾಗ ಸಂತೋಷದಿಂದ ಅವಳಿಗೆ ಕುಣಿದಾಡುವಂತಾಯಿತು.

"ಹೇಗಿದ್ದಿ, ಅಕ್ಕ?" ಅವಳ ಎರಡು ಕೈಗಳನ್ನು ಹಿಡಿದುಕೊಂಡಳು. "ಚೆನ್ನಾಗಿದ್ದೀನಿ ನೀನು...." ಹರ್ಷ ಚಿಮ್ಮಿತು ಆರತಿ ದನಿಯಲ್ಲಿ.

"ಪ್ಲೀಸ್, ಸ್ವಲ್ಪ ನನ್ಕಡೆ ನೋಡಿ ಅಪೇಕ್ಷ. ನನ್ನ ಫ್ರೆಂಡ್, ಅವ್ರ ಮನೆಯವರು ಕೂಡ ನನ್ನ ನೋಡಿ ಸಹಾನುಭೂತಿ ವ್ಯಕ್ತಪಡಿಸಿದರು. ಅಮ್ಮ ಏನು, ನಿನ್ನ ಅಮ್ಮಂದಿರು ಕೂಡ ಇದೇ ಮಾತನ್ನ ಹೇಳಿದ್ರು. ನೀನೇನು ಹೇಳ್ತಿಯೋ ನೋಡೋಣ. ನನ್ಕಡೆ ಸ್ವಲ್ಪ ನೋಡು" ತ್ಯೂ... ತ್ಯೂ ಎಂದ, ತನ್ನ ಬಗ್ಗೆ ಸಹಾನೂಭೂತಿ ವ್ಯಕ್ತಪಡಿಸುವಂತೆ. ಆರತಿಯ ಮುಖ ನಾಚಿಕೆ, ನಸುಮುನಿಸಿನಿಂದ ಕೆಂಪಾಯಿತು. ದುರುದುರು ಗಂಡನತ್ತ ನೋಡಿ "ಯಾವಾಗ್ಲೂ ಹೀಗೇನೇ? ಸಮಯ, ಸಂದರ್ಭ ಅನ್ನೋದಿಲ್ಲ. ನಾನು ದಪ್ಪ ಆಗಿದ್ದೀನಾ?" ಕೇಳಿದಳು ನಾಚಿಕೆಯಿಂದ.

ಆರತಿ ಸ್ವಲ್ಪ ಮೈಕೈ ತುಂಬಿಕೊಂಡಿದ್ದಂತು ನಿಜ. ಹಾಗೆಂದು ಹೇಳಲು ಸಾಧ್ಯವೇ? ಜಗದೀಶನೇ ಸಂದಿಗ್ಧದಿಂದ ಪಾರು ಮಾಡಿದ.

'ಮದುವೆಗೆ ಮೊದಲು
ಎಲ್ಲಾ ಹೆಂಗಸರೂ
ಏಳು ಮಲ್ಲಿಗೆಯ ತೂಕದ
ಚೆಲುವೆಯರು
ಆಮೇಲೆ ಮಾತ್ರ ಕೈಹಿಡಿದು
ಏಳು ಮೆಲ್ಲಗೆ
ಅನ್ನುವಷ್ಟು ತೂಕದವರು'

"ಈ ಪದ್ಯ ಬರೆದಿದ್ದು ನಮ್ಮ ಕವಿ ದುಂಡಿರಾಜ್. ಅವರನ್ನ ಬೇಕಾದರೆ ಕೇಳಬಹುದು" ಅಂದು ಸುಮ್ಮನಾದಾಗ ಅಪೇಕ್ಷ ಪಕ್ಕನೆ ನಕ್ಕಳು. ಆರತಿ ಮುಖ ಉಮ್ಮಿಸ್ರಿಕೊಂಡು "ಜಗ್ಗೀ ಒಳ್ಳೆಯವನೂಂತ ರೆಕಮೆಂಡ್ ಮಾಡ್ದೇ. ಈಗ ಸದಾ ಹಂಗಿಸಿ ಗೋಳು ಹೊಯ್ಕೋತಾನೇ" ಆರೋಪ ಮಾಡಿದಾಗ "ಬರೀ ರೆಕಮೆಂಡ್ ಮಾತ್ರವಲ್ಲ, ಧುಮುಕಿ ಹಾಕಿದ್ದು ಕೂಡ ಹೇಳು" ರೇಗಿಸಿದ. ಅಪೇಕ್ಷಗೆ ನಗು ಬಂತು.

"ಅದ್ನ ನಾನೇ ಹೇಳ್ತೀನಿ ಬಿಡು. ಜಗದೀಶ್‌ಗೆ ಕೆಲ್ಸ ಇದೆ. ಆರ್ಥಿಕ ಪರದಾಟ ಇದೆ. ಸಹಕಾರಿ ಬ್ಯಾಂಕ್‌ಗೆ ಹೋಗೋವಾಗ ಪ್ಯಾಂಟು ಹಾಕ್ಕೊಂಡೇ ಹೋಗ್ತಾರೆ. ನಿನ್ನ ಸಲುವಾಗಿ ಮನೆಯಲ್ಲೂ ಕೂಡ ಒಂದೆರಡು ಗಂಟೆಗಳು ಹೆಚ್ಚಿಗೆ ಪ್ಯಾಂಟು ಹಾಕ್ಕೋತಾರೆ. ವಿಶ್ವನ ಸಾವಿನ ಹೊಗೆಯಿಂದ ಹೊರ ಬರಬೇಕಾದರೆ, ಏನಾದರೊಂದು ಘಟಿಸಬೇಕಿತ್ತು. ನೀನು ಒಪ್ಪದಿದ್ದಾಗ ನಾನೇ ಮದ್ವೆ ಆಗ್ತೀನಿ ಜಗದೀಶನನ್ನ ಅಂತ ಧಮಕಿ ಹಾಕಿದ್ದುಂಟು. ಆದರೆ ಆರತಿ ಅಕ್ಕ ಅಂಥ ಛಾನ್ಸ್‌ನ ಕೈ ಬಿಡೋವಷ್ಟು ಹೆಡ್ಡಳಲ್ಲ ಅಂತ ಗೊತ್ತಿತ್ತು. ನಿಜ ತಾನೇ?" ಆರತಿಯನ್ನು ಛೇಡಿಸಿದಳು.

ಏನೋ ಕಳೆದುಕೊಂಡಂತೆ ನಿಟ್ಟುಸಿರು ದಬ್ಬಿದ ಜಗದೀಶ. "ಛೆ, ನಂಗೆ ಸಿಕ್ತಾ ಇದ್ದ ಅಪಾರ್ಚುನಿಟಿಸ್ ಮಿಸ್ ಮಾಡ್ದೇ! ನೀನು ಒಪ್ಪಿಕೊಳ್ಳಬಾರ್ದಿತ್ತು" ಮೆಲ್ಲನೆ ಉಸುರಿದಾಗ ಅಪೇಕ್ಷ "ಖಂಡಿತ ಇಲ್ಲ ಭಾವ, ಅದು ಸಾಧ್ಯವಾಗ್ತ ಇರ್ಲಿಲ್ಲ. ಹಿರಿಯಳ ವಿವಾಹವಾಗದ ಹೊರತು ಕಿರಿಯಳ ವಿವಾಹ ಸಾಧ್ಯವಿಲ್ಲ. ತೋಟದ ಮೇಲಿನ ಸಾಲ ತೀರೋವರ್ಗೂ ನನ್ನ ಮದ್ವೆ ಸಾಧ್ಯವಿರ್ಲಿಲ್ಲ. ನಾನು ಇರೋ ಮೂಡ್‌ನಲ್ಲಿ... ಇಲ್ಲ ಬಿಡೀ.... ನೀವು ಲಕ್ಕೀ..... ಬಂದೇ" ಅವರಿಬ್ಬರನ್ನು ಬಿಟ್ಟು ತಾನು ಹೊರಗೆ ಬಂದಳು.

ಉಡುಪು ಬದಲಾಯಿಸಿ ಮತ್ತೆ ರೂಮಿಗೆ ಬಂದಾಗ ಆಗಲೇ ಮಂಜು ಕಾಫೀ ಕೊಟ್ಟು ಹೋಗಿದ್ದ.

"ಡೋಂಟ್ ವರೀ, ನನ್ನ ಫ್ರೆಂಡ್ ಮನೆಯಲ್ಲಿ ಇಳ್ಕೊಂಡಿದ್ದೀವಿ. ಅವ್ನ ಹೆಂಡ್ತಿ ತವರಿಗೆ ಹೋಗಿದ್ದಾಳಂತೆ. ಅವ್ನ ಬೆಡ್‌ರೂಂ ನಮ್ಗೇ ಬಿಟ್ಕೊಟ್ಟು ಹಾಲ್‌ನಲ್ಲಿ ಮಲಗ್ತಾ ಇದ್ದಾನೆ. ತೊಂದರೆ ಇಲ್ಲ. ಒಂದೆರಡು ದಿನ ಉಳಿದು ಹೋಗಬಹುದು. ನೀನು ರಜ ಹಾಕಿ ಕಂಪನಿ ಕೊಡೋಕೆ ಸಾಧ್ಯನಾ?" ವಿಚಾರಿಸಿದ ಜಗದೀಶ.

"ನಂಗೆ ಬೆಂಗ್ಳೂರು ಹೊಸ್ದು, ಕಣೆ. ಹೆದರಿಕೆ ಆಗುತ್ತೆ ನೀನೂ... ಬಾ" ಆರತಿ ಒಂದು ಮಾತು ಸೇರಿಸಿದಳು. ಪ್ರೀತಿಯಿಂದ ಅವಳತ್ತ ನೋಡಿದ ಅಪೇಕ್ಷ "ಹನಿಮೂನ್ ಸಲುವಾಗಿ ಬೆಂಗ್ಳೂರಿಗೆ ಬಂದಿರೋದು. ಒಬ್ಬರನೊಬ್ಬರು ಅರ್ಥ ಮಾಡ್ಕೊಂಡ್ ಮುಂದೆ ಸಾಮರಸ್ಯವಾಗಿ ಜೀವನ ನಡೆಸಲಿ ಅನ್ನೋದೇ ಹನಿಮೂನ್ ಉದ್ದೇಶ. ಆರಾಮಾಗಿ ತಿರ್ಗಾಡಿ. ಹೋಗೋಕೆ ಮುನ್ನ ನನ್ಜೊತೆ ಒಂದೆರಡು ಗಂಟೆಗಳು ಮಾತ್ರ."

'ಅರ್ಥ ಮಾಡ್ಕೋ' ಅನ್ನೋ ತರಹ ನೋಟ ಬೀರಿದ ಜಗದೀಶ.

ಬಂದ ಕವನಗೆ ವಿಷ್ಯ ಮುಟ್ಟಿದ್ದರಿಂದ ನೇರವಾಗಿ ಬಂದು "ಮೇಲಿನ ಎರಡು ರೂಂ ಖಾಲಿಯಾಗಿವೆ, ಅಲ್ಲೇ ಇವರು ಉಳಿದುಕೊಳ್ಳಬಹುದಲ್ಲ" ಅಂದಿದ್ದನ್ನು ಅಪೇಕ್ಷ

ನಿರಾಕರಿಸಿ "ಅದರಲ್ಲಿ ಒಂದು ಮೃಣಾಲಿನಿಯವರ ಲೈಬ್ರರಿ. ಇನ್ನೊಂದು ರೂಂ ಅವ್ರ ತಂದೆಯವರು ಉಪಯೋಗಿಸಿದ್ದರಂತೆ. ಈಗ ಅವ್ರ ತಮ್ಮ ಮತ್ತು ಅವರ ಕುಟುಂಬಕ್ಕೆ ಮೀಸಲು. ಈಗಾಗಲೇ ಜಗದೀಶನ ಫ್ರೆಂಡ್ ಮನೆಯಲ್ಲಿ ಉಳಿದುಕೊಂಡಿದ್ದಾರೆ. ಆದ್ದರಿಂದ ತೊಂದರೆ ಇಲ್ಲ" ತೀರ್ಮಾನ ಸೂಚಿಸಿದಳು. ಮೃಣಾಲಿನಿಯ ಬಲವಂತಕ್ಕೆ ಅಲ್ಲೇ ಊಟ ಮುಗಿಸಿಕೊಂಡು ಹೊರಟಿದ್ದು ಅವರಿಬ್ಬರು.

ಕವನ ಭಾಗವಾಗಿ ಇಪ್ಪತ್ತು ಲಕ್ಷ ಬಂದಿದ್ದರಿಂದ ಅದು ಬ್ಯಾಂಕ್‌ನಲ್ಲಿ ಫಿಕ್ಸೆಡ್ ರೂಪದಲ್ಲಿ ಇದ್ದು ತಿಂಗಳು, ತಿಂಗಳು ಬಡ್ಡಿ ಬರುತ್ತಿತ್ತು. ಅಷ್ಟೊಂದು ಹಣ ಒಮ್ಮೆಲೆ ಸಿಕ್ಕಿದ್ದು ಮೊದಲ ಸಲ. ಆದ್ದರಿಂದ ಒಂದಿಷ್ಟು ಗೊಂದಲವೇ. ಆ ರಾತ್ರಿ ಇಬ್ಬರು ಮೇಲಿನ ಟೆರಸ್‌ಗೆ ಹೋದಾಗ ಈ ವಿಷಯವನ್ನು ಅಪೇಕ್ಷ ಮುಂದಿಟ್ಟಳು.

"ಏನು ಮಾಡೋದು, ಮಮ್ಮಿ ಡ್ಯಾಡಿ ಸಾಕಷ್ಟು ಬೈಯ್ದು ಕೊಟ್ಟಿದ್ದಾರೆ. ಏನೇ ಕಷ್ಟ ಬಂದರೂ ನಮ್ಮಲ್ಲಿಗೆ ಬರ್ಬೇಡ. ಹಣದ ಬಗ್ಗೆ ಎಚ್ಚರವಿರಲೀಂತ ಹೇಳಿ ಕಳ್ಸಿದ್ದಾರೆ. ನಂಗೆ ಪೇಚಾಟವಾಗಿದೆ."

ಇದು ತೀರಾ ವಿಚಿತ್ರವೆನಿಸಿತು. ಹೆತ್ತವರು ಇದ್ದು ಕೂಡ ಇಂತಹ ಸ್ಥಿತಿ. ವಿಶ್ವನ ಸಾವು, ಅದಕ್ಕೆ ಮುನ್ನ, ಅದಾದ ನಂತರ ವ್ಯಕ್ತಿಗಳ ಪರಿಚಯ ಅವಳಲ್ಲಿ ದೊಡ್ಡ ಜಿಜ್ಞಾಸೆ ಹುಟ್ಟಿಹಾಕಿತ್ತು. ಡಾ। ಚಿದಾನಂದಮೂರ್ತಿ ಬರೀ ಹಣಕ್ಕಾಗಿ ಪ್ರೊಫೆಷನ್ ಬಳಸಿಕೊಳ್ಳುತ್ತಿದ್ದ. ಸಣ್ಣ ಜ್ವರಕ್ಕೂ ಅತ್ಯಂತ ಬೆಲೆಬಾಳುವ ಮಾತ್ರೆಗಳು. ಅದು ಅಡ್ಡ ಪರಿಣಾಮದ ಸೂಚನೆ ಕೊಟ್ಟಾಗ ಉಪಶಮನಕ್ಕೆ ಇನ್ನಷ್ಟು ಮಾತ್ರೆಗಳು. ಈ ರೀತಿ ಸಂಪಾದನೆ ಮಾಡಿದ ಹಣವನ್ನೇ... ಮಾಡುತ್ತಾರೆ? ಜತೆಯಲ್ಲಿ ಒಯ್ಯಲು ಸಾಧ್ಯವೇ?

"ಅಪೇಕ್ಷ..." ಕೂಗಿ ಅವಳನ್ನು ಹೊರಪ್ರಪಂಚಕ್ಕೆ ತಂದು "ಮೊದ್ಲು ನನ್ನ ಸಮಸ್ಯೆಯ ಪರಿಹಾರಕ್ಕೆ ಸಲಹೆ ಕೊಡು. ನಂಗೂ ಒಳ್ಳೆ ಸಂಬಳ.... ಆದರೆ ಇಪ್ಪತ್ತು ಲಕ್ಷ ಇಡಿಗಂಟಾಗಿ ಬಂದಿದೆ. ಮುಂದೇನು ಮಾಡ್ಬೇಕು?" ಮತ್ತೆ ಕೇಳಿದಳು.

"ನಾನು ತುಂಬ ಚಿಕ್ಕವಳು. ಸರ್ರಿಯಾದ ಪರಿಹಾರ ಸೂಚಿಸೋಕೆ ನನ್ನಿಂದ ಸಾಧ್ಯವಿಲ್ಲವೇನೋ. ಸದ್ಯಕ್ಕೆ ಆ ಹಣ ಬ್ಯಾಂಕ್‌ನಲ್ಲೇ ಇರ್ಲಿ. ತಿಂಗಳು ತಿಂಗಳು ಬಡ್ಡಿ ಬರುತ್ತಲ್ಲ. ಅದ್ನ ಸೇವಿಂಗ್ಸ್‌ನಲ್ಲಿ ಹಾಕು. ಯಾರನಾದ್ರೂ ಪ್ರೀತಿಸಿದ್ದೀಯಾ? ಈ ವಿಷ್ಯದಲ್ಲಿ ನಾನು ಕೂಡ ಅನನುಭವಿ. ಈಗ ನಮ್ಮ ವಿಶ್ವಣ್ಣ ಇದ್ದಿದ್ದರೇ, ಎಲ್ಲಾ ಜವಾಬ್ದಾರಿಗಳನ್ನು ಹೊತ್ಕೊಂಡ್ ತಾನೇ ನಿಂತು ನಿಂಗೆ ಮದ್ವೆ ಮಾಡ್ತಾ ಇದ್ದ" ಅಲ್ಲಿ ಕೂಡ ವಿಶ್ವ ಬಂದು ಇಣುಕಿದ. ತಕ್ಷಣ "ಅಕಸ್ಮಾತ್ ವಿಶ್ವ ಸಿಕ್ಕಿದರೆ ನಾನೇ ಮದ್ವೆಯಾಗಿ ಬಿಡ್ತಾ ಇದ್ದೆ. ನೀವುಗಳು ಅವರ ಬಗ್ಗೆ ಮಾತಾಡೋದು ನೋಡಿ ನಂಗೆ ತುಂಬ ಇಷ್ಟವಾಗಿಬಿಟ್ಟಿದ್ದಾರೆ" ಕವನ ಭಾವುಕಳಾಗಿ ನುಡಿದಾಗ ಅವಳಿಗೆ ತಲೆ ಚಚ್ಚಿಕೊಳ್ಳಬೇಕೆನಿಸಿತು. ಜೊತೆಗೆ ಭಯ ಕೂಡ. ಇಂಥ ಹುಡ್ಗಿಯನ್ನು ಅವಳಪ್ಪ, ಅಮ್ಮ ಹೇಗೆ ನಿರ್ದಾಕ್ಷಿಣ್ಯವಾಗಿ ಹೊರಗೆ ಅಟ್ಟಿದರು?

"ನೀನು ಏನೇನೋ ಮಾತಾಡ್ತೀಯಾ! ನಂಗೆ ದಿಗಿಲಾಗುತ್ತೆ. ಸದ್ಯಕ್ಕೆ ಮೃಣಾಲಿನಿಯವ್ರ ಸಲಹೆ ಪಡೆಯೋಣ. ಸದ್ಯಕ್ಕೆ ಇಪ್ಪತ್ತು ಲಕ್ಷದ ಸುದ್ದಿಗೆ ಹೋಗೋದು ಬೇಡ" ಇಂಥ ತಾಕೀತು ಮಾಡಿದಳು.

ಆರತಿ, ಜಗದೀಶ ಒಟ್ಟು ನಾಲ್ಕುದಿನ ಬೆಂಗಳೂರಿನಲ್ಲಿ ಉಳಿದುಕೊಂಡು ಸುತ್ತಾಡಿದರು. ಆ ಮಧ್ಯೆ ಅಪೇಕ್ಷಳೊಂದಿಗೆ ಎರಡು ಸಲ ಭೇಟಿ. ಫೋನ್ ಮಾಡಿ ಆರತಿ ತಂಗಿಯೊಂದಿಗೆ ಸಂತೋಷದಿಂದ ಎಲ್ಲಾ ಹೇಳಿಕೊಳ್ಳುತ್ತಿದ್ದುದು ಸಂತಸ ತಂದಿತು.

ಅಂದು ಆಫೀಸ್‌ಗೆ ಫೋನ್ ಮಾಡಿ ಜಗದೀಶ "ಅಂಗಡಿ ಫಣೀಂದ್ರರು ಫೋನ್ ಮಾಡಿ ಭಯ ವ್ಯಕ್ತಪಡಿಸಿದ್ದಾರೆ. ನೀನು ಎಲ್ಲಾದ್ರೂ ನಂಗೆ ಕೆಲ್ಸ ಕೊಡ್ಸಿ ಬೆಂಗ್ಳೂರಿನಲ್ಲೆ ಉಳ್ಸಿಕೊಂಡುಬಿಡ್ತೀಯಾ ಅನ್ನೋ ದಿಗಿಲು. ನಾಳೆ ಹೊರಡ್ತಾ ಇದ್ದೀವಿ" ಎಂದ.

"ಹೇಗೂ ನಾಳೆ ನಂಗೂ ರಜ, ಒಂದು ದಿನವಾದ್ರೂ ಉಪಚರಿಸಲಿಲ್ಲ. ನಾಳೆ ಪೂರ್ತಿ ನೀವಿಬ್ರೂ ನನ್ನ ಗೆಸ್ಟ್ಸ್. ನಾಳಿದ್ದು ಹೊರಡಬಹುದು."

ಇಂಥ ಒಂದು ಮಾತಿಗೆ ತಕ್ಷಣ ಅವನ ಒಪ್ಪಿಗೆ ಸಿಕ್ಕಿತು.

"ಬೆಳಿಗ್ಗೆನೇ ಅಲ್ಲಿಗೆ ಬರ್ತೀವಿ. ಅತಿಥಿ ಸತ್ಕಾರ ಬ್ರೇಕ್ ಫಾಸ್ಟ್‌ನಿಂದಲೇ ಷುರುವಾಗ್ಲೀ" ನಕ್ಕು ಫೋನ್ ಕಟ್ ಮಾಡಿದ. ಸ್ವಲ್ಪ ಬೆವತಳು. ತಿಂಗಳ ಕೊನೆ. ಅವಳ ಬಳಿಯೇನು ಹಣವಿರಲಿಲ್ಲ. ಇಡೀ ದಿನದ ಖರ್ಚು ಎಷ್ಟಾಗಬಹುದು? ಹೋಟೆಲ್‌ನಲ್ಲಿ ಊಟ, ಒಂದಿಷ್ಟು ಸುತ್ತಾಟ, ಒಂದು ಸಿನಿಮಾಂತ ಲೆಕ್ಕ ಹಾಕಿಕೊಂಡರೂ ಅವಳೆದೆಯ ಬಡಿತ ಏರಿತು. 'ಹೇಗೆ?' ಅವಳು ಇದುವರೆಗೂ ಆರತಿಯ ಮದುವೆಗೆ ಲೋನ್ ಪಡೆದಿದ್ದು ಬಿಟ್ಟರೆ ಸಾಲಾಂತ ಯಾರನ್ನೂ ಕೇಳಿರಲಿಲ್ಲ. ಸದ್ಯಕ್ಕೆ ಆ ವಿಷಯ ಪಕ್ಕಕ್ಕಿಟ್ಟು ಕಂಪ್ಯೂಟರ್ ಓಪನ್ ಮಾಡಿಕೊಂಡಳು.

ರಾತ್ರಿ ತನ್ನ ಸೂಟ್‌ಕೇಸ್ ಬೀರುವಿನ ಡ್ರಾಯರ್, ಬ್ಯಾಗ್‌ನಲ್ಲೆಲ್ಲ ಹುಡುಕಾಡಿದಾಗ ಸಿಕ್ಕಿದ್ದು ಬರೀ ನೂರರ ಚಿಲ್ಲರೆ ಮಾತ್ರ. ಇಳಾಭಟ್‌ನ ಕೇಳಿದರೆ ಹೇಗೇಂತ ಯೋಚಿಸುವ ವೇಳೆಗೆ ಆಕೆಯೇ ಬಂದರು.

"ಇವತ್ತು ಲೇಟು!" ವಿಚಾರಿಸಿದಳು.

"ನಮ್ಮೆಜಮಾನ್ರು ಬಂದಿದ್ರು. ಅದು ಯಾವ ಸೀಮೆಯ ಮನುಷ್ಯ! ಪ್ರತಿಯೊಂದಕ್ಕೂ ಏನಾದ್ರೂ ಹೇಳ್ತಾರೆ. ಇವತ್ತು ಸೀರೆಯುಟ್ಟಿದ್ದೆ ಸರ್ಯಾಗಿಲ್ವಂತೆ" ಹೇಳಿದ ಕೂಡಲೇ ಅಪೇಕ್ಷ ಘೊಳ್ಳೆಂದಳು.

"ಅದಕ್ಯಾಕೆ ಅಷ್ಟೊಂದು ಟೆನ್‌ಷನ್ ಮಾಡ್ಕೋತೀರಿ? ನಿಮ್ಮನ್ನ ಅಷ್ಟೊಂದು ಸೂಕ್ಷ್ಮವಾಗಿ ಗಮನಿಸ್ತಾರೆ. ಅಷ್ಟು ಕನ್‌ಸರ್ನ್" ಸಂತೈಯಿಸುವ ಪ್ರಯತ್ನಕ್ಕೆ ಇಳಾಭಟ್ ರೇಗಿದರು "ಎಂಥದ್ದು ಇಲ್ಲ. ಮದ್ವೆಯಾಗಿ ನಂಗೇನು ಇಷ್ಟ, ಏನು ಇಷ್ಟವಿಲ್ಲಾಂತ ಅವ್ರಿಗೆ ಗೊತ್ತಿದ್ಯಾ? ತಮ್ಮ ಆಸೆ, ಆಕಾಂಕ್ಷೆ ನನ್ಮೇಲೆ ಏರಿಕೊಂಡೇ ಬಂದರು. ಏನು ಮಾಡಿದ್ರೂ ಸರ್ಯೋಗೋದಿಲ್ಲ, ಅಪೇಕ್ಷ. ಪ್ರತಿಯೊಂದಕ್ಕೂ ಕಿರಿಕ್, ಕಣ್ಣೇರಿಡದ

ದಿನವೇ ಇಲ್ಲ. ಅವರ ಸ್ವಭಾವ ಗೊತ್ತು. ಸೀರಿಯಸ್ಸಾಗಿ ತಗೋಬಾರ್ದೂಂತ ಅಂದ್ಕೋತೀನಿ. ಆದರೆ ಆಗೋಲ್ಲ. ನಾನೂ ಮನುಷ್ಯಳೇ ತಾನೇ? ಅದಕ್ಕೆ ಇಲ್ಲಿ ತಣ್ಣಗೆ ಇರೋದು" ಎಂದವರು ಒಂದು ಗಂಟೆ ಕೊರೆದರು. ಎಲ್ಲಕ್ಕಿಂತ ಸಣ್ಣಪುಟ್ಟ ಕಿರಿಕ್‌ಗಳೇ ಮಾನಸಿಕ ನೆಮ್ಮದಿ ಹಾಳು ಮಾಡೋದು ಅಂಥ ಅರ್ಥವಾದಾಗ ನಿಟ್ಟುಸಿರು ಚೆಲ್ಲಿದಳು ಅಪೇಕ್ಷ.

"ಹೋಗ್ಲಿ ಬಿಡಿ. ಇದು ಬಗೆಹರಿಯದ ಸಮಸ್ಯೆ. ರಸಮಯವಾಗಬೇಕಾದ ಸಮಯವನ್ನೆಲ್ಲ ಹಾಳು ಮಾಡುತ್ತೆ. ಇಲ್ಲಿ ಸಿಗೋದಕ್ಕಿಂತ ಕಳೆದುಕೊಳ್ಳೋದೆ ಹೆಚ್ಚು. ನಿಮ್ಮ ಹಸ್ಬೆಂಡ್‌ಗೆ ಅವರ ತಪ್ಪಿನ ಅರಿವಾಗಬೇಕಷ್ಟೆ."

ಅಷ್ಟಕ್ಕೆ ಇಳಾಭಟ್ ಗೊಣಗಿ ಸುಮ್ಮನಾದವರು ಒಂದು ಹೊಸ ವಿಷಯ ಕಿವಿಯ ಮೇಲೆ ಹಾಕಿದರು.

"ನಯನಾಗೆ ಎಂಗೇಜ್‌ಮೆಂಟ್ ಅಂತೆ, ಅವಳಪ್ಪ, ಅಮ್ಮ ಎಲ್ಲಾ ಬಂದಿದ್ದಾರೆ. ಹುಡ್ಗ ಕೂಡ ಸಾಫ್ಟ್‌ವೇರ್ ಇಂಜಿನಿಯರ್ ಅಂತೆ. ಹತ್ತಿರ... ಹತ್ತಿರ ಎರಡು ಲಕ್ಷದವರ್ಗೂ ಸಂಬಳ. ದುಡ್ಡುಕಾಸಿನ ತೊಂದರೆ ಇರೋಲ್ಲ."

"ಹೌದೌದು. ನಂಗೆ ಅವ್ರು ಸಿಕ್ಕೇ ಇಲ್ಲ" ಅಷ್ಟು ಹೇಳಿ ಸುಮ್ಮನಾದರೂ. 'ನಾಳೆ ಇರೋ ಈ ತೀರಾ ಕಡಿಮೆ ಅಮೌಂಟ್‌ನಲ್ಲಿ ಹೇಗೆ ಮ್ಯಾನೇಜ್ ಮಾಡುವುದೆನ್ನುವ' ಚಿಂತೆ. ಅಷ್ಟರಲ್ಲಿ ಕರಡಿಯಂತೆ ನುಗ್ಗಿದ ಕವನ "ನಾಳಿದ್ದು ಆರತಿ ಜಗದೀಶ ಊರಿಗೆ ಹೋಗ್ತಾರಂತಲ್ಲ. ಅದಕ್ಕೆ ನಾನು ರಜ ಹಾಕಿದ್ದೀನಿ. ನಾಳೆ ಪೂರ್ತಿ ಅವ್ರು ನಮ್ಮ ಗೆಸ್ಟ್‌ಗಳು. ನೀನು ರಜ ಹಾಕಿದ್ದೀ ತಾನೇ? ಈಗ್ಬಂದೇ" ಅಷ್ಟೇ ವೇಗವಾಗಿ ಹೊರಗೆ ಹೋದಳು.

ಇಳಾಭಟ್ ಬಾಯಿ ಮೇಲೆ ಕೈ ಇಟ್ಟುಕೊಂಡರು.

"ಮೊದ್ಲು ಕವನ ತುಂಬ ಧಿಮಾಕಿನ ತರಹ ಕಾಣ್ತಾ ಇದ್ದಳು. ಯಾರೊಂದಿಗೂ ಬೆರೀತಾ ಇರ್ಲಿಲ್ಲ. ಏನೋ ಒಂದು ತರಹ ಅನ್ನಿಸಿತ್ತು. ಈಗ ಎಷ್ಟು ಬದಲಾಗಿದ್ದಾಳೆಂದರೆ, ತಾನು ನಿಮ್ಮ ಮನೆಯವಳೇ ಅನ್ನೋ ತರಹ ವರ್ತಿಸೋಕೆ ಶುರು ಮಾಡಿದ್ದಾಳೆ. ವಿಚಿತ್ರ ಅಂತ ಅನ್ನಿಸೋಲ್ವಾ?"

ಆಕೆಯ ಕೇಳಿಕೆಗೆ ಏನು ಉತ್ತರಿಸಬೇಕೋ ಅವಳಿಗೆ ಗೊತ್ತಾಗಲಿಲ್ಲ. ಅದು ನಿಜವೇ! ಇವಳಿಗಿಂತ ಹೆಚ್ಚು ಮದುವೆಯ ಸಂಭ್ರಮದಲ್ಲಿ ಭಾಗವಹಿಸಿದವಳು ಅವಳೇ. ಇವರ ಮನೆಯವರೂಂದರೇ ಅಷ್ಟೊಂದು ಅಕ್ಕರೆ. ಕೆಲವೊಮ್ಮೆ ತಾನೇ ಫೋನ್ ಮಾಡಿ ಗಿರಿಜಮ್ಮ, ಪಾರ್ವತಮ್ಮನನ್ನು ಮಾತ್ರವಲ್ಲ. ಶೇಷಪ್ಪಯ್ಯನವರನ್ನು ಮಾತಾಡಿ ಸುತ್ತಿದ್ದದ್ದುಂಟು. ಅರುಣ, ಅದಿತಿಯ ಸಲುವಾಗಿ ಗಿಫ್ಟ್‌ಗಳನ್ನು ಕೊಂಡು ಇಟ್ಟುಕೊಂಡಿದ್ದಳು. ಇವೆಲ್ಲ ನೋಡಿ, ಏನಿದು ವಿಚಿತ್ರ ಅನ್ನಿಸಿದ್ದುಂಟು.

"ಏನು ಮಾತಾಡಲೇ ಇಲ್ಲ" ಇಳಾಭಟ್ ಮತ್ತೆ ಕೇಳಿದರು.

"ಕವನಾಗೆ ಚಿಕ್ಕಂದಿನಿಂದ ಇಂದಿನವರೆಗೂ ಸಿಗಬೇಕಾದ ಪ್ರೀತಿ, ಮಮತೆ, ಮನೆಯ ವಾತಾವರಣ ಸಿಕ್ಕಿಲ್ಲ. ಅಲ್ಲಿನ ನಮ್ಮ ಮನೆಯ ಅಕ್ಕರೆಯ ವಾತಾವರಣ ಸ್ವರ್ಗವೆನಿಸಿದೆ ಅಷ್ಟೆ. ಈಗ ಅವಳ ಸಲುವಾಗಿ ಒಂದು ಗಂಡಿನ ತಲಾಷ್ ಮಾಡಬೇಕು."

ಇವಳ ಮಾತಿಗೆ ಇಳಾಭಟ್ ನಕ್ಕು "ಅಲ್ಲರೀ, ಚೆಂದವಾದ ಹುಡ್ಗಿ! ಒಳ್ಳೆ ಸಂಬಳ ಬರೋಂಥ ಕೆಲ್ಸ. ಯಾರಾದ್ರೂ ಲವ್ ಮಾಡಿ ಮದ್ವೆ ಮಾಡ್ಕೋತಾರೆ. ಇದ್ವರ್ಗೂ ಯಾರನ್ನು ಪ್ರೇಮಿಸಿಲ್ವಾ? ನಂಗೆ ಇದು ಆಶ್ಚರ್ಯವೆನಿಸುತ್ತೆ." ಅಪೇಕ್ಷ ಪ್ರತಿಕ್ರಯಿಸಲಿಲ್ಲ ಅವರ ಮಾತಿಗೆ.

ರಾತ್ರಿಯೆಲ್ಲ ಕೂತು ಕವನ ಮರುದಿನದ ಪ್ರೋಗ್ರಾಂನ ಒಂದು ಚಾರ್ಟ್ ತಯಾರು ಮಾಡಿದಳು. ಅದೆಷ್ಟು ಉತ್ಸಾಹವಿತ್ತೆಂದರೆ ಹತ್ತಾರು ಸಲ ಬರೆದು ಹರಿದು ಪದೇ ಪದೇ ಇವಳ ಸಲಹೆಗಳನ್ನು ಕೇಳಿ ರೆಡಿ ಮಾಡಿದ್ದು.

* * * *

ನಯನಾ ಮದುವೆ ಎಂಗೇಜ್‌ಮೆಂಟ್ ದೊಡ್ಡಸ್ಟಾರ್ ಹೋಟೆಲ್‌ನಲ್ಲಿ. ಎರಡು ಕಡೆಯೂ ಶ್ರೀಮಂತಿಕೆ. ಇಂಟರ್‌ನೆಟ್ ಮೂಲಕ ಗಟ್ಟಿಯಾದ ಸಂಬಂಧ. ಕೊಡು, ಕೊಳ್ಳುವ ವಿಷಯದಲ್ಲಿ ಅಂತಹ ತಕರಾರೇನು ಇದ್ದಂಗೆ ಕಾಣಲಿಲ್ಲ.

ಕವನ ಫೋನ್ ಮಾಡಿ ವಿಚಾರಿಸಿದಳು "ಅಪೇಕ್ಷ, ಈಗೇನು ಮಾಡೋಣ? ಸಂಜೆ ಆರರಿಂದ ಎಂಟು ಅಂದಿದ್ದಾರೆ. ಸ್ವಲ್ಪ ಬೇಗ ಮನೆಗೆ ಹೋಗಿ ಫ್ರೆಷ್ ಅಫ್ ಆಗಿ ಹೋಗೋದಾ?" ಇಳಾಭಟ್ ಗೊಣಗಿದರು. ಆದರೂ "ಬರ್ತಾರೆ ಬಿಡು. ಮೇಡಮ್ ಹೊರಟರೆ, ಅವರ ಕಾರು ಇರುತ್ತೆ. ಇಲ್ಲಾಂದ್ರೆ ಟ್ಯಾಕ್ಸಿ ಹಿಡಿಯೋದು" ಅಂಥದೊಂದು ಸಜೆಷನ್ ಅವಳದು.

"ನಾನು ನೇರವಾಗಿ ಆ ಹೋಟೆಲ್ ಬಳಿ ಬಂದುಬಿಡ್ಲಾ?" ಕೇಳಿದಳು. "ಮೈ ಗಾಡ್, ತೀರಾ ಇಷ್ಟು ಸಿಂಪಲ್ಲಾಗಿ, ವಾಚ್‌ಮನ್ ಒಳ್ಗೇ ಬಿಡೋಲ್ಲ. ನೀನು ಹೊರ್ಗಡೆ ಇರು, ನಿನ್ನ ಆಫೀಸ್ ಬಿಡೋ ವೇಳೆಗೆ ನಾನು ಆಟೋ ಹಿಡಕೊಂಡು ಅಲ್ಲಿಗೆ ಬರ್ತೀನಿ. ಆಮೇಲೆ ಮನೆ, ನಂತರವೆ ಹೊರಡೋದು" ಅಂದು ಫೋನ್ ಇಟ್ಟುಬಿಟ್ಟಳು.

ಅವಳೆದೆ ತುಂಬಿ ಬಂತು. ಕವನಾಗೆ ಏನು ಸಿಕ್ಕಿತೋ ಬಿಟ್ಟಿತೋ, ಅವಳಿಗೆ ಗೊತ್ತಿರಲಿಲ್ಲ. ಕಳೆದುಕೊಂಡಿದ್ದ ಆತ್ಮೀಯ ಜೀವ ಅವಳಲ್ಲಿ ಆವಿರ್ಭವಿಸಿದೆಯೇನೋ, ಎನ್ನುವಂತೆ ಕವನ ವರ್ತಿಸುತ್ತಿದ್ದುದು ಅವಳಿಗೆ ಅಚ್ಚರಿ.

ಎಷ್ಟು ಕರೆಕ್ಟಾಗಿಯೆಂದರೆ ಅಪೇಕ್ಷ ಆಫೀಸ್ ಗೇಟಿನಿಂದ ಹೊರಗೆ ಬರುವ ವೇಳೆಗೆ ಬಂದ ಆಟೋದಿಂದ ಇಳಿದ ಕವನ "ಬಂದು ಬಿಡು. ಎಲ್ಲಿ ಲೇಟಾಗುತ್ತೋ ಎಂದು ಹೆದರಿದ್ದೆ" ಅಂದಳು. ಅಪೇಕ್ಷ ಮಾತಾಡದೆ ಬಂದು ಆಟೋ ಹತ್ತಿದಳು.

ಮೃಣಾಲಿನಿ ಹಾಲ್‌ನಲ್ಲಿಯೇ ಕೂತಿದ್ದರು. ಬಂದವರೊಡನೆ ಅವರ ಮಾತುಕತೆ ನಡೆಯುತ್ತಿತ್ತು. ಒಳ್ಳೆಯ ಹೆಸರಿನ ಜೊತೆ ವಿದ್ಯೆ, ಸಂಪತ್ತು ಇದ್ದಿದ್ದರಿಂದ ಬಂದು ಹೋಗುವ ಜನ ಇದ್ದರು. ಕೆಲವು ಸಂಸ್ಥೆಗಳಿಗೆ ಡೊನೇಷನ್ ಸಂದಾಯವಾಗುತ್ತಿತ್ತು.

ಇಳಾಭಟ್ ಕೂಡ ಆಟೋ ಹಿಡಿದು ಬಂದರು. ಹಿಂದೆ ಇಷ್ಟೊಂದು ಸ್ವತಂತ್ರವಿರಲಿಲ್ಲ. ಪ್ರತಿಯೊಂದಕ್ಕು ತಗಾದೆ, ಕಿರಿಕ್. ಈಗ ಅಂಥದ್ದು ಇರದಿದ್ದರಿಂದ ಒಂದು ರೀತಿಯ ಲವಲವಿಕೆ.

ಸಿಂಪಲ್ಲಾಗಿ ರೆಡಿಯಾಗಿ ಬಂದಳು. ಅವಳು ಹುಟ್ಟಿದ ಮನೆಯಲ್ಲಿ ಮೈಮೇಲೆ ಹೇರಿಕೊಂಡು ಪ್ರದರ್ಶಿಸುವಂಥ ಚಿನ್ನಾಭರಣಗಳೇನು ಇರಲಿಲ್ಲ. ಅಮ್ಮಂದಿರ ಅಡಿಕೆ ಸರ, ಅವಲಕ್ಕಿ ಸರ, ಹಬ್ಬ, ಮದುವೆ ಸಮಾರಂಭಗಳಲ್ಲಿ ಹಾಕಿಕೊಂಡು ಓಡಾಡುತ್ತಿದ್ದಳು.

ಸ್ವಲ್ಪ ಗ್ರ್ಯಾಂಡಾದ ಸೀರೆಯುಟ್ಟು ಸರ, ನೆಕ್ಲೆಸ್ ಎಲ್ಲಾ ಹಾಕಿಕೊಂಡು ಮುಖಕ್ಕೆ ಮೇಕಪ್ ಜೊತೆ ಕಂಡುಕಾಣದಂತೆ ತುಟಿಗಳಲ್ಲಿ ಲಿಪ್‌ಸ್ಟಿಕ್ ಹಾಕಿಕೊಂಡು ಬಂದ ಇಳಾಭಟ್ ಹತ್ತು ವರ್ಷ ಚಿಕ್ಕವರಾಗಿ ಕಂಡರು.

"ಬ್ಯೂಟಿಫುಲ್, ತುಂಬ ಚೆನ್ನಾಗಿ ಕಾಣ್ತೀರಾ" ಅಪೇಕ್ಷ ಮೆಚ್ಚಿಗೆಯಾಡಿದಾಗ, ಇಳಾಭಟ್ ಮುಖ ಸಣ್ಣಗೆ ಮಾಡಿಕೊಂಡು "ಇದ್ನ ನಾನೇ ಆಫೀಸ್‌ನಲ್ಲಿ ಚೀಟಿ ಹಾಕ್ಕೊಂಡ್ ತಗೊಂಡಿದ್ದೆ. ಇದ್ವರ್ಗೂ ಮುಚ್ಚಿಟ್ಟಿದ್ದೆ. ಇಂದೇ ಉಡ್ತಾ ಇರೋದು. ಯಾವತ್ತು ಇರೋಲ್ಲ ಹೇಳಿ, ತಾಪತ್ರಯ? ನನ್ನ ಗಂಡ ಏನಾದರೊಂದು ಕೊಂಕು ಮಾತಾಡಿ ಉಟ್ಟು ಸಂತೋಷಪಡುವ ಕ್ಷಣಗಳನ್ನು ನಾಶ ಮಾಡಿಬಿಡ್ತಾರೆ. ಆಮೇಲೆ ಪಶ್ಚಾತಾಪ ಪಡ್ತಾರೆ, ಏನು ಸ್ವಭಾವನೋ! ಒಂದು ಕ್ಷಣ ನಂಗೂ ಆಸೆ, ಆಕಾಂಕ್ಷೆ, ಮನಸ್ಸು ಇದೇಂತ ಆ ಮನುಷ್ಯ ಅರ್ಥ ಮಾಡಿಕೊಂಡಿದ್ದರೇ ಚೆನ್ನಾಗಿತ್ತು. ಏನಾದ್ರೂ ಅಂದು ನನ್ನ ಮೂಡ್ ಆಫ್ ಮಾಡಿಬಿಡ್ತಾರೆ" ಆಕೆ ಕಣ್ಣಲ್ಲಿ ನೀರು ಹಾಕಿಕೊಂಡರು. ಅಪೇಕ್ಷ ತಾನೇ ಕಣ್ಣೊರೆಸಿ ಮೇಕಪ್ ಸರಿ ಮಾಡಿದಳು.

"ನೋವು, ಅಳುವಿನಿಂದ ಪ್ರಯೋಜನವಿಲ್ಲ. ಡೈವೋರ್ಸ್ ಮಾಡೋಷ್ಟು ಕೆಟ್ಟವನಲ್ಲ. ನಿಮ್ಮ ಮಕ್ಕಳಿಗೆ ಒಳ್ಳೆ ತಂದೆ. ಅವ್ರ ಪೂರ್ತಿ ಜವಾಬ್ದಾರಿ ಹೊತ್ತುಕೊಂಡಿದ್ದಾರೆ. ತಾವು ಕಿರಿಕ್ ಅನ್ನೋದು ಅರ್ಥವಾಗಿ ನಿಮ್ಮನ್ನ ಇಲ್ಲಿರೋಕೆ ಬಿಟ್ಟಿದ್ದಾರೆ. ಚೇಳು ಕುಟುಕುತ್ತೆ. ಅದು ಅದರ ಸ್ವಭಾವ. ಉದ್ದೇಶ ಅಂಥದ್ದು ಏನಿರೋಲ್ಲ. ಮನುಷ್ಯನಿಗೆ ಬುದ್ಧಿ ಇದೆ. ಬೇರೊಬ್ಬರನ್ನ ತಿದ್ದೋ ಪ್ರಯತ್ನ ಮಾಡ್ತಾನೆ, ವಿನಹಃ ತನ್ನನ್ನು ತಿದ್ದಿಕೊಳ್ಳೋಲ್ಲ. ನೀವು ಕೊರಗೋದು ಬೇಡ, ರಸಜೀವನ, ವಿರಸ, ಮರಣ, 'ಸಮರಸವೆ ಜೀವನ' ಇದು ಬೇಂದ್ರೆಯವರ ಮಾತು. ಅವರ ಮಾತುಗಳನ್ನು ಸೀರಿಯಸ್ಸಾಗಿ ತಗೋಬೇಡಿ. ಅದು ಕಷ್ಟವೇ. ಆದರೂ ಅನಿವಾರ್ಯ. ನಿಮ್ಮ ಮಕ್ಕಳ ಭವಿಷ್ಯದ ಬಗ್ಗೆ ಯೋಚ್ಸಬೇಕು" ಆಕೆ ಹ್ಲೂಂಗುಟ್ಟಿದರು. ಆ ಸಮಯಕ್ಕೆ ಅಷ್ಟೆ. ಆಮೇಲೆ ಅದೇ ರಿಪೀಟ್.

ಮೃಣಾಲಿನಿ ಯಾವುದೋ ಮೀಟಿಂಗ್ ಇದೆ, ಮುಗಿಸಿಕೊಂಡು ನೇರವಾಗಿ ಬರುತ್ತೀನಿ, ಅಂದಿದ್ದರಿಂದ ಮೂವರು ಟ್ಯಾಕ್ಸಿ ಹಿಡಿದರು. ಕವನಗೆ ಮುಂಬಯಿಯಲ್ಲಿ ಸ್ಟಾರ್ ಹೋಟೆಲ್‌ಗಳ ವೈಭವದ ದರ್ಶನವಾಗಿತ್ತು. ಇಳಾಭಟ್ ಮತ್ತು ಅಪೇಕ್ಷಗೆ ಈ ಫೈವ್ ಸ್ಟಾರ್ ಹೋಟೆಲ್‌ನ ಪ್ರಥಮ ದರ್ಶನ.

ಸೆಲ್ಯೂಟ್‌ಗಳೊಂದಿಗೇನೇ ಒಳಗೆ ಪ್ರವೇಶ. ಎಲ್ಲೆಡೆ ಸುವಾಸನೆಯ ಘಮಲು. ಪ್ರವೇಶದ್ವಾರದಲ್ಲಿಯೇ ಸುವಾಸನಾ ಜಲದ ಸಿಂಪರಣೆ. ಈಗಾಗಲೇ ನೇಮಿತವಾಗಿರುವ ಯುವತಿಯರು ಸಂಪೂರ್ಣ ಹಲ್ಲು ಪ್ರದರ್ಶನದೊಂದಿಗೆ ಬರಮಾಡಿಕೊಂಡರು. ಎಲ್ಲೆಡೆ ಶ್ರೀಮಂತಿಕೆಯ ಪ್ರದರ್ಶನ, ಸೂಟುಧಾರಿಗಳ ಮಧ್ಯೆ ವಿವಿಧ ರೀತಿಯ ತುರುಬುಗಳ ಪ್ರದರ್ಶನದ ಜೊತೆ, ಕ್ರಾಪ್, ಬಾಬ್‌ಕಟ್, ವಿಶೇಷ ಯುಶೇಪ್ ನಾನಾ ಮಾದರಿಯ ಹೇರ್ ಸ್ಟೈಲ್‌ಗಳು, ರೇಶಿಮೆ ಸೀರೆಯುಟ್ಟವರು ಕೆಲವರಾದರೇ, ನಾನಾ ಬಗೆಯ ಡ್ರೆಸ್ ತೊಟ್ಟ ಮಧ್ಯಮ ವಯಸ್ಸಿನ ಹೆಂಗಳೆಯರು ಇದ್ದರು.

ಕೂಡಿಸಿದ ಕಡೆ ಕೂತರು. ಇನ್ನೂ ಎಂಗೇಜ್‌ಮೆಂಟ್ ಕಾರ್ಯಕ್ರಮ ಶುರುವಾಗಿರಲಿಲ್ಲ. ಹೆಣ್ಣು, ಗಂಡು ಸಲುವಾಗಿ ಅಲಂಕೃತ ಅಸನಗಳ ಏರ್ಪಾಟು ಆಗಿತ್ತು. ಇಳಾಭಟ್ ಅಲಂಕರಿಸಿದ್ದ ಹಾಲ್‌ನ ನೋಡಿ, ಇವಳತ್ತ ವಾಲಿ ಪಿಸುಗುಟ್ಟಿದರು.

"ಬರೀ ಎಂಗೇಜ್‌ಮೆಂಟ್‌ಗೆ ಇಷ್ಟು ದೊಡ್ಡದಾಗಿ ಖರ್ಚು ಮಾಡ್ತಾ ಇದ್ದಾರಲ್ಲ, ತುಂಬ ಶ್ರೀಮಂತರೇ ಇರ್ಬೇಕು.ಇಂಥ ಹಣವಂತರ ಮನೆಯ ಹುಡ್ಗೀ ನಯನಾಗೆ ಕೆಲ್ಸ ಬೇಕಿತ್ತಾ?"

ಅಪೇಕ್ಷ ಬರೀ ಮುಗುಳ್ನಗೆ ಬೀರಿದಳು. ಹಣ ಅಷ್ಟೊಂದು ಅಗತ್ಯವಿರದಿರಬಹುದು. ಆದರೆ ಕೆಲವರು ಫ್ಯಾಷನ್‌ಗಾಗಿ ಇನ್ನು ಹಲವರು ಸ್ವಂತ ಸಂಪಾದನೆ ತಮ್ಮ ಪ್ಯಾಕೆಟ್ ಮನೀಯ ಸಲುವಾಗಿ ಎನ್ನುವ ಧೋರಣೆಯವರಾದರೆ, ಇನ್ನು ಕೆಲವರದು ಸಂಸಾರದ ತಾಪತ್ರಯಗಳ ಸಲುವಾಗಿ. ಅಂತು ಹೆಣ್ಣು ಹೊರಗೆ ಹೋಗಿ ದುಡಿಯುವ ಅನಿವಾರ್ಯತೆ ಇತ್ತು.!

ಅದ್ಭುತವಾದ ವಿದ್ಯುತ್‌ದ್ದೀಪದ ಅಲಂಕಾರ ಝಗಝಗಿಸುತ್ತಿತ್ತು. ನಯನಾ, ಪ್ರದೀಪ್ ಸಕ್ಸೆನಾ ಇಬ್ಬರು ಬಂದು ಅಲಂಕರಿಸಿದ ಆಸನಗಳ ಮೇಲೆ ಕೂತಾಗ ಒಂದು ರೀತಿಯ ಮ್ಯಾಜಿಕ್ ಶುರುವಾಯಿತು. ನೆರೆದವರೆಲ್ಲ ಚಪ್ಪಾಳೆ ತಟ್ಟಿದ್ದು ಇಳಾಭಟ್‌ಗೆ ಇಷ್ಟವಾಗಲಿಲ್ಲ.

"ಇದೇನು ಚಪ್ಪಾಳೆ ತಟ್ಟೋದು?" ಪಿಸುಗುಟ್ಟಿದರು.

ಆಮೇಲೆ ಎಲ್ಲರಿಗೂ ಸಾಫ್ಟ್ ಡ್ರಿಂಕ್ಸ್ ಸಪ್ಲೈ ಆಯಿತು. ಬೇಕಿರಲಿ, ಬೇಡವಾಗಿರಲಿ, ಎಲ್ಲರ ಕೈಯಲ್ಲೂ ಒಂದೊಂದು ಬಾಟಲು. ಹುಡುಗರು ಅಡ್ಡಾಡುತ್ತ ಎಂಜಾಯ್ ಮಾಡುತ್ತ ಡ್ರಿಂಕ್ಸ್ ಹೀರುತ್ತಿದ್ದರೆ, ಒಂದು ರೀತಿಯ ಕಲರವ.

ಆಮೇಲೆ ಹಿರಿಯರು ನಿಂತು ಉಂಗುರಗಳ ಬದಲಾವಣೆಗೆ ಚಾಲನೆ ಕೊಟ್ಟರು. ಹಾರ ಬದಲಾಯಿಸುವಾಗ ಜೋರಾದ ಚಪ್ಪಾಳೆ. ಒಂದು ಹಂತದ ಕಾರ್ಯಕ್ರಮ ಮುಗಿಯಿತು. ಆಮೇಲೆ ಶುಭಾಶಯಗಳ ಮಹಾಪೂರ. ನೆರೆದಿದ್ದವರೆಲ್ಲ ಒಬ್ಬೊಬ್ಬರಾಗಿ ಎದ್ದು ನಿಂತು ಸರತಿಯ ಸಾಲಿನಲ್ಲಿ ಹೋಗಿ ತಾವು ತಂದ ಪುಷ್ಪಗುಚ್ಛಗಳನ್ನು ಅರ್ಪಿಸಿ, ಕೈಕುಲುಕುವುದು, ಇನ್ನು ಕೆಲವರು ಅಪ್ಪಿಕೊಳ್ಳುವುದು ನಡೆದೇ ಇರೋವಾಗ ಮೂವರು ಹೋಗಿ ಕ್ಯೂನಲ್ಲಿ ನಿಂತರು. ಅವರ ಸರದಿ ಬರುವ ವೇಳೆಗೆ ಸಾಕುಸಾಕಾಗಿತ್ತು.

ಸೀರೆಯುಟ್ಟಿದ್ದೆ ನಯನಾ ಕಡಿಮೆ. ಇಂದು ಸೀರೆಯುಟ್ಟು ಅಲಂಕರಿಸಿಕೊಂಡು ತುಂಬು ಮೇಕಪ್‌ನಲ್ಲಿ ಕಂಗೊಳಿಸಿದ್ದು ತುಂಬ ಚೆಂದ ಕಂಡಿತು. ಇವರು ಶುಭಾಶಯ ಕೋರಿದಾಗ ಭಾವೀ ವರನಿಗೆ ಪರಿಚಯಿಸಿದಳು. ಬರೀ ನಗುವಿನ ವಿನಿಮಯ ಅಷ್ಟೆ.

"ಮೇಡಮ್ ಬರ್ಲಿಲ್ವಾ?" ವಿಚಾರಿಸಿದಳು.

"ಸ್ವಲ್ಪ ಲೇಟಾಗಬಹುದು, ಯಾವ್ದೋ ಮೀಟಿಂಗ್‌ಗೆ ಹೋಗಿದ್ದಾರೆ. ಅದ್ನ ಮುಗ್ಸಿಕೊಂಡು ಬರ್ತಾರೆ. ವೆರಿ ಹ್ಯಾಂಡ್‌ಸಮ್" ಕವನ ಉಸುರಿದಾಗ ಅವಳ ತುಟಿಯಂಚಿನಲ್ಲಿ ತೆಳು ನಗೆ ಇಣುಕಿತು "ಥ್ಯಾಂಕ್ಸ್ ಫಾರ್ ಯುವರ್ ಕಾಂಪ್ಲಿಮೆಂಟ್ಸ್."

ಮೂವರು ಬಫೆ ತಗೊಂಡು ಹೊರಗೆ ಬಂದಾಗ "ನಂಗೆ ಬಫೆ ಸ್ವಲ್ಪನು ಇಷ್ಟವಾಗೋಲ್ಲ. ಲಕ್ಷಣವಾಗಿ ಕೇಳಿ ಬಡಿಸಬಾರ್ದ? ಬಂದವರು ತೃಪ್ತಿಯಾಗಿ ಊಟ ಮಾಡಿ ಆಶೀರ್ವದಿಸಿ ಹೋಗ್ತಾರೆ. ಫಾರಿನರ್ಸ್‌ಂದ ಇದೊಂದೇ ಕಲಿತಿದ್ದು" ಇಳಾಭಟ್ ಬೇಸರ ವ್ಯಕ್ತಪಡಿಸಿದರು.

ಕವನ ತಟ್ಟನೇ "ಆರತಿ ಮದ್ವೆಯಲ್ಲಿ ಊಟನ ಎಂಜಾಯ್ ಮಾಡ್ದೆ. ದೊಡ್ಡ ದೊಡ್ಡ ಹಂಡೆಗಳಲ್ಲಿ ಸಾರು, ಹುಳಿ, ಅನ್ನ, ಪಲ್ಯ, ಕೋಸಂಬರಿ ಅದೆಲ್ಲ ನಂಗೆ ತುಂಬ ಇಷ್ಟವಾಯ್ತು. ನಂಗೆ ಅಂಥ ಮದ್ವೆಗಳ ಪರಿಚಯವೆ ಇಲ್ಲ. ನಾನಂತು ತುಂಬ ಎಂಜಾಯ್ ಮಾಡ್ದೇ. ಮತ್ತೆ ಅಂಥ ಛಾನ್ಸ್ ಅಪೇಕ್ಷ ಮದ್ವೆಯಲ್ಲಿ ಮಾತ್ರ ಸಿಗೋದು. ಎಷ್ಟೊಂದು ಉಂಡೆ, ಚಕ್ಕುಲಿ..." ಬಾಯಲ್ಲಿ ನೀರೂರಿಸಿಕೊಂಡಳು.

ಅಂತು ಮೃಣಾಲಿನಿ ಅಲ್ಲಿಗೆ ಹೋಗಿಯೇ ಇರಲಿಲ್ಲ. ಬಂದ ಕೂಡಲೇ ವಿಚಾರಿಸಿದರು. "ಸುಮಾರು ಎಂಗೇಜ್‌ಮೆಂಟ್‌ಗಳಿಗೆ ಅಟೆಂಡ್ ಆಗಿದ್ದೀನಿ. ಬರೀ ಹತ್ತು ನಿಮಿಷದ ಕಾರ್ಯಕ್ರಮ. ಅದಕ್ಕೆ ಒಂದೆರಡು ಗಂಟೆಗಳ ತಯಾರಿ. ಮೊದ್ಲು ಇದ್ದ ಆಸಕ್ತಿ ಈಗಿಲ್ಲ. ಹೇಗಿದ್ದಾರೆ?"

"ವೆರಿ ಹ್ಯಾಂಡ್‌ಸಮ್, ಬಹುಷಃ ನಯನಾ ಅಷ್ಟೆ ಎತ್ತರ. ವೈಟ್‌ನಲ್ಲಿ ಕೂಡ ಅಂಥ ವ್ಯತ್ಯಾಸವೇನು ಇರೋಲ್ಲ, ಗುಡ್‌ಪೇರ್" ಇಳಾಭಟ್ ಹೇಳಿ "ತುಂಬಾ ರಿಚ್ ಹಂಗೆ ಕಾಣ್ತಾರೆ. ನಯನಾಗೆ ಕೆಲ್ಸ ಮಾಡೋ ಜರೂರತ್ ಇರೋಲ್ಲ" ಅವರು ಬರೀ ಮುಗುಳ್ನಕ್ಕರು.

"ಅಮ್ಮ, ಫೋನಿದೆ" ಮಂಜು ಹೇಳಿ ಹೋದ. ಮುಂದಿನ ಆಫೀಸ್‌ರೂಂನಲ್ಲಿ ಒಂದು ಲ್ಯಾಂಡ್ ಲೈನ್ ಫೋನ್‌ನ ಕನೆಕ್ಷನ್ ಇತ್ತು. ಅದನ್ನ ಯಾರಾದರೂ ಉಪಯೋಗಿಸಬಹುದಿತ್ತು. ಅವರವರಿಗೆ ಸಂಬಂಧಪಟ್ಟ ಕಾಲ್‌ಗಳು ಅಲ್ಲಿಗೆ ಬರುತ್ತಿತ್ತು. ಈಗ ಮೊಬೈಲ್ ಬಂದ ಮೇಲೆ ಒಂದಿಷ್ಟು ವಿಶ್ರಾಂತಿ ಅದಕ್ಕೆ. "ಹಲೋ..." ಅಂದಳು ಫೋನೆತ್ತಿ.

"ನಾನು ಕಣೆ, ಹೇಗಿದ್ದಿ?" ಆರತಿಯ ದನಿ.

"ಚೆನ್ನಾಗಿದ್ದೀನಿ, ನೀನು ಹೇಗಿದ್ದಿ?"

"ಅಂಥ ದೊಡ್ಡ ವ್ಯತ್ಯಾಸವಿಲ್ಲ. ಆ ಮನೆಯಿಂದ ಈ ಮನೆಗೆ ಬದಲಾಗಿದ್ದೀನಷ್ಟೆ. ಇಲ್ಲಿ ಜಗ್ಗೀ ಜೊತೆಗಿದ್ದಾನೇ ಅನ್ನೋ ಸಂತೋಷ ಅಷ್ಟೆ." ಆರತಿ ಕಿಲಕಿಲ ನಕ್ಕಾಗ "ಏಯ್, ಅದೇನು ಆರಾಮಾಗಿ ಜಗ್ಗೀ ಅಂತೀ? ಅಕ್ಕಪಕ್ಕ ಯಾರು ಇಲ್ವಾ? ನಾನೇ ಕಂಪ್ಲೇಂಟ್ ಮಾಡ್ತೀನಿ. ನಾನೇ ಲಕ್ಷಣವಾಗಿ ಗೌರವದಿಂದ 'ಭಾವ' ಅಂತೀನಿ. ಗಂಡನ್ನ ಹೆಸರಿಡಿದು ಕರ್‍ಯೋದು ಹಿರಿಯರಿಗೆ ಇಷ್ಟವಾಗೋಲ್ಲ. ಟಿ.ವಿ. ಸಿರಿಯಲ್‌ಗಳಲ್ಲಿ ಪ್ರತಿಯೊಂದು ಸಲನು ಗಂಡನ್ನ ಹೆಸರಿಡಿದು ಕರ್‍ಯೋ ದೊಡ್ಡಸ್ಥಿಕೆ, ಸೋ ಸಿಲ್ಲಿ ಅನ್ನಿಸುತ್ತೆ. ಕರೆದರೆ ಕರಿಯಲಿ, ಅದೆಷ್ಟು ಸಲ. ನೀನು ಅದ್ನ ಅಭ್ಯಾಸ ಮಾಡ್ಕೋಬೇಡ" ಸ್ವಲ್ಪ ಗದರಿಕೊಂಡಳು.

"ಇಲ್ಲ ಕಣೆ, ಅಪೇಕ್ಷ. ಅವ್ರೇ ಯಾವಾಗ್ಲಾದ್ರೂ ಕರೀ ಅಂದಿದ್ದಾರೆ. ಬೆಂಗ್ಳೂರು ತುಂಬಾ ಚೆನ್ನಾಗಿತ್ತು. ಓಡಾಟವೆಲ್ಲ ಇಷ್ಟವಾಯ್ತು. ಅಲ್ಲೇ ಇದ್ದಿದ್ದರೆ ಚೆನ್ನಾಗಿತ್ತು."

ಇಂಥದೊಂದು ಆಸೆಯನ್ನು ಆರತಿ ವ್ಯಕ್ತಪಡಿಸಿದಾಗ ಅವಳಿಗೆ ಗಾಬರಿ. ಎದೆ ಬಡಿತವೇರಿತು. "ಆರತಿ ಅಕ್ಕ, ದಯವಿಟ್ಟು ಅಂಥ ಆಸೆ ಇಟ್ಕೋಬೇಡ. ಸುಕನ್ಯ ಅತ್ತಿಗೆಗೆ ಇಂಥದೊಂದು ಆಸೆ ಇತ್ತೆಂದು ಡೈರಿಯಲ್ಲಿ ಬರೆದುಕೊಂಡಿದ್ದ ವಿಶ್ವಣ್ಣ. ವಿವಾಹಕ್ಕೆ ಮೊದ್ಲೇ ಜಗದೀಶ್ ನನ್ಹತ್ರ ಹೇಳಿದ್ದರು. ನಾನೂ ನಿಂಗೆ ಹೇಳಿದ್ದೆ. ಕೆಲ್ಸ ಇದೆ. ಪ್ಯಾಂಟು ಹಾಕ್ತಾರೇ. ಅಷ್ಟು ಸಾಕಲ್ಲ? ಅವರ ಮನಸ್ಸಿನ ನೆಮ್ದೀ ಹಾಳು ಮಾಡೋದ್ಬೇಡ" ಆತಂಕ ಅವಳ ದನಿಯಲ್ಲಿ ವ್ಯಕ್ತವಾಯಿತು.

"ಅಯ್ಯೋ, ಅಪೇಕ್ಷ... ಖಂಡಿತ ಇಲ್ಲ. ಅಪರೂಪಕೊಮ್ಮೆ ನೋಡೋಕೆ ಚೆನ್ನ ಸಿಟಿ. ಇಲ್ಲಿನ ನೆಮ್ದೀ ಅಲ್ಲಿ ಸಿಕ್ಕೋಲ್ಲ. ನಾನು ಒಟ್ಟು ಫ್ಯಾಮಿಲಿಯಲ್ಲಿ ಬೆಳೆದವಳು. ವಿವಾಹ ಎರಡು ಕುಟುಂಬಕ್ಕೆ ಸಂಬಂಧಿಸಿದ್ದು. ಈ ಮನೆಯ ಕಷ್ಟ, ಸುಖ ನಂದು. ಕವನ ನಮಗೋಸ್ಕರ ಅಂದು ತುಂಬ ಖರ್ಚು ಮಾಡಿದ್ದಾಳೆ. ಮತ್ತೆ ಸೀರೆ ಬೇರೆ ಗಿಫ್ಟಾಗಿ ಕೊಟ್ಟಿದ್ದಾಳೆ. ಸಂಕೋಚಾಂತ ಅನ್ನಿಸುತ್ತೆ" ನಿಧಾನವಾಗಿ ಆರತಿ ಹೇಳಿದಾಗ ಢವಗುಟ್ಟುತ್ತಿದ್ದ ಅವಳೆದೆ ಸಮಸ್ಥಿತಿಗೆ ಬಂತು.

"ಈಗ ರಿಲ್ಯಾಕ್ಸ್, ನಂಗೂ ಕವನ ಬಗ್ಗೆ ಹಾಗೇ ಅನ್ನಿಸುತ್ತೆ. ನಾವುಗಳೇ ನಿಂತು ಗಂಡು ಹುಡ್ಕಿ ಒಂದದ್ದೈ ಮಾಡೋಣ, ಆಗ ನಾವುಗಳೂ ಗಿಫ್ಟಾಗಿ ಏನಾದ್ರೂ ಕೊಟ್ಟು ಋಣ ತೀರಿಸೋಣ. ಎಲ್ಲರನ್ನು ಕೇಳ್ದೆಂತ ಹೇಳು. ಇಡ್ಲಾ, ಫೋನ್" ಅಂದಳು. ವ್ಯರ್ಥ ಖರ್ಚು ಬೇಡವಾಗಿತ್ತು.

"ಏಯ್ ಬೇಡ, ಅವ್ರೆ ಬಟನೊತ್ತಿ ನನ್ನ ಕೈಗೆ ಫೋನ್ ಕೊಟ್ಟಿದ್ದು. ನಾದಿನಿ ಹತ್ರ ಏನೋ ಮಾತಾಡಬೇಕಂತೆ" ಫೋನ್ ಜಗದೀಶನ ಕೈಗೆ ಕೊಟ್ಟು ಸರಿದು ಹೋದಳು. "ಹಲೋ ಬೆಂಗ್ಳೂರು ಹುಡ್ಗೀ, ಸ್ವಲ್ಪದರಲ್ಲೇ ಅದೃಷ್ಟ ತಪ್ಪಿ ಹೋಯ್ತು. ಇನ್ನೊಂದು ಹೊಸ ವಿಷ್ಯ. ಅದೇ ನಿನ್ನ ಮಾವ ಸಚ್ಚಿದಾನಂದ ಮೂರ್ತಿ ತಿರುಮಕೂಡಲಲ್ಲಿ ಯಾರ್ಗೋ ಸಿಕ್ಕಿ ಊರು ಕಡೆ ಬರ್ತೀನೀಂತ ಅಂದರಂತೆ. ಸುಮಾರು ಐದು ವರ್ಷದ ಹಿಂದೆ ಒಮ್ಮೆ ಬಂದು ಹೋದದಷ್ಟೆ, ಎಂದರು ನಿನ್ನಮ್ಮ. ಬಂದ ಕೂಡಲೆ ನಿಂಗೆ ಇನ್‌ಫರ್ಮೇಷನ್ ಕೊಡ್ತೀನಿ. ಇಲ್ಲಿಗೆ ಬರೋ ಸುದ್ದಿಯೇನಾದ್ರೂ.... ಇದ್ಯಾ?" ಎಲ್ಲಾ ಒಮ್ಮೆಲೆ ಹೇಳಿ ಮುಗಿಸಿದ.

"ಮೈ ಗಾಡ್, ಅವರು ಬರ್ತಾರೇಂದರೆ ತುಂಬ ಖುಷಿ, ನನ್ಹತ್ರ ಪ್ರಶ್ನೆಗಳು ಇವೆ. ಚೆನ್ನಾಗಿ ಓದಿಕೊಂಡಿದ್ದಾರೆ. ಈ ಸಂಸಾರದ ಬಂಧನ ಬೇಡವೆಂದು ಸುತ್ತಾಡ್ತಿದ್ದಾರೆ. ನನ್ನ ಮನದ ಜಿಜ್ಞಾಸೆಗೆ ಉತ್ತರಿಸ್ತಾರೇನೋ? ಅವರೇನಾದ್ರೂ... ಬಂದರೆ ಖಂಡಿತ ಬರ್ತೀನಿ. ಆಗಾಗ ಮನೆ ಕಡೆ ಹೋಗ್ಬನ್ನಿ. ಹೇಗಿದ್ದಾರೆ ನಮ್ಮ ಅಂಗ್ರೀ ಫಣೀಂದ್ರ?" ಸ್ವಲ್ಪ ಸ್ವರಕ್ಕೆ ಹಾಸ್ಯ ಬೆರೆಸಿದಳು.

"ಫೈನ್, ಆದರೆ ಸೊಸೆ ಹತ್ರ ಅಂಥ ತಕರಾರೇನಿಲ್ಲ. ನೆನ್ನೆಯೆಲ್ಲ ಮನೆಗೆ ಹೋಗಿದ್ದಿ. ಏನು ತೊಂದರೆ ಇಲ್ಲ. ಅರುಣ, ಅದಿತಿಗಂತು ಬೆಂಗ್ಳೂರಿನ ಕನಸು" ಊರಿನ ವಿಷಯವನ್ನೆಲ್ಲ ಕೊರೆದ ನಂತರವೇ ಫೋನ್ ಇಟ್ಟಿದ್ದು. ಜಗದೀಶನೊಂದಿಗೆ ಮಾತಾಡುವುದೆಂದರೆ ಏನೋ ಒಂದು ರೀತಿಯ ತೃಪ್ತಿ.

ಅಪೇಕ್ಷ ಬೆವರೊರೆಸಿಕೊಂಡು ಕೂತಳು. ತೀರಾ ಆಕಸ್ಮಿಕವಾಗಿ ಫೋನ್ ಮಾಡುತ್ತಿದ್ದುದ್ದು. ಕಾಲ್‌ದು ಎಕ್ಸ್‌ಟ್ರಾ ಛಾರ್ಜ್. ಸದ್ಯ ಆರತಿಯ ಬದುಕು ಸೆಟಲ್ ಆಗಿದ್ದು ಹೆಚ್ಚು ಸಂತಸ ತಂದಿತ್ತು. 'ಅಯ್ಯೋ ಶೇಷಪ್ಪಯ್ಯನ ಸಂಸಾರ ಹೀಗಾಯಿತಲ್ಲ' ಎಂದು ಸಹಾನೂಭೂತಿ ತೋರಿಸುವವರ ಮುಂದೆ ಅಭಿಮಾನದಿಂದ ಎದ್ದು ನಿಲ್ಲಬೇಕಿತ್ತು.

ಮತ್ತೆ ಫೋನ್ ಸದ್ದು. ವರಾಂಡದಲ್ಲಿ ಕೂತಿದ್ದ ಪೂವಯ್ಯ ಬಂದು ಫೋನ್ ತಗೊಂಡು "ಮೇಡಮ್, ನಿಮ್ಗೇ" ಹೇಳಿಹೋದ. ಅವಳಿಗೆ ಒಂದಿಷ್ಟು ಗಾಬರಿ. ಯಾರು ಇರಬಹುದು? ವಿಶ್ವರಥನ ಸಾವಿನ ನಂತರ ಬರೀ, ಕೆಟ್ಟ ಯೋಚನೆಯೇ.

"ಹಲೋ..." ಎಂದಳು ಮೇಲುಸಿರುಬಿಡುತ್ತಾ

"ಮೆಲ್ಲುಸಿರು... ಈ ಸವಿಗಾನ.... ಯಾಕೆ ಅಪೇಕ್ಷ, ತುಂಬ ಎಕ್ಸೈಟ್ ಆದಂಗೆ ಕಾಣ್ತೀಯಾ? ನಾನು ಸತ್ಯೇಂದ್ರ, ಫ್ಲೋರಿಡಾದಿಂದ. ಹೇಗಿದ್ದಿ?" ಕೇಳಿದ. ಅವಳ ಉಸಿರಾಟ ತಹಬಂದಿಗೆ ಬಂತು. "ಸಾರಿ, ಈ ಜಗದೀಶ ಅಂದರೆ ನನ್ನ ಭಾವ ಫೋನ್ ಮಾಡಿದ್ದ. ಅವನ ಮಾತು ಮುಗ್ದ ಕೂಡಲೇ ಮತ್ತೆ ಫೋನ್, ಅದಕ್ಕೇ ಗಾಬ್ರಿ. ಹೇಗಿದ್ದಿಯಪ್ಪ? ಚಾರು ಮೇಡಮ್ ಏನಂತಾರೆ? ಮಗ್ಗಿಗೆ ಏನು ಹೆಸರಿಟ್ಟೆ?" ವಿಚಾರಿಸಿದಳು.

"ಫೈನ್ ಅಂತೇನು ಇಲ್ಲ. ರೊಟೀನ್... ವರ್ಕ್. ಅದೇ ಬಲವಂತದ ಆಯಾಸ ಮುಖಗಳ ನಗುವಿನ ದರ್ಶನ. ಚಾರು ಚೆನ್ನಾಗಿದ್ದಾಳೆ. ಎಲ್ಲಾದ್ರೂ ಕೆಲ್ಸ ಹಿಡೀತೀನೀಂತ ಹೇಳ್ತಾ ಇದ್ದಾಳೆ. ಅವಳ ಪ್ರಕಾರ ನಂಗೆ ಬರೋ ಸಂಬಳ ಸಾಲೋಲ್ಲ. ನೋಡೋಣ. ಅಂತು ಇಲ್ಲಿನ ವಾತಾವರಣಕ್ಕೆ ಬಗ್ಗಿಕೊಂಡು ಸುಖೀಯಾಗಿದ್ದಾಳೆ. ಮಗ್ಗಿಗೆ ಇವಾನ್ ಅಂತ ಹೆಸರಿಟ್ಟಿದ್ದಾಳೆ. ಕೂಗೋದು ಈಶ್. ಸುಮ್ನೆ ಯಾಕೆ ತರಕಾರುಂತ ನಾನು ಲಕ್ಷ್ಮೀ ಅಂತ ಕರೀತೀನಿ. ಯಾಕೋ ಜಗಳ ಆಡೋಕೂ ಬೇಜಾರು. ಹುಮ್ಮಸ್ಸು ಅಂಥದ್ದೇನು ಇಲ್ಲ. ಯಾವುದಕ್ಕೂ ಮೊಟಿವೇಶನ್ ಅನ್ನೋ ಪ್ರೇರಣೆಯ ಟಾನಿಕ್ ಬೇಕು. ನಂಗೆ ಅದೇ ಇಲ್ಲವಾಗಿದೆ" ನಿರುತ್ಸಾಹ ಎರಚಾಡಿತು ಅವನ ದನಿಯಲ್ಲಿ.

ಕಡೆಯಲ್ಲಿ ಒಂದು ಜೋಕ್ ಸಿಡಿಸಿದ.

"ಇನ್ನೊಂದು ಹೊಸ ಸುದ್ದಿ ಗೊತ್ತಾ? ನಾನು ಯಾಕೆ ಭಾರತಕ್ಕೆ ಹಿಂದಿರುಗುತೀನಿ, ಅನ್ನೋಕೆ ನೀನು ಕಾರಣಾನಂತೆ ಮೇಡಮ್. ಎಷ್ಟೊಂದು ಫರ್‌ಫೆಕ್ಟಾಗಿ ಚಿಂತನೆ ನಡ್ಸಿದ್ದಾಳೆ ಗೊತ್ತಾ?" ನಗುವಿನ ಲಹರಿ ಹರಿದುಬಂತು.

"ನಾನಾ, ಹೇಗಂತೆ? ನಿಂಗೆ ಮೊದ್ಲಿನಿಂದ ವಿದೇಶದ ಹಂಬಲ ಇತ್ತು. ಬರೀ ವಿಶ್ವಣ್ಣ ಹಾಸ್ಯ ಮಾಡ್ತಾ ಇದ್ದ. ಅಯ್ಯೋ ಅದನ್ನೆಲ್ಲ ಮಾತಾಡೋಷ್ಟು ನಾನು ದೊಡ್ಡವಳಾಗಿರಲಿಲ್ಲ. ಈಗ ತಾನೇ ನಂಗೇನು ಗೊತ್ತಾ? ನೀವಿಬ್ರೂ ಕೂತು ಡಿಸ್‌ಕಸ್ ಮಾಡಬೇಕಾದ ವಿಚಾರ" ದಬಾಯಿಸುವಂತೆ ನುಡಿದಳು.

"ಅದ್ನ ಚಾರು ಒಪ್ಪೋಲ್ಲ. ಪ್ರತ್ಯಕ್ಷವಾಗಿ ನೀನು ಕಾರಣವಲ್ದೇ ಇರಬಹುದು, ಆದರೆ ಪರೋಕ್ಷವಾಗಿ ನೀನೇ ಕಾರಣ ಅನ್ನೋ ಅಭಿಮತ. ಅದು ನಿಜ್ವಾಗಿ ನಂಗೂ ಹೌದೇನೋ, ಅನ್ನಿಸಿಬಿಟ್ಟಿದೆ. ಈಗ ರಾತ್ರಿ ಅಲ್ವಾ, ಗುಡ್‌ನೈಟ್" ಫೋನಿಟ್ಟ.

ಅವಳಿಗೆ ಏನೇನು ಅರ್ಥವಾಗಲಿಲ್ಲ. ತಮಾಷೆ ಅಂತ ತಳ್ಳಿ ಹಾಕಿದಳು.

ಹನ್ನೊಂದು ಮುಕ್ಕಾಲರ ಸುಮಾರಿಗೆ ಲಗ್ಷುರಿ ಟ್ಯಾಕ್ಸಿ ಬಂದು ನಿಂತಿತು. ಈಗಾಗಲೇ ಮಂಜುಗೆ ಇನ್‌ಸ್ಟ್ರಕ್ಷನ್ ಕೊಟ್ಟಿದ್ದರಿಂದ ವಾಚ್‌ಮನ್‌ಗೆ ಸುದ್ದಿ ಮುಟ್ಟಿಸಿದ್ದರಿಂದ ಗೇಟು ತೆಗೆದ. ಬಂದ ನಯನಾ ತುಂಬಾ ಡಿಪ್ರೆಸ್ ಆದಂಗೆ ಕಂಡಳು.

"ಅಮ್ಮ ಹಾರ್ಲಿಕ್ಸ್" ಕೇಳಿದ ಮಂಜು.

"ಬೇಡ..." ಎಂದು ಹೋಗಿ ಮಲಗಿದಳು.

ಮಂಚದ ಮೇಲೆ ಮಲಗಿದ್ದ ಕವನ ಎದ್ದು ಕೂತಳು. ಈಗ ಹಿಂದಿರುಗಿದ್ದು ಯಾಕೆ? ಅವಳು ಕೂಡ ಒಂದು ತರಹ ವಾತಾವರಣದಲ್ಲಿ ಬೆಳೆದಿದ್ದ? ಅದೇನು ದೊಡ್ಡ ವಿಷಯವಾಗಿ ಕಾಣಲಿಲ್ಲ. ಮಾತಾಡಿಸುವುದು ಬೇಡವೆಂದು ಮತ್ತೆ ಮಲಗಿದ್ದು.

ಫ್ರಿಜ್‌ನಿಂದ ನೀರು ತೆಗೆದು ಕುಡಿದ ನಯನಾ ಅಟ್ಯಾಚಾಗಿದ್ದ ಡ್ರೆಸ್ಸಿಂಗ್ ರೂಂನಲ್ಲಿ ಉಡುಪು ಬದಲಾಯಿಸಿ ಬಂದು ಮಂಚದ ಮೇಲೆ ಕೂತಳು. ಸಿಂಪರಿಸಿದ್ದ ಪ್ಯಾರಿಸ್ ಪರಿಮಳ ಇನ್ನು ತನ್ನ ವಾಸನೆಯನ್ನು ಕಳೆದುಕೊಂಡಿರಲಿಲ್ಲ. 'ಉಶ್' ಎಂದು

ಮಲಗಿದ ಅರ್ಧಗಂಟೆಯ ನಂತರ ಜೋರಾಗಿ ನರಳೋಕೆ ಶುರು ಮಾಡಿದಳು. ಕವನ ಸ್ವಲ್ಪ ತಡವಾಗಿಯೇ ಎದ್ದಿದ್ದು. ನಯನಾಳ ನರಳಾಟ ಜೋರಾಗಿತ್ತು.

"ನಯನಾ,.... ಯಾಕೆ?" ಕೇಳುವಲ್ಲಿ ಸೋತು ಕೋಣೆಯ ಬಾಗಿಲು ತೆಗೆದುಕೊಂಡು ಹೊರಬಂದು 'ಮಂಜು, ಅಪೇಕ್ಷ,... ಅಂಟೀ" ಜೋರಾಗಿ ಕೂಗಾಡತೊಡಗಿದಾಗ, ಎಲ್ಲಾ ಬಂದರು. "ನಯನಾ ನರಳ್ತಾ ಇದ್ದಾಳೆ" ಮೃಣಾಲಿನಿ ಮೊದಲು ತಮ್ಮ ಫ್ಯಾಮಿಲಿ ಡಾಕ್ಟರಿಗೆ ಫೋನ್ ಮಾಡಿ ನಂತರ ರೂಮಿಗೆ ಬಂದರು. ಅವರು ತಕ್ಷಣಕ್ಕೆ ನುಂಗಿಸಬೇಕಾದ ಮಾತ್ರೆ ತಿಳಿಸಿದ್ದರಿಂದ ಮಾತ್ರೆ ನುಂಗಿಸಿ ಅವಳ ಪಕ್ಕ ಕೂತು "ನಯನಾ, ಏನಾಗ್ತ ಇದೆ?" ಪ್ರೀತಿಯಿಂದ ವಿಚಾರಿಸತೊಡಗಿದಾಗ "ನೋವು... ನೋವು" ಒಂದೇ ಚೀತ್ಕಾರ.

ಡಾಕ್ಟರ್ ಪಕ್ಕದ ಬೀದಿಯಲ್ಲೇ ಇದ್ದುದ್ದರಿಂದ ಬೇಗನೇ ಬಂದರು. ಸದ್ಯಕ್ಕೆ ಒಂದು ಇಂಜಕ್ಷನ್ ಚುಚ್ಚಿ ಮಂಪರು ಬಂದ ಮೇಲೆ ಎಲ್ಲಾ ರೂಮಿನಿಂದ ಹೊರಗೆ ಬಂದರು. ನಯನಾಳ ಜಾಬ್, ಸ್ವಭಾವ ಎಲ್ಲಾ ತಿಳಿದ ನಂತರ ಸೂಚಿಸಿದರು.

"ಕೆರಿಯರ್ ಓರಿಯೆಂಟೆಡ್ ಲೈಫ್‌ಗೆ ಒಗ್ಗಿಕೊಂಡಿರೋದರಿಂದ ಅತ್ತಿತ್ತ ಅವರ ನೋಟ ಹರಿಯೋಲ್ಲ. ಬೇರೆ ಯಾವುದನ್ನ ಫೇಸ್ ಮಾಡೋಕೆ ಸಮರ್ಥರಾಗೋಲ್ಲ. ಅಲ್ಲಿ ಪರ್ಸನಲ್ ಲೈಫ್ ಸತ್ತಿರುತ್ತೆ. ಜೀವನದ ಯಾವುದೇ ಸುಖ, ಸಂತೋಷ ಏನೂ ಅನ್ನಿಸೋಲ್ಲ ಅನ್ನೋಕ್ಕಿಂತ ಅದೆಲ್ಲ ಒತ್ತಡವೆನಿಸುತ್ತೆ. ಎಂಗೇಜ್‌ಮೆಂಟ್, ಎಂಥ ದಿನ ಇದು! ಇದರ ಸಂಭ್ರಮ, ಸಂತೋಷನ ಪೂರ್ತಿ ಸವಿಯೋಕೆ ಯಾರ್ಗೂ ಪುರಸೊತ್ತು ಇಲ್ಲ. ಈ ವಿಪರೀತಗಳೇ ಕಾರಣಗಳು. ಇಂಥ ಅವ್ಯವಸ್ಥೆ! ಡೋಂಟ್ ವರೀ, ಎದ್ದ ಮೇಲೆ ನಾರ್ಮಲ್ ಆಗ್ತಾರೆ. ಅವ್ರಿಗೆ ರೆಸ್ಟ್ ಜೊತೆ ಈ ರೀತಿಯ ಜೀವನಶೈಲಿಯಿಂದ ಬದಲಾವಣೆ ಬೇಕು" ಇದನ್ನು ಒತ್ತಿ ಹೇಳಿಯೇ ಹೋಗಿದ್ದು.

ಮೃಣಾಲಿನಿ ಮನೆಗೆ ಸಾಕಷ್ಟು ಜನ ಪೇಯಿಂಗ್ ಗೆಸ್ಟ್‌ಗಳು ಬಂದಿದ್ದರು. ಎರಡು ವರ್ಷ ಕೆಲವೊಮ್ಮೆ ಮೂರು ಅಥವಾ ನಾಲ್ಕು ವರ್ಷ ಇದ್ದವರು ಇದ್ದಾರೆ. ಅವರಲ್ಲಿ ಕೆಲವರು ಇಂದಿಗೂ ಆಗಾಗ ಫೋನ್ ಮಾಡುತ್ತಿದ್ದರು. ಗ್ರೀಟಿಂಗ್ಸ್ ಕಾರ್ಡ್ಸ್ ಕಳಿಸುತ್ತಿದ್ದರು. ಇ-ಮೇಲ್ ಬರುತ್ತಾ ಇತ್ತು. ಆದರೆ ನಯನಾ ವಿಷಯದಲ್ಲಿ ಬಹಳ ಬೇಸರಪಟ್ಟುಕೊಂಡರು. ತೀರಾ ಡೀಸೆಂಟ್ ಹುಡುಗಿ, ಊಟ, ತಿಂಡಿ ತೀರಾ ಕಡಿಮೆಯೇ. ಮಾತು ಕೂಡ ಕಡಿಮೆ. ತನ್ನ ಬಗ್ಗೆ ಹೇಳಿಕೊಂಡಿದ್ದು ಕಡಿಮೆಯೇ.

ಕಾಲೇಜು ಪ್ರಿನ್ಸಿಪಾಲರು ರೆಕಮಂಡ್ ಮಾಡಿದ್ದರು. ನಯನಾ ತಂದೆ ಹಿಂದೆ ಕರ್ನಾಟಕ ಸರ್ಕಾರದ ಗೃಹಮಂತ್ರಿ ಪಿ.ಎಸ್. ಗೌಡರಿಗೆ ಪರ್ಸನಲ್ ಸೆಕ್ರೆಟರಿ ಆಗಿದ್ದವರು. ಈಗ ಪ್ರಧಾನಮಂತ್ರಿ ಕಾರ್ಯಾಲಯದಲ್ಲಿ ಕೆಲಸ ಮಾಡುತ್ತಿದ್ದರು. ಅವಳ ಅಮ್ಮ ಕೂಡ ಸೋಷಿಯಲ್ ಕಾರ್ಯಕರ್ತೆ. ಮಹಿಳಾಪರ ಹೋರಾಟಗಳಲ್ಲಿ ಮುಂಚೂಣಿಯಲ್ಲಿರುವ ಮಹಿಳೆ. ಅಂತು ಬಿಜಿಯಾಗಿರುವ ಜನ. ಮಗಳ ಬಗ್ಗೆ ಕಾಳಜಿ ಇತ್ತು. ದಿನಕ್ಕೊಮ್ಮೆಯಾದರೂ ಫೋನಾಯಿಸಿ, ಗಿಫ್ಟ್ಸ್, ಗ್ರೀಟಿಂಗ್ಸ್ ಕಳಿಸುತ್ತಿದ್ದರು. ಮಗಳ ಸಲುವಾಗಿ ವೆಚ್ಚ ಮಾಡುತ್ತಿದ್ದರು. ಈಗ ಗಂಡಿನ ತಲಾಷ್ ಕೂಡ ಅವರದ್ದೇ.

ಎಂಗೇಜ್‌ಮೆಂಟ್‌ಗೆ ಬೆಂಗಳೂರು ಆರಿಸಿಕೊಂಡಿದ್ದಕ್ಕೆ ಒಂದು ಮುಖ್ಯವಾದ ಕಾರಣವಿತ್ತು. ಅವಳಪ್ಪ ಒಂದು ಮೀಟಿಂಗ್‌ನಲ್ಲಿ ಭಾಗವಹಿಸಬೇಕಿತ್ತು ಹಿಂದಿನ ದಿನ. ಅವಳಮ್ಮ ರಾಷ್ಟ್ರೀಯ ಮಹಿಳಾ ಒಕ್ಕೂಟದ ವಾರ್ಷಿಕೋತ್ಸವಕ್ಕೆ ಚೀಫ್ ಗೆಸ್ಟ್. ಅದರ ಮಧ್ಯೆ ಮಗಳ ಎಂಗೇಜ್‌ಮೆಂಟ್.

ಕವನ, ಇಳಾಭಟ್ ಮತ್ತು ಅಪೇಕ್ಷ ಬಂದು ಹಾಲ್‌ನಲ್ಲಿ ಕೂತರು. ರೂಮಿಗೆ ಹೋಗಿದ್ದ ಮೃಣಾಲಿನಿ ಹಿಂದಿರುಗಿ ಬಂದಾಗ ಅಪೇಕ್ಷ "ಅಮ್ಮ ನಾವು ನೋಡ್ಕೋತೀವಿ ನೀವ್ಹೋಗಿ... ಮಲ್ಗಿ" ಅಂದಳು.

ಆಕೆ ಮಾತಾಡದೆ ಕೂತು ತಲೆ ಹಿಂದಕ್ಕೆ ಹಾಕಿದರು. ಅವರಲ್ಲಿ ಭಾವ-ಸಂಘರ್ಷ, ಸಂಬಂಧಗಳ ಬಗೆಗಿನ ವಿಶ್ಲೇಷಣೆ. ಹರಿದುಬರುತ್ತಿದ್ದ ಬದಲಾವಣೆಗಳ ವೇಗದಲ್ಲಿ ಸಂಬಂಧಗಳ ಜೊತೆ ನಮ್ಮ ಪರಂಪರೆ, ನಂಬಿಕೆಗಳು ಎಲ್ಲಿ ಕೊಚ್ಚಿಕೊಂಡು ಹೋಗಿಬಿಡುತ್ತದೆಯೋ ಅಂದುಕೊಂಡರು. ಬರೀ ಕನ್‌ಫ್ಯೂಷನ್.

ಈ ಮಧ್ಯೆ ಇಳಾಭಟ್ ತಲೆ ಹಾಕಿದರು.

"ಎಂಗೇಜ್‌ಮೆಂಟ್ ಅಂದರೆ ಎಷ್ಟೊಂದು ಸಂಭ್ರಮದ ವಿಷ್ಯ. ನನ್ನ ಮದ್ವೆಯ ಎಂಗೇಜ್‌ಮೆಂಟ್‌ನ ಗೊಂದಲ ನೋಡಬೇಕು. ನಮ್ಮಪ್ಪ ಮಾಡ್ಸಿ ತಂದ ಉಂಗುರನ ನನ್ನ ತಾತ ಚೆನ್ನಾಗಿಲ್ಲಾಂತ ಅವ್ರೇ, ಮಾಡ್ಸಿ ತಂದರು. ಇಬ್ಬರದು ಉಂಗುರದ ಆಯ್ಕೆಯ ಬಗ್ಗೆ ಜಟಾಪಟಿ. ಆಮೇಲೆ ದೇವರ ಮುಂದಿಟ್ಟು ಚೀಟಿ ಎತ್ತಿದಾಗ ತಾತನ ಉಂಗುರಾಂತ ಬಂತಂತೆ. ಈಗ ಅದೇ ಉಂಗುರ ನಮ್ಮೆಜಮಾನ್ರ ಕೈಯಲ್ಲಿ ಇರೋದು" ಇಳಾಭಟ್ ಆ ಸಮಯದಲ್ಲೂ ನಾಚಿಕೊಂಡರು.

ಕವನ ಮುಖ ಸಣ್ಣಗೆ ಮಾಡಿಕೊಂಡು "ನಂಗಂತು ನನ್ನ ಎಂಗೇಜ್‌ಮೆಂಟ್ ನಾನೇ ಮಾಡ್ಕೋಬೇಕು. ನನ್ನ ಮಮ್ಮಿ, ಡ್ಯಾಡಿ ಬರ್ತಾರೋ ಇಲ್ವೋ, ಅದು ಗ್ಯಾರಂಟಿ ಇಲ್ಲ. ಹಾಗೇ ನೋಡಿದರೆ ನಯನಾ ಮಮ್ಮಿ, ಡ್ಯಾಡಿನೇ ವಾಸಿ. ಇಂಟರ್‌ನೆಟ್‌ನಲ್ಲಿ ಮಗಳ ಸಲುವಾಗಿ ಗಂಡನ್ನ ಹುಡ್ಕಿದ್ದಾರೇ. ಅವ್ರ ಪೇರೆಂಟ್ಸ್ ಹತ್ರ ಮಾತಾಡಿದ್ದಾರೆ. ನಯನಾ ಸಲಹೆ ಕೇಳಿದ್ದಾರೆ. ಎಂಗೇಜ್‌ಮೆಂಟ್ ನಿಂತು ಮಾಡಿದ್ದಾರೆ. ಅವ್ರೆ... ಗ್ರೇಟ್" ಹೊಗಳಿದವಳತ್ತ ನೋಡಿದ ಮೃಣಾಲಿನಿಗೆ ಅಯ್ಯೋ ಎನಿಸಿತು. ಈಗ ಇದು ಎಷ್ಟೋ ಹುಡುಗಿಯರೆದುರಿಸುತ್ತಿರುವ ಸಮಸ್ಯೆ?

"ಅದೆಂಥ ಅಪ್ಪ, ಅಮ್ಮ! ಕುತ್ತಿಗೆ ಪಟ್ಟಿ ಹಿಡಕೊಂಡು ನಿವಾಳಿಸಿ ಕೇಳಬೇಕಿತ್ತು. ಇವತ್ತೂ ನಮ್ಮಪ್ಪ, ಅಮ್ಮ ಬಡವರಾದ್ರೂ ಮಕ್ಕಳೂಂದರೇ ಪ್ರಾಣ ಬಿಟ್ಕೋತಾರೆ" ಇಳಾಭಟ್ ತಮ್ಮದೇ ಆದ ಧಾಟಿಯಲ್ಲಿ ವ್ಯಾಖ್ಯಾನಿಸಿದರು.

ನಾಲ್ಕು ಗ್ಲಾಸ್ ಹಾರ್ಲಿಕ್ಸ್ ತಂದಿಟ್ಟು ಹೋದ ಮಂಜು.

"ನೋ, ಕಾಮೆಂಟ್ಸ್, ಬೇರೆ ಮಾತು ಬೇಡ" ಅಂದು ಗ್ಲಾಸ್ ಎತ್ತಿಕೊಂಡ ಮೃಣಾಲಿನಿ "ಅವ್ನು ನಯನಾಗೂ ಸೇರ್ಸಿ ತಂದುಬಿಟ್ಟಿದ್ದಾನೆ" ಅಂದು ಮಂಜುನ ಕೂಗಿ ಕರೆದು "ಇನ್ನೊಂದನ್ನ ನೀನು ಕುಡಿದುಬಿಡು" ಅನ್ನುವ ವೇಳೆಗೆ ನಯನಾ ತಂದೆಯಿಂದ ಫೋನ್.

"ಹೇಗಿದ್ದಾಳೆ?" ಸ್ವರದಲ್ಲಿ ಆತಂಕವೇ.

"ನೋ ಪ್ರಾಬ್ಲಮ್, ನಿದ್ದೆ ಮಾಡ್ತಾ ಇದ್ದಾಳೆ. ಒಂದಿಷ್ಟು ಬದಲಾವಣೆ ಬೇಕೂಂದಿದ್ದಾರೆ ಡಾಕ್ಟ್ರು. ನೀವು ಜೊತೆಯಲ್ಲಿ ಕರ್ಕಂಡ್ ಹೋಗಬಹುದಿತ್ತು" ಅವರು ಹ್ಞೂಂಗುಟ್ಟಿದರು. "ಓಕೆ. ಬೈ ಆಲ್ ಮೀನ್ಸ್, ಅವಳು ಒಪ್ಪೋಲ್ಲ. ಪ್ಲೀಸ್, ಸ್ವಲ್ಪ ಅಟೆನ್‌ಷನ್‌ನಲ್ಲಿರಿ. ಪ್ಲೀಸ್...." ಫೋನ್ ಕಟ್ ಮಾಡಿದರು. "ನೀವ್ಹೋಗಿ. ಥ್ಯಾಂಕ್ಯೂ ಫಾರ್ ಯುವರ್ ಕೋಆಪರೇಷನ್. ಡಿಫರೇಂಟಾದ ಸಮಸ್ಯೆಗಳು ಎದುರಾಗಿವೆ" ಮೇಲೆದ್ದರು.

ಮರುದಿನ ನಯನಾ ಹೇಳಿದ್ದು ನೋಡಿ ಸುಸ್ತಾದಳು ಅಪೇಕ್ಷ. ಎಂಗೇಜ್‌ಮೆಂಟ್ ಶಾಸ್ತ್ರದ ನಂತರ ಆತುರದ ಡಿನ್ನರ್. ಪ್ರದೀಪ್ ಸಕ್ಸೇನಾ ಒಂದೆರಡೂ ಮಾತುಗಳನ್ನಾಡದೆ ಕಾರು ಹತ್ತಿದ್ದ ತಾಯಿತಂದೆಯೊಂದಿಗೆ. ಅವರ ಬಂಧುಗಳೆಂದುಕೊಂಡು ಬಂದಿದ್ದ ಜನ ಅದೃಶ್ಯರಾದರು. ಹಿಂದೆಯೇ ಇವಳ ಮಮ್ಮಿ, ಡ್ಯಾಡಿ ವಿಮಾನ ನಿಲ್ದಾಣದ ಹಾದಿ ಹಿಡಿದಿದ್ದು. ಇವಳು ಒಂಟಿ. ಈ ಎಲ್ಲಾ ದೃಶ್ಯಗಳು ಎಲ್ಲೋ ನಡೆದುಹೋದಂತಿತ್ತು.

ತಾನು ಇರೋದು ಎಲ್ಲಿಂತ ಅಪೇಕ್ಷಗೆ ಯೋಚಿಸುವಂತಾಯಿತು.

* * * *

ಶೇಷಪ್ಪಯ್ಯನ ಮನೆಯಲ್ಲಿ ಮೂರನೆ ವರ್ಷದ ಶ್ರಾದ್ಧಾ ಕಾರ್ಯಕ್ರಮ. ಮನೆಯಲ್ಲಿ ಒಂದು ರೀತಿಯ ಮೌನ. ಅಪೇಕ್ಷ ಮೂರು ವರ್ಷದಿಂದ ಒಂದು ವರ್ಷವೂ ಈ ಕಾರ್ಯಕ್ರಮದಲ್ಲಿ ಭಾಗವಹಿಸಿರಲಿಲ್ಲ.

"ನನ್ನಿಂದ ಸಾಧ್ಯವಿಲ್ಲ. ನಾನು ಇಂದು ವಿಶ್ವಣ್ಣನ್ನ ಬದುಕಿಲ್ಲ ಎಂದು ಒಪ್ಪಿಕೊಳ್ಳುವುದು ಸಾಧ್ಯವಿಲ್ಲ" ಎಂದು ವಾದಿಸುವ ಅವಳು ಮೌನಿ. ಎರಡು ದಿನದ ಹಿಂದೆ ತಂದೆ ವಿಷಯ ತಿಳಿಸಿ "ಬಂದಿದ್ದರೇ ಚೆನ್ನ" ಎಂದಾಗ ಸದ್ದಿಲ್ಲದೆ ಫೋನಿಟ್ಟಿದ್ದಳು. ಅವಳಿಂದ ಅದು ಸಾಧ್ಯವಿಲ್ಲ.

ಕವನ ರೂಮಿಗೆ ಬಂದಾಗ ಅಪೇಕ್ಷ ಸುಮ್ಮನೆ ಕೂತಿದ್ದಳು. "ಅರೇ, ಇದೇನು ನೀನು ರಜ ಹಾಕಿದ್ಯಾ? ಇಲ್ಲ ಅಕಸ್ಮಾತ್ ಅವರೇ ಆಫೀಸ್ ಕ್ಲೋಜ್ ಮಾಡಿದ್ರಾ?" ಹಾಗೇ ಕೇಳಿದ ಕೂಡಲೆ ಅವಳ ಗುಂಡಿಗೆ ಹಾರಿತು. "ಪ್ಲೀಸ್.... ಬಿಡ್ತು... ಬಿಡ್ತು... ಅನ್ನು. ಆಫೀಸ್ ಮುಚ್ಚಿದರೆ ನನ್ಗತಿ? ನಂಗೆ ಕೆಲ್ಸ ಅನಿವಾರ್ಯ ಕವನ" ಉದ್ವೇಗಗೊಂಡವಳ ಕೈಯನ್ನು ಹಿಡಿದು "ಪ್ಲೀಸ್ ಕಾಮ್ ಡೌನ್, ನೀನೆಂದು ಇಷ್ಟು ಉದ್ವಿಗ್ನವಾಗಿದ್ದನ್ನು ಕಂಡಿರಲಿಲ್ಲ."

ಮುಖ ಮುಚ್ಚಿಕೊಂಡು ಅಪೇಕ್ಷ ಬಿಕ್ಕತೊಡಗಿದಾಗ ಕವನಾಗೆ ಗಾಬರಿ. ಅವಳ ನೋಟ ಒಂದೆಡೆ ಹರಿಯಿತು. ವಿಶ್ವನ ಫೋಟೋ ಸ್ಟ್ಯಾಂಡ್. ಅದಕ್ಕೊಂದು ಗುಲಾಬಿ. ಸುಲಭವಾಗಿ ಅರ್ಥವಾಯಿತು.

"ರಿಯಲಿ ಗ್ರೇಟ್ ಕಣೇ. ನೀನು, ನಿಮ್ಮಣ್ಣ ಕೂಡ. ಮೂರು ವರ್ಷದ ನಂತರವೂ ಆಳೋ ತಂಗಿ, ಅಷ್ಟು ಕಾಲ ಅವಳ ಮನದಲ್ಲಿ ಸ್ಥಾನ ಗಿಟ್ಟಿಸಿಕೊಂಡ ಅಣ್ಣ. ತುಂಬ ಅದ್ಭುತ ಅಪೇಕ್ಷ. ನಿಮ್ಮಿಬ್ಬರಲ್ಲಿ ನಾನ್ಯಾಕೆ ಒಬ್ಬಳಾಗಬಾರದಿತ್ತು ಅನ್ನಿಸುತ್ತೆ. ಪ್ಲೀಸ್ ಸಮಾಧಾನ ಮಾಡ್ಕೋ. ಆತ್ಮ ಪರಮಾತ್ಮ ಏನೇನೋ ಅಂತಾರಲ್ಲ, ನಿಮ್ಮಣ್ಣನ ಆತ್ಮ ಇಲ್ಲೇ ಎಲ್ಲೋ ಇದ್ದರೇ, ತುಂಬ ದುಃಖಪಡುತ್ತೆ" ಎಷ್ಟು ದೊಡ್ಡ ರೀತಿಯಲ್ಲಿ ಸಂತೈಯಿಸಿದಳೆಂದರೆ ಅಪೇಕ್ಷಳಿಗೆ ಕಣ್ ಕಣ್ ಬಿಡುವಂತಾಯಿತು.

"ಇವತ್ತು ನಾನೂ ರಜ ಹಾಕ್ತೀನಿ. ಇಬ್ರೂ ಯಾವುದಾದ್ರೂ ದೇವಸ್ಥಾನಕ್ಕೆ ಹೋಗಿ ಅರ್ಚನೆ, ಪೂಜೆ ಅಂಥದೆಲ್ಲ ಮಾಡಿಸೋಣ. ನಂಗೆ ದೇವರ ಮನೆಯ ಪರಿಚಯವೇ ಇರ್‍ಲಿಲ್ಲ. ಟೆಂಪಲ್‌ಗಳನ್ನ ನೋಡಿದ್ದೆ. ನಿಮ್ಮ ಮನೆಯಲ್ಲೇ ದೇವರಿಗೂ ಒಂದು ಪುಟ್ಟ ಮನೆ ಬೇಕೂನ್ನೋದು ತಿಳಿದಿದ್ದು. ಈಗ ವಿಶ್ವರಥರ ಸಲುವಾಗಿ ಹೋಗಿಬರೋಣ. ಪ್ಲೀಸ್, ಹೋಗಿ ಮುಖ ತೊಳ್ಕೋ" ಅವಳನ್ನು ಎಬ್ಬಿಸಿ ಕಳುಹಿಸಿದ ಕವನ ವಿಶ್ವರಥನ ಫೋಟೋ ಸ್ಟ್ಯಾಂಡ್ ತಗೊಂಡು "ಯು ಆರ್ ಗ್ರೇಟ್, ನಂಗೆ ಹುಟ್ಟು-ಸಾವಿನ ಪರಿಚಯವೇ ಇರಲಿಲ್ಲ. ಸತ್ತ ಮೇಲೆ ಏನು ಇರೋದೇ ಇಲ್ಲ. ಸಾವು ಪರಿಚಯ ಮಾಡಿಕೊಟ್ಟ ವ್ಯಕ್ತಿ ನೀನೇ. ಥ್ಯಾಂಕ್ಯೂ ಮೈ ಗುರು.... ಬಾಸ್..." ಅಂದು ಫೋಟೋ ಇಟ್ಟು ಸೆಲ್ಯೂಟೊಡೆದವಳ ಕಣ್ಣಲ್ಲಿ ನೀರಿತ್ತು. ನಂಗೆ ಯಾರು ಅಳಬಹುದು? ಯಾರೂ ಇಲ್ಲವೆನಿಸಿತು.

ಇಂದು ಮೃಣಾಲಿನಿ ಆಫೀಸ್ ರೂಮಿನಲ್ಲಿ ಕೂತಿದ್ದವರು ಬಂದ ಕವನನ ನೋಡಿ ಹುಬ್ಬೇರಿಸಿದರು. "ಏನು ವಿಶೇಷ? ರಜಾನಾ?" ಕೇಳಿದಕ್ಕೆ ಉತ್ತರಿಸದೆ ಅವರ ಎದುರು ಕೂತು ಕಣ್ಣೊರೆಸಿಕೊಳ್ಳುತ್ತ "ಅಪೇಕ್ಷ ಅಣ್ಣ ವಿಶ್ವ ಸತ್ತು ಇಂದಿಗೆ ಮೂರು ವರ್ಷವಂತೆ. ತುಂಬ ಅಪ್‌ಸೆಟ್ ಆಗಿದ್ದಾಳೆ. ಅಳ್ತಾ ಕೂತಿದ್ಲು. ನಾನು ಆಫೀಸ್‌ಗೆ ಹೋಗೋದ್ನ ಕ್ಯಾನ್ಸಲ್ ಮಾಡ್ದೆ."

ಮೃಣಾಲಿನಿ ಮುಖ ಕೂಡ ಗಂಭೀರವಾಯಿತು.

ವಿಚಿತ್ರದ ಹೆಣ್ಣಾಗಿ ಕಂಡಳು. "ಆ ದುಃಖ ಇರುತ್ತೆ. ತನ್ನ ಪಾಡಿಗೆ ತಾನು ಸಮಾಧಾನವಾಗೋಳು. ಅದಕ್ಕೆ ನಿನ್ನ ರಜ ಅಗತ್ಯವಿತ್ತಾ?" ದಂಡಿಸುವಂತೆ ಕೇಳಿದರು. ಅವಳ ಸ್ಥಿತಿ ಅವರಿಗೆ ಅರ್ಥವಾಗಿತ್ತು. ಕವನ ಇಲ್ಲಿಗೆ ಬಂದ ಮೇಲೆ ಅವಳ ತಾಯಿಯಾಗಲೀ, ತಂದೆಯಾಗಲೀ ಬಂದದ್ದಿಲ್ಲ. ಜೊತೆಗೆ ಆಕೆಯನ್ನು ಸಂಪರ್ಕಿಸಿರಲಿಲ್ಲ.

"ಗೊತ್ತಿಲ್ಲ ಮೇಡಮ್, ತೀರಾ ಅಯ್ಯೋ ಅನ್ನಿಸ್ತು. ವಿಶ್ವರಥ ಸಿಂಪ್ಲಿ ಜೀನಿಯಸ್. ಎಷ್ಟೊಂದು ವಿಷ್ಯಗಳ ಬಗ್ಗೆ ಆಸಕ್ತಿ. ನ್ಯೂಮರಾಲಜಿ ಮೀನ್ ಸಂಖ್ಯಾಶಾಸ್ತ್ರದ ಬಗ್ಗೆ ಆಸಕ್ತಿ ಹುಟ್ಟಿದ್ದು ಅವರ ಬರವಣಿಗೆಯನ್ನು ನೋಡಿಯೇ. ಪ್ರಧಾನ ಮಂತ್ರಿಗಳಾಗಿದ್ದ ಲಾಲ್ ಬಹದ್ದೂರ್ ಶಾಸ್ತ್ರಿಗಳ ಬಗ್ಗೆ ನಂಗೆ ತಿಳಿದಿದ್ದು ತೀರಾ ಸ್ವಲ್ಪವೇ. ಕ್ವಿಟ್ ಇಂಡಿಯಾ ಚಳುವಳಿಯಲ್ಲಿ ಶಾಸ್ತ್ರಿಯವರು ಜೈಲಿನಲ್ಲಿ ಇದ್ದರಂತೆ. ಮಗಳ ಅನಾರೋಗ್ಯದ ಸುದ್ದಿ ತಿಳಿದು ಪೆರೋಲ್ ಮೇಲೆ ಹೊರಗೆ ಬಂದರಂತೆ. ಆಗ ಅವರ

ಬಳಿ ಹಣವಿರಲಿಲ್ಲವಂತೆ. ವೈದ್ಯರು ದುಬಾರಿ ಔಷಧಿಗಳನ್ನು ಬರೆದು ಕೊಟ್ಟಿದ್ದರಂತೆ. ಬೇರೆಯವರ ಬಳಿ ಹಣ ಕೇಳಲು ಸಂಕೋಚ. ಮಗಳ ಕಾಯಿಲೆ ಉಲ್ಬಣಿಸಿ ತೀರಿಕೊಂಡರಂತೆ. ಅಂತ್ಯಸಂಸ್ಕಾರ ಮುಗಿಸಿಕೊಂಡು ಜೈಲಿಗೆ ಹೊರಟಾಗ ಅವರ ಪತ್ನಿ 'ಮಗಳ ಅನಾರೋಗ್ಯದ ಕಾರಣ ನೀಡಿ ಹೊರಗೆ ಬಂದಿದ್ದೀರಿ. ಉಳಿದ ದಿನಗಳು ನಮ್ಮೊಂದಿಗಿರಿ' ಬೇಡಿಕೆ ಮುಂದಿಟ್ಟಾಗ ಶಾಸ್ತ್ರಿ 'ಈಗ ಮಗಳೇ ಇಲ್ಲ. ಆ ಕಾರಣಕ್ಕೆ ಪಡೆದ ರಜೆ ಅದಕ್ಕೆ ಮಾತ್ರ ಉಪಯೋಗವಾಗಬೇಕು' ಎಂದದ್ದು ಬಹಳ ಉತ್ತಮ ರೀತಿಯಲ್ಲಿ ದಾಖಲಿಸಿ ಬರೆದಿದ್ದರು" ಎಂದು ಇನ್ನಷ್ಟು ವಿಷಯಗಳನ್ನು ಅವರ ಮುಂದಿಟ್ಟಳು.

ಮೃಣಾಲಿನಿ ಎದ್ದು "ನಂಗೆ ಇದು ಸರಿಯೆನಿಸೋಲ್ಲ. ಪ್ರಯೋಜನವಾಗದ ಕಾರಣಕ್ಕೆ ಚಿಂತಿಸಬಾರದು.... ಬಾ... ಬಾ" ಎಂದು ಹೊರಗೆ ಕರೆದೊಯ್ದರು. ಆ ಫೋಟೋನ ತಂದು ಆಫೀಸ್ ಕೋಣೆಯಲ್ಲಿಟ್ಟು ಕುಂಡದಲ್ಲಿ ಅರಳಿದ ಗುಲಾಬಿ ಹೂವನ್ನು ಅದರ ಬಳಿಯಲ್ಲಿಟ್ಟು ಮುಗುಳ್ನಗೆ ಬೀರಿದರು.

"ನನ್ನ ಜೊತೆ ನೀವಿಬ್ರೂ ಹೊರ್ಗಡೆ ಬರ್ತಾ ಇದ್ದೀರಾ" ಮೃಣಾಲಿನಿ ಘೋಷಿಸಿದಾಗ ಇಬ್ಬರೂ ಮುಖ ಮುಖ ನೋಡಿಕೊಂಡರು. ಬೇರೆ ಬೇರೆ ಕಾರ್ಯಕ್ರಮಗಳು, ಮೀಟಿಂಗ್‌ಗಳಿಗೆ ಹೋಗುತ್ತಿದ್ದರು. ಆದರೆ ಯಾರನ್ನು ಕರೆದೊಯ್ಯುವ ಪರಿಪಾಠವಿರಲಿಲ್ಲ.

ಓಡಾಟಕ್ಕೆ ಸ್ವಂತ ಕಾರು ಇತ್ತು. ಡ್ರೈವರ್ ಇದ್ದರು. ಮೂವರ ಹೊತ್ತ ಕಾರು ಮೊದಲು ಹೊರಟಿದ್ದು ಲಾಲ್‌ಬಾಗ್ ಫ್ಲವರ್ ಷೋ ಕಡೆಗೆ. ಅಲ್ಲಿನ ಓಡಾಟದಲ್ಲಿ ಮೃಣಾಲಿನಿ ಉತ್ಸಾಹದಿಂದ ತಮ್ಮ ಚಿಕ್ಕಂದಿನ ದಿನಗಳನ್ನು ನೆನಪು ಮಾಡಿಕೊಂಡರು.

"ಇಬ್ಬರು ಅಕ್ಕಂದಿರು, ಒಬ್ಬ ತಮ್ಮ. ನಮ್ದು ತುಂಬು ಆದರ್ಶಮಯ ಅಕ್ಕರೆಯ ಕುಟುಂಬ. ಒಬ್ಬ ಅಕ್ಕ ವಿವಾಹಕ್ಕೆ ಮುನ್ನ ತೀರಿಕೊಂಡರು. ಆಗ ನಾವು ಲಾಲ್‌ಬಾಗ್‌ಗೆ ಬಂದರೆ ಹತ್ತು ಜನ ಇರುತ್ತಿದ್ದೆವು. ನಾಲ್ಕು ಮಕ್ಕಳು, ಅಪ್ಪ, ಅಮ್ಮನ ಜೊತೆ ತಾತ, ಅಜ್ಜಿ. ಅದರಲ್ಲಿ ಈಗ ಉಳಿದಿರುವವರು ನಾವಿಬ್ಬರೇ. ಅವನು ಅಲ್ಲಿ, ನಾನು ಇಲ್ಲಿ, ನಾಳೆಗಳಲ್ಲಿ ನಾವು ಕೂಡ ಇಲ್ಲವಾಗುವವರೇ, ನೆನಪಿಸಿಕೊಳ್ಳುವವರು ಇರೋವರ್ಗೂ ಸತ್ತವರು ಚಿರಂಜೀವಿಗಳೇ. ನಂತರ ಕಾಲಕ್ರಮೇಣ ಎಲ್ಲಾ ಮರೆಯಾಗಿಬಿಡುತ್ತೆ. ಇದು ಸೃಷ್ಟಿ ವೈಚಿತ್ರ್ಯ." ಬಹುಶಃ ಅದನ್ನ ಅಪೇಕ್ಷಳನ್ನ ಉದ್ದೇಶಿಸಿಯೇ ಹೇಳಿದಂತಿತ್ತು.

ಆಮೇಲೆ ಮೂವರು ಹೋಟೆಲ್‌ನಲ್ಲಿ ಊಟ ಮಾಡಿದರು. ಸಂಜೆ ಅಲ್ಲೇ ಸನ್ನಿಹದಲ್ಲಿದ್ದ ವಿಶ್ವೇಶ್ವರ ಟೆಂಪಲ್‌ಗೆ ಹೋದರು. ಗಣೇಶ, ಸುಬ್ರಹ್ಮಣ್ಯ, ಪಾರ್ವತಿಯನ್ನ ಪ್ರತಿಷ್ಠಾಪಿಸಿರುವುದರ ಜೊತೆಗೆ ಅತ್ಯಂತ ತೇಜೋಃಪುಂಜವಾದ ಶಿವಲಿಂಗ ಪ್ರಧಾನ ದೇವರು.

ಅರ್ಚಕರು ಬಂದಾಗ ವಿಶ್ವರಥನ ಹೆಸರಿನಲ್ಲಿ ಅರ್ಚನೆ ಮಾಡಿಸಿ ತೀರ್ಥಪ್ರಸಾದ ತಗೊಂಡು ಒಂದೆಡೆ ಕೂತರು.

"ನಾನು ದೇವಸ್ಥಾನಗಳಿಗೆ ಬರೋದು ಕಡಮೆ. 'ದೇಹದೊಳಗೆ ದೇವಾಲಯವಿದ್ದು ಮತ್ತೆ ಬೇರೆ ದೇಗುಲವೇಕಯ್ಯ' ಇದು ಅಲ್ಲಮ್ಮಪ್ರಭುವಿನ ಮಾತು. ನಮ್ತಂದೆ ಪದೇ ಪದೇ ಇದೇ ಮಾತನ್ನ ಹೇಳೋರು. ಅಮ್ಮನಿಗೆ ತುಂಬ ದೈವಭಕ್ತಿ. ಆಕೆಯ ಪೂಜೆ, ಪುನಸ್ಕಾರ, ವ್ರತ, ನೇಮಯಾತ್ರೆಗೆ ಅಡ್ಡಿಬರುತ್ತಿರಲಿಲ್ಲ. ಆದರೆ ತಾವು ಪೂಜೆ, ದೇವರು ಅಂಥದ್ದಕ್ಕೆ ಸಮಯ ವ್ಯಯ ಮಾಡುತ್ತಿರಲಿಲ್ಲ. ವೈದಿಕ ಮನೆತನವಾದರೂ ಅತ್ಯಂತ ಸರಳವಾಗಿ ಸಾಮಾನ್ಯ ಜನರಿಗೆ ಅರ್ಥವಾಗುವ ವಚನ ಸಾಹಿತ್ಯವನ್ನು ಚೆನ್ನಾಗಿ ಓದಿಕೊಂಡಿದ್ದರು. ಒಂದೇ ಲಿಂಗ ಕೈಯೊಳಗಿಟ್ಟು ಪೂಜೆ ಮಾಡಿದರೆ ಇಷ್ಟಲಿಂಗವೆನಿಸುತ್ತೆ, ಕಟ್ಟೆಯ ಮೇಲಿಟ್ಟು ಪೂಜಿಸಿದರೆ ಸ್ಥಾವರಲಿಂಗವೆನಿಸುತ್ತೆ. ಎರಡೂ ಜಡವಸ್ತುಗಳೇ...." ಅನ್ನುವ ವೇಳೆಗೆ ಮೊಬೈಲ್ ಸದ್ದು ಎಚ್ಚರಿಸಿತು. ವಿದೇಶದಲ್ಲಿರೋ ತಮ್ಮ.

ಐದು ನಿಮಿಷಗಳಷ್ಟು ದೀರ್ಘಕಾಲ ಮಾತಾಡಿದ.

"ನೀನೊಮ್ಮೆ..... ಬಂದ್ಬಿಡು. ಅಲ್ಲ ಕಣೇ, ಮೃಣಾಲಿನಿ. ನೆಂಟರಿಷ್ಟರೆಲ್ಲ ಬಂದು ಹೋಗ್ತಾರೆ. ನಿಂಗೆ..." ಅಕ್ಕನನ್ನು ತರಾಟೆಗೆ ತಗೊಂಡರು.

"ಆ ವಿಷ್ಯ ಬಿಡು, ನಂಗೆ ಹಿಂದೆ ಸುತ್ತಾಡುವ ಹುಮ್ಮಸ್ಸು ಇತ್ತು. ಎರಡು ಸಲ ಹಾರ್ಟ್ ಅಟ್ಯಾಕ್ ಆದ್ಮೇಲೆ ಆ ಹುಮ್ಮಸ್ಸು ತಗ್ಗಿದೆ. ಈಚೆಗೆ ಹೊರಟಿದ್ದೆ. ಒಂದು ಇಂಪಾರ್ಟೆಂಟ್ ವಿವಾಹದ ಸಲುವಾಗಿ ಮುಂದಕ್ಕೆ ಹೋಯ್ತು. ಮುಂದೆ ನೋಡೋಣ" ಈ ರೀತಿ ಸಾಗಿತು ಮಾತು.

ಆಮೇಲೆ ಮತ್ತೆರಡು ಫೋನ್‌ಗಳು ಬಂದಿದ್ದರಿಂದ ಮಾತುಗಳು ಅಲ್ಲಿಗೆ ನಿಂತಿತು. ಕಡೆಗೆ ಎದ್ದು ಹೊರಗಿನ ಪ್ರಾಂಗಣಕ್ಕೆ ಬಂದಾಗ ತಟ್ಟನೆ ಕೇಳಿದಳು ಅಪೇಕ್ಷ.

"ಲಿಂಗಗಳಲ್ಲಿ, ವಿಗ್ರಹಗಳಲ್ಲಿ ದೇವರು ಇದ್ದಾನಾ?"

ಅವರ ಮುಖದ ಮೇಲೆ ಹಸನ್ಮುಖತೆ ನೆಲೆಸಿತು.

"ಎರಡೂ ಜಡವಸ್ತುಗಳೇ! ಶಿಲ್ಪಿಯು ಕೆತ್ತಿದ ಲಿಂಗ, ವಿಗ್ರಹಗಳಲ್ಲಿ ಚೈತನ್ಯ ಕಾಣುವ ಶಕ್ತಿ ಭಕ್ತನ ಹೃದಯದಲ್ಲಿರುತ್ತೆ. ಕಲಾವಿನದ ಕೈಚಳಕದಿಂದ ಮೂರ್ತಿಭವಿಸಿದ ವಿಗ್ರಹಗಳಿಗೆ ದೈವತ್ವ ಬರುವುದು ಪೂಜಾರಿ ಪುರೋಹಿತರ ಮಂತ್ರಪಠಣಗಳಿಂದ ಅಲ್ಲ. ಹೋಮಹವನಾದಿಗಳಿಂದಲೂ ಅಲ್ಲ. ಅದನ್ನು ಆರಾಧಿಸುವ, ಪೂಜಿಸುವ ಭಕ್ತರಿಂದ. ಅವರ ಹೃದಯದಲ್ಲಿರುವ ಭಕ್ತಿಭಾವದಿಂದ ಮಾತ್ರ ದೈವತ್ವ ಲಭ್ಯ ವಿಗ್ರಹ, ಲಿಂಗಗಳಿಗೆ. ಇಲ್ಲಿ ಭಕ್ತಿ ಪ್ರಧಾನವೇ ವಿನಹ ಬೇರೆಲ್ಲ ಗೌಣ" ಎಂದರು. ಅತ್ಯಂತ ಸುಲಭವಾಗಿ ತಿಳಿಸಿದ್ದರು. ಇದು ಕಣ್ಣಿಗೆ ಕಾಣುವ ಸತ್ಯವೇ. ಜನ ಇರುವುದು ಲೌಕಿಕದ ಭ್ರಮಾಲೋಕದಲ್ಲಿ.

ಇವರನ್ನ ಮನೆಯಲ್ಲಿ ಇಳಿಸಿ ಮೃಣಾಲಿನಿ ಕಾರು ನರ್ಸಿಂಗ್ ಹೋಂನತ್ತ ನಡೆಯಿತು.

ಪಾರ್ಕ್‌ನಲ್ಲಿ ಮೃಣಾಲಿನಿ ಹೇಳಿದ ಮಾತುಗಳು ಅವಳ ಹೃದಯದಾಳಕ್ಕೆ ಇಳಿಯಿತು. ಮುಂದೆ ತಾನು ಕೂಡ ಇಲ್ಲವಾಗಿಬಿಡುವುದೇ, ಒಬ್ಬರಾದ ಮೇಲೊಬ್ಬರಿಗೆ ಕಂಡಕ್ಟರ್ ಟಿಕೆಟ್ ಕೊಡುವಂತೆ.

ನೆನಪಿಸಿಕೊಂಡಂಗೆ ಕವನ "ಒಂದು ಪ್ರಶ್ನೆ. ನಿಮ್ಮಣ್ಣ ಸಾಕಷ್ಟು ಲೇಖನಗಳನ್ನು ಬರೆದಿಟ್ಟಿದ್ದಾನೆ. ಅದಕ್ಕಾಗಿ ಫೋಟೋಗಳನ್ನು ಸಂಗ್ರಹಿಸಿಟ್ಟಿರೋದನ್ನ ಆರತಿ ತಿಳಿಸಿದ್ದು. ಅದರ ಪ್ರಕಟಣೆಯ ಬಗ್ಗೆ ಯಾಕೆ ಚಿಂತಿಸಲಿಲ್ಲ?" ಕೇಳಿದಳು.

ಆ ಯೋಚನೆ ಅಪೇಕ್ಷಗೂ ಬಂದಿತ್ತು. ಬಹುಶಃ ಅಷ್ಟು ಮಾಡುವ ಉದ್ದೇಶ ಇದ್ದಿರಬೇಕು. ಕಾಲ ಕೂಡಿ ಬರಲಿಲ್ಲ. ಬಹುಶಃ ವಿಶ್ವನಿಗೆ ಆಯಸ್ಸು ಇದ್ದಿದ್ದರೇ, ಅವೆಲ್ಲ ಪ್ರಕಟವಾಗುತ್ತಿತ್ತೇನೋ?

"ಗೊತ್ತಿಲ್ಲ" ಎಂದಳು ಚುಟುಕಾಗಿ.

"ನಾವ್ಯಾಕೆ ಆ ಕೆಲ್ಸ ಮಾಡ್ಬಾರ್ದು? ನಾವು ಯಮಲೋಕಕ್ಕೆ ಹೋಗಿ ವಿಶ್ವನ್ನ ತರೋಕೆ ಸಾಧ್ಯವಿಲ್ದೇ ಹೋಗಬಹುದು. ಆದರೆ ಅವ್ನ ಬರಹಗಳ ಮೂಲಕ ಅವನನ್ನು ಬದುಕಿಸಬಹುದಲ್ಲ"

ಕವನ ಸೂಚನೆಗೆ ತಬ್ಬಿಬ್ಬಾದಳು. ನೋಡದ, ಪರಿಚಯವಿಲ್ಲದ ಒಬ್ಬ ವ್ಯಕ್ತಿಯ ಬಗ್ಗೆ ಇಂಥ ಆಸಕ್ತಿ. ಅವಳೆರಡು ಕೈಗಳನ್ನು ಹಿಡಿದುಕೊಂಡ ಕೂಡಲೆ ಕಣ್ಣಲ್ಲಿ ಹನಿಯಾಡಿತು.

"ತುಂಬಾ ಥ್ಯಾಂಕ್ಸ್. ಖಂಡಿತ ಆ ಕೆಲ್ಸ ಮಾಡ್ತೀನಿ" ಅಂದ ಅಪೇಕ್ಷಳ ಕೈ ಹಿಡಿದುಕೊಂಡು "ಮಾಡೋಣ ನ್ನು, ನಂಗೆ ಫ್ಯಾಮಿಲಿನೇ ಇಲ್ಲ. ನನ್ನ ಕುಟುಂಬಕ್ಕೆ ಸೇರ್ಸಿಕೊಳ್ಳಿ. ಈ ಕೆಲ್ಸದಲ್ಲಿ ನಾನು ನಿನ್ನ ಜೊತೆಯಲ್ಲಿ ಇರ್ತೀನಿ" ಭರವಸೆಯಿಂದ ಹೇಳಿದಾಗ ಅಪೇಕ್ಷಗೆ ಆಶ್ಚರ್ಯವೇ. ಕವನ ತೀರಾ ಡಿಫರೆಂಟಾಗಿ ಕಂಡಳು.

ಆ ವೇಳೆಗೆ ಇಳಾಭಟ್ ಆತುರಾತುರವಾಗಿ ಬಂದು "ನಮ್ಮ ಮನೆಯವರು ಬಂದಿದ್ದಾರೆ. ಊರಿಗೆ ಹೋಗ್ಬರ್ತೀನಿ. ಆ ರಿಜಿಸ್ಟರ್‌ನಲ್ಲಿ ಬರ್ದು ಸಹಿ ಹಾಕ್ತೀನಿ" ಹೇಳಿ ರೂಮಿಗೆ ಹೋದವರು ಹಿಂದಿರುಗಿ ಬಂದು ತೆರೆದ ಪೇಡಾ ಪ್ಯಾಕೆಟ್‌ನ ಅವರುಗಳ ಮುಂದಿಡಿದು "ನನ್ನ ಹೆಸರು ಪ್ರಮೋಷನ್ ಲಿಸ್ಟ್‌ನಲ್ಲಿದೆ. ಅದ್ಕೇ ಸ್ವೀಟ್ಸ್. ಲಿಸ್ಟ್ ಅನೌನ್ಸ್ ಆದ್ಮೇಲೆ ಡಿನ್ನರ್, ಒಳ್ಳೆ ಸ್ಟಾರ್ ಹೋಟೆಲ್‌ನಲ್ಲಿ" ಖುಷಿಖುಷಿಯಾಗಿ ಹೋದವರತ್ತ ಇಬ್ಬರೂ ನೋಡಿದರು.

ಇಳಾಭಟ್ ಐದೇ ನಿಮಿಷದಲ್ಲಿ ಒಂದು ಬ್ಯಾಗ್ ತಗುಲಿ ಹಾಕಿಕೊಂಡು ಹೊರಟ ವೇಗಕ್ಕೆ ಲಾಲಿತ್ಯವಿದೆಯೆನಿಸಿತು. ಇಂದು ಬಹಳ ಪ್ರೀತಿಯಿಂದ ಮಾತಾಡಿದ್ದು ಹೋಗಳಿದ್ದು ತುಂಬ ಸಂತೋಷ ತಂದಿತ್ತು. ಬದುಕಿನ ಬಗ್ಗೆ ಪ್ರೀತಿಯ ನಕ್ಷತ್ರಗಳು ಚಿಮ್ಮಿತ್ತು.

ಇಳಾಭಟ್ ಗಂಡನೊಂದಿಗೆ ಹುಡುಗರಿಗೆ ಒಂದಿಷ್ಟು ಸಿಹಿ ಖರೀದಿಸಿ ಬಸ್ಸು ಹತ್ತಿದಾಗ "ಈಗ್ಬಂದೇ..." ಅಂದು ಇಳಿದು ಹೋದ ಸುಂದರೇಶ್ ಹತ್ತುವ ವೇಳೆಗೆ

ಹೆಚ್ಚು ಕಡಿಮೆ ಇಡೀ ಬಸ್ಸು ಭರ್ತಿಯಾಗಿತ್ತು. ಇಳಾಭಟ್ ಗಂಡನಿಗಾಗಿ ಒಂದು ಸೀಟು ಪಕ್ಕದಲ್ಲಿ ಕಾದಿರಿಸಿಕೊಂಡು ಮುಗುಳ್ನಗೆ ಬೀರಿದ್ದಕ್ಕೆ ಮುಖ ಗಂಟಾಕಿದವನು "ಮಧ್ಯದಲ್ಲಿ ಸೀಟು ಹಿಡಿಯಬಾರದಿತ್ತಾ, ಸ್ವಲ್ಪ ಕೂಡಾ ಕಾಮನ್‌ಸೆನ್ಸ್ ಇಲ್ಲ" ಗೊಣಗಿಕೊಂಡೇ ಕೂತಿದ್ದು. ಇದು ಮಾಮೂಲಿ. ಅರಿತು ವರ್ತಿಸುವುದೋ, ಅರಿಯದೇ ಅನ್ನುವುದೋ ಗೊತ್ತಿರಲಿಲ್ಲ.

ಎರಡು ಕಿತ್ತಲೆಹಣ್ಣು ತೆಗೆದು ಹೆಂಡತಿಯ ಕೈಯಲ್ಲಿಟ್ಟು "ನೀನು ಅವಸರಿಸಿದೆ. ಮಧ್ಯಾಹ್ನ ಲಂಚ್ ಬಾಕ್ಸ್ ಬಂದಿತ್ತೋ, ಇಲ್ವೋ" ಇಂಥದೊಂದು ಡೈಲಾಗೊಡೆದ.

"ಬಂದಿತ್ತು, ಆ ವಿಷ್ಯದಲ್ಲಿ ತೀರಾ ಕಟ್‌ನಿಟ್ ಮೇಡಮ್. ಒಂದೆರಡು ತರಕಾರಿಯ ಪಲ್ಯ, ಚಪಾತಿ, ಹಪ್ಪಳ, ಸಂಡಿಗೆ ಅಂಥದೆಲ್ಲ ಇರುತ್ತೆ" ಉತ್ಸಾಹದಿಂದ ಹೇಳಿಕೊಂಡಳು.

"ಅದಕ್ಕೆ ಪಟ್ಟಾಗಿ ಕೂತ್ಕೊಂಡೇ, ಒಂದತ್ತು ಕೆ.ಜಿ.ಯಾದ್ರೂ ಜಾಸ್ತಿ ಆಗಿರುತ್ತೀಯಾ. ಇಬ್ಬರ ಸೀಟು ನಿನಗೊಬ್ಬಳಿಗೆ ಬೇಕು" ಗೊಣಗಿದ ಸುಂದರೇಶ್. ಈ ಮಾತುಗಳು ಮೊದಲ ಸಲವಲ್ಲ, ಎಷ್ಟೋ ಸಲ ಕೇಳಿ ಕಣ್ಣೀರಿಟ್ಟಿದ್ದುಂಟು. ವ್ಯಕ್ತಿಗತವಾಗಿ ಒಳ್ಳೆಯವನಾದರೂ ಒಂದು ರೀತಿಯ ಸ್ಯಾಡಿಸ್ಟ್. ಆ ಕಡೆಗೆ ಮುದುಡಿ ಕೂತಳು. ಇಳಿದು ಹಿಂದಿರುಗಿ ಬಿಡಲೇ ಅನ್ನಿಸಿದ್ದುಂಟು.

ತಿಪಟೂರು ತಲುಪುವ ವೇಳೆಗೆ ಅರ್ಧಂಬರ್ಧವೇನು ಪೂರ್ತಿಯಾಗಿಯೇ ಅರ್ಥವಾಯಿತು. ಅಲ್ಲಿನ ಎಂ.ಎಲ್.ಎ.ನ ಹಿಡಿದು ಅಲ್ಲಿನ ತಾಲ್ಲೂಕ್ ಆಫೀಸ್‌ಗೆ ವರ್ಗ ಮಾಡಿಸಿಕೊಳ್ಳುವ ಇರಾದೆ. ಮೊದಮೊದಲು ಅಂಥ ಆಸೆ ಇತ್ತು. ಆದರೆ ಈಗ ಬೇಡವೆನಿಸಿತ್ತು.

ಇವರು ಮನೆ ತಲುಪುವ ವೇಳೆಗೆ ಹುಡುಗರು ಊಟ ಮುಗಿಸಿ ಮಲಗಿಬಿಟ್ಟಿದ್ದರು. ಅಜ್ಜಿ, ತಾತನ ಲಾಲನೆ ಪಾಲನೆಯಲ್ಲಿ ಅವರು ಸುಖಿಗಳು. ಕೈಕಾಲು ತೊಳೆದುಕೊಂಡು ಹೋಗಿ, ಮಕ್ಕಳ ಬಳಿ ಕೂತು, ಮಗಳ ಹಣೆಯ ಮೇಲಿನ ಕೂದಲನ್ನು ಸರಿಸಿದಾಗ "ಅಮ್ಮ... ಬರ್ತಾಳಂತೆ" ಅವಳು ಕನವರಿಸಿದಳು. ಬಂದ ಅಳುವನ್ನು ನುಂಗಿಕೊಂಡು ಹೊರಗೆದ್ದು ಬಂದ ಇಳಾಭಟ್ ಬ್ಯಾಗ್‌ನಲ್ಲಿದ್ದ ಹಣ್ಣು, ಸ್ವೀಟ್ಸ್ ತೆಗೆದಿಟ್ಟು ಒಂದೆಡೆ ಕೂತಳು. ಆಯಾಸವೆನಿಸಿತು.

"ಏನು ಕೂತ್ಕೊಂಡೇ, ನಿಂಗೆ ಮನೆ ಕೆಲ್ಸದ ಅಭ್ಯಾಸವೇ ತಪ್ಪಿಹೋಗಿದೆ. ಒಂದ್ಸಾರೆ ಅಂತ ಮಾಡ್ಕೊಂಡ್ ಸ್ವತಃ ಬೇಯಿಸಿಕೊಂಡು ಎರಡು ಕಡೆ ಪರದಾಡಿದ್ದರೆ ಗೊತ್ತಾಗ್ತ ಇತ್ತು. ಹಣ ಸುರಿದು ಊಟ ಮಾಡೋ ಪೇಯಿಂಗ್ ಗೆಸ್ಟ್" ಬಾತ್‌ರೂಂನಿಂದ ಹೊರಗೆ ಬಂದ ಸುಂದರೇಶ್ ಚುಚ್ಚುವಂತೆ ನುಡಿದಾಗ ಅವನಮ್ಮ ಗದರಿಕೊಂಡರು. "ಸಾಕು ಸುಮ್ಮನಿರೋ, ಕಾಲಕ್ಕೂ ಇದೇ ಆಯ್ತು. ಅವಳು ಈಗ ತಾನೇ ಬರ್ತಾ ಇದ್ದಾಳೆ. ಏನೇನೋ ಮಾತಾಡ್ತೀಯಲ್ಲ, ಈ ಸಂಪತ್ತಿಗೆ ಯಾಕೆ ಕರ್ಕಂಡ್ ಬಂದೆ? ಅವಳ ಮುಖ ಕಂಡರೇ ಏನಾದ್ರೂ ಮಾತಾಡೋದು ನಿನ್ನ ಅಭ್ಯಾಸ."

ಸೊಸೆಯನ್ನು ಕರೆದು ಕೂಡಿಸಿ ಬಡಿಸಿದರು. ಅತ್ತೆ, ಸೊಸೆಯ ನಡುವೆ ಸಾಮರಸ್ಯವಿತ್ತು. ಎದುರುಬದರು ನಿಂತು ಜಗಳ ಆಡಿದ್ದಿಲ್ಲ. ಸಣ್ಣಪುಟ್ಟ ಮಾತುಕತೆಗಳು ಬಿಸಿಲು ಸೋಕಿದ ಮಂಜಿನಂತೆ ಕರಗಿ ಹೋಗುತ್ತಿತ್ತು. ಊಟದ ನಡುವೆ ಅದೂ ಇದೂ ವಿಚಾರಿಸಿದರು.

"ನಿಂಗೆ ಇಲ್ಲಿಗೆ ಟ್ರಾನ್ಸ್‌ಫರ್ ಆಗುತ್ತೇಂತ ತಿಳಿಸ್ದ ಸುಂದರು. ಒಳ್ಳೆದಾಯ್ತು, ನಂಗೂ ಸಾಕಾಗಿದೆ." ಇಂಥ ಒಂದು ಮಾತನ್ನ ಅವಳ ಕಿವಿಯ ಮೇಲೆ ಹಾಕಿ ಪುಣ್ಯ ಕಟ್ಟಿಕೊಂಡರು. ಆಮೇಲಿನ ಚಿತ್ರ ಕಲ್ಪಿಸಿಕೊಂಡು ತುಸು ಬೆಚ್ಚಿದ್ದರೂ 'ಯಾಕೋ ಬೇಡವೆನಿಸಿತು.'

ಮಲಗಲು ಬಂದ ಸುಂದರೇಶ್ ಒಂದು ಅಪ್ಲಿಕೇಷನ್ ಫಾರಂ ಅವಳ ಮುಂದಿಟ್ಟ "ದೂರ ಇದ್ದು ಸಾಕಾಗಿದೆ. ಮಕ್ಕಳು ಸುಮ್ನೆ ಹಲಬುತ್ವೆ. ಎಂಎಲ್ಎ ಇಲ್ಲಿಗೆ ಟ್ರಾನ್ಸ್‌ಫರ್ ಮಾಡ್ಸಿಕೊಡೋಕೆ ಒಪ್ಪಿಕೊಂಡಿದ್ದಾರೆ. ಇಲ್ಲಿನವ್ರು ಒಬ್ರು ಮ್ಯೂಚ್ಯುಯಲ್ ಟ್ರಾನ್ಸ್‌ಫರ್‌ಗೆ ಸಿದ್ಧವಾಗಿದ್ದಾರೆ. ವಾರದಲ್ಲಿ ಟ್ರಾನ್ಸ್‌ಫರ್ ಆಗಿಹೋಗುತ್ತೆ. ನಂಗೂ ಸಾಕಾಗಿದೆ" ಮತ್ತೆ, ಮತ್ತೆ 'ಸಾಕಾಗಿದೆ' ಪದದ ಬಳಕೆ.

ಅಪ್ಲಿಕೇಷನ್ ತಗೊಂಡು ಓದಿದರು. ಗ್ರೌಂಡ್ಸ್ ಇತ್ತು. ಇಲ್ಲಿನವರೊಬ್ಬರು ಮ್ಯೂಚ್ಯುಯಲ್‌ಗೆ ಸಜ್ಜಾಗಿರುವುದರಿಂದ ವರ್ಗಾವಣೆ ಸುಲಭ. ರಾಜಧಾನಿಯಲ್ಲಿ ತಳವೂರಲು ಎಷ್ಟೋ ಜನ ರೆಡಿ. ಆದರೆ ಅಲ್ಲಿಂದ ಬೇರೆಡೆ ಟ್ರಾನ್ಸ್‌ಫರ್ ಆದರೆ ಅದನ್ನು ಕ್ಯಾನ್ಸಲ್ ಮಾಡಿಸಿಕೊಳ್ಳಲು ಸಾಕಷ್ಟು ಹಣ ಸುರಿಯುತ್ತಾರೆ. ಅಂಥದ್ದರಲ್ಲಿ ಈಗ...

"ನನ್ನ ಹೆಸರು ಪ್ರಮೋಷನ್ ಲಿಸ್ಟ್‌ನಲ್ಲಿದೆ. ಟ್ರಾನ್ಸ್‌ಫರ್ ಕೇಳೋದ್ಬೇಡ" ಎಂದು ಅಪ್ಲಿಕೇಷನ್ ಫಾರಂನ ಟೇಬಲ್ಲು ಮೇಲಿಟ್ಟು ಬಂದು ಮಲಗಿದಳು. "ಇರಲೀ, ಪ್ರಮೋಷನ್ ಅದರ ಪಾಡಿಗೆ ಅದು ಆಗುತ್ತೆ. ಮೊದ್ಲು ಟ್ರಾನ್ಸ್‌ಫರ್ ಆಗ್ಲಿ. ಅಮ್ಮಂಗೂ ಈಗೀಗ ಕೆಲ್ಸ ಮಾಡೋಕ್ಕಾಗೋಲ್ಲ. ಬಿಟ್ಟು ಇರೋದು ನಂಗೂ ಕಷ್ಟ" ಎಂದ ಸುಂದರೇಶ್ ಹೆಂಡತಿಯ ಕೆನ್ನೆ ಸವರಿದ, ಒಂದು ರೀತಿಯ ರೊಮ್ಯಾಂಟಿಕ್ ಮೂಡ್‌ನಲ್ಲಿ.

ನಿರಂತರವಾಗಿ ಆಟಿಕೆಯಂತೆ ಬಳಸಿಕೊಂಡಿದ್ದ. ಹೇಳಿದಕ್ಕೆ ಹ್ಞೂಂ; ಒಂದು ವಿಷಯದಲ್ಲಿ ಅಲ್ಲ, ಎಲ್ಲಾ ವಿಷಯದಲ್ಲೂ ಅಷ್ಟೆ. ಟ್ರಾನ್ಸ್‌ಫರ್ ಕೂಡ ಅವಳಿಗೆ ಇಷ್ಟವಿರಲಿಲ್ಲ. 'ರಜ ಹಾಕ್ತೀನಿ' ಅಂದಿದ್ದಕ್ಕೆ ಗಲಾಟೆ ಮಾಡಿದ್ದ. ಹೆಂಡತಿಯನ್ನು ತೆಪ್ಪಗಾಗಿಸುವುದನ್ನು ಕರಗತ ಮಾಡಿಕೊಂಡಿದ್ದ. ದುಡಿಯುವ ಹೆಂಡತಿ ತೀರಾ ವಿಧೇಯಳಾಗಿರಬೇಕೆಂಬ ನೀತಿ ರೂಪಿಸಿಕೊಂಡಿದ್ದರಿಂದ ಮಾನಸಿಕವಾಗಿ ಅವಳನ್ನು ಸದೆ ಬಡೆದಿದ್ದ.

"ನಂಗೆ ಅಭ್ಯಾಸವಾಗಿದೆ. ಸದ್ಯಕ್ಕೆ ಟ್ರಾನ್ಸ್‌ಫರ್ ಬೇಡ"

ಹೆಂಡತಿ ಹೇಳಿದ ರೀತಿಗೆ ಸುಂದರೇಶ್ ಭಟ್ ದಂಗಾದ. ಹೀಗೆ ಮಾತಾಡಲು ಸಾಧ್ಯವಿಲ್ಲವೆನ್ನುವ ಅರ್ಥದಲ್ಲಿ ತೇಲಾಡುತ್ತಿದ್ದ ವ್ಯಕ್ತಿಗೆ ಇದೊಂದು ಶಾಕ್. ಸರಿಯಾಗಿ ಎದ್ದು ಕೂತ.

"ಏನು ಹೇಳಿದ್ದು, ಇನ್ನೊಂದ್ಸಲ ಹೇಳು" ಕೋಪಾವಿಷ್ಟನಾಗಿ ಕೇಳಿದ ಕೂಡಲೇ ಅಷ್ಟು ದೂರಕ್ಕೆ ಸರಿದ ಇಳಾಭಟ್ "ನೂರುಸಲ ಕೇಳಿದ್ರು ಅದೇ ಮಾತು. ನಂಗೆ ಟ್ರಾನ್ಸ್‌ಫರ್ ಬೇಕಿಲ್ಲ, ಸದ್ಯಕ್ಕೆ ಅಲ್ಲೇ ಇರ್ತೀನಿ."

ಭಟ್‌ಗೆ ಬೆವರೊರೆಸಿಕೊಳ್ಳುವಂತಾಯಿತು.

"ತೆಪ್ಪಗೆ ಸಹೀ ಮಾಡಿಕೊಡು. ಓಡಾಟ, ಅದರ ಖರ್ಚು ಎಲ್ಲಾ ನನ್ನದೇ ಇರಲೀ. ಎರಡು ಕಡೆಯೆಂದರೆ ಖರ್ಚು ಜಾಸ್ತಿ. ಮಕ್ಕಳ ಭವಿಷ್ಯದ ಬಗ್ಗೆ ಯೋಚ್ಸಬೇಕು. ಬೇರೆ... ಬೇರೆ.... ಇದ್ದು ಸಾಧಿಸಿದ್ದೇನು? ನಂಗೆ ಆಗ ಬುದ್ಧಿ ಇರ್ಲಿಲ್ಲ."

ಗಂಡನ ಮಾತಿಗೆ ತಲೆಯಾಡಿಸಿ "ಅದೇನೋ ಗೊತ್ತಿಲ್ಲ, ನಂಗೆ ಈಗ ಬುದ್ಧಿ ಬಂದಿದೆ. ಪದೇ ಪದೇ ಅನಾವಶ್ಯಕವಾಗಿ ನಿಮ್ಮಿಂದ ಬೈಸಿಕೊಳ್ಳೋದು ತಪ್ಪಿದೆ. ನೆಮ್ದಿಯಿಂದ ಇದ್ದೀನಿ. ಇಲ್ಲಿ ಕೂಡ ಅಂಥ ತೊಂದರೆ ಇದ್ದಂಗೆ ಕಾಣ್ಲಿಲ್ಲ. ಅತ್ತೆ, ಮಾವನಿಗೆ ಮಕ್ಕಳು ಹೊಂದಿಕೊಂಡಿವೆ. ದಯವಿಟ್ಟು ಮಲಗೋಕೆ ಬಿಡಿ, ನಂಗೆ ನಿದ್ದೆ ಬರ್ತಾ ಇದೆ." ಆರಾಮಾಗಿ ಮಲಗಿ ಹೊದ್ದಿಕೆಯನ್ನೆಳೆದುಕೊಂಡ ಇಳಾಭಟ್ ಎದೆಯ ಬಡಿತ ಏರಿತ್ತು. ತನಗೆ ಇಷ್ಟು ಮಾತಾಡುವ ಧೈರ್ಯ ಹೇಗೆ ಬಂತು? ಮಾನಸಿಕ ದಾಸ್ಯತ್ವದಿಂದ ಹೊರಗೆ ಬಂದ ಅನುಭವ.

"ಬಹಳ ಜೋರಾಗಿ ಮಾತಾಡ್ತಾ ಇದ್ದೀ. ನಿಂಗೇನು ಗೊತ್ತಾಗುತ್ತೆ? ತೆಪ್ಪಗೆ ಸಹಿ ಮಾಡಿ ಬಿದ್ಕೋ. ನಾಳೆ ನಾಯಿ ಪಾಡಾಗಿ ಬಿಡುತ್ತೆ." ಜೋರು ಮಾಡಿದ ಭಟ್. ಮಲಗಿದ್ದವಳು ಎದ್ದು ಕೂತು "ನಂಗೇನು ಗೊತ್ತಾಗೋಲ್ಲ ನೀವು ತಿಳಿದವರೂಂತ ಇಷ್ಟು ದಿನ ಕೇಳ್ದೆ. ಈಗ ಯಾವ್ದು ಸರಿ, ಯಾವ್ದೂ ತಪ್ಪು ಅಂತ ಗೊತ್ತಾಗ್ತಾ ಇದೆ. ಬೆಂಗ್ಳೂರಿನಿಂದ ಬೇರೆ ಕಡೆ ಟ್ರಾನ್ಸ್‌ಫರ್ ನಂಗಿಷ್ಟವಿಲ್ಲ. ಪ್ರಮೋಷನ್ ಸಿಕ್ಕುತ್ತೆ, ಬೇಕಾದರೆ ಇನ್ನೊಂದು ಸಾವಿರ ರೂಪಾಯಿ ಹೆಚ್ಚಿಗೆ ಕೊಡ್ತೀನಿ ಮನೆಗೆ. ತುಂಬ ಇಂಟರ್-ಫಿಯರೆನ್ಸ್ ಒಳ್ಳೇದಲ್ಲ. ನಂಗೂ ಸ್ವಂತ ಉಸಿರಾಡೋಕೆ ಬಿಡಿ. ನಿಮ್ಮ ಕಲಿಕೆ ಬರಿ ಪಿ.ಯು.ಸಿ. ನಾನು ಡಿಗ್ರಿ ಮಾಡಿದ್ದೀನಿ. ನಿಮ್ಮ ಕೆಲ್ಸಕ್ಕಿಂತ ನಂದು ದುಬಾರಿ ಪೋಸ್ಟ್. ನಿಮ್ಗಿಂತ ಹೆಚ್ಚಿನ ಸಂಬಳ ನಂಗೆ ಬರುತ್ತೆ. ಇನ್ಮುಂದೆ ಏನಾದ್ರೂ ಹೇಳೋಕೆ ಮೊದ್ಲು ಇದನ್ನೆಲ್ಲ ಜ್ಞಾಪ್ಕದಲ್ಲಿ ಇಟ್ಕೊಳ್ಳಿ" ದೃಢವಾಗಿಯೇ ಹೇಳಿದ್ದು.

ಮೊದಲು ಕೋಪದಿಂದ ಕೈಯೆತ್ತಿದ ಸುಂದರೇಶ್ ಭಟ್ ನಿಧಾನವಾಗಿ ಇಳಿಸಿದ. ಹೇಳಿದಕ್ಕೆಲ್ಲ ತಲೆಯಾಡಿಸಿಕೊಂಡು, ಅಕಸ್ಮಾತ್ ಮಾತಾಡಿ ಬೈಸಿಕೊಂಡು ಅಳುತ್ತಿದ್ದ ಹೆಂಡತಿ ಇವಳೇನಾ? ಇನ್ನೊಂದು ಮಾತಾಡಲಿಲ್ಲ.

ಇಳಾಭಟ್ ಮಲಗಿದರು. ನೊಂದುಕೊಂಡರು. ತಾನು ಮಾತಾಡಿದ್ದು ತಪ್ಪಿರಬಹುದು. ಗಂಡನೆನ್ನುವ ಪೋಸ್ಟ್‌ಗೆ ಒಂದು ಔನ್ನತ್ಯವಿದೆ. ಇಷ್ಟೊಂದು ಧೈರ್ಯ ತನಗೆ ಬಂದಿದ್ದಾದರು ಹೇಗೆ? ಆದರೂ ಎಂಥದ್ದೋ ತೃಪ್ತಿ. ಆರಾಮಾಗಿ ನಿದ್ರಿಸಿದರು.

ಎದ್ದುಬಂದಾಗ ಸುತ್ತುವರಿದ ಮಕ್ಕಳನ್ನು ತಬ್ಬಿಕೊಂಡರು. ಅಯ್ಯೋ ಇವರನ್ನು ಬಿಟ್ಟಿರುವ ಕರ್ಮ ತನಗೇಕೆ? ಟ್ರಾನ್ಸ್‌ಫರ್ ಮಾಡಿಸಿಕೊಂಡು ಇಲ್ಲಿಗೆ ಬಂದು ಬಿಡಬೇಕು. ಅವರಿಗೆ ತನ್ನ ಮೇಲೆ ಪ್ರೀತಿ ಇರುವುದರಿಂದಲೇ ಬೈಯ್ತಾರೆ. ಈ ರೀತಿಯ ಜಿಜ್ಞಾಸೆ ಶುರುವಾದ ಕೂಡಲೇ ನಿರ್ಧಾರ ಬದಲಾಯಿತು.

ಬಸ್ಸಿಗೆ ಹೊರಡುವ ಮುನ್ನ ಅಪ್ಲಿಕೇಷನ್ ಫಾರಂಗೆ ಸಹಿ ಹಾಕಿ "ತಗೊಳ್ಳಿ ಸಹೀ ಹಾಕಿದ್ದೀನಿ. ನಂಗೂ ನಿಮ್ಮನ್ನ, ಮಕ್ಕಳನ್ನು ಬಿಟ್ಟಿರೋಕೆ..... ಇಷ್ಟಾನಾ? ಯಾವಾಗ್ಲೂ ಬೈತೀರಲ್ಲ, ಅದಕ್ಕೆ ಬೇಜಾರು" ಅಂದರು. ಆದರೆ ರಾತ್ರಿಯ ಮಾತುಗಳಿಂದ ಸುಂದರೇಶ್ ಇನ್ನೂ ಕುದಿಯುತ್ತಿದ್ದ.

"ನಾನು ನಿನ್ನ ಬೈಯ್ದು ಈ ದಾರಿಗೆ ತರಲಿಲ್ಲಾಂದ್ರೆ... ಮುಸುರೆ ಉಜ್ಜಿಕೊಂಡು ಮನೆಯಲ್ಲಿ ಬಿದ್ದಿರುತ್ತ ಇದ್ದೆ. ಮೊದ್ಲು ಅರ್ಥ ಮಾಡ್ಕೋ! ಡಿಗ್ರಿ.... ಓದಿದ್ದಾಳಂತೆ. ನಾನು ನಿನ್ನ ಪಕ್ಕದಲ್ಲಿ ಇಲ್ಲದಿದ್ದರೇ ನೀನು ಜೀರೋ ಕಣೇ" ಮತ್ತೆ ಅದೇ ಧಾಟಿಯ ಅಹಂ. ಆ ಕ್ಷಣ ಸಹಿ ಮಾಡಿದ ಅಪ್ಲಿಕೇಷನ್‌ನ ಹರಿದು ಎಸೆಯಬೇಕೆನಿಸಿದರೂ ಇಳಾಭಟ್‌ಗೆ ಧೈರ್ಯವಾಗಲಿಲ್ಲ.

* * * *

ಸಚ್ಚಿದಾನಂದಮೂರ್ತಿ ಬಂದಾಗ ಮನೆ ನಿಶ್ಯಬ್ದವಾಗಿತ್ತು. ಮೊದಲಿನ ಲವಲವಿಕೆ ಕಾಣಲಿಲ್ಲ. ವಿಶ್ವರಥನ ಸಾವಿನ ಛಾಯೆಯಿಂದ ಅದು ಮುಕ್ತವಾಗಿರಲಿಲ್ಲ. ತಲೆ ಮೇಲೆತ್ತಿ ಉಸಿರು ದಬ್ಬಿ 'ನಾರಾಯಣ' ಅಂದರು. ಆತ ಗಿರಿಜಮ್ಮನ ಖಾಸಾ ಸಹೋದರ. ನಾಲ್ಕು ವರ್ಷದ ಹಿಂದೆ ಎಲ್ಲೋ ಹೋದವರು ಇಂದು ವಿಷ್ಣುಕಟ್ಟೆಗೆ ಮರಳಿ ಬಂದಿದ್ದರು. ವರ್ಷಾನುಗಟ್ಟಲೇ ಹೋಗುವುದು ಅವರಿಗೆ ಮೊದಲೇನು ಅಲ್ಲ. ಅವರಾಗಿ ಆರಿಸಿಕೊಂಡ ತಿರುಗಾಟವಿದು. ಸಂಸಾರದ ಸಹವಾಸ ಬೇಡವೆಂದ ಶುದ್ಧ ಬ್ರಹ್ಮಚಾರಿ. 'ಅವನೊಬ್ಬ ಸನ್ಯಾಸಿ, ಹಿಮಾಲಯಕ್ಕೆ ಹೋಗಿ ಅದೂ ಇದೂ ಕಲ್ತು ಬಂದಿದ್ದಾನೆ. ದೈವಿಕ ಶಕ್ತಿ ಇದೆ' ಇದು ಕೆಲವರ ಮಾತುಗಳು. ಅವರನ್ನು ಸಚ್ಚಿದಾನಂದಬಾಬು ಎಂದೂ ಕೂಡ ಜನರು ಕರೆಯುತ್ತಿದ್ದರು.

ಹೊರಗೆ ಬಂದ ಗಿರಿಜಮ್ಮನ ಬಾಯಲ್ಲಿ ಮಾತೇ ಹೊರಡಲಿಲ್ಲ. ಪೂರಾ ನೋಡಿ ನಾಲ್ಕು ವರ್ಷವೇ ಆಯಿತು. ವಿಶ್ವರಥನ ಅನಾರೋಗ್ಯ, ಸಾವಿನ ಸಂದರ್ಭದಲ್ಲಿ ಸಚ್ಚಿದಾನಂದಮೂರ್ತಿ ಎಲ್ಲಿದ್ದರೋ ಗೊತ್ತಿರಲಿಲ್ಲ. ಮನೆಯ ಪ್ರತಿಯೊಬ್ಬರು ಆ ಸಮಯದಲ್ಲಿ ಅವರಿರಬೇಕೆಂದು ಹಂಬಲಿಸಿದ್ದು ಎಷ್ಟೋ. ಆದರೆ ಆ ಮನುಷ್ಯ ಬಂದಿದ್ದು ವಿಶ್ವರಥ ಸತ್ತು ಮೂರು ವರ್ಷಗಳು ಆದ ನಂತರ.

ಕುಸಿದು ಬಿಕ್ಕಳಿಸತೊಡಗಿದಾಗ ಹತ್ತಿರಕ್ಕೆ ಹೋಗಿ "ಏಳು, ಗಿರಿಜಕ್ಕ. ಯಾರೂ ಸಾವಿಗೆ ಅತೀತರಲ್ಲ. ಬಂದ ಕೆಲ್ಸ ಮುಗಿದ್ಮೇಲೆ ಕ್ಷಣ ಕೂಡ ಇರೋಕೆ ಅನುಮತಿ

ಇರೋಲ್ಲ. ಎದ್ದು ಸಮಾಧಾನ ಮಾಡ್ಕೋ" ಸಂತೈಯಿಸಿದರು. ಆ ವೇಳೆಗೆ ಬಂದ ಪಾರ್ವತಮ್ಮ ಕೂಡ ಕಣ್ಣೀರಿಡುತ್ತ ನಿಂತರು.

"ನಮ್ಗೇನು ತೋಚಲಿಲ್ಲ. ಕಾಯಿಲೆ ಏನೂಂತ ಡಾಕ್ಟ್ರು ಹೇಳಲಿಲ್ಲ. ಅನ್ಯಾಯವಾಗಿ ವಿಶ್ವನ್ನ ಕಳ್ಕೊಂಡ್ವಿ"

ಆಕೆಯ ಮಾತಿಗೆ ಮೌನವಹಿಸಿದರು. ನ್ಯಾಯ, ಅನ್ಯಾಯದ ಪ್ರಶ್ನೆ ಸಾವಿಗೆ ಇಲ್ಲವೆನಿಸಿತು. ಅದರ ದೃಷ್ಟಿಯಲ್ಲಿ ಜಗತ್ತಿನಲ್ಲಿ ಹುಟ್ಟಿದ ಮನುಷ್ಯ ಮಾತ್ರನಲ್ಲ, ಚರಾಚರ ಜೀವಕೋಟಿಯು ಒಂದೇ. ತಾರತಮ್ಯ ಭಾವವಿಲ್ಲದ ಸಮತಾವಾದಿ.

"ಎಲ್ಲಾ ಭ್ರಮೆ ಅಷ್ಟೆ. ಹುಟ್ಟಿನೊಂದಿಗೆ ಸಾವು ತಳಕು ಹಾಕಿಕೊಂಡಿರುತ್ತೆ. ಅದಕ್ಕೆ ನಮ್ಮ ಡಿ.ವಿ.ಜಿ.ಯವರು ಒಂದ್ಮಾತು ಹೇಳಿದ್ದಾರೆ. 'ನಾವೆಲ್ಲ ಸಗ್ಗಕ್ಕೇರುವ ಮುನ್ನ ನೇಣಿನ ಹಗ್ಗ ಹಿಡಿದಿರುವವರೆಂದು ಎಚ್ಚರಿಸಿ ಇರುವಷ್ಟು ಹೊತ್ತು ನಗುನಗುತ್ತ ಬದುಕಿದರಷ್ಟೆ ಪುಣ್ಯ.' ಗಿಡಮರಗಳಿಗೆ ವಿಪರೀತ ಆಯುಷ್ಯ ಕೊಟ್ಟ ಭಗವಂತ ಮನುಷ್ಯನಿಗೆ ಎಪ್ಪತ್ತು... ಎಂಬತ್ತು... ನೂರು ತಲುಪಿದವರು ಬೆರಳೆಣಿಕೆ ಅಷ್ಟೆ. ನಗರೀಕರಣ, ಬೆಳವಣಿಗೆ ಅನ್ನೋ ಹೆಸರಿನಲ್ಲಿ ಗಿಡ, ಮರಗಳ ಆಯುಸ್ಸು ಕೂಡ ಕಡ್ಮೆ ಆಗ್ತಾ ಇರೋದೊಂದು ದೊಡ್ಡ ದುರಂತ. ಕುಮಾರವ್ಯಾಸ ತುಂಬ ಸ್ಪಷ್ಟವಾಗಿ ಹೇಳ್ತಾನೆ. 'ಅರಸ ಕೇಳ್ ಆಯುಷ್ಯವುಳ್ಳರ ಹರಿಹರಬ್ರಹ್ಮಾದಿಗಳೂ ಸಂಹರಿಸಲರಿಯರು...' ಅಂತ. ನಾನು ಇದ್ದರೇ ತಾನು ಏನು ಮಾಡ್ತಾ ಇದ್ದೆ. ಭಾವ ಶೇಷಪ್ಪಯ್ಯ ಹೇಗಿದ್ದಾರೆ?" ವಿಚಾರಿಸಿದರು.

ದಿಕ್ಕೆಟ್ಟು ಕೂತು ಅಳುತ್ತಿದ್ದ ಗಿರಿಜಮ್ಮನನ್ನು ಪಾರ್ವತಮ್ಮ ಸಮಾಳಿಸಿಕೊಂಡು ಒಳಗೆ ಕರೆದೊಯ್ದುಬಿಟ್ಟು ಬಂದು "ಏನೋ, ಇದ್ದಾರೆ, ಮನೆ ಗಾಡಿ ಮುಂದಕ್ಕೆ ಹೋಗ್ಬೇಕಲ್ಲ. ಅದಕ್ಕೊಂದು ಉದ್ಯೋಗ ಮಾಡ್ತಾ ಇದ್ದಾರೆ. ಎದ್ದು ಸ್ನಾನ ಮುಗ್ಸಿಕೊಳ್ಳಿ" ಹೇಳಿಹೋದರು.

ವಿಶ್ವರಥ ಇಲ್ಲದ್ದು ಎಲ್ಲೆಡೆ ಕಾಣುತ್ತಿತ್ತು. ಆ ನೋವು ಅವರನ್ನು ದಹಿಸಿ ಹಾಕಿತ್ತು. ಮುಂದಕ್ಕೆಳೆದ ಅವನ ರೂಮಿನ ಬಾಗಿಲನ್ನು ತಳ್ಳಿಕೊಂಡು ಒಳಗೆ ಹೋದವರು ನಿಂತರು. 'ಮಾವ....' ಕೂಗಿದಂತಾಯಿತು. ಎಂಥ ಚಟುವಟಿಕೆಯ ವ್ಯಕ್ತಿತ್ವ. ಎಲ್ಲಾ ತಿಳಿಯಬೇಕನ್ನೋ ಕುತೂಹಲ, ಅಪಾರವಾದ ಆಸಕ್ತಿ, ಅಪಾರವಾದ ಜೀವನ ಪ್ರೀತಿ. ಎಲ್ಲರಿಗೂ ಇಷ್ಟವೆನಿಸುವ ಹುಡುಗ.

ಅವನ ಭಾವಚಿತ್ರದ ಬಳಿ ಮೌನವಾಗಿ ನಿಂತರು.

"ನೀವು ಇನ್ನೊಮ್ಮೆ ಬಂದರೆ ಮಾವ ಹೆಚ್ಚು ದಿನ ನಿಲ್ಲಬೇಕು. ನಿಮ್ಮೊಂದಿಗೆ ಚರ್ಚಿಸೋಕೆ ತುಂಬ ಇವೆ. ರಾಣಿ ಇರುವೆಗಳು ಎರಡು ಮೂರು ವರ್ಷ ಬದುಕಿದರೆ, ಕೆಲಸಗಾರ ಇರುವೆಗಳು ಆರು ತಿಂಗಳಿಗೆ ಸಾಯುತ್ತೆ. ಇಂಥ ಎಷ್ಟೋ ವಿಚಾರಗಳನ್ನ ಮಾತಾಡೋದಿದೆ" ಅನ್ನುತ್ತಿದ್ದ ಹುಡುಗ ಇಲ್ಲವಾಗಿದ್ದ. ಇದೆಂಥ ವಿಪರ್ಯಾಸ. ತಾನು ಶಾಶ್ವತ ಅನ್ನೋ ರೀತಿಯಲ್ಲಿ ಬದುಕುವ ಮಾನವ ಒಮ್ಮೆ ಅದೃಶ್ಯವಾಗಿ ಬಿಡುತ್ತಾನೆ.

ಅವರೆದೆ ಭಾರವಾಯಿತು. ಫೋಟೋದಲ್ಲಿದ್ದ ವಿಶ್ವರಥ ನಕ್ಕಂತಾಯಿತು. ನಾನು ನಿಮಗಿಂತ ಮೊದಲು ಈ ಭವದಿಂದ ಪಾರಾದೆ ಎಂದು ಅಣಕಿಸುವಂತೆ ಕಂಡ.

ಎಂಥ ಸ್ಥಾನದಲ್ಲಿತ್ತು ಅವನು ಸಂಗ್ರಹಿಸಿದ ಪುಸ್ತಕಗಳು, ಗುರುತು ಹಾಕಿಕೊಂಡ ಡೈರಿಗಳು; ಅಲ್ಲಿ ನಿಶ್ಶಬ್ದವಾಗಿ ಮಲಗಿತ್ತು. ಗಾಳಿ ಕೂಡ ಸ್ತಬ್ಧತೆಯನ್ನು ಸೂಚಿಸಿತು.

ತಮ್ಮ ಬ್ಯಾಗನ್ನು ಅಲ್ಲಿಯೇ ಇರಿಸಿ, ಅದರೊಳಗಿದ್ದ ಒಂದು ಜೊತೆ ಬಟ್ಟೆ ಮಡಿ ವಸ್ತ್ರಗಳನ್ನೊಯ್ದು ಹಿತ್ತಲ ಬಾವಿಯ ಬಳಿ ಸ್ನಾನ ಮುಗಿಸಿ ದೇವರ ಮನೆಗೆ ಹೋಗಿ ಅರ್ಧ ಗಂಟೆ ಕಣ್ಮುಚ್ಚಿ ಕೂತು ಧ್ಯಾನ ಮಾಡಿ ಹೊರಗೆ ಬಂದರು.

"ಏನು ತಗೋತೀಯಾ?" ಗಿರಿಜಮ್ಮ ಕೇಳಿದರು.

"ಇಂಥದ್ದೂಂತ ಏನಿಲ್ಲ, ಏನಿದ್ದರೇ ಅದೇ ಆಯ್ತು" ಬಿಡಿಸಿದ್ದ ಚಾಪೆಯ ಮೇಲೆ ಕೂತರು. ಮೊದಲು ಮನೆಯಲ್ಲಿ ಕಲರವ ಇತ್ತು. ಈಗ ಎಲ್ಲೆಡೆ ಮೌನ. "ಯಾರೂ ಕಾಣ್ತಾ ಇಲ್ಲ" ಕೇಳಿದರು. ಗಿರಿಜಮ್ಮ ನೀರಿಟ್ಟರು. "ಅರುಣ, ಅದಿತಿ ಸ್ಕೂಲಿಗೆ ಹೋಗಿದ್ದಾರೆ. ಆರತಿದು ಅಂಗಡಿ ಫಣೀಂದ್ರನ ಮಗನ ಜೊತೆ ಮದ್ವೆ ಆಯ್ತು. ಅವಳು ಅಲ್ಲಿದ್ದಾಳೆ. ಇನ್ನು ಅಪೇಕ್ಷ ಬೆಂಗ್ಳೂರಿನಲ್ಲಿ ಕೆಲ್ಸದಲ್ಲಿ ಇದ್ದಾಳೆ. ಇದೇ ಸಾಗರದವರ ಮಾತ್ರೆಗಳ ಏಜೆನ್ಸಿ ಇದೆಯಂತೆ. ಅಲ್ಲೆ ಕೆಲ್ಸ" ಹೇಳಿದ ಪಾರ್ವತಮ್ಮ ಅಡಿಗೆ ಮನೆಗೆ ಹೋಗಿ ಬಾಳೆಯೆಲೆ ಹಿಡಿದು ಬಂದರು.

ದಿನಕ್ಕೆ ಒಂದೇ ಊಟ. ಇಂಥದ್ದೇ ಅಂಥದೇನು ಇರಲಿಲ್ಲ. ಹಣ್ಣು ಅಂಥದ್ದು ಸಿಕ್ಕಿದರು ಸರಿ. ಕೆಲವಲ್ಲಿ ಶಿಸ್ತು, ಕೆಲವನ್ನು ಬಿಟ್ಟಿದ್ದರು. ಜಾತಿ, ಕುಲ, ಧರ್ಮವನ್ನು ಗಣಿಸುತ್ತಿರಲಿಲ್ಲ. ಬರೀ ಸಸ್ಯಾಹಾರವಾಗಬೇಕಷ್ಟೆ. ಹಾಗಂತೇನು ಅಲ್ಪಾಹಾರ ಅಂಥದೇನಿಲ್ಲ, ಹೊಟ್ಟೆಯಲ್ಲಿನ ಪರಮಾತ್ಮ ತೃಪ್ತನಾಗಬೇಕಿತ್ತು.

ಊಟ ಮುಗಿಸಿ ಒಂದೆಡೆ ಬಂದು ಕೂತರು. ಪಾರ್ವತಮ್ಮ, ಗಿರಿಜಮ್ಮ ಅಡಿಗೆ ಮನೆಯ ಬಾಗಿಲಿನಿಂದ ಹೊರಬಂದು ನಿಂತಾಗ ಕೂಡುವಂತೆ ಸನ್ನೆ ಮಾಡಿದರು. ತೀರಾ ಕಂಗೆಟ್ಟ ಮುಖಗಳನ್ನು ನೋಡಿ ನೊಂದರೂ ಅದನ್ನು ಅರಗಿಸುವಷ್ಟರ ಮಟ್ಟಿಗೆ ಶಕ್ತರಾಗಿದ್ದರು.

"ಇದೆಲ್ಲ, ಹೇಗಾಯ್ತು?" ಕೇಳಿದರು.

ಒಬ್ಬರಾದ ಮೇಲೊಬ್ಬರು ಅವನ ಅನಾರೋಗ್ಯ ಕುರಿತು ಹೇಳತೊಡಗಿದರು. "ಆ ಡಾಕ್ಟ್ರು, ಸರ್‍ಯಾಗಿ ನೋಡ್ಲಿಲ್ಲ. ಇಡೀ ಕ್ಲಿನಿಕ್ ತುಂಬ ಪೇಷೆಂಟ್‌ಗಳು. ಯಾರನ್ನು ನೋಡ್ತಾನೆ, ಯಾರನ್ನು ಬಿಡ್ತಾನೆ? ಅವ್ನ ಮನೆ ಹಾಳಾಗ. ಅವನು ನರಳಿ ನರಳಿ ಸಾಯ್ಲಿ. ನನ್ಮಗ ಎಷ್ಟೊಂದು ನೋವು ಅನುಭವಿಸ್ದ" ಗಿರಿಜಮ್ಮ ಗೋಳೋ ಎಂದು ಅತ್ತರು.

"ಸಮಾಧಾನ, ಮಾಡ್ಕೋ, ಗಿರಿಜಕ್ಕ, ಡಾಕ್ಟ್ರು ಬರೀ ನಿಮಿತ್ತ ಅಷ್ಟೆ. ಜೀವನದಲ್ಲಿ ಏನೆಲ್ಲ ಸಂಪಾದಿಸಿದರೂ, ಒಮ್ಮೆ ಹೇಳದೇ ಕೇಳದೇ ಎಲ್ಲವನ್ನೂ ಬಿಟ್ಟು ಹೋಗಬೇಕಾದ್ದೆ. ನಾವು ಪೂಜಿಸುವ ಅವತಾರ ಪುರುಷರು ನಿಲ್ಲಲಿಲ್ಲ. ವೇದ ಓದಿದವನು ಅಷ್ಟೆ, ವಚನ ಹಾಡಿದವನು ಅಷ್ಟೆ. ಎಲ್ಲ ರಿಟರ್ನ್ ಟಿಕೆಟ್ ಪಡೆದು

ಬಂದವರೇ. ಬದುಕಿನಲ್ಲಿ ನಾವು ಹೋದನಂತರ, ನಾವು ಸಾಧಿಸಿದ ಸಾಧನೆಗಳು, ಉತ್ತಮ ಕೆಲಸಗಳು ಒಂದೆರಡು ತಲೆಮಾರಿನಷ್ಟು ಮಾತ್ರ. ನಂತರ ಅದೂ ನಿರ್ನಾಮವೇ. ಚಿರಂಜೀವಿಯಾಗಿ ಯಾರೂ ಉಳಿಯಲು ಸಾಧ್ಯವಿಲ್ಲ. ವಿಶ್ವರಥನದು ಸಾಯಬಾರದ ವಯಸ್ಸು. ಅದು ನಮ್ಮ ನಿಮ್ಮ ತರ್ಕವಷ್ಟೆ. ಶಂಕರಚಾರ್ಯರು, ಸ್ವಾಮಿ ವಿವೇಕಾನಂದರು ಭೂಮಿಯಲ್ಲಿ ಎಷ್ಟು ಕಾಲವಿದ್ದರು? ಬಹುಶಃ ಅವನ ಭೂಮಿಯ ಋಣವಿಷ್ಟೆ. ಆ ಹುಡ್ಗೀ ಸುಕನ್ಯ ಎಲ್ಲಿ?" ವಿಚಾರಿಸಿದರು.

ಇಬ್ಬರ ಬಾಯಿಂದ ಕೆಲವು ನಿಮಿಷಗಳು ಮಾತುಗಳೇ ಹೊರಡಲಿಲ್ಲ. ಗಿರಿಜಮ್ಮ ಮುಸಿ ಮುಸಿ ಅಳುತ್ತ ಎದ್ದು ಹೋದರು. ಪಾರ್ವತಮ್ಮ ಬಾಯಿಬಿಟ್ಟರು.

"ವೈಕುಂಠ ಸಮಾರಾಧನೆ ದಿನ ಹೋದವಳು ಮತ್ತೆ ಮೂರು ತಿಂಗಳನಂತರ ಬಂದು ಅಪ್ಪನ ಮನೆಯಿಂದ ತಂದುಕೊಂಡಿದ್ದ ಎಲ್ಲಾ ಸಾಮಾನು ಒಯ್ದಳು. ನಾವು ಬಳಸ್ತಾ ಇರ್ಲಿಲ್ಲ. ಒಂದಿಷ್ಟು ಮಾತುಕತೆನೇ ಆಯ್ತು. ಅವಳಪ್ಪ ಒಂದತ್ತು ಸಲವಾದ್ರೂ ನಮ್ಮ ವಿಶ್ವನ್ನ 'ಹೋದವನು ಹೋದ' ಅಂತ ಎಗರಾಡಿ, ಬೇಕು ಬೇಕಾದ್ದನ್ನೆಲ್ಲ ಒಯ್ದರು" ಆಕೆ ಕಣ್ಣೀರಿಟ್ಟರು.

ಸಚ್ಚಿದಾನಂದಮೂರ್ತಿ ಕಣ್ಮುಚ್ಚಿ ಕೂತರು. ಕನಿಷ್ಟ ಮಾನವೀಯತೆ ಇಲ್ಲದೆ ವರ್ತಿಸಿದ ಜನರ ಬಗ್ಗೆ ಬೇಸರವಾಯಿತು. ಅದರ ಹಿಂದಿನ ನೋವು, ನಿರಾಸೆ ಕೂಡ ಅರ್ಥವಾಗದಲ್ಲ.

"ಹೋಗ್ಲಿ ಬಿಡಿ, ಒಂದು ರೀತಿಯಲ್ಲಿ ಜವಾಬ್ದಾರಿ ಕಳೆದುಕೊಂಡಂಗೆ ಆಯ್ತು. ಬಿಡುಗಡೆಯ ಹಾದಿ ಸುಗಮವಾಗಬೇಕು. ನಾರಾಯಣ, ವಾಸುದೇವ" ಮೇಲಕ್ಕೆದ್ದವರು ಹೊರಗೆ ಬಂದರು. ಅಂಥ ದೊಡ್ಡದಾದ ಬದಲಾವಣೆಯೇನಿಲ್ಲ. ಅದೇ ಮನೆ, ಅದೇ ತೋಟ... ಪ್ರಕೃತಿಯಲ್ಲಿ ಒಂದಿಷ್ಟು ಏರುಪೇರು. ಆದರೆ ಮನೆಯಿನ್ನೂ ದುಃಖದಿಂದ ಮುಕ್ತಗೊಂಡಿರಲಿಲ್ಲ. 'ದುಃಖೇಶ್ವನುದ್ವಿಗ್ನಮನಾಃ ಸುಖೇಷು ವಿಗತಸ್ಪಹಃ.....' ಇದು ಭಗವದ್ಗೀತಾ ವಾಕ್ಯ. ಗೀತಾ ಸಾರವನ್ನು ತಮ್ಮ ಜೀವನದಲ್ಲಿ ಅಳವಡಿಸಿಕೊಂಡು ಜೀವನೋತ್ಸಾಹದಿಂದ ಬದುಕಿ ಬಾಳುವ ಅಗತ್ಯ. ಆದರೆ ಎಷ್ಟು ಜನರಿಗೆ ಅದು ಸಾಧ್ಯ?

ತೋಟದ ಕಡೆ ಹೆಜ್ಜೆ ಹಾಕಿದರು. ಅಲ್ಪ ಸ್ವಲ್ಪ ಬಿಡುವನ್ನು ಕಳೆಯುತ್ತಿದ್ದುದು ವಿಶ್ವರಥ ತೋಟದಲ್ಲಿಯೇ. ಅವನಿಗೆ ಅತ್ಯಂತ ಪ್ರಿಯವಾದ ಪೇರಳೆಮರದ ಬುಡದಡಿಯಲ್ಲಿ ನಿಂತರು. 'ಎಷ್ಟು ಸಂಪಾದಿಸಿದರು ಒಂದು ದಿನ ಯಾರಿಗೂ ಹೇಳದೆ ಕೇಳದೆ ಬಿಟ್ಟು ಹೋಗಬೇಕಾದ್ದೆ. ಹಣ, ಪ್ರಶಸ್ತಿ, ಆಸ್ತಿ-ಪಾಸ್ತಿ ಹೆಗಲೇರಿ ಅವರೊಂದಿಗೆ ಪಯಣಿಸಲಾರದು.'

ಒಂದೆಡೆ ಕೂತರು. ಗಾಳಿಯ ಮರಮರ ಶಬ್ದ ಬಿಟ್ಟರೆ ಪೂರ್ತಿ ನಿಶ್ಶಬ್ದವೇ. 'ಮಾವ...' ಕೂಗಿದಂತಾಯಿತು. ಅದು ವಿಶ್ವರಥನೆಂಬ ದನಿಯ ಭ್ರಮೆಯೆನಿಸಿ ಮೇಲಕ್ಕೆದ್ದು ಮನೆಯ ಕಡೆ ಹೊರಟವರು ರಸ್ತೆ ಬದಲಾಯಿಸಿ ಅಂಗಡಿ ಫಣೀಂದ್ರನ ಮನೆಯತ್ತ ಹೊರಟರು.

"ಸಚ್ಚಿದಾನಂದ ಮೂರ್ತಿ... ಸಚ್ಚಿದಾನಂದ ಮೂರ್ತಿಗಳೆ" ದೊಡ್ಡ ದನಿಯಲ್ಲಿ ಕೂಗಿದ್ದು ಫಣೇಂದ್ರರೇ. ಅತ್ತೆ ಹೆಜ್ಜೆ ಹಾಕಿದಾಗ ಎದ್ದುನಿಂತು ಸ್ವಾಗತಿಸಿ "ಬನ್ನಿ.... ಬನ್ನಿ.... ಈಗ ನಾವು ಹತ್ತಿರದ ಬಂಧುಗಳು ಕೂಡ. ಈಗ ನಿಮ್ಮಕ್ಕನ ಮಗಳು ಆರತಿ, ಈಗ ನಮ್ಮನೆ ಸೊಸೆ" ದೇಶಾವರಿ ನಗೆ ಬೀರಿದರು.

"ಹೇಗಿದ್ದೀರಿ?" ವಿಚಾರಿಸಿದರು.

"ಚೆನ್ನಾಗೇ, ಇದ್ದೀನಿ.... ಅಂದ್ಕೊಳ್ಳಿ. ಆದರೆ ಹಿಂದಿನಂತೆ ವ್ಯಾಪಾರದ ಭರಾಟೆ ಹೆಚ್ಚಿಲ್ಲ. ಆಗ ಇದ್ದಿದ್ದು ಒಂದೆರಡು ಅಂಗ್ಡಿಗಳು. ಈಗ ಊರ ತುಂಬ ಜನರಲ್ ಸ್ಟೋರ್‌ಗಳು, ಖರ್ಚು ಜಾಸ್ತಿ. ಆದಾಯ ಕಡ್ಮೆ. ಬನ್ನಿ... ಬನ್ನಿ... ಯಾವ ಕಡೆ ಪ್ರಯಾಣಿಸಿದ್ರಿ? ಮದ್ವೆ ಸಲುವಾಗಿ ಕೂಡ ಬರ್ಲಿಲ್ಲ" ಇಷ್ಟು ಹೇಳಿಯೇ ಅವರು ಮಾತುಗಳನ್ನು ನಿಲ್ಲಿಸಿದ್ದು.

ಸಚ್ಚಿದಾನಂದ ಬಾಬುಗಳು ನಿಂತು ಅಂಗಡಿಯನ್ನು ತೀಕ್ಷ್ಣವಾಗಿ ಅವಲೋಕಿಸಿದರು. ಹಿಂದೆ ತೀರಾ ಪುಟ್ಟ ಅಂಗಡಿ. ಈಗ ಸ್ವಲ್ಪ ವಿಸ್ತಾರವಾಗಿತ್ತು. ಗೋಡೆ, ಶೆಲ್ಫ್‌ಗಳು ಹಿಂದೆ ತೀರಾ ಮಂಕಾಗಿದ್ದವು. ಈಗ ಲಕಲಕ ಅನ್ನದಿದ್ದರು ಒಂದಿಷ್ಟು ಕಳೆಯಾಗಿ ಇತ್ತು. ಹಿಂದಿಗಿಂತ ಅಂಗಡಿ ತುಂಬಿಕೊಂಡಿತ್ತು.

"ಈಗ ಆರತಿ ನಮ್ಮನೆ ಸೊಸೆ. ನಮ್ಮ ಜಗದೀಶನಿಗೆ ಮಾಡ್ಕೊಂಡೇ.... ನಡೀರಿ, ಮನೆ ಕಡೆ. ಇಲ್ಲ ಈಗಿಂದ... ಹೀಗೇ ಹೊರಟರು ಹೆಚ್ಚಲ್ಲ. ಈ ಎರಡು ಬಾಳೆಹಣ್ಣಾದ್ರೂ.... ತಗೊಳ್ಳಿ" ಗೊನೆಯಿಂದ ಎರಡು ಬಾಳೆಹಣ್ಣನ್ನು ಕಿತ್ತುಕೊಡಲು ಹೋದಾಗ "ಬೇಡ, ಈಗ ತಾನೇ ಊಟ ಮುಗ್ಸಿದ್ದೇನೆ. ಈ ದಿನದ ಆಹಾರ ಮುಗೀತು" ನಿರಾಕರಿಸಿದವರು "ಮನೆ ಕಡೆನೇ ಹೋಗ್ತಾ ಇದ್ದೀನಿ. ಮನೆಯ ಯಜಮಾನರನ್ನು ಮೊದ್ಲು ಭೇಟಿಯಾದದ್ದು ಶುಭಸೂಚನೆ" ಎಂದು ಅಂಗಡಿಯ ಮೆಟ್ಟಲನ್ನು ಇಳಿದು ಅವರ ಮನೆಯತ್ತ ಹೆಜ್ಜೆ ಹಾಕಿದರು. ಅಂಥ ದೂರವೇನು ಇಲ್ಲ.

ಬಾಗಿಲಲ್ಲಿ ಎದುರಾದದ್ದು ಜಗದೀಶ. ಇವರೇನು ಅಪರಿಚಿತ ವ್ಯಕ್ತಿಯಲ್ಲ. ಬಾಯನ್ನು ಇಷ್ಟಗಲ ತೆಗೆದು ಸಂತೋಷ ಸೂಚಿಸಿದ "ಓ, ನಿಮ್ಮನ್ನ ಏನೂಂತ ಸಂಬೋಧಿಸಬೇಕೋ, ನಂಗೆ ಗೊತ್ತಿಲ್ಲ. ಹಿಂದೆ ನೀವು ವಿಶ್ವನ ಮಾವ. ಈಗ ಸಂಬಂಧ ಬೆಳೆದಿದೆ. ನನ್ನ ಹೆಂಡ್ತಿ ಆರತಿಗೆ ನೀವು ಸೋದರಮಾವ. ನಾನು ಆರಾಮಾಗಿ ಮಾವಂತ ಕರ್ದು ಬಿಡ್ತೀನಿ. ಅದು ಮನಕ್ಕೆ ಹಿತ ಮಾತ್ರವಲ್ಲ, ಅಂತರವನ್ನು ಕಡ್ಮೆ ಮಾಡುತ್ತೆ. ಬನ್ನಿ...." ಅಂತ ಒಳಗೆ ಕರೆದೊಯ್ದ. ಅಂಗಡಿ ಫಣೇಂದ್ರನ ಮಗ ಅವರಿಗೆ ಅಪರಿಚಿತನೇನು ಅಲ್ಲ. "ಏಯ್, ಆರತಿ..." ಅಲ್ಲೇ ನಿಂತು ಕೂಗಿದ.

ಬಂದ ಆರತಿ ಅವರ ಕಾಲುಗಳಿಗೆ ನಮಸ್ಕರಿಸಿ "ಮಾವ, ವಿಶ್ವ ನಮ್ಮನ್ನೆಲ್ಲ ಬಿಟ್ಟು ಹೋಗ್ಬಿಟ್ಟ" ಬಿಕ್ಕತೊಡಗಿದಾಗ ಅವರ ಬಾಯಿಂದ ಮಾತುಗಳೇ ಬರಲಿಲ್ಲ. ಅರ್ಥ ಮಾಡಿಕೊಳ್ಳಬಲ್ಲರು. ಹುಟ್ಟಿದ ಪ್ರತಿವ್ಯಕ್ತಿ ಸಾವಿನ ಅಧೀನ. ಅದರಿಂದ ತಪ್ಪಿಸಿಕೊಳ್ಳಲು ಸಾಧ್ಯವೇ?

"ಸಾವು ಅನ್ನೋದು ಎಲ್ಲಿದೆ, ಮಾವ?" ಕಣ್ಣೀರಿನೊಂದಿಗೆ ಕೇಳಿದಾಗ ಬಗ್ಗಿ ಅವಳ ಕಣ್ಣೀರು ತೊಡೆದು "ಅದು ಎಲ್ಲೋ ಇಲ್ಲ. ಆತ್ಮನಲ್ಲಿ ಮೃತ್ಯು ಅಂತರ್ಗತವಾಗಿದೆ. ಆತ್ಮಕ್ಕೆ ಸಾವಿಲ್ಲ. ಕೃಷ್ಣ ಭಗವದ್ಗೀತೆಯಲ್ಲಿ ಹೇಳಿದ್ದಾನೆ.

'ನ ಜಾಯತೇ ಮ್ರಿಯತೇ ವಾ ಕದಾಚಿನ್ ।
ನಾಯಂ ಭೂತ್ವಾ ಭವಿತಾ ವಾ ನ ಭೂಯಃ ॥
ಆ ಜೋ ನಿತ್ಯಃ ಶಾಶ್ವತ್ಯೋ ಯಂ ಪುರಾಣೋ ।
ನ ಹನ್ಯತೆ ಹನ್ಯೆ ಮಾನೇ ಶರೀರೇ ॥'

ಆತ್ಮನಿಗೆ ಎಂದಿಗೂ ಹುಟ್ಟು ಅಥವಾ ಸಾವು ಇಲ್ಲ. ಅಥವಾ ಒಂದು ಕಾಲದಲ್ಲಿ ಆತ್ಮನು ಇದ್ದವನಾಗಿ, ಎಂದಿಗೂ ಇಲ್ಲದಿರುವವನು ಆಗುವುದಿಲ್ಲ. ಆತ್ಮನು ಹುಟ್ಟಿಲ್ಲದವನು, ಶಾಶ್ವತನು, ಸಾವಿಲ್ಲದವನು ಮತ್ತು ಆದ್ಯನು. ಈ ಶರೀರ ನಾಶವಾದರೂ ಅವನು ನಾಶವಾಗನು. ಈಗ ವಿಶ್ವನ ಶರೀರವಿಲ್ಲ. ಆದರೆ ಅವನ ಆತ್ಮಕ್ಕೆ ಸಾವಿಲ್ಲ. ಈ ಹುಟ್ಟುಸಾವಿನ ಚಕ್ರದಿಂದ ಯಾರೂ ತಪ್ಪಿಸಿಕೊಂಡಿಲ್ಲ ಅಷ್ಟೆ. ಅವನ ಆಯುಸ್ಸು ಅಷ್ಟೆ ಅಂದ್ಕೊಬೇಕು" ಎಂದು ಭಾರವಾದ ಉಸಿರು ದಬ್ಬಿದರು. ಅವಳಿಗೆಷ್ಟು ಅರ್ಥವಾಯಿತೋ ಗೊತ್ತಿಲ್ಲ.

ಜಗದೀಶ ಬಂದು ಅವರ ನಡುವೆ ಮಾತಿಗೆ ಕೂತ.

"ಮಾವ, ನನ್ನ ಒಂದು ಪ್ರಶ್ನೆ ಕಾಡ್ತ ಇದೆ. ನಮ್ಮ ವಿಶ್ವ ಸ್ವಭಾವತಃ ಒಳ್ಳೆಯವ. ಬಹುಶಃ ಒಂಬತ್ತು ತಿಂಗಳು ನಾನಾ ರೀತಿಯ ನಿರಂತರ ನೋವನ್ನು ಅನುಭವಿಸಿದ. ಅವನಿಗ್ಯಾಕೆ... ಈ ಹಿಂಸೆ?" ಅವನ ಪ್ರಶ್ನೆ ಸರಳವಾಗಿ ಕಂಡರೂ ಲೀಲಾಜಾಲವಾಗಿ ಉತ್ತರಿಸುವುದು ಸುಲಭವಲ್ಲ.

"ಪ್ರತಿ ಶರೀರದಲ್ಲೂ ಒಂದು ಜೀವವುಂಟು; ಅದಕ್ಕೆ ಹಿಂದಿನ ಜನ್ಮವುಂಟು; ಆತ್ಮಕ್ಕೆ ಅಳಿವಿಲ್ಲ. ಆದರೆ ಹಿಂದಿನ ದೇಹ ಬಿಡುವ ಮುನ್ನ ಆತ್ಮ ಅಲ್ಲಿನ ಕರ್ಮಫಲವನ್ನು ಹೊತ್ತು ಮುಂದಿನದಕ್ಕೆ ಅಡಿಯಿಡುತ್ತದೆ. ಅದಕ್ಕೆ ಅಂಟಿ ಬಂದ ಪ್ರಾರಬ್ಧಕರ್ಮಫಲ ನಾನಾ ರೂಪದಲ್ಲಿ ಬಾಧಿಸುತ್ತದೆ. ಅದನ್ನೆ ಅಧಿ-ಆತ್ಮ ಎನ್ನಿಸುತ್ತದೆ. ವಿಶ್ವನ್ನ ಬಾಧಿಸಿದ್ದು ಹಿಂದಿನ ಜನ್ಮದ ಪ್ರಾರಬ್ಧಕರ್ಮ" ಎಂದರು ಭಾರವಾದ ದನಿಯಲ್ಲಿ. ಎಲ್ಲವನ್ನ ತ್ಯಜಿಸಿ ಓಡಾಡಿದ ಅವರನ್ನು ವಿಶ್ವನ ಸಾವು ಬಾಧಿಸುತ್ತಿತ್ತು.

ಆ ವೇಳೆಗೆ ಫಣೀಂದ್ರರು ಬಂದು ಕೂತರು. ಪೂರ್ಣವಾಗಿ ಲೌಕಿಕದಲ್ಲಿ ಅದ್ದಿ ವಿಹರಿಸುತ್ತಿದ್ದ ಮನುಷ್ಯ. ದೊಡ್ಡ ದೊಡ್ಡ ವಿಚಾರಗಳು ಅವರ ತಲೆಗೆ ಹೋಗದು. ಅದೇ ವ್ಯಾಪಾರ, ಮಳೆ, ಬೆಳೆ ವಿಷಯವಾಗಿ ಮಾತ್ರ ಹೇಳಿಕೊಂಡರು.

ಕಡೆಗೆ ಏಳುವ ಮುನ್ನ "ನಿಮ್ಮ ಪ್ರಯಾಣ ಎಂದು? ನಂಗೂ ಒಂದಿಷ್ಟು ನಿಶ್ಚಿಂತೆಯಾಗಿ ಓಡಾಡಿ ಪುಣ್ಯಗಳಿಸಬೇಕಿದೆ. ಅದಕ್ಕೆ ಈ ಸಲ ನಿಮ್ಜೊತೆ ಬರಬೇಕೂಂತ ಇದ್ದೀನಿ" ಇಂಥ ಬೇಡಿಕೆ ಅವರ ಮುಂದಿಟ್ಟರು. ಜಗದೀಶ ಅಡ್ಡಡ್ಡ ತಲೆಯಾಡಿಸಿ "ಅಪ್ಪಯ್ಯ, ನಿಮ್ಮಿಂದ ಆಗೋ ಕೆಲ್ಸವಲ್ಲ ಬಿಡಿ. ಮನೆ ದೇವರಿಗೇಂತ ಹೋಗಿ ಒಪ್ಪತ್ತು ನಿಂತರೂ ಮನೆ, ವ್ಯಾಪಾರದ್ದೇ ಚಿಂತೆ. ಅಂಥವರು ಅಪ್ರ ತಿರ್ಗಾಟಕ್ಕೆ ನೀವು

ಜೊತೆಯಾಗೋಕೆ ಸಾಧ್ಯವೇ? ಪುಣ್ಯ ಇಲ್ಲಿದ್ಕೊಂಡೇ ಗಳಿಸ್ಕೋಬಹ್ದು" ಎಂದು ನಗುತ್ತ ಮೇಲೆದ್ದ. ಅದು ಸತ್ಯವು ಕೂಡ.

ಆ ವೇಳೆಗೆ ಅಪೇಕ್ಷಗೆ ಫೋನ್ ಮಾಡಿ ಆರತಿ "ಮಾವ, ನಿಮ್ಹತ್ರ ಅಪೇಕ್ಷ ಮಾತಾಡಬೇಕಂತೆ." ರಿಸೀವರ್ ಅವರಿಗೆ ಕೊಟ್ಟಳು. ಮೊದಲು ಹರಿದು ಬಂದಿದ್ದು ಅಳು. ನಂತರವೆ "ಮಾವ ಹೇಗಿದ್ದೀರಿ?" ಎಂದು ಕೇಳಿದ್ದು. ವಿಶ್ವರಥನ ತುಂಬ... ಅಂದರೆ ಹೆತ್ತವರಿಗಿಂತ ಅವನನ್ನು ತೀರಾ ಹಚ್ಚಿಕೊಂಡಿದ್ದವಳು. ದುಃಖ ಅರ್ಥವಾಗಿತ್ತು. "ನಾನು ಚೆನ್ನಾಗಿದ್ದೀನಿ. ನಮ್ಮ ಪುಟ್ಟ ಊರಿನ ಹುಡ್ಗೀ ಅಪೇಕ್ಷ ಈಗ ರಾಜಧಾನಿಯಲ್ಲಿ ಹೋಗಿ ಕೆಲ್ಸ ಹಿಡಿದಿದ್ದಾಳೆ" ಅಂದರು ಅಕ್ಕರೆಯಿಂದ. ಆ ವೇಳೆಗೆ ಅಪೇಕ್ಷ ಒಂದಿಷ್ಟು ಸುಧಾರಿಸಿಕೊಂಡಿದ್ದಳು.

"ಅನಿವಾರ್ಯವಾಗಿತ್ತು. ಯಾವಾಗ್ಬಂದ್ರಿ? ಈ ನಾಲ್ಕು ವರ್ಷದಲ್ಲಿ ನಮ್ಮ ನೆನಪಾಗಲಿಲ್ವಾ? ನಿಮ್ಮನ್ನ ಭೇಟಿಯಾಗಬೇಕು" ಅಂದಾಗ ಸಚ್ಚಿದಾನಂದ "ಹೌದು ಮಗು, ನಾನೇ ಬರಲಾ?" ಕೇಳಿದರು. ಅಪೇಕ್ಷನ ನೋಡಿ ನಾಲ್ಕು ಸಾಂತ್ವನದ ಮಾತುಗಳನ್ನು ಹೇಳುವುದು ಅನಿವಾರ್ಯವಾಗಿತ್ತು.

"ಬೇಡ ಮಾವ, ನಾನೇ ರಾತ್ರಿ ಹೊರಟು ಬರ್ತೀನಿ" ಫೋನಿಟ್ಟ ಅವಳಿಗೆ ನಂತರ ಮನಸಿಟ್ಟು ಕೆಲಸ ಮಾಡಲಾಗದಿದ್ದರೂ ಕರ್ತವ್ಯಕ್ಕೆ ಚ್ಯುತಿ ಬಾರದಂತೆ ವರ್ಕ್ ಮುಗಿಸಿ ಹೊರಗೆ ಬಂದವಳಿಗೆ ಬಿಕ್ಕಿ ಬಿಕ್ಕಿ ಅಳಬೇಕೆನಿಸಿತು. ನಾಲ್ಕು ಹೆಜ್ಜೆ ಫುಟ್‌ಪಾತ್‌ನಲ್ಲಿ ಮುಂದೆ ಬಂದವಳ ಭುಜದ ಮೇಲೆ ಕೈಬಿದ್ದಾಗ ಬೆಚ್ಚಿದ್ದು "ಅಯ್ಯೋ, ನಾನು ಅಪೇಕ್ಷ. ನೀನು ಹೆದರೋದು ಸಹಜಾನೇ ಬಿಡು. ಯಾವ ಕ್ಷಣದಲ್ಲಿಯಾದ್ರೂ ಸಿಟಿಗಳಲ್ಲಿ ಆತಂಕ ಎದುರಾಗುತ್ತೆ. ಮೊದ್ಲು ಒಂದಿಷ್ಟು ಕಾಫೀ ಕುಡಿಯೋಣ" ಹತ್ತಿರದಲ್ಲೇ ಇದ್ದ. ಫಾಸ್ಟ್‌ಫುಡ್ ಸೆಂಟರ್‌ಗೆ ಮಾತಿಗೆ ಅವಕಾಶವಿಲ್ಲದಂತೆ ಕರೆದೊಯ್ದರು ಇಳಾಭಟ್. ನಿಂತು ಕಾಫೀ ಕುಡಿಯುವುದು, ತಿಂಡಿ ತಿನ್ನುವುದು ಅಭ್ಯಾಸವಾಗಿದ್ದರು, ಅದು ಇಬ್ಬರಿಗೂ ರುಚಿಸದು.

"ಯಾವುದಾದ್ರೂ ಹೋಟೆಲ್‌ಗೆ ಹೋಗೋಣ್ವಾ?" ಸ್ವಲ್ಪ ಅತ್ತಿತ್ತ ನೋಟ ಹರಿಸುತ್ತ ಇಳಾಭಟ್ ಕೇಳಿದರು. "ಬೇಡ ಬಿಡಿ, ಅಲ್ಲಿ ಟೇಬಲ್ ಖಾಲಿ ಇಲ್ಲದಿದ್ದರೆ ಅರ್ಧ ಗಂಟೆ ಆಗುತ್ತೆ, ಬರೀ ಕಾಫೀ ತಾನೇ, ಇಲ್ಲೇ ಕುಡ್ಯೋಣ. ಇವತ್ತು ನಾನು ಟಿಕೆಟ್ ತರ್ತೀನಿ" ಎಂದು ಅಪೇಕ್ಷ ಹೋದಳು. ಗೌರ್ನಮೆಂಟ್ ಜಾಬ್, ಸೆಕ್ಷನ್ ಆಫೀಸರ್ ಆಗಿ ಬಡ್ತಿ ಸಿಕ್ಕಿದ ಇಳಾಭಟ್ ಬಹಳ ಬೇಗನೆ ಅಂಡರ್ ಸೆಕ್ರೆಟರಿ ಆಗುವ ಹಾದಿಯಲ್ಲಿ ಇದ್ದರು.

ಇಬ್ಬರೂ ಕಾಫೀ ಕುಡಿದು ಹೊರಬಂದರು. ಅರ್ಜೆಂಟಾಗಿ ಇಳಾಭಟ್ ಒಂದು ವಿಷಯ ಅಪೇಕ್ಷಗೆ ಮುಟ್ಟಿಸಬೇಕೆಂಬ ಸ್ತ್ರೀ ಸಹಜ ಕುತೂಹಲದಿಂದ ಇದ್ದರು.

"ನಿಮ್ಗೆ ನಯನಾ ವಿಷ್ಯ ಗೊತ್ತಾಯ್ತ? ಮೊಸ್ಟ್‌ಲೀ ಅವರ ಮದ್ವೆ ನಡ್ಯೋದು ಅನುಮಾನಾಂತ ಅನ್ನಿಸುತ್ತೆ" ಇಂಥದೊಂದು ಸುದ್ದಿಗೆ ಬೆಚ್ಚಿದಳು ಅಪೇಕ್ಷ.ನಾಲ್ಕು ದಿನದ ಹಿಂದೆ ಅವಳ ಹೆತ್ತವರ ಜೊತೆಯಲ್ಲಿ ಹೋಗಿ ನಾಲ್ಕು ಲಕ್ಷದ ಚಿನ್ನಾಭರಣಗಳನ್ನು

ಖರೀದಿಸಿದ್ದು. ಈಗ...? ಒಂದು ತರಹ ಅನ್ನಿಸಿತು. ತೀರಾ ಸೆನ್ಸಿಬಲ್ ಆಗಿದ್ದರಿಂದ ಇದೊಂದು ರೀತಿಯ ಶಾಕ್.

"ಏನು ಹೇಳ್ತಾ ಇದ್ದೀರಾ? ಅವ್ರ ವುಡ್‌ಬೀ... ಹೋದ್ವಾರ ಬಂದು ಹೋಗಿದ್ದರಲ್ಲ" ಎಂದಳು. ಅಪೇಕ್ಷ ಕೈ ಹಿಡಿದು ಎಳೆದೊಯ್ದು "ಸ್ವಲ್ಪ ಈ ಕಡೆ ಬನ್ನಿ. ಅವ್ರು ಈಗ್ಲೂ ಮದ್ವೆ ಆಗೋಕೆ ಸಿದ್ದ. ಆದರೆ ನಯನಾ ಕೆಲ್ಸ ಬಿಡ್ಬಾರ್ದೂ ಅನ್ನೋ ಕಂಡೀಷನ್. ಅದಕ್ಕೆ, ಇವ್ರ ಒಪ್ಪಿಗೆ ಇಲ್ಲ."

ಅಪೇಕ್ಷ ಬಾಯಿಂದ ಮಾತೇ ಹೊರಡಲಿಲ್ಲ. ಎಲ್ಲಾ ವಿಚಿತ್ರವಾಗಿ ಕಂಡಿತು. ಎಂಗೇಜ್‌ಮೆಂಟ್ ರಿಂಗ್ ತೊಡಸಿಹೋದ ಮಹಾಶಯನ ಸಂಬಳ, ಒಂದು ಲಕ್ಷ ನಲವತ್ತೈದು ಸಾವಿರ. ನಾಲ್ಕಾರು ಬಾರಿ ವಿದೇಶಕ್ಕೆ ಹೋಗಿದ್ದ ವ್ಯಕ್ತಿ. ಚೆನ್ನೈನಲ್ಲಿ ಮಾತ್ರವಲ್ಲ ಬೆಂಗಳೂರಿನಲ್ಲಿ ಕೂಡ ಎರಡು ಬಂಗ್ಲೆ, ನಾಲ್ಕು ಅಪಾರ್ಟ್‌ಮೆಂಟ್, ಒಂದೆರಡು ಸೈಟುಗಳು ಇದ್ದ ಶ್ರೀಮಂತ ಕುಟುಂಬದ ವ್ಯಕ್ತಿ. ಅಂಥದ್ದರಲ್ಲಿ ಮಡದಿಯ ದುಡಿಮೆ ಅನಿವಾರ್ಯವೇ?

"ನಂಗೇ ಏನೇನು ಅರ್ಥವಾಗ್ಲಿಲ್ಲ! ನಮ್ಗಿಂತ ಶ್ರೀಮಂತರು ತುಂಬ ಡಿಫರೆಂಟಾಗಿ ಯೋಚ್ಸಿಸ್ತಾರೆ. ನಮ್ಮದೆಲ್ಲ ಮಿಡ್ಲ್‌ಕ್ಲಾಸ್ ಮೈಂಡ್. ತೀರಾ ಭಾವನೆಗಳಿಗೆ ಬೆಲೆ ಕೊಡ್ತೀವಿ. ಎಮೋಷನಲ್ಲಾಗಿ ಬಿಡ್ತೀವಿ."

ಅಪೇಕ್ಷ ಅಭಿಪ್ರಾಯಕ್ಕೆ ಹ್ಞೂಂಗುಟ್ಟಿ "ನೀನು ಹೇಳೋದು ನೂರರಷ್ಟು ಸರಿ. ಮೊದಲ ಸಲ ನಮ್ಮೆಜಮಾನ್ರಿಗೆ ಟ್ರಾನ್ಸ್‌ಫರ್ ಬೇಡಾಂತ ಧಮಕಿ ಹಾಕ್ದೇ. ಆಮೇಲೆ ಎಷ್ಟು ಬೇಗ ಬದಲಾದೆನೆಂದರೆ, ಸುಮ್ನೇ ಸಹಿ ಹಾಕಿ ಕೊಟ್ಬಂದೆ. ಆಗ ಸ್ವಾಭಿಮಾನ, ಅಹಂ ಎಲ್ಲಾ ಸತ್ತು, ಬರೀ ಅಮ್ಮನಾಗಿ ಹೆಂಡ್ತಿಯಾಗಿ ಚಿಂತಿಸಿದೆ. ಅಯ್ಯೋ, ಈಗ ನಯನಾ ವಿಷ್ಯ ನೋಡು, ನಂಗೆ ನಿಂಗೆ ಕೆಲ್ಸ ಅನಿವಾರ್ಯ. ಆಕೆಗೆ ಯಾಕೆ ಬೇಕು?" ಸಮಂಜಸವಾದ ಪ್ರಶ್ನೆಯೇ.

ಆಮೇಲೆ ಇಬ್ಬರು ಹತ್ತಿರದಲ್ಲೇ ಇರೋ ಪಾರ್ಕ್‌ನಲ್ಲಿ ಹೋಗಿ ಕೂತರು. ಎಷ್ಟೋ ವಿಷಯ ಬಾಯಿಬಿಟ್ಟರು ಇಳಾಭಟ್.

"ತುಂಬ ಇಂಟಲಿಜೆಂಟ್ ನಯನಾ, ಕ್ಯಾಂಪಸ್ ಸೆಲೆಕ್ಷನ್. ಅವಳ ಸ್ಯಾಲರಿ ಎಷ್ಟು ಗೊತ್ತಾ? ಮೈ ಗಾಡ್, ಪ್ರತಿಷ್ಟಿತ ಸಾಫ್ಟ್‌ವೇರ್ ಕಂಪನಿ ಉದ್ಯೋಗಿ. ಬೆಂಗಳೂರಿಗೆ ಬಂದಾಗ ಅವಳಿಗೆ ಆತ್ಮೀಯರೆನಿಸಿದ್ದ ಸಂಬಂಧಿಕರಾಗಲೀ, ನೆಂಟರಾಗಲೀ, ಸ್ನೇಹಿತರಾಗ್ಲಿ ಇರ್ಲಿಲ್ವಂತೆ. ತೀರಾ ಒಂಟಿತನವೆನಿಸಿದಾಗ 'ಸ್ಪೀಡ್ ಡೇಟಿಂಗ್' ಮೊರೆ ಹೋದಳಂತೆ. ನಂಗೂ ಇದೆಲ್ಲ ಗೊತ್ತಿರಲಿಲ್ಲ. ಅವಳೇ ಮನಸ್ಸು ಬಿಚ್ಚಿ ಮೊದಲ ಸಲ ನನ್ನೊಂದಿಗೆ ಹೇಳಿಕೊಂಡಳು. ಒಂಟಿತನ, ನಗರ ಜೀವನದ ದಟ್ಟಣೆ, ಕೆಲಸದ ಒತ್ತಡ. ಅದರಿಂದ ಉಂಟಾಗುವ ಸ್ಟ್ರೆಸ್ ಇವು ಒಬ್ಬ ಸಮಾನ ಮನಸ್ಕರಾದ ಸಂಗಾತಿ ಬೇಕೆಂಬ ಪ್ರೇರಣೆ ನೀಡುತ್ತಂತೆ. ಕೆಲವೇ ನಿಮಿಷಗಳಲ್ಲಿ ತಮ್ಮ ಅಭಿರುಚಿಗೆ ಹೊಂದಿಕೊಳ್ಳುವಂಥ ಸಂಗಾತಿಯನ್ನು ಆಯ್ಕೆ ಮಾಡಿಕೊಳ್ಳುವುದು. ಇವನ್ನೆಲ್ಲ ನೋಡಿದರೆ ನಿಂಗೇನು ಅನ್ನಿಸುತ್ತೆ?" ಗೊತ್ತಿದ್ದ ಎಷ್ಟೋ ಸಂಗತಿಯನ್ನು

ಹೇಳಿದಾಗ ನಿಬ್ಬೆರಗಾದಳು ಅಪೇಕ್ಷ. ಬೆಂಗಳೂರಿಗೆ ಬಂದ ಮೇಲೆ ಬದಲಾವಣೆಗಳನ್ನು ಗಮನಿಸಿದ್ದರು, ಇಂಥದ್ದರ ಬಗ್ಗೆ ಹೆಚ್ಚಿಗೇನು ಗೊತ್ತಿರಲಿಲ್ಲ.

ಇಬ್ಬರೂ ಸಿಟಿ ಬಸ್ಸು ಹಿಡಿದು ಮನೆಗೆ ಬಂದರು. ಮೃಣಾಲಿನಿ ಮುಂದಿನ ಆಫೀಸ್‌ನಲ್ಲಿ ಕೂತು ಯಾರೊಂದಿಗೋ ಮಾತಾಡುತ್ತಿದ್ದರು.

"ತಿಂಡಿ.... ತರ್ಲಾ?" ಮಂಜು ಕೇಳಿದ.

"ಊಟದ ಜೊತೆ ಬಡ್ಸು. ಕವನ ಬಂದಿದ್ದಾರಾ?" ಕೇಳಿ ನಂತರ "ಅವ್ರ ಪೇರೆಂಟ್ಸ್ ಬಂದಿದ್ದಾರಂತೆ. ಮಧ್ಯಾಹ್ನ ಫೋನ್ ಮಾಡಿ ತಿಳಿಸಿದ್ರು, ರಾತ್ರಿಯ ಡಿನ್ನರ್ ಬಹುಶಃ ಅವ್ರ ಜೊತೆಯಲ್ಲಿಯೇ, ನಿಮ್ಗೂ ಇನ್‌ಫರ್ಮೇಷನ್ ಕೊಡೋಕೆ ಹೇಳಿದ್ದಾರೆ" ಇಂಥದೊಂದು ಸುದ್ದಿ ಮುಟ್ಟಿಸಿಯೇ ಬಾತ್‌ರೂಂಗೆ ಹೋಗಿದ್ದು.

ಸೂಕ್ಷ್ಮವಾಗಿ ಗಮನಿಸಿದಾಗ ಇಳಾಭಟ್‌ನಲ್ಲಿ ಒಂದಿಷ್ಟು ಧೈರ್ಯ ಬಂದಂಗೆ ಕಂಡಿತು. ಹಿಂದೆ ಪ್ರತಿಯೊಂದಕ್ಕೂ ಲೆಕ್ಕ ಬರೆಯುತ್ತಿದ್ದರು. ಅದು ಕಮ್ಮಿ ಆಗಿತ್ತು. ಸ್ವತಂತ್ರದಿಂದ ತನಗಾಗಿ ಖರ್ಚು ಮಾಡುವ ಹಂತ ತಲುಪಿದ್ದು ಅರಿವಿಗೆ ಬಂದಿತ್ತು.

ಆಮೇಲೆ ಬಾತ್‌ರೂಂನಿಂದ ಬಂದ ಮೇಲೆ ತಮಾಷೆ ಮಾಡಿದಳು ಕೂಡ. "ಇವತ್ತು ಪಾರ್ಕ್‌ನಲ್ಲಿನ ಚಾಟ್ಸ್‌ಗೆ ನೀವೇ ಹಣ ಕೊಟ್ಟಿದ್ದು. ಅದ್ನ ಬರೆದಿಡಿ. ಅವತ್ತೊಂದು ದಿನ 26 ರೂಪಾಯಿ ಲೆಕ್ಕ ಸಿಗ್ಲಿಲ್ಲಾಂತ ಎಷ್ಟೊಂದು ಒದ್ದಾಡಿದ್ರಿ."

ಒದ್ದೆಯ ಮುಖವನ್ನೊತ್ತಿದ ಇಳಾಭಟ್ ಕೂತು "ಖಂಡಿತ. ಆ ಮನುಷ್ಯ ನಂಗೆ ಒಂದ್ನೂರು ಸ್ವತಂತ್ರ ಕೊಡೋಕೆ ಇಷ್ಟಪಡೋಲ್ಲ. ದುಡಿಯೋ ಹೆಂಡ್ತಿ ತನ್ನ ಕೈ ತಪ್ಪಬಹುದನ್ನೋ ಚಪಲ. ಇದು ತುಂಬ ಸ್ಯಾಡಿಸಂ ಅನ್ನಿಸುತ್ತೆ. ಅಲ್ಲಿದ್ದಾಗ ದಿನಕ್ಕೆರಡು ಮೂರು ಸಲವಾದ್ರೂ ಕಣ್ಣೀರು ಹಾಕಿದ್ದುಂಟು. ಕೆಟ್ಟವನಲ್ಲ. ಆದರೆ ಆ ಮನುಷ್ಯ ಅರ್ಥವಾಗಲೇ ಇಲ್ಲ. ಸ್ವಂತವಾಗಿ, ನಾನೊಂದು ರೂಪಾಯಿ ಖರ್ಚು ಮಾಡೋಕೆ ಬಿಡ್ತಾ ಇರ್ಲಿಲ್ಲ. ಟೀಕೆ, ವ್ಯಂಗ್ಯ, ಮಾನಸಿಕ ಹಿಂಸೆ ಅನುಭವಿಸಿ ಸಾಕಾಗಿದೆ. ಈಗ್ಲೂ ಅದೆಲ್ಲ ಇದೆ. ನಾನೇ ನೆಗ್ಲೆಕ್ಟ್ ಮಾಡ್ತಿದ್ದೀನಿ. ಬಂದಾಗಲೆಲ್ಲ ಒಂದಲ್ಲ, ಒಂದು ವಿಷ್ಯಕ್ಕೆ ಪಂಚಾಯಿತಿ. ಆ ಹೋಟೆಲ್‌ಗೆ ಹೋಗೋಣ. ಈ ಹೋಟೆಲ್‌ಗೆ ಹೋಗೋಣಾಂತ ಅಂದರೂ, ತನಗೆ ಇಷ್ಟ ಬಂದ ಹೋಟೆಲ್‌ಗೇ ಕರೆದೊಯ್ಯುತ್ತಿದ್ದುದು. ಅದೂ ಬೇಕಾ, ಇದೂ ಬೇಕಾಂತ ಕೇಳಿದರೂ. ತನಗೇ ಇಷ್ಟ ಬಂದಿದಕ್ಕೇನೇ ಆರ್ಡರ್ ಮಾಡುತ್ತಿದ್ದರು. ಪ್ರತಿಯೊಂದನ್ನ ನನ್ನ ಮೇಲೇರುತ್ತಿದ್ದರು. ನಾನು ಆದರ್ಶ ಸತಿ! ಅವ್ರನ್ನ ಮೀರಿ ಹೋಗಬೇಕೂಂತೇನು ನಂಗಿಲ್ಲ. ಅದ್ನ ಆ ಮನುಷ್ಯ ಅರ್ಥ ಮಾಡಿಕೊಳ್ಳದೇ ಮಾನಸಿಕವಾಗಿ ಅತಂತ್ರಳನ್ನಾಗಿ ಮಾಡಿದ್ರು. ಇದ್ರಿಂದ ನನ್ನಲ್ಲಿ ಇನ್‌ಫಿಯಾರಿಟಿ. ಎಲ್ಲಾ ಸಾಕೂಂತೆನಿಸಿದೆ. ನನ್ಮಕ್ಳುಗೆ ಒಂದಿಷ್ಟು ಬಟ್ಟೆ ತರೋಕೆ ಪರ್ಮಿಷನ್ ಬೇಕು. ಅದಕ್ಕೆ ನೂರೆಂಟು ಸಜೆಷನ್. ಈಗ ನಾನಾಗಿ ಒಂದೊಂದು ಬಿಡ್ತಾ ಬಂದಿದ್ದೀನಿ. ಗೊಣಗಾಟ ಅವೆಲ್ಲ ಇದ್ದದ್ದೇ. ಟ್ರಾನ್ಸ್‌ಫರ್‌ಗೆ ಅಪ್ಲಿಕೇಷನ್ ಕೊಟ್ಟಿದ್ರು. ಈಗ ಸದ್ಯಕ್ಕೆ ಟ್ರಾನ್ಸ್‌ಫರ್ ಇಲ್ಲ, ಬಿಡು. ನನ್ನ ಮನಸ್ಸಿನ ವಿರುದ್ಧವಾಗಿಯೇ ಇಲ್ಲಿಗೆ ಟ್ರಾನ್ಸ್‌ಫರ್ ಮಾಡ್ಸಿದ್ದು,

ಪೇಯಿಂಗ್ ಗೆಸ್ಟ್ ಆಗಿ ಇಲ್ಲಿ ಉಳ್ಸಿದ್ದು. ಪ್ರತಿಯೊಂದಕ್ಕೂ ಕಿರಿಕಿರಿ, ಎಲ್ಲಾ ಒಳ್ಳೆತನ ಇದ್ರಲ್ಲಿ ಮುಚ್ಕೊಂಡು ಹೋಗುತ್ತೆ" ಮನಸ್ಸು ಬಿಚ್ಚಿ ಮಾತಾಡಿದರು.

ಹೆಚ್ಚು ಹೆಣ್ಣುಗಳ ಸ್ಥಿತಿ! ಮೇಲ್ಮುಖಕ್ಕೆ ಮರ್ಯಾದೆ ತೋರಿದರೂ. ಒಳಗೆ ಜಿಗುಪ್ಸೆ, ಅಸಹ್ಯ! ಇದು ಗಂಡಿಗೆ ಬೇಕಾ?

ಡೈನಿಂಗ್ ಹಾಲ್‌ಗೆ ಹೋದಾಗಲೇ ಅವಳಿಗೆ ತಿಳಿದಿದ್ದು ನಯನಾ ರೂಮಿನಲ್ಲಿಯೇ ಉಳಿದಿದ್ದಾಳೆಂದು. "ಊಟ ಬೇಡಾಂದ್ರು, ಇಡೀ ದಿನ ಮಲ್ಗಿದ್ದಾರೆ" ಮಂಜು ವಿಷಯ ಮುಟ್ಟಿಸಿದಾಗ, ಅವಳು ಮೇಲೆದ್ದಳು. ಒಂದೇ ಸೂರಿನ ಕೆಳಗೆ ಪೇಯಿಂಗ್ ಗೆಸ್ಟ್‌ಗಳು. ಒಂದಿಷ್ಟು ಕನ್‌ಸರ್ನ್ ಸಹಜ. ಇವಳಿಗೆ ಅಗತ್ಯಕ್ಕಿಂತ ಸ್ವಲ್ಪ ಹೆಚ್ಚೇ.

ಕೋಣೆಯ ಕತ್ತಲ ನಡುವೆ ಅವಳ ಉಸಿರಾಟದ ಸದ್ದು ಮಾತ್ರ ಇತ್ತು. "ಸಾರಿ..." ಎನ್ನುತ್ತಲೇ ಲೈಟು ಹಾಕಿದಳು. ಹಣೆಯ ಮೇಲೆ ಕೈ ಇಟ್ಟುಕೊಂಡಿದ್ದು "ಪ್ಲೀಸ್, ಡೋಂಟ್ ಡಿಸ್ಟರ್ಬ್ ಮೀ. ಲೀವ್ ಮಿ ಅಲೋನ್" ಎಂದಳು ಸೋತ ಸ್ವರದಲ್ಲಿ. ತಕ್ಷಣ ಲೈಟು ಆಫ್ ಮಾಡಿಕೊಂಡು ಹೊರಗೆ ಬಂದಳು. ಆಗಲೇ ಇಳಾಭಟ್ ಊಟ ಪ್ರಾರಂಭ ಮಾಡಿದ್ದರು. "ತುಂಬಾ ಡಿಸ್ಟರ್ಬ್ ಆಗಿರಬೇಕು." ಪೂರಿ ಮುರಿದು ಬಾಯಿಗಿಟ್ಟುಕೊಂಡು "ನಂಗೇನೋ ಮದ್ವೆ ನಿಲ್ಲೋದು ಅಷ್ಟೊಂದು ಸರಿಯಿಲ್ಲಂತ ಅನ್ನಿಸ್ತು. ಎಷ್ಟು ಗ್ರ್ಯಾಂಡಾಗಿ ಎಂಗೇಜ್‌ಮೆಂಟ್ ಮಾಡಿದ್ರು. ಗಂಡು ಕೂಡ ಹ್ಯಾಂಡ್‌ಸಂ, ಅಷ್ಟೊಂದು ಸೋಷಿಯಲ್ ಅಲ್ಲಾಂತ ಅನ್ನಿಸ್ತು" ಆಕೆ ಅಭಿಪ್ರಾಯ ವ್ಯಕ್ತಪಡಿಸಿದರು.

ಹೆಚ್ಚು ಮಾತಿಗೆ ಅವಕಾಶ ಕೊಡದೇ ಊಟ ಮುಗಿಸಿಕೊಂಡು ಏಳುವ ವೇಳೆಗೆ ಮೃಣಾಲಿನಿ ಹಣೆಯೊತ್ತಿಕೊಳ್ಳುತ್ತ ಒಳಗೆ ಬಂದರು.

"ಹಲೋ, ಬಂದವರು ತಲೆ ಚಿಟ್ಟು ಹಿಡ್ಸಿಬಿಟ್ಟರು. ಟೈಮಿನ ಸೆನ್ಸ್ ಇಲ್ಲ, ಕೆಲ್ಸ ಮುಗಿದ್ಮೇಲೂ ಕೂಡೋದು ತೀರಾ ಕೆಟ್ಟ ಸಂಪ್ರದಾಯ" ಬೇಸರದಿಂದ ನುಡಿದು ಕವನ, ನಯನಾ ಬಗ್ಗೆ ವಿಚಾರಿಸಿಯೇ ರೂಮಿಗೆ ಹೋಗಿದ್ದು. ಯಾಕೋ ಅವಳಿಗೆ ನಯನಾ ಬಗ್ಗೆ ವಿಚಾರಿಸಬೇಕಿತ್ತು. ಸ್ವಲ್ಪ ಸಂಕೋಚಿಸುತ್ತಲೇ ಅವರ ಕೋಣೆಯ ಬಾಗಿಲಲ್ಲಿ ನಿಂತು "ಸಾರಿ, ಸ್ವಲ್ಪ ಒಳ್ಗೇ ಬರಬಹುದಾ? ಈಗಾಗ್ಲೇ.... ತುಂಬಾ ಬೇಜಾರಾಗಿದ್ದೀರಿ."

"ಬಾ... ಬಾ.... ನಿನ್ಹತ್ರ ಮಾತಾಡಿದರೆ ಒಂದಿಷ್ಟು ರಿಲ್ಯಾಕ್ಸ್" ಅಂದು ಬರಮಾಡಿಕೊಂಡರು. ನಿಧಾನವಾಗಿ ಕೂತು "ನಯನಾ ತುಂಬಾ ಡಿಸ್ಟರ್ಬ್ ಆಗಿದ್ದಾಳೆ" ಆಮೇಲೆ ಇಳಾಭಟ್ ಹೇಳಿದನ್ನೆಲ್ಲ ತಿಳಿಸಿ. " 'ಸ್ಪೀಡ್ ಡೇಟಿಂಗ್'ಗೆ ಜಾಯಿನ್ ಆಗಿದ್ದಳಂತೆ. ಅಲ್ಲೇನಾದ್ರೂ ಪ್ರಾಬ್ಲಮ್ ಆಗಿದ್ಯಾ?" ಅನುಮಾನ ವ್ಯಕ್ತಪಡಿಸಿದಳು. ಆಕೆ ಐದು ನಿಮಿಷಗಳಷ್ಟು ದೀರ್ಘಕಾಲ ಮೌನವಹಿಸಿ ನಂತರ "ಸ್ಪೀಡ್ ಡೇಟಿಂಗ್, ಹೆತ್ತವರ ಬೇಜವಾಬ್ದಾರಿ ಅಥವಾ ಇವರುಗಳ ಅವಿಧೇಯತೆ ಜೊತೆ ಹೊಸ ಬದಲಾವಣೆಯ ಗುಂಗಿನಲ್ಲಿರುವ ಯುವಕ, ಯುವತಿಯರೆ ಹೆಚ್ಚಿಗೆ

ಭಾಗವಹಿಸೋದು. ಹೆಚ್ಚಾಗಿ ಆಡ್ ಏಜೆನ್ಸಿ, ಫ್ಯಾಷನ್ ಡಿಸೈನಿಂಗ್, ಕಾಲ್‌ಸೆಂಟರ್ ಜೊತೆಗೆ ಮಾಡಲಿಂಗ್, ಟಿವಿ ಅಂಕರಿಂಗ್ ಮುಂತಾದ ಕ್ಷೇತ್ರಗಳಲ್ಲಿ ದುಡಿಯುವ ಯುವ ಪೀಳಿಗೆ ಹೆಚ್ಚು ಆಕರ್ಷಿತವಾಗ್ತಾ ಇದ್ದಾರೆ. ಅದರಿಂದಲೇ 'ಸ್ಪೀಡ್ ಡೇಟಿಂಗ್' ಕ್ಷೇತ್ರ ದಿನದಿಂದ ದಿನಕ್ಕೆ ಅಭಿವೃದ್ಧಿಯತ್ತ ದಾಪುಗಾಲು ಹಾಕ್ತ ಇದೆ. ಒಂದು ರೀತಿಯಲ್ಲಿ 'ಮ್ಯಾಚ್ ಮೇಕಿಂಗ್' ಕೆಲ್ಸ. ಇವರನ್ನ 'ಈವೆಂಟ್ ಆರ್ಗನೈಜರ್' ಅನ್ನೋ ಹೆಸರಿನಿಂದ ಕರೆಯುತ್ತಾರೆ. ಪಂಚತಾರ ಹೋಟೆಲ್‌ಗಳಲ್ಲಿ, ಖಾಸಗಿ ಬಂಗ್ಲೆಗಳಲ್ಲಿ, ಶಾಪಿಂಗ್ ಮಾಲ್‌ಗಳಲ್ಲಿ ಆಯೋಜಿಸ್ತಾರೆ. ಸ್ನ್ಯಾಕ್ಸ್ ಮತ್ತು ತಂಪು ಪಾನೀಯ ಜೊತೆ ಒಬ್ಬರನ್ನೊಬ್ಬರು ಅರಿತುಕೊಳ್ಳಲು ಐದು ನಿಮಿಷ ಸಮಯ" ಎಂದಾಗ ಸುಸ್ತು ನಟಿಸಿದಳು ಅಪೇಕ್ಷ. "ಅಷ್ಟು ಕಡ್ಮೇ ಸಮಯದಲ್ಲಿ, ಎರಡು ಕಡೆಯ ಹಿರಿಯರು, ಮಧ್ಯಸ್ಥಿಕೆಯವರು ಯಾರು ಇರೋಲ್ಲ. ಮೈ ಗಾಡ್" ಅವಳ ಉದ್ಗಾರಕ್ಕೆ ಮೃಣಾಲಿನಿ ನಕ್ಕುಬಿಟ್ಟರು.

"ಪುರಸೊತ್ತಿಲ್ಲದ ಜನ, ಯಾವುದಕ್ಕೂ ಸಮಯವಿಲ್ಲ. ಹೆಚ್ಚು ಕೆಲಸದ ಒತ್ತಡವಿರುವ ಯುವಕ, ಯುವತಿಯರೇ ಇದರಲ್ಲಿ ಹೆಚ್ಚು ಭಾಗವಹಿಸುವುದು. ಈ ಸಂಸ್ಥೆಯವರು ನೋಂದಣಿ ಮಾಡಿಕೊಳ್ಳುವಾಗಲೇ ಯುವಕ, ಯುವತಿಯರ ಬಯೋಡಾಟಾ, ವಿಳಾಸ, ಹವ್ಯಾಸ ಮತ್ತು ಸಂಪರ್ಕದ ನಂಬರ್‌ಗಳನ್ನು ಪಡೆದಿರುತ್ತಾರೆ. ಅವರುಗಳ ಹೆಸರುಗಳಿಗೊಂದು ಕೋಡ್ ನಂಬರ್. ಅವರಲ್ಲಿ ಒಬ್ಬರಿಗೊಬ್ಬರು ಇಷ್ಟವಾದರೆ ಪರಸ್ಪರ ಸಂಪರ್ಕ ಬೆಳಿಸಲು ಇ-ಮೇಲ್ ವಿಳಾಸವನ್ನು ನೀಡಲಾಗುತ್ತೆ. ದೆಹಲಿಯಲ್ಲಿದ್ದಾಗ ಒಂದೆರಡು ಸಲ ನಯನಾ 'ಸ್ಪೀಡ್ ಡೇಟಿಂಗ್'ನಲ್ಲಿ ಭಾಗವಹಿಸಿದ್ದಾಳೆ. ಮೆಚ್ಚುವ ಸಂಗಾತಿ ಸಿಕ್ಕಿಲ್ಲ. ಈಗ ಇಂಟರ್‌ನೆಟ್ ಮೂಲಕ ಅವ್ಳ ಪೇರೆಂಟ್ಸ್ ಗಂಡನ್ನ ಆಯ್ಕೆ ಮಾಡಿದ್ದಾರೆ. ಪರಸ್ಪರ ಚಾಟಿಂಗ್, ನಂತರವೇ ಎಂಗೇಜ್‌ಮೆಂಟ್. ಈಗ ನಿರಾಕರಣೆಗೂ ಅವಳದೇ ಆದ ಕಾರಣವಿರುತ್ತೆ. ಇದು 21ನೇ ಶತಮಾನ. ವಿವಾಹದ ದಿನವೇ ಪರಸ್ಪರ ಮುಖ ತಿರುಗಿಸುವಂಥ ಜೋಡಿಗಳು ಇವೆ. ಏನು ವಿಷ್ಯ?" ಅವಳನ್ನು ವಿಚಾರಿಸಿದರು.

ಮೇಲೆದ್ದ ಅಪೇಕ್ಷ "ನಂಗೆ ಸ್ವಲ್ಪ ಗಾಬ್ರಿ ಆಯ್ತು. 'ಸ್ಪೀಡ್ ಡೇಟಿಂಗ್' ಬಗ್ಗೆ ನಂಗೇನು ಗೊತ್ತಿರಲಿಲ್ಲ. ಇಲ್ಲೇನಾದ್ರೂ ಸೈಬರ್ ಕ್ರೈಮ್‌ನ ಪಾತ್ರವಿದೆಯೇ ಅಂದುಕೊಂಡೆ. ಅಮ್ಮ ಮಾತ್ರೆ ತಗೊಂಡ್ರಾ?" ವಿಚಾರಿಸದಕ್ಕೆ ಮುಗುಳ್ನಗೆ ಬೀರಿ "ಆಯ್ತು, ಗುಡ್‌ನೈಟ್" ಅಂದವರು "ನಿಂಗೇನಾದ್ರೂ 'ಸ್ಪೀಡ್ ಡೇಟಿಂಗ್'ಗೆ ಜಾಯಿನ್ ಆಗೋ ಉದ್ದೇಶವಿದ್ಯಾ?" ಎಂದರು.

"ಅಯ್ಯಪ್ಪ..." ಬಾಯಿಯನ್ನು ಕೈಯಿಂದ ಮುಚ್ಚಿಕೊಂಡು,

"ಅಂಥ ಧೈರ್ಯ ನಂಗಿಲ್ಲ. ಆ ಬಗ್ಗೆ ಆಸಕ್ತಿ ಇಲ್ಲ" ಹೊರ ಬಂದವಳ ಮನಸ್ಸಿನಲ್ಲಿ 'ನಂಗೆ ಬೇರೆ ಸವಾಲ್‌ಗಳಿವೆ. ಅದರಲ್ಲಿ ಗೆಲ್ಲಬೇಕು.' ತೋಟದಲ್ಲಿ ಅಡ್ಡಾಡುವ ವಿಶ್ವರಥ ನಕ್ಕಂತಾಯಿತು. 'ಆ ನಗು ಉಳಿಯಬೇಕಾದರೆ ತೋಟ ಬೇರೆಯವರ ಪಾಲಾಗಬಾರದು. ಶೇಷಪ್ಪಯ್ಯನ ಕುಟುಂಬದ ಮನೋಭೂಮಿಕೆಯ ಸ್ವತ್ತು' ಬಂದು

ಮಲಗಿದಳು. ಆಗಲೇ ಇಳಾಭಟ್ ನಿದ್ರಿಸಿಬಿಟ್ಟಿದ್ದರು. ಮುಗ್ಧ ಮನಸ್ಸಿನ ಒಳ್ಳೆಯ ಹೆಣ್ಣು ಮಗಳು.

ಮಧ್ಯರಾತ್ರಿಯಾದರು ಅವಳಿಗೆ ನಿದ್ರಿಸಲಾಗಲಿಲ್ಲ. ಪೇಪರ್ ನೋಡುವ ಸಲುವಾಗಿ ಹೊರಗೆ ಬಂದಾಗ, ನಯನಾ ಸೋಫಾ ಮೇಲೆ ಮಲಗಿ ಕಣ್ಮುಚ್ಚಿದ್ದಳು. ಸ್ವಲ್ಪ ಗಾಬರಿಯಿಂದಲೇ ಬಂದು ಅವಳ ಹಣೆಯ ಮೇಲೆ ಕೈಯಿಟ್ಟಳು. ಬಿಸಿ ಇರದಿದ್ದರು ನರಗಳು ಪಟಪಟ ಎನ್ನುತ್ತಿತ್ತು.

"ನಯನಾ, ಹುಷಾರಾಗಿದ್ದೀಯಾ?" ಕೇಳಿದಳು.

ನಿಧಾನವಾಗಿ ಕಣ್ ತೆರೆದು "ಮನಸ್ಸಿನ ಆರೋಗ್ಯ ಚೆನ್ನಾಗಿಲ್ಲ, ಅಷ್ಟೆ. ಕೂತ್ಕೊ ಬಾ" ಸರ್ಯಾಗಿ ಕೂತು "ಮದ್ವೆ ನಿಲ್ಲಬಹುದು. ನಂಗೆ ಆ ಬಗ್ಗೆ ಚಿಂತೆ ಇಲ್ಲ. ಪೇರೆಂಟ್ಸ್‌ಗೆ ಅದು ಇಷ್ಟವಿಲ್ಲ. ನಾನು ಕೆಲ್ಸದಲ್ಲಿ ಮುಂದುವರಿಯಲಿ ಅನ್ನೋ ಅಪೇಕ್ಷೆ ಪ್ರದೀಪ್ ಸಕ್ಸೆನಾ ಅವರದು ಮಾತ್ರವಲ್ಲ, ಅವರ ಕುಟುಂಬದವರಿಗೆಲ್ಲ ನಾನು ಕೆಲ್ಸ ಬಿಡೋದು ಇಷ್ಟವಿಲ್ಲ. ಇಲ್ಲಿಂದ ಚೈನ್ನೈಗೆ ಹೋದರು ಅಲ್ಲಿ ನಂಗೊಂದು ಜಾಬ್ ರೆಡಿ. ವಿವಾಹದ ನಂತರ ಮನೆಯಲ್ಲಿ ಉಳಿಯೋದು ನನ್ನ ಉದ್ದೇಶ" ಎಂದ ನಯನಾ ಒಂದಿಷ್ಟು ಉದ್ವಿಗ್ನಳಾಗಿದ್ದಳು. ಹೆಚ್ಚು ಮಾತಾಡೋದು, ಉದ್ವಿಗ್ನಗೊಳ್ಳೋದು ನಯನಾ ಸ್ವಭಾವವಲ್ಲ.

"ಅವರು ಯಾಕೆ ಒಪ್ಕೋಬಾರ್ದು?" ಕೇಳಿದಳು ಮೆಲ್ಲಗೆ.

"ನನ್ನ ಬುದ್ಧಿವಂತಿಕೆಗೆ ರಾಯಲ್ಟಿ ನಿರೀಕ್ಷೆ. ಮನೆಯಲ್ಲಿ ಉಳಿಯುವಂಥವರ ಒಂದು ಪ್ರತ್ಯೇಕ ವರ್ಗದ ಸೃಷ್ಟಿ ಅವರದು. ಕಂಪ್ಯೂಟರ್ ಅಂದರೆ ನಂಗೆ ವಿಪರೀತ ಹುಚ್ಚು ಇತ್ತು, ಈಗಿಲ್ಲ. ನಾನು ಕೂಡ 'ಕಂಟಿನ್ಯೂಯಸ್ ರಿಪೀಟಿವ್ ಇಂಜ್ಯೂರಿ' ಅನ್ನೋ ಕಾಯಿಲೆಯಿಂದ ನರಳ್ತಾ ಇದ್ದೀನಿ ಅನ್ನೋ ಭ್ರಮೆ ಯಾವ ರೀತಿ ಕಾಡುತ್ತದೆಯೆಂದರೆ, ಕಣ್ಣು, ಕುತ್ತಿಗೆ, ಭುಜ, ಕೈ ಬೆರಳುಗಳು, ಬೆನ್ನು, ಕಟಿ, ಕಾಲುಗಳು ಮತ್ತು ಮನಸ್ಸು, ಬುದ್ಧಿ, ಒತ್ತಡಕ್ಕೆ ಒಳಗಾಂತೆ ಹಿಂಸೆ ಶುರುವಾಗುತ್ತೆ. ಆ ಸಮಯದಲ್ಲಿ ನಾನು ನಾನಾಗಿ ಇರೋಲ್ಲ. ಅದಕ್ಕೆ ವೃತ್ತಿ ಬಿಟ್ಟು ಮನೆಯಲ್ಲಿ ಉಳಿಯಬೇಕೆಂಬ ಆಸೆ. ನನ್ನದೇ ಆದ ಪುಟ್ಟ ಪ್ರಪಂಚ ಬೇಕು. ಗಂಡ, ಅವನ ಹೆತ್ತವರು, ಮಕ್ಕಳು ಎಲ್ಲಾ ನಗುತ್ತಾ ದಿನ ಕಳೆಯುವ ಕನಸು ನನ್ನ ಸುಪ್ತಭಾವದಲ್ಲಿ ಉಳಿದುಬಿಟ್ಟಿದೆ.

"ಪ್ರೊಫೆಷನ್ ಬಗ್ಗೆ ನನ್ನ ಇಂಟರೆಸ್ಟ್ ಕಡ್ಮೆಯಾಗಿದೆ. ಆದರೆ ನಂಗೆ ಪ್ರೊಫೆಷನ್ ಅಗತ್ಯವೆನ್ನುವುದು ಸಕ್ಸೆನಾ ಕುಟುಂಬದ ಅಭಿಪ್ರಾಯ. ಅದಕ್ಕೆ ನನ್ನ ಪೇರೆಂಟ್ಸ್ ಅನುಮೋದನೆ ಕೂಡ." ನಿಲ್ಲಿಸಿದ ನಯನಾ ಕಣ್ಣುಗಳಲ್ಲಿ ನಿರಾಶೆ, ನೋವು ಇದ್ದರು ದೃಢತೆಯ ಮಿಂಚು ಎದ್ದು ಕಾಣುತ್ತಿತ್ತು. ಅವಳ ಅಭಿಪ್ರಾಯ ಹಂಡ್ರೇಡ್ ಪರ್ಸೆಂಟ್ ಸರಿಯೆನಿಸಿತು. ಅಪೇಕ್ಷ ತುಟಿ ತೆರೆಯಲಿಲ್ಲ. ನಯನಾ ಅಂತ ಬುದ್ಧಿವಂತಳಿಗೆ ತಾನು ಬುದ್ಧಿ ಹೇಳುವಷ್ಟು ಸಮರ್ಥಳಲ್ಲ ಎನ್ನುವ ಅಭಿಪ್ರಾಯ ಅವಳದು.

ಮೌನ ದಟ್ಟವಾಯಿತು. ನಯನಾ ತನ್ನ ನಿರ್ಧಾರಕ್ಕೆ ಬದ್ಧವಾಗಿ ನಿಂತಂತೆ ಕಂಡಳು. ಎದ್ದು ಕಿಟಕಿಯ ಬಳಿ ನಿಂತು ಮೆಲುವಾಗಿ "ನನ್ನ ಪೇರೆಂಟ್ಸ್ ತೀರಾ ಸೆಲ್ಫಿಷ್!

ಐ ಡೋಂಟ್ ಕೇರ್. ವಿವಾಹದ ನಂತರ ಕೆಲ್ಸಕ್ಕೆ ಗುಡ್ ಬೈ ಹೇಳುವವಳೇ. ನಂಗೆ ಸಾಧಾರಣ ಗಂಡು ಸಾಕು. ನಂಗೆ ಶ್ರೀಮಂತಿಕೆಯ ಡೌಲು, ಭಜಂತ್ರಿ ಬೇಡ. ಅಚ್ಚುಕಟ್ಟಾದ ಸಾಧಾರಣ ಜೀವನ ಸಾಕು. ಆರತಿ ವಿವಾಹದಲ್ಲಿನ ಸಡಗರ, ಸಂಭ್ರಮದ ಜೊತೆ ಪ್ರೀತಿ, ಮಮತೆಯ ಹೊಳೆಯನ್ನು ಕಂಡು ದಂಗಾದೆ. ನಂಗೆ ಅಂಥ ಜೀವನ ಬೇಕು ಅಪೇಕ್ಷ" ತಟ್ಟನೆ ಬಂದು ಅವಳೆರಡು ಕೈಗಳನ್ನು ಹಿಡಿದುಕೊಂಡವಳನ್ನು ಸಂತೈಯಿಸಲಾರದೆ ಹೋದಳು.

ರೂಮಿಗೆ ಬಂದು ಮಲಗಿದಳು ಅಪೇಕ್ಷ. ಬುದ್ಧಿಪ್ರಧಾನವಾದ ಬದುಕಿನಲ್ಲಿ ವಿಹರಿಸಿ ಸಾಕಾದ ಜನ ಭಾವಪ್ರಧಾನವಾದ ಹೃದಯಕ್ಕೆ ಒತ್ತು ನೀಡುವುದು ಹೆಚ್ಚಾಗಿದೆಯೇನೋ ಅನ್ನಿಸಿತು. ಅಂದಿನ ನಯನಾ ಎಂಗೇಜ್‌ಮೆಂಟ್ ಬಂದು ಕಣ್ಣು ಮುಂದೆ ನಿಂತಿತು. ಅಲ್ಲಿ ಓಡಿಯಾಡಿದ್ದು ಬರೀ ಶ್ರೀಮಂತಿಕೆಯ ವೈಭವ. ನಯನಾ ಮಮ್ಮಿ ಹುದ್ದೆಗೆ ಸಹಜವಾದ ಗಾಂಭೀರ್ಯ ತಂದುಕೊಡುವ ಮಟ್ಟಸವಾದ ಹೆಣ್ಣು. ಮೈಮೇಲೆ ಅತಿಯೆನಿಸದಂಥ ವಜ್ರದ ಒಡವೆಗಳು, ಮೇಕಪ್. ಕತ್ತಿನವರೆಗೂ ಕತ್ತರಿಸಿದ ಕೂದಲು ದಟ್ಟವಾಗಿತ್ತು. ಅದು ಒರಿಜಿನಲ್ಲೋ, ಆರ್ಟಿಫಿಷಿಯಲ್ಲೋ ಗೊತ್ತಾಗದು. ಬಂದ ಜನರೆಲ್ಲ ಅವರ ಸೋಷಿಯಲ್ ಸ್ಟೇಟಸ್‌ಗೆ ಸಮನಾದವರೇ. ಇಡೀ ಸಮಾರಂಭಕ್ಕೆ ಅಧುನಿಕತೆಯ ಮೆರಗಿತ್ತು. ಆದರೂ ಅವಳಿಗೆ ಏನೋ ಕೊರತೆ ಇದೆಯೆನಿಸಿದ್ದಂತು ನಿಜ.

ತಕ್ಷಣ ಎದ್ದು ಕೂತಳು. ಮ್ಯಾನೇಜರ್ ತಮ್ಮ ಸೊಸೆಯ ಬಗ್ಗೆ ಹೇಳಿಕೊಂಡಿದ್ದು ನೆನಪಿಗೆ ಬಂತು. ಜೊತೆಗೆ ಇತ್ತೀಚಿಗೆ ಪ್ರಕಟವಾದ 'ಕಂಟಿನ್ಯೂಯಸ್ ರಿಪೀಟಿವ್ ಇಂಜ್ಯೂರಿ'ಯಿಂದಾಗಿ ಸತತವಾಗಿ ಕಂಪ್ಯೂಟರ್ ಬಳಸುವಾಗ ತೀವ್ರವಾಗಿ ಒತ್ತಡಕ್ಕೆ ಒಳಗಾಗಿ ತೊಂದರೆಗೆ ಒಳಗಾಗುವ ಕಣ್ಣು, ಕತ್ತು, ಭುಜ, ಕೈ, ಬೆನ್ನು, ಕಾಲು, ಮನಸ್ಸು ಮತ್ತು ಬುದ್ಧಿ ಬಗ್ಗೆ ಒಂದು ವಿಸ್ತ್ರತ ಲೇಖನವನ್ನು ಆತುರಾತುರವಾಗಿ ಓದಿದ್ದಳು. ಕಂಪ್ಯೂಟರ್ ಪರದೆಯ ಮೇಲೆ ಪ್ರಖರ ಬೆಳಕನ್ನು ಸತತವಾಗಿ ವೀಕ್ಷಿಸುವುದರಿಂದ ದೃಷ್ಟಿದೋಷ ಬರಬಹುದು. ಕಣ್ಣುರಿ ಜೊತೆ 'ಡ್ರೈ ಐ' ಅಂದರೆ ಕಣ್ಣಿನ ತೇವಾಂಶ ಕಡಿಮೆಯಾಗಿ ನಾನಾ ತೊಂದರೆಗಳು. ಇನ್ನೊಂದು ಮುಖ್ಯವಾಗಿ ದೀರ್ಘಕಾಲ ಒಂದೇ ಭಂಗಿಯಲ್ಲಿ ಕೂತು ಕೆಲಸ ಮಾಡುವುದರಿಂದ ಕುತ್ತಿಗೆಯ ಮೇಲೆ ಅಧಿಕವಾದ ಭಾರ ಬಿದ್ದು 'ಸರ್ವೈಕಲ್ ಸ್ಪೊಂಡಿಲೋಸಿಸ್'ನಂಥ ಕಾಯಿಲೆ ಬರಬಹುದು. ಮುಖ್ಯವಾಗಿ ಭುಜ, ಕೈ ಮತ್ತು ಬೆರಳುಗಳು ಮತ್ತು ಬೆನ್ನು ನೋವು. ಆ ಲೇಖನದಲ್ಲಿ ಅವಳ ಮನಸ್ಸಿನ ಮೇಲೆ ಹೆಚ್ಚು ಪರಿಣಾಮ ಬೀರಿದ ವಿಷಯವೆಂದರೆ ಮನಸ್ಸು ಮತ್ತು ಬುದ್ಧಿಗಳು ಕಂಪ್ಯೂಟರ್ ಮೇಲೆ ಹೆಚ್ಚು ಅವಲಂಬಿತವಾಗಿರುವುದರಿಂದ, ಮನಸ್ಸು ಮತ್ತು ಬುದ್ಧಿ ತಮ್ಮ ಸೃಜನಶೀಲತೆ, ಕಾರ್ಯತತ್ಪರತೆ, ದಕ್ಷತೆಯನ್ನು ಕಳೆದುಕೊಳ್ಳುತ್ತವೆ, ವ್ಯಕ್ತಿಯು ವಿಷಯವನ್ನು ಮೇಲ್ನೋಟಕ್ಕೆ ಗ್ರಹಿಸುತ್ತಾನೆ ವಿನಹಃ ಆಳವಾಗಿ ಶೋಧಿಸಲು ವಿಫಲವಾಗುತ್ತಾನೆ ಎಂಬುದು.

ಈ ಎಲ್ಲಾ ವಿಷಯಗಳು ಕಂಪ್ಯೂಟರ್ ಪರದೆ ಮೇಲಿನ ದೃಶ್ಯಗಳಂತೆ ಹಾದು ಹೋದಾಗ ಸತ್ಯೇಂದ್ರನ ಮಾತನ್ನು ನೆನಪಿಸಿಕೊಂಡಳು. "ಚಿಕ್ಕ ಮಕ್ಕಳು ಕೂಡ ಆಟ-ಪಾಠಗಳಿಗೆ ತಿಲಾಂಜಲಿಯನ್ನಿತ್ತು ಕಂಪ್ಯೂಟರ್ ಗೇಮ್‌ಗಳಲ್ಲಿ ಮೈ ಮರೆಯುತ್ತಾರೆ. ಇದು ಸಮಾಜದ ದುರಂತ ಅನ್ನಿಸುತ್ತೆ. ನನ್ನ ಮಗಳು ಈ ವಿಷ್ಣುಕಟ್ಟೆಯಲ್ಲಿ ಗೊಂದಲವಿಲ್ಲದೆ ಬಾಲ್ಯದ ಆಟ-ಪಾಟಗಳನ್ನು ಅನುಭವಿಸುತ್ತ ಬೆಳೆಯಲಿ ಅನ್ನೋದು ನನ್ನ ಇರಾದೆ, ಅಪೇಕ್ಷ ಮೇಡಮ್. ಆ ದಡ್ಡಿ ಚಾರುಲತೆಗೆ ಇದೆಲ್ಲ ಹೇಗೆ ಅರ್ಥವಾಗಬೇಕು? ಕಂಪ್ಯೂಟರ್‌ನ ಅಗತ್ಯವಾದ ಮಾಹಿತಿ ಪಡೆಯಲು ಹಾಗೂ ಜ್ಞಾನಾರ್ಜನೆಯ ನಿಮಿತ್ತ ಮಾತ್ರ ಬಳಸಿಕೊಂಡರೇ ಒಳ್ಳೆಯದು." ಈ ಲೆಕ್ಕಾಚಾರಗಳೆಲ್ಲ ನಯನಾಳ ತಲೆಯಲ್ಲಿ ಇರಬೇಕು. ಅದರಿಂದಲೇ ನೌಕರಿಯ ನಿರಾಕರಣೆ. ಅದು ತುಂಬ ಸರಿಯೆನಿಸಿತು ಅಪೇಕ್ಷಗೆ. ಸಿರಿವಂತ, ವಿದ್ಯಾವಂತ ಜನ ಹೆತ್ತವರು. ಆದರೆ ಮಗಳ ಮನಸ್ಸನ್ನು ಅರ್ಥ ಮಾಡಿಕೊಳ್ಳಲು ಅಸಮರ್ಥರು.

ಅವಳ ತಂದೆ ಶೇಷಪ್ಪಯ್ಯನ ಹತ್ತಿರ ಡಿಗ್ರಿ ಸರ್ಟಿಫಿಕೇಟ್ಸ್ ಇರಲಿಲ್ಲ. ಅಂಥ ದೊಡ್ಡ ಶ್ರೀಮಂತಿಕೆಯು ಅವರದಲ್ಲ. ಆದರೆ ವಿವಾಹದ ವಿಷಯದಲ್ಲಿ ಆರತಿಯ ಮೇಲೆ ಯಾವ ಒತ್ತಡವನ್ನೇರಲು ಬಯಸಿರಲಿಲ್ಲ. ಅಮ್ಮಂದಿರು ಗೊಣಗಿದ್ದರು. ದೊಡ್ಡದಾಗಿ ಮಗಳಿಗೆ ಛೀಮಾರಿ ಹಾಕಿರಲಿಲ್ಲ. ಅವರದು ಹೃದಯ ಶ್ರೀಮಂತಿಕೆ. ಅದಕ್ಕೆ ಯಾವುದು ಸಾಟಿ ಇಲ್ಲವೆನಿಸಿತು.

ಯಾವಾಗ ನಿದ್ದೆ ಬಂತೋ, ಬೆಳಿಗ್ಗೆ ಎಚ್ಚರವಾಗಿ ಈಚೆ ಬಂದಾಗ ಮಂಜು ಒಂದು ಸುದ್ದಿ ಹೇಳಿದ.

"ನಿಮ್ಮ ಮಾವ ಸಚ್ಚಿದಾನಂದಬಾಬು ಅನ್ನೋರು ಫೋನ್ ಮಾಡಿದ್ರು. ಅವರೇ ಒಂದೆರಡು ದಿನದಲ್ಲಿ ಇಲ್ಲಿಗೆ ಬಂದ್ ನಿಮ್ಮನ್ನ ಭೇಟಿ ಆಗ್ತಾರಂತೆ."

ಅಂದರೆ ವಿಷ್ಣುಕಟ್ಟೆಗೆ ಹೋಗುವ ಅವಳ ಪ್ರೋಗ್ರಾಂ ಕ್ಯಾನ್ಸಲ್. ಜೊತೆಗೆ ತಲೆ ಕೆಟ್ಟಂತಾಯಿತು. ಅವಳು ವಿಶ್ಲೇಷಿಸಿಕೊಳ್ಳಲಾಗದ ಚಿಂತನೆಗಳು ಮಡುವುಗಟ್ಟಿ ಅವಳನ್ನು ಘಾಸಿಪಡಿಸುತ್ತಿತ್ತು. ಅದಕ್ಕೆ ಉತ್ತರಬೇಕಿತ್ತು. ಅದಕ್ಕೇ ಮಾವ ಒಬ್ಬರೇ ಸರಿಯಾದ ವ್ಯಕ್ತಿಯೆಂದು ಅವಳ ಅನಿಸಿಕೆ.

ಆಫೀಸ್‌ಗೆ ಹೋಗಿದ್ದು ನಿರುತ್ಸಾಹದಿಂದಲೇ. ಅಲ್ಲೊಂದು ಹೊಸ ಸಮಾಚಾರ. ಇವತ್ತು ಲೀಮನ್ ಮೆಡಿಕಲ್ಸ್‌ನಲ್ಲಿ ಕೆಲವರನ್ನ ಕೆಲಸದಿಂದ ಕಿತ್ತುಹಾಕಿದ್ದಾರೆ ಅನ್ನೋ ಸುದ್ದಿಯ ಜೊತೆ ಮತ್ತಷ್ಟು ಸುದ್ದಿಯ ಬಗ್ಗೆ ಅಲ್ಲಿ ಮಾತುಕತೆಯಾಗುತ್ತಿತ್ತು. ಟಾಟಾ ಮೋಟಾರ್ಸ್‌ನಲ್ಲಿ 500 ಮಂದಿಯನ್ನು ಮನೆಗೆ ಅಟ್ಟಿದ್ದಾರಂತೆ. ಸಾಫ್ಟ್‌ವೇರ್ ಕಂಪನಿಗಳೆಲ್ಲ ಶೇ. 10ಕ್ಕೂ ಹೆಚ್ಚು ನೌಕರರನ್ನು ಕೆಲಸದಿಂದ ವಜಾ ಮಾಡುತ್ತಾವಂತೆ. ಎಲ್ಲರ ಬಾಯಲ್ಲು ಇದೇ ಮಾತುಗಳು. ಜೊತೆಗೆ ಆತಂಕ ಕೂಡ. ಅವಳಲ್ಲಿ ಕೂಡ ತಲ್ಲಣ ಶುರುವಾಯಿತು. ಅಕಸ್ಮಾತ್ ತನ್ನನ್ನ ಕೆಲಸದಿಂದ ತೆಗೆದರೆ, ಅವಳಿಗೆ ಕುಸಿಯುವಂತಾಯಿತು. ಮುಂದೇನು? ಆ ಕಡೆಯವರು, ತಿಳಿದ ಜನ, ಕೆಲಸ ಕೊಟ್ಟರು. ಮುಂದೆ ಅದು ಖಂಡಿತ ಸುಲಭವಲ್ಲವೆನಿಸಿತು. ತೀರಾ ದಿಕ್ಕೆಂಟಾಯಿತು.

ಮಧ್ಯಾಹ್ನ ಆರತಿಯ ಮನೆಗೆ ಫೋನ್ ಹಚ್ಚಿದಳು. ತಟ್ಟನೆ ಪ್ರಶ್ನಿಸಿದ್ದು ಇದೇ ಸುದ್ದಿಯನ್ನು.

"ಅಮೆರಿಕಾದಲ್ಲೆ ಕೆಲವು ಬ್ಯಾಂಕ್‌ಗಳ್ನ ಮುಚ್ಚಿದ್ದಾರಂತೆ. ಒಂದು ಅಲ್ಲಿನ ಆರ್ಥಿಕ ಬಿಕ್ಕಟ್ಟಿನ ಪರಿಣಾಮ ಇಲ್ಲಿಗೂ ಅನ್ವಯಿಸುತ್ತೆ ಅಂದ್ರು ಮಾವ. ಖರ್ಚು ಕಡ್ಮೆ ಮಾಡೋ ಸಲುವಾಗಿ ಎಷ್ಟೋ ಜನಾನ ಕೆಲ್ಸದಿಂದ ತೆಗ್ದುಹಾಕ್ತಾ ಇದ್ದಾರಂತಲ್ಲ."

ಮೊದಲು ಒಂದಿಷ್ಟು ಚೇತರಿಸಿಕೊಂಡ ಅಪೇಕ್ಷ "ಅದೆಲ್ಲ ಏನಿಲ್ಲ, ಅವೆಲ್ಲ ದೊಡ್ಡ... ದೊಡ್ಡ ಕಂಪನಿಗಳಿಗೆ ಅನ್ವಯಿಸುತ್ತೆ. ನಮ್ಮಲ್ಲೇನು ಅಂಥ ಸುದ್ದಿ ಇಲ್ಲ. ಎಲ್ಲಾ... ಹೇಗಿದ್ದಾರೆ?" ವಿಚಾರಿಸಿದಳು.

"ಚೆನ್ನಾಗಿದ್ದಾರೆ. ನೆನ್ನೆ ಮನೆಗೆ ಹೋಗಿದ್ದೆ. ತಾತ ನೆಂಟರ ಮನೆ ಮದ್ವೆಗೇಂತ ಹೋದವರು ಬಂದೇ ಇಲ್ವಂತೆ. ಆ ಬಗ್ಗೆ ಮನೆಯವರಿಗೆಲ್ಲ ಗಾಬರಿ" ಇದೊಂದು ಸುದ್ದಿ ಮುಟ್ಟಿಸಿದಳು.

ಅಪೇಕ್ಷ ಸುಮ್ಮನೆ ಕೂತಳು. ಆ ಮನೆಯ ಹಿರಿಯ ಜೀವ. ಅವರೆಂದರೇ ಎಲ್ಲರಿಗೂ ಪ್ರಾಣ. ವಿಶ್ವರಥ ತೀರಿಕೊಂಡಾಗ ತಲೆ ಚಚ್ಚಿಕೊಂಡು ರೋಧಿಸಿದ್ದರು.

"ಇದು ನ್ಯಾಯನಾ? ಬಾಳಿ, ಬದ್ಕೋ ಹುಡ್ಗ. ಈ ಕುಟುಂಬದ ಚುಕ್ಕಾಣಿ ಹಿಡಿಯಬೇಕಾದವ. ...ಂದೆ ಯಾರು ಗತಿ? ಭೂಲೋಕದಲ್ಲಿ ನ್ಯಾಯ ಸತ್ತಿದೆ. ದೇವರಿಗೆ ತಿಳಿವಳಿಕೆ ಬೇಡವೇ?" ಇಂಥ ಪ್ರಲಾಪನೆ ಅವರದು. ಅವರನ್ನು ಯಾರು ಸಂತೈಯಿಸುವ ಸ್ಥಿತಿಯಲ್ಲಿ ಇರಲಿಲ್ಲ.

ಆಮೇಲೆ ಆರತಿಯ ಮಾ... ಳು ಮನ ಪ್ರವೇಶಿಸಿರಲಿಲ್ಲ. ಸಂಜೆ ಆಫೀಸ್‌ನಿಂದ ಬರೋವಾಗ ಮನೆಗೆ ಫೋನ್ ಹಚ್ಚಿದಳು.

"ಅಯ್ಯೋ, ಅಪೇಕ್ಷ.... ಅಪ್ಪಯ್ಯ ಬಂದೇ ಇಲ್ಲ" ಗಿರಿಜಮ್ಮ ಗೊಳೋ ಅಂದರು. "ಅಮ್ಮ, ಸುಮ್ನೇ ಅತ್ತು ದಿಕ್ಕೆಡಬೇಡ. ಹಿರಿಯರು, ಪಕ್ವವಾದ ಜೀವ. ಲೌಕಿಕ ಸಾಕೆನಿಸಿರಬೇಕು. ಖಂಡಿತ ವಾಪಸ್ಸು ಬರ್ತಾರೆ."

"ಖಂಡಿತ ಬರ್ತಾರೆ ಅಂತೀಯ ಅಪೇಕ್ಷ"

"ಖಂಡಿತ ಬರ್ತಾರಮ್ಮ. ಮಾವ ಊರಿನಲ್ಲೇ ಇದ್ದಾರ?"

"ಇಲ್ಲ, ಅವ್ನಿಗೆ ಕಾಲುಗಳು ಒಂದ್ಕಡೆ ನಿಂತಿತಾ? ಮತ್ತೆ ಬರ್ತೀನೀಂತ ಹೇಳಿಹೋದ. ಅಲ್ಲಿಗೆ ಬಂದು ನಿನ್ನ ಭೇಟಿ ಆಗ್ತಾನೆ" ಹಾಗೇ ಗಿರಿಜಮ್ಮ ಹೇಳುತ್ತಿದ್ದಂಗೆ ಸಚ್ಚಿದಾನಂದಬಾಬು ಒಂದು ಬ್ಯಾಗು ಹಿಡಿದು ಒಳಬಂದವರು 'ಶಂಕರ, ನಾರಾಯಣ, ವಾಸುದೇವ' ಎಂದು ಒಂದು ಕಡೆ ಕೂತರು "ನಿನ್ನ ಮಾವ ಬಂದ. ಆಮೇಲೆ ಫೋನ್ ಮಾಡ್ತೀನಿ" ಇಟ್ಟೇಬಿಟ್ಟರು ಗಿರಿಜಮ್ಮ. ತಮ್ಮ ಬಂದಿದ್ದು ಆಕೆಗೆ ಸಂತೋಷವಾಗಿತ್ತು.

ಸಚ್ಚಿದಾನಂದಬಾಬು ಕೈಸನ್ನೆ ಮಾಡಿ ಗಿರಿಜಮ್ಮನನ್ನು ಹತ್ತಿರಕ್ಕೆ ಕರೆದು ಒಂದು ನೋಟಿನ ಕಂತೆಯನ್ನು ಕೈಯಲ್ಲಿಟ್ಟು "ಇದ್ರಲ್ಲಿ ಎಷ್ಟು ಇದ್ಯೋ ಗೊತ್ತಿಲ್ಲ. ತೋಟದ

ಮೇಲಿನ ಸಾಲ ಕಡ್ಮೆ ಮಾಡಿಕೊಳ್ಳೋಕೆ ಅನ್ಕೂಲವಾಗಬಹುದು. ಭಾವ ಸಂಕೋಚ ಪಟ್ಕೋಬಹುದೂಂತ ನಿನ್ನ ಕೈಯಲ್ಲಿ ಕೊಟ್ಟೆ" ಎಂದರು ನಿರ್ಲಿಪ್ತರಾಗಿ.

"ಬೇಡ ಕಣೋ, ಸಚ್ಚಿದಾನಂದ, ಅವ್ರು ಈಗ್ಲೇ ಕುಗ್ಗಿ ಹೋಗಿದ್ದಾರೆ. ಈಗ ನಿನ್ನಿಂದ ಸಹಾಯ" ಎಂದರು ನೋಟಿನ ಕಡೆ ನೋಡುತ್ತ ಗಿರಿಜಮ್ಮ. "ಖಂಡಿತ ತಪ್ಪಿಲ್ಲ. ಈಗ ಹಣದ ಅಗತ್ಯವಿದೆ ಈ ಕುಟುಂಬಕ್ಕೆ. ಸಹಾಯ ಅಂತೆಲ್ಲ ಅಂದ್ಕೋಬೇಡ. ಈ ಹಣವೇನು ನನ್ನದಲ್ಲ. ನಂಗೆ ಅದರ ಅಗತ್ಯವೂ ಇಲ್ಲ. ಅಗತ್ಯವಿರೋ ಕಡೆ ಉಪಯೋಗವಾಗ್ಲೀ" ಇಂಥದೊಂದು ಸಮಜಾಯಿಶಿ, ಜನವೆಲ್ಲ ಇಂಥ ಮನೋಭಾವವನ್ನು ಹೊಂದಿದ್ದರೇ, ಇಡೀಸಮಾಜನೇ ಬದಲಾಗಿಬಿಡುತ್ತಿತ್ತು.

ಎದ್ದುಹೋಗಿ ಬಾವಿಯ ಬಳಿ ಸ್ನಾನ ಮಾಡಿಬಂದವರೇ ದೇವರ ಮನೆಗೆ ಹೋಗಿ ಧ್ಯಾನಾಸಕ್ತರಾಗಿ ಕೂತರು. ಇಂದು ಶಾಂತವಾಗಿ ಕೂತು ಧ್ಯಾನ ಮಾಡುವುದು ಅವರಿಂದಾಗಿರಲಿಲ್ಲ. ವಿಶ್ವರಥ ಬಂದು ಎದುರು ನಿಲ್ಲುತ್ತಿದ್ದ. ಅದೆಂಥ ನಗು ಅವನದು. ಬೇಗನೇ ಹೊರಗೆ ಬಂದರು. ಅರುಣ, ಅದಿತಿ ಬಂದಾಗಿತ್ತು.

"ಮಾವ.... ಮಾವ" ಎಂದು ಅವರನ್ನು ಸುತ್ತಿಕೊಂಡರು. "ಒಂದಿಷ್ಟು ತೋಟದ ಕಡೆ ಹೋಗಿ ಬರೋಣ್ವಾ?" ಅರುಣನ ಕೆನ್ನೆ ತಟ್ಟಿದರು. ಬಾಗಿಲು ದಾಟುವ ಮುನ್ನ "ಅಕ್ಕ, ನಂಗೆ ಊಟಕ್ಕೆ ರೆಡಿ ಮಾಡು. ಏನಿದ್ದರೆ ಅದೇ ಆಯ್ತು. ಇಂಥದೂಂತ ಏನಿಲ್ಲ" ಹೊರಟರು. ಹಗಲು ಊಟ, ರಾತ್ರಿ ಫಲಹಾರ ಅಂಥದೇನು ಇರಲಿಲ್ಲ. ಅಂತು ಒಪ್ಪತ್ತು ಮಾತ್ರ ಆಹಾರ ಸೇವನೆ. ಬದುಕಲು ಅಷ್ಟು ಸಾಕು ಅನ್ನುವುದು ಅವರ ಅಭಿಪ್ರಾಯ.

ದಾರಿಯಲ್ಲಿ ಸಿಕ್ಕವರೊಂದಿಗೆ ಸಂಭಾಷಿಸುತ್ತ ತೋಟಕ್ಕೆ ಬಂದರು. ಪ್ರಕೃತಿಯ ನಲುಮೆಯ ಸದ್ದು ಬಿಟ್ಟರೆ ಪ್ರಶಾಂತವಾಗಿತ್ತು.

"ಮಾವ, ನೀವು ತುಂಬ ತಿಳ್ದುಕೊಂಡಿದ್ದೀರಲ್ಲ, ವಿಶ್ವಣ್ಣ ಎಲ್ಲಿ ಹೋದ?" ಅದಿತಿಯ ಪ್ರಶ್ನೆಗೆ ಅವಳನ್ನು ಹತ್ತಿರಕ್ಕೆಳೆದುಕೊಂಡು "ಎಲ್ಲಿಂದ ಬಂದನೋ, ಅಲ್ಲಿಗೆ. ಇಲ್ಲಿ ಯಾರೂ ಇರೋಕೆ ಬಂದಿಲ್ಲ" ಹತ್ತಿರ ಕೂಡಿಸಿಕೊಂಡು ಅವಳಿಗೆ ಅರ್ಥವಾಗುವಂತೆ ಹೇಳಿದರು. ಅವರುಗಳ ಮನ ಸಮಾಧಾನವಾಗಲೊಲ್ಲದು. "ನಂಗೆ ವಿಶ್ವಣ್ಣನ್ನ ನೋಡ್ಬೇಕೂಂತ ಅನ್ನಿಸಿದೆ, ಮಾತಾಡಬೇಕು, ತುಂಬ ಹೇಳೋದಿದೆ" ಅರುಣನ ರಾಗ.

ಆ ವೇಳೆಗೆ ಶೇಷಪ್ಪಯ್ಯ ಬರದಿದ್ದರೇ ವಿಷಯ ಎಲ್ಲಿಗೆ ಸಾಗುತ್ತಿತ್ತೋ? "ನೀವು ಒಂದಿಷ್ಟು ಆಟಾಡಿ ಬನ್ನಿ." ಅವರನ್ನು ಕಳುಹಿಸಿದರು. ಬಂದ ಶೇಷಪ್ಪಯ್ಯ ಸೋತವರಂತೆ ಕೂತು ದಣಿವಾರಿಸಿಕೊಂಡರು.

"ನೀವು ಮಾತಿಗೆ ಸಿಗಲೇ ಇಲ್ಲ!" ಕೇಳಿದರು ಸಚ್ಚಿದಾನಂದಬಾಬು.

"ಒಂದು ಲೆಕ್ಕದಲ್ಲಿ ಇದ್ದೀನಿ. ಇನ್ನೊಂದು ಲೆಕ್ಕದಲ್ಲಿ ಇಲ್ಲ. ಎಷ್ಟು ಆರೋಗ್ಯವಾಗಿದ್ದ ವಿಶ್ವ ಕಂಗೆಡೋಕೆ ಶುರುವಾದ ಕೂಡಲೇ ಅರ್ಧ ಕುಸಿದೆ. ಆದರೆ

ಸಾವು... ವಿಶ್ವ ಇಲ್ಲವಾಗಿ ಬಿಡೋದ್ನ ಹೇಗೆ..." ಬಿಕ್ಕತೊಡಗಿದರು. ಅವನ ಸಾವು ಇನ್ನೂ ಅವರನ್ನು ಆವರಿಸಿಕೊಂಡೇ ಇತ್ತು. ಒಂದು ರೀತಿಯಲ್ಲಿ ಅದರ ನರ್ತನ. "ಸಚ್ಚಿದಾನಂದ, ಇಂಥ ವಯಸ್ಸಿನಲ್ಲಿ ಇದು ಬೇಕಿತ್ತಾ?" ಕಣ್ಣೊರೆಸಿಕೊಂಡರು. ಈ ಕುಟುಂಬಕ್ಕೆ ಇದೊಂದು ದೊಡ್ಡ ಆಘಾತ-ಮುಗ್ಧ ಸರಳ ಜನ. ಅವರ ಬಾಯಿಂದ ಮಾತುಗಳೇ ಬರಲಿಲ್ಲ.

"ಭಾವ, ಹುಟ್ಟಿದವನಿಗೆ ಸಾವು ತಪ್ಪೋಲ್ಲ. ಒಂದಲ್ಲ ಒಂದು ದಿನ ಎಲ್ಲಾ ಹೋಗೋರೇ. ಬಹುಶಃ ವಿಶ್ವರಥನ ಆಯಸ್ಸು ಅಷ್ಟೇ ಇರಬೇಕು. ಸುಮ್ನೆ ಚಿಂತಿಸಿ ಪ್ರಯೋಜನವಿಲ್ಲ" ಅಷ್ಟೇ ಹೇಳಿದ್ದು. ಹುಟ್ಟು, ಸಾವಿನ ಬಗ್ಗೆ ಪ್ರವಚನ ಮಾಡುವ ಸ್ಥಿತಿಯಲ್ಲಿ ಅವರು ಇರಲಿಲ್ಲ.

ಆಮೇಲೆ ಮಾತನ್ನು ಬೇರೆಡೆ ಹೊರಳಿಸಿದರು. ಇವರು ಮಕ್ಕಳ ಜವಾಬ್ದಾರಿಯಿಂದ ತಪ್ಪಿಸಿಕೊಳ್ಳುವಂತಿರಲಿಲ್ಲ.

* * * *

ಬೆಳಿಗ್ಗೆ ಸ್ನಾನ, ಪೂಜೆ ಎಲ್ಲಾ ಮುಗಿಸಿಕೊಂಡು "ವಿಶ್ವನ ಹೆಂಡ್ತಿ ಸುಕನ್ಯನ ಮಾತಾಡ್ಸಿಕೊಂಡು ಬರ್ತೀನಿ. ಆಮೇಲೆ ಬೆಂಗ್ಳೂರಿಗೆ ಹೋಗೋದಿದೆ" ಅನ್ನುವ ವೇಳೆಗೆ ಬಂದ ಜಗದೀಶ, "ನಂಗೂ ಅಲ್ಲಿಗೆ ಬರೋದಿದೆ. ನೆಂಟರ ಕಡೆಯಿಂದ ಅಪ್ಪಯ್ಯನಿಗೆ ಒಂದಿಷ್ಟು ಹಣ ಬರೋದಿದೆ. ನಂಗೆ ಅವ್ರು ಹೇಳಿ... ಹೇಳಿ ಸಾಕಾಯ್ತು. ನಾನು ಆ ಕೆಲ್ಸ ಮುಗ್ಸಿಕೋತೀನಿ" ಎಂದ ಉತ್ಸಾಹದಿಂದ. ಹಣ ವಸೂಲಿಯೆಂದರೆ ತಲೆನೋವು.

ಅಳಿಯಾಂದರೇ ಅತ್ತೆಯರಿಗೆ ಸಂಭ್ರಮವೇ. ಬಲವಂತವಾಗಿ ಕೂಡಿಸಿ ಹುಳಿ ಅವಲಕ್ಕಿಯ ಜೊತೆ ಸಿಹಿಕಾಯಿಕಡಬು ಬಡಿಸಿದರು. ಅವನ ಉಪಹಾರ ಮುಗಿಯುವವರೆಗೂ ಕೂತಿದ್ದ ಸಚ್ಚಿದಾನಂದಬಾಬು ಮೇಲೆದ್ದರು. ವಿಷ್ಣುಕಟ್ಟೆಗೂ, ಬೇಲೂರಿಗೂ ಆರೇಳು ಕಿಲೋಮೀಟರ್ ಅಷ್ಟೆ. ಪ್ರೈವೇಟ್ ಬಸ್ಸುಗಳು ಓಡಿಯಾಡುತ್ತಿದ್ದವು ಹೆದ್ದಾರಿಯಲ್ಲಿ. ಆಕಸ್ಮಾತ್ ಸಿಗದಿದ್ದರೂ ಕಾಲುದಾರಿಯಲ್ಲಿ ತೋಟಗಳ ಮಧ್ಯೆ ನಡೆದುಹೋದರೆ ಒಂದೆರಡು ಕಿಲೋಮೀಟರ್ ಕಡಿಮೆಯಾಗಬಹುದು. ಅಂತು ದೊಡ್ಡ ದೂರವೇನು ಅಲ್ಲ.

"ನೀವು ಬರ್ತೀರೇನೋ?" ಜಗದೀಶ ಅರುಣನನ್ನು ಕೇಳಿದಾಗ ಅಡ್ಡಡ್ಡ ತಲೆಯಾಡಿಸಿ "ಬರೋಲ್ಲಾ, ಅತ್ತಿಗೆ, ನನ್ಹತ್ರ ಸರ್ಯಾಗಿ ಮಾತಾಡೋಲ್ಲ. ಆರತಿ ಅಕ್ಕನ ಮದ್ವೆ ಸಲುವಾಗಿ ಕರ್ರ್ಯೋಕೆ ಹೋದಾಗ ಎಷ್ಟೊಂದು ಚಾಕಲೇಟು ತಗೊಂಡ್ಹೋಗಿ ಕೊಟ್ಟೆ. ಥೆ, ಬರೋಲ್ಲ" ನಿರಾಕರಣೆ ಸ್ಪಷ್ಟವಾಗಿತ್ತು. ಪುಟ್ಟ ಹುಡುಗನ ಮನದಲ್ಲಿ ಬೇಸರದ ಸೆಲೆ.

ಸದಾ ಸುಕನ್ಯ ಹಿಂದೆ ಬಾಲವಾಗಿದ್ದವನು. ಅವಳಿಗೆ ಬೇಕು ಬೇಕಾದನ್ನ ಕದ್ದುಮುಚ್ಚಿ ತಂದು ಕೊಟ್ಟು ಹೆಚ್ಚು ಪ್ರೀತಿ ಗಳಿಸಿಕೊಂಡಿದ್ದವ. ಚಾಕಲೇಟು ಪ್ರಿಯಳು.

ಸದಾ ಮೆಲ್ಲುವ ಅವಳಿಗೆ ಎಲ್ಲರೂ ಬುದ್ಧಿವಾದ ಹೇಳಿ ಸೋತು ಸುಮ್ಮನಾಗಿದ್ದರು. ಇದೆಷ್ಟು ವಿಚಿತ್ರವೆಂದರೆ ಅವಳಪ್ಪ, ಅಮ್ಮ ಬರುವಾಗ ಚಾಕಲೇಟಿನ ಒಂದು ಗಂಟನ್ನು ಹೊತ್ತು ಬಂದು ಮಗಳಿಗೆ ಕೊಡುತ್ತಿದ್ದರು.

"ವಿಶ್ವ, ನೀನಾದ್ರೂ ಹೇಳು. ವಿಪರೀತ ಚಾಕಲೇಟು ತಿಂದು ಹಲ್ಲು ಹಾಳು ಮಾಡ್ಕೋತಾಳೆ" ಗಿರಿಜಮ್ಮ, ಪಾರ್ವತಮ್ಮ ಹೇಳಿದಾಗ ವಿಶ್ವರಥ ತಲೆಯಾಡಿಸಿ "ಪ್ರಯೋಜನವಿಲ್ಲ, ಅವಳಿಗೆ ಬೇರೆಯವರ ಮಾತು ಕೇಳಿ ಅಭ್ಯಾಸವಿಲ್ಲ. ಆದಷ್ಟು ದಿನ ನಡೀಲೀ. ಅವಳೇನು ವಿಷ್ಣುಕಟ್ಟೆಗೆ ಅಂಟಿಕೊಂಡವಳಲ್ಲ, ಆರಾಮಾಗಿ ಬೇಳೂರಿಗೆ ಹೋಗ್ತಾಳೆ" ಅಂದಿದ್ದ. ಆ ಮಾತು ಒಂದೆರಡು ವರ್ಷದಲ್ಲಿ ನಿಜವಾಗಿತ್ತು. ಅವನಿಗೇನಾದರೂ ಕನಸು ಬಿದ್ದಿತ್ತಾ? ಕೆಲವೊಮ್ಮೆ ಆ ಮಾತುಗಳು ನೆನಪಾದಾಗ ಅವರಲ್ಲೇ ಚಿಂತನ-ಮಂಥನ ಶುರುವಾಗುತ್ತಿತ್ತು. ಯಾಕೆ ಈ ರೀತಿ ಹೇಳಿದ? ಸುಕನ್ಯ ವಿಷ್ಣುಕಟ್ಟೆಗೆ ಅಂಟಿಕೊಳ್ಳಲಿಲ್ಲ.

ಸಚ್ಚಿದಾನಂದಬಾಬು, ಜಗದೀಶ ಹೊರಟಾಗ ಒಂದು ಸಣ್ಣಪುಟ್ಟ ಬೆಳ್ಳಿಬಟ್ಟಲನ್ನು ಹಿಡಿದು ಬಂದ ಪಾರ್ವತಮ್ಮ "ಇದ್ನ, ಸುಕನ್ಯಗೆ ಕೊಟ್ಟುಬಿಡಿ. ಅಟ್ಟದ ಮೇಲಿನ ಗೂಡೆಯಲ್ಲಿ ಸುತ್ತಿಟ್ಟಿದ್ದಳು. ಅವತ್ತು ಹುಡುಕಾಡಿದಳು, ಮೊನ್ನೆ ಸಿಕ್ತು. ಅವಳ ವಸ್ತು ಅವರ ಬಳಿ ಇದ್ದರೇನೇ ಚೆನ್ನ" ಜಗದೀಶನ ಕೈಗೆ ಒಂದು ಪ್ಲಾಸ್ಟಿಕ್ ಚೀಲದಲ್ಲಿ ಸುತ್ತಿಕೊಟ್ಟರು.

ಜಗದೀಶ ಆ ಕವರ್‌ನತ್ತ ನೋಡಿದ. ಸುಕನ್ಯ ತವರಿನವರು ಮಾಡಿದ ಗಲಾಟೆಯನ್ನು ಮಾತಿನ ಸಂದರ್ಭದಲ್ಲಿ ಹೇಳಿಕೊಂಡಿದ್ದಳು ಆರತಿ. "ಅಯ್ಯೋ, ಎಂಥ ವಿಪರ್ಯಾಸ, ನೋಡಿ ಮಾವ. ಸಾವು ಹಿಂದೆ ಮುಂದೆ ಸುತ್ತಾಡುತ್ತಲೇ ಇರುತ್ತೆ. ಆದ್ರೂ ಮನುಷ್ಯನಿಗೆ ಜಗತ್ತಿನ ಮೇಲಿನ ಮೋಹ ಕಡ್ಮೆ ಆಗೋಲ್ಲ. ಎಂಥಾ ಚಮತ್ಕಾರಿ ದೇವರು! ಅಬ್ಬಬ್ಬ.... ವಿಶ್ವನಂಥ ಗಂಡ ಹೋದ್ಮೇಲೆ ಕನಿಷ್ಟ ವಿರಕ್ತಿ ಬೇಡ್ವಾ? ಹೋಗ್ಲಿ, ಬಿಡಿ. ನನ್ನಂಥ ಸಾಮಾನ್ಯನಿಗೆ ಏನೂ ಅರ್ಥವಾಗೋಲ್ಲ" ಅಂದ. ಸಚ್ಚಿದಾನಂದಬಾಬು ಮಾತಾಡಲಿಲ್ಲ.

ಬಸ್ಸಿಗಾಗಿ ಕಾದು ಹೋಗುವುದು ಇಬ್ಬರಿಗೂ ಬೇಡವೆನಿಸಿ ತೋಟಗಳ ಮಧ್ಯೆ ಹಾದು ಬೇಳೂರು ತಲುಪಿದ್ದು ಹನ್ನೊಂದುವರೆಯ ಸುಮಾರಿಗೇನೇ.

ಲಕ್ಷ್ಮೀನರಸಿಂಹಸ್ವಾಮಿ ಮನೆ ತಲುಪಿದಾಗ ಹೊಟ್ಟೆಯ ಮೇಲೆ ಜನಿವಾರ ಹೊಸೆಯುತ್ತ ಉಯ್ಯಾಲೆ ಮೇಲೆ ಕೂತ ಮನುಷ್ಯನ ಮುಖದಲ್ಲಿ ಕನಿಷ್ಟ ಪರಿಚಯವೂ ಇಣುಕಲಿಲ್ಲ.

"ನಾನು ಸಚ್ಚಿದಾನಂದಬಾಬು, ನಿಮ್ಮ ಬೀಗಿತ್ತಿ ಗಿರಿಜಮ್ಮನ ತಮ್ಮ" ಅವರೇ ತಮ್ಮ ಪರಿಚಯ ಮಾಡಿಕೊಳ್ಳಬೇಕಾದ ಸ್ಥಿತಿ. ಆ ವೇಳೆಗೆ ಅವರ ಹೆಂಡತಿ ಬಂದವರೇ "ಅಯ್ಯೋ, ಬನ್ನಿ... ಬನ್ನಿ. ಅಲ್ಲಿ ಎಲ್ಲಾ ಚೆನ್ನಾಗಿದ್ದಾರ? ನೀವು ಬಂದು ಎಷ್ಟು ದಿನವಾಯ್ತು, ಕೂತ್ಕೊಳ್ಳಿ.... ಕೂತ್ಕೊಳ್ಳಿ..." ಇಷ್ಟು ಮಾತಾಡಿದ್ದು, ಇವರಿಗೂ ಸಾಕಾಯ್ತು. ಇಬ್ಬರು ಅಲ್ಲೇ, ಇದ್ದ ಮರದ ಕುರ್ಚಿಗಳ ಮೇಲೆ ಕೂತರು. ಒಂದು

ಮೂಲೆಯಲ್ಲಿ ಬಾಳೆಗೊನೆಗಳಿದ್ದವು, ಇನ್ನೊಂದು ಕಡೆ ಭತ್ತದ ಮೂಟೆಗಳು. ಅಂಥ ಅಚ್ಚುಕಟ್ಟಿನ ಜನ ಅಲ್ಲವೆಂದು ಯಾರಾದರು ತಿಳಿಯಬಹುದಿತ್ತು.

"ಯಾವಾಗ ಬಂದಿದ್ದು ಈ ಕಡೆ?" ಎಂದು ಪ್ರಶ್ನಿಸುತ್ತಲೇ ಗಂಡನತ್ತ ನೋಟ ಹರಿಸಿ "ಯಾಕೆ ಗುರುತು ಹತ್ತಲಿಲ್ವಾ? ಗಿರಿಜತ್ತಿಗೆಯ ತಮ್ಮನವರು. ನಮ್ಮಂಗೆ ಸಂಸಾರ, ಮಕ್ಳು ಅನ್ನೋದು ಬಿಟ್ಟು ದೇವರತ್ತ ಮುಖ ಮಾಡಿದವರು" ಗಂಡನನ್ನು ಸ್ವಲ್ಪ ತಿವಿದರು. ಆ ಮನುಷ್ಯ ಸ್ವಲ್ಪ ಎಚ್ಚೆತ್ತರು. ಮುಖದ ಮೇಲಿನ ಗಂಟೇನು ಸಡಿಲವಾಗಲಿಲ್ಲ.

"ಹೇಗಿದ್ದೀರಾಂತ ಅವರು ಕೇಳಿದ್ರು? ನೀವೇನು ಹೇಳಲೇ ಇಲ್ಲ" ಜಗದೀಶ ಬಾಯಿ ತೆರೆದ. "ಚೆನ್ನಾಗಿದ್ದೀವಿ, ಅದ್ನ ನಾವೇ ಹೇಳಬೇಕಾ? ಮನೆ ತುಂಬ ಮಕ್ಳು ಮರಿ. ಅವಳೊಬ್ಬಳದೇ ಎಡವಟ್ಟಾಗಿದ್ದು. ಆ ಸಂಬಂಧಕ್ಕೆ ಹೆಣ್ಣು ಕೊಡಲೇಬಾರದಾಗಿತ್ತು" ಜಿಗುಪ್ಸೆಯಿಂದ ನುಡಿದರು.

"ಯಾರ ವಿಷ್ಯ ಹೇಳ್ತಾ ಇರೋದು?" ಜಗದೀಶ ಕೇಳಿದ.

"ಅದೇ, ಆ ಸಾವಿನ ಮನೆಯವರದು" ಕುಟುಕಿದ ಆ ಮನುಷ್ಯ.

ಸಚ್ಚಿದಾನಂದಬಾಬು ಅವನ ಭುಜ ತಟ್ಟಿ ಮಾತನಾಡಬಾರದೆಂದು ಸನ್ನೆ ಮಾಡಿ "ಅಳಿಯನ್ನ ಕಳೆದುಕೊಂಡು ನೊಂದಿದ್ದೀರಿ. ಅದಕ್ಕೆ ನಿಮ್ಮ ವಿವೇಕ ದಾರಿ ತಪ್ಪಿಸ್ತಾ ಇದೆ. ಬಂದವರು ಅವರವರ ಕೆಲ್ಸ ಮುಗಿದ್ಮೇಲೆ ಯಾರನ್ನೂ ಕೇಳೋಲ್ಲ, ಯಾರ್ಗೂ ಹೇಳೋಲ್ಲ. ಅವರವ್ರ ಪಾಡಿಗೆ ಎದ್ದು ಹೋಗ್ತಾರೆ. ಇದು ಸೃಷ್ಟಿಯ ನಿಯಮ. ಜಗತ್ತಿನ ರೂಢಿ. ಎಲ್ಲಿ ಆ ಮಗು ಸುಕನ್ಯ ಕಾಣ್ತಾ ಇಲ್ಲ." ಅತ್ತಿತ್ತ ನೋಟ ಹರಸಿದರು. ಅವಳೊಂದಿಗೆ ನಾಲ್ಕು ಮಾತು ಆಡಿ ಹೋಗುವ ಉದ್ದೇಶದಿಂದಲೇ ಬಂದಿದ್ದು.

"ತೋಟಕ್ಕೆ ಹೋಗಿದ್ದಾಳೆ" ಅಂದವರು "ಹೌದೇನೇ?" ಕೂಗಿ ಕೇಳಿದರು, ಹೆಂಡತಿಯನ್ನು. "ಇನ್ನೆಲ್ಲಿಗೆ ಹೋಗ್ತಾಳೆ" ಆಕೆ ನುಡಿದಿದ್ದು ಅಸಹನೆಯಿಂದಲೇ.

"ಆಯ್ತು, ಅಲ್ಲೇ ಮಾತಾಡ್ಸಿಕೊಂಡು ಹೋಗ್ತೀನಿ" ಮೇಲೆದ್ದರು.

ಒಳಗಿನಿಂದ ಬಂದ ಅವರ ಹೆಂಡತಿ "ಉಂಟೇ, ನಮ್ಮ ಮನೆಗೆ ಬಂದು ಒಂದ್ಲೋಟ ನೀರು ಕೂಡ ಕುಡಿಯದೇ ಹೊರಟಿದ್ದೀರಲ್ಲ. ಕೂತ್ಕೊಳ್ಳಿ. ಅವಳನ್ನೇ ಕರೆಯೋಕೆ ಕಳುಸ್ತೀನಿ" ಅಡ್ಡ ಬಂದು ಬಲವಂತದಿಂದ ಕೂಡಿಸಿದಾಗ "ಮಾವ, ಇರೀ... ಇಲ್ಲಿ ಬಂಧುಗಳ ಮನೆ ಇದೆ, ಮಾತಾಡ್ಸಿಕೊಂಡು ಬಂದುಬಿಡ್ತೀನಿ" ಜಗದೀಶ ಹೊರ ನಡೆದ. ಯಾಕೋ ಅವರ ಮನೆ ಆಚಾರ-ವಿಚಾರಗಳೇ ಸರಿಯೆನಿಸಲಿಲ್ಲ. ಇಂಥವರ ಮನೆಯಲ್ಲಿ ಮಾವ ಸಂಬಂಧ ಮಾಡಿದ್ದಾದರೂ ಯಾಕೆ? ಥೂ.... ಹಣೆಬರಹ, ಬೇಸರಗೊಂಡ.

ಮೊದಲು ಎದುರಾದದ್ದು ಸುಕನ್ಯ ಕಿರಿಯ ಅತ್ತಿಗೆ. ಆಕೆ ಇದೇ ಊರಿನವಳು. ಜಗದೀಶನಿಗೂ ದೂರ ಸಂಬಂಧವೇ.

"ಅರೇ, ಅಂಗಡಿ ಫಣೀಂದ್ರ ಚಿಕ್ಕಪ್ಪನ ಮಗ ಅಲ್ವಾ?" ನಿಲ್ಲಿಸಿ ಮಾತಾಡಿಸಿದಳು. "ಹೌದು, ನೀವು ಚೆನ್ನಾಗಿ ಗೊತ್ತು. ವಿಶ್ವರಥನ ಹೆಂಡ್ತಿ ಅತ್ತಿಗೆ ಅಲ್ವಾ, ಹೇಗಿದ್ದೀರಾ?" ಕೇಳಿದ. ಅವಳು ಬಲವಂತ ಮಾಡಿ ಮನೆಗೆ ಕರೆದುಕೊಂಡು ಹೋದಳು. ಒಂದಿಷ್ಟು ಉಭಯ ಕುಶಲೋಪರಿಯ ನಂತರ "ಥೂ ಶೇಷಪ್ಪಯ್ಯ ಮನೆಯವರು ಗೋಸುಂಬಿಗಳು. ನಮ್ಮ ಸುಕನ್ಯಗೆ ಮಾನಸಿಕವಾಗಿ ಎಷ್ಟೊಂದು ಕಷ್ಟಕೊಟ್ಟಿದ್ದಾರೆ?" ರಾಗ ತೆಗೆದಾಗ, ಬೆಚ್ಚಿಬಿದ್ದ. ಪಾಪ ಅವರೆಂಥ ಮಾನಸಿಕ ಹಿಂಸೆ ಕೊಟ್ಟಿದ್ದಾರು? ಎಲ್ಲರ ಕ್ಯಾರೆಕ್ಟರ್‌ಗಳನ್ನು ನೆನಪು ಮಾಡಿಕೊಂಡ. ಆ ಮಾತನ್ನು ಮನಸ್ಸಿನಿಂದ ಆಚೆಗಿಟ್ಟ. ಇದು ನಂಬಲಾರದಂಥ ಸುದ್ದಿ.

"ದಯವಿಟ್ಟು ತಪ್ಪು ತಿಳ್ಕೋಬೇಡಿ. ಈಚೆಗೆ ಆ ಮನೆಗೆ ನಾನು ಅಳಿಯನಾಗಿದ್ದು. ಅವರು ತೀರಾ ಪಾಪದ ಜನ ಕಣ್ರೀ. ಹಿಂಸೆ ಮಾಡೋಂಥ ಜನಾನಾ ಅವರು? ಆ ಹುಡ್ಗೀ ಏನೋ ತಲೆಕೆಟ್ಟು ಹೇಳಿದಳೂಂದರೆ ನೀವು ಕೇಳಿಬಿಡೋದ?" ತಿರುಗಿಬಿದ್ದ. ಅವಳು ಬೆಪ್ಪಾದಳು.

ಆಮೇಲೆ ಸುಕನ್ಯ ಹೇಳಿದ ಕಂಪ್ಲೇಟ್‌ಗಳನ್ನು ಕೇಳಿದಾಗ ದಂಗಾದ. ಆ ಕ್ಷಣ ಎಂಥ ಕೋಪ ಬಂತೂಂದರೇ, ಎದುರಿಗೆ ಸಿಕ್ಕರೇ ಅವಳನ್ನ ಕತ್ತರಿಸಿ ಬಿಡಬೇಕೆನಿಸಿತು.

"ಶ್ರೀ ವತ್ಸಲ, ಸುಕನ್ಯ ಹೇಳಿದ ಸುಳ್ಳಿನ ಸರಮಾಲೆಯಲ್ಲಿ, ಕನಿಷ್ಟ ಒಂದು ಪರ್ಸೆಂಟ್ ನಿಜವಾದರೂ, ಶೇಷಪ್ಪಯ್ಯನವರ ಮಗಳು ಆರತಿಯನ್ನು ತವರಿಗೆ ಅಟ್ಟಿಬಿಡ್ತೀನಿ. ಇಲ್ಲಾಂದರೇ ಅವಳನ್ನೇನು ಮಾಡಬೇಕು, ಹೇಳಿ. ವಿಶ್ವನ ಆತ್ಮ ವಿಲಿವಿಲಿ ಒದ್ದಾಡಿಬಿಡುತ್ತೆ. ಎಂಥ ನಾಚಿಕೆಗೆಟ್ಟೋಳು" ವಾಚಾಮಗೋಚರ ಬೈಯ್ದಾಗ ಅವಳಿಗೂ ಕಸಿವಿಸಿ.

"ದಯವಿಟ್ಟು, ಹಾಗೆಲ್ಲ ಮಾತಾಡಬೇಡಿ. ಅವರ ತವರಿನವರು ನಾವು. ಅವಳ್ಯಾಕೆ ಸುಳ್ಳು ಹೇಳ್ತಾಳೆ? ಮೊದಲೇ ವಿಶ್ವರಥನಿಗೆ ಕಾಯಿಲೆ ಇತ್ತೇ?" ಅಂದು ನಾಲಿಗೆ ಕಚ್ಚಿಕೊಂಡಾಗ, ಬಿಡಿಸಿಬಿಟ್ಟ, ಕಡೆಗೆ ಅವಳೇ ಅಪಾಲಜಿ ಕೇಳಬೇಕಾಯಿತು.

"ಏನೋ, ಬಾಯಿಗೆ ಬಂದುಬಿಡ್ತು. ಒಂದ್ಸಲ ನಮ್ಮ ಮಾನವರೇ ಇಂಥ ಅನುಮಾನ ವ್ಯಕ್ತಪಡಿಸಿದ್ರು. ನಮ್ಗೂ ನಿಜವೆನಿಸಲಿಲ್ಲ. ವಿಶ್ವರಥ ತುಂಬ ಆರೋಗ್ಯವಾಗಿಯೇ ಇದ್ದರು. ಆ ವಿಷ್ಯ ಬಿಡಿ. ನೀವು ಅಳಿಯನಾಗಿದ್ದು ಈಚೆಗೆ. ಹಿಂದೆ ಅವಳಿಗೆ ತುಂಬ ಮಾನಸಿಕ ಹಿಂಸೆ ಕೊಟ್ಟಿದ್ದಾರೆ. ಊಟ, ತಿಂಡಿಯಲ್ಲೂ ತುಂಬ ತಾರತಮ್ಯ ಮಾಡಿದ್ದಾರೆ" ಮತ್ತೆ ಅದೇ ರಾಗ.

ಜಗದೀಶನಿಗೆ ತಡೆಯಲಾಗಲಿಲ್ಲ. ಇದನ್ನು ಅವನು ನಂಬಲು ಸೈರಿಸಲು ಸಾಧ್ಯವಿರಲಿಲ್ಲ. ಅಂತು ಈ ವಿಷಯ ತೀರ್ಮಾನ ಮಾಡುವವರೆಗೂ ಅವನಿಗೆ ನೆಮ್ಮದಿ ಇಲ್ಲ.

"ವತ್ಸಲ, ಈ ವಿಚಾರ ತೀರ್ಮಾನವಾಗಿ ಬಿಡ್ಲೀ. ಸುಕನ್ಯ ಅಣ್ಣಂದಿರು ಎಷ್ಟು ಹೊತ್ಗೆ ಮನೆಗೆ ಬರ್ತಾರೆ? ಖಂಡಿತ ಇದು ನಿಜವಾದರೇ, ತೋಟದಲ್ಲಿ ಅರ್ಧಪಾಲು ಕೊಡುಸ್ತೀನಿ. ಅಳಿಯ ನನ್ಮಾತು ಅವರು ಕೇಳಲೇಬೇಕಾಗುತ್ತೆ. ಸುಕನ್ಯಗೂ ನ್ಯಾಯ

ಸಿಕ್ಕುತ್ತೆ" ಎಂದ. ಮೊದಲು ಅವಳು ಆಸಕ್ತಿ ವಹಿಸದದ್ದರು ನಾದಿನಿಯ ಪಾಲಿನದು ಒಂದಿಷ್ಟು ಆಸ್ತಿ ಬಂದರೆ ಒಳ್ಳೆಯದೆನಿಸಿತು. ಆದರೂ ಅನುಮಾನ. "ತೋಟದ ಮೇಲೆ ಸಾಲ ಇದೇಂದ್ರು" ಎಂದಳು.

"ಇದ್ದರೇ, ಅವರುಗಳು ತೀರ್ಸಿಕೊಳ್ಳಿ. ಅಕಸ್ಮಾತ್ ನಾಳೆ ಮಾರಿದರೂ ಇವಳ ಪಾಲಿನದೂಂತ ಒಂದಿಷ್ಟು ಕೊಡಬೇಕಾಗುತ್ತೆ. ನೀವು ತಲೆ ಕೆಡ್ಸಿಕೊಳ್ಳಬೇಡಿ. ನಾನು ಯಾವಾಗ್ಲೂ ನ್ಯಾಯದ ಪರ" ಇಡೀ ಪ್ಲೇಟ್ ಬದಲಾಯಿಸಿದ. ಅವಳ ಮಾತು ಕೇಳಿ ರೋಸಿ ಹೋಗಿದ್ದ.

ವತ್ಸಲ ಕೂಡ ಹಸನ್ಮುಖಿಳಾದಳು.

"ಹೇಗಿದ್ದಾಳೆ, ಸುಕನ್ಯಾ?" ಕೇಳಿದ.

"ತೋಟಕ್ಕೂ, ಮನೆಗೂ ಅಡ್ಡಾಡಿಕೊಂಡಿದ್ದಾಳೆ. ನಮ್ಗೂ ಎಷ್ಟೋ ನಿರಾಳ. ಆದರೆ, ನಮ್ಮ ಮಾವನೋರು ಮಗ್ಳುನ ಎತ್ಕೊಂಡ್ ತಲೆ ಮೇಲೆ ಕೂಡ್ಸಿಕೊಂಡಿದ್ದಾರೆ. ಪ್ರತಿಯೊಂದಕ್ಕೂ ಅವಳದೇ ಪಾರುಪತ್ಯ. ಇದರಿಂದ ಎಲ್ಲರಿಗೂ ಇರುಸುಮುರುಸು. ಗಂಡನ್ನ ಕಳೆದುಕೊಂಡೋಳೂಂತ ತುಂಬ ಸಹಾನುಭೂತಿ. ಗಂಡು ಮಕ್ಕಳೆಲ್ಲ ಅಪ್ಪನ ಪರ ನಿಂತು ಅವಳನ್ನು ಕರೆದುಕೊಂಡು ಬಂದರು. ಈಗ ಒಬ್ಬೊಬ್ಬರದು ಒಂದೊಂದು ಧೋರಣೆ. ನನ್ನ ಮಾವ ಕೆಲವೊಮ್ಮೆ ಮನುಷ್ಯನೇ ಅಲ್ಲ ಅನ್ನೋ ತರಹ ವರ್ತಿಸ್ತಾರೆ. ನಾವು ಈಚೆ ಬರೋಕೆ ಅವರೇ ಕಾರಣ. ಭಾವನವರು ಉಪಟಳ ಬೇಡಾಂತ, ಹೆಂಡ್ತಿ ಮಕ್ಕಳ್ನ ಕರ್ಕಂಡ್ ಹೋದ್ರು. ನನ್ನ ದೊಡ್ಡ ಅತ್ತಿಗೆ ಮೂರು ನಾಲ್ಕು ಸಲ ಬಂದೋಳು ಜಗಳ ಆಡಿಕೊಂಡು ಹೋದ್ಲು. ಈ ಸುಕನ್ಯ ಮೇಲಿನ ಪ್ರೀತಿ, ವಿಶ್ವಾಸ ಕಡ್ಮೆಯಾಗಿದೆ. ಮಾವನೋರು ಮನೆ, ತೋಟನ ಮಗಳ ಹೆಸರಿಗೆ ಬರೆಯೋದಿಕ್ಕೆ ಮಿಕ್ಕವರ ವಿರೋಧ" ಇಡೀ ಕತೆನೇ ಬಿಚ್ಚಿಟ್ಟಳು.

ಎಲ್ಲಾ ನಿಧಾನವಾಗಿ ಕೇಳಿಸಿಕೊಂಡ. ಸುಕನ್ಯ ಬಗ್ಗೆ ಕೋಪ, ಜಿಗುಪ್ಸೆ ಮೂಡಿತೇ ವಿನಹ ಕಿಂಚಿತ್ ಕರುಣೆಯುಂಟಾಗಲಿಲ್ಲ.

ನೆಂಟರ ಮನೆಗೆ ಹೋಗೋ ಉಸಾಬರಿ ಬಿಟ್ಟು ನೇರವಾಗಿ ಲಕ್ಷ್ಮೀನರಸಿಂಹಸ್ವಾಮಿ ಮನೆಗೆ ಬಂದ. ಕೂತಿದ್ದ ಸಚ್ಚಿದಾನಂದಬಾಬು ಮೇಲೆದ್ದರು.

"ಆ ಮಗು ಇಲ್ಲಿಗೆ ಬರೋ ತಾಪತ್ರಯ ತಗೋಳ್ಳೋದೇನು ಬೇಡ. ತೋಟದಲ್ಲೆ ಒಂದು ಕ್ಷಣ ಮಾತಾಡ್ಸಿಕೊಂಡು ಹೋಗಿಬಿಡೋಣ" ಸುಕನ್ಯ ತಾಯಿ ಹೇಳಿದ್ದನ್ನು ಕೇಳಿಸಿಕೊಂಡು ಚಿಂತಿತರಾಗಿದ್ದರು. ಜೊತೆಗೆ ನೋವು. ಗಿರಿಜ, ಪಾರ್ವತಿ ಸೊಸೆಯನ್ನು ಗೋಳೊಯ್ದುಕೊಳ್ಳುವಂಥ ಕೆಟ್ಟ ಹೆಂಗಸರಾ? "ಬರ್ತೀವಿ" ಅನ್ನೋ ವೇಳೆಗೆ ಹೊರಬಂದ ಮನೆಯ ಗೃಹಿಣಿ "ಇರೀ, ಊಟ ಮಾಡ್ಕೊಂಡ್ ಹೋಗಿ" ಅಂದರು.

"ಇಲ್ಲ, ಬೆಳಿಗ್ಗೆ ಮುಗ್ಸಿಕೊಂಡೇ ಹೊರಟಿದ್ದು. ಇಂದಿಗೆ ಇಷ್ಟೇ ಆಹಾರ. ಬರ್ತೀವಿ. ಸ್ವಾಮಿಗಳೇ" ಅಂದಾಗ, ಆ ಮನುಷ್ಯ ಉಯ್ಯಾಲೆ ಬಿಟ್ಟು ಮೇಲೆದ್ದು "ಹೋದೋನು, ಅಪ್ನು ಹೋದ. ಕೆಟ್ಟು ಹೆಣ್ಣು ಮಕ್ಳು ತವರಿಗೆ ತಾನೇ ಬರ್ತಾರೆ?"

ಇನ್ನಷ್ಟು ಗೊಣಗಿದ. ಜಗದೀಶನಿಗೆ ಬಂದ ಕೋಪಕ್ಕೆ ನಾಲ್ಕು ಏರಿಸಿ ಬಿಡಬೇಕೆನಿಸಿತು. "ಇರಲೀ, ಅವ್ನ ಹೋದ? ನೀವ್ ಹೋಗೋದು ಯಾವಾಗ? ಒಂದಿಷ್ಟು ಹೇಳಿರಿ. ಸಂಜೆ ಬಂದೇ ಹೋಗ್ತೀವಿ. ಸುಕನ್ಯ ಆ ಮನೆಗೂ ಸೊಸೆ. ನಿಮ್ಮಸೊಸೆ ವತ್ಸಲ ಮಿಕ್ಕಿದ್ದು ಹೇಳ್ತಾಳೆ" ಅವರೊಂದಿಗೆ ಹೊರಗೆ ಬಂದ ಜಗದೀಶನ ಮುಖ ಧಗಧಗ ಉರಿಯುತ್ತಿತ್ತು. ಅನ್ಯಾಯವಾಗಿ ಆ ಮನೆಯವರ ಮೇಲೆ ಆಪಾದನೆ! ಅವನ ರಕ್ತ ಕುದಿಯುತ್ತಿತ್ತು.

"ಲಕ್ಷ್ಮೀನರಸಿಂಹಸ್ವಾಮಿಯವರ ತೋಟ ಗೊತ್ತಾ? ಒಂದಿಷ್ಟು ದೂರವೇ" ಅಂದು ಸಚ್ಚಿದಾನಂದಬಾಬು ಮುಖದ ಬೆವರನ್ನೊರೆಸಿಕೊಂಡರು. ಶಾಂತ ಸ್ವಭಾವವೇ. ಇಂದು ಒಂದಿಷ್ಟು ಕಸಿವಿಸಿಯೇ. ಯಾರನ್ನು ನಂಬುವುದು? "ಅಷ್ಟು ದೂರವಿಲ್ಲ. ವಿಷ್ಣುಕಟ್ಟೆಯಿಂದ ಬೇಳೂರಿಗೆ ನಡೆದು ಬಂದಿದ್ದು, ಒಂದಿಷ್ಟು ಆಯಾಸವೇನೋ?" ಅಂದ.

"ಅಂಥದೇನಿಲ್ಲ, ಒಂದಿಷ್ಟು ಮನಸ್ಸಿಗೆ ನೋವು. ಹುಡುಗರಿಂದ ಹಿಡಿದು ಹಿರಿಯರವರೆಗೂ ನಿರಂತರವಾಗಿ ನೋಯಿಸಿದ್ದು ದಿಟವೇ ಅನ್ನೋ ಪ್ರಶ್ನೆ." ಅರುಣ, ಅದಿತಿ, ಆರತಿ ಮತ್ತು ಅಪೇಕ್ಷ ನಡವಳಿಕೆಯನ್ನು ಮನದಲ್ಲಿಯೇ ವಿಶ್ಲೇಷಿಸಿದರು. "ಅವ್ರು ಹೇಳಿದನ್ನ ನೀವು ನಂಬ್ತೀರಾ? ನಾನು ವಿಶ್ವ ಇದ್ದಾಗ ಆಗಾಗ ಹೋಗಿದ್ದಿದೆ. ಎಷ್ಟೊಂದು ಅನ್ಯೋನ್ಯವಾಗಿತ್ತು ಆ ಕುಟುಂಬ. ಎಂದೂ ಸುಕನ್ಯ ಮುಖದಲ್ಲಿ ಕೂಡ ದುಗುಡ, ದುಮ್ಮಾನ ಕಂಡದ್ದಿಲ್ಲ. ಇವ್ರುಗಳು ಹೇಳೋದು ನೋಡಿದರೇ ಆಶ್ಚರ್ಯವಾಗುತ್ತೆ. ಸತ್ಯ ಹೊರ ಬೀಳಬೇಕು. ಹೇಗೆ? ಏನೂಂತ ಯೋಚ್ನೆ ಮಾಡ್ತಾ ಇದ್ದೀನಿ" ಎಂದ. ಸಚ್ಚಿದಾನಂದಬಾಬು ಮಾತಾಡಲಿಲ್ಲ.

ಇನ್ನು ತೋಟ ತಲುಪುವ ಮುನ್ನವೇ ಎದುರಾದ ಲಕ್ಷ್ಮೀನರಸಿಂಹಸ್ವಾಮಿ ಮನೆಯ ಆಳು "ಆಕೀ ಬರೋಲ್ಲಾಂದ್ರು. ಅಡಿಕೆ ಒಪ್ಪ ಮಾಡುಸ್ತಾರೆ" ಎಂದ.

ಸಚ್ಚಿದಾನಂದಬಾಬರ ಹುಬ್ಬುಗಳು ಸಂಕುಚಿಸಿದವು. ಅಂದರೆ ಸುಕನ್ಯಗೆ ಇಷ್ಟವಿಲ್ಲ! ಅವರ ಮನ ಅನುಮಾನಿಸಿತು.

"ಜಗದೀಶ ಹಿಂದಕ್ಕೆ ಹೋಗಿಬಿಡೋಣ. ಆ ಮಗು ನಮ್ಮನ್ನ ನೋಡೋಕೆ ಇಷ್ಟಪಡ್ತಾ ಇಲ್ಲ" ಅಂದರು.

"ಇರಲೀ, ನೀವು ನಾಲ್ಕು ಸಮಾಧಾನದ ಮಾತು ಹೇಳಿದ್ರೆ ಒಂದಿಷ್ಟು ಚೇತರಿಸ್ಕೋತಾಳೆ" ಎಂದು ತುಸು ಒತ್ತಡವೇರಿಯೇ ಅವರನ್ನು ಕರೆದೊಯ್ದಿದ್ದು.

ಅಡಿಕೆ ಕಾಯಿ ರಾಶಿ ಹಾಕಿಕೊಂಡು ಒಪ್ಪ ಮಾಡುತ್ತಿದ್ದ ಕಡೆ, ನೆರಳಲ್ಲಿ ಕೂತಿದ್ದ ಸುಕನ್ಯ ಆಳುಗಳ ಜೊತೆ ಹರಟೆಯೊಡೆಯುತ್ತಿದ್ದವಳು ತೀರಾ ಕಂಗೆಟ್ಟಂಗೆ ಕಾಣಲಿಲ್ಲ. ತುಂಬ ನಾರ್ಮಲಾಗಿಯೇ ಇದ್ದಳು.

"ನೀವು ಇಲ್ಲೇ ಕೂತಿರಿ, ಕರ್ಕಂಡ್ ಬರ್ತೀನಿ" ಅವರನ್ನು ನೆರಳಿದ್ದ ಕಡೆ ಕೂಡಿಸಿ ಹೋದ ಜಗದೀಶ ಸುಕನ್ಯನ ಕರೆದುಕೊಂಡು ಬಂದ. "ಹೇಗಿದ್ದೀ ಮಗು?" ಕೇಳಿದ್ದೇ

ತಡ ಕುಸಿದು ಕೂತು ಭೋರೆಂದು ಅಳಲು ಶುರು ಮಾಡಿದಾಗ ಸಮಾದಾನವಾಗುವವರೆಗೂ ಸಹನೆಯಿಂದ ಕಾದರು.

"ಇನ್ನ ಯಾಕೆ ಅಳ್ತೀರಾ? ವಿಶ್ವರಥನಂತು ಹಿಂದಿರುಗಿ ಬರೋಲ್ಲ. ನೀವೇ ಎಂದಾದ್ರೂ ಅಲ್ಲಿಗೆ ಹೋಗಬೇಕಷ್ಟೆ" ಜಗದೀಶನ ಸಂತೈಯಿಸುವಿಕೆ ಈ ರೀತಿ ಇತ್ತು.

ಮೊದಲು ಭಯ ಅವಳ ಮುಖದ ಮೇಲೆ ಇಣುಕಿ ನಿಧಾನವಾಗಿ ಅಳಿಸಿಹೋಯಿತು. ಆಮೇಲೆ ಅಲ್ಲಿ ಗೊಂದಲ, ಸೆಡವು, ಅಲಕ್ಷ.

"ನಂಗೆ ಅನ್ಯಾಯ ಮಾಡಿಬಿಟ್ರು" ಮತ್ತೆ ಕಣ್ಣೀರು.

"ಯಾರು ಮಗು? ವಿಶ್ವನಿಗೆ ಸಾಯೋಕೆ ಇಷ್ಟವಿತ್ತಾ? ಖಂಡಿತ ಇಲ್ಲ. ಅವನಲ್ಲಿ ನೂರಾರು ಕನಸುಗಳು. ತನ್ನ ಜವಾಬ್ದಾರಿಗಳ ಬಗ್ಗೆ ಉತ್ಸಾಹ ತೋರಿದ್ದ. ಬಹುಶಃ ಅವ್ನ ಆಯಸ್ಸು ಅಷ್ಟೇ ಅಂತ ಕಾಣುತ್ತೆ. ಭಗವಂತ ಅವ್ನಿಗೆ ವಹಿಸಿದ ಕೆಲ್ಸಾನ ಬೇಗ ಮುಗ್ಸಿಕೊಂಡ್ ಹೋಗ್ಬಿಟ್ಟ" ಸಮಾಧಾನದ ಮಾತುಗಳನ್ನು ಹೇಳಿದರು.

ಅವಳು ತುಟಿಗಳು ಬಿಚ್ಚದಿದ್ದಾಗ ಮೇಲೆದ್ದರು.

"ಹೇಗೆ, ಸಮಯ ಕಳೆಯುತ್ತಿ?"

ತಟ್ಟನೆ ಮುಖ ಮೇಲೆತ್ತಿ "ಪುರಸೊತ್ತೆ ಸಿಗೋಲ್ಲ. ಇಬ್ಬರು ಅಣ್ಣಂದಿರು ಬೇರೆ, ಬೇರೆ ಇದ್ದಾರೆ. ಅವ್ರ ಮಕ್ಳು ಅಲ್ಲೇ ಬಂದು ಸಾಯ್ತಾರೆ. ಅವರ ಚಾಕರಿ, ಇನ್ನು ಅಪ್ಪ, ಅಮ್ಮನ ಪ್ರತಿಯೊಂದು ಕೆಲ್ಸನು ನಾನೇ ಮಾಡಬೇಕು. ಜೊತೆಗೆ... ತೋಟ" ಬಡಬಡಿಸಿದಳು. ಜಗದೀಶ ಬಂದ ಕೋಪವನ್ನು ಹಲ್ಮುಡಿ ಕಚ್ಚಿ ನುಂಗಿದ. ಆ ಮನುಷ್ಯ ಶೇಷಪ್ಪಯ್ಯ ಸೊಸೆಯನ್ನು ಕಳಿಸೀಂತ ಕೇಳಿದಾಗ ಕೆಂಡಮಂಡಲವಾಗಿ, "ಯಾಕೆ ನಿಮ್ಮ ಮನೆಯಲ್ಲಿ ದುಡಿಯೋಕ್ಕಾ? ಯಾವ ಗಂಡು ಇದ್ದಾನೆ, ನನ್ನ ಮಗಳನ್ನು ಸುಧಾರಿಸೋಕೆ?" ಅಂತ ಅರಚಾಡಿದ್ದು ಸತ್ಯ. ಹೇಸಿಗೆ ತರುವಂಥ ಮಾತೇ? ಆ ದುಃಖದಲ್ಲಿ ಕೂಡ ಅದನ್ನೆಲ್ಲ ನುಂಗಿಕೊಂಡು ತೆಪ್ಪಗಾದ ಜನ.

ಇಬ್ಬರು ತೋಟದಿಂದ ಹೊರಬಂದರು. ಅನ್ಯೋನ್ಯವಾಗಿದ್ದ ಜೋಡಿ! ಇಲ್ಲ, ಅನ್ಯೋನ್ಯತೆ ನಟನೆಯೇನೋ? ಅದು ಭ್ರಮೆಯೆಂದು ಅವನು ಸತ್ತಕೂಡಲೇ ಸಾಬೀತುಪಡಿಸಿದ ದಿಟ್ಟ ಹೆಣ್ಣು. ಅದನ್ನು ಬೆಂಬಲಿಸಿದ ಅವಿವೇಕಿ ತಂದೆ, ಮೂರ್ಖ ಅಣ್ಣಂದಿರು.

"ಊರ ಕಡೆ ಹೋಗೋಣ್ವಾ?" ಕೇಳಿದರು ಸಚ್ಚಿದಾನಂದಬಾಬು. "ನೀವು ಹಿರಿಯರು, ಲೌಕಿಕ ಜಂಜಾಟದಿಂದ ದೂರ ಉಳಿದವರು. ನಂಗೆ ಸತ್ಯ ಬೇಕಿದೆ. ನನ್ನ ಹೆಂಡ್ತಿ ಆರತಿ ಮೇಲೂ ಆಪಾದನೆ ಇದೆ. ಅದು ಸಾಬೀತಾಗಬೇಕು. ಅದಕ್ಕೆ ನೀವು ಸಾಕ್ಷಿ ಆಗಬೇಕು" ಎಂದು ಅಂದು ಉಳಿಯಲು ಒಪ್ಪಿಸಿ ತನ್ನ ನೆಂಟರ ಮನೆಗೆ ಕರೆದೊಯ್ದ. ಅಲ್ಲೊಂದು ಹೊಸ ಸುದ್ದಿ "ಮಾರ್ಕಂಡೇಯ ಮೇಷ್ಟ್ರು ಮಗ ಈಶ್ವರನ್ನ ಸುಕನ್ಯ ಮದ್ವೆ ಆಗ್ತಾಳಂತೆ. ಇದು ಅವರ ಮನೆಯಲ್ಲಿ ಯಾರ್ಗೂ ಇಷ್ಟವಿಲ್ಲ. ಇಂಥದೊಂದು ಗಲಾಟೆ

ಶುರುವಾಗಿದೆ ಲಕ್ಷ್ಮೀನರಸಿಂಹ ಸ್ವಾಮಿಯವರ ಮನೆಯಲ್ಲಿ." ಅದಕ್ಕೆ ಸಚ್ಚಿದಾನಂದ ಬಾಬುಗಳು ಪ್ರತಿಕ್ರಿಯಿಸಲಿಲ್ಲ. ತಕ್ಷಣಕ್ಕೆ ಜಗದೀಶನಿಗೆ ಶಾಕಾದರೂ ಸುಕನ್ಯ ವಿವಾಹವಾಗುವುದು ತಪ್ಪೆನಿಸಲಿಲ್ಲ. ಎಲ್ಲೋ ಅಂತರಿಕ್ಷದಲ್ಲಿ ನಿಂತ ವಿಶ್ವರಥ ನಕ್ಕಂತಾಯಿತು.

ವತ್ಸಲ ಆರರ ಸುಮಾರಿಗೆ ಬಂದವಳೇ "ಎಲ್ಲರನ್ನು ಒಟ್ಟಿಗೆ ಸೇರಿಸಿದ್ದೀನೀ. ನೀವಂತು ಅರ್ಧ ತೋಟ ಸುಕನ್ಯಗೆ ಕೊಡ್ಸಬೇಕು. ಇಲ್ಲಿನ ಆಸ್ತಿ ಅವಳ ಪಾಲಾಗಬಾರದು" ಎಂದಾಗ ಒಪ್ಪಿಗೆ ಸೂಚಿಸಿದ.

"ಅದು ಅವಳು ನಿಮ್ಮಲ್ಲಿ ಹೇಳಿದ ಆಪಾದನೆಗಳು ನಿಜವಾದಾಗ, ಖಂಡಿತ ತೋಟ ಸಿಗುತ್ತೆ. ಅಷ್ಟು ಮಾತ್ರವಲ್ಲ ಮನೆಯಲ್ಲಿ ಪಾಲು ಕೊಡುಸ್ತೀನಿ. ಆರಾಮಾಗಿ ಅಲ್ಲಿಯೇ ಬಂದು ಉಳಿಯಲೀಬೇಕಾದರೆ. ನಿಮ್ಮ ಮಕ್ಳು ಸುಕನ್ಯ ಜೊತೆಗೇ ಇರಲಿ" ಇಂಥದೊಂದು ಆಶ್ವಾನೆ ನೀಡಿದ. ಅಮಿಷವನ್ನೊಡ್ಡದಿದ್ದರೇ ಕೆಲಸವಾಗದೆಂದು ಅರ್ಥವಾಗಿತ್ತು.

ಅವಳಿಗೆ ತುಂಬ ಸಂತೋಷವೇ. ಸುಕನ್ಯನ ಕರೆ ತರುವಾಗಿನ ಹಿಂದೆ ಒಂದಿಷ್ಟು ಸ್ವಾರ್ಥವಿತ್ತು. ಕೆಲಸಕ್ಕೆ ಉಪಯೋಗವಾಗಬಲ್ಲಳು, ತನ್ನ ಮಕ್ಕಳ ಜವಾಬ್ದಾರಿಯನ್ನು ಅವಳಿಗೊರೆಸಬೇಕೆಂದುಕೊಂಡಿದ್ದು ನಿಜ. ಅದಕ್ಕೆ ಓರಗಿತ್ತಿಯ ಪೈಪೋಟಿ. ಜೊತೆಗೆ ನರಸಿಂಹಸ್ವಾಮಿಯ ಅಧಿಕಾರಿ ಧೋರಣೆಯ ಜೊತೆ ಮಗಳ ಮೇಲಿನ ಕುರುಡು ಪ್ರೀತಿ, ಸದಾ ರಗಳೆಗೆ ದಾರಿಯಾಗಿದ್ದರಿಂದ ಅನ್ಯೋನ್ಯದ ಮಾತಾಡಿಕೊಂಡೇ ಹೊರಬರಬೇಕಾಯಿತು.

"ಅಷ್ಟು ಮಾಡಿ ಪುಣ್ಯ ಕಟ್ಟಿಕೊಳ್ಳಿ. ಸದ್ಯಕ್ಕೆ ಅವಳು ಅಲ್ಲೇ ಹೋಗಿ ಇದ್ಕೊಳ್ಳಿ" ಇಂಥದೊಂದು ಅಸಹನೆಯ ನುಡಿಗಳು ಹೊರಬಂದವು. "ನೀವು ನಡೀರೀ, ಎಲ್ಲಾ ಇರುವಂತೆ ನೋಡ್ಕೊಳ್ಳಿ" ಕಳುಹಿಸಿ ಸಚ್ಚಿದಾನಂದಬಾಬುರತ್ತ ನೋಡಿದ. ಅವರು ನಿರ್ಲಿಪ್ತರಾಗಿದ್ದರು. ಒತ್ತಾಯಪಡಿಸಿಯೇ ಅವರನ್ನು ಕರೆದೊಯ್ದಿದ್ದು.

ನರಸಿಂಹಸ್ವಾಮಿ ತೋಟ, ಮನೆ ಅಂಥದೇನಾದರೂ ಮಗಳಿಗೆ ಸಿಗಬಹುದೆಂದು ಒಪ್ಪಿಕೊಂಡಿದ್ದರಷ್ಟೆ. ಬಲವಂತದ ನಗೆ ಬೀರಿ ಸ್ವಾಗತಿಸಿದರು.

"ತೋಟದ ಮೇಲೆ ಸಾಕಷ್ಟು ಸಾಲ ತೆಗೆದಿದ್ದಾರೇಂತ ಸುಮ್ನಾಗಿದ್ದು. ಅದೂ ಅಲ್ದೇ ಸುಕನ್ಯಗೆ ಮಕ್ಳು ಇಲ್ಲ. ಅದರಿಂದೇನು ಸಿಗೋಲ್ಲಾಂತ ಲಾಯರ್ ಹೇಳಿದ್ರು. ಹಾಳಾಗ್ಲೀ, ಆ ಮನೆ ಸಹವಾಸ ಬೇಡಾಂತ ಅಂದುಕೊಂಡಿದ್ವಿ" ಇಂಥ ಮಾತುಗಳನ್ನು ಉದುರಿಸಿದರು.

ಸಚ್ಚಿದಾನಂದಬಾಬುಗಳು ಮಾತಾಡಲಿಲ್ಲ.

ಬಹುಶಃ ಸಮಸ್ತ ಜನವು ಸೇರಿದ್ದರು. ಅದು ಅವಳನ್ನು ಕರೆತರುವಾಗ ಇವರೆಲ್ಲ ಇದ್ದವರೇ.

"ಏನಾದ್ರೂ ತಗೋತೀರಾ?" ಕೇಳಿದರು ಲಕ್ಷ್ಮೀನರಸಿಂಹಸ್ವಾಮಿ ಹೆಂಡತಿ. "ಬೇಡ, ಎಲ್ಲಾ ಮುಗಿದಿದೆ. ಮತ್ತೆ ಬಂದು ನಿಮ್ಮಗಳಿಗೆ ತೊಂದರೆ ಕೊಟ್ಟಂಗಾಯ್ತು" ನುಡಿದರು ಸಚ್ಚಿದಾನಂದಬಾಬು.

"ಎಲ್ಲಾ ಕೂತ್ಕೊಳ್ಳಿ, ಸುಕನ್ಯಗೆ ಅನ್ಯಾಯವಾಗಿದೇಂತ ವತ್ಸಲ ಅವ್ರು ಹೇಳಿದ್ರು. ಈಗ ನಾನು ಶೇಷಪ್ಪಯ್ಯನ ಮನೆಯ ಅಳಿಯ. ವಿಶ್ವರಥನ ಸ್ನೇಹಿತನಾಗಿದ್ದೆ. ಈಗ ಅವ್ನ ಹೆಂಡ್ತಿ ಭವಿಷ್ಯಕ್ಕೆ ಏನಾದರೂ ಮಾಡಬೇಕೆನಿಸಿದೆ. ವತ್ಸಲ ಮಾತ್ರವಲ್ಲ, ಸ್ವಾಮಿಗಳ ಮುಂದೆ ಕೂಡ ಸುಕನ್ಯಗೆ ಆ ಮನೆಯವರು ಕೊಟ್ಟ ಮಾನಸಿಕ ಹಿಂಸೆಯನ್ನು ಹೇಳಬಹುದು" ಒತ್ತಾಯಿಸಿದ.

ಬರೀ ವತ್ಸಲ ಮಾತ್ರವಲ್ಲ, ಹಿರಿಯ ಸೊಸೆಯಿಂದ ಹಿಡಿದು ಸುಕನ್ಯ ಕಿರಿಯ ಅಣ್ಣನವರೆಗೂ ಆ ಮನೆ ಅವಳನ್ನು ನಡೆಸಿಕೊಂಡ ರೀತಿಯ ಬಗ್ಗೆ ಒಂದೊಂದೇ ಹೇಳಿದರು. ಇದು ಯಾವುದೂ ನಿಜವೆನ್ನಲು ಸಾಧ್ಯವಿರಲಿಲ್ಲ, ಆ ಜನರನ್ನು ಬಲ್ಲ ಯಾರದರೂ.

"ಇವೆಲ್ಲ ನಿಜ ಅಂತೀರಾ?" ಕೇಳಿದ ಜಗದೀಶ.

"ಹೌದು, ನಿಜನೇ. ಮನೆಯಲ್ಲಿ ಎರಡನೆ ದರ್ಜೆಯವಳಂತೆ ನಡ್ಸಿಕೊಂಡಿದ್ದಾರೆ. ಬರೀ ಕೆಲ್ಸ. ಆಳಿನ ತರಹ ನೋಡಿದ್ದಾರೆ, ಅವಳ ಗಂಡ ಬದುಕಿದ್ದಾಗಲೇ. ಈಗ ಅಲ್ಲಿದ್ದರೇ ಸುಮ್ನೆಬಿಡ್ತಾರಾ? ಹುರಿದು ಮುಕ್ಕಿಬಿಡ್ತಾರೆ. ಅಲ್ಲೇ ಬಿಟ್ಟಿದ್ದರೇ ಇವಳನ್ನು ಮರ್ರುಬಿಡಬೇಕಿತ್ತು. ಸಾವಿನ ಮನೆ, ಸಾಯುವ ಜನ..." ವಟಗುಟ್ಟಿದರು ನರಸಿಂಹಸ್ವಾಮಿ.

"ನೀವು ಹಿರಿಯರು, ಈ ತರಹ ಮಾತಾಡಬೇಡಿ, ಹುಟ್ಟಿನೊಂದಿಗೆ ಸಾವು ಬೆನ್ನಿಗೆ ಅಂಟಿಕೊಂಡೇ ಇರುತ್ತೆ. ಹುಟ್ಟು ಆಕಸ್ಮಿಕವೆನಿಸಿದರೆ, ಸಾವು ಸಹಜ. 'ನೀ ಮಾಯೆಯೊಳಗೋ ನಿನ್ನೊಳು ಮಾಯೆಯೋ, ನೀ ದೇಹದೊಳಗೋ ನಿನ್ನೊಳು ದೇಹವೋ ಹರಿಯೆ' ಎಂದು ಕನಕದಾಸರು ಅದ್ಭುತವಾಗಿ ಹಾಡಿದ್ದಾರೆ. ಈ ದೇಹ ಶಾಶ್ವತವಲ್ಲ. ಒಂದಲ್ಲ, ಒಂದು ದಿನ ಬಿಟ್ಟು ಹೋಗಬೇಕಾದ್ದೇ. ಸಾವಿಗೆ ಅಂತ ತಾರತಮ್ಯವಿಲ್ಲ. ನೀವು ತಿಳಿದವರು ಈ ರೀತಿ ಮಾತಾಡಬಾರದು" ಎಂದ ಸಚ್ಚಿದಾನಂದಬಾಬು ಜಗದೀಶನ ಕಡೆ ನೋಡಿದರು. 'ಇದೆಲ್ಲ ಬೇಕಾ?' ಎನ್ನುವಂತಿತ್ತು ಅವರ ನೋಟ.

"ದಯವಿಟ್ಟು ಕ್ಷಮ್ಸಿ ಮಾವ. ಇಷ್ಟೆಲ್ಲ ಆ ಮನೆಯಲ್ಲಿ ನಡೆದಿದೆಯೆಂದರೆ ಅಕ್ಷಮ್ಯ ಅಪರಾಧ. ಅದಕ್ಕೆ ಅವರು ಬೆಲೆ ತೆರಲೇಬೇಕಾಗುತ್ತೆ" ಎನ್ನುತ್ತ ಸುಕನ್ಯ ಕಡೆ ನೋಡಿ "ನಿಂಗೆ ಯಾರ ಮೇಲೆ ಹೆಚ್ಚು ಪ್ರೀತಿ?" ಕೇಳಿದ. ಅವಳಿಗೆ ಗಲಿಬಿಲಿ. ವಿಚಲಿತಳಾಗಿ "ಎಲ್ಲರ ಮೇಲು!" ಅಂದಳು. ಜಗದೀಶ ತಲೆಯಾಡಿಸಿ "ಇದಲ್ಲ, ಎಲ್ಲರ ಮೇಲೆ ಪ್ರೀತಿ ಇರೋದು ಸಹಜ. ಆದರೆ ಹೆಚ್ಚು ಪ್ರೀತಿ. ಸಂಕೋಚವಿಲ್ಲದೆ ಹೇಳು" ಎಂದು ವತ್ಸಲ ಕಡೆ ನೋಡಿದ. "ನಿಮ್ಮ ನಾದಿನಿ ಮನಸ್ಸು ತಿಳ್ದುಕೊಳ್ಳಿ. ನಿಮ್ಗೆಲ್ಲ ಆಣೆ, ಪ್ರಮಾಣದ ಮೇಲೆ ನಂಬ್ಕೆ ಇರಬೇಕಲ್ಲ. ಸುಕನ್ಯ ವಿಚಾರವಂತಳು. ಅವಳು ಗಣಪತಿಗೆ

ನಮಸ್ಕಾರ ಮಾಡೋಲ್ಲ ಅಂದಿದ್ದುಂಟಂತೆ. ನಿಜ ಅಲ್ವಾ?" ಸುಕನ್ಯನ ಕೇಳಿದ. ಅವರಿಗೆಲ್ಲ ಗಲಿಬಿಲಿ. ಅವಳಮ್ಮ ಕೆನ್ನೆಗೆ ಹಾಕಿಕೊಂಡರು. "ಇದು ನಿಜ್ವಾ? ಅಯ್ಯೋ, ದೇವರಿಗೆ ನಮಸ್ಕಾರ ಮಾಡೋಲ್ಲಂತ ಅಂದಳಾ?" ಆಕೆಯ ದನಿಯಲ್ಲಿ ಆತಂಕ. ಇಲ್ಲಾಂತ ಸಾಧಿಸುವುದು ಬೇಡವೆನಿಸಿದ ಸುಕನ್ಯ "ಹೌದು, ಬಿಡೀ! ಆ ವಿಚಾರ ಈಗ್ಯಾಕೆ?" ತಿರುಗಿಬಿದ್ದಳು.

"ಸ್ವಲ್ಪ ಸಹನೆ ಇರಲಿ. ವತ್ಸಲ ಸತ್ಯ ಹೊರ ಬರಬೇಕು. ನಿಮ್ಮ ಪ್ರಥಮ ವಂದಿತ ಗಣಪತಿಯ ಮೇಲೆ ವಿಶ್ವಾಸವಿಲ್ಲದಿದ್ದರಿಂದ ದೇವರನ್ನು ಪಕ್ಕಕ್ಕೆ ಇಡೋಣ. ಹೆತ್ತವರ ಮೇಲೆ ಹೆಚ್ಚು ಪ್ರೀತಿ ಇರುತ್ತೆ. ಇಲ್ಲ, ನಿಮ್ಮಗಳ ಮಕ್ಕಳ ತಲೆಯ ಮೇಲೆ ಕೈ ಇಟ್ಟು ಪ್ರಮಾಣ ಮಾಡಿ ತಾನು ಹೇಳಿದ್ದರಲ್ಲಿ ಐವತ್ತು ಪರ್ಸೆಂಟ್ ನಿಜವೆಂದು ಹೇಳಲೀ, ಸಾಕು" ಎಂದ ಜಗದೀಶ ದೇವರ ಮೇಲೆ ಭಾರ ಹಾಕಿ. "ಇಷ್ಟು ಸುಕನ್ಯ ಮಾಡಲೀ, ನಾನು ತೋಟದಲ್ಲಿ ಮನೆಯಲ್ಲಿ ಪಾಲು ಕೊಡುಸ್ತೀನಿ, ಅಲ್ಲೇ ಬಂದು ಇರಲೀ" ಎಂದ ಎಲ್ಲರ ಮುಖಗಳನ್ನು ನೋಡುತ್ತ

ನರಸಿಂಹಸ್ವಾಮಿಯ ಹಿರಿ ಸೊಸೆ ಮೇಲೆದ್ದು "ಅವಳಿಗಂತು ಮಕ್ಳು ಇಲ್ಲ, ನನ್ನ ಮಕ್ಳು ತಲೆಯ ಮೇಲೆ ಕೈಯಿಟ್ಟು ಪ್ರಮಾಣ ಮಾಡೋದು ಬೇಡ. ಇವಳು ಹೇಳಿದ್ದೆಲ್ಲ ನಂಗೆ ನಿಜ ಅನ್ನಿಸಿರಲೇ ಇಲ್ಲ" ಮಕ್ಕಳನ್ನು ಕರೆದುಕೊಂಡು ಹೊರಗೆ ಹೋದಳು.

ವತ್ಸಲಾಗೆ ಕಕ್ಕಾಬಿಕ್ಕಿ. ಅವಳು ಹೇಳಿದ್ದರಲ್ಲಿ ಎಷ್ಟು ನಿಜವೋ, ಎಷ್ಟು ಸುಳ್ಳೋ. ತನ್ನ ಮಕ್ಕಳ ಮೇಲೆ ಆಣೆ ಪ್ರಮಾಣ ಮಾಡುವುದು ಬೇಡವೆನಿಸಿತು. "ಮಕ್ಳು ಮೇಲೆ ಯಾಕೆ? ಅವಳಪ್ಪ, ಅಮ್ಮನ ತಲೆಯ ಮೇಲೆ ಕೈ ಇಟ್ಟು ಪ್ರಮಾಮ ಮಾಡ್ಲೀ!.ಎಲ್ಲಾ ನಿಜವಾದರೆ ಯಾಕೆ ಹೆದರಿಕೆ?" ಸವಾಲಾಕಿದಳು.

ಸುಕನ್ಯಗೆ ದಿಕ್ಕು ತೋಚದಂತಾಯಿತು. ಈಗಾಗಲೇ ಅಣ್ಣ ಅತ್ತಿಗೆಯರ ವರ್ತನೆ ಬದಲಾಗಿತ್ತು. ಕೆಲವೊಮ್ಮೆ ಅವರುಗಳು ತಮ್ಮ ಕೆಲಸಕ್ಕೆ ಉಪಯೋಗಿಸಿ ಕೊಳ್ಳುತ್ತಿದ್ದಾರೆನಿಸಿತ್ತು. ಅದಕ್ಕಾಗಿಯೇ ತನ್ನದೇ ಆದ ಒಂದು ಜೀವನ ಆಯ್ದುಕೊಳ್ಳಲು ನಿರ್ಧರಿಸಿಯಾಗಿತ್ತು. ಹಿಂಜರಿಯುವ ಪ್ರಶ್ನೆಯೇ ಇರಲಿಲ್ಲ.

"ಇದೇನಿದು, ಇದೆಲ್ಲ?" ನರಸಿಂಹಸ್ವಾಮಿ ಕನಲಿದರು.

"ನಾನೇನು ನಿಮ್ಮ ಮಗಳು ಹೇಳಿದ್ದು ಸುಳ್ಳು ಅಂತ ಹೇಳ್ತಾ ಇಲ್ಲ. ನ್ಯಾಯ ಸಿಗಬೇಕಾದರೆ, ಸತ್ಯ ಅಂತ ಆಗಬೇಕಲ್ಲ. ಎದುರಿಗೆ ಸಚ್ಚಿದಾನಂದಬಾಬುಗಳು ಕೂತಿದ್ದಾರೆ. ಸ್ವಾರ್ಥವಿಲ್ಲ, ಲೌಕಿಕ ತ್ಯಜಿಸಿದ ಸನ್ಯಾಸಿಗಳು. ನಿಮ್ಮ ಮಗ್ಳು ಹೇಳೋದು ನಿಜಾಂತಾದರೆ, ಹಿಂಜರಿಕೆ ಯಾಕೆ? ನಿಮ್ಮಗಳ ಮೇಲೆ ಪ್ರಮಾಣ ಮಾಡ್ಲಿ. ಪೂರ್ತಿ ನಿಜ ಅನ್ನೋದು ಬೇಡ, ಕನಿಷ್ಟ 25 ಭಾಗವಾದರೂ ನಿಜವಾಗ್ಲಿ" ಸಮಾಧಾನ ಚಿತ್ತದಿಂದ ನುಡಿದ. ಅವನದು ಪಟ್ಟು. ಹಿಂದಕ್ಕೆ ಸರಿಯುವ ಮಾತೇ ಇರಲಿಲ್ಲ.

"ನಾನು ಪ್ರಮಾಣ ಮಾಡೋದು ಇಲ್ಲ, ಬರೋದು ಇಲ್ಲ" ಎಂದು ಭೋರೆಂದು ಸುಕನ್ಯ ಅಳೋಕೆ ಶುರು ಮಾಡಿದಾಗ ಅವಳಪ್ಪ ಕಣ್ಣು ಕೆಂಪಗೆ ಮಾಡಿ "ಏಯ್, ನನ್ನ

ಮಾನಮರ್ಯಾದೆ ತೆಗೀಬೇಡ. ವಿಚಾರ ನಿಜವಾದರೇ, ಯಾತರ ಭಯ? ನನ್ನ ತಲೆಯ ಮೇಲೆ ಕೈಯಿಟ್ಟು ಪ್ರಮಾಣ ಮಾಡು. ನಿಂಗೆ ಬರೋ ಆಸ್ತಿ ಮೊದ್ಲು ಸಿಗಲಿ."

ಅಳುತ್ತಿದ್ದವಳು ಮುಖವೆತ್ತಿ "ಇಲ್ಲ, ನಾನು ಹೋಗೋಲ್ಲ" ಬಡಬಡಿಸ ತೊಡಗಿದಾಗ "ಆಯ್ತು, ಬರೋದುಬೇಡ. ನೀನು ಹೇಳಿದ್ದೆಲ್ಲ ನಿಜವಾಗಿದ್ದರೆ, ಆಸ್ತಿಯಾದರೂ ಕೊಡ್ಸೋ ಏರ್ಪಾಟು ಮಾಡ್ತೀನಿ" ಜಗದೀಶ ಉತ್ತೇಜಿಸಿದ.

ನರಸಿಂಹಸ್ವಾಮಿ ಹೆಂಡತಿ ರಂಗ ಪ್ರವೇಶಿಸಿದರು.

"ಅವಳಿಗೇನು ಬೇಡ ಬಿಡಿ, ಇಲ್ಲಿನ ಮನೆ, ತೋಟ ಅವಳ ಹೆಸರಿಗೆ ಬರೀತೀವಿ" ಅಂದಕೂಡಲೇ ಸೊಸೆಯರು ಖಾಜಿ ನ್ಯಾಯಕ್ಕೆ ಕೂತರು "ಹೇಗೆ ಬರೀತೀರಾ? ನಮ್ಗೂ ಮಕ್ಳು ಮರಿ ಇದ್ದಾರೆ. ಕೊಟ್ಟ ಹೆಣ್ಣು ಕುಲದಿಂದ ಹೊರ್ಗೆ. ಅವ್ಳಿಗೆ ಯಾಕೆ ಕೊಡಬೇಕು?" ವಿಷಯ ಬೇರೆಡೆ ತಿರುಗಿದಾಗ ಪಂಚಾಯಿತಿ ಕಟ್ಟೆ ಆಯಿತು.

ಸಚ್ಚಿದಾನಂದಬಾಬು, ಜಗದೀಶ ಮೇಲೆದ್ದರು.

"ದಯವಿಟ್ಟು ಇದು ನಮ್ಗೆ ಸಂಬಂಧ ಪಡದ ವಿಚಾರ. ಸುಕನ್ಯ ಹೇಳಿದ್ದು ಯಾವ್ದೂ ನಿಜವಲ್ಲ. ಅವಳಿಗೆ ಸ್ವತಂತ್ರವಲ್ಲ, ಸ್ವೇಚ್ಛೆ ಬೇಕಿತ್ತು. ಗಂಡನ ಸಾವಿಗೆ ದುಃಖಿಸುವುದಕ್ಕಿಂತ, ತನ್ನ ಮುಂದಿನ ಜೀವನದ ಬಗ್ಗೆ ಯೋಚ್ಸಿದ್ದಾಳೆ. ನಾವು ಬರ್ತೀವಿ" ಇಷ್ಟನ್ನು ಜಗದೀಶ ಹೇಳಿದ.

ಇಬ್ಬರು ಹೊರಗೆ ಬಂದರು.

"ಈಗ ಬಸ್ಸು ಇದೆ. ಅದರಲ್ಲೇ ಹೋಗಿಬಿಡೋಣ" ಅಂದ. ಇಬ್ಬರು ಅತ್ತ ಹೆಜ್ಜೆಹಾಕಿದರು. ಇಬ್ಬರ ಮನಗಳು ದುಗುಡಗೊಂಡಿದ್ದವು. ಸತ್ತ ವಿಶ್ವನ ಬಗ್ಗೆ ಸಹಾನುಭೂತಿ.

* * * *

ಜಾಗತಿಕ ಹಣಕಾಸು ಹಿನ್ನೆಲೆಯನ್ನು ಗಮನದಲ್ಲಿಟ್ಟುಕೊಂಡು ಅನೇಕ ಕಂಪನಿಗಳು ಕಠಿಣ ಕ್ರಮ ಕೈಗೊಂಡಿರುವ ಸುದ್ದಿಯ ಬಗ್ಗೆ ಲಂಚ್ ವೇಳೆಯಲ್ಲಿ ಒಂದು ರೀತಿಯ ಮಾತುಕತೆ. ಮಾರಿಕಾಂಬ ಫಾರ್ಮಸೂಟಿಕಲ್ ಏಜೆನ್ಸಿಯವರು ಕೂಡ ವೆಚ್ಚ ಕಡಿತದ ಬಗ್ಗೆ ಮಾತುಕತೆ ಆರಂಭಿಸಿದ್ದರಿಂದ ಅಲ್ಲಿ ಕೆಲಸ ಮಾಡುವವರು ಲೆಕ್ಕಾಚಾರಗಳನ್ನು ಪ್ರಾರಂಭಿಸಿದ್ದರು. ಕೆಲವರು ಮುಂದೇನು? ಅನ್ನುವ ಆತಂಕದಲ್ಲಿ ಇದ್ದರು.

ಮ್ಯಾನೇಜರ್ ಅಪೇಕ್ಷನ ರೂಮಿಗೆ ಕರೆಸಿ "ಅಗತ್ಯವೋ, ಅನಗತ್ಯವೋ ವೆಚ್ಚ ಕಡಿತದ ದೃಷ್ಟಿಯಿಂದ ಕೆಲವರನ್ನಾದರೂ ಕೆಲ್ಸದಿಂದ ತೆಗೆಯೋ ಮಾತಾಡ್ತಾ ಇದ್ದಾರೆ. ಭಾರತದ ಸಾಫ್ಟ್‌ವೇರ್ ದಿಗ್ಗಜ ಟಾಟಾ ಕನ್ಸಲ್ಟೆನ್ಸಿ ಸರ್ವಿಸಸ್ ಆರ್ಥಿಕ ಹಿಂಜರಿತವನ್ನು ಮೆಟ್ಟಿ ನಿಲ್ಲಲು ಎಷ್ಟೋ ಕಾರ್ಯಕ್ರಮಗಳನ್ನು ಹಾಕಿಕೊಂಡಿದೆ. ಸದ್ಯಕ್ಕೆ ಇಲ್ಲಿಗೂ ಅದರ ಬಿಸಿ ಮುಟ್ಟಬಹುದು" ಎಂದರು. ಯಾವ ಉದ್ದೇಶದಿಂದ ಹೇಳಿದರೋ, ಮೌನವಾಗಿ ತಲೆದೂಗಿದಳು. ಆ ವೇಳೆಗೆ ಫೋನ್ ಬಂದಿದ್ದರಿಂದ ಮ್ಯಾನೇಜರ್ ಆ ಕಡೆ

ಗಮನಹರಿಸಿದರು ಮಾತ್ರವಲ್ಲ, "ಆಮೇಲೆ ಮಾತಾಡ್ತೀನಿ" ಅಂತ ಅವಳನ್ನು ಕಳುಹಿಸಿದರು. ಹೊರಗೆದ್ದು ಬಂದಳು. ಆರತಿ ವಿವಾಹದ ಸಲುವಾಗಿ ತಂದೆ ತಾವು ಕೆಲಸ ಮಾಡುತ್ತಿದ್ದ ಸಾಹುಕಾರರ ಬಳಿ ಒಂದಿಷ್ಟು ಸಾಲ ತಂದಿದ್ದರು. ಸಂಕೋಚದ ಮನುಷ್ಯ. ಆ ಸಾಲ ಮತ್ತಷ್ಟು ತಲೆಬಿಸಿಯೆಂದು ಕುಸಿದಿದ್ದರು. ಈಗ ತನ್ನನ್ನು ಕೆಲಸದಿಂದ ತೆಗೆದುಬಿಟ್ಟರೇ, ಬವಳಿ ಬಂದಂತಾಯಿತು. 'ಶೇಷಪ್ಪಯ್ಯ ಹೆಣ್ಣು ಮಕ್ಕಳು ಅಷ್ಟೊಂದು ಧೈರ್ಯಸ್ಥರಲ್ಲ' ಹಲವರು ವಿಷ್ಣುಕಟ್ಟೆಯಲ್ಲಿ ಹೇಳುತ್ತಿದ್ದ ಮಾತುಗಳು. ಅಪೇಕ್ಷ ತೀರಾ ಅಪ್‌ಸೆಟ್ ಆದಳು.

ಲಂಚ್ ಸಮಯದಲ್ಲಿ ಅವಳಿಗೊಂದು ಫೋನ್. ಈಚೆಗೆ ಕವನ ಫೋನ್ ಮಾಡುವುದನ್ನು ಅಭ್ಯಾಸ ಮಾಡಿಕೊಂಡಿದ್ದಳು. ಒಂದು ರೀತಿಯ ರಿಲ್ಯಾಕ್ಸ್.

"ವಿಷ್ಣುಕಟ್ಟೆಗೆ ಫೋನ್ ಮಾಡಿ ನಿನ್ನ ಇಬ್ಬರು ಅಮ್ಮಂದಿರು ಅಂದರೆ ಶೇಷಪ್ಪಯ್ಯನವರ ಹೆಂಡತಿಯರ ಜೊತೆ ಮಾತಾಡ್ದೆ. ಫೆಂಟಾಸ್ಟಿಕ್ ಕಣೇ, ಒಂದ್ಚೂರು ಜಗಳವಿಲ್ದೆ ಹೊಂದಿಕೊಂಡಿದ್ದಾರೆ" ಅಂದಕೂಡಲೇ ಅಪೇಕ್ಷಗೆ ರೇಗಿತು.

"ವಿಷ್ಯ ಇಷ್ಟೇ ಆದರೆ ಸಂಜೆ ಬಂದ್ಮೇಲೆ ಮಾತಾಡೋಣ" ಅನ್ನುತ್ತಿದ್ದಂಗೆ "ಪ್ಲೀಸ್... ಸಾರಿ... ಯಾಕೋ ನಿನ್ನ ಛೇಡಿಸಬೇಕೂಂತ ಅನ್ನಿಸ್ತು. ಅಲ್ಲೇ ಜಗ್ಗೀ.... ಜಗದೀಶ್ ಇದ್ರು. ಆರಾಮಾಗಿ ಅಲ್ಲೇ ಟೆಂಟ್ ಹಾಕ್ದಂಗೆ ಕಾಣ್ತಾರೆ. ಅಲ್ಲಿ ನಿನ್ನ ಅಮ್ಮಂದಿರು ಎಷ್ಟೊಂದು ರುಚಿಯಾಗಿ ಅಡ್ಗೆ ಮಾಡ್ತಾರೆ. ಅಲ್ಲಿಗೆ ಬಂದ್ಮೇಲೇನೇ ತಿನ್ನೋ ಪದಾರ್ಥಗಳಿಗೆ ಇಷ್ಟೊಂದು ರುಚಿ ಇದೇಂತ ತಿಳಿದಿದ್ದು" ಅವಳ ಮಾತಿನ ಪ್ರವಾಹ ಸಾಗಿತ್ತು.

ಅಂಥ ಆಸಕ್ತಿಯೇನು ವ್ಯಕ್ತಪಡಿಸದ ಅಪೇಕ್ಷ "ಸಾರಿ, ರಾತ್ರಿ ಕೂತು ಫ್ರೀಯಾಗಿ ಮಾತಾಡೋಣ. ಇಲ್ಲಿ ಲಂಚ್ ಟೈಮ್ ಮುಗೀತು" ಫೋನಿಟ್ಟಳು. ಏಕೋ ಬೋರೆನಿಸಿತು.

ಆಮೇಲೆ ಹತ್ತು ನಿಮಿಷಕ್ಕೆ ಇಳಾಭಟ್ ಫೋನ್ ಬಂತು "ಅಯ್ಯೋ ಅಪೇಕ್ಷ, ನನ್ಮಗಳನ್ನ ನರ್ಸಿಂಗ್ ಹೋಂನಲ್ಲಿ ಅಡ್ಮಿಟ್ ಮಾಡಿದ್ದಾರಂತೆ. ನಂಗೆ ಕೈಕಾಲು ಆಡ್ತಾ ಇಲ್ಲ." ಕಣ್ಣೀರು ಹರಿದುಬಂತು. ನರ್ಸಿಂಗ್ ಹೋಂ ವಿಳಾಸಪಡೆದುಕೊಂಡು "ಬರ್ತೀನಿ..." ಫೋನ್ ಕಟ್ ಮಾಡಿದಳು.

'ಚಂದ್ರಾ ನರ್ಸಿಂಗ್ ಹೋಂ' ಮೃಣಾಲಿನಿ ಮನೆಯ ಬಡಾವಣೆಯಲ್ಲಿಯೇ ಇದ್ದಿದ್ದರಿಂದ ಆಟೋ ಹಿಡಿದು ಮೊದಲು ಮನೆಗೆ ಹೋದಾಗ, ಅವಳ ಬಳಿ ಆಟೋದವನಿಗೆ ಕೊಡುವಷ್ಟೆ ಹಣವಿದ್ದಿದ್ದು. ಸ್ವಲ್ಪ ಖರ್ಚಿಗೆ ಹಣ ಉಳಿಸಿಕೊಂಡು, ಮಿಕ್ಕ ಪೂರಾ ಹಣ ಊರಿಗೆ ಕಳಿಸುತ್ತಿದ್ದಳು. ತೋಟದ ಮೇಲಿನ ಸಾಲ ತೀರಿ ಮನೆಯವರು ಸಮಾಧಾನದಿಂದ ಉಸಿರಾಡಬೇಕಿತ್ತು.

ಎದೆ ಭಾರವೆನಿಸಿತು. ಅದೆಲ್ಲ ಎಂದಿಗೆ? ಪೂವಯ್ಯನ ಬಳಿ ಹರಟುತ್ತಿದ್ದ ಮಂಜು ಮೇಲೆದ್ದು "ನೀವು ಬಂದಿದ್ದು ಒಳ್ಳೆದಾಯ್ತು. ಎಂ.ಎಸ್. ಬಿಲ್ಡಿಂಗ್ ಮೇಡಮ್ ಅಳ್ತಾ

ಕೂತಿದ್ದಾರೆ. ಅಮ್ಮಾವ್ರು... ಮೇಡಮ್‌ನೋರು ಹೊರ್‍ಗೆ ಹೋಗಿದ್ದಾರೆ" ಇಷ್ಟು ಪ್ರವರ ಒಪ್ಪಿಸಿದ.

ನೇರವಾಗಿ ರೂಮಿಗೆ ಹೋದಾಗ ಇಳಾಭಟ್ ಕಣ್ಣು, ಮೂಗು ಕೆಂಪಗೆ ಮಾಡಿಕೊಂಡು ಕೂತಿದ್ದರು. ಆಕೆಯ ಕರ್ಚೀಫ್ ಒದ್ದೆಯಾಗಿತ್ತು. ಸನಿಹದಲ್ಲಿ ಕೂತಳು. ಅವಳ ಎದೆಯ ಬಡಿತ ಎಷ್ಟು ಜೋರಾಗಿ ಕೇಳಿಸುತ್ತಿದ್ದೆಂದರೇ, ಅವಳಿಗೆ ಭಯವೆನಿಸಿತು.

"ನೀವ್ಯಾಕೆ ಇಲ್ಲೇ ಕೂತಿದ್ದೀರಾ? ನಿಮ್ಮೆಜಮಾನ್ರು ಚಂದ್ರಾ ನರ್ಸಿಂಗ್ ಹೋಂನಿಂದ ಫೋನ್ ಮಾಡಿದ್ದಾರೆ" ಹೇಳಿದ ಕೂಡಲೇ ಇವಳ ಎರಡು ಕೈಗಳನ್ನಿಡಿದು ಬಿಕ್ಕಿ "ನಂಗ್ಯಾಕೋ ಭಯ ಆಗ್ತಾ ಇದೆ. ಅದೇನೋ ಕೈಕಾಲು ಸೆಟೆದುಕೊಂಡಿದೆಯಂತೆ. ನನ್ನೈಯಲ್ಲಿ ನೋಡೋಕ್ಕಾಗೋಲ್ಲ. ಅದಕ್ಕೇನಾದ್ರೂ ಆದರೆ... ನಾನು ಬದುಕಿರೋಲ್ಲ" ದನಿಯೇರಿಸಿ ಅಳೋಕೆ ಶುರು ಮಾಡಿದಾಗ ದಿಕ್ಕೇ ತೋಚಲಿಲ್ಲ.

ಅಪೇಕ್ಷ ಬೆವತಳು. ವಿಶ್ವರಥನ ಸಾವಿನ ಹೊಗೆ ಅವಳನ್ನು ವ್ಯಾಪಿಸಿಕೊಂಡೇ ಇತ್ತು. ಭಯ... ಭಯ..... ಭಯ... ಯಾವ ಕ್ಷಣದಲ್ಲಿ ಯಾರು ಬೇಕಾದರೂ ಇಲ್ಲವಾಗಿ ಬಿಡಬಹುದು! ಇಳಾಭಟ್ ಅಂದ ಈ ಮಾತನ್ನು ಅವಳ ಅಮ್ಮಂದಿರು ಅಂದಿದ್ದರು. ಆ ಕ್ಷಣ ಸುಕನ್ಯ ಕೂಡ ಇಂಥದ್ದೇ ಮಾತಾಡಿದ್ದಳು. ಆದರೆ ವಿಶ್ವರಥನಿಗಾಗಿ ಯಾರಾದರೂ ಸತ್ತಿದ್ದರ? ಖಂಡಿತ ಇಲ್ಲ. ಪ್ರತಿ ಸಾಯುವವರ ಜೊತೆ ಕೆಲವರು ಸಾಯುತ್ತ ಹೋಗಿದ್ದರೆ ಪ್ರಪಂಚದ ಸ್ಥಿತಿ ಏನಾಗುತ್ತಿತ್ತು? ಅದು ಸೃಷ್ಟಿಕರ್ತನಿಗೆ ಇಷ್ಟವಿಲ್ಲ. ಪ್ರತಿಯೊಬ್ಬರು ಅವರವರ ಆಟ ಅವರೇ ಆಡಿ ಮುಗಿಸಬೇಕಿತ್ತು. ನಂತರವೇ ಅವನ ಅಣತಿಯಂತೆ ಹೋಗಬೇಕು. ಇಲ್ಲಿ ಸ್ವತಂತ್ರ ಅನ್ನೋದು ಕೊಟ್ಟೇ ಇಲ್ಲ! ಅವಳ ಚಿಂತನಾಲಹರಿ ಎತ್ತತ್ತಲೋ ಸಾಗುತ್ತಿತ್ತು.

ಬಂದ ಕವನ ಇವರಿಬ್ಬರನ್ನು ನೋಡಿ.

"ರ್‍ರೀ ಇಳಾಭಟ್, ನಿಮ್ಮೆಜಮಾನ್ರು ಮತ್ತೆ ಫೋನ್ ಮಾಡಿದ್ದರಂತೆ. ಇಲ್ಲಿ ಅತ್ತುಕೊಂಡು ಕೂತರೇ, ಹೇಗೆ? ಪ್ಲೀಸ್, ಏಳೀ..." ಎಬ್ಬಿಸಿದಳು. ತನ್ನ ಅಮ್ಮ ಎಂದಾದರು ಅತ್ತಿದ್ದುಂಟೆ? ಒಮ್ಮೆ ಇವಳಕ್ಕ ಕಾದಂಬರಿ ಅನಾರೋಗ್ಯಗೊಂಡಾಗ ಆರಾಮಾಗಿ ನರ್ಸಿಂಗ್‌ಹೋಂಗೆ ಸೇರಿಸಿ ವಿಚಾರಿಸಿಕೊಳ್ಳುತ್ತಿದ್ದರೆ ವಿನಃ ದಿಕ್ಕೆಟ್ಟು ಕೂತಿದ್ದಂತು ಇಲ್ಲ. ಇವಳಿಗೆ ಅವಳು ಡಿಸ್ಚಾರ್ಜ್ ಆಗಿ ಮನೆಗೆ ಬಂದ ಮೇಲೆ ತಿಳಿದಿದ್ದು. ಅಂದು ಅವಳಿಗೂ ಕೂಡ ಸಿರಿಯಸ್ ಮ್ಯಾಟರ್ ಅನ್ನಿಸಿರಲಿಲ್ಲ! ಯಾಕೆ? ಬೆಳೆಸಿದ್ದು ಹಾಗೇ? ಸೆಂಟಿಮೆಂಟ್ಸ್, ಎಮೋಷನ್‌ಗೆ ಮಾರು ದೂರ?

ಮೂವರು ನರ್ಸಿಂಗ್ ಹೋಂಗೆ ಹೋದರು. ಕಾರಿಡಾರ್‌ನ ತುದಿಯಲ್ಲಿ ನಿಂತಿದ್ದ ಆ ಮನುಷ್ಯ ಸರಸರ ಬಂದವರೇ ಹೆಂಡತಿಯ ರೆಟ್ಟೆ ಹಿಡಿದುಕೊಂಡು "ಸುಮ್ನೇ ಟೆನ್‌ಷನ್ ಮಾಡ್ಕೋಬೇಡ. ಅದೇನು ಗುಣವಾಗಲಾರದಂಥ ಕಾಯಿಲೇಯೇನಲ್ಲ. ಮೊದ್ಲೇ ಅವ್ಳಿಗೆ ಭಯ ಜಾಸ್ತಿ ಅಷ್ಟೇ" ಒತ್ತಿ ಗದರುವಂತೆ ಹೇಳಿದರು.

"ಯಾಕೆ ಇಷ್ಟೊಂದು ತಡ ಮಾಡಿದ್ರಿ? ಅವ್ಳಿಗೇನಾದ್ರೂ ಆದರೆ ನಾನು ಸುಮ್ನೇ ಬಿಡೋಲ್ಲ" ಎಂದರು ಇಳಾಭಟ್ ಅಳುತ್ತ. ಕಡೆಗೆ ಕವನ, ಅಪೇಕ್ಷ ಅವರನ್ನು ಸಂತೈಯಿಸಬೇಕಾಯಿತು.

ಇಳಾಭಟ್ ಮಗಳು ಪದಿನ್ನಿ ನಾಳಗಳ ಮಧ್ಯೆ ಕಣ್ಮುಚ್ಚಿ ಮಲಗಿದ್ದಳು. 'ಐಸಿಯುನಲ್ಲಿ ಒಂದು ನಾಲ್ಕು ದಿನ ಇರಲಿ', 'ಡೋಂಟ್ ವರೀ, ಶಿ ವಿಲ್ ಗೆಟ್ ವೆಲ್ ಸೂನ್, ನಮ್ಮ ಪ್ರಯತ್ನ ಮಾವು ಮಾಡಿದ್ದೀವಿ. ಪ್ರತಿಯೊಂದು ಕಾಯಿಲೆಗೂ ಔಷಧ ಇದೆ.' ಒಂದು ಆಶ್ವಾಸನೆ ಕೊಟ್ಟರು ವೈದ್ಯ ಮಹಾರಾಜ್. ಅಂದಿನ ನೆನಪುಗಳು ಅಪೇಕ್ಷ ಕಣ್ಮುಂದೆ ಕುಣಿಯತೊಡಗಿತು.

ಶೇಷಪ್ಪಯ್ಯ ಡಾ|| ಚಿದಾನಂದಮೂರ್ತಿಯ ಮುಂದೆ ಕೂತು "ಡಾಕ್ಟ್ರೇ, ನಮ್ಮ ವಿಶ್ವರಥನಿಗೆ ಏನಾಗಿದೆ? ಸೋಮಾರಿಯಲ್ಲ ಉಂಡು, ತಿಂದು ಆರಾಮಾಗಿ ಇದ್ದವ" ಕೇಳಿದ್ದ ದಿನ ಅವಳು ಜೊತೆಯಲ್ಲಿಯೇ ಇದ್ದಳು.

"ಅಂಥದೇನಿಲ್ಲ, ಮಾತ್ರೆಗಳ್ನ ಬರೆದುಕೊಟ್ಟಿದ್ದೀನಿ. ಅದ್ನ ರೆಗ್ಯುಲ್ಲರಾಗಿ ತಗೊಳ್ಳಿ" ಮೊಬೈಲ್ ಕಿವಿಗಿಟ್ಟುಕೊಂಡೇ ಹೇಳಿದ್ದರು. ಆಮೇಲೆ ಅಪೇಕ್ಷ "ನಮಗ್ಯಾಕೋ, ಭಯವಾಗುತ್ತೆ ಡಾಕ್ಟರ್. ದಿನ ಹದಿನೆಂಟರಿಂದ ಇಪ್ಪತ್ತು ಮಾತ್ರೆ. ಅಮ್ಮ ಹೊಟ್ಟೆ ಉರಿ ಬರುತ್ತೆ ಅಂತಾರೆ. ಹಾಲು, ಮೊಸರು ಅಂಥದ್ದು ತುಂಬ ಬೇಡಾಂತ ಹೇಳಿದ್ದೀರಾ"

ಕೇಳಿಸಿಕೊಂಡಂತೆ ಹ್ಞೂಂಗುಟ್ಟುತ್ತಲೇ ಇನ್ನೊಂದು ಪೇಷಂಟ್ ಫೈಲ್ ನೋಡುತ್ತ ಟೆಕ್ನಿಷಿಯನ್‌ನ ಕರೆದು "ಇವ್ರ ಬ್ಲಡ್ ಟೆಸ್ಟ್ ಮಾಡಿ, ನೀವ್ಹೋಗಿ" ಎಂದು ಅವರನ್ನು ಕಳುಹಿಸಿ "ನಿಮ್ಮ ತಾಯಿಗೆ ಏನು ಗೊತ್ತಾಗುತ್ತೆ? ಹೊಟ್ಟೆಯುರಿಯೆನಿಸಿದರೆ ಈ ಮಾತ್ರೆ ಕೊಡಿ" ಇನ್ನೊಂದು ಮಾತ್ರೆಯ ಸೇರ್ಪಡೆಯಷ್ಟೆ. ನಿರಂತರವಾಗಿ ಮಾತ್ರೆ ಹೆಚ್ಚಿಸಿದ್ದ.

ಅದರಿಂದ ಏನು ಪ್ರಯೋಜನವಾಗಲಿಲ್ಲ. 'ಪ್ಲೀಸ್, ಮಾತ್ರೆ ನುಂಗಿ.... ನುಂಗಿ ಸಾಕಾಗಿದೆ. ನಿಲ್ಸಿ ಬಿಡಿ" ಎಂದು ಗೊಗರೆದಿದ್ದುಂಟು ವಿಶ್ವ. ದುಃಖವುಕ್ಕಿ ಬಂತು. ಬಾಯಿಗೆ ಕೈ ಅಡ್ಡ ಹಿಡಿದು ಬಿಕ್ಕಿದಳು.

ಕವನ ಅವಳನ್ನು ಹೊರಗೆ ಕರೆದೊಯ್ದು "ನಿಂಗೆ ವಿಶ್ವರಥನ ನೆನಪು ಆಗಿರಬೇಕು. ಹೀ ವಾಸ್ ವೆರಿ ಲಕ್ಕಿ. ಬಹುಶಃ ನಂಗೇನು ಸಾಯೋಕೆ ಇಷ್ಟವಿಲ್ಲ. ಅಕಸ್ಮಾತ್ ನಾನು ಸತ್ತಿದ್ದರೇ, ಯಾರು ನೆನಸಿಕೊತಾ ಇದ್ದರೋ... ನಂಗೆ ಗೊತ್ತಿಲ್ಲ. ಇನ್ನು ಮಮ್ಮಿ, ಡ್ಯಾಡಿ..... ಬಹುಶಃ ನಾವುಗಳು ಅವರ ನೆನಪಿನಲ್ಲಿ ಉಳಿಯೋಕೆ, ಹಾಗೇ ನಮ್ಮ ನೆನಪಿನಲ್ಲಿ ಅವ್ರು ಉಳಿಯೋಕೆ, ಸಾಧ್ಯತೆಗಳು ಕಡ್ಮೆ. ಈಗ್ಲೂ ನೀವುಗಳೆಲ್ಲ ವಿಶ್ವನ್ನ ನೆನೆಸಿಕೊಂಡು ಕಣ್ಣೀರು ಇಡ್ತೀರಿ. ಫೆಂಟಾಸ್ಟಿಕ್, ಅಲ್ಲಿಗೇ ಸಾವೇ ಇಲ್ಲ ವಿಶ್ವರಥರಿಗೆ" ಎಂದು ಬದುಕಿನ ಎಲ್ಲಾ ಮುಗ್ಗುಲುಗಳನ್ನು ವಿಶ್ಲೇಷಿಸುವಂತೆ ಕಂಡಳು.

ಒಂದೆರಡು ಗಂಟೆಗಳು ಉಳಿದುಕೊಂಡು ಇಳಾಭಟ್‌ನ ಅಲ್ಲೇ ಬಿಟ್ಟು ಇಬ್ಬರು ಹಿಂದಿರುಗುವ ವೇಳೆಗೆ ಸತ್ಯೇಂದ್ರ ಎರಡು ಸಲ ಫೋನ್ ಮಾಡಿದ್ದ ವಿಷಯ ತಿಳಿಯಿತು.

ಇವಳು ಬಾತ್‌ರೂಂನಿಂದ ಹಿಂದಿರುಗುವ ವೇಳೆಗೆ ಮತ್ತೆ ಸತ್ಯೇಂದ್ರನ ಫೋನ್ ಇವಳಿಗಾಗಿ ಕಾಯುತ್ತಿತ್ತು.

"ಸದ್ಯ ಸಿಕ್ಕಿದೆಯಲ್ಲ, ನನ್ನ ಅತ್ತೇನ ಭಾರತ ತಲುಪಿಸಿ ಹೋಗೋಕೆ ದೆಹಲಿವರೆಗೂ ಬಂದೇ. ಯಾಕೇಂತೀಯಾ? ಅದೊಂದು ದೊಡ್ಡ ಕತೆ. ಎದುರು ಸಿಕ್ಕಾಗ ಹೇಳಬಹುದಷ್ಟೇ. ನೀನು ಹೇಗಿದ್ದೀ?" ಒಮ್ಮೆಲೇ ಎಲ್ಲಾ ಮಾತಾಡಿಬಿಟ್ಟ. "ಚೆನ್ನಾಗಿದ್ದೀನಿ. ದೆಹಲಿವರ್‍ಗೂ ಬಂದಿದ್ದೀಯಲ್ಲ. ಹಾಗೇ ವಿಷ್ಣುಕಟ್ಟೆಗೂ ಬರಬಹುದಿತ್ತು" ಅಂದಾಗ ಅವನ ನಗು ಹರಿದುಕೊಂಡು ಬಂತು. "ಖಂಡಿತ ಬಂದಿದ್ದೀನಿ. ವಿಷ್ಣುಕಟ್ಟೆಯಿಂದಲೇ ಮಾತಾಡ್ತಾ ಇರೋದು. ಈಗ ನಿನ್ನ ವಿಷ್ಯ ಹೇಳು." ಕೇಳಿದ

"ಅಂಥದೇನಿಲ್ಲ! 2009ರಲ್ಲಿ ವಿಶ್ವ ಆರ್ಥಿಕ ಪರಿಸ್ಥಿತಿ ಶೇ. 1 ಕ್ಕೆ ಕುಸಿಯಲಿದೇಂತ ವಿಶ್ವಸಂಸ್ಥೆ ಹೇಳಿದೆ. ಜಾಗತಿಕ ಆರ್ಥಿಕ ಹಿಂಜರಿತದ ಪರಿಣಾಮಗಳು ಎಲ್ಲೆಡೆ ಕಾಣಿಸಿಕೊಳ್ಳತೊಡಗಿವೆ. ನಂಗೆ 'ಮಾರಿಕಾಂಬ ಫಾರ್ಮಾಸೂಟಿಕಲ್ ಏಜೆನ್ಸಿ'ಯಲ್ಲಿ ಕೆಲ್ಸ ಸಿಕ್ಕ ಕಾರಣ, ಅದರ ಒಡೆತನ ಸಾಗರದವರದು. ಈಗ ಇಲ್ಲೂ ಕೆಲವರನ್ನ ಕೆಲ್ಸದಿಂದ ತೆಗೆಯೋ ಸೂಚನೆ ಸಿಕ್ಕಿದೆ. ಅದೊಂದು ಭಯ.... ದಿನಕ್ಕೊಂದು ಹೊಸ ಸುದ್ದಿ. ಸಾಫ್ಟ್‌ವೇರ್ ಕಂಪನಿಗಳೆಲ್ಲ ಶೇ. 10ಕ್ಕೂ ಹೆಚ್ಚು ನೌಕರರನ್ನು ಕೆಲಸದಿಂದ ತೆಗೆದು ಹಾಕ್ತಾ ಇದ್ದಾರಂತೆ. ಪೇಪರ್ ತುಂಬ ಅದೇ ಸುದ್ದಿ. ಟಾಟಾ ಮೋಟರ್‍ಸ್‌ನಲ್ಲಿ 500 ಜನಾನ ಮನೆಗೆ ಕಳಿಸಿದರಂತೆ, ಲೀಮನ್ಸ್ ಬ್ರದರ್‍ಸ್‌ನಲ್ಲಿ ಜನಾನ ಕಿತ್ತು ಹಾಕಿದ್ದಾರೆ. ಈಗ ಆ ಭೂತ ನಮ್ಮ ಕಂಪನಿ ಬಾಗಿಲಿಗೆ ಬಂದು ನಿಲ್ಲಬಹುದು. ನಂದು ಬರೀ ಡಿಗ್ರಿ ಅಂತ ನಿಂಗೆ ಗೊತ್ತಿದೆ. ಅದೇ ಚಿಂತೆ. ಈಗ ಆರತಿ ಮದ್ವೆ ಸಲುವಾಗಿ ಒಂದಿಷ್ಟು ಸಾಲವಾಗಿದೆ." ಇಷ್ಟು ಹೇಳಿ ತಕ್ಷಣ ನಿಲ್ಲಿಸಿದಳು. ಅವಳಿಗೆ ಕಸಿವಿಸಿಯೆನಿಸಿತು. ಸಂಕೋಚದಿಂದ ಅವಳ ಮನ ಮುದುಡಿತು. ಹೇಳಿದ್ದು ಸರಿನಾ? ಪ್ರಶ್ನಿಸಿತು ಬುದ್ಧಿ.

"ಯಾಕೆ, ಸುಮ್ನಾದೆ? ಇದೆಲ್ಲ ತಿಳಿದಿದ್ದೇ. ಬಹುಶಃ ನಾನು ಕೂಡ ಅದೇ ಸಾಲಿನಲ್ಲಿ ನಿಂತಿದ್ದೀನಿ. ಅದ್ನ ಲಕ್ ಅಂತ ತಿಳ್ಕೊತೀನಿ. ನೇರವಾಗಿ ವಿಷ್ಣುಕಟ್ಟೆಗೆ ಗಂಟುಮೂಟೆ ಕಟ್ಟಿಕೊಂಡು ವಾಪಸ್ಸು ಬರ್ತೀನಿ. ನನ್ನ ಮಗ್ಳು ಇಲ್ಲೇ ಬೆಳೀತಾಳೆ. ಅಪ್ಪ, ಅಮ್ಮನ ಕಣ್ಮುಂದೆ ನಾನು ನನ್ನ ಕಣ್ಮುಂದೆ ನಮ್ಮಗಳು. ಹಾಯಿ ಅನಿಸುತ್ತೆ. ಜಾಗತಿಕ ಆರ್ಥಿಕ ಕುಸಿತದಿಂದ ನೌಕರರ ತಲೆಯ ಮೇಲೆ ತೂಗುಕತ್ತಿ. ಆದರೆ ನನ್ನಂಥವರ ಭವಿಷ್ಯ ಸುಗಮ. God doesn't play at dice ಅನ್ನೋ ಮಾತು ಕೇಳಿದ್ದೀಯ?"

ನೆನಪಿಸಿಕೊಂಡವಳು ತಟ್ಟನೆ ನುಡಿದಳು.

"ನಿಂಗೆ ಗೊತ್ತು ನನ್ನ ಬಗ್ಗೆ. ನಾನು ತೀರಾ ಸಾಧಾರಣದ ಹುಡ್ಗೀ. ವಿಶ್ವಣ್ಣ ಐನ್‌ಸ್ಟೈನ್‌ನ ಈ ಮಾತನ್ನು ಡೈರಿಯಲ್ಲಿ ಗುರುತು ಹಾಕಿಕೊಂಡಿದ್ದ. God doesn't play at dice ದೇವರು ಪಗಡೆ ಆಡುವುದಿಲ್ಲ ಅಂತ ತಾನೇ? ವಿಷ್ಣುಕಟ್ಟೆಯ ಸಾಧಾರಣ

ಹುಡ್ಗಿಯನ್ನು ಏನೇನೋ ಕೇಳಿ ಗೋಜಲು ಮಾಡಬೇಡ. ಯಾವಾಗ ಬಂದಿದ್ದು? ಎಲ್ಲಾ ಹೇಗಿದ್ದೀರಿ?" ಎಂದಳು.

"ನೆನ್ನೆ ರಾತ್ರಿ ಕೊನೆ ಬಸ್ಸಿಗೆ ಬಂದೆ. ಇಲ್ಲಿನ ಸ್ಥಿತಿ ಮಾಮೂಲು. ಅಮ್ಮ ವಾರದ ಕೆಳ್ಗೇ ಕೂಡ ಎತ್ತಿ ಹಾಕ್ಕೊಂಡ್ ಬಿದ್ದರಂತೆ. ಖಾನಾವಳಿ ಇನ್‌ಚಾರ್ಜ್ ಅಪ್ಪಯ್ಯನದು. ಏನೇ ಆಗ್ಲೀ, ನಮ್ಮಪ್ಪಯ್ಯ ನಿನ್ನ ತಂದೆ ಅಷ್ಟು ಬುದ್ಧಿವಂತರಲ್ಲ. ವಿಶ್ವ ಹೋದ. ಇನ್ನು ಇರೋ ಮಕ್ಳು ಬಗ್ಗೆ ಶೇಷಪ್ಪಯ್ಯ ಮಾವ ಕನಸು ಕಟ್ಕೋಬಹ್ದು. ಆದರೆ ನನ್ತಂದೆ ಸ್ಥಿತಿ! ಪೂರ್ತಿ... ನಿಲ್. ಎಲ್ಲಾ ಮುಚ್ಚಿಹೋದಂಗೆ. ಸುಮ್ನೇ ಕೆಲ್ಸದ ಬಗ್ಗೆ ತಲೆ ಕೆಡ್ಸಿಕೋಬೇಡ. ಅಕಸ್ಮಾತ್ ಕೆಲ್ಸದಿಂದ ತೆಗ್ದು ಹಾಕಿದರೆ ಊರಿಗೆ ಬಾ. ನಾವಿಬ್ರೂ ವಿಷ್ಣುಕಟ್ಟೆಯಲ್ಲಿ ಸಂಘಟನೆ ಮಾಡೋಣ. ಯೂತ್ ಪೀಪಲ್ ಹೊರ್ಗೆ ಹೋಗ್ದಂಗೆ ನೋಡ್ಕೊಳ್ಳೋಣ. ಈಗ ಹೊರ್ಗೆ ಇದ್ದವರನ್ನು ಹಿಂದಕ್ಕೆ ಕರ್ಕಂಡ್ ಬರೋಣ. ತೋಟಗಳ್ನ ಇಂಪ್ರೂ ಮಾಡೋಣ. ಮಾರುಕಟ್ಟೆನ ವಿಸ್ತಾರ ಮಾಡೋಣ. ನೀನು ಏನಂತೀ? 'ಕೈಲಾಗದು ಎಂದು ಕೈಕಟ್ಟಿ ಕುಳಿತರೇ ಸಾಗದು ಮುಂದೆ' ಡಾ॥ ರಾಜಕುಮಾರ್ ಬಂಗಾರಮನುಷ್ಯ ಸಿನಿಮಾದಲ್ಲಿ ಹಾಡಿದ್ದನ್ನು ಜ್ಞಾಪ್ಸಿಕೊಂಡು ಕೆಲ್ಸ ಮಾಡೋಣ."

ಅವನ ಮಾತುಗಳಿಗೆ ನಕ್ಕುಬಿಟ್ಟಳು.

"ಅಂತು ಮಾತಾಡೋ ಜೋಷ್‌ನಲ್ಲಿ ಇದ್ದೀಯ. ನಿನ್ನ ಕನಸುಗಳೆಲ್ಲ ನನಸಾಗಲೀ. ಯಾವಾಗ ಹೊರಡೋದು?" ಕೇಳಿದಳು.

"ಓಕೆ.ಎರಡು ದಿನ ಉಳಿದುಕೊಂಡೇ ಹೋಗ್ತೀನಿ. ನಿಮ್ಮ ಮನೆಗೆ ಹೋಗಿದ್ದೆ. ಚೆನ್ನಾಗಿದ್ದಾರೇಂತ ಅಂದ್ಕೋಬೇಕು. ಆ ದುಃಖದ ಕತ್ತಲಿನಿಂದ ಯಾರೂ ಹೊರ್ಗೇ ಬಂದಂಗೆ ಕಾಣ್ಲಿಲ್ಲ. ಸಾಯಬಾರದ ವಯಸ್ಸಿನಲ್ಲಿ ವಿಶ್ವ ಸತ್ತ ನಿಜ. ಆದರೆ ಶಂಕರಾಚಾರ್ಯರು, ವಿವೇಕಾನಂದರು ಕೂಡ ಅಲ್ಪಾಯುಷಿಗಳಲ್ವೇ? ಅವರ ಸಾಧನೆಗಳೆಷ್ಟು? ಅವರು ಅಮರರಾಗಿದ್ದು ಹೇಗೆ? ಬದ್ಕು ಒಂದು ತರಹ ಓನ್ ಡೇ ಮ್ಯಾಚ್. ಬ್ಯಾಟ್ ಹಿಡಿದುಕೊಂಡು ಬಂದ್ಮೇಲೆ ಆದಷ್ಟು ರನ್ಸ್ ಹೊಡೆದು ಹೋಗಬೇಕು. ಕೆಲವರು ಏನೂ ಹೊಡೆಯದೇ ಔಟ್ ಆಗಿ ಪೆವಿಲಿಯನ್‌ಗೆ ಹೋಗ್ತಾರೆ. ಅವರ ಬಗ್ಗೆ ಬೇಸರವಿದ್ದರು ಒಂದಿಷ್ಟು ಸಹಾನುಭೂತಿ. ಆದರೆ ಐವತ್ತು ಓವರ್ ಪೂರ್ತಿ ನಿಂತು ರನ್ ಬಾರಿಸದೆ ಇರುವವರ ಬಗ್ಗೆ ಪ್ರೇಕ್ಷಕರಿಗೆ ಕೆಟ್ಟ ಕೋಪ. ಅವ್ನು ಔಟಾಗಲೀಂತ ದೇವರಿಗೆ ಹರಕೆ ಕಟ್ಕೋತಾರೆ. ಬೈಯ್ತಾರೆ. ಛೀಮಾರೀ ಹಾಕ್ತಾರೆ. ಆದರೆ ಇದ್ದ ಹತ್ತು ಓವರ್‌ನಲ್ಲಿ ವಿಶ್ವ ಸಂತುಷ್ಟಕರ ರನ್ ಪೇರಿಸಿ ಹೋಗಿದ್ದಾನೆ. ಅವನಿಗೆ ಚಪ್ಪಾಳೆ ತಟ್ಟಬೇಕೇ ವಿನಹ ಅಳ್ತಾ ಕೂಡಬಾರದು. ಅವನು ಅರ್ಧಕ್ಕೆ ಬಿಟ್ಟುಹೋದ ಕೆಲ್ಸದ ಕಡೆ ಎಲ್ಲಾ ಗಮನ ಕೊಡ್ಲೀ" ರೇಗಿದಂತೆ ನುಡಿದು 'ಸಾರಿ..." ಕೇಳಿದ.

"ನಿನ್ಮಾತು ಸತ್ಯ ಕಣೋ. ಒಮ್ಮೆ ಬೆಂಗ್ಳೂರಿಗೆ ಯಾಕೆ ಬಂದು ಹೋಗ್ಬಾರ್ದು?" ಕೇಳಿದಳು.

"ಅದಕ್ಕೆ ಶ್ರೀಮತಿಯವರ ಪರ್ಮಿಷನ್ ಇಲ್ಲ. ಚಾರು ನೆನಪಿಗೆ ಬಂದ ಕೂಡಲೇ ಮಾತಾಡೋ ಮೂಡ್ ಹೋಯ್ತು. ಐ ವಿಲ್ ಕಾಲ್ ಯು ಲೇಟರ್" ಕಟ್ ಮಾಡಿದ. ಅಪೇಕ್ಷಗೆ ನಗು ಬಂತು.

ರೂಮಿಗೆ ಬರುವ ವೇಳೆಗೆ ಸೆಲ್‌ಫೋನ್‌ನಲ್ಲಿ ಮಾತಾಡುತ್ತಿದ್ದ ಕವನ "ಆಯ್ತು" ಫೋನ್ ಕಟ್ ಮಾಡಿ ಮೊಬೈಲ್‌ನ ಹಾಸಿಗೆಯ ಮೇಲೆ ಎಸೆದು "ನಮ್ಮ ಕಾದಂಬರಿದು ಮದ್ವೆನಂತೆ. ಮಮ್ಮಿ ಸಾಧ್ಯವಾದರೆ, ಬಂದು ಹೋಗೂಂದ್ರು" ನಿರುತ್ಸಾಹದಿಂದ ನುಡಿದಿದ್ದು.

"ಅಕ್ಕನ ವಿವಾಹದ ಸಂಭ್ರಮ. ಒಮ್ಮೊಮ್ಮೆ ಸಿಗೋ ಛಾನ್ಸ್. ಆದರೆ ಆರತಿ ಲಗ್ನದಲ್ಲಿ ನಂಗೆ ಸಂಭ್ರಮಿಸೋಕಾಗ್ಲಿಲ್ಲ. ಎಲ್ಲಂತೆ ಮದ್ವೆ?" ಅಪೇಕ್ಷ ವಿಚಾರಿಸಿದಳು. "ಗೊತ್ತಿಲ್ಲ, ಅವ್ರು ಏನು ಹೇಳ್ಲಿಲ್ಲ. ಅಸಲು ಮಮ್ಮಿಗ್ರೆ ಗೊತ್ತಿದ್ಯೋ ಇಲ್ವೋ? ಅವಳಂತು ನಂಗೇ ಹೇಳ್ಲಿಲ್ಲ.ತಾನಾಗಿ ಫೋನ್ ಮಾಡೋ ಅಭ್ಯಾಸ ಅವಳಿಗಿಲ್ಲ. ನಾನು ಅಷ್ಟೇ ಅಂದ್ಕೋ. ಆದರೆ ಈಚೆಗೆ ಫೋನ್ ಮಾಡಬೇಕೂಂತ ಅನ್ನಿಸುತ್ತೆ. ಆ ಕಡೆಯಿಂದ ರೆಸ್ಪಾನ್ಸ್ ಇರೋಲ್ಲ. ಅಯ್ಯೋ, ನಿಂಗೆ ಹೇಳಲೇ ಇಲ್ಲ ಅಲ್ವಾ? ನಿನ್ನ ಇಬ್ರೂ ಅಮ್ಮಂದಿರ ಜೊತೆನೂ ಫೋನ್‌ನಲ್ಲಿ ಮಾತಾಡ್ದೇ. ಇನ್ನೊಂದು ವಿಷ್ಯ ಗೊತ್ತಾ? ನಯನಾನ ಕೆಲ್ಸದಿಂದ ತೆಗೆದಿದ್ದಾರೆ" ಅಂದಕೂಡಲೇ ಅಪೇಕ್ಷ ಬೆವತುಬಿಟ್ಟಳು. ಎಲ್ಲೋ ಇದ್ದ ಭೂತ ಇಲ್ಲಿ ಬಂದು ನಿಂತಂತಾಯಿತು. "ಶೂರ್?" ಅವಳ ದನಿ ನಡುಗಿತು.

"ಡೆಫಿನೆಟ್ಲಿ, ನಾನ್ಯಾಕೆ ಸುಳ್ಳು ಹೇಳ್ಲಿ? ಸ್ವತಃ ನಯನಾನೇ ಹೇಳಿದ್ಲು. ಅವ್ರು ಎರಡು ದಿನದಿಂದ ಹೊರ್ಗೇ ಹೋಗಿಲ್ಲ. ತುಂಬ ಪ್ರತಿಭಾವಂತೆ. ಇನ್ನೊಂದು ಕಡೆ ಕೆಲ್ಸ ಸಿಗೋದೇನು ಕಷ್ಟವಲ್ಲ" ಕವನ ಕಡೆ ಮಾತು ಕಿವಿಗೆ ಬೀಳಲೇ ಇಲ್ಲವೆನ್ನುತ್ತ ಅವಳ ರೂಮಿನಲ್ಲಿ ಇಣುಕಿ ಮೇಲಿನ ಟೆರೇಸ್‌ಗೆ ಹೋದಳು. ನಯನಾ ಉಯ್ಯಾಲೆಯ ಮೇಲೆ ಮೌನವಾಗಿ ಕೂತು ಸಣ್ಣಗೆ ತೂಗಿಕೊಳ್ಳುತ್ತಿದ್ದಳು. ಇದು ಅಪರೂಪವಲ್ಲ. ಏಕಾಂತ ಅವಳಿಗೆ ಹೆಚ್ಚು ಪ್ರಿಯವೇ. "ನಯನಾ, ಸಾರಿ ಫಾರ್ ದಿ ಡಿಸ್ಟರ್ಬ್" ಅನ್ನುತ್ತಲೇ ಹೋಗಿ ಅವಳೆದುರಿಗಿದ್ದ ಬೆತ್ತದ ಛೇರ್ ಮೇಲೆ ಕೂತಳು.

ನಯನಾ ಬಹಳ ಸುಲಭವಾಗಿ ಶಾಂತವಾಗಿ ಕೆಲಸ ಹೋದ ವಿಷಯ ಸ್ವೀಕರಿಸಿರಬಹುದು. ಆದರೆ ಇವಳಿಗೆ ಆಘಾತವೇ.

"ಒಂದು ಹೊಸ ನ್ಯೂಸ್ ಸಿಕ್ತು" ಕೇಳಿದ್ದು ಮೆಲ್ಲಗೆ.

"ನಂಗೆ ಕೆಲ್ಸ ಹೋಗಿದ್ದ? ನೂರಾರು ಜನ ನಿರುದ್ಯೋಗಿಗಳಾಗುತ್ತಿದ್ದಾರೆ. ನಂಗೇನು ಪ್ರಾಬ್ಲಂ ಅನ್ನಿಸೋಲ್ಲ. ನನ್ನ ಮಮ್ಮಿ, ಡ್ಯಾಡಿ ಎಲ್ಲಾ ರೀತಿಯಲ್ಲೂ ಪ್ರಭಾವಿ ವ್ಯಕ್ತಿಗಳು. ಮತ್ತೊಂದು ಕಡೆ ಕೆಲ್ಸ ಕೊಡಿಸ್ತಾರೆ. ನಂಗೆ ಅಂಥ ದೊಡ್ಡ ಅನಿವಾರ್ಯತೆ ಕೂಡ ಇಲ್ಲ. ಅಮೆರಿಕ ಇತಿಹಾಸದಲ್ಲೇ ಸುದೀರ್ಘ ಆರ್ಥಿಕ ಕುಸಿತ ಅಂತ ನ್ಯಾಷನಲ್ ಬ್ಯೂರೋ ಆಫ್ ಎಕನಾಮಿಕ್ ರೀಸರ್ಚ್ ಅಧಿಕೃತವಾಗಿ ಘೋಷಿಸಿದೆ. ಅದರ ಪರಿಣಾಮ ಅಂದುಕೊಂಡರೂ, ನನ್ನ ಹೊರ್ಗೆ ಕಳಿಸೋಕೆ ಬೇರೆಯ ಕಾರಣವಿದೆ. ನಂಗೆ

ಕೆಲ್ಸದಲ್ಲಿ ಕಾನ್ಸನ್‌ಟ್ರೇಟ್ ಮಾಡೋಕೆ ಸಾಧ್ಯವಾಗ್ತ ಇಲ್ಲ. ನನ್ನ ಹೊರ್‍ಗೇ ಕಳಿಸೋಕೆ, ಅದೇ ಮುಖ್ಯವಾದ ಕಾರಣ. ಸದ್ಯಕ್ಕೆ ಬೋರೆನಿಸಿದೆ. ಮಮ್ಮಿ ದೆಹಲಿಗೆ ಬಾ ಅಂತ ಫೋನ್ ಮಾಡಿದ್ರು. ಅದೇ ಕೊರೆತ. ಎಲ್ಲೂ ಹೋಗೋದು ಬೇಡಾಂತ ಅನಿಸಿದೆ. ಮುಂದೆ ನೀನು ಅಪಾಯಿಂಟ್‌ಮೆಂಟ್‌ಗೆ ಜಾಯಿನ್ ಆಗೋ ಭರವಸೆ ಕೊಟ್ಟರೇ, ಹಸೆಮಣೆ ಏರೋಕೆ ಸಿದ್ಧ ಅಂದ ಸಕ್ಸೇನಾ. ಇದೇ ಪಟ್ಟು ಆಮೇಲೆ ಡೈವೋರ್ಸ್‌ಗೆ ದಾರಿ ಮಾಡಿಕೊಡಬಹುದು. ಬೇಡಾಂದೇ" ದೀರ್ಘವಾಗಿ ಹೇಳಿದಳು. ನಯನಾದು ಮಾತು ಕಮ್ಮಿ. ಆದರೂ ಇಂದು ಮಾತಾಡಿದಳು. ನಯನಾ, ರೂಮಿಗೆ ಅಪೇಕ್ಷಾಳನ್ನು ಕರೆತಂದಳು.

"ಪ್ರದೀಪ್ ಸಕ್ಸೆನಾ ಕನ್ವಿನ್ಸ್ ಆಗೋಲ್ಲಾಂತೀಯ?" ಮೆಲ್ಲಗೆ ಕೇಳಿದಳು. "ಖಂಡಿತ ಇಲ್ಲ. ಅವ್ರಿಗೆ ಜಾಬ್‌ನಲ್ಲಿರೋ ಹುಡ್ಗೀನೇ ಬೇಕು. ಅದಕ್ಕೆ ಅವರು ಕೊಡೋ ಕಾರಣಗಳೇ ಬೇರೆ. ಇದು ಅವರೊಬ್ಬರ ನಿಲುವಲ್ಲ, ಇಡೀ ಫ್ಯಾಮಿಲಿ ಆ ನಿರ್ಣಯಕ್ಕೆ ಬದ್ಧ. ವಿವಾಹಕ್ಕೆ ಮುನ್ನವೇ ತಿಳಿದಿದ್ದು ಒಳ್ಳೇದು. ಅವ್ರು ಕೊಟ್ಟ ಒಂದು ಗಿಫ್ಟ್ ನನ್ನಲ್ಲಿ ಉಳಿದಿದೆ. ಅದ್ನ ವಾಪಸ್ಸು ಕಳಿಸಬೇಕು." ಎಂದು ಬೀರುವಿನಲ್ಲಿದ್ದ ನೆಟ್‌ಬುಕ್‌ನ ಹೊರತೆಗೆದಳು. ನೆಟ್‌ಬುಕ್ ಎಂದರೆ ವಿದ್ಯುತ್ ಕ್ಷಮತೆಯುಳ್ಳ ಪ್ರೊಸೆಸರ್ ಹೊಂದಿರುವ ಲ್ಯಾಪ್‌ಟಾಪ್, ಅದನ್ನು ಅವಳ ಮುಂದಿಟ್ಟಳು. ಈ ಲ್ಯಾಪ್‌ಟಾಪ್ ಕಂಪ್ಯೂಟರ್ ತೊಡೆಯ ಮೇಲಿನ ಪುಟ್ಟ ಜಗತ್ತು.

"ಪ್ರದೀಪ್ ಸಕ್ಸೆನಾ ಗಿಫ್ಟ್ ಕೂಡ ಪ್ರೊಫೆಷನ್‌ಗೆ ಸಂಬಂಧಪಟ್ಟಿದ್ದೇ. ಕಂಪ್ಯೂಟರ್‌ನಲ್ಲಿ ಮುಳುಗಿ ಹೋಗಿದ್ದಾರೆ. ನಂಗೆ ಆ ತರಹ ಜೀವನ ಬೇಡ." ದೃಢವಾಗಿ ನುಡಿದಳು ನಯನಾ. ಆದರೆ ಅಪೇಕ್ಷಗೆ ಒಂದಿಷ್ಟು ಕುತೂಹಲ. ಇವಳು ಕೇಳದಿದ್ದರೂ ನಯನಾ ತಾನೇ "ಇಂಟರ್‌ನೆಟ್ ಬಳಕೆದಾರರು, ಕಂಪ್ಯೂಟರ್ ಗೇಮ್ ಆಡುವವರು, ಸೋಷಿಯಲ್ ನೆಟ್‌ವರ್ಕ್ ನೋಡುವವರಿಗೆ ಸಂಗಾತಿ. ಇಂಟರ್ನೆಟ್ ಸರ್ಫಿಂಗ್ ಸಾಧನವಾದುದರಿಂದ ಇದಕ್ಕೆ ನೆಟ್‌ಬುಕ್ ಅಂತ ಹೆಸರು ಬಂದಿದೆ. ಇದರ ಬ್ಯಾಟರಿ ದೀರ್ಘ ಬಾಳಿಕೆಯುಳ್ಳದ್ದು. ದೊಡ್ಡ ಸೀನ್, ಅತ್ಯುತ್ತಮ ಕೀ ಬೋರ್ಡ್ ಹೊಂದಿರೋದರ ಜೊತೆಗೆ ಸಾಧಾರಣ ಲ್ಯಾಪ್‌ಟಾಪ್‌ಗಿಂತ ಹಗುರವಾಗಿರುತ್ತೇಂತ ಹೇಳ್ದ. ಐಯಾಮ್ ನಾಟ್ ಇಂಟರೆಸ್ಟೆಡ್. ಅದಕ್ಕೆ ಎಲ್ಲದರ ಜೊತೆಗೆ ಇದೂ ವಾಪಸ್ಸು. ಮಮ್ಮಿ ಡ್ಯಾಡಿ ಬೆಂಗ್ಳೂರಿಗೆ ಬರ್‍ತಾ ಇದ್ದಾರೆ. ಕೆಲವು ದಿನ ಇಲ್ಲೇ ಉಳಿಯೋದೂಂತ ಅಂದುಕೊಂಡಿದ್ದೀನಿ. ಇಲ್ಲ ಬಲವಂತ ಮಾಡಿದರೇ, ಹೋಗೋದು. ಈ ವಿವಾಹ ತಪ್ಪಿ ಹೋಗೋದು ಅವ್ರಿಗೆ ಇಷ್ಟವಿಲ್ಲ. ನಾನೇನು ನಿರಾಕರಿಸ್ತ ಇಲ್ಲ. ಹೌಸ್-ಮೇಕರ್ ಆಗಿರೋಕೆ ಇಷ್ಟ. ಗಂಡ-ಮಕ್ಕಳು, ಅತ್ತೆ-ಮಾವ, ನೆಂಟರು ಸಂಬಂಧಿಕರ ನಡುವಿನ ಜೀವನ ಇಷ್ಟ." ಕಣ್ಣರಳಿಸಿ ಅವಳು ಹೇಳಿದ್ದನ್ನು ಕೇಳಿಸಿಕೊಂಡು ದಂಗಾದಳು. ಬಹಳ ಸ್ಪಷ್ಟವಾಗಿತ್ತು ಅವಳ ಕನಸು. ಅಮೂಲ್ಯ ಕೂಡ.

"ಒಮ್ಮೆ ನಿಮ್ಮೂರಿಗೆ ಬರಬೇಕೂಂತ ಅನ್ನಿಸಿದೆ. ಎಂದು ಹೋಗೋಣ? ನಾನಂತು ಫ್ರೀ" ನಯನಾ ತನ್ನ ಆಸೆಯನ್ನು ವ್ಯಕ್ತಪಡಿಸಿದಾಗ ತಟ್ಟನೇ "ನಂಗಂತೂ ರಜ

ಇಲ್ಲ. ಅಕಸ್ಮಾತ್ ರಜ ಹಾಕಿದರೇ ಅದನ್ನ ಕಾಯಂ ಮಾಡಿಬಿಡೋ ಛಾನ್ಸ್ ಇದೆ. ಕವನ ಬೇಕಾದರೆ... ಬರ್ತಾಳೆ. ನಾಲ್ಕು ದಿನ ನೀವಿಬ್ರೂ ಉಳಿದರೇ ಅಮ್ಮನಿಗೆ ಇಷ್ಟವಾಗುತ್ತೆ. ಕೊನೆ ದಿನ ನಾನು ಬರ್ತೀನಿ. ಸಾರಿ, ಹೀಗೇಳುತ್ತೀನೀಂತ ಏನು ತಿಳ್ಕೋಬೇಡ" ರಿಕ್ವೆಸ್ಟ್ ಮಾಡಿಕೊಂಡಳು.

ಬಂದ ಕವನ ಡೇಟ್ ಫಿಕ್ಸ್ ಮಾಡಿದಳು. ವಿಷ್ಣುಕಟ್ಟೆ ತನ್ನ ಸ್ವಂತದ್ದು, ಅಲ್ಲಿರೋರೆಲ್ಲ ತನ್ನ ಸ್ವಂತಜನ ಎನ್ನುವಂತೆ ಸಂಭ್ರಮಿಸುತ್ತಿದ್ದುದು ಮಾತ್ರ ವಿಸ್ಮಯ.

ಮೂರು ದಿನ ಇಳಾಭಟ್ ಮಗಳನ್ನ ಇಟ್ಟುಕೊಂಡು ಡಿಸ್ಚಾರ್ಜ್ ಮಾಡಿದ್ದು. ಆ ಮೂರು ದಿನ ಎಲ್ಲರಿಗಿಂತ ಹೆಚ್ಚು ಟೆನ್‌ಷನ್ ಅನುಭವಿಸಿದವಳು ಅಪೇಕ್ಷ. ವಿಶ್ವರಥ ನಿಶ್ಚಲವಾಗಿ ಮಲಗಿದ್ದು ನೆನಪಾದ ಕೂಡಲೇ ಇಳಾಭಟ್ ಮಗಳು ಕೂಡ! ಸಾವು ನಿರಂತರವಾಗಿ ಹೆದರಿಸುತ್ತಿದ್ದಂಗೆ ಭಾಸವಾದಾಗ ಆತಂಕಕ್ಕೆ ಒಳಗಾಗುತ್ತಿದ್ದಳು. ಈ ಹೆದರಿಕೆಯನ್ನು ಹತ್ತಿಕ್ಕಿ ಬದುಕುವುದು ತನ್ನಿಂದ ಸಾಧ್ಯವಿಲ್ಲವೇನೋ? ನಿರಂತರವೆನಿಸಿತ್ತು.

ಅಂದು ಇಳಾಭಟ್ ಆಫೀಸ್‌ಗೆ ಹೋಗೋವಾಗ ಅವರೊಂದಿಗೆ ಕವನಳೂ ಹೊರಗೆ ಹೊರಟಿದ್ದಳು. ಇಳಾಭಟ್, "ಅಪೇಕ್ಷ, ನಿನ್ನ ಉಪಕಾರನ ನಾನೆಂದು ಮರೆಯೋಲ್ಲ? ನಿನ್ನಿಂದ ಒಂದಿಷ್ಟು ಖರ್ಚಾಗಿದೆ." ಅಂದಾಗ ಅವಳ ಕಣ್ಣಂಚು ತೇವವಾಯಿತು. "ಉಪಕಾರ ಅಂಥದೇನಿಲ್ಲ, ಪದ್ಮಿನಿ ಹುಷಾರಾದಳಲ್ಲ, ಅಷ್ಟು ಸಾಕು. ನಾನೇನು ಅಂಥ ದೊಡ್ಡದಾಗಿ ಖರ್ಚು ಮಾಡಿಲ್ಲ. ನಾನೂ ನಿಮ್ಮ ಜೊತೆ ಹೊರಡ್ತೀನಿ" ತನ್ನ ಬ್ಯಾಗ್ ಎತ್ತಿಕೊಂಡು ಅವರೊಂದಿಗೆ ಹೊರಬರುವ ವೇಳೆಗೆ ಮಂಜುಗೆ ಏನೋ ಇನ್‌ಸ್ಟ್ರಕ್ಷನ್ ಕೊಡುತ್ತಿದ್ದ ಮೃಣಾಲಿನಿ "ನಾನೇ ಮುಂದಿನ ಸ್ಟಾಪ್‌ವರ್‍ಗೂ ನಿಮ್ಮನ್ನ ಡ್ರಾಪ್ ಮಾಡ್ತೀನಿ" ಎಂದು ಅವರೂ ಜೊತೆಗೂಡಿದರು. ಮೊದಲು ತುಂಬ ಸ್ಟ್ರಿಕ್ಟಾಗಿ ಇದ್ದರೆಂದು ಹಿಂದೆ ಇದ್ದ ಪೇಯಿಂಗ್ ಗೆಸ್ಟ್‌ಗಳು ಬಂದಾಗ ಹೇಳುತ್ತಿದ್ದರು. ಈಗ ತುಂಬ ಸಿಂಪಲ್, ಹಿಂದಿನ ಕಟ್ಟುನಿಟ್ಟಿನಲ್ಲಿ ಅರ್ಧದಷ್ಟು ಇಲ್ಲವೆಂದು ಮಂಜು ಹೇಳುತ್ತಿದ್ದ.

ದಾರಿಯಲ್ಲಿ "ನಯನಾ ಮದರ್ ಫೋನ್ ಮಾಡಿ ಒಂದಿಷ್ಟು ಕನ್ವಿನ್ಸ್ ಮಾಡಿದ್ರು. ಬರಿ ಹ್ಞೂಂ ಅಂದೇ ಅಷ್ಟೆ. ನಂಗೆ ಇಷ್ಟವಾಗ್ಲಿಲ್ಲ. ಮತ್ತೆ ಪುನಃ ಫೋನ್ ಮಾಡಿದಾಗ, ಅವ್ಳಿಗೆ ಬೇಡವೆನಿಸಿದ ಕೆಲ್ಸ ಅವ್ರಿಗೆ ಯಾಕಂತೆ? ಈ ರೀತಿ ಒತ್ತಡವೇರೋದು ಸರಿ ಇಲ್ಲ. ನಯನಾಗೆ ಬೇರೊಂದು ಗಂಡು ನೋಡಿ ಅಂದೆ. ಅವರಂತು ತೀವ್ರವಾದ ಬೇಸರದಿಂದ 'ಈಗ ಮತ್ತೆ ಮೊದಲಿನಿಂದ ಶುರು ಮಾಡಬೇಕಾಗುತ್ತೆ. ನಮ್ಗೆಲ್ಲಿ ಪುರಸೊತ್ತು?' ಅಂದರು. ನಾನು ಸುಸ್ತಾದೆ. ಅವರು ಅಷ್ಟು ಪೇಷನ್ಸ್ ಕಳೆದುಕೊಂಡಿದ್ದಾರೆ. ಇನ್ನೊಮ್ಮೆ 'ಸ್ಪೀಡ್ ಡೇಟಿಂಗ್' ಹೋಗ್ಬರ್ಲಿ ಅಂದರು. ದಿಸ್ ಈಸ್ ಟೂ ಬ್ಯಾಡ್. ಮಕ್ಕಳ ಭವಿಷ್ಯದ ಬಗ್ಗೆ ಸ್ವಲ್ಪನಾದ್ರೂ ಕನ್ಸರ್ನ್ ಬೇಡ್ವಾ?" ಬೇಸರ ವ್ಯಕ್ತಪಡಿಸಿದರು.

"ನನ್ನ ತಲೆಗೂ ಅಂಥ ಯೋಚ್ನೆ ಬಂದಿತ್ತು. ಈಗಿಲ್ಲ..." ತಟ್ಟನೆ ಅಂದು ಸುಮ್ಮನಾದ ಕವನ ಮುಖದಲ್ಲಿ ವ್ಯಥೆಯ ಮಿಂಚು ಮಿಸುಕಾಡಿತು. "ನೀನು,

ಒಪ್ಪೋದಾದರೇ ಆ ಕಡೆಯ ಗಂಡುಗಳನ್ನು ಅಪ್ಪಯ್ಯ ನೋಡ್ತಾರೆ. ಜಗ್ಗೀ ಭಾವ ಕೂಡ ಪರ್ವಾಗಿಲ್ಲ. ಹೆಚ್ಚು ಕೃಷಿಕರೇ. ಪ್ಯಾಂಟಿಗಿಂತ ಪಂಚೆನೇ ಹೆಚ್ಚು ಇಷ್ಟಪಡ್ತಾರೆ." ನಕ್ಕುಬಿಟ್ಟಳು. ಆರತಿಯ ಈ ಆಸೆಯನ್ನು ಕವನ ಮುಂದೇನು ಹೇಳಿರಲಿಲ್ಲ.

"ಮೇಡಮ್, ನಂಗ್ಯಾಕೋ ಹಿಂದಿನ ತರಹ ಹಿರಿಯರು ನಿಂತು ಗಂಡು ನೋಡ್ಯೋದು, ಆಮೇಲೆ ಹೆಣ್ಣು ಗಂಡಿನ ಒಪ್ಗೇ, ನಂತರ ವಿವಾಹ ಮಂಟಪದಲ್ಲಿ.... ಇವೆಲ್ಲ ಫೆಂಟಾಸ್ಟಿಕ್ ಅನಿಸುತ್ತೆ" ಕಂಗಳಲ್ಲಿ ನವಮಿಂಚುಗಳ ದರ್ಶನ.

ಮೃಣಾಲಿನಿ ಮೌನವಹಿಸಿದರು.

* * * *

ಅಂತು ನಯನ, ಕವನ ವಿಷ್ಣುಕಟ್ಟೆಗೆ ಹೋಗೋದರ ಜೊತೆಗೆ ಇವಳನ್ನು ಬಲವಂತದಿಂದ ಹೊರಡಿಸಿದ್ದು ಪ್ರಯಾಸದಿಂದ. ಅದ್ಭುತ ಹಸುರಿನ ಮಧ್ಯೆ ಸರಳ ಜೀವನ. ಅಲ್ಲಿ ನಾಟಕೀಯತೆ ಇಲ್ಲ. ಮುಗ್ಧ ಮನಸ್ಸಿನ ಮಾತುಗಳು. ಆದರೆ ಸತ್ಯೇಂದ್ರ ಇದ್ದಿದ್ದು ಮಾತ್ರ ವಿಶೇಷವೇ!

ಗೊಜ್ಜು ಹಿಡಿದು ಬಂದ ಅದಿತಿ "ಅಪೇಕ್ಷ ಅವಳ ಗೆಳತಿಯರು ಬಂದಿದ್ದಾರೆ. ಅದೇ ಕವನ ಗೊತ್ತಲ್ಲ, ನೀನು ಗೆದ್ದಿದ್ದಕ್ಕೆ ನಿಂಗೂ ಐದು ಸಾವಿರ ಸಿಕ್ಕಿತಲ್ಲ, ಅಂಥ ಆಟ ತುಂಬ ಇಷ್ಟವಾಗುತ್ತೆ." ಪುಟ್ಟ ಜಾಡಿಯನ್ನು ಅವನ ಮುಂದಿಟ್ಟು ಹೇಳಿದಾಗ "ನಿಜಾನಾ? ನಂಗೆ ಬರೋದಿಕ್ಕಾಗೋಲ್ಲ ಅಂದಿದ್ದಳಲ್ಲ. ಅಂತು ಅಪೇಕ್ಷಗೆ ಒಳ್ಳೆ ಫ್ರೆಂಡ್ ಗಂಟುಬಿದಿದ್ದಾಳೆ. ಅಂತು ಸುಲಭವಾಗಿ ಹಣ ಗಳಿಸೋ ಮಾರ್ಗ." ಅವಳ ಜಡೆ ಹಿಡಿದು ಎಳೆದು "ಆರತಿ, ಅಪೇಕ್ಷಗಿಂತ ನೀನು ಘಾಟಿ ಕಣೇ. ಈಗ ಎಲ್ಲಾ ಏನು ಮಾಡ್ತಾ ಇದ್ದಾರೆ? ಅತ್ತೆರಿಗೆ ಬಿಡುವಿಲ್ಲದ ಕೆಲ್ಸ." ಹಾಸ್ಯ ಮಾಡಿದ. ಅಣ್ಣನಲ್ಲಿದಷ್ಟೇ ಸಲಿಗೆ ಅವನಲ್ಲಿ ಕೂಡ.

"ಅಪೇಕ್ಷ ಅಮ್ಮನಿಗೆ ಸಹಾಯ ಮಾಡ್ತಾ ಇದ್ಲು. ಅವ್ಳಿಗೂ ಗಂಡು ನೋಡಬೇಕೂಂತ ಅನ್ನುತ್ತ ಇದ್ರು. ಆಮೇಲೆ ಕಷ್ಟವಾಗುತ್ತಲ್ಲ. ಅಪ್ಪಯ್ಯ ಈಚೆಗೆ ತುಂಬ ಸುಸ್ತಾಗಿ ಬಿಡ್ತಾರೆ." ಅವನೆದುರು ಕೂತು ಮನೆಯ ಕಷ್ಟಗಳನ್ನು ಹೇಳಿಕೊಂಡ ಅದಿತಿ ಮುಗ್ಧ ಮನಸ್ಸು ದುಃಖ, ಆತಂಕದಿಂದ ಹೇಗೆ ಚಡಪಡಿಸುತ್ತಿದೆಯೆಂದು ಅವನಿಗೆ ಅರ್ಥವಾಯಿತು.

"ನಿಂಗಿಂತ ಹಿರಿಯರು ಇದ್ದಾರೆ. ಇಷ್ಟೆಲ್ಲ ತಲೆಯಲ್ಲಿ ತುಂಬಿಕೊಂಡರೆ, ಓದಿನಲ್ಲಿ ಹಿಂದೆ ಉಳೀತಿ? ನೀನು ಯಾವಾಗ ಸಾಫ್ಟ್‌ವೇರ್ ಇಂಜಿನಿಯರ್ ಆಗೋದು? ಲಕ್ಷ... ಲಕ್ಷಗಳನ್ನು ತಂದು ನಿಮ್ಮ ತೋಟದ ಅಕ್ಕಪಕ್ಕ ಇರೋ ತೋಟಗಳ್ನ ಖರೀದಿಸೋದು?" ತಮಾಷೆ ಮಾಡಿದ. ನಿಸೂರಾಗಿ ಇವನ ಎದುರಿನಲ್ಲೇ ಕೂತ ಅವಳ ಮುಖ ಸಪ್ಪಗಾಯಿತು.

"ಏನೂ ಪ್ರಯೋಜನವಿಲ್ಲ ಕಣೋ.... ಸಾಫ್ಟ್‌ವೇರ್ ಇಂಜಿನಿಯರ್ ಆದರೆ ಹೆಚ್ಚು ಸಂಬಳ ಸಿಗುತ್ತೇಂತ ಅಂದುಕೊಂಡಿದ್ದೆ. ಅದೇ ಸುಬ್ಬಾಭಟ್ಟರ ಮಗಳು ತುಂಬ

ಬುದ್ಧಿವಂತೆ ಅಲ್ವಾ? ತುಂಬ ಜಂಬನು ಇತ್ತು. ಅವಳ ಕಾಲೇಜ್‌ನಲ್ಲಿ ಕ್ಯಾಂಪಸ್ ಸೆಲೆಕ್ಷನ್ ಆದಾಗ ಫಸ್ಟ್ ಆಯ್ಕೆ ಆಗಿದ್ದು ಅವಳೇನಂತೆ. ಈಗ ಮನೆಯಲ್ಲಿ ಕೂತಿದ್ದಾಳೆ. ಅವ್ರಿಗೂ ಕೆಲ್ಸಗಳು ಸಿಗೋಲ್ಲವಂತೆ. ಅದಕ್ಕೆ ಅಷ್ಟೊಂದೆಲ್ಲ ಕಷ್ಟಪಟ್ಟು ಸಾಫ್ಟ್‌ವೇರ್ ಇಂಜಿನಿಯರ್ ಆಗೋದು ಬೇಡಾಂತ ಅನ್ನಿಸಿದೆ" ಎಂದ ಅವಳು ಪಕ್ಷ ಬದಲಾಯಿಸುವ ರಾಜಕಾರಿಣಿಯಂತೆ ಕಂಡಳು.

ಸತ್ಯೇಂದ್ರ ಜೋರಾಗಿ ನಕ್ಕು "ಬಿಡು, ಆ ವಿಷ್ಯ. ನೀನು ಖಂಡಿತ ರಾಜಕಾರಣಕ್ಕೆ ಯೋಗ್ಯಳು. ಆರಾಮಾಗಿ ಪಂಚಾಯಿತಿ ಎಲೆಕ್ಷನ್‌ಗೆ ನಿಲ್ಲಿಸಿಬಿಡೋಣ" ಇಂಥದೊಂದು ಜೋಕ್ ಹೊಡೆದಾಗ ನಸುಮುನಿಸು ಪ್ರದರ್ಶಿಸುತ್ತ ಎದ್ದುಹೋದಳು ಆದಿತಿ.

ಸತ್ಯೇಂದ್ರ ಪಂಚೆ ಮೊಣಕಾಲಿನವರೆಗೂ ಎತ್ತಿ ಕಟ್ಟಿಕೊಂಡು ಗೊಜ್ಜನ್ನು ಅಡಿಗೆಯ ಮನೆಯಲ್ಲಿಟ್ಟು ಹೊರಬಂದ. ಆರಾಮಾಗಿ ತೋಟ ಮನೇಂತ ಓಡಾಡಿಕೊಂಡಿದ್ದ. ಅಲ್ಲಿ ಅವನನ್ನು ಕೆಲಸದಿಂದ ತೆಗೆಯುವುದು ಖಾಯಂ ಆಗಿತ್ತು. 'ಫ್ಲಾರಿಡಾಗೆ ಮತ್ತೆ ಹೋಗಿ ವಾಪ್ಸು ಬರೋ ಖರ್ಚು ಯಾಕೆ? ಆರಾಮಾಗಿ ಮಗುವಿನ ಜೊತೆ ಬಂದುಬಿಡು. ನನ್ನ ಕೊಲೀಗ್ ಜಾನ್ ಬೇಕಾದ ವ್ಯವಸ್ಥೆ ಮಾಡ್ತಾನೆ.' ಹೆಂಡತಿ ಫೋನ್ ಮಾಡಿದಾಗ ಇದನ್ನೇ ಹೇಳಿದ್ದ. ಇವನು ಹೋಗದಿದ್ದರು ಇವನಿಗೆ ಬರಬೇಕಾದ ಅಮೌಂಟ್ ಲೆಕ್ಕ ಹಾಕಿ ಕಂಪನಿ ಕಳುಹಿಸಿ ಕೊಡುತ್ತೇಂತ ಅವನಿಗೆ ಗೊತ್ತು. ಅದಕ್ಕೆ ನಿಶ್ಚಿಂತೆ. ಆದರೆ ಮಡದಿಯದು ತಕರಾರು. ಭಾರತಕ್ಕೆ ಹಿಂದಿರುಗುವುದೇ ಅವಮಾನ ಎನ್ನುವ ಭಾವ.

"ಯಾರು ಬಂದಿದ್ದು?" ಹಿತ್ತಲಿನಿಂದ ಕರೀಬೇವಿನ ಸೊಪ್ಪು ಕೈಯಲ್ಲಿಡಿದುಕೊಂಡು ಬಂದ ಅವನಮ್ಮ ಕೇಳಿದಳು. "ಆದಿತಿ, ಗೊಜ್ಜು ತಂದಿಟ್ಟು ಹೋಗಿದ್ದಾಳೆ. ಅಪೇಕ್ಷ, ಅವಳ ಗೆಳತಿಯರು ಬಂದಿದ್ದಾರಂತೆ. ಫೋನ್ ಮಾಡಿದಾಗ ಬರೋ ಸುದ್ದಿನೇ ಹೇಳಿರಲಿಲ್ಲ" ಎಂದ.

"ಪಾಪ, ಅದು ಪಾಪದ ಹುಡ್ಗೀ ಕಣೋ. ಹಾಗೇ ನೋಡಿದರೆ ಆರತಿನೇ ಧೈರ್ಯಸ್ಥೆ ಅನ್ನಬಹುದು, ಇವ್ರು ತುಂಬ ಪುಕ್ಕಲು. ಅದ್ಹೇಗೆ ಹೋಗಿ ಬೆಂಗ್ಳೂರಿನಲ್ಲಿ ಸಮಾಳಿಸ್ತಾ ಇದ್ದಾಳೋ? ವಿಶ್ವ ಇದ್ದಿದ್ದರೇ ಇವಳ ಕುತ್ತಿಗೆಗೂ ತಾಳಿ ಬಿದ್ದಿರೋದು. ಅವ್ನು ಹೋದ. ಏನೇನೋ ಆಗಿಹೋಯ್ತು" ಅನ್ನುತ್ತಲೇ ಹುಳಿಗೆ ಒಗ್ಗರಣೆ ಹಾಕಲು ಹೋದರು. ಹೌದು ಅದು ಅವನಿಗೆ ತಿಳಿದಿದ್ದೇ. 'ಅಪೇಕ್ಷ, ಡಿಸೆಂಟ್! ತುಂಬ ಧೈರ್ಯ ಕಡ್ಮೇ. ಗಂಡು ಹುಡುಕೋವಾಗ ಎಚ್ಚರವಿರಬೇಕು.' ಇದನ್ನು ಅವಳಣ್ಣ ವಿಶ್ವರಥ ಹೇಳುತ್ತಿದ್ದುದು. ಈಗ ಬೆಂಗಳೂರಿನಂಥ ಊರಿನಲ್ಲಿ ವೈಯಕ್ತಿಕವಾಗಿ ಒಂಟಿಯಾಗಿ ಎಷ್ಟೋ ಸಮಸ್ಯೆಗಳನ್ನೆದುರಿಸಬೇಕಾಗಿದೆ.

ಅಡಿಗೆ ಮನೆಯಲ್ಲಿ ಇಣಕಿ "ಅಮ್ಮ, ನಾನೊಂದಿಷ್ಟು ಶೇಷಪ್ಪಯ್ಯ ಮಾವನ ಮನೆಯ ಕಡೆ ಹೋಗ್ ಬರ್ತೀನಿ" ಹೇಳಿ ವಗ್ಗರಣೆಯ ಘಮಲನ್ನ ಅಸ್ವಾದಿಸಿ "ಕಾಸು ಕೊಟ್ಟರೂ ಇಂಥ ವಾಸ್ನೆ ಸಿಕ್ಕೋಲ್ಲ. ಒರಿಜಿನಲ್ ವಾಸ್ನೆಗಳೆಲ್ಲ ಕರೆಂಟ್

ಚಿಮಣಿಯಿಂದ ಆಚೆಗೆ. ಏನಿದ್ರೂ ಕೃತಕ ಪರ್‌ಫ್ಯೂಮ್‌ಗಳದೇ ಒಳ್ಗೆ ಸಾಮ್ರಾಜ್ಯ" ಅಂದು ನಿಟ್ಟುಸಿರು ದಬ್ಬಿ ಹೊರಬಂದ.

ಬಂದ ಅರುಣ ಹಲ್ಲು ಬಿಟ್ಟು "ನಿಮ್ಮನೆ ಕಡೇನೆ ಹೊರಟಿದ್ದೆ. ಇದ್ನ ಪದ್ಮತ್ತೆಗೆ ಕೊಟ್ಟು ಬರೋದಿಕ್ಕೆ ಅಕ್ಕ ಹೇಳಿದ್ಲು. ಈಗೇನು ಮಾಡ್ಲಿ?" ಕೇಳಿದ. ಅದಿತಿಯಷ್ಟು ಅವನು ಘಾಟಿಯಲ್ಲ, ಸ್ವಲ್ಪ ಮಂಕೇ.

"ಅಕ್ಕ ಬೆಂಗ್ಳೂರಿನಿಂದ ಏನೇನೋ ತಂದಿದ್ದಾಳೆ" ಎಂದ ಮೆಲ್ಲಗೆ

"ಪದ್ಮತ್ತೆಗೆ ತಾನೇ, ಕೊಡ್ಹೋಗು" ಕ್ರಾಪ್ ಕೆದರಿ ಅವನನ್ನು ಕಳಿಸಿ ಶೇಷಪ್ಪಯ್ಯನ ಮನೆಗೆ ಬಂದ. ಒಂದಿಷ್ಟು ಲವಲವಿಕೆ ಇತ್ತು ಮನೆಯಲ್ಲಿ. "ಅತ್ತೆ, ಅಡಿಗೆ ಮನೆ ಘಮಘಮಿಸ್ತಾ ಇದೆ" ಎಂದ ಇಣುಕಿ. ಪಾರ್ವತಮ್ಮ ಹುಳಿ ಕಿವುಚುತ್ತಿದ್ದ ಪಾತ್ರೆ ಹಿಡಿದೇ ಹೊರ ಬಂದು "ಅಪೇಕ್ಷ, ಅವಳ ಗೆಳತಿಯರು ಬಂದಿದ್ದಾರೆ, ಕಣೋ. ನಾನೇ ಹೇಳಿ ಕಳ್ಸಬೇಕೂಂತ ಇದ್ದೆ. ತಡೀ, ಕೂತ್ಕೋ..." ಅಂದವರು ಅಪೇಕ್ಷನ ಕೂಗಿಕೊಂಡರು.

ಕೋಣೆಯಿಂದ ಹೊರಬಂದವಳ ಮುಖದಲ್ಲಿ ಹೊಳಪು ಮಿನುಗಿತು. "ಅರೇ, ಸತ್ಯ... ಅಮೆರಿಕಾ ನಿನ್ನ ಪಾಲಿಗೆ ಪಕ್ಕದ ಮನೆ ಅನ್ನೋ ಹಂಗೆ ಆಗಿದೆ" ಎಂದಳು.

"ಅದು ಸರಿ, ಬೆಂಗ್ಳೂರು ವಿಷ್ಣುಕಟ್ಟೆಗೆ ಯಾವಾಗ ಹತ್ತಿರವಾಯ್ತು? ಏನು ಗೆಳತಿಯರನ್ನ ಕಟ್ಟಿಕೊಂಡು ತಿರುಗೋದು ಕಲ್ತೀ? ಮಾತೇ ಇಲ್ದ.... ಮುಖೇಡಿ ಅಂದುಕೊಂಡಿದ್ದೆ." ಒಂದಿಷ್ಟು ಹಾಸ್ಯ ಬೆರೆಸಿದ ನಂತರ ಹೋಗಿ ಉಯ್ಯಾಲೆ ಮೇಲೆ ಕೂತ. "ಬಂದಿದ್ದು ಒಳ್ಳೆದಾಯ್ತು. ಚಾರು ಅರ್ಧ ಗಂಟೆಗೆ ಮೊದ್ಲು ಫೋನ್ ಮಾಡಿದ್ಲು. ಅವಳು ಆತ್ಮಹತ್ಯೆ ಮಾಡ್ಕೊತಾಳಂತೆ. ಅದೆಲ್ಲ ಅಷ್ಟು ಸುಲಭ ಅಲ್ಲಾಂತ ಅಂದೇ. ಅವಳು ಚಾಲೆಂಜ್ ಮಾಡಿದ್ದಾಳೆ" ನಗುತ್ತ ಹೇಳಿದ. ಅವಳು ಗಾಬರಿಯಾಗಿದ್ದು ವಿಪರೀತ.

"ನಿಂಗೇನಾಗಿದೆ? ಆತ್ಮಹತ್ಯೆ ಅಂದರೆ... ಸಾವು! ಪೂರ್ತಿಯಾಗಿ ಇಲ್ಲವಾಗಿ ಬಿಡುವುದು. ವಿಶ್ವಣ್ಣನ ಸಾವಿನ ನಂತರವೇ ನಂಗೆ ಅದರ ಭೀಕರತೆ ಅರ್ಥವಾಗಿದ್ದು, ಆ ಭಯ ನಂಗೆ ಎಷ್ಟರ ಮಟ್ಟಿಗೆ ಕಾಡ್ತಾ ಇದೆಯೆಂದರೆ ಯಾರಿಗಾದರೂ ಏನಾದರೂ ಒಂದು ಸಣ್ಣ ಅನಾರೋಗ್ಯವಾದರೂ ಸತ್ತೆ ಹೋಗ್ತಾರೆ ಅನಿಸುತ್ತೆ. ಮೃಣಾಲಿನಿಯವರಿಗೆ ಹಾರ್ಟ್ ಅಟ್ಯಾಕ್ ಆದಾಗ, ಮೊನ್ನೆ ಇಳಾಭಟ್ ಮಗಳಿಗೆ ಅನಾರೋಗ್ಯವಾದಾಗ ಸಾವಿನ ಭಯ. ಸಾವು ಇಲ್ಲಿ ಎಲ್ಲೋ ಹೊಂಚಿ ಹಾಕ್ತ ಇದ್ಯೇನೋ ಅನ್ನೋ ಭಾವ.... ನನ್ನ ಹಿಂಸಿಸ್ತಾ ಇದೆ. ಪ್ಲೀಸ್, ಚಾರುಲತ ವಿಚಾರದಲ್ಲಿ ಅಷ್ಟೊಂದು ಉತ್ಪ್ರೇಕ್ಷೆ ತೋರಬೇಡ" ದಿಗಿಲಿನಿಂದ ನುಡಿದವಳ ಕೆನ್ನೆ ತಟ್ಟಿದ. "ಇಲ್ಲ, ಬರೋದಾಗಿ ಹೇಳಿದ್ದೀನಿ. ಅವ್ಳ ಚಿಕ್ಕಪ್ಪ ಟಿಕೆಟ್ ರೆಡಿ ಮಾಡ್ಸಿದ್ದಾನೆ. ಆ ಮನುಷ್ಯ ಕೂಡ ನನ್ನೊಂದಿಗೆ ಬರ್ತಾ ಇದ್ದಾನೆ" ಸಮಾಧಾನದ ನುಡಿಗಳನ್ನಾಡಿದ.

ಆ ವೇಳೆಗೆ ಹೊರ ಬಂದ ಕವನ ಸಂತೋಷ, ಅಚ್ಚರಿ, ಬೆರೆತ ನೋಟ ಹರಿಸಿ "ಸರ್‌ಪ್ರೈಜ್, ನೀವು ಬಂದಿರೋ ವಿಷ್ಯನೇ ಗೊತ್ತಿರ್ಲಿಲ್ಲ" ಅಂದಾಗ ನಗೆ ಹರಿಸುತ್ತ,

ಸತ್ಯೇಂದ್ರ "ನೀವು ಬಂದಿರೋ ವಿಷ್ಯ ತಿಳಿದನಂತರವೇ ಹೊರಟಿದ್ದು" ಅಂದ ಸ್ನೇಹದಿಂದ.

ಆಮೇಲೆ ಎಲ್ಲಾ ಒಟ್ಟಿಗೆ ಊಟ ಮಾಡಿದ ನಂತರ ತೋಟಕ್ಕೆ ಹೊರಟಿದ್ದು. ಅಪೇಕ್ಷಗೆ ತೋಟವೆಂದರೆ ಪ್ರಾಣ. ಕೆಲವು ದಿನ ಅತ್ತ ಕಡೆ ಮುಖ ಹಾಕಿದ್ದು ಕೂಡ ಉಂಟು. ಈಗ ಅದು ಅವಳನ್ನು ಎಷ್ಟು ಎಳೆದೊಯ್ಯುತ್ತಿದೆ ಎಂದರೆ ಅಲ್ಲಿ 'ವಿಶ್ವಣ್ಣ'ನ್ನ ಕಾಣಬಹುದು, ಅವನ ಮಾತುಗಳನ್ನು ಕೇಳಬಹುದು, ಅಲ್ಲಿ ಗಾಳಿಯ ಎಲ್ಲೆಡೆ ಅವನ ಉಸಿರು, ಮಾತು, ನಗು ಹರಿದಾಡುತ್ತಿರುತ್ತದೆನಿಸಿತ್ತು ಅವಳಿಗೆ.

ನಯನಾ ಒಂದೆಡೆ ಮೌನವಾಗಿ ಕೂತಳು. ನೂರಾರು ಎಕರೆಯಷ್ಟು ಎಸ್ಟೇಟ್ ಇತ್ತು ಅವಳ ತಂದೆಗೆ. ಅಲ್ಲಿಗೆ ಹೋಗುತ್ತಿದ್ದದ್ದು ಅಪರೂಪವಾಗಿಯೇ. ಆಗಲೂ ಲಾಭ, ನಷ್ಟಗಳ ಲೆಕ್ಕಾಚಾರದ ಮಾತುಗಳೇ. ಅಲ್ಲಿನ ಯಾವುದೇ ಮರ, ಗಿಡಗಳನ್ನು ಪ್ರೀತಿಸುತ್ತಿದ್ದುದು ಅವಳಿಗೆ ಗೊತ್ತಿಲ್ಲ. ಆದರೆ ಈ ತೋಟದಲ್ಲಿನ ಪ್ರತಿಯೊಂದು ಮರ, ಗಿಡಗಳ ಬಗ್ಗೆಯು ಅಪೇಕ್ಷ ಮಾತನಾಡಬಲ್ಲಳು. ಅದರ ಇತಿಹಾಸದ ಬಗ್ಗೆ ಉತ್ಸುಕತೆ ಫೆಂಟಾಸ್ಟಿಕ್ ಎನಿಸಿತು. ಪ್ರೀತಿಯ ಎಲ್ಲಾ ಮುಖಗಳ ದರ್ಶನ ಮಾಡುತ್ತಲೇ ಬೆಳೆದಿರೋಕೆ ಮನೆಯ ವಾತಾವರಣ ಕಾರಣವಾಗಿರಬೇಕು. ಅವಳ ಚಿಂತನೆ ಈ ದಿಶೆಯಲ್ಲಿ ಓಡಾಡುತ್ತಿರುವಾಗ ಕವನ, ಅರುಣ ಮತ್ತು ಆದಿತಿನ ಕಟ್ಟಿಕೊಂಡು ಪ್ರತಿಯೊಂದು ಗಿಡದ ಪರಿಚಯ ಮಾಡಿಕೊಳ್ಳುತ್ತಿದ್ದಳು.

ಮರದ ಕೆಳಗೆ ಮಂಕಾಗಿ ನಿಂತಿದ್ದ ಅಪೇಕ್ಷಳ ಬಳಿಗೆ ಹೋದ. ಕಣ್ಣುಗಳಲ್ಲಿ ಭಯ, ಮುಖದಲ್ಲಿ ವೇದನೆಯ ನೆರಳು. ವಿಶ್ವರಥನ ಸಾವಿನ ಆಘಾತದಿಂದ ಅವಳಿನ್ನೂ ಹೊರಬಂದಿಲ್ಲವೆನಿಸಿತು ಅವನಿಗೆ.

"ಸುಖ, ದುಃಖ ಬಂದು ನಿಮ್ಮೊಡನೆ ಊಟಕ್ಕೆ ಕುಳಿತರೆ, ಮತ್ತೊಂದು ನಿಮ್ಮ ಹಾಸಿಗೆಯ ಮೇಲೆ ಮಲಗಿರುತ್ತದೆ. ಇದು ನೇರವಾದ, ಅತ್ಯಂತ ಸರಳವಾದ ವಿಶ್ಲೇಷಣೆ. ಇದೊಂದು ಖಲೀಲ್ ಜಿಬ್ರಾನ್‌ನ ಸೂಕ್ತಿ. ಇದಕ್ಕೆ ನಾವು ಹೊಂದ್ಕೋಬೇಕು. ಬರೀ ಸಾವಿನ ಬಗ್ಗೆ ಯೋಚ್ಸೋದ್ನೆ ಬಿಟ್ಟು ಬದ್ಕಿನ ಬಗ್ಗೆ ಚಿಂತನೆ ನಡ್ಸು. ನಿನ್ಮುಂದೆ ಸಮಸ್ಯೆಗಳ ಜೊತೆ ಸಮಾಧಾನಗಳು ಇವೆ. ಕ್ರಮಿಸಬೇಕಾದ ಹಾದಿಯ ಅರಿವು ನಮಗಿಲ್ಲ. ಚಿರಂಜೀವಿಯಾಗಿ ಯಾವ ಅವತಾರ ಪುರುಷನು ನಿಂತದ್ದಿಲ್ಲ. ವೇದ ಓದಿದವನು ಅಷ್ಟೆ, ವಚನ ಹೇಳಿದವನು ಅಷ್ಟೆ. ರಿಟರ್ನ್ ಟಿಕೆಟ್ ಪಡೆದುಕೊಂಡು ಬಂದ ಜನ ನಾವು. ನಾವು ಹೋದನಂತರ ನಮ್ಮ ಸಾಧನೆ, ಯೋಗ್ಯತೆ ಕೆಲವು ತಲೆಮಾರಿಗಷ್ಟೆ. ಆಮೇಲೆ ನಿರ್ನಾಮವಾಗಿಬಿಡುತ್ತೆ. ಡಿ.ವಿ.ಜಿ.ಯವರು ನಂಗೆ ಒಂದು ರೀತಿಯಲ್ಲಿ ಅಧ್ಯಾತ್ಮಿಕ ಗುರು. 'ನಾವೆಲ್ಲ ಸಗ್ಗಕ್ಕೇರುವ ಮುನ್ನ ನೇಣಿನ ಹಗ್ಗ ಹಿಡಿದಿರುವವರೆಂದು ಎಚ್ಚರಿಸಿತ್ತು. ಇರುವಷ್ಟು ಹೊತ್ತು ನಗುನಗುತ್ತ ಬದುಕಿದರಷ್ಟೆ ಪುಣ್ಯ' ಎಂಥ ಅರ್ಥಪೂರ್ಣ ಮಾತು. ನಮ್ಮ ನಮ್ಮ ಸರದಿ ಬರುವವರೆಗೂ ನಗುನಗ್ತಾ ಇರ್ಬೇಕು. ನಂಗೆ ಒಂದು ಅನುಮಾನ..." ಅಂದ ಗಡ್ಡ ಉಜ್ಜುತ್ತ.

"ಏನದು...." ಎಂದಳು ಗಾಬರಿಯಿಂದ.

"ಸಿಟಿಯಲ್ಲಿ ನಿನ್ನಂಥ ಒರಿಜಿನಲ್ ಬ್ಯೂಟಿ ಸಿಗೋದು ಅಪರೂಪ. ಯಾರಾದ್ರೂ ಆರಾಮಾಗಿ ಹಾರಿಸ್ಕೊಂಡ್ ಹೋಗಿಬಿಡ್ತಾರೆ." ನಕ್ಕಾಗ, ಅವಳ ಆತಂಕ ನಗುವಾಗಿ ಪರಿವರ್ತಿತವಾಯಿತು.

ಇಬ್ಬರೂ ಇನ್ನಷ್ಟು ದೂರ ಹೋಗಿ ಸಂಪಿಗೆ ಮರದ ನೆರಳಲ್ಲಿ ನಿಂತರು. ಅಪರೂಪದ ಚೈನಾ ಸಂಪಿಗೆ ಮರ. ಪುಟ್ಟ ಹೂಗಳ ಸುವಾಸನೆ ಇಡೀ ತೋಟದಲ್ಲಿ ಹಬ್ಬಿಕೊಂಡುಬಿಡುತ್ತಿತ್ತು. ಹೂಬಿಡುವ ಕಾಲದಲ್ಲಿ ವಿಶ್ವನಿಗೆ ಇದರ ಬುಡದಲ್ಲಿ ಬಂದು ನಿಲ್ಲುವುದೆಂದರೆ ಇಷ್ಟ.

"ಇದೇ ಮರದ ಬುಡದಲ್ಲಿ ನಿಂತು ನಮ್ಮ ವಿಶ್ವಣ್ಣ ದಿನಕರ ದೇಸಾಯಿಯವರ ಒಂದು ಚುಟುಕು ಹೇಳಿದ್ದ.

ನನ್ನ ದೇಹವ ಬೂದಿ ಗಾಳಿಯಲ್ಲಿ
ತೂರಿ ಬಿಡಿ
ಹೋಗಿ ಬೀಳಲಿ ಭತ್ತ ಬೆಳೆಯುವಲ್ಲಿ
ಬೂದಿ ಗೊಬ್ಬರದಿಂದ ತೆನೆಯೊಂದು
ನೆಗೆದು ಬರೆ
ಧನ್ಯವಾಯಿತು ಹುಟ್ಟು ಸಾವಿನಲ್ಲಿ

"ಎಂಥ ಅದ್ಭುತ ನೋಡು. ಸಾಯೋಕೆ ಎರಡು ದಿನ ಮುಂಚೆ ಅಕಸ್ಮಾತ್ ನಾನು ಸತ್ತರೆ ನನ್ನ ಬೂದಿಯನ್ನು ತೋಟದ ಮಣ್ಣು, ಗೊಬ್ಬರದಲ್ಲಿ ಬೆರೆಸಿ ಬಿಡೀಂತ ಆಳಿನ ಕೈಯಲ್ಲಿ ಅಂದಿದ್ದನಂತೆ. ಅವ್ನು... ಹೇಳ್ದ" ಅಂದ ಅವಳು ಮುಖ ಮುಚ್ಚಿಕೊಂಡು ಅಳಲು ಶುರು ಮಾಡಿದಾಗ ಸತ್ಯೇಂದ್ರ ಪ್ರೀತಿಯಿಂದ ಗದರಿಕೊಂಡ. "ಬೇಡ ಅಪೇಕ್ಷ, ನಿನ್ನ ದುಃಖ, ಅಳುವಿನಿಂದ ವಿಶ್ವರಥ ಖಂಡಿತ ವಾಪಸ್ಸು ಬರೋಲ್ಲ. ಅವ್ನ ಆತ್ಮ ನೊಂದುಕೊಳ್ಳುತ್ತೆ. ಇನ್ಮೇಲೆ ಖಂಡಿತ ಅಳಬೇಡ" ತುಂಬು ಸ್ನೇಹದಿಂದ ಕಣ್ಣೀರು ತೊಡೆದ.

"ನನ್ನ ನಾನು ಎಷ್ಟೋ ರೀತಿಯಲ್ಲಿ ಸಮಾಧಾನ ಮಾಡಿಕೊಂಡು ಸೋತು ಹೋಗಿದ್ದೀನಿ. ಮನಸ್ಸು ಸಮಾಧಾನಗೊಳ್ಳುತ್ತಿಲ್ಲ. ಇದು ನನ್ನೊಬ್ಬಳ ಸ್ಥಿತಿನಾ?" ಮುಖ ಮೇಲೆತ್ತಿದಳು.

"ಅಲ್ಪಸ್ವಲ್ಪ ವ್ಯತ್ಯಾಸವಿದ್ದರು ತಮ್ಮ ರಕ್ತಕ್ಕೆ ಸಮೀಪವಾದವರ, ಮನಸ್ಸಿಗೆ ಹಿತವಾದವರ, ಹೃದಯಕ್ಕೆ ಹತ್ತಿರವಾದವರ ಸಾವಿನಿಂದ ಚೇತರಿಸಿಕೊಳ್ಳಲು ವರ್ಷಗಳೇ ಬೇಕು. ಆದರೂ ಬದುಕಿರುವ ತನಕ ಆ ಬಾಧೆ ತಪ್ಪಿದ್ದಲ್ಲ. ಎಲ್ಲಕ್ಕಿಂತ ಹೆತ್ತವರ ದುಃಖ ಹೆಚ್ಚು. ಆದರೆ ಸುಕನ್ಯ ಕಳೆದುಕೊಂಡಿದ್ದು..." ಮುಂದಕ್ಕೆ ಅವನ ಬಾಯಿಂದ ಮಾತುಗಳು ಹೊರಡಲಿಲ್ಲ. ಎಂದೂ ಸುಕನ್ಯ ಆ ಮನೆಯವರಿಗೆ ಇತರರಿಗೆ ಕೆಟ್ಟವಳೆನಿಸಿರಲಿಲ್ಲ!

"ಹೌದು ಕಣೋ, ಸತ್ಯ. ಸಮಸ್ತವೆನಿಸಿದ ವಿಶ್ವಣ್ಣನನ್ನು ಕಳೆದುಕೊಂಡ್ಮೇಲೆ ಅವಳಿಗೆ ಉಳಿದದ್ದು ಜಡವಸ್ತುಗಳೇ. ಇಲ್ಲಿರೋಕೆ ನೆನಪುಗಳ ಭಯ. ಹೋಗ್ಲಿಬಿಡು,

ಒಮ್ಮೆ ಹೋಗಿ ಅತ್ತಿಗೇನಾ ನೋಡ್ಕೊಂಡ್ ಬರಬೇಕೂಂತ ಅನ್ನಿಸಿದೆ. ಮಾವ ಸಿಕ್ಕಲಿಲ್ಲ. ಅದೊಂದು ಪೇಚಾಟ" ಮಾತಾಡುತ್ತ ತೋಟವನ್ನು ಒಂದು ರೌಂಡ್ ಹಾಕಿಕೊಂಡು ಬಂದಾಗ ನಯನಾ ಬಳಿ ಎಲ್ಲಾ ಜಮಾಯಿಸಿದ್ದರು.

ಸತ್ಯೇಂದ್ರ ನಗೆ ಬೀರಿ "ಏನು ಕವನ ಮೇಡಮ್, ಇಲ್ಲೇನಾದ್ರೂ ಆಟ ಪ್ರಾರಂಭಿಸಿದ್ದೀರಾ?" ಕೇಳಿದ. ಕವನ, "ಶೂರ್, ನೀವು ಭಾಗವಹಿಸೋ ಹಾಗಿದ್ದರೆ, ನಾನು ರೆಡಿ. ಒಂದಿಷ್ಟು ಪ್ರಶ್ನೆಗಳು ಇವೆ" ಅಂದಕೂಡಲೆ ಎರಡೂ ಕೈ ಜೋಡಿಸಿದ. "ಬೇಡ, ಅಂದಿನ ವಿಷ್ಯ ಬಿಡಿ. ಅದು ತೀರಾ ಸಿಂಪಲ್, ನಾನು ತುಂಬ ಬುದ್ಧಿವಂತನೇನಲ್ಲ. ತುಂಬಾ.... ತುಂಬಾನೇ ಕಷ್ಟಪಟ್ಟು ಅಮೆರಿಕಾ ಕನಸು ಕಾಣುತ್ತ ಓದು ಮುಗಿಸಿದ್ದು. ತೀರಾ ಒತ್ತಡದ ವಿದ್ಯಾಭ್ಯಾಸ ನಂದು. ಆದರೆ ವಿಶ್ವರಥ ಶಾಲಾದಿನಗಳು, ಕಾಲೇಜ್ ಸಮಯವನ್ನು ಎಂಜಾಯ್ ಮಾಡುತ್ತ ಕಳೆದಿದ್ದ. ಅವನಿಗೆ ಪುರಾಣ, ಇತಿಹಾಸ, ಆಧ್ಯಾತ್ಮ, ವೈಜ್ಞಾನಿಕ, ಪ್ರಕೃತಿ ಎಲ್ಲದರ ಬಗ್ಗೆನು ಆಸಕ್ತಿ" ಭಾವೋದ್ವೇಗದಿಂದ ನುಡಿದವನ ಕಣ್ಣುಗಳಲ್ಲಿ ಅಭಿಮಾನವಿತ್ತು.

ಕವನ ಗದ್ದಕ್ಕೆ ಕೈಯಾನಿಸಿ ತನ್ಮಯತೆಯಿಂದ "ನಿಮ್ಮ ವಿಶ್ವರಥರ ಪರಿಚಯವಾಗುತ್ತ.... ಹೋದಂಗೆ ತುಂಬ ಇಂಟರೆಸ್ಟ್ ಅನಿಸಿದೆ. ನಿಮ್ಮ ನೆನಪುಗಳ ನಡ್ವೇ ಎಷ್ಟು ವೈಭವಯುತವಾಗಿ ಜೀವಿಸ್ತಾ ಇದ್ದಾರೆ. ಹೀ ವಾಸ್ ವೆರಿ ಲಕ್ಕಿ, ಅಂಡ್ ಇಸ್ ಆಲ್ಸೋ ಲಕ್ಕಿ" ಅಭಿಮಾನ ಅವಳ ಧ್ವನಿಯಲ್ಲಿ ವಿಜೃಂಭಿಸಿತು.

"ಕವನ ಅದೇನೋ ಗೇಮ್ ಅಂದರಲ್ಲ" ಅದಿತಿ ನೆನಪಿಸಿದಾಗ ಹತ್ತಿರಕ್ಕೆ ಹೋಗಿ ಸತ್ಯೇಂದ್ರ ತಲೆಯ ಮೇಲೆ ಮೊಟಕಿ "ದೊಡ್ಡ ತಯಾರಿ ನಡ್ಸೀದಂಗೆ ಕಾಣ್ತಾಳೆ. ಅಂತು ನಿಮ್ಮ ಪರ್ಸ್ ಖಾಲಿ ಮಾಡೋ ನಿಶ್ಚಯ. ನಾನು... ಬರ್ತೀನಿ" ಹೊರಟ.

"ಏನೋ ಅದೃಷ್ಟ ಸಿಕ್ಕಿದ್ದೀರಿ! ಒಂದಷ್ಟು ಮಾತನಾಡೋಣ. ನಂಗೆ ವಿಶ್ವರಥನ ಬಗ್ಗೆ ಇನ್ನಷ್ಟು ತಿಳಿಯಬೇಕೆನಿಸಿದೆ. ನಾನೊಂದು ಪುಸ್ತಕ ಬರೆದರೆ, ಹೇಗೇ? ಓದೆಲ್ಲ ಕಾನ್ವೆಂಟ್‌ನಲ್ಲಿ. ಆದರೂ ನನ್ನ ಮಮ್ಮಿ ಕನ್ನಡ, ಹಿಂದಿ, ಬೆಂಗಾಲಿ.... ಮತ್ತೆ ಮೂರು ಭಾಷೆಗಳನ್ನು ಕಲಿಸಿದ್ದರಿಂದ ಬೆಂಗ್ಳೂರಿಗೆ ಬಂದರೂ ತೊಂದರೆಯಾಗಲಿಲ್ಲ. ಕನ್ನಡದಲ್ಲಿ ಬರೆಯಬೇಕೆನಿಸಿದೆ. ನನ್ನ ಭಾಷೆ ಸರಿಯಾಗಿದ್ಯ?" ವಿಚಾರಿಸಿದಳು ಕವನ. ಅಪೇಕ್ಷ, ಸತ್ಯೇಂದ್ರ ಮುಖಮುಖ ನೋಡಿಕೊಂಡರು. ಎಲ್ಲಿಂದ.... ಎಲ್ಲಿಗೆ?

ಮುಖ ಒಂದು ತರಹ ಮಾಡಿಕೊಂಡ ಕವನ "ಇವಳಿಗೆ ಹುಚ್ಚು ಅಂದ್ಕೋತಿರೇನೋ. ನನ್ನ ಮನಸ್ಸಿಗೆ ಈ ವಿಚಾರ ಬಂದಿದೆ. ಹಾಗಂತ ನಾನು ಹಿಂದೇನೂ ಬರೆದಿಲ್ಲ. ನಂಗೆ ವಿಶ್ವರಥ ತುಂಬ ತುಂಬಾನೆ ಇಷ್ಟವಾದ್ರು. ನಾನು ನೋಡ್ದೇ ಇರೋದು ಪ್ರಾಬ್ಲಮ್ ಅಲ್ಲ. ವಿಶ್ವರಥ ಅಂಥವರು ಕತೆ ಆಗಬೇಕು, ಕಾದಂಬರಿಯಾಗಬೇಕು. ಓದಿದವರು ಉತ್ಸಾಹ ತುಂಬಿಕೋಬೇಕು" ಮೈಮರೆತಂತೆ ನುಡಿದಾಗ ಅರುಣ, ಅದಿತಿ ಕೂಡ ಪಿಳಿಪಿಳಿ ಕಣ್ಣುಗಳನ್ನು ಬಿಟ್ಟರು.

"ಈಗ್ಬಂದೆ...." ಅದಿತಿ ಓಡಿದಳು.

"ನಿಮ್ಮ ಅನೌನ್ಸ್‌ಮೆಂಟ್‌ನ ಸಾಕಷ್ಟು ಜನಕ್ಕೆ ತಲುಪಿಸಿಬಿಡ್ತಾಳೆ. ಇಂದಿನಿಂದ ನಿಮ್ಮ ಕೌಂಟಿಂಗ್ ಷುರುವಾಗುತ್ತೆ. ಅಕಸ್ಮಾತ್ ನೀವು ಹಿಂಜರಿದರು, ಇವಳ ಒತ್ತಡದಿಂದಲಾದರೂ ವಿಶ್ವರಥನ ಬಗ್ಗೆ ಪುಸ್ತಕ ಬರೀಬೇಕಾಗುತ್ತೆ" ಎಂದ ನಗುತ್ತ ಸತ್ಯೇಂದ್ರ. ಆಮೇಲೆ ನಯನಾಳತ್ತ ನೋಟ ಹರಿಸಿ "ಸಾರಿ, ಕಂಗ್ರಾಟ್ಸ್, ಅಪೇಕ್ಷ ನಿಮ್ಮ ಮ್ಯಾರೇಜ್ ಬಗ್ಗೆ ತಿಳಿಸಿದ್ಲು, ಡೇಟ್ ಬಗ್ಗೆ ತಿಳಿಸಿಲ್ಲ. ಬಹುಶಃ ಅಮೆರಿಕಾ ಯೋಚ್ನೆ ಏನಾದ್ರೂ ಇದ್ಯಾ?" ಕೇಳಿದ.

"ಪ್ರದೀಪ್‌ಗೆ ಇತ್ತೇನೋ, ನಂಗೇನಿಲ್ಲ, ನನ್ನ ಮಮ್ಮಿಡ್ಯಾಡಿಗೆ ಆ ಯೋಚ್ನೆ ಇದೆ. ನಿಮ್ಮ ಕಂಗ್ರಾಟ್ಸ್ ಸದ್ಯಕ್ಕೆ ಹಿಂದಿರುಗಿಸಬೇಕಾಗಿದೆ. ಸದ್ಯಕ್ಕೆ ವಿವಾಹವಿಲ್ಲ" ನಯನಾ ನುಡಿಗಳ ಹಿಂದೆ ಖಿನ್ನತೆಯೇನು ಇದ್ದಂಗೆ ಕಾಣಲಿಲ್ಲ. ಗೊಂದಲದಿಂದ ಮುಕ್ತಳಾಗಿ ನಿಶ್ಚಿಂತಳಾದಂತೆ ಕಂಡದ್ದು ಅಚ್ಚರಿ ಮೂಡಿಸಿತು. "ಏನಿ ಪ್ರಾಬ್ಲಮ್, ನಿಮ್ಮ ಅವರ ನಡ್ವೇ ಏನಾದ್ರೂ ಡಿಫರೆನ್ಸಸ್?" ಆಸಕ್ತಿಯಿಂದ ಪ್ರಶ್ನಿಸಿದ. ಚಾರು ಅವನ ನಡುವಿನ ಸಂಘರ್ಷದಿಂದ ದಾಂಪತ್ಯದ ಬಗ್ಗೆಯೇ ಅವನಿಗೆ ಬೇಸರ.

"ಪ್ಲೀಸ್ ಈಗ್ಬಂದೇ" ಎಂದ ಅಪೇಕ್ಷ "ನಮ್ಮ ಸತ್ಯ ಚೆನ್ನಾಗಿ ಮಾತಾಡ್ತಾನೆ. ವಿಷ್ಣುಕಟ್ಟೆಗೆ ಮಾತ್ರವಲ್ಲ, ಸುತ್ತಮುತ್ತಲಿಗೂ ಬುದ್ಧಿವಂತ. ಒಂದತ್ತು ನಿಮಿಷ...." ಅವಳು,ಕವನ ಹೊರಟರು. ವಿವಾಹದ ಬಗ್ಗೆ ತನ್ನ ನಿಲುವು ಬದಲಾಯಿಸಿ ಕನ್ವಿನ್ಸ್ ಆಗಬಹುದೆಂದು ಅವಳ ಊಹೆ. ಆ ಬಗ್ಗೆ ಅಪೇಕ್ಷ ಚಿಂತನೆ ಅಷ್ಟೊಂದು ಆಳದ್ದಲ್ಲ.

ಸತ್ಯೇಂದ್ರನಿಗೆ ಕೋಪ ಬಂತು ಕೂಡ. ತಾನು ನಯನಾ ಜೊತೆ ಮಾತಾಡುವಂಥದೇನಿದೆ? ಅದೇನು ಪರಿಚಯವೇ, ಸ್ನೇಹವೇ? ಮನದಲ್ಲಿಯೇ ಬೈಯ್ದುಕೊಂಡ.

"ಸಾರಿ, ನಯನಾ ಅವರೇ..." ಅಂದ ಸ್ವಲ್ಪ ಇರಸುಮುರುಸುನಿಂದ. "ನೋ, ಕೂತ್ಕೊಳ್ಳಿ.... ಕವನ ಕೂಡ ನಿಮ್ಮಿಂದ ತುಂಬ ಇಂಪ್ರೆಸ್ ಆಗಿದ್ದಾಳೆ.... ತುಂಬ.... ತುಂಬಾನೇ ಹೇಳ್ತಾಳೆ" ಅಂದಳು.

ಅವನು ಪೂರ್ತಿ ಸುಸ್ತಾದ. ನನ್ನ ಬಗ್ಗೆ ಅವಳಿಗೆ ಹೇಳೋಕೆ ಏನಿದೆ? ಅದೇನೇನು ಹೇಳಿದಳೋ ಎಂದು ಮುಜುಗರಪಟ್ಟುಕೊಂಡ.

"ನಂಗೇನು ಗೊತ್ತಿಲ್ಲ. ನಾನು ಗೆದ್ದೇಂತ ಐದು ಸಾವಿರ ಕೊಟ್ರು. ನಂಗೆ ಸಣ್ಣ, ಪುಟ್ಟ ಪ್ರೆಸೆಂಟೇಷನ್‌ಗಳು ಬಂದಿದ್ದೇ ವಿನಹಃ 5000ದಷ್ಟು ಅಮೌಂಟ್ ಯಾರೂ ಕೊಟ್ಟಿರಲಿಲ್ಲ. ಅದು ಒಂದು ಸಣ್ಣ ಉತ್ತರಕ್ಕೆ, ಮೈ ಗಾಡ್" ಎಂದು ಹಣೆಯೊತ್ತಿಕೊಂಡ. ಕವನ ಸ್ವಭಾವ ಮತ್ತಷ್ಟು ವಿಚಿತ್ರವೆನಿಸಿತು.

ನಯನಾಗೆ ಮಾತನಾಡಬೇಕೆನಿಸಿತು. ಎಲ್ಲಾ ವಿವರಿಸಿದ್ದು ಅಚ್ಚರಿಯೇ. ಅವಳ ನಿಲುವೇನು ತಪ್ಪೆನಿಸಲಿಲ್ಲ.

"ವಿವಾಹದ ನಂತರ ನಂಗೆ ಪೂರ್ತಿ ಸಂಸಾರದ ಲೈಫ್ ಎಂಜಾಯ್ ಮಾಡಬೇಕೆನಿಸಿದೆಯೇ ಹೊರತು, ಮತ್ತೆ... ಇದೇ... ಬೇಡ." ಆಮೇಲೆ ತನ್ನ ಕೊಲೀಗ್‌ನ ಒಂದು ಕತೆ ಹೇಳಿದಳು. "ಶಿ ಈಸ್ ಸಫರಿಂಗ್ ಫ್ರಮ್ ಕಂಟಿನ್ಯೂ

ಯಸ್ ರಿಪೀಟಿವ್ ಇಂಜ್ಯೂರಿ'. ಈಗ ಅವಳು 'ಸರ್ವೈಕಲ್ ಸ್ಪೊಂಡಿಲೋಸಿಸ್' ಕಾಯಿಲೆಗೆ ಟ್ರೀಟ್‌ಮೆಂಟ್ ತಗೋತಾ ಇದ್ದಾಳೆ. ಜೋಮು, ನಡುಕ, ಬಲಹೀನತೆ, ಕೆಲ್ಸದಿಂದ ಅವರೇ ಹೊರಗೆ ಹಾಕಿದರು. ಡೈವೋರ್ಸ್ ಆಯ್ತು. ತಾಯಿ ಮನೆಯಲ್ಲಿ ಇದ್ದಾಳೆ. ಅಂಥ ಒಂದು ಫೋಬಿಯಾ ನನ್ನ ನಿರ್ಧಾರಕ್ಕೆ ಕಾರಣವಿರಬಹುದು" ನಿಧಾನವಾಗಿ ಹೇಳಿದಳು.

"ನಿಮ್ಮ ನಿರ್ಧಾರ ತಪ್ಪೂಂತ ಅನ್ನಿಸೋಲ್ಲ. ನಿಮ್ಮ ಮತ್ತು ಅವರ ಮಧ್ವೆ ಇಷ್ಟೊಂದು ಡಿಫರೆನ್ಸ್ ಇರೋವಾಗ ಮದ್ವೆಬೇಡ. ನಿಮ್ಗೆ ಗಂಡುಗಳ ಕೊರತೆಯೇ? ನಿಮ್ಮ ಪೇರೆಂಟ್ಸ್ ಅರ್ಥ ಮಾಡ್ಕೋಬೇಕು." ಅನ್ನುವ ವೇಳೆಗೆ ಆಳು ನಾಲ್ಕು ಎಳೆನೀರಿನ ಕಾಯಿಗಳನ್ನು ಹಿಡಿದುಬಂದ. "ಮನೆಗೆ ತಗೊಂಡ್ಹೋಗಿ ಇಡು" ಅವನನ್ನು ಕಳುಹಿಸಿದ. ಕೊಚ್ಚಿ ಇಲ್ಲಿನ ಸ್ಟೈಲ್‌ನಲ್ಲಿ ಮೇಲೆತ್ತಿ ಕುಡಿಯುವುದು ಅವಳಿಂದಾಗದೆಂದು ತಿಳಿದು ಕಳಿಸಿದ್ದ. ಆಮೇಲೆ ಕಂಪ್ಯೂಟರ್‌ಗೆ ಸಂಬಂಧಿಸಿದ ಸಾಕಷ್ಟು ವಿಷಯಗಳನ್ನು ಮಾತಾಡಿದರು.

ಆ ವೇಳೆಗೆ ಸುಕನ್ಯ, ಅವಳಪ್ಪ, ಅವರ ಗಂಡು ಮಕ್ಕಳು ಒಂದು ರೀತಿಯ ದರ್ಜೆಯಿಂದ ಬಂದರು. ಸುಕನ್ಯಳಿಂದ ನೋಟ ಮೇಲೆತ್ತಲಾಗಲಿಲ್ಲ.

"ನೀನು ಸತ್ಯೇಂದ್ರ ಅಲ್ಲವೇನಪ್ಪ?" ಆ ವಯ್ಯ ರಾಗ ತೆಗೆದ. ಅವನಿಗೆ ಮುಖ ತಿರುಗಿಸಿಕೊಳ್ಳಬೇಕೆನಿಸಿತು. ಆಗಾಗ ಬೇಲೂರಿಗೆ ಹೋಗಿ ಬರುತ್ತಿದ್ದದ್ದುಂಟು. ಒಂದು ರೀತಿಯಲ್ಲಿ ನೆರೆಹೊರೆಯ ಸಂಬಂಧ. "ಏನು ಇಲ್ಲಿವರ್ಗೂ ಬಂದಿದ್ದೀರಾ?"

"ನನ್ನ ಮಗಳ ಗತಿಯೇನು?"

"ಏನಾಗಿದೆ ಅವಳಿಗೆ ದಾಡೀ? ಕಳೆದುಕೊಂಡವರು ಶೇಷಪ್ಪಯ್ಯನ ಮನೆಯವರು" ಆ ವೇಳೆಗೆ ಅರುಣ ಹೋಗಿ ವಿಷಯ ಮುಟ್ಟಿಸಿದ್ದನೇನೋ. ಅಪೇಕ್ಷ, ಅದಿತಿ ಜೊತೆ ಕವನ ಕೂಡ ಬಂದದ್ದು ಜಗದೀಶನಿಗೆ ವಿಷಯ ಮುಟ್ಟಿಸಿಯೇ! "ಅಂಗಡಿ ಫಣೀಂದ್ರನ ಮಗ ಜಗದೀಶ ಪಾಲು ಕೊಡುಸ್ತೀನೀಂತ ಹೇಳಿ ಬಂದಿದ್ದಾನೆ. ಇವಳ ಗತಿ ಏನಾಗಬೇಕು?" ಆ ಮನುಷ್ಯ ಒದರಿದ. ಸತ್ಯೇಂದ್ರ ಸುಕನ್ಯ ಕಡೆ ನೋಡಿದ. ಈಗಾಗಲೇ ಅವಳ ಪ್ರೇಮಪ್ರಕರಣ ಗುಲ್ ಆಗಿತ್ತು ಹತ್ತೂರಿನಲ್ಲಿ.

"ಹೌದಲ್ಲ, ವಿಷ್ಯ ನನ್ನ ಕಿವಿಗೂ ಬಿತ್ತು. ಹೇಳಿರೋದೆಲ್ಲ ಸತ್ಯ ಅಂತ ನಿಮ್ಮ ಮಗ್ಳು ನಿಮ್ಮಗಳ ತಲೆಯ ಮೇಲೆ ಕೈ ಇಟ್ಟಿದ್ರೆ ಆಗ್ತಾ ಇತ್ತು. ನೀವು ಇಲ್ಲಿವರ್ಗೂ ಬರೋ ಹಾಗೆಯೇ ಇರ್‍ಲಿಲ್ಲ."

ಅಪೇಕ್ಷ, ಕವನ ಸುಕನ್ಯಳತ್ತ ಸರಿದರು.

"ಹೇಗಿದ್ದೀರಾ, ಅತ್ತಿಗೆ? ಬಹುಶಃ ಅಣ್ಣ ಇಲ್ಲದಿದ್ರೂ ನೀವು ನಮ್ಮ ಮನೆಯವರೇ. ಏನೇ ಕೇಳಬೇಕಾದರೂ ನಿಮ್ಗೆ ರೈಟ್ಸ್ ಇದೆ. ಅದಕ್ಕೆ ನಿಮ್ಮ ತಂದೆ, ಅಣ್ಣಂದಿರ ಸಪೋರ್ಟ್ ಯಾತಕ್ಕೆ? ನಿಮ್ಗೇನು... ಬೇಕು? ತೋಟದ ಮೇಲೆ ತುಂಬಾನೆ ಸಾಲ ಇದೆ. ಅಪ್ಪಯ್ಯ ಮಾರಿಬಿಟ್ಟು ಮುಕ್ತರಾಗೋಣಾಂದ್ರು. ಆದರೆ ತೋಟ ಅಣ್ಣನಿಗೆ ಪ್ರಿಯವಾದದ್ದು. ಅವನ ಬೂದಿಯ ಕೆಲವು ಭಾಗವನ್ನು ಇಲ್ಲಿನ

ಮರ, ಗಿಡಗಳ ಮೇಲೆ ಹಾಕಿದ್ದೀವಿ. ಇಲ್ಲಿನ ಮಣ್ಣಿನಲ್ಲಿ ಅಣ್ಣ ಬೆರೆತು ಹೋಗಿದ್ದಾನೆ. ಅವನದೆಲ್ಲ ನಿಮ್ದೇ ಅಲ್ವಾ? ನಿಮ್ಮ ಗಂಡ ವಿಶ್ವರಥ ಶೇಷಪ್ಪಯ್ಯನ ಮನೆ ಕೂಸು. ಅವನವರು ನಿಮ್ಗೆ ಏನೂ ಅಲ್ವಾ? ಬನ್ನಿ ಮನೆಗೆ ಹೋಗೋಣ. ಅಮ್ಮಂದರಿಗೂ ನಿಮ್ಮನ್ನ ನೋಡೋ ಆಸೆ" ಅತ್ಯಂತ ಆತ್ಮೀಯವಾಗಿ ಹೇಳಿದಳು.

ಸುಕನ್ಯ ತಂದೆ ತಟ್ಟನೆ ತಿರುಗಿ "ದುಡಿಯೋಕೆ ಬಿಟ್ಟಿ ಆಳು ಸಿಕ್ತಾಳೇಂತಾನಾ? ಅದೆಲ್ಲ ಮುಗ್ದ ಕತೆ. ಅವನೆಂದು ಸತ್ತನೋ ಅಲ್ಲಿಗೆ ಎಲ್ಲಾ ಮುಗ್ದುಹೋಯ್ತು" ಎಂದರು ಜಬರ್ದಸ್ತಿನಿಂದ.

ಆ ವೇಳೆಗೆ ಜಗದೀಶ ಬಂದೂ ಆಗಿತ್ತು.

"ಅಯ್ಯೋ, ಬೇಡ ಸ್ವಾಮಿ... ನಮ್ಗೆ ಆ ತಲೆ ಬಿಸಿ ಬೇಡ. ವಿಷ್ಣುಕಟ್ಟೆಯಲ್ಲಿ ಆಳುಕಾಳಿಗೆ ಬರವಿಲ್ಲ. ಇದೇನು ಈ ಕಡೆ ದಯಮಾಡಿಸಿದ್ದು?" ಅವನ ಸ್ವರದಲ್ಲಿ ವ್ಯಂಗ್ಯವಿತ್ತು ಕೂಡ.

ಸುಕನ್ಯ ಅಣ್ಣ ಯಜಮಾನಿಕೆ ವಹಿಸಿಕೊಂಡವರಂತೆ "ನಾವು ಸಾಕಷ್ಟು ಖರ್ಚು ಮಾಡಿ ಮದ್ವೆ ಮಾಡಿದ್ವಿ. ಇವಳು ಈಗ ಬಂದು ನಮ್ಮ ಮನೆಯಲ್ಲಿ ಕೂತಳು. ಇವಳ ಭವಿಷ್ಯದ ಬಗ್ಗೆ ಹೇಳಿ. ಅದಕ್ಕೇ ಏನಾದ್ರೂ ಒಂದು ಏರ್ಪಾಟು ಮಾಡಬೇಕು" ಎಂದ.

ಜಗದೀಶ, ಸತ್ಯೇಂದ್ರ ಮುಖಮುಖ ನೋಡಿಕೊಂಡರು. ಅವರ ಇರಾದೆ ಅರ್ಥವಾಯಿತು. ಸುಕನ್ಯ ಅಣ್ಣಂದಿರಿಗೆ ಅವಳ ಜವಾಬ್ದಾರಿ ಬೇಕಿರಲಿಲ್ಲ. ಈಗಾಗಲೇ ಮನೆಯಲ್ಲಿ ಸಾಕಷ್ಟು ರಾದ್ಧಾಂತಗಳು ನಡೆದಿತ್ತು.

"ಈಗ ನಾವೇನು ಮಾಡಬೇಕು? ಅತ್ತಿಗೆ ನಮ್ಮ ಮನೆಗೆ ಸೇರಿದವಳು. ಇಲ್ಲೇ ಬಿಟ್ಟು ಹೋಗಿ" ಅಪೇಕ್ಷ ಸಹಜವಾಗಿ ನುಡಿದಳು. "ಅಷ್ಟು ಮಾಡ್ಕೊಳ್ಳಿ. ಅವಳ ಬಟ್ಟೆಬರೆಗಳ್ನ ಕಳ್ಸಿ ಕೊಡ್ತೀವಿ. ಇಲ್ಲೇ ಇರ್ಲಿ" ಅವಳ ಹಿರಿಯಣ್ಣ ಹೇಳಿದ. ಊರಿನಲ್ಲಿ ತಲೆ ಎತ್ತದಂತೆ ಆಗಿತ್ತು. ಅವಳ ಮತ್ತು ಈಶ್ವರನ ಮಗನ ಜೊತೆ ಕದ್ದು ಮುಚ್ಚಿ ಶುರುವಾದ ಮಾತು, ನಗು, ಓಡಾಟ.... ಈಗ ರಾಜರೋಷ ಹಂತಕ್ಕೆ ತಲುಪಿತ್ತು. ಬಂಧುಗಳು ಛೀಮಾರಿಗೆ ಹೆದರಿದ್ದರು.

"ನಾನು ಇರೋಲ್ಲ" ತಕ್ಷಣ ನುಡಿದಳು.

"ನಿನ್ನ ಜವಾಬ್ದಾರಿ ನಾವ್‌ಗಳು ಹೊರೋಕೆ ಸಿದ್ಧವಾಗಿಲ್ಲ" ಕಿರಿಯವ ಹೇಳಿದ. ಮಧ್ಯೆ ಅವಳಪ್ಪ ಬಾಯಿ ಹಾಕಿ "ಅದಾಗೋಲ್ಲ, ಇಷ್ಟು ವರ್ಷ ಶೇಷಪ್ಪಯ್ಯನ ಮನೆಯಲ್ಲಿ ಇದ್ದಿದ್ದಕ್ಕೆ ಏನಾದ್ರೂ ಕೊಡಬೇಕು" ಹೇಳಿದರು.

"ಕೂಲಿ ಲೆಕ್ಕಾಚಾರ! ಪಾಪ ಊಟ, ತಿಂಡಿ, ಇರೋಕೆ ಜಾಗ ಕೊಟ್ಟು ಬೇಕಾದ ಸುಖಗಳು, ಸವಲತ್ತುಗಳು ಕೊಟ್ಟಿದ್ದಾರೆ. ಆಗ ಅವ್ರ ಪರ್ಮಿಷನ್ ಇಲ್ದಂಗೆ ಹೇಗೆ ಕರ್ಕಂಡ್ ಹೋದ್ರಿ?" ಜಗದೀಶ ವಾದಕ್ಕೆ ನಿಂತ.

"ಅಂತು ಜೀತಕ್ಕೆ ಕಳ್ಸಿದ ಜನ" ಸತ್ಯೇಂದ್ರ ಕಟುಕಿದ.

ಅವಳ ಅಣ್ಣಂದಿರು ತೋಳೇರಿಸಿ ಮುಂದೆ ಬಂದರು. "ನಮ್ಮ ಸುದ್ದಿ ನಿಮ್ಗೆ ಗೊತ್ತಿಲ್ಲ" ಅವಳ ಕಿರಿಯಣ್ಣ ಜೋರು ಮಾಡಿದ.

ಸತ್ಯೇಂದ್ರ ಜಗದೀಶನನ್ನು ಪಕ್ಕಕ್ಕೆ ಎಳೆದುಕೊಂಡು "ವಿಪರೀತ ಮಾತುಗಳು ಬೇಡ. ಮಕ್ಳು ಇಲ್ದೇ ಇರೋದ್ರಿಂದ ಏನೂ ಕೇಳೋ ಹಂಗಿಲ್ಲ. ಬೇಕಾದರೆ ಕೋರ್ಟಿಗೆ ಹೋಗಿ. ಇಲ್ಲ ನಮ್ಮ ಜಗದೀಶ ಹೇಳ್ದಂಗೆ.... ನಿಮ್ಮ ಹುಡ್ಗೀ ಕೈಯಲ್ಲಿ ಪ್ರಮಾಣ ಮಾಡ್ಸಿ. ಇಲ್ಲ ಸುಕನ್ಯನ ಶೇಷಪ್ಪಯ್ಯನವರ ಮನೆಯಲ್ಲಿ ಬಿಟ್ಹೋಗಿ. ಸೊಸೆ ಜವಾಬ್ದಾರಿ ಅವರೇ ಹೊತ್ತುಕೊಳ್ಳಲಿ" ಸತ್ಯೇಂದ್ರ ಹೇಳಿದ. ಶೇಷಪ್ಪಯ್ಯನವರ ಮನೆಯಲ್ಲಿ ಆಡಿ ಬೆಳೆದವ.

ಸುಕನ್ಯ ನಾಲ್ಕು ಹೆಜ್ಜೆ ಹಿಂದಕ್ಕೆ ಹೋದಳು. "ನಾನು ಇಲ್ಲಿರೋಲ್ಲ" ಛೀರಿದಳು. ಅಪೇಕ್ಷ ಅವಳ ಸನ್ನಿಹಕ್ಕೆ ಬಂದು ಎರಡು ಕೈಗಳನ್ನು ಹಿಡಿದುಕೊಂಡು "ಬೇಡ, ಅತ್ತಿಗೆ, ನಮ್ಮ ಜೊತೆ ಇರೀ. ಅಣ್ಣನ್ನ ನಿಮ್ಮಲ್ಲಿ ನೋಡ್ತೀವಿ. ನೀವು ಬದ್ಕು ರೂಪಿಸಿಕೊಳ್ಳೋಕೆ ನಾವೆಲ್ಲ ಸಹಾಯ ಮಾಡ್ತೀವಿ. ಅಕಸ್ಮಾತ್ ನಮ್ಮಿಂದ ಏನಾದ್ರೂ ತಪ್ಪಾಗಿದ್ದರೆ ಕ್ಷಮ್ಸಿ. ಅಣ್ಣನ ಕನಸುಗಳನ್ನ ಸ್ಪಷ್ಟಪಡ್ಸಿ, ನಾವು, ನೀವು ಕೂಡಿಯೇ ಅವನ್ನೆಲ್ಲ ಸಾಕಾರಗೊಳಿಸೋಣ" ರಿಕ್ವೆಸ್ಟ್ ಮಾಡಿಕೊಂಡ ಕೂಡಲೆ ಕೊಸರಿಕೊಂಡು ತಂದೆಗೆ ದುಂಬಾಲು ಬಿದ್ದ ಸುಕನ್ಯ "ನನ್ನ ಇಲ್ಲಿಂದ ಕರ್ಕೊಂಡ್ಹೋಗಿ ಅಪ್ಪಯ್ಯ. ಇಲ್ಲದಿದ್ದರೆ ನಾನು ಹೆಣವಾಗಿ ಬಿಡ್ತೀನಿ" ಬೋರಿಡಿದು ಅಳತೊಡಗಿದ್ದನ್ನು ದೂರದಲ್ಲಿ ಕೆಲಸ ಮಾಡುತ್ತಿದ್ದ ಆಳುಗಳು ನೋಡಿ ಓಡಿ ಬಂದು ನಿಂತರು. ಏನೋ ಘಟಿಸಿ ಹೋಗುತ್ತಿದೆ, ಇಲ್ಲ ಘಟಿಸುತ್ತೇ ಅನ್ನೋ ಆತಂಕ ಅವರಿಗೆ.

"ಅಂತು ಇರೋಕೆ ಬಂದವರಲ್ಲ, ಮಗಳ ಭವಿಷ್ಯಕ್ಕೆ ಏನಾದ್ರೂ... ಕೇಳಲು ಬಂದವರು. ಇಂದು ಅದೇ ಮಾತು! ಸುಕನ್ಯ ನಿಮ್ಮ ತಲೆಯ ಮೇಲೆ ಕೈಯಿಟ್ಟು ಪ್ರಮಾಣ ಮಾಡ್ಲಿ. ಅಕಸ್ಮಾತ್ ಸುಳ್ಳಾಗಿ ನೀವು ಸತ್ತರೆ, ವಯಸ್ಸಾದವರಾದರಿಂದ ನಿಮ್ಮ ಕುಟುಂಬಕ್ಕೆ ದೊಡ್ಡ ಅನ್ಯಾಯವೇನು ಆಗೋಲ್ಲ. ಜೊತೆಗೆ ಈ ತೋಟದ ಮಣ್ಣಲ್ಲಿ ವಿಶ್ವ ಇದ್ದಾನೆ. ಮುಟ್ಟಿ ಪ್ರಮಾಣ ಮಾಡಿಬಿಡಲೀ. ಇಂದಿನಿಂದ ತೋಟ ನಿಮ್ದೇ. ಇಲ್ಲ, ಯಾವ್ದೇ ಕಾರಣಕ್ಕೂ ಹಣ, ಆಸ್ತಿ, ಸಂಬಂಧ ಯಾವ್ದೂ ಇರೋಲ್ಲ. ನಿಮ್ಮ ಮಗ್ಳು ನೀರು ಮುಟ್ಟಿ ಪ್ರಮಾಣ ಮಾಡ್ಲೀ." ಸವಾಲೆಸೆದ ಜಗದೀಶ. ಇದು ಪದೇ ಪದೇ ಮರುಕಳಿಸುವುದು ಬೇಡವಾಗಿತ್ತು.

ಸತ್ಯೇಂದ್ರ ಗಾಬರಿಯಾದ. ಆ ಜನ ದೇವರು, ಸತ್ಯ ಅಂದುಕೊಂಡು ಬದುಕೋರಲ್ಲ. ಬಹುಶಃ ಇಂದಿಗೆ ಶೇಷಪ್ಪಯ್ಯನವರ ಕುಟುಂಬಕ್ಕೆ ಈ ತೋಟದ ಋಣ ಕಡಿದುಕೊಂಡಂಗೆ.

"ಮಾಡೇ ಸುಕನ್ಯ ಪ್ರಮಾಣ. ಆಮೇಲೆ ನಿಶ್ಚಿಂತೆಯಿಂದ ನಿನ್ನ ಬದ್ಕು ಸಾಗಿಹೋಗುತ್ತೆ" ಅಣ್ಣ ಧೈರ್ಯ ತುಂಬಿದ. ಆದರೆ ಅವಳು ಹೆದರಿದಳು. ಈಗಾಗಲೇ ಅಣ್ಣಂದಿರು, ಅತ್ತಿಗೆಯರು ಕಸದಂತೆ ಕಾಣಲು ಶುರು ಮಾಡಿದ್ದರು. ಅಕಸ್ಮಾತ್ ತಂದೆ ಹೋಗಿಬಿಟ್ಟರೆ ತಾನು ಬೀದಿಪಾಲು.

ಜಗದೀಶ ಇಡೀ ಮಣ್ಣು ಕೈಯಲ್ಲಿಡಿದು "ಪ್ರಮಾಣ ಮಾಡು. ಇಂದಿನಿಂದ ಈ ತೋಟ ನಿಮ್ದೇ. ವಿಶ್ವ ನಿಮ್ಮ ಜೊತೆ ಇರ್ತಾನೆ" ಅಂದ ಕಟ್ಟುನಿಟ್ಟಾಗಿ.

ಅವಳಪ್ಪ, ಅಣ್ಣಂದಿರು ಮಿಕಿಮಿಕಿ ನೋಡಿದರು.

"ಅಪೇಕ್ಷ ನೀರು ತಗೊಂಡ್ಬಾ" ಅವಳನ್ನು ಕಳುಹಿಸಿ "ನೀರು ಮುಟ್ಟಿ ಪ್ರಮಾಣ ಮಾಡಿಬಿಡು. ಮತ್ತೆ ಸಂಬಂಧ, ಪಾಲು ಅಂತೆಲ್ಲ ಅಂದರೆ ನಿನ್ನ ತವರು ನಾಶವಾಗಿಬಿಡುತ್ತೆ"

ಜಗದೀಶನ ಮಾತಿಗೆ ಅವಳ ಅಣ್ಣಂದಿರು ಮೇಲೇರಿ ಬಂದರು. "ಅವ್ಳ ಸಂಸಾರದ ವಿಚಾರ ಅವಳದೇ. ನಮ್ಮ ಸುದ್ದಿಗೆ ಬರೋಂಗಿಲ್ಲ. ಏಯ್ ಸುಕನ್ಯ ನೀನುಂಟು, ನಿನ್ನಪ್ಪ ಉಂಟು. ನಿಜನೋ, ಸುಳ್ಳೋ ನಮ್ಮ ಮೇಲೆ ನೀನೇನು ಪ್ರಮಾಣ ಮಾಡಬೇಡ. ಬೇಕಾದರೇ ನೀನು, ನಿನ್ನ ಅಪ್ಪಯ್ಯ ಉರುಳು ಕಟ್ಟಿಕೊಂಡು ತೋಟದ ಬಾವಿಯಲ್ಲಿ ಮೊಗಚಿಕೊಳ್ಳಿ. ಹಾಳಾದವಳು, ಇವಳಿಂದ ನಮ್ಗೆ ನೆಮ್ದಿ ಇಲ್ದೇ ಹೋಯ್ತು" ಮೊದಲನೆಯವನು ಬಿರುಸು ಹೆಜ್ಜೆಗಳನ್ನು ಹಾಕುತ್ತ ಅಷ್ಟು ದೂರ ನಡೆದವನು ನಿಂತು "ಇವಳ ವಿಷ್ಯಕ್ಕೂ, ನಮ್ಗೂ ಯಾವ್ದೇ ಸಂಬಂಧವಿಲ್ಲ. ಏನಾದ್ರೂ ಮಾಡ್ಕೊಳ್ಳಿ. ಅವ್ಳು ಯಾವೋನ ಜೊತೆಯಲ್ಲಾದ್ರೂ ಹೋಗ್ಲಿ. ಇದೆಲ್ಲಿಯ ತಲೆನೋವು" ಹೊರಟೇ ಬಿಟ್ಟವನನ್ನ ಎರಡನೆಯವನು ಹಿಂಬಾಲಿಸಿದ. ಈಗಾಗಲೇ ಅವರಿಗೆ ತೀರಾ ಸಾಕಾಗಿತ್ತು.

"ಬನ್ನಿ ಅಪ್ಪಯ್ಯ ಹೋಗೋಣ" ಹೇಳಿದಳು.

"ಎರಡರಲ್ಲಿ ಒಂದನ್ನ ತೀರ್ಮಾನ ಮಾಡ್ಕೊಂಡ್ ಹೋಗಿ. ಮತ್ತೆ ಈ ಅವಕಾಶ ಸಿಕ್ಕೋಲ್ಲ, ನೀವು ಪ್ರಮಾಣ ಮಾಡಿದರೆ ನಿಮ್ಗೇ ತೋಟ ಉಳಿಯುತ್ತೆ. ಸ್ವಲ್ಪ ಧೈರ್ಯ ಮಾಡ್ಕೊಳ್ಳಿ. ಬರೀ ನಿಮ್ಗೆ ತೊಂದರೆ ಕೊಟ್ಟವರನ್ನ ಹಾಗೆ ಬಿಡಬೇಡಿ. ಬರೀ ನಿಮ್ಮ ತವರಿನವರಲ್ಲಿ ಹೇಳ್ಕೊಂಡ್ ಬರೀ ಸಹಾನುಭೂತಿ ಗಿಟ್ಟಿಸಿಕೊಳ್ಳೋದರಿಂದ ಪ್ರಯೋಜನವಿಲ್ಲ. ತೋಟ ನಿಮ್ಮದಾದ್ಮೇಲೆ ನೀವು ಯಾರ ಕೈಕೆಳಗೂ ಬದ್ಕು ರೂಪಿಸಿಕೊಳ್ಳಬೇಕಾದ್ದಿಲ್ಲ. ಸ್ವತಂತ್ರವಾಗಿ ಡಿಸಿಷನ್ ತಗೋಬಹುದು. ನಿಮ್ಮ ಪ್ರೇಮ, ಮದ್ವೆಗೆ ನಿಮ್ಗೇ ಆಸರೆಯಾಗುತ್ತೆ" ಉತ್ತೇಜಿಸಿದ. ಅಪೇಕ್ಷ ಮಾತ್ರವಲ್ಲ ಸತ್ಯೇಂದ್ರ ಕೂಡ ಗಾಬರಿಯಾದ.

"ನನ್ಮೇಲೆ ಆಣೆ ಬೇಡ. ಮಣ್ಣು ಹಿಡಕೊಂಡ್ ಹೇಳು. ನಾನು ನಿನ್ಜೊತೆ ಬಂದು ಈ ತೋಟದಲ್ಲಿ ಇದ್ಕೋತೀನಿ" ಅವಳ ಅಪ್ಪ ಮುಂದಿನ ಸುಂದರ ಬದುಕನ್ನು ಅವಳ ಕಣ್ಮುಂದೆ ಹರಡಿದ. "ಇಲ್ಲ... ಇಲ್ಲ... ನಂಗೆ ತೋಟ ಬೇಡ" ಅಂದ ಸುಕನ್ಯ ಚೊಂಬಿನಲ್ಲಿ ತುಂಬಿಡಿಕೊಂಡು ಬಂದಿದ್ದ ನೀರಿನ ಮೇಲೆ ಕೈಯಿಟ್ಟು "ನಂಗೆ ಯಾವ್ದೇ ತೋಟ, ಸಂಬಂಧ ಬೇಡ" ಅಂತ ಹೇಳಿದವಳೇ ಓಡಿ ಕಣ್ಮರೆಯಾದಳು.

"ಮುಗೀತಲ್ಲ, ಜಾಗ ಖಾಲಿ ಮಾಡಿ. ಇನ್ನು ಈ ತೋಟಕ್ಕೆ ಬಂದರೆ, ಅಥ್ವಾ ಏನಾದ್ರೂ ಹೇಳ್ಕೊಂಡ್ ತಿರುಗಿದರೆ, ನಾನು ನಿಮ್ಮ ವಂಶಕ್ಕೊಂದು ದಾರಿ ಮಾಡಿಬಿಡ್ತೀನಿ. ವಿಶ್ವ ಇಲ್ಲವಾದ ಮೇಲೆ ಸಾವು ಎಷ್ಟು ಹತ್ತಿರಾಂತ ಅನ್ನಿಸಿಬಿಟ್ಟಿದೆ.

ನಂಗೇನು ಭಯ ಇಲ್ಲ." ಕೈಯಲ್ಲಿನ ಮಣ್ಣನ್ನು ತೆಂಗಿನ ಮರದ ಬುಡಕ್ಕೆ ಹಾಕಿದ ರೋಷದಿಂದ. ಮಿಕ್ಕವರು ಮಿಕಿಮಿಕಿ ಆದರು. ಹಲ್ಲು ಕಡಿಯುತ್ತ ಕಾಲು ಅಪ್ಪಳಿಸಿ ಹೋದರು ಅವಳಪ್ಪ.

ಸತ್ಯೇಂದ್ರ ಉಸಿರನ್ನು ದಬ್ಬಿ "ಜಗದೀಶ್, ನಿಂಗೆ ಇಷ್ಟೊಂದು ಕೋಪ ಅಂತ ನಂಗೆ ಗೊತ್ತಿರ್ಲಿಲ್ಲ. ನಿನ್ನ ಆರತಿಗೆ ಪ್ರಪೋಸ್ ಮಾಡಿದವನು ನಾನೇ. ಮೊದ್ಲೇ ಗೊತ್ತಿದ್ದರೆ, ಒಂದಿಷ್ಟು ಯೋಚ್ಸಬಹುದಿತ್ತು" ಎಂದು ನಕ್ಕುಬಿಟ್ಟ.

ಅವರುಗಳು ಹೋದತ್ತಲೇ ನೋಡಿ "ಈಡಿಯಟ್ಸ್, ಒಮ್ಮೊಮ್ಮೆ ಕೊಂದು ಹಾಕಿಬಿಡೋಣಾಂತ ಅನ್ನಿಸುತ್ತೆ. ಆ ಕುಟುಂಬದವ್ರು ವಿಶ್ವನ ಸಾವಿಗೆ ಕಾದಿದ್ದರೇನೋಂತ ಅನ್ನಿಸುತ್ತೆ, ಅಥ್ವಾ ಅವನನ್ನು ಕೊಂದುಬಿಟ್ಟರೇನೋ! ಆರಾಮಾಗಿ ಮಗಳನ್ನ ಕರ್ಕಂಡ್ ಹೋದ. ಶೇಷಪ್ಪಯ್ಯ ಮಾವನ ಕುಟುಂಬ ಎಷ್ಟು ಝುರ್ಝುರಿತವಾಗಿದೆ. ಅವ್ನ ಮಗಳಿಗೆ ಗಂಡು ಇಲ್ದೆ ಬದುಕೋಕೇ ಆಗೋಲ್ಲ, ಹೋಗ್ಲಿ.... ಎಲ್ಲಾದ್ರೂ ಹಾಳಾಗಿ ಹೋಗ್ಲಿ. ನೀರ ಮೇಲೆ ಕೈ ಇಟ್ಟು ಪ್ರಮಾಣ ಮಾಡಿ ಹೋಗಿದ್ದಾಳೆ, ಈ ಕಡೆ ತಿರುಗಿ ನೋಡೋಲ್ಲ. ಅದೊಂದು ಸೆಂಟಿಮೆಂಟ್ಸ್ಇದೆ. ಅದ್ನ ನಂಗೆ ಹೇಳಿದ್ದು ಆ ಮನೆಯ ಕಿರಿಯ ಸೊಸೆನೇ" ಬಿಡಿಸಿ ಹೇಳಿದ. ಅಂತು ಅವಳ ಅಧ್ಯಾಯಕ್ಕೆ ಮಂಗಳ.

ಕವನ, ನಯನಾ ಮುಂದೆ ಇಷ್ಟೆಲ್ಲ ಪಂಚಾಯಿತಿ ಆಗಿದ್ದು ಅಪೇಕ್ಷಗೆ ಇಷ್ಟವಾಗಲಿಲ್ಲ. ಸಂಕೋಚವೆನಿಸಿತು. ನಾಚಿ ಕಣ್ಣೀರಿಟ್ಟಳು.

"ಏಯ್ ಅಪೇಕ್ಷ, ಯಾಕೆ ಅಳ್ತೀಯಾ? ನಿಮ್ಮ ಪಾಲಿಗೆ ವಿಶ್ವರಥ ಬದುಕಿದ್ದಾನೆ. ಸತ್ತದ್ದು....ಸುಕನ್ಯನೇ. ನೆನಪಿನಿಂದಾನೆ ಕಿತ್ತುಹಾಕಿಬಿಡು" ಸಮಾಧಾನ ಹೇಳಿದ ಸತ್ಯೇಂದ್ರ.

ಮುಂದೆ ಬಂದ ಕವನ "ನೀವುಗಳು ಆಡೋ ಮಾತುಗಳಿಂದ ವಿಶ್ವರಥರನ್ನ ತುಂಬ ತಿಳಿದಿದ್ದೀನಿ. ಸುಕನ್ಯಯಿಂದಲು ಮತ್ತಷ್ಟು ತಿಳೀಬೇಕಿತ್ತು." ವ್ಯಕ್ತಪಡಿಸಿದಾಗ ಜಗದೀಶನಿಗೆ ಕೋಪಬಂದರೂ ಕೋಪಗೊಳ್ಳಲಿಲ್ಲ. ಸತ್ಯೇಂದ್ರನಿಗೆ ನಗು ಬಂತಷ್ಟೇ. ಆದರೆ ನಗಲಿಲ್ಲ. ಎಲ್ಲಾ ಮೌನವಹಿಸಿದರು.

ಅಪೇಕ್ಷ ಅತ್ತ ನೋಟ ಹರಿಸಿದ ಕವನ "ಒಮ್ಮೆ ಭೇಟಿ ಮಾಡೋದ್ರಿಂದ ನಿಮಗೇನಾದ್ರೂ... ಅಭ್ಯಂತರನಾ?" ಕೇಳಿದಳು. ಅವಳು ಗಲಿಬಿಲಿಯಿಂದ ಜಗದೀಶನ ಕಡೆ ನೋಡಿದಾಗ "ಖಂಡಿತ ಭೇಟಿ ಮಾಡಿ, ಮಾತಾಡಿ. ಬೈಸಿಕೊಂಡರೂ. ನಮ್ಮ ಅಭ್ಯಂತರವಿಲ್ಲ. ಆಮೇಲೆ ಅತ್ತು ಕರೆದು ಅಪೇಕ್ಷ ಕರ್ಕಂಡ್ ಬಂದಿದ್ದಕ್ಕೆ ಅಂತ ಶಾಪ ಹಾಕಬೇಡಿ. ಬೇಕಾದರೆ ಅರುಣ ಮತ್ತು ಅದಿತಿ ಸಾಥ್ ನೀಡುತ್ತಾರೆ. ಅವರುಗಳು ಈಗ ಬಿಟ್ಟಿ ಸುಬ್ಬಯ್ಯನ ಮನೆಯಲ್ಲಿ ಬೈಯ್ದುಕೊಂಡು ಕೂತಿರ್ತಾರೆ. ತಾವು ಖಂಡಿತ ಹೋಗ್‌ಬನ್ನಿ" ಅಂದ ಒಂದಿಷ್ಟು ವ್ಯಂಗ್ಯವಾಗಿ. ಕವನಗೆ ಅರ್ಥವಾಗಲಿಲ್ಲ.

"ಅಯ್ಯೋ, ಬೇಡ... ಅವಮಾನವಾಗಬಹುದು" ಎಂದಳು ಅಪೇಕ್ಷ.

"ಅಂಥದೇನು ಆಗೋಲ್ಲ, ಅಕಸ್ಮಾತ್ ಆಯ್ತೂಂತ ಇಟ್ಕೊಳ್ಳಿ, ಅದು ವಿಶ್ವನ ಸ್ವಭಾವಕ್ಕೆ ಕನ್ನಡಿ ಹಿಡಿದಂತಾಗುತ್ತೆ. ಖಂಡಿತ ಹೋಗ್ ಬನ್ನಿ." ಜಗದೀಶ ಕಳುಹಿಸಿಕೊಟ್ಟು ಮರದ ಕೆಳಗೆ ಕೂತುಬಿಟ್ಟ.

ಸತ್ಯೇಂದ್ರ ಮರಕ್ಕೆ ಒರಗಿ ನಿಂತು "ಈ ಹುಡ್ಗಿ ಏನಾದ್ರೂ ಮೆಂಟಲ್ ಕೇಸಾ? ವಿಶ್ವರಥನ ಬಗ್ಗೆ ತಿಳ್ಕೊಂಡ್ ಏನ್ಮಾಡ್ತಾಳೆ? ಯಾಕೆ ಇಷ್ಟೊಂದು ವಿಷ್ಣುಕಟ್ಟೆ ಮೇಲೆ ಮೋಹ? ಶೇಷಪ್ಪಯ್ಯನ ಕುಟುಂಬಕ್ಕೆ ಜನ್ಮಜನ್ಮಾಂತರ ಸಂಬಂಧ ಅನ್ನೋ ತರಹ ಬಿಹೇವ್ ಮಾಡ್ತಾಳಲ್ಲ. ಜಗ್ಗೀ ವಿಚಿತ್ರ ಅನ್ನಿಸೋಲ್ವಾ?" ಕೇಳಿದ.

"ಖಂಡಿತ ಒಂದಕ್ಕಿಂತ ಒಂದು ವಿಚಿತ್ರ. ಎಂಟು ವರ್ಷ ಅನ್ಯೋನ್ಯವಾಗಿ ಸಂಸಾರ ಮಾಡ್ಕೊಂಡ್ ಇದ್ದ ಸುಕನ್ಯ ತನಗೆ ಈ ಮನೆಯವರ ಪರಿಚಯವೇ ಇಲ್ಲಾನ್ನೋ ತರಹ ವರ್ತಿಸ್ತಾ ಇದ್ದಾಳೆ. ಅದೊಂದು ರೀತಿಯ ವಿಚಿತ್ರವಾದರೇ, ಕವನ ತಾನು ಶೇಷಪ್ಪಯ್ಯನವರ ಕುಟುಂಬಕ್ಕೆ ಸೇರಿದವಳು ಅನ್ನೋ ತರಹ ನಡೆದುಕೊಳ್ಳೋಕೆ ಶುರು ಮಾಡಿದ್ದಾಳೆ. ವಿಚಿತ್ರ... ವಿಸ್ಮಯ. ಆದರೆ ಸಾವಿನಷ್ಟು ವಿಸ್ಮಯವಾದದ್ದು ಜಗತ್ತಿನಲ್ಲಿ ಯಾವ್ದೂ ಇಲ್ಲ. ವ್ಯಕ್ತಿ ಮಾಡಿದ ಕೆಲ್ಸ ಇರುತ್ತೆ, ಕೊಂಡ ಪದಾರ್ಥಗಳು ಇರುತ್ತೆ. ಒಡನಾಡಿಕೊಂಡಿದ್ದ ವ್ಯಕ್ತಿ ಇಲ್ಲವಾಗಿಬಿಡ್ತಾನೆ. ಆದರೆ ಇಷ್ಟೆಲ್ಲ ಎದುರಿಗಿದ್ದರೂ ಮಾನವ ನಿರಂತರ ಹೋರಾಟ ನಡೆಸುತ್ತಾನೆ. ಯಕ್ಷಪ್ರಶ್ನೆನೇ. ನಾನು ವಿಷ್ಯ ತಿಳ್ದು ದಡಬಡ ಓಡಿಬಂದೆ. ಈಗ್ಬರ್ತೀನಿ..." ಅಂದವನು ನಯನಾ ಕಡೆ ತಿರುಗಿ "ಎಲ್ಲಾ ಒಪ್ಪತ್ತು ನಮ್ಮ ಮನೆಗೆ ಊಟಕ್ಕ ಬರಬೇಕನ್ನೊದು ಆರತಿಯ ಆಸೆ. ಅದಕ್ಕೇ ಅಂಗಡಿ ಫಣೀಂದ್ರ ಅವರು ಅಂಕಿತ ಹಾಕ್ತಾರೆ, ಆ ಬಗ್ಗೆ ಡೌಟ್ ಬೇಡ. ಅದಕ್ಕೊಂದು ಮುಖ್ಯ ಕಾರಣವಿದೆ. ಸೊಸೆ ವಂಶೋದ್ಧಾರಕನ ಹೆತ್ತು ಕೊಡೋ ಹಾದಿಯಲ್ಲಿದ್ದಾಳೆ. ಆ ಸಂತೋಷದಲ್ಲಿ ಇಂಥ ಸಂಭ್ರಮಗಳು ಬೇಕೆನಿಸುತ್ತೆ." ಇಂಥದೊಂದು ಡೈಲಾಗೊಡೆದ. ಸರಳವಾದ ಮುಕ್ತವಾದ ಮಾತು ಇಷ್ಟವೆನಿಸಿತು ಅವಳಿಗೆ. ಅವಳು ಓದಿದ, ಬೆಳೆದ ಪರಿಸರದಲ್ಲಿ ಇಂಥದ್ದನ್ನು ನೋಡಲು ಸಾಧ್ಯವಿಲ್ಲ. ಹುಟ್ಟು ಶ್ರೀಮಂತಿಕೆ, ವೆಲ್ಎಜುಕೆಟೇಡ್ ಫ್ಯಾಮಿಲಿ ಅವಳದು.

"ಏನೋ ಸತ್ಯ, ನೀನು ಕೂಡ..." ಅವನತ್ತ ನೋಟ ಹರಿಸಿದ ಜಗದೀಶ "ಶ್ಯೂರ್, ನಾಳೆ ರಾತ್ರಿ ನಂಗೆ ಹೊರಡೋದಿದೆ. ಆ ಮಧ್ಯೆ ಎಲ್ಲರ ಜೊತೆ ಊಟ ಮಾಡೋದು ಸಂತೋಷದ ವಿಷಯವೇ" ಅಂದ ಹಸನ್ಮುಖತೆಯಿಂದ.

ಎಲ್ಲರು ಮನೆಗೆ ಬರುವ ವೇಳೆಗೆ ಶೇಷಪ್ಪಯ್ಯ ತಲೆಯ ಮೇಲೆ ಕೈಹೊತ್ತು ಕೂತಿದ್ದರು.

"ಅರ್ಧ ತೋಟ ಅವಳಿಗೆ ಕೊಟ್ಟಿದ್ದರಾಗಿತ್ತು. ಊರ ಜನ ನಮ್ಮನ್ನು ಕೆಟ್ಟದಾಗಿ ತಿಳಿಬಾರದಲ್ಲ" ಇಂಥದೊಂದು ಮಾತು ಜಗದೀಶನ ಕಿವಿಗೆ ಬಿದ್ದ ಕೂಡಲೆ ಅವನ ಮುಖ ಕೋಪದಿಂದ ಕೆಂಪಾಯಿತು. "ಅದು ಪೂರ್ತಿ ಸರಿಯಲ್ಲ. ಪೂರ್ತಿ ತೋಟ ಬರೆದುಕೊಡಿ. ಅದರ ಮೇಲಿನ ಸಾಲಕ್ಕೆ ಮನೆ ಬರೆದುಕೊಡಿ. ಆಮೇಲೆ ಅರುಣ, ಅದಿತಿನ ಒಂದೊಂದು ಕಡೆ ಜೀತಕ್ಕೆ ಇಡೀ..... ಮನೆಯಲ್ಲಿರೋ..." ಅಂದವನು

ಅರ್ಧದಲ್ಲೇ ನಿಲ್ಲಿಸಿದ. ಆ ರೀತಿ ಮಾತನಾಡಬೇಕಾಗಿ ಬಂದಿದ್ದಕ್ಕೆ ಅವನಿಗೆ ಬೇಸರವಾಗಿತ್ತು. ಮರುಕ್ಷಣವೇ ಹೇಳಿದ.

"ದಯವಿಟ್ಟು ಕ್ಷಮ್ಸಿಬಿಡಿ, ಇಲ್ದ ವಿಶ್ವ ಅವ್ನ ಬದುಕಿರೋ ಹೆಂಡ್ತಿ ಬಗ್ಗೆ ಯೋಚಿಸ್ತೀರೇ ವಿನಹ ಮನೆ ಪರಿಸ್ಥಿತಿಯ ಬಗ್ಗೆ, ಅಪೇಕ್ಷನ ಪರದಾಟದ ಬಗ್ಗೆ ಯೋಚಿಸಿದ್ದೀರಾ? 500 ರೂಪಾಯಿ ಉಳಿಕೆಗಾಗಿ ಬೆಳಗಿನ ಕಾಫೀ, ತಿಂಡಿ, ಸಂಜೆಯ ಅಲ್ಪ ಉಪಹಾರವನ್ನು ಕೈಬಿಟ್ಟಿದ್ದಾಳೆ ನಿಮ್ಮ ಮಗ್ಳು. ಮುಂದಿನ ವರ್ಷವಾದ್ರೂ ಅವ್ಳ ಮದ್ವೆ ಮಾಡಬೇಕಲ್ಲ. ಮನೆಯ ಯಜಮಾನರಾಗಿ ಇದೆಲ್ಲ ಮನಸ್ಸಿನಲ್ಲಿ ಇರ್ಬೇಕು. ಆರತಿ ಹೇಳಿದ್ದೆಲ್ಲ ಕೇಳಿದರೆ ಮೈನ ರಕ್ತ ಕುದಿಯುತ್ತೆ. ಎಂಟು ವರ್ಷ ನಿಮ್ಮ ಮನೆಯಲ್ಲಿ ಸಂಸಾರ ಮಾಡಿದ ಸುಕನ್ಯಗೆ ತಿಳಿಯದ ನಿಮ್ಮ ಮನೆಯ ಸ್ಥಿತಿಗತಿಗಳು? ನೀವೇನು ಅಲ್ಲವೇ ಅಲ್ಲಾಂತ ಅತ್ತಿಗೆಯರ ಸೆರಗಿನಲ್ಲಿ ತೂರಿಕೊಳ್ಳೋಕೆ ಹೋಗ್ತಾಳೆ. ಅವಳಿಗ್ಯಾಕೆ ಸಹಾನೂಭೂತಿ? ವಿಶ್ವನ್ನ ಒಳಗೊಳಗೆ ಆಪೋಶನ ತಗಂಡ್ ಬಿಟ್ಟಳೇನೋ!" ಭಾವೋದ್ವೇಗದಿಂದ ನುಡಿದವನನ್ನು ಸತ್ಯೇಂದ್ರ ಹೊರಗೆ ಕರೆದೊಯ್ದ ಸಂತೈಯಿಸಲು.

ಅರುಣ, ಅದಿತಿಯ ಜೊತೆ ಸುಬ್ಬಯ್ಯ ಮನೆಗೆ ಹೋದ ಕವನ ಅರ್ಧ ಗಂಟೆಯಲ್ಲಿ ಹಿಂದಿರುಗಿ ಬಂದು ಉಸ್ ಎಂದು ಕೂತವಳ ಮುಂದೆ ಕುಡಿಯಲು ನೀರು ತಂದಿಟ್ಟ ಅಪೇಕ್ಷ ಒಂದು ತರಹ ಮುಖ ಮಾಡಿದಳು.

"ಸಾರಿ, ಸರ್‍ಯಾಗಿ ರೆಸ್ಪಾನ್ಸ್ ಮಾಡಲಿಲ್ವಾ?" ಒಂದು ಸಣ್ಣ ಪ್ರಶ್ನೆ.

ನೀರು ಕುಡಿದು ಸುಧಾರಿಸಿಕೊಂಡ ಕವನ ಪ್ರಯೋಜನವಾಗಲಿಲ್ಲವೆನ್ನುತ್ತ ತಲೆಯಾಡಿಸಿದ್ದು.

"ನೋ ಯೂಸ್, ಅವ್ರಿಗೇನು ಗೊತ್ತಿಲ್ಲ. ಪ್ರತಿಯೊಂದು ಪ್ರಶ್ನೆಗೂ 'ಗೊತ್ತಿಲ್ಲ, ಹೇಳಿಲ್ಲ, ಮರ್ತು ಹೋಗಿದೆ' ಇಷ್ಟೇ ಉತ್ತರ. ನಿಮ್ಮ ನೆನಪಿನಲ್ಲಿ ಭದ್ರವಾಗಿ ಉಳಿದುಕೊಂಡ ವಿಶ್ವರಥ ಸುಕನ್ಯ ನೆನಪಿನಲ್ಲಿ ಕನಿಷ್ಟ ಅರವತ್ತರಿಂದ ಎಪ್ಪತ್ತೈದರಷ್ಟು ಮರೆಯಾಗಿಬಿಟ್ಟಿದ್ದಾನೆ. ಅವರು ಹೊಸ ಬದ್ಕಿನ ಅನ್ವೇಷಣೆಯಲ್ಲಿ ಇದ್ದಾರೆ. 'ಆಲ್ ದಿ ಬೆಸ್ಟ್' ಎಂದು ಶುಭ ಹಾರೈಸಿ ಬಂದೆ."

"ಲಿವ್ ಇಟ್, ಸುಕನ್ಯ ಇಲ್ಲಿನವರ ಪಾಲಿಗೆ ಇಲ್ಲ. ವಿಶ್ವರಥ ಸತ್ತರೂ ನಮ್ಮಗಳ ಮನದಲ್ಲಿ ಭದ್ರವಾಗಿ ಇದ್ದಾನೆ." ಆ ವಿಷ್ಯಕ್ಕೆ ಫುಲ್‌ಸ್ಟಾಪ್ ಇಟ್ಟು ಎದ್ದುಹೋದ ಸತ್ಯೇಂದ್ರ.

ಅಪೇಕ್ಷ ಅವನನ್ನು ಹಿಂಬಾಲಿಸಿದಳು.

"ಈಗೇನು ಮಾಡ್ತೀಯಾ?" ಕೇಳಿದಕ್ಕೆ ಅವನ ಉತ್ತರ ಸ್ಪಷ್ಟವಾಗಿತ್ತು "ಬಲವಂತವಾಗಿ ಚಾರುನ ಇಲ್ಲಿಗೆ ಕರೆತರೋದು ಮಾತ್ರವಲ್ಲ ಇಲ್ಲಿಗೆ ಒಗ್ಗಿಸಿಕೊಳ್ಳೋದು ಕಷ್ಟ. ಇಲ್ಲಿ ನರ್ಕವಾಗಿಬಿಡುತ್ತೆ. ನಮ್ಮಿಬ್ಬರ ಜಗಳದಲ್ಲಿ ಅಪ್ಪಯ್ಯ, ಅಮ್ಮ ಮಾತ್ರವಲ್ಲ ಮಗು ಕೂಡ ನರಳಬೇಕಾಗುತ್ತೆ. ಅದಕ್ಕೆ ಅಮ್ಮ ದೇವರ ಮುಂದೆ ತುಪ್ಪದ ದೀಪ ಹಚ್ಚಿದಾಗಲೆಲ್ಲ ನಾನೂ ಒಂದಿಷ್ಟು ತುಪ್ಪ ಹಾಕಿ, ನನ್ನ ಕೆಲ್ಸದಿಂದ

ತೆಗೆಯಲೀ ಅನ್ನೋ ಪ್ರಾರ್ಥನೇನ ಸಲ್ಲಿಸ್ತಾ ಇದ್ದೀನಿ. ಇದ್ನ ದೇವರು ನಡ್ಸಿಕೊಡಬಹುದಲ್ಲ" ಎಂದು ತಮಾಷೆ ಮಾಡಿದ.

"ಗೊತ್ತಿಲ್ಲ ಸತ್ಯ. ದೇವರ ಬಗ್ಗೆ ನಾನು ಯಾವ್ದೇ ನಿಲುವಿಗೆ ಬರಲಾರದೇ ಹೋಗಿದ್ದೀನಿ. ಪೂಜೆ, ಹರಕೆ ಬಗ್ಗೆ ನನ್ನಲ್ಲೇ ದ್ವಂದ್ವ ಶುರುವಾಗಿದೆ. ಸಾವು ಎಂಥ ಭೀಕರ! ಮೈಯೆಲ್ಲ ನಡುಗುತ್ತೆ. ನಾನೇ ಯಾವ ಕ್ಷಣವಾದ್ರೂ... ಸತ್ತು ಬಿಡಬಹುದೆನ್ನುವ ದಿಗಿಲು" ಅವಳ ಸ್ವರ ನಡುಗಿತು. ಇಂದಿಗೂ ವಿಶ್ವರಥ ಇಲ್ಲವಾಗಿರುವುದು ಅವಳಿಂದ ನಂಬಲು ಸಾಧ್ಯವಿರಲಿಲ್ಲ.

ಅವನ ಮುಖ ಗಂಭೀರವಾಯಿತು.

"ಬದುಕು ದಿನ ಇರುತ್ತೆ. ಸಾವು ಸತ್ಯ. ಅದೇನು ಆಕಸ್ಮಿಕವಲ್ಲ, ವಿಸ್ಮಯವು ಅಲ್ಲ. ವಯಸ್ಸಾದವರ ಸಾವು ಒಂದು ರೀತಿಯಲ್ಲಿ ನಿರೀಕ್ಷಿತವಾದರೂ ಅವರೂ ಕೂಡ ಬದುಕಿನ ಮೇಲಿನ ಮೋಹ ಕಳೆದುಕೊಳ್ಳೋಲ್ಲ. ಅಮ್ಮನ ದೊಡ್ಡಮ್ಮ ಒಬ್ಬಾಕೆ ಇದ್ದಾರೆ. ನೂರಕ್ಕೆ ಮೂರು ತಿಂಗಳೋ, ಆರು ತಿಂಗಳೋ ಇರ್ಬೇಕು. ಆಕೆ ಪ್ರತಿಯೊಂದು ವಸ್ತುವನ್ನು ತಾನು ಚಿರಂಜೀವಿ ಅನ್ನೋ ತರಹ ಜೋಪಾನ ಮಾಡ್ತಾಳೆ. ಆ ಬದುಕಿನ ಪ್ರೀತಿ ಮಾತ್ರ ವಿಸ್ಮಯ. ಮರಣ ಎಂದರೆ ಏನು? ಅದರ ಆಚೆ ಏನಿದೆ? ಅನಂತರ ಏನಾಗುತ್ತೆ? ನಾನು ಕೂಡ ಮರಣದ ಬಗ್ಗೆ ಚಿಂತನೆ ನಡೆಸಿದ್ದು ವಿಶ್ವನ ಮರಣದ ನಂತರವೇ. ನನ್ನ ಒಬ್ಬ ಕೊಲೀಗ್ ಇಂಡಿಯನ್ ಫಿಲಾಸಫಿಯ ಹಿಂದೆ ಬಿದ್ದವನು. ಸಾಕಷ್ಟು ದಾರ್ಶನಿಕರೊಂದಿಗೆ ಚರ್ಚಿಸಿದ್ದ. ವ್ಯಕ್ತಿ ಮರಣದ ನಂತರ ಎಲ್ಲಿಗೆ ಹೋಗುತ್ತಾನೆ? ದೇಹ ಮತ್ತು ಅದರೊಳಗಿನ ಆತ್ಮದ ಸಂಬಂಧ ಎಲ್ಲಿಯವರೆಗೆ? ಇಂಥ ಹತ್ತಾರು ಪ್ರಶ್ನೆಗಳಿಗೆ ಉತ್ತರಿಸಬಲ್ಲ. ಆದರೆ ಅಲ್ಲೂ ಒಂದು ಪ್ರಶ್ನೆಯೇ. ಸಾವಿನ ಬಗ್ಗೆ ತತ್ವಶಾಸ್ತ್ರಜ್ಞರು ಪಾರಮಾರ್ಥಿಕವಾಗಿ ಚಿಂತನೆ ನಡೆಸಿದಷ್ಟೇ ತೀವ್ರವಾಗಿ ಮನಶ್ಶಾಸ್ತ್ರಜ್ಞರ ಸಂಶೋಧನೆ ಕೂಡ ನಡೆದಿದೆ. ಮರಣವೆಂದರೆ ಏನೆಂದು ಸ್ಪಷ್ಟವಾಗಿ ವಿಜ್ಞಾನಕ್ಕೂ ತಿಳಿದಿಲ್ಲ. ವೈದ್ಯಕೀಯ ವಿಜ್ಞಾನದಲ್ಲಿ ಮರಣದ ಕುರಿತ ವ್ಯಾಖ್ಯಾನ ಮತ್ತು ಪರಿಭಾಷೆ, ಆಗಾಗ ಬದಲಾಗುತ್ತಲೇ ಇದೆ. ನಿಜವಾದ ಕೊನೆ ಯಾವುದು ಎಂಬ ಪೂರ್ಣ ತಿಳುವಳಿಕೆ ವಿಜ್ಞಾನಕ್ಕೂ ತಿಳಿದಿಲ್ಲ. ವಿಜ್ಞಾನ ಎನ್ನುವುದು ಪೂರ್ತಿ ಸರ್ವಜ್ಞವಲ್ಲ. ಅದಕ್ಕೂ ಒಂದು ಮಿತಿ ಇದೆ. ನಾನು ಅವನೊಂದಿಗೆ ಚರ್ಚಿಸಿ ಸೋತು ಹೋಗಿದ್ದೇನೆ. ವಿಶ್ವ ಮತ್ತೆಲಾದ್ರೂ ಹುಟ್ಟಿದ್ದಾನೋ, ಏನೋ? ಆ ವಿಷ್ಯ ಬಿಡು. ಈಗ ಕಣ್ಣೆದುರಿಗೆ ಇರೋರ ಬಗ್ಗೆ ಯೋಚ್ಸು. ತಾತ ಎಲ್ಲೋ ಹೋದವರು ಬರ್ಲಿಲ್ಲಾಂತ ನಿಮ್ಮಮ್ಮ ಕಣ್ಣೀರಿಟ್ಟರು. ಸಚ್ಚಿ ಮಾವನಿಗೆ ಜೊತೆಯಾಗಿಬಿಟ್ರಾ? ಅವ್ರಿಗೆ ವಯಸ್ಸಿದೆ. ಸುತ್ತಾಡಿ ಅಭ್ಯಾಸವಿದೆ. ಇವ್ರಿಗೆ ಎರಡು ದಿನ" ವಿಷಯವನ್ನು ಬೇರೆಡೆ ಹೊರಳಿಸಿದ.

ಅವಳಮ್ಮ ಅವಳ ಮುಂದೂ ಕಣ್ಣೀರಿಟ್ಟಿದ್ದರು. ಈ ಮನೆಯಲ್ಲಿ ಹಿರಿಯ ಜೀವವಾಗಿದ್ದ ಅವರು ಕಣ್ಮರೆಯಾಗಿದ್ದು ನೋವಿನ ಸಂಗತಿಯಾಗಿತ್ತು.

"ಹೌದು, ಎಲ್ಲೀಂತ ಹುಡ್ಕಿಸೋದು?" ಎಂದಳು ತಟ್ಟನೆ.

"ಜಗ್ಗೀ ಅಂತ ಪ್ರಯತ್ನನ ಮಾಡ್ತಾನೆ ಇದ್ದಾನೆ. ಈಗಿನ ಸ್ಥಿತಿಯಲ್ಲಿ ಅಂಥವನ ಅಗತ್ಯ ಶೇಷಪ್ಪಯ್ಯನ ಕುಟುಂಬಕ್ಕೆ ಇತ್ತು. ನೀನು ಸದಾ ಮುಖ ಉಮ್ಮಿಸ್ಸಿಕೊಂಡು ಇರ್ತಾ ಇದ್ದೆ. ಈಗ ಎಷ್ಟು ಈಸಿಯಾಗಿ ಕವನ, ನಯನಾ ನಿನ್ನ ಹಿಂದೆ ಬಿದ್ದಿದ್ದಾರೆ" ನಗೆಯಾಡಿದ.

ಆಮೇಲೂ ಅರ್ಧಗಂಟೆ ಇದ್ದೇ ಅವನು ಮನೆಗೆ ಹೊರಟಿದ್ದು. ಆಗ ಪಾರ್ವತಮ್ಮ ಹೊರಗೆ ಬಂದು "ಬೆಳಗಿನ ಉಪಹಾರಕ್ಕೆ ಏನು ಮಾಡೋದು ಬೇಡಾಂತ ನಿನ್ನಮ್ಮನಿಗೆ ಹೇಳು. ಇಲ್ಲೇ ನೀರು ದೊಸೆ ಮಾಡಿ, ಕಾಯಿಚಟ್ನಿ ಮಾಡ್ತೀನಿ. ಎಲ್ಲಾ ಇಲ್ಲಿಗೆ ಬಂದರೇ ಚೆಂದ" ಹೇಳಿದರು. ಇವನು ಹ್ಞೂಂಗುಟ್ಟಿದ. ಸಾಧಾರಣವಾಗಿ ಊಟ, ತಿಂಡಿಗೆ ತಮ್ಮ ಅಡಿಗೆಯನ್ನೇ ನೆಚ್ಚಿಕೊಂಡಿರೋರು ಹೊರಗೆ ಬರಲು ಅಷ್ಟೊಂದು ಹುಮ್ಮಸ್ಸು ತೋರಲಾರರು.

ಅಷ್ಟರಲ್ಲಿ ಬಂದ ಕವನ ತುಸು ಸಂಕೋಚದಿಂದ "ವಿತ್ ಯುವರ್ ಪರ್ಮಿಷನ್, ನಾನು ವಿಶ್ವರಥರ ರೂಮಿಗೆ ಹೋಗ್ಲಾ?" ಕೇಳಿದ್ಲು. "ಶ್ಯೂರ್, ಯಾರು ಬೇಡಾಂದ್ರು. ಅವ್ನು ತೀರಿಕೊಂಡ್ಮೇಲೆ ಆ ಕೋಣೆಗೆ ಹೋಗೋದೇ ಬಿಟ್ಟಿದ್ದೆ. ಅಮ್ಮಂದಿರು ಅಚ್ಚುಕಟ್ಟು ಮಾಡಿ ಅವನ ಫೋಟೋ ಮುಂದೆ ದೀಪ ಹಚ್ಚಿದೋರು. ಮೊದಮೊದಲು ಆ ಕೋಣೆ ಕಡೆ ಹೋಗ್ತಾ ಇರ್ಲಿಲ್ಲ, ಯಾರೂ. ವಿಶ್ವಣ್ಣ ಇಲ್ದ ಆ ಜಾಗ ನಿರ್ಜನವೆನಿಸುತ್ತಿತ್ತು" ಅಂದಳು ಅಪೇಕ್ಷ ಮೇಲುಸಿರು ದಬ್ಬುತ್ತ. ಒಂದು ರೀತಿಯ ನಿರ್ಲಿಪ್ತಭಾವ.

ಯಾಕೋ ಕವನಗೆ ಆ ಕೋಣೆಯೆಂದರೆ ಆಕರ್ಷಣೆ. ಬಂದಾಗಲೆಲ್ಲ ಹೋಗಿ ಕೂಡೋಳು. ಅವನ ಶೇಖರಣೆಯ ಪುಸ್ತಕಗಳೆಲ್ಲ ಹುಡುಕಾಡುವಳು. ಆ ಕೆಲಸದಲ್ಲಿ ಅವಳಿಗೆ ಅದೆಷ್ಟು ಆಸ್ಥೆ ಇತ್ತೆಂದರೆ ಅಚ್ಚರಿಯೆನಿಸುತ್ತಿತ್ತು ಮನೆಯವರಿಗೆಲ್ಲ. ಇಂದು ಕೂಡ ಅದೇ ಆಸಕ್ತಿಯಿಂದ ರೂಮಿಗೆ ಹೊರಟಳು.

ಬರವಣಿಗೆಯ ಪುಸ್ತಕದ ಪುಟ ತಿರುವಿದಾಗ ಒಂದು ಸಣ್ಣ ಚೀಟಿ ಇತ್ತು. ಅದರ ಹೆಟ್ ಲೈನ್‌ನಲ್ಲಿ 'ಇದು ಅಪೇಕ್ಷಗೆ' ಎಂದಿತ್ತು. ಕವನಗೆ ಅಚ್ಚರಿಯ ಜೊತೆ ಸಂಭ್ರಮವು ಕೂಡ, ತಾನೇನೋ ಕಂಡುಹಿಡಿದಂತೆ ಧಾವಂತ ಕೂಡ.

"ಏಯ್, ಅಪೇಕ್ಷ ಇಲ್ಲಿ ನೋಡು" ಕೂಗಿಕೊಂಡಳು.

ಪುಸ್ತಕಗಳ ಮೇಲೆ ಧೂಳನ್ನು ಕೊಡುವುತ್ತಿದ್ದಳು ತಟ್ಟನೆ ತಲೆಯೆತ್ತಿದಾಗ ಅವಳು ಮುಂದಿಡಿದು "ಬಹುಶಃ ವಿಶ್ವ ನಿಂಗಾಗಿ ಬರೆದಿದ್ದು ಇರಬಹುದು" ಅಪೇಕ್ಷ ಎದೆಬಡಿತ ಏರಿ ಕಣ್ಣು ಮಬ್ಬಾಯಿತು. ತೆಳ್ಳಗಿನ ಕಣ್ಣೀರಿನ ಪರೆ ಮುಂದಿನದನೆಲ್ಲ ಮಸುಕಾಗಿಸಿತು.

ಬಹು ರಹಸ್ಯವೊ ಸೃಷ್ಟಿ, ಬಹು ರಹಸ್ಯವೋ ಜೀವ ।
ಅಹುದದಲ್ಲವಿದೆಂಬ ವಾದ ಬರಿ ಹರಟೆ ॥
ಗುಹೆಯೊಳಿಹುದೆಲ್ಲ ತತ್ತ್ವಗಳ ತತ್ತ್ವದ ಮೂಲ ।
ಬಹಿರಂತರ ರಹಸ್ಯ - ಮಂಕುತಿಮ್ಮ ॥

ಈ ಜೀವನ ಏನೆಂದು ತಿಳಿಯದ ರಹಸ್ಯ. ನಮಗೆ ಎಲ್ಲಾ ತಿಳಿದಿದೆ ಎಂಬ ಅಹಂಕಾರ ಬೇರೆ. ಜೀವನದ ಗೊಂಡಾರಣ್ಯದಲ್ಲಿ ಎಲ್ಲಿಂದ ಬಂದೆವು, ಎತ್ತ ಹೋಗುತ್ತೇವೆ ಎಂಬುದೆ ಮಹಾಗುಟ್ಟು. ಅದರ ಶೋಧದಲ್ಲಿಯೆ ಜೀವನ ಮುಗಿದು ಹೋಗುತ್ತದೆ. ಏನಿದರ ಅರ್ಥ?

ಹೌದು ಡಿ.ವಿ.ಜಿ.ಯವರ ಮಂಕುತಿಮ್ಮನ ಕಗ್ಗ. ಅದರ ಕೆಳಗೆ, 'ಅಪೇಕ್ಷ ನಂಗೇನೋ ಆಗುತ್ತೇಂತ ಅನ್ನಿಸ್ತಾ ಇದೆ. ಆದಮೇಲೆ ಹೇಳೋಕ್ಕಾಗೋಲ್ಲ" ಅಷ್ಟು ಮಾತ್ರ ಬರೆದು ಸ್ವಲ್ಪ ಅಸ್ಪಷ್ಟವಾಗಿ ಸಹಿ ಮಾಡಿದ್ದ. ಅದರ ಕೆಳಗೆ ತಾರೀಖು. ಅಂದರೆ ಸಾವು ಅವನಿಗೆ ಗೋಚರಿಸಿತ್ತಾ? ಜೀವ ಬಿಡುವ ಸೂಚನೆ ಸಿಕ್ಕಿತ್ತಾ? ನಿಶ್ಚೇಚಿತಳಾದಳು.

"ಅಪೇಕ್ಷ..." ಅವಳ ಭುಜದ ಮೇಲೆ ಕೈ ಇಟ್ಟಳು ಕವನ.

ಕಣ್ಣಿನಿಂದ ಒಸರಿದ ಕಂಬನಿಯನ್ನು ತೊಡೆದುಕೊಂಡು "ಅಣ್ಣನಿಗೆ ಮೊದಲೇ ಮುನ್ಸೂಚನೆ ಸಿಕ್ಕಿತೂಂತ ಕಾಣಿಸುತ್ತೆ. ಅದ್ನ ಹೇಳೋ ಪ್ರಯತ್ನಕ್ಕೆ ಒಂದು ದಾಖಲೆ ಅಷ್ಟೆ" ಎಂದು ಆ ಚೀಟಿಯನ್ನು ತೆಗೆದಿಟ್ಟುಕೊಂಡದ್ದು ಜೋಪಾನವಾಗಿ. ಅದನ್ನು ಯಾರಿಗೂ ತೋರಿಸಲು ಹೋಗಲಿಲ್ಲ.

"ಆರತಿ ಫೋನ್ ಮಾಡಿದ್ದಾಳೆ" ಅರುಣ ಬಂದು ಹೇಳಿದ.

"ಬರ್ತೀನಿ ನಡೀ, ಆಮೇಲೆ ನಾನೇ ಫೋನ್ ಮಾಡ್ತೀನೀಂತ ಹೇಳು" ಅವನನ್ನ ಕಳುಹಿಸಿ "ಸಂತೋಷ, ಸಂಭ್ರಮನ ಸಾವಿನ ಜನಕ್ಕೆ ಹಂಚಬಹುದು, ಹಂಚಬೇಕು ಕೂಡ. ಆದರೆ ದುಃಖವನ್ನು ಒಂಟಿಯಾಗಿ ಏಕಾಂತದಲ್ಲಿ ಅನುಭವಿಸಬೇಕು. ದುಃಖಕ್ಕೆ ಸ್ನೇಹಿತರಿಲ್ಲ, ಆತ್ಮೀಯರಿಲ್ಲ. ಅದು ಯಾವಾಗ್ಲೂ ಒಂಟಿಯೇ. ಸಾರಿ, ವಿಶ್ವಣ್ಣ ಇಲ್ಲವಾಗಿ ಹತ್ತಿರ.... ಹತ್ತಿರ ಮೂರ್ರ್ವರ್ಷ ಆಗಿಹೋಯಿತು. ಆದ್ರೂ ಈ ಕ್ಷಣದಲ್ಲಿ ನಡೆದಿದ್ದು ಅನ್ನೋ ತರಹ ಮನಸ್ಸು ದುಃಖಿಸುತ್ತೆ" ಅಂದ ಅವಳು ಮೇಲೆದ್ದಾಗ ಕವನ ಅವಳ ಕೈಹಿಡಿದು "ಹೀ ಈಸ್ ರಿಯಲೀ ಗ್ರೇಟ್. ನಿಜ್ವಾಗ್ಲೂ ವಿಶ್ವರಥ ಲಕ್ಕಿ ಫೆಲೋ. ಈಗ ನಾನು ಸತ್ತೆ ಅಂತ ಇಟ್ಕೋ. ಕಂಡೋಲೆನ್ಸ್ ಕೊಟ್ಟು ಸುಮ್ಮನಾಗಿ ಬಿಡ್ತಾರೆ. ತುಂಬ ಪ್ರಾಕ್ಟಿಕಲ್. ಅತ್ತು ಕರೆದು ಸಮಯ ಹಾಳು ಮಾಡಿಕೊಳ್ಳೋಲ್ಲ, ನೆಮ್ದೀನು ಕೆಡ್ಸಿಕೊಳ್ಳೋಲ್ಲ. ಅಲ್ಲಿ ಬುದ್ಧಿಯದು ಪ್ರಧಾನ ಪಾತ್ರ, ಹೃದಯ ಮನಸ್ಸು ಲೆಕ್ಕಕ್ಕೆ ಬರೋಲ್ಲ" ಎಂದು ಜೋರಾಗಿ ನಕ್ಕಳು. ಆ ನಗುವಿನ ಹಿಂದೆ ಇದ್ದಿದ್ದೇನು? ನಿರಾಸೆ, ನೋವು ಜೊತೆಗೆ ಏನೋ ಕಳೆದುಕೊಂಡ ಅನುಭವ.

ಆದರೆ ಅಂದೇ ನಯನಾಗೆ ಫೋನ್ ಬಂದಿದ್ದರಿಂದ ರಾತ್ರಿಗೇ ಹೊರಟುಬಿಟ್ಟರು.

* * * *

ಮೃಣಾಲಿನಿಯವರು ಚೆಕ್‌ಅಪ್‌ಗೆ ಹೋಗಿದ್ದವರು ಮರಳಿದಾಗ ಆರರ ಸುಮಾರು. ಆ ವೇಳೆಗೆ ಮನೆಯಲ್ಲಿ ಇರುತ್ತಿದ್ದುದ್ದು ಮಂಜು, ಹೊರ ಕೆಲಸದ ಆಳಿನ ಜೊತೆ ಪೂವಯ್ಯ ಮಾತ್ರ.

"ಮಂಜು ಸ್ವಲ್ಪ ಟೀ" ಎಂದು ರೂಮಿಗೆ ಹೋದರು. ಇಂದು ಕ್ಲಬ್‌ನಲ್ಲಿ ಪ್ರವಚನವಿತ್ತು. ತೇಜಸ್ವಿ ಯುವಕ. ರಾಮಕೃಷ್ಣ, ವಿವೇಕಾನಂದರ ಜೀವನದಿಂದ ಪ್ರಭಾವಿತನಾಗಿ ಎಲ್ಲಾ ತ್ಯಜಿಸಿ ಸನ್ಯಾಸಿಯಾದವ. ಅಗರ್ಭ ಶ್ರೀಮಂತರ ಒಬ್ಬನೇ ಮಗ. ವೇದ, ಉಪನಿಷತ್ ಮಾತ್ರವಲ್ಲ ಅತ್ಯಂತ ಸರಳ ಸಾಮಾಜಿಕ ಜೀವನವನ್ನು ಅಭ್ಯಾಸ ಮಾಡಿದವ. ಒಳ್ಳೆ ವಾಗ್ಮಿ. ಮಾತಿನಲ್ಲಿ ಖಚಿತತೆ ಇತ್ತು. ಒಂದೂವರೆ ಗಂಟೆಗೂ ಹೆಚ್ಚು ಮಾತಾಡಿದ. ಕೂತಿದ್ದವರು ಅಲ್ಲಾಡದೇ ಆಲಿಸಿದ್ದರು. ಆ ಮಾತುಗಳು ಮಂತ್ರಮುಗ್ಧರನ್ನಾಗುವಂತೆ ಮಾಡಿದ್ದವು. ಆಸ್ತಿಕರು ಮತ್ತು ನಾಸ್ತಿಕರು ಕೂಡ ಒಪ್ಪುವಂಥ ವಾದ ಸರಣಿ. ಎಲ್ಲೂ ಗೊಂದಲವಿರಲಿಲ್ಲ.

ಅದೇ ಮೂಡಿನಲ್ಲಿದ್ದ ಮೃಣಾಲಿನಿ ಮೌನವಾಗಿ ಕೂತರು. ಮಂಜು ತಂದಿಟ್ಟ ಟೀ ಕುಡಿದು "ಅಪೇಕ್ಷ ಬಂದರೇ ಹೇಳು" ಅಂದರು. ಒಬ್ಬರಿಗೆ ಸತ್ಯ ಅನಿಸಿದ್ದು ಇನ್ನೊಬ್ಬರಿಗೆ ಸತ್ಯ ಎನಿಸದಿರಬಹುದು. ಆದರೆ 'ಸತ್ಯವನ್ನು ನುಡಿ, ಧರ್ಮದಿಂದ ನಡೆ' ಇದು ಉಪನಿಷತ್ತಿನ ನುಡಿ. ಇದನ್ನೆಲ್ಲ ಚರ್ಚಿಸುತ್ತಿದ್ದದ್ದು ಅಪೇಕ್ಷಳಲ್ಲಿ ಮಾತ್ರ.

"ಅಮ್ಮ...." ಎಂದು ಒಳಗೆ ಬಂದ ಅಪೇಕ್ಷ ಅವರ ಎದುರಿನಲ್ಲಿ ಕೂತು ದಣಿವಾರಿಸಿಕೊಂಡು "ನಂಗೆ, ಮಂಜು ಹೇಳಿದ ಕೂಡಲೇ ಗಾಬ್ರಿ ಆಯ್ತು" ಅಂದಾಗ ಮೃಣಾಲಿನಿ ನಕ್ಕು "ಅವನೊಬ್ಬ, ಇಂದು ನಮ್ಮ ಕ್ಲಬ್‌ಗೆ ಅರವಿಂದ ನಿತ್ಯಾನಂದ ಅನ್ನೋರು ಬಂದಿದ್ರು. ಅವರು ಸ್ವಾಮೀಜಿ ಪಟ್ಟಕ್ಕೆ ಅರ್ಹರಾದವರು. ತಮ್ಮ ಹೆಸರಿನ ಜೊತೆ ಅದರ ಸೇರ್ಪಡೆ ಇಷ್ಟವಿಲ್ಲ. ಸತ್ಯ, ಧರ್ಮ ಮತ್ತು ಸ್ಥಿರಭಾವದ ಬಗ್ಗೆ ಮಾತಾಡಿದ್ರು. ನಂಗೆ ಯಾರೊಂದಿಗಾದ್ರೂ ಇದನ್ನೆಲ್ಲ ಹೇಳ್ಬೇಕೂಂತ ಅನ್ನಿಸ್ತು. ಸದ್ಯಕ್ಕೆ ನೀನೇ ಪರ್ಟಿಕ್ಯುಲರ್ ಪರ್ಸನ್ ಅನ್ನಿಸ್ತು. ಇಳಾಭಟ್ ಬಂದ್ರಾ? ಊರಿಗೆ ಹೋಗ್ತೀನೀಂತ ಅಂದಿದ್ರು. ತೀರಾ ಸೆನ್ಸಿಟಿವ್. ಯಾವುದಾದರೊಂದು ಸಾಂಸಾರಿಕ ಕಾರಣಕ್ಕೆ ಅಳು, ಬೇಸರ" ಎಂದರು. ಇಳಾಭಟ್ ತೀರಾ ಸಾಧಾರಣ ಹೆಣ್ಣೆಂದು ಅವರ ಅನಿಸಿಕೆ, ಆ ಬಗ್ಗೆಯೇನು ಅವರ ಕಾಮೆಂಟ್ ಇರುತ್ತಿರಲಿಲ್ಲ.

"ಅಷ್ಟೇ ಬೇಗ ರಿಕವರ್ ಆಗಿಬಿಡ್ತಾರೆ, ಕೂಡ" ತಣ್ಣನೆಯ ನಗೆ ಬೀರಿದಳು.

" 'ಯಃ ಸರ್ವತ್ರ ಅನಭಿಸ್ನೇಹಃ ತತ್ತತ್ ಪ್ರಾಪ್ಯ ಶುಭಾಶುಭಮ್! ನಾಭಿನಂದತಿನ ದ್ವೇಷ್ಟಿ ತಸ್ಯ ಪ್ರಜ್ಞಾ ಪ್ರತಿಷ್ಠಿತಾ ॥' ಇದು ಭಗವದ್ಗೀತೆಯ ಒಂದು ಶ್ಲೋಕ. ಸಾಕಷ್ಟು ಸಲ ಇದನ್ನ ಓದಿದ್ದೀನಿ, ಕೇಳಿದ್ದೀನಿ, ಇಂದಿನಷ್ಟು ಅರ್ಥವೆನಿಸಿರಲಿಲ್ಲ. ಯಾರು ಶುಭ-ಅಶುಭಗಳನ್ನು ಅನುಕ್ರಮವಾಗಿ ಪ್ರೀತಿಸುವುದಾಗಲೀ, ದ್ವೇಷಿಸುವುದಾಗಲೀ ಮಾಡುವುದಿಲ್ಲವೋ ಅಂಥವನ ಪ್ರಜ್ಞೆ ಸ್ಥಿರವಾಗಿರುತ್ತದೆ. ತಾವರೆ ಎಲೆಯ ಮೇಲಣ ನೀರಿನಂತೆ, ಎಲೆ ಸ್ವಲ್ಪ ಅಲುಗಿದರೂ ಆ ನೀರು ಉರುಳಿ ಹೋಗುತ್ತೆ. ಹಾಗೇ ಅವರು ಎಂಥ ಚಿಂತೆಯನ್ನೂ ಕೊಡವಿಕೊಳ್ಳುತ್ತಾರೆ. ಕೇಳಿದಾಗ ಆ ಕ್ಷಣ ಸುಲಭವೆನಿಸಿತ್ತು. ಮನೆಗೆ ಬರುವ ವೇಳೆಗೆ ಅಷ್ಟು ಸುಲಭವಾ? ಅನ್ನೋ ಪ್ರಶ್ನೆ ಮೂಡಿತು" ಎಂದವರು ಇಂದು ನಿರಂತರವಾಗಿ

ಹತ್ತು ನಿಮಿಷ ಮಾತಾಡಿದರು. ಆಮೇಲೆ ಹಗುರಗೊಂಡವರಂತೆ "ನಿಂಗೆ ಬೋರ್ ಅನ್ನಿಸಲಿಲ್ವಾ?" ಕೇಳಿದರು.

"ಖಂಡಿತ ಇಲ್ಲ, ಇಂಥ ಆಳವಾದ ಮಾತುಗಳಲ್ಲಿ ನನ್ನ ಪ್ರಶ್ನೆಗಳಿಗೆ ಉತ್ತರ ಕಂಡುಕೊಳ್ಳುವ ಪ್ರಯತ್ನ ಮಾಡ್ತೀನಿ. ಅತ್ಯಂತ ಸರಳವಾಗಿ ಸಹಜವಾಗಿ ಮಮತೆಯಲ್ಲಿ ಲೌಕಿಕ ಚಿಂತನೆಗಳ ನಡುವೆ ನನಗೆ....." ಅರ್ಧದಲ್ಲಿ ನಿಲ್ಲಿಸಿ ಮೇಲೆದ್ದು "ಅಮ್ಮ ಆರತಿಗೆ ಒಂದು ಫೋನ್ ಮಾಡೋದಿದೆ" ಹೊರಗೆ ಬಂದಳು. ಎದೆ ಭಾರವೆನಿಸಿತು.

ಮೃಣಾಲಿನಿ ಅನುಕಂಪದ ನಿಟ್ಟುಸಿರು ಚೆಲ್ಲಿದರು.

ಇಂದಿಗೂ ಅವರ ಎಷ್ಟೋ ಪ್ರಶ್ನೆಗಳಿಗೆ ಉತ್ತರವಿಲ್ಲ. ಹಣವಿತ್ತು, ವಿದ್ಯೆ ಇತ್ತು, ಸೋಷಿಯಲ್ ಸ್ಟೇಟಸ್ ಇತ್ತು. ಎಲ್ಲಕ್ಕೂ ಮಿಗಿಲಾಗಿ ಸ್ವತಂತ್ರವಿತ್ತು. ಯಾರಿಂದಲೂ ನಿಯಂತ್ರಣವಿರಲಿಲ್ಲ. ಮೂರು ನಾಲ್ಕು ವರ್ಷಗಳಿಗೊಮ್ಮೆ ಬಂದು ಹೋಗುವ ತಮ್ಮನ ಕುಟುಂಬದ ಜೊತೆ ಬಂಧುಗಳು, ಸ್ನೇಹಿತರು ಎಲ್ಲಾ ಇದ್ದರು. 'ಎಲ್ಲಾ ಇದೆ, ಏನೂ ಇಲ್ಲ"ವೆನ್ನುವ ಭಾವ. ಒಂದು ರೀತಿಯ ತಬ್ಬಲಿತನ ಆವರಿಸುತ್ತಿತ್ತು. ಅಂಥ ಸಮಯದಲ್ಲಿ ತಾನು ವಿವಾಹದಿಂದ ದೂರ ನಿಂತಿದ್ದು ಯಾಕೆ? ಆ ಪ್ರಶ್ನೆಗೆ ಒಂದು ಸ್ಪಷ್ಟವಾದ ಉತ್ತರ ಕಂಡುಕೊಳ್ಳಲಾರದೆ ದಣಿದಿದ್ದರು. ಈ ಭಾವ ತನ್ನಂತೆ ಒಂಟಿಯಾಗಿ ಉಳಿದವರಿಗೆ ಮಾತ್ರವೇ? ಇಂಥದೊಂದು ಅನುಮಾನ ಕಾಡುತ್ತಿತ್ತು.

"ಅಮ್ಮ, ತಟ್ಟೆ ಹಾಕಿಯಾಗಿದೆ. ಇಳಾಭಟ್ ಮೇಡಮ್ ಬಂದಿದ್ದಾರೆ. ಅಪೇಕ್ಷ ಮೇಡಮ್ ಮುಂದೆ ಕವನ ಮೇಡಮ್ ಕೂತು ಅಳ್ತಾ ಇದ್ದಾರೆ." ಒಂದು ಇಡೀ ಚಿತ್ರವನ್ನು ಅವರ ಮುಂದಿಟ್ಟು ಸದ್ದಿಲ್ಲದೆ ನಿಂತ. "ಬಂದೇ... ನಡೀ..." ಅವನನ್ನು ಕಳುಹಿಸಿದರು. ಹಿಂದೆ ಇಷ್ಟು ಲಿಬರಲ್ಲಾಗಿರಲಿಲ್ಲ, ಈಗ ಬದಲಾಗಿದ್ದೀನಿಂತ ಅವರಿಗೆ ಅನಿಸುತ್ತಿತ್ತು. ಅದಕ್ಕೆ ಪೇಯಿಂಗ್ ಗೆಸ್ಟ್‌ಗಳನ್ನು ತನ್ನ ಕುಟುಂಬದವರು ಎನ್ನುವಂತೆ ಭಾವಿಸುತ್ತಿದ್ದರು.

ಎದ್ದು ಹೊರಬಂದವರು ಡೈನಿಂಗ್ ಹಾಲ್‌ನಲ್ಲಿ ಯಾರೂ ಇಲ್ಲದಿರುವುದನ್ನು ನೋಡಿ ಕವನ ರೂಂನಲ್ಲಿ ಇಣುಕಿದರು. ಅವಳ ಕಣ್ಣೀರು ಮುಂದುವರಿಯುತ್ತಿತ್ತು. ಇಳಾಭಟ್ ಏನೇನೋ, ಹೇಳಿ ಸಮಾಧಾನ ಮಾಡುತ್ತಿದ್ದರು. ಅಪೇಕ್ಷ ಮೌನವಾಗಿದ್ದಳು.

ಹೆಜ್ಜೆಯ ಸದ್ದಿಗೆ ಇಳಾಭಟ್ ನೋಟ ಇತ್ತ ಹರಿಸಿ "ಮೇಡಮ್, ಇವಳಿಗೆ ಲೋನ್ಲಿ ಅನ್ನಿಸೋಕೆ ಶುರುವಾಗಿದೆಯಂತೆ. ಒಂದ್ಗಂಡು ನೋಡಿ ಬೇಗ ಮದ್ವೆ ಮಾಡಿಬಿಡಿ. ಜೊತೆಗಾರ ಸಿಕ್ಕಮೇಲೆ ಈ ಲೋನ್ಲಿಲೆಸ್ ತಾನಾಗಿ ಮರೆಯಾಗುತ್ತೆ" ಅಂದು ಸರಿದು ಕೂತರು.

ಆಕೆಯ ತುಟಿಯಂಚಿನಲ್ಲಿ ಒಂದು ಅರ್ಥಪೂರ್ಣ ಮುಗುಳ್ನಗೆ ಇಣುಕಿತು. ಈ ಏಕಾಂಗಿತನ, ಅನಾಥತ್ವ ಅನ್ನೋದು ಆಕೆಯನ್ನು ಸಾಕಷ್ಟು ಕಾಡಿತ್ತು. ಅದಕ್ಕಾಗಿ ದಿಕ್ಕೆಟ್ಟಿದ್ದರು, ಹಂಬಲಿಸಿದ್ದರು.

ಕವನ ಸಮಾಧಾನ ನಟಿಸಿದರೂ ಅವಳ ಕಣ್ಣಿಂದ ಕಂಬನಿ ಜಿನುಗುತ್ತಲೇ ಇತ್ತು. ಅವಳ ಭುಜದ ಮೇಲೆ ಕೈಯಿಟ್ಟು "ಹುಚ್ಚು ಹುಡ್ಗೀ, ಈ ಏಕಾಕಿತನ ಅನ್ನೋದು ಎಲ್ಲರನ್ನು ಆಗಾಗ ಪೀಡಿಸುತ್ತಲೇ ಇರುತ್ತೆ. ನಿಂಗೆ ಸಂಗಾತಿಯ ಅಗತ್ಯವಿದೆ. ಅದೊಂದೇ ಕಾರಣವಲ್ಲ. ಎಲ್ಲಾ ಇದ್ದು ಏನೂ ಇಲ್ಲದ ಭಾವ ಅನುಭವಿಸೋದು ಮಾನವನ ಸಹಜ ಗುಣ. ಹಿಂದೆ ಅದು ಅಷ್ಟಾಗಿ ಕಾಡದೇ ಇರೋಕೆ ಕಾರಣವಿದೆ. ತಬ್ಬಲಿತನ, ಅನಾಥತ್ವ ಅನ್ನೋದು ಆಧುನಿಕ ಜಗತ್ತಿನಲ್ಲಿ ದೊಡ್ಡ ಸಮಸ್ಯೆ. ಎಲ್ಲಾ ಇದ್ದು, ಯಾವುದೇ ಸ್ಪಷ್ಟ ಕಾರಣವಿಲ್ಲದೆ, ಈ ಏಕಾಂತವನ್ನು ಸಹಿಸಲಾರದೆ ಎಷ್ಟೋ ಜನ ಆತ್ಮಹತ್ಯೆ ಮಾಡಿಕೊಂಡಿದ್ದಾರೆ. ಗಂಡ ಇದ್ದೂ ಹೆಂಡತಿಗೆ ಏಕಾಂತ ಕಾಡಬಹುದು. ಹೆಂಡತಿ ಇದ್ದೂ ಕೂಡ ಏಕಾಂಗಿ ಅನಿಸುವ ಭಾವದಿಂದ ಎಷ್ಟೋ ಜನ ಆತ್ಮಹತ್ಯೆ ಮಾಡಿಕೊಂಡಿದ್ದಾರೆ. ಇತ್ತೀಚೆಗೆ ಜಾರ್ಜ್ ಬುಷ್ ಕೆಲವು ಮಾತುಗಳು ಹೇಳಿದ್ದಾರೆ. 'ಎಂಟು ವರ್ಷ ವೈಟ್‌ಹೌಸ್‌ನಲ್ಲಿ ಇದ್ದ ಸಂದರ್ಭದಲ್ಲಿ ಅನೇಕ ಸಲ ಏಕಾಂಗಿ ಅಂತ ಅನ್ನಿಸಿದ್ದುಂಟು. ಅಮೆರಿಕಾ ಅಧ್ಯಕ್ಷ ಅಂದರೆ ಸದಾ ಜನರಿಂದ ಸುತ್ತುವರಿದ ಬಿಜಿ ಮನುಷ್ಯ ಎಂದು ತಿಳಿದಿರುತ್ತಾರೆ. ಆದರೂ ಅನೇಕ ಸಲ ಏಕಾಂಗಿ ಭಾವದಿಂದ ನರಳಿದ್ದು ಸುಳ್ಳಲ್ಲ.' ಈ ಮಾತು ಸಾಧಾರಣ ವ್ಯಕ್ತಿ ಆಡಿದ್ದಲ್ಲ. ಜಗತ್ತಿನ ಶ್ರೀಮಂತ ರಾಷ್ಟ್ರವಾದ ಅಮೆರಿಕ ಅಧ್ಯಕ್ಷರ ನುಡಿಗಳು. ಅವರಿಗೆ ಸ್ವಂತ ಬದುಕಿತ್ತು. ಅಮೆರಿಕಾದಂಥ ರಾಷ್ಟ್ರದ ಹೊಣೆಯೊತ್ತ ಹಿರಿಯಣ್ಣನ ಮಾತುಗಳು" ಅಂದಕೂಡಲೇ ಇಳಾಭಟ್ ಕಣ್ಣರಳಿಸಿದರು.

"ಅಯ್ಯೋ, ಹೌದಾ! ನಂಗೂ ಏಕಾಂಗಿತನ ಬಾಧಿಸಿದ್ದುಂಟು. ಆದರೆ, ಯಾಕೆ ಏನೂಂತ ಅರ್ಥವಾಗದಿದ್ದರೂ ಅದಕ್ಕೆ ನನ್ನ ಗಂಡನೇ ಕಾರಣಾಂತ ಅಂದ್ಕೊಂಡ್ ಬಿಡ್ತಾ ಇದ್ದೆ" ಮುಗ್ಧವಾಗಿ ಹೇಳಿದರು ಆಕೆ.

ಅಪೇಕ್ಷ ಕಣ್ ಕಣ್ ಬಿಟ್ಟಳು. ತನ್ನ ಬೇಸರ, ದುಃಖ ಖಿನ್ನತೆಗೆ ವಿಶ್ವರಥನ ಸಾವು ಕಾರಣವೆಂದುಕೊಂಡಿದ್ದಳಷ್ಟೆ. ಏಕಾಂಗಿತನವೆಂದರೆ ಏನೂಂತ ಸ್ಪಷ್ಟವಾಗಿ ಗೊತ್ತಿರಲಿಲ್ಲ. ತೀರಾ ಮುಗ್ಧಳೇ.

"ರಜನೀಶ್... ಓಶೋ ರಜನೀಶ್ 'ಅಲೋನ್' ಬಗ್ಗೆ ಕೆಲವು ಮಾತುಗಳನ್ನು ಹೇಳಿದ್ದಾರೆ. ಮೂಲತಃ ಹುಟ್ಟಿದ ಪ್ರತಿ ಮನುಷ್ಯನೂ ಏಕಾಂಗಿಯೆ. ಯಾಕೆಂದರೆ ಅವನು ಹುಟ್ಟಿದ್ದು ಹಾಗೆಯೆ. ಸಾಯುವುದೂ ಹಾಗೆಯೇ. ನಮ್ಮ ಕಾಯಿಲೆ, ನೋವುಗಳನ್ನು ನಾವೇ ಅನುಭವಿಸಬೇಕು. ಅದನ್ನು ಬೇರೆಯವರು ಅನುಭವಿಸಲು ಸಾಧ್ಯವಿಲ್ಲ. ನಾವು together ಎಂದು ನಾಟಕವಾಡುತ್ತೇವೆ. ನಮ್ಮಲ್ಲಿರುವ ಏಕಾಂಗಿತನ ಹಾಗೆಯೇ ಇರುತ್ತದೆ. ಇದು ಪ್ರತಿಯೊಬ್ಬರಲ್ಲೂ ಇರುವಂಥ ಸಹಜವಾದ ಭಾವ" ಎಂದ ಮೃಣಾಲಿಯವರು ಇಂಥ ಭಾವದಿಂದೇನು ಮುಕ್ತರಾಗಿರಲಿಲ್ಲ.

ಯಾವುದೋ ಒಂದು ಅದ್ಭುತ ಸತ್ಯ ಗೋಚರವಾಯಿತು ಅವಳಿಗೆ. ಆಗಾಗ ಇಂಥ ವಿಷಯಗಳ ಬಗ್ಗೆ ವಿಶ್ವರಥ ಮಾತಾಡುತ್ತಿದ್ದಾಗ ಬೋರೆನಿಸಿದ್ದುಂಟು.

"ಯಾಕ್ರೀ, ಇಳಾ.... ಊರಿಗೆ ಹೋಗಲಿಲ್ವಾ?" ಮೃಣಾಲಿನಿ ಆಕೆಯ ಕಡೆ ಗಮನ ಹರಿಸಿದರು. "ಹೋಗಬೇಕೂನ್ನೋದು ಇತ್ತು. ನಮ್ಮ ಯಜಮಾನ್ರು ಲೆಕ್ಕಾಚಾರ ಫೋನ್‌ನಲ್ಲೆ ಷುರು ಮಾಡಿದ್ರು. ಅದಕ್ಕೆ ಸುಮ್ಮನಾದೆ. ಆ ಮನುಷ್ಯ ತೀರಾ ವಿಚಿತ್ರ ಮೇಡಮ್. ನಾನು ಮಕ್ಳು ಬಿಟ್ಟು ಹೋಗೋಲ್ಲಾಂದ್ರು, ಇಲ್ಲಿಗೆ ಟ್ರಾನ್ಸ್‌ಫರ್ ಮಾಡ್ಸಿದ್ರು. ಆಮೇಲೆ ಅಲ್ಲಿಗೆ ಕರ್ಸಿಕೊಳ್ಳೋ ಡ್ರಾಮಾ. ಅದ್ಯಾಕೋ ಸಕ್ಸಸ್ ಆಗಿಲ್ಲ. ಮತ್ತದೇ ಜೀವನ, ನಂಗೂ ಇಲ್ಲಿ ಒಗ್ಗಿ ಹೋಗಿದೆ" ಕೊನೆಯ ಮಾತಲ್ಲಿ ಉತ್ಸಾಹ ತೋರಿದರು. ಇವೆಲ್ಲ ಮೇಲ್ಮುಖದ ಮಾತುಗಳು. ಅವರ ಜಗತ್ತು ಗಂಡ, ಮಕ್ಕಳೇ. ಅಲ್ಲಿಂದ ಕಿಂಚಿತ್ ಚಲಿಸರು. ಅದು ಎಲ್ಲರಿಗೂ ಗೊತ್ತು. ಹೆಚ್ಚು ಸ್ಪಷ್ಟವಾಗಿ ಗೊತ್ತಿತ್ತು ಮೃಣಾಲಿನಿಯವರಿಗೆ. ಮುಗುಳ್ನಗೆ ಬೀರಿದರೆ ವಿನಹ ಮಾತಾಡಲಿಲ್ಲ.

ಒಟ್ಟಿಗೆ ಊಟಕ್ಕೆ ಕೂತರು. ಇಳಾಭಟ್ ಗಂಡುಮಕ್ಕಳ ಬಗ್ಗೆ ಒಂದಿಷ್ಟು ತೋಡಿಕೊಂಡರು. ಅವರಿಗೆ ಅದು ಬಿಟ್ಟು ಬೇರೆ ವಿಷಯದ ಬಗ್ಗೆ ಆಸಕ್ತಿ ಇಲ್ಲ. ಆದರೆ ಮೂರೂ ಹೊತ್ತು ಅವರ ಸಂಸಾರದ ವಿಷಯ ಕೇಳಲು ಯಾರಿಗೆ ಆಸಕ್ತಿ? ಅದನ್ನು ಅವರಿಗೆ ಅರ್ಥ ಮಾಡಿಸಲು ಪ್ರಯತ್ನಪಟ್ಟು ಸೋತಿದ್ದರಿಂದ ಒಂದು ರೀತಿಯ ಉತ್ಪ್ರೇಕ್ಷೆ.

ಮೊಸರನ್ನದ ಕೊನೆಯ ತುತ್ತು ನುಂಗುವ ವೇಳೆಗೆ ಅಪೇಕ್ಷಗೆ ಫೋನ್. "ಸಾರಿ, ಹೇಗಿದ್ದಿ? ನೀನು ಹೇಗೆ ತಗೋತೀಯೋ, ನಂಗಂತು ಒಂದು ಗುಡ್ ನ್ಯೂಸ್. ಕೆಲ್ಸದಿಂದ ತೆಗೆಯುವವರ ಲಿಸ್ಟ್‌ನಲ್ಲಿ ನನ್ನ ಹೆಸರು ಇತ್ತು. ಹಿಂದಿನ ತರಹ ಅಲ್ಲ. ನಾಳೆ ಬೆಳಿಗ್ಗೆ ಹೋಗೋ ವೇಳೆಗೆ ಅಕೌಂಟ್ ಚುಕ್ತಾ ಮಾಡಿ ಗುಡ್‌ಬೈ ಅಂತಾರೆ. ನನ್ನ ಮಟ್ಟಿಗೆ ಹರ್ಷದ ವಿಚಾರ. ಚಾರು ಪೂರ್ತಿ ಅಪ್‌ಸೆಟ್. ಈ ನೆಲಕ್ಕೆ, ಇಲ್ಲಿನ ಸಂಸ್ಕೃತಿಗೆ ಆರಾಮಾಗಿ ಒಗ್ಗಿಕೊಂಡಿದ್ಲು. ವೀಸಾ ರದ್ದಾಗುತ್ತೆ. ವಾಪಸ್ಸು ಬರಲೇಬೇಕು. ಇದಿಷ್ಟು ಇಲ್ಲಿನ ವಿಷ್ಯವಾಯ್ತು. ನಿನ್ನದೇನು?" ಕೇಳಿದ.

"ಸದ್ಯಕ್ಕೆ ಕೆಲ್ಸ ಇದೆ. ಇಲ್ಲಿ ಎಲ್ಲರೂ ಓಕೆ. ಕವನ ಬಗ್ಗೆ ಹೇಳೋಕೆ ತುಂಬಾನೆ ಇದೆ, ಈಗ್ಬೇಡ. ನಂಗೂ ನೀನು ಹಿಂದಕ್ಕೆ ಬರೋದು ಸಂತೋಷದ ವಿಷ್ಯನೇ. ಆದರೆ ಚಾರುಲತ..." ರಾಗ ಎಳೆದಳು.

"ಅಯ್ಯೋ ಬಿಡು, ಹಿಂದಕ್ಕೆ ಬಂದ್ಮೇಲೆ ಒಗ್ಗಿಕೋತಾಳೆ. ಅಕಸ್ಮಾತ್, ನೋಡೋಣ. ನನ್ಮಗ್ಳು ಚೆನ್ನಾಗಿದ್ದಾಳೆ. ಡಯಟ್ ಮಾಡಿ... ಮಾಡಿ ಚಾರು ಒಂದಿಷ್ಟು ಸ್ಲಿಮ್ಮಾಗ್ದಿದ್ದಾಳೆ. ವಿಷ್ಣುಕಟ್ಟೆಗೂ ಫೋನ್ ಮಾಡಿದ್ದೆ. ಫೋನ್ ಇಡ್ತೀನಿ." ಕಟ್ ಮಾಡಿದ. ಹಿಂದಿರುಗುವ ಖುಷಿ ಅವನ ದನಿಯಲ್ಲಿದ್ದಿದ್ದನ್ನು ಗುರುತಿಸಿದ್ದಳು.

ಕವನ ರೂಮಿನಲ್ಲಿ ಇಣುಕಿದಾಗ ನಿದ್ರಿಸುತ್ತಿದ್ದವಳನ್ನು ಎಚ್ಚರಿಸಬಾರದೆಂದು ಹಿಂದಕ್ಕೆ ಬರುವ ವೇಳೆಗೆ ಇಳಾಭಟ್ ಲೆಕ್ಕದ ಪುಸ್ತಕ ಹಿಡಿದು ಕೂತಿದ್ದರು. ದೂರು ದಾಖಲಿಸುವಂತೆ ಒಂದು ಪ್ರಶ್ನೆ, ನಂತರ ಒಂದಿಷ್ಟು ವಿವರ. "ನನ್ಮಗ್ನ ವಯಸ್ಸೆಷ್ಟು ಗೊತ್ತಾ? ಸೈಬರ್‌ಗೆ ಹೋಗ್ತಾನಂತೆ ವಿಡಿಯೋಗೇಮ್ ಆಡೋಕೆ. ನಮ್ಮ ಅತ್ತೆಗೆ ಕಂಪ್ಯೂಟರ್ ಬಗ್ಗೆ ಏನು ಗೊತ್ತಿಲ್ಲ. ಶಾಲೆಗಳಲ್ಲಿ ಕೂಡ ಕಂಪ್ಯೂಟರ್ ಕಲಿಸ್ತಾ ಇದ್ದರಲ್ಲ.

ಅದರಲ್ಲಿ ಎಂಥದ್ದೋ ಆಟ ಆಡ್ತಾಳಂತೆ ಅಂತ ರಾಗ ಎಳೆದ್ರು. ಅವರಿಗೇನು ಗೊತ್ತು ಸೈಬರ್ ಬಗ್ಗೆ?" ಅಸಹನೆಯಿಂದ ನುಡಿದರು.

"ನಿಮ್ಗೆ ಫೋನ್ ಬಂದಿತ್ತಾ?" ವಿಚಾರಿಸಿದಳು, ದಿಂಬನ್ನು ಸರಿ ಮಾಡುತ್ತ. "ಈಗ ಫೋನ್ ಮಾಡಿದ್ರು. ಅವಳ ಸ್ನೇಹಿತೆಯರೆಲ್ಲ ಸೇರ್ಕೊಂಡಿದ್ದಾರಂತೆ. ಅದಕ್ಕೆ ಅವಳು ಹೋಗ್ತಾಳೇಂದ್ರು. ನಂಗೆ ಭಯವಾಗ್ತ ಇದೆ ಅಪೇಕ್ಷ. ಸೈಬರ್‌ಗಳ ಬಗ್ಗೆ ಈಚೆಗೆ ಒಂದು ಲೇಖನ ಓದಿದೆ. ಎಷ್ಟೋ ಜನ ಎಳೆಯ ಪ್ರಾಯದ ಮಕ್ಕಳು ಕೂಡ ಅಪ್ಪಿತಪ್ಪಿ sex ಸೈಟುಗಳನ್ನ ವೀಕ್ಷಿಸಿ, ಅದನ್ನು ಖಯಾಲಿಯಾಗಿ ಮಾಡ್ಕೊಂಡ್ ಖಿನ್ನತೆಗೆ ಗುರಿಯಾಗುವುದು ಮಾತ್ರವಲ್ಲ ಹಾದಿ ತಪ್ಪುತ್ತಿದ್ದಾರಂತೆ. ಅಸ್ಟ್ರೇಲಿಯಾದ ಸಂಶೋಧನಾ ತಂಡವೊಂದು ಒಂದು ವರದಿಯನ್ನು ಸಿದ್ಧಪಡಿಸಿದೆಯಂತೆ. ಸಣ್ಣ ಪ್ರಾಯದವರಿಂದ 80 ವರ್ಷದ ವೃದ್ಧರು ಕೂಡ ಕಾಮುಕ ಕೃತ್ಯಗಳಲ್ಲಿ ತಮ್ಮನ್ನು ತೊಡಗಿಸಿಕೊಂಡಿದ್ದಾರಂತೆ. ಇನ್ನೊಂದು ಮುಖ್ಯವಾದ ವಿಷಯವೆಂದರೆ ಅಮೆರಿಕಾದಲ್ಲಿ ಶೇ. 65 ಮಂದಿ ಇದೇ ಕೆಲಸದಲ್ಲಿ ನಿರತರಾಗಿರುತ್ತಾರಂತೆ! ಇದರಲ್ಲಿ ನೀಲಿ ಚಿತ್ರ ವೀಕ್ಷಣೆ, Sex chating, message sending downloading ಕೂಡ ಸೇರಿದೆಯಂತೆ. ಎಷ್ಟೊಂದು ಅಸಹ್ಯ. ವಿವಾಹವಾಗದ ನಿನ್ನ ಮುಂದೆ ಇದನ್ನೆಲ್ಲ ಮಾತಾಡೋಕೆ ಸಂಕೋಚವಾಗುತ್ತೆ. ಈಗ ನನ್ನ ಮಗಳು ಸೈಬರ್‌ಗೆ ಸೇರಿಕೊಂಡಿದ್ದಾಳೆಂದರೆ ಭಯವಾಗುತ್ತೆ. ಛೆ...." ಆಕೆ ದೊಡ್ಡ ಅನಾಹುತ ನಡೆದುಹೋಗಿದೆ, ಅದು ತನ್ನ ಮನೆಯ ಬಾಗಿಲಿನಲ್ಲೆ ಎನ್ನುವಂತೆ ವಿಲಾಪಿಸಿದರು.

ಅಪೇಕ್ಷಗೆ ಮಾತಾಡಬೇಕೆನಿಸಲಿಲ್ಲ. ಇಳಾಭಟ್ ಯಾವುದೇ ಮಾತಾಡಿದರೂ. ತನ್ನ ಕುಟಂಬಕ್ಕೆ ಅನ್ವಯಿಸಿಕೊಳ್ಳುತ್ತಿದ್ದರು. ಸಾಮಾಜಿಕವಾಗಿ ಆಗುವ ಬದಲಾವಣೆಗಳು, ವೈಪರಿತ್ಯಗಳಿಗೆ ತನ್ನ ಕುಟುಂಬ ಬಲಿಯಾಗುತ್ತದೆಯನ್ನುವ ಹಿಂಸೆ.

"ಹಾಗೇನಾಗೋಲ್ಲ, ಸ್ವಲ್ಪ ಹೆತ್ತವರು ಜಾಗರೂಕರಾಗಿರಬೇಕು. ನನ್ನ ಬುದ್ಧಿ ಇಂಥ ವಿಚಾರಗಳಲ್ಲಿ ಹೆಚ್ಚು ಕೆಲಸ ಮಾಡದು. ಸೈಬರ್‌ಗಳಿಂದ ನಾನಾ ರೀತಿಯ ಅನುಕೂಲಗಳೂ ಇದೆ ಅಂತಾರೆ. ಆದರೆ ಅವನ್ನು ಎಷ್ಟು ಬಳಸಿಕೊಂಡರೆ ಸೂಕ್ತ ಅನ್ನೋದು ಎಳೆಯ ಮನಸ್ಸುಗಳಿಗೆ ಇರೋಲ್ಲ. ಅದರಿಂದ ಹಿರಿಯರ ಮಾರ್ಗದರ್ಶನ ಬೇಕು. ನಿಮ್ಮ ಮಕ್ಳು ಹಾಗೆಲ್ಲ ಆಗೋಕೆ ಸಾಧ್ಯವಿಲ್ಲ. ಸುಮ್ನೆ ಚಿಂತೆ ಮಾಡಿ ತಲೆ ಕೆಡ್ಸಿಕೋಬೇಡಿ. ಮಲಕ್ಕೊಳ್ಳಿ" ಎಂದು ಮಲಗಿದಳು. ಅವಳಾಗಿ ಲೈಟ್ ಕೂಡ ಆರಿಸುತ್ತಿರಲಿಲ್ಲ. ಇಂಥ ಸ್ವಭಾವ ಅವಳದು.

"ಅಯ್ಯೊ ಅಪೇಕ್ಷ, ಹೆಚ್ಚು ಚಿಂತೆ ಮಾಡಿದರೆ ದಪ್ಪ ಆಗ್ತಾರಾ? ಸುಮ್ನೇ ಯೋಚ್ನೆ ಮಾಡಿ.... ಮಾಡಿ ಯದ್ವಾ ತದ್ವಾ ತೂಕ ಹೆಚ್ಚಿಸ್ಕೋ ಬೇಡ. ನಾನು ಸಣಕಲ. ಆಮೇಲೆ ಜೊತೆಯಲ್ಲಿ ಅಡ್ಡಾಡಲಿಕ್ಕೆ ಹೋದರೆ ತಾಯಿ, ಮಗ... ಅಂತಾರೇಂತ ಹಂಗಿಸ್ತಾರೆ. ಹೆಚ್ಚು ಚಿಂತೆ ಮಾಡಿದ್ರೆ ದಪ್ಪಗಾಗ್ತಾರಾ?" ಇಳಾಭಟ್ ಕೇಳಿದರು.

ಅವಳಿಗೆ ಈ ಬಗ್ಗೆ ಏನು ಗೊತ್ತಿಲ್ಲ. ಏನು ಹೇಳಿದರೆ ಸಮಾಧಾನವಾಗುವುದು ಎಂದು ತಲೆಕೆಡಿಸಿಕೊಂಡು ತಟ್ಟನೆ ಹೇಳಿದ್ದು.

"ನಂಗೇನು ಹಾಗೆ ಅನ್ನಿಸೋಲ್ಲ. ನಯನಾ ಎಷ್ಟು ಸಣ್ಣಗಾಗಿದ್ದಾಳೆ, ನೋಡಿದ್ರಾ? ಮೊದ್ಲು ನಿಶ್ಚಿಂತೆಯಿಂದ ಜಾಬ್ ಮಾಡ್ಕೊಂಡಿದ್ಲು, ಅವ್ಳ ಎಂಗೇಜ್‌ಮೆಂಟ್ ಆದ್ಮೇಲೇ ಸಣ್ಣಗಾಗಿದ್ದು" ಇಂಥದೊಂದು ವಿಶ್ಲೇಷಣೆ ಇಳಾಭಟ್ ಮುಂದಿಟ್ಟ ಕೂಡಲೆ ಮಲಗಿದ್ದ ಆಕೆ ಎದ್ದು ಕೂತು "ಈಚೆಗೆ ತೂಕ ಹೆಚ್ಚಾಗಿದೆ. ಚಟುವಟಿಕೆ ಕಮ್ಮಿ. ನಮ್ಮೆಜಮಾನ್ರಿಗೆ ಈಚೆಗೆ ನನ್ನಂಡರೆ ಅಷ್ಟಕಷ್ಟೆ" ಗಂಡನ ಮೇಲೆ ಉರಿದು ಬಿದ್ದಿದ್ದು.

"ಯಾಕೆ ಹಾಗೆ ಅಂದ್ಕೋತೀರಿ? ನೀವೇ ಆಗಾಗ ಹೇಳ್ತೀರಲ್ಲ. ತಾನು ತೀರಾ ಕಿರಿಕಿರಿ ಮನುಷ್ಯಾಂತ ಅರ್ಥ ಮಾಡ್ಕೊಂಡೇ, ನನ್ನ ಇಲ್ಲಿಗೆ ಟ್ರಾನ್ಸ್‌ಫರ್ ಮಾಡ್ಸಿದ್ದೂಂತ..... ಅಂದರಲ್ಲ. ಅವತ್ತೊಂದು ದಿನ ನಿಮ್ಮ ಮೊಬೈಲ್ ರಿಪೇರಿಗೆ ಕೊಟ್ಟಾಗ, ಇಲ್ಲಿಗೆ... ಕಡೆಗೆ ನಮ್ಮ ಆಫೀಸ್‌ಗೆ ಕೂಡ ಫೋನ್ ಮಾಡಿದ್ರಲ್ಲ. ನಿಮ್ಮ ಮೇಲೆ ತುಂಬಾನೇ ಪ್ರೀತಿ ಇರುತ್ತೆ. ಸುಮ್ನೇ ನಿಮ್ಮನ್ನ ರೇಗಿಸೋಕೆ ಏನೇನೋ ಹೇಳ್ತಾರೆ. ನೀವು ಅದಕ್ಯಾಕೇ ತಲೆಕೆಡಿಸ್ಕೋತೀರಾ? ಇದು ಭಾರತ ದೇಶ. ನಮ್ದು ಪುರಾತನ ಸಂಸ್ಕೃತಿ. ರಾಮನ ಸ್ವಭಾವದವರೇ ಹೆಚ್ಚು" ಏನೋ ಹೇಳಿದ್ದಷ್ಟೇ. ಇಂಥ ವಿಚಾರಗಳನ್ನು ಮಾತಾಡುವಷ್ಟು ಹಿರಿಯತನ ತನ್ನದಲ್ಲವೆನ್ನುವ ಭಾವ.

"ಹಾಗೆ ಅಂತೀಯಾ? ನಿಂಗೆ ಮದ್ವೆ ಆಗಿಲ್ಲ, ನೋಡು ಗಂಡಸಿನ ವಿವಿಧ ಮುಖದ ಪರಿಚಯವಿಲ್ಲ. ಅದು ಸರೀ, ನೀನು ನಂಗೆ ನಿಮ್ತಂದೆಗೆ ಇಬ್ರು ಹೆಂಡ್ತಿರೂಂತ ಹೇಳೇ ಇರ್ಲಿಲ್ಲ. ಕವನ ಹೇಳಿದ್ಮೇಲೇ ತಿಳಿದಿದ್ದು. ಒಂದೇ ಮನೆಯಲ್ಲಿದ್ದಾರಲ್ಲ, ಇದು ಹೇಗೆ ಸಾಧ್ಯ?" ಇಳಾಭಟ್ ನೇರವಾಗಿ ಕೇಳಿದಾಗ ಅಪೇಕ್ಷ ತಲೆ ಚಿಟಿಚಿಟಿಯೆನಿಸಿತು. ಎಂದೂ ಅದೊಂದು ಸಮಸ್ಯೆಯೆನಿಸಿರಲಿಲ್ಲ.

"ಸಾರಿ, ಇಳಾ ಅವರೇ, ನಾನು ಹುಟ್ಟೋಕೆ ಮೊದಲೇ ಮದ್ವೆಯಾಗಿತ್ತು. ಇಬ್ರೂ ಅಮ್ಮಂದಿರನ್ನು ಒಗ್ಗಿಕೊಂಡು ಬಿಟ್ಟೆ. ನಂಗೆ ಯಾವಾಗ್ಲೂ ಸಮಸ್ಯೆಯೆನಿಸಲಿಲ್ಲ. ಮಲ್ಗಿಕೊಳ್ಳೋಣ. ನಂಗ್ಯಾಕೋ ತಲೆ ನೋವು" ಮಲಗಿ ಕಣ್ಣು ಮುಚ್ಚಿದಳು.

ಮಾತು ಸಾಕಾಗಿತ್ತು. ನಯನಾ ಮೊದಲು ರಿಸರ್ವ್ಡ್ ಆಗಿದ್ದರೂ. ಆಮೇಲೆ ಹೊಂದಿಕೊಂಡಿದ್ದಳು. ವೈಯಕ್ತಿಕ ಮಾತುಗಳು ಎಂಗೇಜ್‌ಮೆಂಟ್ ಆದನಂತರವೇ ಆಡುತ್ತಿದ್ದುದ್ದು. ಕವನ ಕೂಡ ಮೊದಲು ಒಂದು ತರಹ ಇದ್ದಿದ್ದು. ಈಚೆಗೆ ಇವಳಿಗೆ ಮಾತ್ರವಲ್ಲ, ಇವಳ ಮನೆಯವರಿಗೂ ಆಪ್ತಳೇ. ಇಳಾಭಟ್ ಕೆಳಮಧ್ಯಮ ದರ್ಜೆಯ ಕುಟುಂಬದವರು. ಮಾತುಗಳೆಲ್ಲ ಗಂಡ, ಮಕ್ಕಳ ಸುತ್ತಲೇ ಗಿರಕಿಯೊಡೆಯುತ್ತಿತ್ತು. ಬೆಲೆಯೆರಿಕೆ, ಉಳಿತಾಯ ಚಿಂತನೆಯದೇ ಮಾತು. ಸ್ವಲ್ಪ ವಿಶಿಷ್ಟತೆಯ ಅನುಭವವಾಗಿದ್ದು ಕವನ ಮತ್ತು ನಯನಾರಿಂದಲೇ.

ಹತ್ತು ನಿಮಿಷ ಕಳೆದಿರಬಹುದು. ಆರಿಸಿದ ಲೈಟನ್ನು ಮತ್ತೆ ಹಾಕಿದ ಇಳಾಭಟ್. "ಅಪೇಕ್ಷ, ನಿನ್ನಿಂದ ನಂಗೊಂದು ಹೆಲ್ಪ್ ಬೇಕಲ್ಲ, ಸುಂದರಕಾಂಡದ ಬಗ್ಗೆ ಒಂದಿಷ್ಟು ಡಿಟೈಲ್ಸ್ ಬೇಕಲ್ಲ. ನಾನು ರಾಮಾಯಣ, ಮಹಾಭಾರತ ಓದಿದ್ದೀನಿ. ಟಿ.ವಿ.ನಲ್ಲಿ ಬಂದ ರಮಾನಂದಸಾಗರ್ ಮತ್ತು ಛೋಪ್ರಾದು ನೋಡಿದ್ದೀನಿ. ರಾಮ, ಕೃಷ್ಣ ದೇವರು. ಅವರಿಬ್ಬರ್ನ ಪೂಜೆ ಮಾಡ್ತೀನಿ. ಕೃಷ್ಣಾಷ್ಟಮಿ, ರಾಮನವಮಿಗೆ ಹಬ್ಬಗಳ್ನ

ಮಾಡ್ತೀವಿ. ಆದರೆ ಪ್ರತ್ಯೇಕವಾಗಿ ಸುಂದರಕಾಂಡದ ಬಗ್ಗೆ ನಂಗೇನು ಗೊತ್ತಿಲ್ಲ" ಅಂದರು. ಮಲಗಿದ್ದ ಅಪೇಕ್ಷ ಎದ್ದು ಕೂಡುವುದು ಅನಿವಾರ್ಯವಾಗಿತ್ತು. ಇದು ಮುಗಿಯದಿದ್ದರೆ ರಾತ್ರಿ ಜಾಗರಣೆಯೆಂದು ಅವಳಿಗೆ ಗೊತ್ತು.

"ಕವನ ಏನಾದ್ರೂ ಪ್ರೋಗ್ರಾಂ ಹಾಕ್ತಾಳಾ?"

"ಇಲ್ಲ, ನನ್ನ ಕೊಲೀಗ್ ಟಿ.ವಿ. ಪ್ರೋಗ್ರಾಂನಲ್ಲಿ ಭಾಗವಹಿಸೋಕೆ ಹೋಗ್ತಾ ಇದ್ದಾರೆ. ಒಂದು ಲಕ್ಷ ರೂಪಾಯಿ ಬಹುಮಾನಾಂತೆ. ರಾಮಾಯಣ, ಮಹಾಭಾರತಕ್ಕೆ ಸಂಬಂಧಿಸಿದ ಪ್ರಶ್ನೆಗಳು ಇರುತ್ವಂತೆ. ಅವರು ಓದಿ... ಓದಿ ಗುರುತು ಹಾಕ್ಕೊಂಡಿದ್ದಾರೆ. ಆದರೆ ಆ ಕಾಂಡಕ್ಕೆ ವಾಲ್ಮೀಕಿ ಯಾಕೆ ಸುಂದರಕಾಂಡ ಅಂತ ಹೆಸರಿಟ್ಟರೋ ಅನ್ನೋ ಫಜೀತಿ" ಇಳಾಭಟ್ ವಿವರಿಸಿದರು.

ಮಾವ ಸಚ್ಚಿದಾನಂದಬಾಬು ಜೊತೆ ವಿಶ್ವರಥ ನೆನಪಿಗೆ ಬಂದ. ಅವನದು ಪರೀಕ್ಷಿತ ಮನಸ್ಸು. ಪ್ರತಿಯೊಂದನ್ನು ತಿಳಿಯಬೇಕೆಂಬ ಕುತೂಹಲ. ಜೊತೆಗೆ ಹಲವು ವಿಷಯಗಳಲ್ಲಿ ಆಸಕ್ತಿ. ಸುಂದರಕಾಂಡದ ವಿಶ್ಲೇಷಣೆಯನ್ನು ಡೈರಿಯಲ್ಲಿ ಬರೆದಿಟ್ಟಿದ್ದು ನೆನಪಿಸಿಕೊಂಡರು, ಒಂದೇ ಮಾತಿನಲ್ಲಿ ಹೇಳುವುದು ಕಷ್ಟವೆನಿಸಿತು.

"ಅದೇ ಪ್ರಶ್ನೆ ಕೇಳ್ತಾರೇಂತ ಹೇಗೆ ಗೆಸ್ ಮಾಡಿದ್ರು? ಅವರಿಗೆ ಬಹುಮಾನ ಬಂದರೇ ಪರ್ಸೆಂಟೇಜ್ ಏನಾದ್ರೂ ಕೊಡ್ತಾರ?" ಕೇಳಿದಳು ನಗುತ್ತ. ವಿಶ್ವರಥ ಬಂದು ಮುಂದೆ ನಿಲ್ಲುತ್ತಿದ್ದ. ನೆನಪುಗಳ ಭಾರದಿಂದ ಕುಸಿಯುವಂತಾಗುತ್ತಿತ್ತು. "ಒಂದೇ ಸಾಲಿನಲ್ಲಿ ಹೇಳೋದು ಕಷ್ಟ. ಈಗ ಮಲಗೋಣ" ಅಂದು ಮಲಗೇಬಿಟ್ಟಳು.

"ತುಂಬ ರಿಸ್ಕ್ ತಗೋತಾ ಇದ್ದಾಳೆ. ಅವ್ಳ ಮಗನಿಗೆ ಬ್ಲಡ್ ಕ್ಯಾನ್ಸರ್. ಹಣ ತುಂಬಾನೆ ಬೇಕು. ಹೇಗಾದ್ರೂ ಮಗುನ ಉಳ್ಸಿಕೊಳ್ಳಬೇಕೆಂಬ ಪರದಾಟದಲ್ಲಿ ಈ ಎಲ್ಲಾ ಸಾಹಸಗಳು. ಎಲ್ಲರೂ ಒಂದೊಂದು ರೀತಿಯಲ್ಲಿ ಸಹಾಯ ಮಾಡ್ತಾ ಇದ್ದಾರೆ" ಆಕೆ ಹೇಳಿದ್ದು ಕೇಳಿದ ಕೂಡಲೇ ನಿಶ್ಚೇತಳಾದಳು. ವಿಶ್ವರಥನ ಅನಾರೋಗ್ಯದ ಸಮಯದಲ್ಲಿ ಪಟ್ಟಪಾಡನ್ನು ನೆನಪಿಸಿಕೊಂಡಳು. ಹೆಚ್ಚುಕಡಿಮೆ ಸೊಸೆಯ ಮೈಮೇಲಿನ ಚಿನ್ನವನ್ನು ಬಿಟ್ಟು ಮಿಕ್ಕಿದ್ದನ್ನು ಮಾರಿದ್ದರು. ಅವೆಂಥ ಕ್ಷಣಗಳು. ಸಂಕಟದಿಂದ ಒದ್ದಾಡಿದಳು.

"ಇಳಾಭಟ್ ಅವರೇ, ನಾನು ಹೇಳೋದ್ನ ಬೇಕಾದರೆ ಗುರುತು ಹಾಕ್ಕೊಳ್ಳಿ. ಒಂದೇ ಸಾಲಿನ, ನಿಮಿಷದ ಉತ್ತರವೆಂದರೆ, ರಾಮಸೀತೆಯ ಅದ್ಭುತ ಸಮಾಗಮಕ್ಕೆ ಕಾರಣನಾದ ಹನುಮಂತನ ಆತ್ಮಬಲ, ರಾಮನಲ್ಲಿನ ದೃಢಭಕ್ತಿಯ ಪರಾಕಾಷ್ಠೆಯೇ ಸುಂದರಕಾಂಡದ ವಿಶ್ಲೇಷಣೆ. ಇಷ್ಟು ಹೇಳಿದರೇ ಸಾಕೂಂತ ಅನ್ನಿಸುತ್ತೆ. ಇನ್ನಷ್ಟು ಡಿಟೈಲ್ಸ್ ಬೇಕೂಂದರೆ, ಸೀತೆಯನ್ನರಸುತ್ತ ಕಿಷ್ಕಿಂದೆಗೆ ಬಂದ ರಾಮಲಕ್ಷ್ಮಣರಿಗೆ ಲಂಕಾಧಿಪತಿ ರಾವಣ ಸೀತೆಯನ್ನು ಕದ್ದೊಯ್ದ ವಿಚಾರ ತಿಳಿಯುತ್ತದೆ. ಆಗ ಸೀತೆ ಲಂಕೆಯಲ್ಲಿ ಇದ್ದಾಳಾ, ಅಥವಾ ಬೇರೆಲ್ಲಾದ್ರೂ ರಾವಣ ಅಡಗಿಸಿಟ್ಟಿದ್ದಾನಾ ಎಂದು ತಿಳಿಯಲು ಕಪಿರಾಜ ಸುಗ್ರೀವನ ನೆರವನ್ನು ರಾಮ ಬಯಸುತ್ತಾನೆ. ಆಗ ಸೀತಾನ್ವೇಷಣೆಗೆ ಇತರರಂತೆ ಹನುಮಂತ ಕೂಡ ಹೊರಡುತ್ತಾನೆ. ಆತನ

ಸಾಮರ್ಥ್ಯದಲ್ಲಿ ಅಪಾರವಾದ ವಿಶ್ವಾಸವಿರಿಸಿಕೊಂಡ ರಾಮ, ಸೀತೆಯ ಚಹರೆಗಳನ್ನು ತಿಳಿಸಿ ತನ್ನ ಮುದ್ರೆಯುಂಗುರವನ್ನು ಕೊಟ್ಟು ಹರಸುತ್ತಾನೆ. ಭಕ್ತಿ ತನ್ಮಯತೆಯಿಂದ ಸಮುದ್ರ ಹಾರಿ ಲಂಕೆ ಪ್ರವೇಸಿಸಿದ ಹನುಮಂತ ರಾಮಕಾರ್ಯವನ್ನು ಈಡೇರಿಸಿಕೊಂಡು ಹಿಂದಿರುಗುತ್ತಾನೆ. ಹನುಮಂತನ ಭಕ್ತಿ, ಶಕ್ತಿ, ಸಾಹಸದ ವರ್ಣನೆಯ ಜೊತೆ ಲಂಕೆಯ ಅದ್ಭುತ ವರ್ಣನೆ ಕೂಡ ಸೇರಿಕೊಂಡು ಸುಂದರಕಾಂಡವಾಗಿದೆ. ಹೆಚ್ಚು ಹನುಮಂತನ ವಿಚಾರಗಳೇ ತುಂಬಿ ಕೊಂಡಿರೋದರಿಂದ ಹನುಮತ್ಕಾಂಡವೆನಿಸಿದರು, ಅದೊಂದು ಸುಂದರಕಾಂಡವೆ. ಹನುಮಂತನ ಸಾಹಸದಿಂದ ರಾಮನಿಗೆ ಸೀತೆ ದೊರಕುವಂತಾಗಿ ಮುಂದಿನ ದಿನಗಳು ಸುಂದರವಾಗುತ್ತೆ. ಈ ಉಪಕಾರಕ್ಕೆ ತಾನೇನು ಕೊಡಬೇಕೆಂದು ರಾಮ ಕೇಳಿದಾಗ 'ನಿನ್ನ ಭಕ್ತಿಯಲ್ಲಿ ತಲ್ಲೀನನಾಗುವ ಸುಖವಲ್ಲದೆ ಬೇರೇನು ನನಗೆ ಬೇಡ' ಅನ್ನುತ್ತಾನೆ. ಆ ಮಾತನ್ನು ಕೇಳಿದ ರಾಮ ಅತ್ಯಂತ ಪ್ರೀತಿಯಿಂದ ತನ್ನನ್ನೇ ಕೊಡುವುದಾಗಿ ಹೇಳಿ ಪ್ರೇಮದಿಂದ ತಬ್ಬಿಕೊಳ್ಳುತ್ತಾನೆ. ಸುಂದರಕಾಂಡದ ಆ ಸುಂದರ ಕ್ಷಣ ಭಕ್ತಿ ತನ್ಮಯತೆಗೆ ಸಾಕ್ಷಿ. ಪ್ಲೀಸ್, ಇಳಾಭಟ್ ನಂಗೆ ತಿಳಿದಿದ್ದು ಹೇಳಿದ್ದೀನಿ. ನೀವು ಹೇಳೋದು, ಅವರು ಅರ್ಥ ಮಾಡಿಕೊಳ್ಳೋದು, ಏನೋ ಅವರಿಗೆ ಸಹಾಯವಾಗಲೀಂತ ದೇವರನ್ನ ಬೇಡ್ತೀನಿ. ಇಂಥ ಕ್ಷಣಗಳ ಅರಿವಿದೆ" ಎಂದಳು ಭಾವೋದ್ವೇಗದಿಂದ ಅಪೇಕ್ಷ.

ಆಮೇಲೆ ಇಳಾಭಟ್ ನಿದ್ರಿಸಿದರು. ಅವಳಿಂದ ಸಾಧ್ಯವಾಗಲಿಲ್ಲ. ಎದ್ದು ಕೂತಳು. ಆರೋಗ್ಯವಾಗಿ ನಳನಳಿಸುತ್ತಿದ್ದ ವಿಶ್ವರಥ ಹೇಗೆ ಮುದುಡಿ ಹೋದ?

ಇಡೀ ರಾತ್ರಿ ಕಣ್ಣೀರು ಸುರಿಸಿದಳು.

* * * *

ಆರತಿಗೆ ಮೂರು ತಿಂಗಳು ತುಂಬಿ ನಾಲ್ಕಕ್ಕೆ ಬೀಳೋ ವೇಳೆಗೆ ಸ್ವಲ್ಪ ಬಯಕೆಯ ಸಂಕಟ ಕಡಿಮೆಯಾಗಿತ್ತು. ವಾಂತಿ... ವಾಂತಿ... ಕನಿಷ್ಟ ಅನ್ನ ನೀರು ಸೇರದೆ ಒದ್ದಾಡಿದ್ದರಿಂದ ಅರ್ಧ ಬಿಳುಚಿಕೊಂಡಿದ್ದಳು. ಸಂಭ್ರಮ, ಸಂತೋಷದ ಜೊತೆ ಒಂದಿಷ್ಟು ಭಯ ಕೂಡ ಶೇಷಪ್ಪಯ್ಯನ ಮನೆಯವರಿಗೆ. ವಿಶ್ವರಥನ ಸಾವಿನ ಛಾಯೆಯಿಂದ ಅವರಿನ್ನೂ ಮುಕ್ತವಾಗಿರಲಿಲ್ಲ. ಒಂದಲ್ಲ ಒಂದು ರೀತಿಯ ಭಯದ ನರಳಿಕೆ.

ಎಳ್ಳಿಕಾಯಿ ಗೊಜ್ಜು ಕುದಿಸುತ್ತಿದ್ದ ಪಾರ್ವತಮ್ಮ "ಗಿರಿಜಕ್ಕ, ನಾನ್ಹೋಗಿ ಇದನ್ನೊಂದಿಷ್ಟು ಕೊಟ್ಟು ಆರತಿನ ಮಾತಾಡ್ಸಿಕೊಂಡು ಬರ್‍ಲಾ? ಹೆರಿಗೆ ಆಗೋವರ್ಗೂ ಅವಳ್ನ ಇಲ್ಲೇ ಇಟ್ಕೊಂಡರೇ, ಹೇಗೆ?"

ರೊಟ್ಟಿಗೆ ಹಿಟ್ಟು ನಾದುತ್ತಿದ್ದ ಗಿರಿಜಮ್ಮ ತಲೆಯೆತ್ತಿ "ಬೇಡ, ರುಕ್ಮಿಣಿನು ಚೆನ್ನಾಗಿ ಆರೈಕೆ ಮಾಡ್ತಾರೆ. ಅವರ ಮನೆಗೂ ಮೊದಲ ಮೊಮ್ಮಗು. ಅವ್ರ ಅಕ್ಕರೇನು ತೀರಬೇಕಲ್ಲ. ಹೆಚ್ಚು ಕಡಮೆ ಒಂದು ತಿಂಗಳಿಂದ ಇಲ್ಲೇ ಇದ್ದಾಳೆ. ಜಗದೀಶನಿಗೂ ಓಡಾಟ. ಹೋಗಿ ಕೊಟ್ಟು ಮಾತಾಡ್ಸಿಕೊಂಡು ಬಾ" ಇಂಥದೊಂದು ಸಲಹೆ ಕೊಟ್ಟರು.

ರೊಟ್ಟಿ ಎರಳೆಕಾಯಿ ಗೊಜ್ಜು, ಒಂದಿಷ್ಟು ಸಿಹಿ ಕಡಬು ಹಿಡಿದು ಹೋಗುವಾಗ ಆಕೆಯ ಕಣ್ಣು ತುಂಬಿತು. ವಿಶ್ವರಥ ವಿವಾಹವಾದಾಗ ಸೊಸೆ ವರ್ಷದಲ್ಲಿ ತೊಟ್ಟಿಲು ಕಟ್ಟಬೇಕು, ಅಂಗಳದಲ್ಲಿ ತುಂಟ ಮಗು ಓಡಾಡಿ ಮನೆಯ ಸೊಬಗನ್ನು ಹೆಚ್ಚಿಸಬೇಕು, ಇಂಥ ಆಸೆಗಳು, ಕನಸುಗಳು ಇದ್ದಿದ್ದು ನಿಜ. ಆದರೆ ಸುಕನ್ಯ ತಿಂಗಳು... ತಿಂಗಳು ಮೂರು ದಿನ ಹೊರಗೆ ಕೂತಾಗ ನಿರಾಶೆ ಮೂಡಿತ್ತು.

"ವಿಶ್ವ ಈ ಮನೆಗೊಂದು ಮಗು ಬೇಕೋ" ಒಮ್ಮೆ ಪಾರ್ವತಮ್ಮ ತಮ್ಮ ಆಸೆ ವ್ಯಕ್ತಪಡಿಸಿದಾಗ "ಯಾರು ಬೇಡಾಂದ್ರು? ಒಂದೇನು ಒಂದು ಡಜನ್ ಮಕ್ಕಳಾಗಲೀ" ಎಂದು ನಗುತ್ತ ನುಡಿದಿದ್ದ. ಅಷ್ಟೆ.

ಮೂರು ವರ್ಷದ ನಂತರ ನೇರವಾಗಿ ಸೊಸೆಯೊಂದಿಗೆ ಈ ಪ್ರಸ್ತಾಪ ವ್ಯಕ್ತಪಡಿಸಿದಾಗ "ಅಮ್ಮನು ಅದೇ ಮಾತಾಡಿದ್ರು. ಈ ಸಲ ಅಣ್ಣ ಬೆಂಗ್ಳೂರಿಗೆ ಕರ್ಕಂಡ್ ಹೋಗಿ ಡಾಕ್ಟ್ರು ಹತ್ರ ಟೆಸ್ಟ್ ಮಾಡಿಸ್ತಾರಂತೆ" ಇಂಥದೊಂದು ಮಾತಾಡಿದಳು. ಆರು ತಿಂಗಳ ನಂತರವೇ ಆ ಪ್ರಕ್ರಿಯೆಗೆ ಚಾಲನೆಗೆ ಬಂದಿದ್ದು. ಆಮೇಲೆ ಬೆಂಗಳೂರಿನಿಂದ ಅವಳಣ್ಣ ಫೋನ್ ಮಾಡಿ "ಗರ್ಭಕೋಶದಲ್ಲಿ ಸಿಸ್ಟ್ ಅಂದರೆ ಸಣ್ಣರೀತಿಯ ಗಡ್ಡೆಗಳು ಆಗಿದೆಯಂತೆ. ಅದ್ಕೆ ಆಪರೇಷನ್ ಅಗತ್ಯವಂತೆ" ಎಂದು ಹೇಳಿದಾಗ ಮನೆಯವರು ಕುಸಿದಿದ್ದರು "ಮಕ್ಕಳಾಗದಿದ್ದರು ಪರ್ವಾಗಿಲ್ಲ, ಸುಕನ್ಯಗೆ ಏನು ತೊಂದರೆಯಾಗಬಾರದು. ನಿಮ್ಗೆ ಹೇಗೆ ಸೂಕ್ತ ಅನಿಸುತ್ತೆ ಹಾಗೇ ಮಾಡಿ. ಇವತ್ತು ವಿಶ್ವರಥ ಹೊರಟಿದ್ದಾನೆ. ನಾವುಗಳು ಬರ್ತೀವಿ" ಹೇಳಿದ್ದರು.

ಏನು ತೊಂದರೆ ಇಲ್ಲದೇ ಹದಿನೈದು ದಿನದಲ್ಲಿ ಮನೆಗೆ ಬಂದಳು. 'ಹೆಚ್ಚೇನು, ಅವಳ ಕೈಯಲ್ಲಿ ಕೆಲ್ಸ ಮಾಡಿಸಬೇಡಿ' ಇಂಥದೊಂದು ತಾಕೀತು ಹೆತ್ತವರಿಂದ ಬಂತು. ಬಾಣಂತನಕ್ಕಿಂತ ಹೆಚ್ಚಿನ ಆರೈಕೆ ನಡೆಯಿತು. ಆಮೇಲೆ ಬಸುರಿಯಾಗುವ ಸೂಚನೆ ಸಿಕ್ಕಲಿಲ್ಲ. ನಿರಾಶೆ ಮೂಡಿತು.

"ಬೇಡ ಬಿಡಮ್ಮ, ನಂಗೆ ಮಕ್ಕಳಾಗದಿದ್ದರೆ ಬೇಡ. ಆರತಿ, ಅಪೇಕ್ಷ ಹೊಟ್ಟೆಯಲ್ಲಿ ಹುಟ್ಟುವ ಮಕ್ಕಳು ಕೂಡ ನಿಮ್ಗೇ ಮೊಮ್ಮಕ್ಕಳೇ ತಾನೇ?" ಇಂಥ ಮಾತುಗಳನ್ನಾಡಿದ್ದ ಭವಿಷ್ಯ ತಿಳಿದವನಂತೆ ವಿಶ್ವರಥ. ಈಗ ಆರತಿಗೆ ಮಗುವಾಗುತ್ತ ಇದೆ. ಅದೆಲ್ಲ ನೆನಪಷ್ಟೆ.

ಅಂಗಡಿ ಫಣೇಂದ್ರನ ಮನೆ ತಲುಪುವ ವೇಳೆಗೆ ಇವೆಲ್ಲ ಮನಸ್ಸಿಗೆ ಬಂದು ದೂರ ಸರಿಯಿತು. ಮೊದಲು ಎದುರಾದವನು ಜಗದೀಶ.

"ಅತ್ತೆ, ಇನ್ನು ಹತ್ತು ನಿಮಿಷ ನೀವು ಬರೋದು ತಡವಾಗಿದ್ದರೇ, ನಾನು ಹೊರಟುಬಿಡ್ತಾ ಇದ್ದೆ. ಏನೋ ಘಮಘಮ ಅನ್ನೋ ವಾಸ್ನೇ ಬರ್ತಾ ಇದೆ" ಎಂದ ಹಾರ್ದಿಕವಾಗಿ ಸ್ವಾಗಸಿಸುತ್ತ.

"ಅಂಥದೇನಿಲ್ಲ" ಎಂದು ಅಡಿಗೆ ಮನೆಗೆ ಒಯ್ದು ಇಟ್ಟು ಹಿತ್ತಲಲ್ಲಿ ಕೈ ತೊಳೆದು ಬಂದು "ಯಾರು ಕಾಣ್ತಾನೆ ಇಲ್ಲ" ಎಲ್ಲೆಡೆ ನೋಟ ಹರಿಸಿದರು.

"ಕೂತ್ಕೊಳ್ಳಿ, ಸದ್ಯಕ್ಕೆ ನಾನು ಇದ್ದೀನಿ. ನೀವು ತಂದಿದ್ನ ರುಚಿ ನೋಡ್ಕೊಂಡೇ, ಹೋಗ್ಹೋದು. ಅರುಣ, ಅದಿತಿ ಬಂದು ಸೀಬೆಕಾಯಿ ಆದೂ ಇದೂಂತ ಆರತಿಗೆ ಕೊಟ್ಟು ಹೋಗಿದ್ದಾರೆ. ಇವೊತ್ತಿನ ಆಹಾರಕ್ಕೆ ಸಾಕು. ಮಾವ ಅಂಗಡಿಗೆ ಹೋದ್ರಾ?" ವಿಚಾರಿಸಿದ. ಶೇಷಪ್ಪಯ್ಯನ ಬಗ್ಗೆ ತುಂಬ ಮರುಕ. ಪಿಲ್ಲರ್ ಆಗಿ ನಿಲ್ಲಬಹುದಾದ ಮಗ ಹೋದ ಮೇಲೆ ತನಗೆ ಇಡೀ ಮನೆಯ ಜವಾಬ್ದಾರಿ ಹೊರಲು ಸಾಧ್ಯವಿಲ್ಲವೆನ್ನುವಂತೆ ಕುಸಿದಿದ್ದರು.

"ಹೋದ್ರು, ಆರತಿಗೆ ಮಗು ಆಗ್ತಾ ಇರೋದೊಂದೇ ಸಂತೋಷದ ವಿಚಾರ. ಆ ಹುಟ್ಟಬಹುದಾದ ಕುಡಿ ನಮ್ಮಲ್ಲಿ ಕನಸುಗಳ್ನ ಹುಟ್ಟಿಹಾಕಿದೆ. ಹಿಂದೆ ವಿಶ್ವನ ಸಾವಿನ ಸುತ್ತ ಮಾತಿನ ಗಿರಕಿ. ಈಗ ಹುಟ್ಟಬಹುದಾದ ಆರತಿಯ ಮಗುವಿನ ಬಗ್ಗೆ ಮಾತೋ ಮಾತು! ಎಲ್ಹೋದ್ರು... ರುಕ್ಮಿಣಿಯವರು?" ವಿಚಾರಿಸುತ್ತಲೇ ಗೋಡೆಯಂಚಿಗೆ ಹಾಕಿದ್ದ, ಬೆಂಚಿನ ಮೇಲೆ ಕೂತರು. ಸುಮಾರು ನೂರು ದಾಟಿ ಶತಮಾನೋತ್ಸವ ಆಚರಿಸಿಕೊಂಡಿರಬೇಕು, ಈ ಮನೆ, ಇಲ್ಲಿನ ಮರಮುಟ್ಟುಗಳು.

"ಅಪ್ಪಯ್ಯನಿಗೆ ತಿಂಡಿ ಕೊಟ್ಟು ಬರೋದಿಕ್ಕೆ ಹೋಗಿದ್ದಾರೆ. ಆರತಿ ಹಿತ್ತಲಲ್ಲಿ ಕೂತು ಎಳೆ ಬಿಸಿಲು ಕಾಯಿಸ್ತ ಇದ್ದಾಳೆ. ಕರ್ದು ಬರ್ತೀನಿ" ಹಿತ್ತಲಿಗೆ ಹೋದ. ಹಿಂದೆಯೇ ಬಂದ ಆರತಿಯ ಕಣ್ಣುಗಳಲ್ಲಿ ಮಿಂಚಿತ್ತು. "ಅಮ್ಮ, ಯಾವಾಗ್ಬಂದೇ?" ಬೆಂಚಿನ ಮೇಲೆ ಪಕ್ಕದಲ್ಲಿ ಕೂತಳು.

ಕಣ್ಣು ತುಂಬಿಕೊಳ್ಳುವಂತೆ ನೋಡಿದರು. ಒಂದಿಷ್ಟು ಬಿಳುಚಿಕೊಂಡರೂ ಅಲ್ಲಿ ತಾಯ್ತನದ ಸೊಬಗು ಇತ್ತು.

"ಈಗ್ಲೇ ಬಂದದ್ದು. ಎಳ್ಳಿಕಾಯಿ ಗೊಜ್ಜು ಮಾಡಿದ್ದೆ. ಅಕ್ಕ ರೊಟ್ಟಿ ಮಾಡಿ ಕಳ್ಸಿದ್ದಾಳೆ" ಮಮತೆ ಹರಿಯಿತು ಅವರ ದನಿಯಲ್ಲಿ. "ಅದನ್ನೆಲ್ಲ ಇವರೇ ಮುಗಿಸೋದು." ಗಂಡನ ಕಡೆ ಪ್ರೇಮದ ನೋಟ ಬೀರಿದಳು.

ಆ ವೇಳೆಗೆ ರುಕ್ಮಿಣಮ್ಮ ಕೂಡ ಬಂದರು. ಬೀಗರು ಹೆಚ್ಚು ಕೊಟ್ಟುಬಿಟ್ಟು ಮಾಡಲಿಲ್ಲವೆನ್ನುವ ಕೋಪವಿದ್ದರೂ, ಸೊಸೆ ಬಸುರಿಯಾದ ಮೇಲೆ ಅದು ಓಡಿಹೋಗಿತ್ತು.

"ನೀನು ಬಂದಿದ್ದು ಒಳ್ಳೆದಾಯ್ತು. ಒತ್ತು ಶಾವಿಗೆ ಮಾಡೂಂದ್ರು. ನನ್ನೊಬ್ಬಳ ಕೈಯಲ್ಲಿ ಆಗೋಲ್ಲ. ಇವನದು ಮಂಗಚೇಷ್ಟೆ." ಮಗನನ್ನು ಪ್ರೀತಿಯಿಂದ ಬೈಯ್ದರು.

"ಸಾಕು ಬೈಯ್ದದ್ದು, ಈಗ ಅತ್ತೆ ಏನು ತಂದಿದ್ದಾರೋ ಅದ್ನ ಕೊಡು ನಡೀ. ಆಮೇಲೆ ಬೇಕಾದರೆ ಬೈಯುವಂತೆ" ಎಂದು ಅಮ್ಮನನ್ನು ಅಡಿಗೆ ಮನೆಗೆ ಕಳುಹಿಸಿ "ಸುಮಾರು ರಜ ಹಾಕಿದ್ದೀನಿ, ಇವ್ಳ ದೆಸೆಯಿಂದ. ಒಂದಿಷ್ಟು ಅಂಗ್ಡೀ ಕಡೆ ಹೋಗ್ಬರ್ತೀನಿ" ಹೆಂಡತಿಯ ಕಡೆಗೆ ಚೇಷ್ಟೆಯ ನೋಟ ಬೀರಿ ಹೊರಟ. ಸಿಟಿಯಲ್ಲಿರೋ ಗಂಡು ಬೇಕೆಂದು ಬಯಸಿದ್ದ ಆರತಿ ಅರೆಮನಸ್ಸಿನಿಂದಲೇ ಜಗದೀಶನನ್ನು ವಿವಾಹವಾಗಿದ್ದು. ಆದರೆ ಈಗ ತುಂಬಾನೆ ಇಷ್ಟವಾಗಿದ್ದ. ಈ ಪ್ರಪೊಸಲ್‌ಗೆ ಅವಳನ್ನು ಒಪ್ಪಿಸಿದ ಅಪೇಕ್ಷ ಬಗ್ಗೆ ತುಂಬ ಅಭಿಮಾನ.

ಜಗದೀಶ ಹೊರಟ ಮೇಲೆ ಮಗಳ ಕಡೆ ತಿರುಗಿ "ಈಗ ಸಂಕಟ, ಸುಸ್ತು ಎಲ್ಲಾ ಕಡ್ಮೇ ಆಗಿದ್ಯಾ?" ಮಮತೆಯಿಂದ ಮಗಳ ಕೆನ್ನೆ ಸವರಿ ಕೇಳಿದರು. "ಈಗ ಪರ್ವಾಗಿಲ್ಲ, ಒಂದಿಷ್ಟು ಅದೂ ಇದೂ ಸೇರ್‍ತಾ ಇದೆ. ಅತ್ತೆ, ಲೇಡಿ ಡಾಕ್ಟ್ರಿಗೆ ತೋರ್‍ಸಿಕೊಂಡು ಬಾ ಅಂತ ಅವರಿಗೆ ಹೇಳ್ತಾ ಇದ್ರು. ನಂಗ್ಯಾಕೋ ಡಾಕ್ಟ್ರು ಅಂದರೆ ಒಂದು ತರಹ" ಅವಳ ಕಣ್ಣಲ್ಲಿ ಹೆದರಿಕೆ.

"ಅಯ್ಯೋ, ಹುಚ್ಚು ಹುಡ್ಗೀ!! ಆಗಾಗ ತೋರಿಸ್ಕೋಬೇಕು. ನಾನು ಬಸುರಿಯಾಗಿದ್ದಾಗ ನಿನ್ನ ಅಜ್ಜಿದೇ ಮೇಲ್ವಿಚಾರಣೆ. ಔಷ್ಧಿ, ಪಥ್ಯ ಎಲ್ಲಾ ಅವರೇ ಮಾಡೋರು. ಒಮ್ಮೆ ಕೂಡ ಡಾಕ್ಟ್ರು ಆಸ್ಪತ್ರೆ ಮುಖ ಕಂಡಿದ್ದಿಲ್ಲ. ಈಗ ಹಾಗೆ ಮಾಡೋಕ್ಕಾಗೋಲ್ಲ" ಸಮಾಧಾನ ಹೇಳಿದರು. ವಿಶ್ವನ ಸಾವಿನ ನೆರಳು ಪ್ರತಿಯೊಂದು ವಿಷಯದಲ್ಲು ಬಂದು ಇಣುಕುತ್ತಿತ್ತು.

"ವಿಶ್ವಣ್ಣನಿಗೆ ಎಷ್ಟೊಂದು ಟೆಸ್ಟ್ ಮಾಡಿದ್ರು. ದಿನ ಹದಿನೈದು ಅಥವಾ ಇಪ್ಪತ್ತು ಮಾತ್ರೆ ನುಂಗೋನು. ಅದ್ರೂ ಉಳಿದನಾ?" ಅವಳ ಕಣ್ಣಂಚಿನಲ್ಲಿ ನೀರು. ದುಃಖ ಹತ್ತಿಕ್ಕಿಕೊಂಡು ಮೇಲೆದ್ದ ಪಾರ್ವತಮ್ಮ "ಈಗ ಆ ನೆನಪುಗಳು ಒಳ್ಳೇದಲ್ಲ. ಅವನ ಆಯಸ್ಸು ಅಷ್ಟೇ ಇತ್ತೇನೋ ಅಂದ್ಕೋಬೇಕು. ಹುಟ್ಟಿದೋರು ಒಮ್ಮೆ ಸಾಯಲೇಬೇಕಲ್ಲ" ಎಂದು ಕಿಟಕಿಯ ಬಳಿಯಲ್ಲಿ ನಿಂತು ಕಣ್ಣೊತ್ತಿಕೊಂಡು "ಮೊದ್ಲು ಕಣ್ಣೊರೆಸಿಕೋ. ಮೊಮ್ಮಗು ಹುಟ್ಟುತ್ತೆ ಅನ್ನೋ ಸಂಭ್ರಮದಲ್ಲಿರೋ ಜನರ ಹರ್ಷ ಕಿತ್ತುಕೊಳ್ಳೋದು ಬೇಡ. ಇನ್ನು ನಿನ್ನ ಹೊಟ್ಟೆಯಲ್ಲಿರೋ ಮಗುವಿನ ಬಗ್ಗೆ ಯೋಚ್ಸು" ಕಣ್ಣೀರು ತೊಡೆದು ಬುದ್ಧಿವಾದ ಹೇಳಿದರು.

ರುಕ್ಮಿಣಮ್ಮ ಬಲವಂತದಿಂದ ಅಲ್ಲೇ ನಿಲ್ಲಿಸಿಕೊಂಡರು. ಅದನ್ನ ಫೋನ್ ಮಾಡಿ ಗಿರಿಜಮ್ಮನಿಗೆ ತಿಳಿಸಿ ಆಯಿತು.

"ಯಜಮಾನ್ರು ಊಟಕ್ಕೆ ಬರೋಲ್ವಾ?" ವಿಚಾರಿಸಿದರು.

ಎಲೆ ಹಾಕುತ್ತಿದ್ದ ರುಕ್ಮಿಣಮ್ಮ "ಇಲ್ಲ ಬಿಡೀ, ಮೊದ್ಲಿನಿಂದ್ಲೂ ಅಷ್ಟೆ. ಹಿಂದೆ ಅಂಗ್ಡಿಗಳು ಕಮ್ಮಿ ಇತ್ತು. ಬಾಗ್ಲು ಮುಚ್ಚದೇ ವ್ಯಾಪಾರ ಮಾಡ್ತಾ ಇದ್ರು. ಈಗ ಬರೀ ಹಳೇ ಗಿರಾಕಿಗಳಷ್ಟೇ ಬರೋದು. ಮೊದಲೇ ಪ್ಲಾಸ್ಟಿಕ್ ಪೊಟ್ಟಣಗಳಿಗೆ ತೂಕ ಮಾಡಿ ಸಾಮಾನುಗಳನ್ನ ತುಂಬಿರ್‍ತಾರೆ. ಝುಟ್‌ಪಟ್ ಅಂತ ಕಾಸು ತಗೊಂಡು ಕೊಟ್ಟು ಕಳಿಸ್ತಾರೆ. ಇವರದೆಲ್ಲ ಹಳೇ ಮಾದರಿ. ಕೇಳಿದ ಸಾಮಾನಿನ ಅಳತೆ ಮಾಡಿ ಪೇಪರ್‌ನಲ್ಲಿ ಕಟ್ಟಿಕೊಡಬೇಕು. ಈಗ ಜನಕ್ಕೆ ಪ್ರತಿಯೊಂದಕ್ಕು ಆತ್ರ. ಅದು ಇವರಿಗೆ ಇಷ್ಟವಾಗೋಲ್ಲ. ಅದಕ್ಕೆ ವ್ಯಾಪಾರಕ್ಕೆ ಬರೋ ಜನ ಕಮ್ಮಿನೇ. ಆದ್ರೂ ಹಿಂದಿನಂಗೆ ಬೆಳಿಗ್ಗೆ ಅಂಗಡಿಗೆ ಹೋದರೂಂದಲೇ, ರಾತ್ರಿನೇ ಬರೋದು. ಆಮೇಲು ವ್ಯಾಪಾರದ್ದೇ ಚಿಂತೆ. ಅಷ್ಟೋ, ಇಷ್ಟೋ... ಮಾಡಿಟ್ಟಿದ್ದಾರೆ. ತೋಟದಲ್ಲಿ ಆದಾಯ ಇದೆ. ಮಗನಿಗೆ ಸಂಬಳ ಬರುತ್ತೆ. ನಾಲ್ಕು ಮನೆ ಬಾಡಿಗೆ ಬರುತ್ತೆ, ಇಷ್ಟೆಲ್ಲ ಸಾಕಾಗೋಲ್ವಾ ನಮ್ಗೆ? ಅಂಗಡಿ ಮುಚ್ಚಿ ಬಿಡೀಂತ ಸಾಕಷ್ಟು ಸಲ ಹೇಳಿ ಆಗಿದೆ. ಆ ಮನುಷ್ಯ ಕೇಳೋಲ್ಲ" ಸಂಕ್ಷಿಪ್ತವಾಗಿ ವರದಿ ಒಪ್ಪಿಸಿದರು.

ಇದೆಲ್ಲ ಗೊತ್ತಿದ್ದುದ್ದೇ. ಅಲ್ಲಿ ಶೇಷಪ್ಪಯ್ಯನಿಗೆ ದುಡಿಮೆ ಅನಿವಾರ್ಯ. ಆದರೆ ಅಂಗಡಿ ಫಣೇಂದ್ರ ಅನಿವಾರ್ಯ ಮಾಡಿಕೊಂಡಿದ್ದರು.

ಕೂಡಿಸಿ ಬಿಡಿಸಿದರು. ಮಧ್ಯದಲ್ಲಿ ಅಪೇಕ್ಷ ಸುದ್ದಿ ಎತ್ತಿದರು. "ನನ್ನ ತವರಿನ ಕಡೆದು ಒಂದು ಗಂಡಿದೆ. ಮೇಷ್ಟ್ರು ಕೆಲ್ಸ ಇದೆ. ಅನುಕೂಲಸ್ಥ ಕುಟುಂಬ. ನಮ್ಮ ಅಪೇಕ್ಷ ಜಾತ್ಕ ಯಾಕೆ ಕೊಡಬಾರದು?" ಕಡೆಯಲ್ಲಿ ಇಂಥದೊಂದು ಪ್ರಶ್ನೆ ಮುಂದಿಟ್ಟರು.

"ಅವ್ರಲ್ಲಿ ಮಾತಾಡಿ ತಿಳಿಸ್ತೀನಿ" ಅಷ್ಟೇ ಹೇಳಿದ್ದು.

ಈಗ ಖಂಡಿತ ಅವಳ ವಿವಾಹ ಮಾಡುವ ಸ್ಥಿತಿಯಲ್ಲಿರಲಿಲ್ಲ. ತೋಟದ ಮೇಲಿನ ಸಾಲ ತೀರಬೇಕಿತ್ತು. ತೋಟದಲ್ಲಿನ ಆದಾಯ ನೆಚ್ಚಿ ಕೂಡುವಂತಿರಲಿಲ್ಲ.

ಹೊರಟಾಗ ಮತ್ತೊಮ್ಮೆ "ಒಮ್ಮೆ ಯೋಚ್ಸಿ. ಹೇಳಿ. ಅವಳಿಗೂ ಮದ್ವೆ ವಯಸ್ಸೇ. ಇವತ್ತಲ್ಲ ನಾಳೆ ಮಾಡಬೇಕಲ್ಲ. ಒಳ್ಳೆ ಗಂಡು ಸಿಕ್ಕಾಗ ಸುಮ್ನೇ ಕೂಡಬಾರದು." ಇಂಥ ಬುದ್ಧಿ ಮಾತುಗಳನ್ನು ಹೇಳಿಯೇ ಕಳಿಸಿದ್ದು. ಅಂಥ ಇರಾದೆ ಅವರಿಗೂ ಇತ್ತು. ಆದರೆ ಸಾಧ್ಯವೇ?

ದಾರಿಯುದ್ದಕ್ಕೂ ಪಾರ್ವತಮ್ಮ ಅದನ್ನೇ ಯೋಚಿಸುತ್ತ ಬಂದರು. ಅರುಣ, ಅದಿತಿಯ ವಯಸ್ಸು ಸಣ್ಣದು. ಈಗ ಅವರ ಭಾರವನ್ನು ಬೇರೆಯವರು ಹೊರಬೇಕು, ಅಂಥದ್ದರಲ್ಲಿ ಮನೆಯ ಜವಾಬ್ದಾರಿ ಹೊರಲು ಸಾಧ್ಯವೇ?

"ಅತ್ತೆ, ಏನು ಕನಸು ಕಾಣ್ತಾ ಹೊರಟಿದ್ದೀರಿ?" ಸತ್ಯೇಂದ್ರನ ಧ್ವನಿ ಕೇಳಿ ನಿಂತವರು "ಎಲ್ಲಿಯ ಕನಸು? ಯಾವಾಗ ಬಂದದ್ದು?" ಉತ್ಸಾಹ ತುಂಬಿಕೊಂಡು ಮಾತಾಡಿದರು. ಸಂಬಂಧಿಕರು ಅನ್ನೋಕ್ಕಿಂತ ಹೆಚ್ಚಾಗಿ ವಿಶ್ವರಥನ ಒಡನಾಡಿ. ಶೇಷಪ್ಪಯ್ಯನ ಮನೆಗೆ ಆತ್ಮೀಯ ವ್ಯಕ್ತಿಯೇ.

"ಭಾರತಕ್ಕೆ ಬಂದು ಮೂರು ದಿನವಾಯಿತು. ಚಾರುಲತ ತವರಿನಲ್ಲಿ ಉಳಿದುಕೊಂಡ್ಳು, ನಾನು ಇಲ್ಲಿಗೆ ಬಂದೆ, ಮಗಳ್ನ ನೋಡೋಕೆ ಹೋಗಿದ್ರಾ?" ವಿಚಾರಿಸಿದ. ಇಬ್ಬರು ಹಾಗೆಯೇ ನಡೆಯುತ್ತ ಮನೆ ತಲುಪಿದರು.

ರುಕ್ಮಿಣಮ್ಮ ತುಂಬಿಕೊಟ್ಟಿದ್ದ ಒತ್ತುಶಾವಿಗೆ, ಗಸಗಸೆ ಪಾಯಸವನ್ನು ಅಡುಗೆಯ ಕೋಣೆಯಲ್ಲಿಟ್ಟು ಬರುವ ವೇಳೆಗೆ ಗಿರಿಜಮ್ಮ ಹಿತ್ತಲಿನಿಂದ ಬಂದರು.

"ಸತ್ಯ ಯಾವಾಗ್ಲೋ ಬಂದಿದ್ದು? ಅಲ್ಲಿ ನಿನ್ನ ಕೆಲ್ಸದಿಂದ ತೆಗೆದರೂಂತ ನಿನ್ನಮ್ಮ ಕಣ್ಣೀರು ಹಾಕಿದ್ರು. ನೀನು ಹತ್ತಿರದಲ್ಲಿದ್ದರೆ ನೆಮ್ದಿ. ಅಮೇರಿಕಾದಲ್ಲಿದ್ದರೆ ಹೆಮ್ಮೆ, ಸಂತೋಷ."

ಗಿರಿಜಮ್ಮನ ಮಾತಿಗೆ ಬರೀ ಮುಗುಳ್ನಕ್ಕ, ಪ್ರತಿಕ್ರಿಯಿಸಲು ಹೋಗಲಿಲ್ಲ. ಅದು ಮನುಷ್ಯ ಸಹಜ ಗುಣ ಎನ್ನುವುದು ಅವನ ಭಾವನೆ. ಸದ್ಯಕ್ಕೆ ಆರತಿಗೆ ಮಗು ಆಗುತ್ತಿರುವುದೇ ಶುಭ ಸಮಾಚಾರ.

"ಡಾಕ್ಟು ಅಂದರೆ ತುಂಬ ಹೆದರ್ಕೊತಾಳೆ. ವಿಶ್ವನ ಸಾವಿನ ಹೊಗೆಯಿಂದ ಯಾರೂ ಹೊರ್ಗೇ ಬಂದಿಲ್ಲ. ಸಂತೋಷದ ಜೊತೆ ಆತಂಕ ಕೂಡ." ತೋಡಿಕೊಂಡರು ಗಿರಿಜಮ್ಮ. ಏನು ಹೇಳಬೇಕೋ ಸತ್ಯೇಂದ್ರನಿಗೆ ತೋಚಲಿಲ್ಲ.

"ಈಗ ಮುಂದೇನು ಮಾಡ್ತೀ?" ಕೇಳಿದರು ಪಾರ್ವತಮ್ಮ.

"ನಂಗೇನೋ ತೋಟ ನೋಡ್ಕೊಂಡ್ ಊರಿನಲ್ಲಿ ಉಳಿಯೋದೆ ಸಂತೋಷ. ಆದರೆ ಚಾರುಲತಗೆ ಅದು ಇಷ್ಟವಿಲ್ಲ. ನಾನು ಕಂಪ್ಯೂಟರ್ ಇಂಜಿನಿಯರ್ ಅಂತ್ಲೇನಂತೆ ನನ್ನ ವಿವಾಹವಾಗಿದ್ದು. ಈಗ ತೋಟಗದ್ದೆಯಲ್ಲಿ ಗೈಮೆ ಮಾಡುವ ಕೃಷಿಕ ಇಷ್ಟವಾಗೋಲ್ಲ. ಸಮಸ್ಯೆ ಅಲ್ಲೇ ಇರೋದು" ತನ್ನ ಸಮಸ್ಯೆಯನ್ನು ತೋಡಿಕೊಂಡ.

ಅದೂ ಇದೂ ಮಾತಿನೊಂದಿಗೆ ಮಧ್ಯಾಹ್ನ ಕಳೆಯಿತು. ಅಪೇಕ್ಷ ರಾತ್ರಿ ಫೋನ್ ಮಾಡಿದಳು.

"ನೀನು ಬಂದಿರೋ ಸಂಗ್ತಿ ಅಮ್ಮ ಫೋನ್ ಮಾಡಿ ತಿಳಿಸಿದ್ಲು. ನಿನ್ನ ಹಟನೆ ಗೆಲ್ತು. ಚಾರುಗೆ ಎಷ್ಟು ನಿರಾಸೆಯಾಗಿರಬೇಡ? ಹೇಗೋ ಒಂದು ರೀತಿಯಲ್ಲಿ ರಾಜಿಯಾಗು"

ಈ ಬುದ್ಧಿವಾದಕ್ಕೆ ನಕ್ಕುಬಿಟ್ಟ.

"ರಾಜಿಯೆಂದರೇ ಯಾವ ತರಹ? ಅವ್ಳು ವಿವಾಹವಾಗಿದ್ದು ವಿಷ್ಣುಕಟ್ಟೆಯ ಸತ್ಯೇಂದ್ರನನ್ನು ಅಲ್ಲ, ಕಂಪ್ಯೂಟರ್ ಇಂಜಿನಿಯರ್.... ಸಾಫ್ಟ್‌ವೇರ್, ಇಷ್ಟನ್ನು ಮಾತ್ರ. ಅವಳಿಗೆ ನಾನು ಬೆಂಗಳೂರಿನಲ್ಲಿ ನಿಂತು ಅಪಾಯಿಂಟ್‌ಮೆಂಟ್‌ಗೆ ಪ್ರಯತ್ನಿಸಬೇಕು. ಲಕ್ಷ... ಲಕ್ಷ.... ಸಂಬಳ ತಂದು ಲಕ್ಷುರಿ ಲೈಫ್ ನಡ್ಸಬೇಕು. ಇದು ಸಾಧ್ಯನಾ? ಅಮೆರಿಕದಲ್ಲಾದ ಆರ್ಥಿಕ ಬಿಕ್ಕಟ್ಟಿನ ನೆಪದಲ್ಲಿ ಸಾಫ್ಟ್‌ವೇರ್ ಇಂಡಸ್ಟ್ರಿ ಕುಸಿದಿದ್ದರಿಂದ ಅದರ ಪರಿಣಾಮ ಭಾರತದ ಮೇಲೂ ಆಗಿದೆ. ನಾನಂತು ಕೆಲ್ಸಕ್ಕೆ ಪ್ರಯತ್ನ ಮಾಡೋಲ್ಲ. ಅವಳು ಅರಾಮಾಗಿ ಅಪ್ಪನ ಮನೆಯಲ್ಲಿ ಇರ್ಲೀ. ನಾನು ತೋಟ ಗದ್ದೆ ನೋಡ್ಕೊಂಡ್ ವಿಷ್ಣುಕಟ್ಟೆಯಲ್ಲಿ ಇರ್ತೀನಿ. ದಟ್ಸ್.... ಆಲ್... ಈಗ ಫೋನ್ ಕಟ್ ಮಾಡ್ತೀನಿ" ಅಂತ ಫೋನ್ ಕಟ್ ಮಾಡಿದ.

ಚಾರುಲತ ಬಗ್ಗೆ ಅಷ್ಟು ದೊಡ್ಡದಾಗಿ ಏನು ಗೊತ್ತಿಲ್ಲದಿದ್ದರೂ ಸ್ವಲ್ಪ ಮಹತ್ವಾಕಾಂಕ್ಷಿಯೆನ್ನುವುದಕ್ಕಿಂತ ಹೆಚ್ಚು ಶ್ರೀಮಂತ, ಮಾಡ್ರನ್ ಬದುಕು ಬಯಸುವಂಥವಳು ಅನ್ನೋಷ್ಟು ಮಾತ್ರ ಗೊತ್ತಿತ್ತು. ಮುಂದೇನು? ಭಯವೆನಿಸಿತು.

ಒಮ್ಮೆ ಇವಳಮ್ಮ "ಸುಕನ್ಯಗೂ ಜೊತೆಯಲ್ಲಿರೋಕೆ ಇಷ್ಟವಿರ್ಲಿಲ್ಲ. ವಿಧಿ ಇಲ್ದೇ ಇದ್ಲು. ತನ್ನ ಗಂಡನಿಗೂ ಒಂದ್ಕೆಲ್ಸ ಇರಬೇಕು, ಸ್ವತಂತ್ರ ಬೇಕು ಅಂಥ ಬಲವಂತಾನು ವಿಶ್ವನ ಮೇಲ್ಹೇರ್ತಾ ಇದ್ಲೂಂತ ಕಾಣಿಸುತ್ತೆ. ಆದರೆ ನಿಮ್ಮುಂದೆ ಅವ್ಳು ತೋರಿಸ್ಕೋತಾ ಇರ್ಲಿಲ್ಲ ಅಷ್ಟೆ" ಅಂದಿದ್ದರು.

ಈ ಆಸೆ ದೊಡ್ಡ ಅಪರಾಧವಾಗಿಯೇನು ಕಂಡಿರಲಿಲ್ಲ. ಹಾಗೆ ನೋಡಿದರೆ ಸುಕನ್ಯಗಿಂತ ಚಾರುಲತ ನಾಲ್ಕು ಮೆಟ್ಟಲು ಮುಂದೆಯೇ. ಮುಂದೇನಾಗಬಹುದು

ಇವರ ದಾಂಪತ್ಯ? ಅವಳಿಗೆ ತಲೆ ಬಿಸಿಯೇರಿಸಿತು. ಅವನ ಕೆಲಸದ ಬಗ್ಗೆ ಮೃಣಾಲಿನಿಯವರು ಏನಾದರೂ ಸಹಾಯ ಮಾಡಬಹುದಾ?

ಮರುದಿನ ರಜವಿದ್ದುದ್ದರಿಂದ ಮೃಣಾಲಿನಿಯವರ ರೂಮಿಗೆ ಹೋದಳು. ಯಾವುದೋ ಫೈಲ್ ನೋಡುತ್ತಿದ್ದವರು, ತಲೆಯೆತ್ತಿ ಮುಗುಳ್ನಕ್ಕರು.

"ಹಾಲಿಡೇ, ಎಲ್ಲಾದ್ರೂ ಪ್ರೋಗ್ರಾಂ ಹಾಕಿದ್ದೀಯ?"

"ಇಲ್ಲಮ್ಮ, ರಜ ದಿನದ ಕೆಲ್ಸ ಒಂದಿಷ್ಟು ಇರುತ್ತೆ" ಅವರ ಎದುರಿನಲ್ಲೇ ಕೂತು, ಸತ್ಯೇಂದ್ರನ ಬಗ್ಗೆ ಒಂದಿಷ್ಟು ವಿವರಿಸಿ. "ಇವ್ನಿಗೆ ಅಮೆರಿಕಾ ಕನಸು ಇತ್ತು. ಅದಕ್ಕೆ ಕಂಪ್ಯೂಟರ್ ತಗೊಂಡು ಇಂಜಿನಿಯರಿಂಗ್ ಮಾಡಿದ್ದು. ಅಲ್ಲಿ ಕೆಲ್ಸದಿಂದ ತೆಗೆದ್ರೂಂತ ಅಂದ. ಚಾರುಗೆ ಭಾರತಕ್ಕೆ ಬರೋದು ಇಷ್ಟವಿರಲ್ಲಿಲ್ವಂತೆ. ಈಗ ಬಂದಾಗಿದೆ. ಇವ್ನು ವಿಷ್ಣುಕಟ್ಟೆಯಲ್ಲಿ, ಅವ್ಳು ಅಪ್ಪನ ಮನೆಯಲ್ಲಿ. ಮುಂದೆ..." ಆಕೆ ನಕ್ಕುಬಿಟ್ಟರು.

"ಮೂರು ತಿಂಗಳು... ಆರು ತಿಂಗ್ಳು ಹೀಗೇ ಮುಂದುವರಿದು ಒಂದು ದಿನ ಮುಗಿಯುತ್ತೆ. ಈಗ ಸತ್ಯೇಂದ್ರ ಬೆಂಗಳೂರಿಗೆ ಬಂದು ಕೆಲ್ಸ ಹಿಡಿದರೂ ಜೀವನ ಕಷ್ಟವೆನಿಸುತ್ತೆ. ಲಕ್ಷುರಿ ಕನಸು ಕಂಡ ಹೆಣ್ಣು ಹೊಂದಿಕೊಳ್ಳೋಲ್ಲ. ದಿನಪ್ರತಿ ವಿರಸದ ದರ್ಶನ. ಅದಕ್ಕಿಂತ ಬೇರೆಯಾಗೇ ಇರ್ಲಿಬಿಡು" ಸುಲಭವೆನ್ನುವಂತೆ ಸಲಹೆ ಸೂಚಿಸಿದಾಗ ಅವಾಕ್ಕಾದಳು. ಅವಳ ಗಲಿಬಿಲಿ ನೋಡಿ ತಿಳಿನಗೆ ಬೀರಿದರು ಮೃಣಾಲಿನಿ.

"ಯಾಕೆ ಗಾಬ್ರಿ ಆಗ್ತೀಯಾ? ಈಗ ಐ.ಟಿ. ಇಂಡಸ್ಟ್ರಿ ಬಿದ್ದು ಹೋಗಿದೆ. ಇಪ್ಪತ್ತು ವರ್ಷಗಳ ಹಿಂದೆ ಸಾಫ್ಟ್‌ವೇರ್ ಮೇನಿಯ ಇರ್ಲಿಲ್ಲ. ಆಗ ನಿಜ್ವಾಗಿ ಜೀವನ ಕಾಸ್ಟ್ಲಿ ಆಗಿರಲಿಲ್ಲ. ಆದರೆ 90ರ ದಶಕದ ಮಧ್ಯಭಾಗದಲ್ಲಿ ಬೀಸಿತು ನೋಡು ಸಾಫ್ಟ್‌ವೇರ್ ಬಿರುಗಾಳಿ. ಕನಸಿನಲ್ಲೂ ಊಹಿಸಲಾರದಂಥ ಅದ್ಭುತ ಬದಲಾವಣೆ. ಕಂಪ್ಯೂಟರ್ ಇಂಜಿನಿಯರಿಂಗ್ ಓದಿದವರಿಗೆಲ್ಲ ಒಳ್ಳೊಳ್ಳೆ ಕೆಲಸಗಳು. ಶುರುವಿನಲ್ಲಿಯೇ ಇಪ್ಪತ್ತೈದು ಸಾವಿರದಷ್ಟು ಸಂಬಳಗಳು. ಈ ನೆಗೆತಕ್ಕೆ ಮನೆಗೊಬ್ಬ ಸಾಫ್ಟ್‌ವೇರ್ ಇಂಜಿನಿಯರ್ ಹುಟ್ಟಿಕೊಂಡ. ದುಡ್ಡಿನ ಬೆಲೆ ಹೇಗೆ ಇಳಿಯಿತೆಂದರೆ ಅಂದು ಮೂರು ಲಕ್ಷವಿದ್ದ 30 x 40 ಸೈಟ್ ಇಂದು 45 ಲಕ್ಷ. ಸಾಮಾನ್ಯರು ಸ್ವಂತ ಮನೆಯ ಕನಸು ಕಾಣಲು ಸಾಧ್ಯವಿಲ್ಲ. 100 ರೂಪಾಯಿ ಕೊಟ್ಟು ಬ್ಲಾಕ್‌ನಲ್ಲಿ ಟಿಕೆಟ್ ತಗೊಂಡು ಸಿನಿಮಾ ನೋಡುವುದೇ ಶ್ರೀಮಂತಿಕೆಯೆಂದು ತಿಳಿದ ಜನ ದಂಗಾಗುವಂತೆ ಸಾಫ್ಟ್‌ವೇರ್ ಜನ 500, 1000 ಕೊಟ್ಟು ಪಿವಿಆರ್‌ನಲ್ಲಿ ಲೀಲಾಜಾಲವಾಗಿ ಟಿಕೆಟ್ ಖರೀದಿಸತೊಡಗಿದರು. ಆದರೆ ಈಗ ಆ ಸ್ಥಿತಿ ಇಲ್ಲ. ಎಷ್ಟೋ ಜನ ಸಾಫ್ಟ್‌ವೇರ್ ಇಂಜಿನಿಯರ್‌ಗಳು ಕೆಲಸ ಕಳೆದುಕೊಂಡು ಬೀದಿಗೆ ಬಂದಿದ್ದಾರೆ. ಏರಿದ ಬೆಲೆಗಳು ಇಳಿಯೋಲ್ಲ. ಈ ಜೀವನ ಬೇಕಾ? ಅಮೆರಿಕಾ ಕಂಡಾಯಿತಲ್ಲ, ಆರಾಮಾಗಿ ವಿಷ್ಣುಕಟ್ಟೆಯಲ್ಲಿ ಇರಲಿ. ಬದುಕು ಬೇಕೆನಿಸಿದರೆ ಚಾರುಲತ ಗಂಡನ್ನ ಹುಡ್ಕಿಕೊಂಡು ಬರ್ತಾಳೆ. ಅದೇನು ತಲೆ ಕೆಡ್ಸಿಕೊಳ್ಳುವಂಥ ವಿಷ್ಯವಲ್ಲ" ಎಂದರು ಸಹಜವಾಗಿ.

ಅವರ ಪಕ್ವ ಅನುಭವಿತ ಅರ್ಥಪೂರ್ಣ ವಿಚಾರಗಳು ಸರಿಯೆನಿಸಿತು.

"ನೀನು, ಊರಿಗೆ ಹೋಗ್ತೀಯಾಂತ ಮಂಜು ಹೇಳ್ದ? ಅಕ್ಕನ ಶ್ರೀಮಂತಕ್ಕ?" ಕೇಳಿದರು ನಗುತ್ತಾ.

"ಇಲ್ಲ, ನಮ್ಮ ವಿಶ್ವಣ್ಣನ ಹುಟ್ಟಿದ ಹಬ್ಬಕ್ಕೆ. ಅವನ ಹುಟ್ಟಿದ ಹಬ್ಬನ ಹಿಂದಿನಂತೆ ಈಗ್ಲೂ ಆಚರಿಸ್ತಾರೆ. ಅವ್ನ ಸಾವನ್ನ ಯಾರೂ ಒಪ್ಪಿಕೊಂಡಿಲ್ಲ. ಅಂದು ಹರ್ಷದ ಬದ್ಲು ದುಃಖ ಇರುತ್ತೆ. ತೋಟದಲ್ಲಿ ಕೆಲ್ಸ ಮಾಡೋ ಆಳುಗಳ್ನ ಕರೆದು ಊಟ ಹಾಕ್ತಾರೆ. ಒಂದಿಷ್ಟು ಬಟ್ಟೆಬರೆ ಕೊಡೋದು ಹಿಂದಿನ ಪದ್ಧತಿ. ಅದ್ನ ತನ್ನ ಹುಟ್ಟಿದ ಹಬ್ಬದ ದಿನ ವಿಶ್ವಣ್ಣ ಅಕ್ಕರೆಯಿಂದ ಆಚರಿಸೋನು. ಆದರೆ ಇಂದು ಅವನಿಲ್ಲ ಅಷ್ಟೆ. ಭಾಗಿಯಾಗೋಕೆ ನನ್ನಿಂದ ಸಾಧ್ಯವಾಗ್ತ ಇಲ್ಲ" ಅನ್ನುವ ವೇಳೆಗೆ ರೆಪ್ಪೆಯ ಅಡಿಯಲ್ಲಿ ಕೂತ ಕಣ್ಣೀರು ನಿಧಾನವಾಗಿ ಕೆನ್ನೆಯ ಮೇಲೆ ಜಾರಿತು.

ಮೃಣಾಲಿನಿ ಮುಖದ ಮೇಲೆ ವಿಷಾದ ಸುಳಿದು ಮರೆಯಾಯಿತು.

"ಏನೇ ಲಾಜಿಕ್ ಮಾಡಿದ್ರೂ..... ಮೇಲಿನವನ ಆಟದ ಮುಂದೆ ನಮ್ಮದ್ದೇನು ನಡ್ಯೋಲ್ಲ. ಏನಾದರೂ ಸಾವು ಸತ್ಯ... ಹುಟ್ಟಿದವರಲ್ಲಿ ಶತಾಯುಷಿಗಳಾದರೂ ಎಷ್ಟು ಮಂದಿ? ನಾಯಿ, ಬೆಕ್ಕು, ಹುಲಿಯದು ಇಪ್ಪತ್ತು ವರ್ಷ ಪೂರ್ಣಾಯುಸ್ಸು. ಕಾಡಿನ ರಾಜ ಸಿಂಹ ಮುವತ್ತು ವರ್ಷಗಳ ನಂತರ ನರಿ, ಹದ್ದುಗಳ ಆಹಾರ. ಆದರೆ ಬದ್ಕೀನ ಕನಸುಗಳನ್ನು ನನಸಾಗಿಸಿಕೊಳ್ಳದೇ ಹೋದವರದು ದುರಂತ. ಹೊಸಗನ್ನಡ ಸಾಹಿತ್ಯದ 'ಮುಂಗೋಳಿ' ಎಂದು ಬಿರುದಾಂಕಿತರಾದ ಮುದ್ದಣ್ಣ ನಂದಳಿಕೆ ಲಕ್ಷ್ಮೀನಾರಾಯಣಪ್ಪಯ್ಯ ಬದುಕಿದ್ದೆಷ್ಟು ವರ್ಷ? ಬರೀ 32 ವರ್ಷ! ರಾಮಪಟ್ಟಾಭಿಷೇಕ, ಪದ್ಯಕಾವ್ಯ, ಶ್ರೀರಾಮಾಶ್ವಮೇದದಂಥ ಮಹಾನ್ ಕೃತಿಗಳು ಅವರ ಹೆಸರನ್ನು ಚಿರಸ್ಥಾಯಿಯಾಗಿ ನಿಲ್ಲಿಸಿವೆ. ವ್ಯಕ್ತಿಗಳು ಶಾಶ್ವತವಲ್ಲ, ಅವರ ಸಾಧನೆಗಳೇ ಶಾಶ್ವತ. ಅಣ್ಣನ್ನ ಕಳೆದುಕೊಂಡು ತಂಗಿಯರಲ್ಲಿ, ನೀನು ಮೊದಲನೆಯವಳು ಅಲ್ಲ, ಕೊನೆಯವಳು ಅಲ್ಲ. ಸಾವಿನ ನಿರಂತರ ಪ್ರವಾಹದಲ್ಲಿ ಎಲ್ಲಾ ಸಾಗಿ ಹೋಗಬೇಕಾದದ್ದೇ. ಬದ್ಕಿನತ್ತ ನಿನ್ನ ಚಿಂತನೆ ಇರ್ಲಿ" ಬುದ್ಧಿ ಹೇಳಿದರು.

ಹೌದು, ಮೃಣಾಲಿನಿ ಕೂಡ ಸಾಕಷ್ಟು ಜನರನ್ನು ಕಳೆದುಕೊಂಡು ಒಂಟಿಯಾಗಿದ್ದರು. ಆದರೆ ಬದುಕಿನತ್ತ ಅವರ ಹೆಜ್ಜೆಗಳು... ಊರಿಗೆ ಹೋಗುವ ತೀರ್ಮಾನ ಮಾಡಿದಳು.

'ಸುಂದರಕಾಂಡ'ದ ನೆನಪಿನ ಹಿಂದೆ ಇಳಾಭಟ್ ಕೊಲೀಗ್ ಮತ್ತು ಕ್ಯಾನ್ಸರ್‌ನಿಂದ ನರಳುತ್ತಿದ್ದ ಅವರ ಮಗುವಿನ ನೆನಪಾದ ಕೂಡಲೇ ಒಂದು ನಿಶ್ಚಯಕ್ಕೆ ಬಂದಳು. ತನ್ನಲ್ಲಿದ್ದ ಅಷ್ಟಿಷ್ಟು ಸೇವಿಂಗ್ಸ್ ಅಂದರೆ ಚಿಲ್ಲರೆಯಿಂದ ರೂಪಾಯಿಗಳವರೆಗೂ ಎಣಿಸಿ ನೋಡಿದಳು. ಸಾವಿರ ಮೀರಲಿಲ್ಲ. ಇಳಾಭಟ್ ಆಫೀಸ್‌ಗೆ ಹೊರಟಾಗ ತಾನೂ ಆಕೆಯ ಜೊತೆಯಲ್ಲೇ ಹೊರಟ ಅಪೇಕ್ಷ ದಾರಿಯಲ್ಲಿ ಕೇಳಿದಳು.

"ನಿಮ್ಮ ಕೊಲೀಗ್ ಮನೆಯೆಲ್ಲಿ?"

"ಯಾವ ಕೊಲೀಗ್, ತುಂಬ ಜನ ಇದ್ದಾರೆ. ನೀನು ಯಾರ ಬಗ್ಗೆ ಹೇಳ್ತೀಯೋ ಗೊತ್ತಿಲ್ಲ" ಎನ್ನುತ್ತ "ಅಪೇಕ್ಷ ಲಿಪ್‌ಸ್ಟಿಕ್ ಜಾಸ್ತಿ ಆಯಿತಾ? ಮೊದ್ಲು ಬಳಸ್ತಾ ಇರ್ಲಿಲ್ಲ. ನಮ್ಮೆಜಮಾನರಿಗೂ ಇದೆಲ್ಲ ಇಷ್ಟವಾಗೋಲ್ಲ. ನಮ್ಮ ಆಫೀಸ್‌ನಲ್ಲಿ ಎಲ್ಲಾ ಬಳಸ್ತಾರೆ. ನಾನು ಬಳಸಿದರೇ... ತಪ್ಪಾಗುತ್ತ?" ಎಂದರು ಮಂಗುರುಳನ್ನು ಪಕ್ಕಕ್ಕೆ ತಳ್ಳಿಕೊಳ್ಳುತ್ತ. ಅಂದ ಹೆಚ್ಚಿಸಿಕೊಳ್ಳಬೇಕೆನ್ನುವುದು ಸಹಜ ಗುಣ. ಆದರೆ ಸಂಕೋಚ ಆಕೆಯನ್ನು ಕಾಡುತ್ತಿತ್ತು.

"ಖಂಡಿತ ಇಲ್ಲ. ತುಂಬ ಚೆನ್ನಾಗಿಯೇ ಕಾಣ್ತೀರಾ. ಅದೇ ನಿಮ್ಮ ಕೊಲೀಗ್... 'ಸುಂದರಕಾಂಡ' " ನೆನಪಿಸಿದಾಗ "ಓ, ಅವರಾ, ಮೊನ್ನೆ ತಿರ್ಗಾ ಅವ್ರ ಮಗುನ ಆಸ್ಪತ್ರೆಯಲ್ಲಿ ಅಡ್ಮಿಟ್ ಮಾಡಿದ್ದಾರಂತೆ. ಅದಕ್ಕೆ ಮತ್ತೆರಡು ದಿನ ರಜ ಹಾಕಿದ್ದಾರೆ" ಎಂದರು. ಅದೇನು ಮಹಾ ದೊಡ್ಡ ವಿಷಯ ಎನ್ನುವ ಉತ್ಪ್ರೇಕ್ಷೆಯೂ ಇತ್ತು ಇಳಾ ದನಿಯಲ್ಲಿ. ಗಂಡ, ಮಕ್ಕಳು, ಸಂಸಾರಬಿಟ್ಟು ಮಿಕ್ಕೆಲ್ಲ ಕೇಳಿ ತಕ್ಷಣಕ್ಕೆ ಮರೆಯುವಂಥ ಹೆಣ್ಣು.

"ಅವರನ್ನ ನೋಡಬೇಕಲ್ಲ!"

"ಯಾಕೆ, ನಿಮ್ಮ ಪರಿಚಯಸ್ಥರ ಪೈಕಿನಾ?" ತೀಕ್ಷ್ಣವಾಗಿ ಕೇಳಿದರು. "ಅಯ್ಯೋ, ಹಾಗೇನಿಲ್ಲ! ಅವ್ರ ಮಗುಗೆ ಬ್ಲಡ್ ಕ್ಯಾನ್ಸರ್ ಅಂದರಲ್ಲ, ಒಮ್ಮೆ ನೋಡೋಣಾಂತ ಅನ್ನಿಸ್ತು. ಸಂಜೆ ನೇರವಾಗಿ ನಿಮ್ಮ ಆಫೀಸ್ ಹತ್ರ ಬರ್‍ಲಾ?" ಕೇಳಿದಳು.

"ಇಲ್ಲರೀ, ಇವತ್ತು ಆಗೋಲ್ಲ. ನಮ್ಮೆಜಮಾನ್ರು ಬರ್‍ತಾರೆ. ಮಕ್ಳ ಬಟ್ಟೆ ಪರ್ಚೆಸ್ ಮಾಡಬೇಕು."

"ಹೋಗ್ಲಿ, ಯಾವ ನರ್ಸಿಂಗ್ ಹೋಂನಲ್ಲಿ ಅಡ್ಮಿಟ್ ಮಾಡಿದ್ದಾರೇ, ತಿಳಿಸ್ತೀರಾ? ಇಲ್ಲ ಅವ್ರ ಮೊಬೈಲ್ ನಂಬರ್ ಕೊಡಿ, ನಾನೇ ಕಾಂಟ್ಯಾಕ್ಟ್ ಮಾಡ್ತೀನಿ" ಅವಳ ದನಿ ಆರ್ದ್ರತೆಗೊಂಡಿತು.

ಮೊಬೈಲ್‌ನಲ್ಲಿ ಲೋಡ್ ಆಗಿದ್ದ ನಂಬರ್ಸ್ ಮೆಮರಿಯ ಬಟನ್ನೊತ್ತಿ ಹೇಳಿದಾಗ ಗುರುತು ಹಾಕಿಕೊಂಡು "ಓಕೇ. ಬರ್‍ತೀನಿ... ಸಂಜೆ ಮೀಟ್ ಮಾಡೋಣ" ಎಂದು ಹೋಗಿ ಬಸ್ಸು ಹತ್ತಿಕೊಂಡಳು. ಈ ರೀತಿಯ ಬದುಕಿಗೆ ಹೊಂದಿಕೊಳ್ಳಲು ಸಾಕಷ್ಟು ಕಷ್ಟಪಟ್ಟಿದ್ದಳು.

ಕೆಲಸದ ಬಿರುಸು ತಗ್ಗಿದಾಗ ಆ ಮೊಬೈಲ್ ನಂಬರ್‌ಗೆ ಬಟನ್‌ಗಳನ್ನೊತ್ತಿದಳು. "ಹಲೋ..." ಗಂಡಸಿನ ದನಿ. ಬಲವಂತವಾಗಿ ಉಗುಳನ್ನು ನುಂಗಿ "ರೋಜಿಯವರು ಇದ್ದಾರ?" ಕೇಳಿದಳು.

"ನೀವು ಯಾರು?" ಅಸಹನೆಯ ದನಿಯೆ.

"ಅವ್ರ.... ಕೊಲೀಗ್" ಅಂದ ಕೂಡಲೆ "ಸಾರಿ ಮೇಡಮ್, ಯಾವ್ದೊ ಟೆನ್‌ಷನ್. ಈಗ ಕೊಡ್ತೀನಿ" ಅಂದ ನಂತರ ಉಸಿರೆಳೆದುಕೊಂಡಳು. "ಹಲೋ..." ಅಂದಿದ್ದು ಹೆಣ್ಣಿನ ದನಿ.

"ನಾನು ಇಳಾಭಟ್ ಫ್ರೆಂಡ್. ನಿಮ್ಮೊಂದಿಗೆ ಮಾತಾಡೋದಿತ್ತು" ಅಷ್ಟು ಹೇಳಿದ ಕೂಡಲೇ "ಇಳಾಭಟ್... ಕಳುಹಿಸಿದ್ದಾಳೆ." ಆ ಕಡೆ ಹೇಳಿದ್ದು ಕೇಳಿಸಿತು. "ಅದೇ ಇಳಾಭಟ್, ನಾನು ಹಣ ಸಾಲವಾಗಿ ಕೇಳಿದ್ದೆ. ಈಗ ಕಳಿಸಿರಬೇಕು. ಸದ್ಯದ ಸಮಸ್ಯೆಗೆ ಪರಿಹಾರ. ಆ ಹಣ ನರ್ಸಿಂಗ್ ಹೋಂಗೆ ಕಟ್ತೀನಿ" ಅವಳಿಗೆ ಇದೆಲ್ಲ ಸ್ಪಷ್ಟವಾಗಿ ಕೇಳಿಸಿತು. "ಸಾರಿ ಮೇಡಮ್, ನಾನು ನರ್ಸಿಂಗ್ ಹೋಂಗೆ ಹೊರಟಿದ್ದೀನಿ. ನೀವು ಎಲ್ಲಿದ್ದೀರಾ? ನಾನೇ ಅಲ್ಲಿಗೆ ಬರ್ತೀನಿ" ಅಂದರು.

"ಬೇಡ, ನೀವು ನರ್ಸಿಂಗ್‌ಹೋಂಗೆ ಹೋಗೀರಿ. ನೇರವಾಗಿ ನಾನು ಅಲ್ಲಿಗೆ ಬರ್ತೀನಿ. ಸರ್ರಿಯಾದ ಅಡ್ರಸ್ ಕೊಟ್ಟರೇ ಸಾಕು. ನನ್ನ ಹೆಸರು ಅಪೇಕ್ಷ ಅಂತ. ನಾನು, ಇಳಾಭಟ್ ಒಂದೇ ಕಡೆ ಪೇಯಿಂಗ್ ಗೆಸ್ಟ್‌ಗಳಾಗಿರೋದು" ಇಷ್ಟು ಹೇಳಿ ವಿಳಾಸ ಪಡೆದುಕೊಂಡು ಚಿಂತಿತಳಾದಳು.

ರೋಜಿಯ ದನಿಯಲ್ಲಿ ಆಸೆ ಚಿಗುರಿದ್ದಕ್ಕೆ ಕಾರಣ ಇಳಾಭಟ್ ಕೊಡಬಹುದಾದ ಹಣ ಇರಬಹುದು. ಈಗ, ಒಂದು ತರಹ ಅನಿಸಿತು. ಇಳಾಭಟ್‌ಗೆ ಫೋನ್ ಮಾಡಿ ವಿಚಾರಿಸಿದಳು.

"ಒಂದೈದು ಸಾವಿರ ಸಾಲ ಕೇಳಿದ್ರು. ಕೊಟ್ಟರೆ ತೀರಿಸೋದಾದ್ರೂ ಹೇಗೆ? ಈಗಾಗಲೇ ಎರಡೂವರೆ ಸಾವಿರ ಕೊಡಬೇಕು. ಅದೇ ಕೊಡ್ತಾರೆ ಅನ್ನೋ ನಂಬ್ಕೆ ಇಲ್ಲ. ಅಂಥದ್ದರಲ್ಲಿ.... ಈಗ ಸಾಲ ಎಲ್ಲಿಂದ ಕೊಡಲಿ? ಎಲ್ಲರ ಹತ್ತಿರಾನು ಸಾಲ ಮಾಡಿದ್ದಾರೆ" ಎಂದರು ಆಕೆ. ಅಪೇಕ್ಷ ಫೋನ್ ಕಟ್ ಮಾಡಿದಳು. ಆಕೆಯನ್ನು ಕೆಟ್ಟವಳೆನ್ನಲು ಸಾಧ್ಯವಿಲ್ಲ. ತನ್ನ ಸಂಸಾರ ಬಿಟ್ಟು ಬೇರೆಯವರ ಬಗ್ಗೆ ಯೋಚಿಸುವುದು ಬೇಡ ಅಷ್ಟೆ.

ಅರ್ಧ ದಿನ ಲೀವ್ ಪಡೆದು ಹೊರಬಂದಳು. ಬೆರಳಲ್ಲಿದ್ದ ಉಂಗುರವನ್ನು ನೋಡಿಕೊಂಡಳು. ತೀರಾ ಹಳೆಯದು. ತಾತನ ಕೈಯಲ್ಲಿತ್ತು. ಅದನ್ನ ಒಂದು ದಿನ ತೆಗೆದು ಇವಳ ಕೈಯಲ್ಲಿಟ್ಟು ನೆನಪಾಗಿ ಹೋಗಿದ್ದರು. ಎಲ್ಲಿಗೆ ಹೋದರೋ ಪತ್ತೆ ಇಲ್ಲ. ಅವಳಿಗೆ ಚಿನ್ನ ಬೆಳ್ಳಿ ಅಂಗಡಿಗೆ ಹೋಗಿ ಅಭ್ಯಾಸವಿಲ್ಲ. ಇಂದು ಅರಸಿಕೊಂಡು ಹೋದಳು.

"ಎಕ್ಸ್‌ಚೇಂಜ್?" ವಿಚಾರಿಸಿದಾಗ ಇಲ್ಲವೆಂದು ತೂಕ ಮಾಡಿಸಿ ಮಾರಿದಾಗ ಅವಳ ಕೈಗೆ ಬಂದಿದ್ದ 6,350 ರೂಪಾಯಿಗಳನ್ನಿಡಿದು ಹೊರಬಂದವಳು ಆಟೋ ಹತ್ತಿದಳು.

ನರ್ಸಿಂಗ್ ಹೋಂ ಬಳಿ ಇಳಿದಾಗ ಅವಳೆದೆ ನಡುಗಿತು. ಒಂದು ಕ್ಷಣ ಕಣ್ಮುಚ್ಚಿ ಸುಧಾರಿಸಿಕೊಂಡಳು. ಜೀವಂತವಾಗಿದ್ದ ವಿಶ್ವರಥನನ್ನು ನರ್ಸಿಂಗ್ ಹೋಂಗೆ ಸೇರಿಸಿ, ಆಮೇಲೆ ಬರೀ ಬಾಡಿಯನ್ನು ಪಡೆದರು. ಪ್ರಾಣ ಹೋದ ಮೇಲೆ ಅದು ಬರೀ ಬಾಡಿ ಅಷ್ಟೆ. 'ನಂಗೇನೋ ಆಗುತ್ತೇಂತ ಅನ್ನಿಸುತ್ತೆ' ಎಂದಿದ್ದ ಕೈಹಿಡಿದು. ಸಾವಿನ ಮುನ್ಸೂಚನೆ ಆ ಮಾತನ್ನ ಆಡಿಸಿತೇನೋ? ಅವನಲ್ಲಿನ ಚೈತನ್ಯ ದೇಹವನ್ನು ಬಿಟ್ಟು ಗಾಳಿಯಲ್ಲಿ ಲೀನವಾಗಿ ಹೋಗಿದ್ದ ದಿನ.

ಒಂದು ಕಡೆ ಸರಿದು ನಿಂತಳು. ಆ ಕ್ಷಣಗಳನ್ನು ಕಳೆದಿದ್ದು ಹೇಗೆ? ಕಣ್ಣಂಚಿನಲ್ಲಿ ಜಿನುಗಿದ ಕಂಬನಿಯನ್ನು ಮುಖ ಪಕ್ಕಕ್ಕೆ ತಿರುಗಿಸಿ ತೊಡೆದುಕೊಂಡು ಸುಧಾರಿಸಿಕೊಂಡಳು.

ರಿಸೆಪ್ಷನ್‌ನಲ್ಲಿ ವಿಚಾರಿಸುತ್ತಿದ್ದಾಗ ರೋಜಿ ಬಂದು ತಾನೇ ಪರಿಚಯ ಮಾಡಿಕೊಂಡು "ನಾನು ಕಾಯ್ತ ಇದ್ದೆ" ಎಂದ ದನಿಯಲ್ಲಿ ನಡುಕವಿತ್ತು. ಹಣವಿದ್ದ ಕವರ್‌ನ ಕೊಟ್ಟನಂತರ ಕೇಳಿದ್ದು "ನಿಮ್ಮ ಮಗ ಹೇಗಿದ್ದಾನೆ?"

ಮೌನದ ಹಿಂದಿನ ಕಣ್ಣೀರು ಮಾತಾಡಿತು. ತುಟಿಗಳು ತೆರೆಯಬೇಕಿರಲಿಲ್ಲ. "ನಿಮ್ಮ ಮಗುನಾ ನೋಡಬಹುದಾ?" ಕೇಳಿದಳು ಮೆಲ್ಲಗೆ.

"ಖಂಡಿತ ನೋಡಬಹುದು, ಬನ್ನಿ" ಕರೆದೊಯ್ದು ಅಲ್ಲಿ ಬಿಟ್ಟು "ಒಂದು ನಿಮಿಷ... ಬಂದುಬಿಡ್ತೀನಿ" ಅವಸರವಸರವಾಗಿ ಹೋದಳು. ನಿಸ್ತೇಜವಾಗಿ ಮಲಗಿದ್ದ ಕ್ಲಿಂಟನ್ ಕಿರುನಗು ಬೀರಿದ. ಪಕ್ಕದಲ್ಲಿ ಕೂತು ತಲೆ ನೇವರಿಸಿದಾಗ ಎದ್ದು ಕೂತ. 'ಹೇಗಿದ್ದಿ?' ಎನ್ನಲು ಹೋದವಳ ನಾಲಿಗೆ ಅಲ್ಲಿ ನಿಂತಿತು. ಇನ್ನಷ್ಟು ಅವನ ತುಟಿಗಳು ಅರಳಿದವು. ಪಕ್ಕದಲ್ಲಿ ಕೂತು ಅವನನ್ನು ಎತ್ತಿ ತೊಡೆಯ ಮೇಲೆ ಕೂಡಿಸಿಕೊಂಡಳು. ಹತ್ತಾರು ಪ್ರಶ್ನೆಗಳು. ಚುರುಕು ಮಗು ಪಟಪಟ ಉತ್ತರಿಸಿತು. ಆ ವೇಳೆಗೆ ಬಂದ ರೋಜಿ ಎದುರಿನಲ್ಲಿ ಕೂತು ಉಸಿರೆಳೆದುಕೊಂಡಳು.

"ನಿಮ್ಗೆ ಥ್ಯಾಂಕ್ಸ್" ಅಂದಿದ್ದು ಮೆಲ್ಲಗೆ.

ಅಪೇಕ್ಷಗೆ ಬಹಳ ಹೊತ್ತು ಅಲ್ಲಿರಲು ಸಾಧ್ಯವಿರಲಿಲ್ಲ. ಒಂದೆರಡು ಧೈರ್ಯದ ಮಾತುಗಳನ್ನು ಹೇಳಲು ತಡಬಡಿಸಿದ್ದು ಮಾತುಗಳು ಬಾರದವಳಂತೆ.

"ಡಾಕ್ಟ್ರು, ಏನ್ಹೇಳುತ್ತಾರೆ?"

"ಚೇತರಿಕೇಗೆ ಸಮಯಬೇಕು. ಕನಿಷ್ಟ ಇನ್ನು ಮೂರ್ವರ್ಷ ಟ್ರೀಟ್‌ಮೆಂಟ್ ಬೇಕೂಂತಾರೆ. ತುಂಬ ಕಾಸ್ಟ್ಲಿ ಟ್ರೀಟ್‌ಮೆಂಟ್. ಇವ್ನ ಭವಿಷ್ಯಕ್ಕಾಗಿ ಕಂತುಗೆ ಒಂದು ಸೈಟ್ ಕೊಂಡಿದ್ದಿ. ಅದು ಮಾರಿದ್ದಾಯ್ತು. ಲಕ್ಷಗಳು ಕೂಡ ಸಾಲ್ತಾ ಇಲ್ಲ. ನನ್ಗಂಡ ತೀರಾ ಸ್ವಾಭಿಮಾನಿ ಮನುಷ್ಯ. ಸಾಲ ಪಡೆದೇ ಅಭ್ಯಾಸವಿಲ್ಲ. ಈಗ ಸಿಕ್ಕಿದವರ ಮುಂದೆಲ್ಲ ಕೈಚಾಚ್ತ ಇದ್ದಾರೆ. ಹೇಗಾದ್ರೂ ಮಗುನ ಉಳಿಸ್ಕೋಬೇಕು. ಮನೆಗಿಂತ ಈ ನರ್ಸಿಂಗ್ ಹೋಂನಲ್ಲಿರೋದೇ ಹೆಚ್ಚು. ಡಾ॥ ಕಿಶೋರ್ ವಿದೇಶದಲ್ಲಿ ಕ್ಯಾನ್ಸರ್ ಬಗ್ಗೆ ಪರಿಣಿತಿ ಪಡೆದ ವೈದ್ಯರು. ಒಳ್ಳೆಯ ಮನುಷ್ಯ. ಅವರೇ ಎಷ್ಟೋ ಔಷಧಿಗಳನ್ನು ತರ್ಸೀ ಕೊಟ್ಟಿದ್ದಾರೆ. ಕ್ಯಾನ್ಸರ್ ಅಂದಕೂಡಲೇ ಸಾವಿನ ದರ್ಶನ. ವ್ಯರ್ಥವಾದ ಹೋರಾಟವಾದರೂ ಕೊನೆಯವರೆಗೂ ಹೋರಾಡಲೇಬೇಕು. ಸಕಾಲಕ್ಕೆ ಬಂದು ಹಣ ಕೊಟ್ರಿ. ಇಳಾಭಟ್ ಅವರತ್ರ ಒಂದೆರಡು ಸಲ ಇಸಿಕೊಂಡಿದ್ದೆ. ಹೇಗೆ, ಕೊಡೋದು ಅನ್ನೋದು? ಎಲ್ಲಾ ಹೋದ್ರು ಪರ್ವಾಗಿಲ್ಲ ಮಗು ಒಂದು ಉಳಿದರೆ ಸಾಕು" ಅತ್ತು ಕಣ್ಣು ಕೆಂಪಗೆ ಮಾಡಿಕೊಂಡರು. ಅಲ್ಲಿ ತೇಲಿದ್ದು ವಿಶ್ವನ ನಿಸ್ಸಾಯಕ ಕಣ್ಣುಗಳು.

ನರ್ಸಿಂಗ್ ಹೋಂನಿಂದ ಹೊರಬಂದ ಅವಳಿಗೆ ಎಲ್ಲಾ ಮಬ್ಬು ಮಬ್ಬು ಎನಿಸಿತು. ಮೊದಲ ಸಲ ವಾಂತಿ ವಿಶ್ವರಥ ಮಾಡಿಕೊಂಡಾಗ ಗಾಬರಿ, ಆತಂಕಕ್ಕಿಂತ ನಗು.

"ಅತ್ತಿಗೆ, ವಾಂತಿ ಮಾಡ್ಕೋಬೇಕಿತ್ತು. ಆದರೆ ನೀನ್ಯಾಕೆ ವಾಂತಿ ಮಾಡಿಕೊಂಡಿದ್ದು?" ಆರತಿ ಹಾಸ್ಯ ಮಾಡಿದಾಗ ಅವನ ಕಣ್ಣಲ್ಲಿ ನಿರುತ್ಸಾಹ ಜೊತೆಗೆ ನೋವು. "ಬೇಡ ಬಿಡು, ಸ್ವಲ್ಪ ಮಲಗ್ತೀನಿ" ಅಂದ. ನಂತರ ಊಟ, ತಿಂಡಿಯಲ್ಲಿ ನಿರಾಸಕ್ತಿ. ಸುಸ್ತು, ಸಂಕಟ ಜೊತೆ ಬದುಕಿನ ಬಗ್ಗೆ ನಿರಾಸಕ್ತಿ, ವಾಕರಿಕೆ. ಅಷ್ಟಿಷ್ಟು ಮನೆ ವೈದ್ಯವಾಗಿ ಡಾಕ್ಟರ ಬಳಿ ಹೋದದ್ದು.

ತೂಕದಲ್ಲಿ ಏರಿಳಿತ. ಬ್ಲಡ್‌ಟೆಸ್ಟ್ ಮಾಡಿ ಷುಗರ್ ಇದೆಯೆಂದು ಟ್ಯಾಬ್ಲೆಟ್ಸ್ ಬರೆದುಕೊಟ್ಟನಂತರ ಏನೇನು ಪ್ರಯೋಜನವಾಗದಿದ್ದಾಗ ಒಮ್ಮೆ ವಿಶ್ವರಥನೇ ಬೆಂಗಳೂರಿಗೆ ಹೋಗಿ ಬ್ಲಡ್ ಟೆಸ್ಟ್ ಮಾಡಿಸಿ, ಮೊದಲ ಸಲ 'ಲಿವರ್ ಸಿರೋಸಿಸ್' ಎಂದು ಗೊತ್ತಾಯಿತು. ಡಾ|| ಚಿದಾನಂದಮೂರ್ತಿ ರಿಪೋರ್ಟ್ ನೋಡಿ ಒಂದು ಕ್ಷಣ ಸುಮ್ಮನಾಗಿ ನಂತರ ಕೇಳಿದ್ದು,

"ನಿಮ್ಗೆ ಕುಡಿತದ ಅಭ್ಯಾಸವಿದ್ಯಾ? ತಕ್ಷಣ ನಿಲ್ಲಿಸಿ" ಇಂಥದೊಂದು ಮಾತಾಡಿದಾಗ ಅವನಿಗೆ ಗಾಬರಿ. ಆಮೇಲೆ ತೆಳುವಾದ ನಗೆ ಅರಳಿತು ಅವನ ತುಟಿಗಳ ಮೇಲೆ. "ಕಾಫೀ, ಒಂದು ಮೂರು ನಾಲ್ಕು ಸಲ ಕುಡಿಯಬಹುದು. ಅಮ್ಮನ ಬಲವಂತಕ್ಕೆ ಹಾಲು, ಮಧ್ಯಾಹ್ನದಲ್ಲಿ ಮಜ್ಜಿಗೆ, ಜೊತೆಗೆ ನೀರು ಕುಡಿಯೋದನ್ನು ಬಿಟ್ಟರೇ ಬೇರೆ ಅಭ್ಯಾಸವಿಲ್ಲ" ಅಂದ. ಆ ವೇಳೆಗೆ ಡಾಕ್ಟರ್ ಮೊಬೈಲ್ ಸದ್ದು ಮಾಡಿತು. ಆ ಕಡೆ ಗಮನ ಕೊಟ್ಟರು. "ಪೂರ್ತಿ ಫೀಸ್ ಸೆಟಲ್ ಮಾಡದೇ ಡಿಸ್ಚಾರ್ಜ್ ಮಾಡಬೇಡಿ. ಬಡತನ ಅವ್ರ ಹಣೆಬರಹ" ಇಂಥದೊಂದು ಮಾತಾಡಿ, ಇನ್ನೊಂದು ಪೇಷೆಂಟ್ ತಂದ ಈಸಿಜಿ ರಿಪೋರ್ಟ್ ಕಡೆ ಗಮನಹರಿಸಿದರು. ಅದು ಅವರ ಸ್ವಭಾವ. ಯಾವುದೇ ಪೇಷೆಂಟ್ ಸತ್ತು ಸ್ವರ್ಗ ಸೇರಬೇಕೇ ವಿನಹಃ ಅವರ ಕ್ಲಿನಿಕ್‌ನಿಂದ ಹಾಗೇ ಹೊರಗೆ ಹೋಗಲು ಬಿಡರು.

ಮುಗ್ಧಜನ, ನೆಗಡಿ, ತಲೆನೋವು, ಜ್ವರ ಅಂಥದ್ದು ಬಿಟ್ಟು ರೋಗ ಅಂಥದ್ದನ್ನು ಕಂಡವರೇ ಅಲ್ಲ. 'ಲಿವರ್ ಸಿರೋಸಿಸ್' ಎಂಥ ಕಾಯಿಲೆ ಅಂದುಕೊಂಡರು, ವಾಸಿಯಾಗದ್ದಲ್ಲ ಅಂತ ಅನ್ನಿಸಿರಲಿಲ್ಲ. ಅದು ಜ್ವರ, ನೆಗಡಿ, ವಾಂತಿ, ಭೇದಿ ಅಂತ ಬಂದು ಹೋಗುವ ಕಾಯಿಲೆಯೆಂದು ತಿಳಿದಿದ್ದರಷ್ಟೆ. ಆದರೆ ದಿನದಿಂದ ದಿನಕ್ಕೆ ಮಾತ್ರೆಗಳು ಜಾಸ್ತಿ ಆಯಿತು. ಹೋದಾಗಲೆಲ್ಲ ಬ್ಲಡ್ ಟೆಸ್ಟ್, ಟ್ರೀಟ್‌ಮೆಂಟ್ ವೆಚ್ಚವೇರಿತು. ಮನೆಯವರು ದಿಗ್ಭ್ರಾಂತರಾದರು. ಕಂಗಾಲಾಯಿತು ಇಡೀ ಕುಟುಂಬ.

ಕಡೆಗೆ ವಿಶ್ವರಥನೇ "ಏನೋ, ಇದು ನಂಗೆ ವಾಸಿಯಾಗುತ್ತೇಂತ ಅನ್ನಿಸೋಲ್ಲ. ದಿನ ಎಷ್ಟೊಂತ ಮಾತ್ರೆ ನುಂಗೋದು? ಎಲ್ಲಾ ನಿಲ್ಸಿ ನೋಡೋಣ. ತಾತನಿಗೆ ಕೂಡ ಷುಗರ್ ಇಲ್ಲ. ಆದರೆ.... ನಂಗೆ..." ಮೊದಲ ಸಲ ಅವನ ಕಣ್ಣಲ್ಲಿ ನೀರು ತುಂಬಿಕೊಂಡಿತು.

ಪಾರ್ವತಮ್ಮ, ಗಿರಿಜಮ್ಮ ಪಾತಾಳಕ್ಕೆ ಇಳಿದರು.

"ಅಯ್ಯೋ ಹಾಗೆಲ್ಲ ಮಾತಾಡಬೇಡ. ನಿಮ್ಮಪ್ಪ ಬೆಂಗಳೂರಿಗೆ ಹೋಗಿ ಬರೋಣಾಂದ್ರು." ಅಲ್ಲಿಗೆ ಹೋಗಿದ್ದಾಯಿತು.

ಅಲ್ಲಿನ ರಿಪೋರ್ಟ್ ನೋಡಿ ದಿಗ್ಭ್ರಾಂತರಾದರು.

"ಅವ್ನ ಮೈಯಲ್ಲಿ ರಕ್ತ ಕಡ್ಮೆಯಾಗಿದೆ. ಮೊದ್ಲು ಬ್ಲಡ್ ಕೊಡ್ಸಿ. ಇಲ್ಲದಿದ್ದರೆ ಪ್ರಾಣಕ್ಕೇ ಅಪಾಯ" ಇಂಥದೊಂದು ಎಚ್ಚರಿಕೆ ಬಂದ ಮೇಲೆ ಮೊದಲ ಸಲ ವಿಶ್ವರಥನ ಪ್ರಾಣದ ಬಗ್ಗೆ ಹೆದರಿದ್ದು. ಆಗಲೂ ಡಾ|| ಚಿದಾನಂದ ಮೂರ್ತಿ " 'ಡೋಂಟ್ ವರೀ', ಈ ಎರಡು ಮಾತ್ರೆ ಬೆಳಿಗ್ಗೆಯೊಂದು ರಾತ್ರಿಯೊಂಡು ಕೊಡಿ. ತೂಕದ ಏರಿಳಿತಕ್ಕೆ ಅಂಥ ದೊಡ್ಡ ಕಾರಣವೇನಿಲ್ಲ, ಆ ಡಾಕ್ಟ್ರು ಬರೆದುಕೊಟ್ಟ ಮಾತ್ರೆ ನಿಲ್ಸಿಬಿಡಿ" ಇಂಥದೊಂದು ಸಜೆಷನ್ ಪಾಸ್ ಮಾಡಿದರು. ನಂತರ 'ಲೋ ಷುಗರ್', 'ಲೋ ಬಿ.ಪಿ.' ಜೊತೆಗೆ ಮೈಯಲ್ಲಿ ಸಾಲ್ಟ್ ಕಮ್ಮಿಯಾಗಿದೆ ಎಂದರು. ಅವನ ಆರೋಗ್ಯದಲ್ಲಿ ವಿಚಿತ್ರವಾದ ಏರ್ಪಾಟು, ಕಾಲಿನ ಊತ, ಮೈಯೆಲ್ಲ ನವೆ. ಒಂದೇ ಎರಡೇ....?

"ಆ ಆಸ್ಪತ್ರೆಗೆ ಕರ್ಕೊಂಡ್ಹೋಗಿ,ನಾನು ಒಂದು ಕಾನ್ಫರೆನ್ಸ್ ಸಲುವಾಗಿ ದೆಹಲಿಗೆ ಹೋಗ್ತೀನಿ" ನುಣುಚಿಕೊಂಡು ಕೈ ತೊಳೆದುಕೊಂಡರು. ಆಮೇಲೆ ವಿಶ್ವರಥ ಬದುಕಿದ್ದು ಎಷ್ಟು ದಿನ? ಎರಡನೇ ದಿನ ಇಲ್ಲವಾದ.

ಆ ರೋಗದ ಅರಿವು ಇವರಿಗೆ ಸಂಪೂರ್ಣವಾಗಿ ಸಿಗಲಿಲ್ಲ. ಇಂದಿಗೂ ಡಾ|| ಚಿದಾನಂದಮೂರ್ತಿಯ ಬಗ್ಗೆ ಕೋಪ. ಅವನಿಗೆ ಸರಿಯಾದ ಚಿಕಿತ್ಸೆ ಸಿಕ್ಕಿದ್ದರೆ ಬದುಕಿರುತ್ತಿದ್ದ! ಅವಳ ಅಮ್ಮಂದಿರು ಇಂದಿಗೂ ಆ ಡಾಕ್ಟರ್‌ಗೆ ಹಿಡಿ ಶಾಪ ಹಾಕುತ್ತಾರೆ.

ಅಪೇಕ್ಷ, ಒಂದು ಪಾರ್ಕ್‌ನಲ್ಲಿ ಬಹಳ ಹೊತ್ತು ಕೂತಿದ್ದೇ ಮನೆಗೆ ಬಂದಿದ್ದು. ಇವಳಿಗಾಗಿ ಕಾಯುವಂತಿದ್ದ ಕವನ "ಸದ್ಯ ಬಂದೆಯಲ್ಲ. ನಿನ್ನ ಆಫಿಸ್‌ಗೆ ಹೋಗಿದ್ದೆ, ಸೆಕೆಂಡ್ ಹಾಫ್ ರಜ ಹಾಕಿಹೋದ್ರು ಅಂತ ಹೇಳಿದ್ರು. ಎಲ್ಲಿ ಹೋಗಿದ್ದೆ?" ಸ್ವಲ್ಪ ಗಾಬರಿಯಿಂದ ವಿಚಾರಿಸಿದಳು.

"ಒಂದಷ್ಟು ಹೊರಗಡೆ ಕೆಲ್ಸ ಇತ್ತು" ಹೇಳಿ ರೂಮಿಗೆ ಹೋದಳು.

ಅವಳ ಹಿಂದೆಯೇ ಬಂದ ಕವನ "ಆರತಿ ಫೋನ್ ಮಾಡಿದ್ರು. ಸತ್ಯೇಂದ್ರ ಫೋನ್ ಮಾಡಿದ್ರು. ನಿನ್ನಮ್ಮ ಫೋನ್ ಮಾಡಿದ್ರು. ನಂಗೆ ಅರುಣ ಫೋನ್ ಮಾಡಿದ್ದ" ವರದಿಯಂತೆ ಒಪ್ಪಿಸಿದಳು.

"ಈಗ ಮಾತಾಡಿಸ್ತೀನಿ" ತನ್ನ ಹ್ಯಾಂಡ್‌ಬ್ಯಾಗನ್ನು ಟೀಪಾಯಿ ಮೇಲಿಟ್ಟು "ಆರತಿ ಹೇಗಿದ್ದಾಳಂತೆ?" ಆ ವಿಷಯ ಮುಖ್ಯವೆನಿಸುವಂತೆ ಕೇಳಿದಳು. "ಪರ್‌ಫೆಕ್ಟ್, ನಾರ್ಮಲ್ ಅನ್ನಿಸ್ತು. ನೀನು ಬರಲೇಬೇಕೂಂತ ಹೇಳಿದ್ಲು" ಅಷ್ಟನ್ನೂ ಆತುರದಿಂದಲೇ ಉಸಿರಿದ್ದು.

ಅಷ್ಟರಲ್ಲಿ ಬಾತ್ ರೂಂನಿಂದ ಇಳಾಭಟ್ ಒದ್ದೆ ಮುಖವನ್ನು ಟವಲಿನಿಂದೊತ್ತುತ್ತ "ರೋಜಿ ಫೋನ್ ಮಾಡಿ ಥ್ಯಾಂಕ್ಸ್ ಹೇಳಿದ್ಲು. ನಾನೆಲ್ಲಿ ಕೊಟ್ಟೇ ಹಣ?" ವಿಚಾರಿಸಿದರು.

"ಇರ್ಲೀ ಬಿಡಿ, ಅವ್ರಿಗೆ ಹಣದ ಅಗತ್ಯವಿತ್ತು. ಅದಕ್ಕೆ ಕೊಟ್ಟೆ" ಸಹಜವಾಗಿ ನುಡಿದಾಗ ಇಳಾಭಟ್ ಅವಳ ಎದುರು ಕೂತು "ಅಯ್ಯೋ, ಯಾಕೆ ಕೊಡೋದಿಕ್ಕೆ ಹೋದೆ? ಅದು ಹಿಂದಕ್ಕೆ ಬರೋಲ್ಲ. ಕೊಡೋಕೆ ಮೊದ್ಲು, ನನ್ನ ಒಂದ್ಸಲ ಕೇಳಬೇಕಿತ್ತು. ಸುಮಾರು ಜನ ಹಣ ಕೊಟ್ಟು ಕಳ್ದುಕೊಂಡಿದ್ದಾರೆ. ಅವಳಿಗೊಂದು ಹುಚ್ಚು! ಕ್ಯಾನ್ಸರ್ ಬಂದ ಮೇಲೆ ಗುಣವಾಗಿದ್ದುಂಟಾ?" ಸಹಜವಾಗಿ ಆಡಿಬಿಟ್ಟರು. ಆ ಮಗು ತಮ್ಮದಲ್ಲ, ಇಂಥದೊಂದು ನಿಲುವು ಆಕೆಯದು.

ಅಪೇಕ್ಷ ದಿಗ್ಭ್ರಾಂತಳಾಗಿ ಕೂತುಕೊಂಡಳು. ಅವಳ ಬಾಯಿಂದ ಮಾತುಗಳು ಹೊರಡಲಿಲ್ಲ. ಮಮತೆ, ಸಂವೇದನೆ ಸಂಸಾರಕ್ಕೆ ಮಾತ್ರ.

ಹಣೆಗೆ ಸ್ಟಿಕರ್ ಸಿಕ್ಕಿಸಿಕೊಳ್ಳುತ್ತ "ನೀನು ಕೊಡಬಾರದಿತ್ತು. ನಾನು ಬೇಕಾದರೇ ಸ್ಟಾಂಪ್ ಪೇಪರ್ ಮೇಲೆ ಬರೆದುಕೊಡ್ತೀನಿ, ಅವಳಂತು ಆ ಹಣನ ವಾಪಸ್ಸು ಕೊಡೋಲ್ಲ. ನನ್ನ ನೀನೇನು ಅಂದ್ಕೋಬಾರ್ದು. ನಂಗೆ ಗಂಡು ಮಕ್ಕಳೂಂತ ಇದ್ದಾರೆ. ಅವರಿಗಿವರಿಗೆ ಹಣ ಕೊಟ್ಟು ಕಳ್ದುಕೊಳ್ಳೋಕೆ ತಯಾರಿಲ್ಲ" ಮತ್ತದೇ ಧೋರಣೆಯ ಮಾತು ಇಳಾಭಟ್‌ರಿಂದ. ಆದು ಗೊತ್ತಿರೋದೆ.

"ಪ್ಲೀಸ್, ಖಂಡಿತ ನಿಮ್ಮನ್ನ ಏನು ತಿಳ್ದುಕೊಳ್ಳೋಲ್ಲ? ಆ ಹಣ ನಂಗೆ ಹಿಂದಕ್ಕೆ ಬರುತ್ತೇಂತ ತಿಳ್ದುಕೊಂಡಿಲ್ಲ. ಆ ಸ್ಥಿತಿಯನ್ನು ಅನುಭವಿಸಿದ್ದೀನಿ. ರೋಜಿಗೆ ನಾನೇ ಕೊಟ್ಟು ಕಳಿಸ್ದೇಂತ ಹೇಳಿಬಿಡಿ" ಎಂದಳು. ಕವನಗೆ ಇದು ಯಾವುದು ಅರ್ಥವಾಗಲಿಲ್ಲ.

"ಅಯ್ಯೋ, ರೋಜಿ ಥ್ಯಾಂಕ್ಸ್ ಹೇಳೋಕೆ ಫೋನ್ ಮಾಡಿದಾಗ ನಾನು ಇರೋ ವಿಷ್ಯ ಹೇಳೇಬಿಟ್ಟೆ. ನಾನು ಅಷ್ಟೆಲ್ಲ ಕೊಡೋಲ್ಲಾಂತ ಅವಳಿಗೆ ಗೊತ್ತು. 500 ಅಥವಾ 1000 ಅಷ್ಟರ ಮೇಲೆ ಸಾಲಗಳನ್ನ ಕೊಡೋಲ್ಲ" ಕಟ್ಟುನಿಟ್ಟಾಗಿ ಉಸುರಿದರು ಇಳಾಭಟ್.

ಟವಲಿಡಿದು ಅಪೇಕ್ಷ ಬಾತ್‌ರೂಂಗೆ ಹೋದಳು. ಕವನಳನ್ನು ಹಿಡಿದು ಕೂಡಿಸಿಕೊಂಡು ವಿಷಯ ತಿಳಿಸಿ "ಇವ್ಳಿಗೆ ಯಾಕೆ ಬೇಕಿತ್ತು? ಕಷ್ಟದಲ್ಲಿರೋರಿಗೆಲ್ಲ ಸಹಾಯ ಮಾಡೋಕ್ಕಾಗುತ್ತ? ಒಂದಿಷ್ಟು ಅರಿಯರ್ಸ್ ಬಂತು. ನಾಳಿದ್ದು ನನ್ನ ಗಂಡನ ಬರ್ಥ್‌ಡೇ. ಅದಕ್ಕೆ ಉಂಗುರ ತಗಂಡ್‌ಬಂದೇ" ಬಾಕ್ಸ್ ಓಪನ್ ಮಾಡಿ ಉಂಗುರವನ್ನು ಅವಳ ಮುಂದಿಡಿದರು. ಬರೀ ಉಂಗುರ ಮಾತ್ರ ಫಳಫಳ ಅನ್ನಲಿಲ್ಲ, ಇಳಾಭಟ್ ಮುಖ ಕೂಡ ಮಿನುಗಿತು.

"ಚೆನ್ನಾಗಿದೆ" ಚುಟುಕಾಗಿ ಹೇಳಿದಳು.

ತಕ್ಷಣಕ್ಕೆ ಅಪೇಕ್ಷನು ಅರ್ಥವಾಗಲಿಲ್ಲ, ಇಳಾಭಟ್ ಹೇಳಿದ್ದು ಎಷ್ಟು ಸರಿಯೆನಿಸಿತು?

ಆ ಬಗ್ಗೆ ಅಪೇಕ್ಷಗೇನು ಇಂಟರೆಸ್ಟ್ ಇರದಿದ್ದರಿಂದ ರೂಮಿನಿಂದ ಹೊರಗೆ ಹೋದಳು. ರೋಜಿ ಮಗ ಉಳಿಯಬಹುದಾ? ಹೃದಯ ಕಿತ್ತು ಬಾಯಿಗೆ ಬಂದಂತಾಯಿತು. ಎಲ್ಲಾದರೂ ಕೂತು ಮನಸ್ಸು ಪೂರ್ತಿ ಅತ್ತು ಬಿಡಬೇಕೆನಿಸಿತು. ಆ ಅಳುವಿನಿಂದ ಏನಾದರು ಪ್ರಯೋಜನವುಂಟಾ?

"ಅಪೇಕ್ಷ..." ಕವನ ಅವಳ ಹೆಗಲ ಮೇಲೆ ಕೈ ಇಟ್ಟಳು. ಕೆನ್ನೆ ಮೇಲೂ ಸರಿದ ಕಂಬನಿಯನ್ನು ತೊಡೆದುಕೊಂಡು "ಹಾ...." ಎಂದು ಅವಳತ್ತ ನೋಟ ಹರಿಸಿ,

"ಇವತ್ತು ಇಳಾಭಟ್ ಕೋಲಿಗ್‌ನ ನರ್ಸಿಂಗ್‌ಹೋಂನಲ್ಲಿ ಹೋಗಿ ಮೀಟ್ ಮಾಡ್ದೆ. ಅವ್ರ ಮಗುಗೆ ಬ್ಲಡ್ ಕ್ಯಾನ್ಸರ್ ಅಂತೆ. ಅಂಡರ್ ಟ್ರೀಟ್‌ಮೆಂಟ್. ಒಂದು ರೀತಿಯ ಹೋರಾಟ. ಆ ಮಗುವಿಗಾಗಿ ಸಮಸ್ತ ಗಳಿಕೆ, ಉಳಿಕೆ ಎಲ್ಲ ಕಳೆದುಕೊಳ್ಳಲು ಸಿದ್ಧವೆನ್ನುವ ಸ್ಥಿತಿ. ಇಂಥ ಅವಧಿಯನ್ನು ಫೇಸ್ ಮಾಡಿದ್ದಿದೆ. ಅಬ್ಬ, ಮೈ ನಡಗುತ್ತೆ. ನಳನಳಿಸುತ್ತಿದ್ದ ವಿಶ್ವನಿಗೆ 'ಲಿವರ್ ಸಿರೋಸಿಸ್'. ಬಹುಶಃ ನಾನು ಮಾತ್ರವಲ್ಲ, ನಮ್ಮ ಮನೆಯವರು ಅಂಥದೊಂದು ಕಾಯಿಲೆಯ ಹೆಸರನ್ನು ಕೇಳಿರಲಿಲ್ಲ. ನಿಂಗೇನಾದ್ರೂ ಗೊತ್ತಾ?" ಕೇಳಿದಳು.

ಕವನ ಮುಖ ಮಂಕಾಯಿತು.

"ಮೊದ್ಲು ಗೊತ್ತಿರಲಿಲ್ಲ. ಇಂಟರ್‌ನೆಟ್‌ನಲ್ಲಿ ಸರ್ಚ್ ಮಾಡ್ದೆ. ಸಿರೋಸಿಸ್ ತನ್ನ ಆರಂಭಿಕ ಹಂತದಲ್ಲಿ ಯಾವ್ದೇ ರೋಗಲಕ್ಷಣಗಳನ್ನು ಹೊರ್ಗೆ ಹಾಕೋದಿಲ್ವಂತೆ. ಆದರೆ...ಲಿವರ್ ಕೆಟ್ಟು ಹೋಗುತ್ತಿದ್ದಂಗೆ ಸುಸ್ತು, ವಾಕರಿಕೆ, ಕಾಲು, ಹೊಟ್ಟೆಯೂತ..." ಮುಂದೆ ಅವಳಿಂದ ಮಾತನಾಡಲಾಗಲಿಲ್ಲ. ನೋಡಿರದ ವಿಶ್ವರಥನ ಬಗ್ಗೆ ಎಷ್ಟು ಪೊಸೆಸ್ಸಿವ್ ಆಗಿದ್ದಳೂಂದರೇ ತೀರಾ ಮನಸ್ಸಿಗೆ, ಹೃದಯಕ್ಕೆ ಹತ್ತಿರವಾಗಿದ್ದ ವ್ಯಕ್ತಿಯೆನ್ನುವಂತೆ ವ್ಯಥೆಪಡುತ್ತಿದ್ದದ್ದು ಬೇರೆಯವರಿಗೆ ಸೋಜಿಗವೆನಿಸಬಹುದು.

ಕವನ ತಾನೇ ಬಿಕ್ಕಿದಾಗ, ಅಪೇಕ್ಷಳಿಂದ ಅಳು ತಡೆದುಕೊಳ್ಳಲಾಗಲಿಲ್ಲ. ಬಿಕ್ಕಿಬಿಕ್ಕಿ ಸಮಾನ ದುಃಖಿಗಳೆನ್ನುವಂತೆ ಒಬ್ಬರನೊಬ್ಬರು ತಬ್ಬಿಕೊಂಡು ಅತ್ತರು.

ಕಡೆಗೆ ಸಮಾಧಾನಗೊಂಡ ಅಪೇಕ್ಷ "ಆಗಾಗ ಡಾ॥ ಚಿದಾನಂದಮೂರ್ತಿಯವರಲ್ಲಿ ಚೆಕ್‌ಅಪ್‌ಗೆ ಹೋಗ್ತಾ ಇದ್ವಿ. ಬ್ಲಡ್ ಟೆಸ್ಟ್, ಷುಗರ್ ಟೆಸ್ಟ್, ಬಿ.ಪಿ. ಟೆಸ್ಟ್.... ಇಸಿಜಿ.... ಸ್ಕ್ಯಾನಿಂಗ್.... ಈ ನಿರಂತರವಾದ ಓಡಾಟ ಅವ್ನ ತುಂಬ ಸುಸ್ತು ಮಾಡ್ತು. ಅತಿಯಾದ ಮದ್ಯಪಾನ, ಹೈಪಟೈಸಿಸ್‌ಸಿ ಅಂಥ ಕಾಯಿಲೆ 'ಲಿವರ್ ಸಿರೋಸಿಸ್'ಗೆ ಕಾರಣ ಅಂದ್ರು. ಅಲ್ಕೋಹಾಲ್ ರುಚಿ ಕಂಡವನಲ್ಲ, ಎಂದೂ ರೋಗದಿಂದ ನರಳಿದ್ದು ನನಗೆ ನೆನಪಿಲ್ಲ. ಇಲ್ಲಿ ಬೆಂಗಳೂರಿಗೆ ಬಂದ ಆರು ತಿಂಗಳನಂತರ ಮ್ಯಾನೇಜರ್ ಶಾಸ್ತ್ರಿಯವರಿಗೆ ತಿಳಿದ ಒಬ್ಬ ಫಿಜಿಸಿಯನ್ ಭೇಟಿಯಾದೆ. ಅವರು ನನಗೆ ಕೆಲವು ಡಿಟೈಲ್ಸ್ ಕೊಟ್ರು. ಲಿವರ್ ದೊಡ್ಡದಾಗಿರೋದು, ಕಠಿಣವಾಗಿರೋದ್ನ ವೈದ್ಯರು ಮುಟ್ಟಿನೋಡಿಯೇ ಪರೀಕ್ಷಿಸಬಹುದಂತೆ. ಲಿವರ್ ಬ್ಲಡ್ ಟೆಸ್ಟ್‌ನಿಂದ, ಡ್ಯಾಮೇಜ್ ಆಗಿರುವ ಲಿವರ್

ಕೆಲವು ಎಂಜೈಮ್ (ಕಿಣ್ವ)ಗಳನ್ನು ಉತ್ಪತ್ತಿ ಮಾಡುತ್ತಂತೆ, ಅವುಗಳ ಪ್ರಮಾಣ ನೋಡಿದಾಗ ಲಿವರ್‌ನ ಸ್ಥಿತಿ ತಿಳಿಯುತ್ತಂತೆ. ಬಿಲಿರುಬಿನ್ ಟೆಸ್ಟ್, ಅಲ್ಟ್ರಾಸೌಂಡ್, ಜೊತೆ ಲಿವರ್ ಬಯಾಪ್ಸಿ ಮುಖ್ಯವಂತೆ. ರೋಗದ ಸರಿಯಾದ ಪ್ರಮಾಣವನ್ನು ಪಕ್ಕಾ ತಿಳಿಯಲು ಇದರಿಂದ ಮಾತ್ರ ಸಾಧ್ಯ ಅಂದರು. ಲಿವರ್‌ನ ಒಂದು ಸಣ್ಣ ಚೂರನ್ನು ತೆಗೆದು ಸೂಕ್ಷ್ಮದರ್ಶಕ ಯಂತ್ರದಲ್ಲಿ ನೋಡುತ್ತಾರಂತೆ. ಅದಕ್ಕೆ ಬಳಕೆಯಾಗುವುದು ಸಣ್ಣ ಸೂಜಿ. ಅದು ತುಂಬ ಸರಳ ವಿಧಾನವಂತೆ. ಅದಕ್ಕೆ ಲೋಕಲ್ ಅನಸ್ತೇಸಿಯಾ ಸಾಕೂಂದ್ರು. ಆ ಟೆಸ್ಟ್‌ನ ಡಾ।। ಚಿದಾನಂದಮೂರ್ತಿ ಸೂಚಿಸಲೇ ಇಲ್ಲ. ಪದೇ ಪದೇ ತನ್ನ ಲಿಮಿಟ್‌ನಲ್ಲಾಗುವ ಟೆಸ್ಟ್‌ಗಳ್ನ ಮಾತ್ರ ಮಾಡೋರು. ಈಗ ಅನಿಸುತ್ತೆ. ಅಲ್ಲಿ ಅವರಿಗೆ ಹಣ ಮಾತ್ರ ಮುಖ್ಯವಾಗಿತ್ತು, ಪೇಷಂಟ್ ಬಗ್ಗೆ ಚಿಂತಿಸಲು ಸಮಯವೇ ಇರಲಿಲ್ಲ. ಬೆಂಗ್ಳೂರಿನಲ್ಲಿ ನಾಲ್ಕು ಕ್ಯಾಂಪ್ಲೆಕ್‌ಗಳು ತಲೆಯೆತ್ತಿ ನಿಂತಿವೆ. ನೀಚ ಮನುಷ್ಯ. ಅವನಿಗೆ ಲಿವರ್ ಸಿರೋಸಿಸ್‌ನಿಂದ ಆದ ಆರೋಗ್ಯದಲ್ಲಿನ ಬದಲಾವಣೆಗೆ ಸಾಮಾನ್ಯ ಹೆಸರನ್ನಿಟ್ಟು ಮಾತ್ರೆಗಳನ್ನು ಬರೆದುಕೊಟ್ಟ. ರಕ್ತಸ್ರಾವ, ದ್ರವಸಂಗ್ರಹ (ಅಸೈಟಿಸ್) ಗುದದ್ವಾರದ ಬಳಿ ವೇನ್ ವಿರೂಪಗೊಳ್ಳುವಿಕೆ. ಛಿ... ಒಂದೇ... ಎರಡೇ... ಅದಕ್ಕೆ ಪೈಲ್ಸ್ ಎನ್ನುವ ಹೆಸರು. ನೋವಿನ ಶಮನಕ್ಕೆ ಆಂಟಿಬಯೋಟಿಕ್ಸ್.... ಅಯ್ಯೋ ವಿಶ್ವಣ್ಣನ್ನ ಹಂತಹಂತವಾಗಿ ಕೊಂದುಬಿಟ್ಟ..." ಎಂದವಳ ದನಿಯಲ್ಲಿ ರೋಷವಿತ್ತು. ಶಕ್ತಿ ಇದ್ದಿದ್ದರೆ ಡಾ।। ಚಿದಾನಂದಮೂರ್ತಿಯನ್ನು ಕತ್ತು ಹಿಸುಕಿ ಕೊಂಡುಬಿಡುತ್ತಿದ್ದಳೇನೋ! ಆದರೆ ಇದು ಸಾತ್ವಿಕ ಕೋಪ.

ಅಷ್ಟರಲ್ಲಿ ಹೊರಬಂದ ಇಳಾಭಟ್ "ಇವತ್ತು ನನ್ನ ಮಗಳಿಗೆ ಡ್ರೆಸ್ ಕೊಂಡೆ. ನೋಡಿ ಹೇಗಿದೆಯೋ" ಪ್ಯಾಕೆಟ್ ಬಿಚ್ಚಿ ಅವರ ಮುಂದಿಡಿದಳು. "ಅಯ್ಯೋ ಬಿಡಿ, ಅಪೇಕ್ಷ ನಿಮ್ಮ ಕೊಲೀಗ್ ರೋಜಿ ಮಗನ್ನ ನೋಡ್ ಬಂದು ಅಪ್‌ಸೆಟ್ ಆಗಿದ್ದಾಳೆ. ಈಗ ತೆಗೆದಿಡಿ" ಕವನ ಸ್ವಲ್ಪ ಕಠಿಣವಾಗಿಯೇ ಹೇಳಿದ್ದು.

ಆಕೆ ಮುಖ ಒಂದು ತರಹ ಮಾಡಿ "ಅಯ್ಯೊ, ಆಗಿರೋದು ಅವ್ರ ಮಗುಗೆ. ಇವರ‍್ಯಾಕೆ ಅಪ್ಸೆಟ್ ಆಗಬೇಕು? ನೀವು ತುಂಬ ಸೆನ್ಸಿಟಿವ್" ಎನ್ನುತ್ತ ಬೇಸರದಿಂದ ಡ್ರೆಸ್‌ನ ತಗೊಂಡ್ ಹೋದರು. ಸುತ್ತಮುತ್ತಲು ಏನೇ ನಡೆದರೂ ಅದು ತನಗೆ ಸಂಬಂಧಿಸಿದ್ದಲ್ಲ ಎಂದುಕೊಳ್ಳುವ ಹೆಣ್ಣು. ಇಂಥ ಜನರ ಸಂಖ್ಯೆ ಎಷ್ಟು ಪರ್ಸೆಂಟ್ ಇರಬಹುದು?

"ರೋಗದ ಕಾರಣವನ್ನ ಬೇಗ ಪತ್ತೆ ಮಾಡುವುದರಿಂದ ಮತ್ತು ಸಿರೋಸಿಸ್‌ನ ಅಪಾಯದ ಅಂಶಗಳನ್ನು ಕಡಿಮೆ ಮಾಡುವುದರಿಂದ ರೋಗಿಯನ್ನು ಸಂಪೂರ್ಣವಾಗಿ ಸಿರೋಸಿಸ್‌ನಿಂದ ಕಾಪಾಡಬಹುದು ಅಂದರು ಡಾ।। ಗೋಕುಲ್. ನಾವು ಮುಗ್ಧ ಜನ, ಆದರೆ ಅಂಥ ಯಾವ ಪ್ರಯತ್ನವನ್ನು ಡಾ।। ಚಿದಾನಂದಮೂರ್ತಿ ಮಾಡಲಿಲ್ಲ. ಎಂ.ಬಿ.ಬಿ.ಎಸ್. ಓದಿ ನಂತರ ಪ್ರಕೃತಿ ಚಿಕಿತ್ಸೆಯನ್ನು ಅಭ್ಯಾಸ ಮಾಡಿದ ಡಾ।। ಗೋಕುಲ್ ಲಿವರ್ ಸಿರೋಸಿಸ್‌ನ ಬಗ್ಗೆ ಸಾಕಷ್ಟು ಮಾಹಿತಿ ಒದಗಿಸಿದರು." ಹಿಂದೆ

ವಿಶ್ವಣ್ಣ ಡೈರಿಯಲ್ಲಿ ಗುರುತು ಹಾಕಿಕೊಂಡಿದ್ದ ಪ್ರಸಿದ್ಧ ಚುಟುಕು ಸಾಹಿತಿ ದುಂಡಿರಾಜ್‌ರ ಪದ್ಯ ನೆನಪಿಸಿಕೊಂಡಳು.

ಡಾಕ್ಟರ್ ಸಾಹೇಬರೇ ನಮಸ್ಕಾರ
ನೀವು ಯಮರಾಜನ ಸಹೋದರ
ಆತ ಕಸಿಯುತ್ತಾನೆ ಬರೀ ಪ್ರಾಣ
ನೀವು ಪ್ರಾಣದ ಜತೆ ಹಣ.

ತಟ್ಟನೆ ಕಣ್ಣೊರೆಸಿಕೊಂಡು ರೂಮಿಗೆ ಹೋದಳು. ಕವನ ನಿಂತಲ್ಲಿಯೇ ವಿಗ್ರಹವಾದಳು.

ಅಪೇಕ್ಷ ಅತ್ತು ಅತ್ತು ಸಮಾಧಾನವಾಗಬೇಕಿತ್ತು.

ವಿಶ್ವರಥನಿಗೆ ಮದ್ಯಪಾನದ ಅಭ್ಯಾಸವಿರಲಿಲ್ಲ. ದೀರ್ಘ ಕಾಲದ ರೋಗಗಳಿಂದ ಬಳಲಿರಲಿಲ್ಲ. 'ಲಿವರ್ ಸಿರೋಸಿಸ್' ಬಂದಿದ್ದಾದರು ಹೇಗೆ? ಯಾವ ಕಾರಣದಿಂದ ಸಿರೋಸಿಸ್ ಆಗಿದೆಯೆನ್ನುವುದರ ಮೇಲೆ ಚಿಕಿತ್ಸೆ, ರೋಗ ತೀವ್ರವಾದಾಗ ಲೀವರ್ ಕಸಿಯೊಂದೇ ಮಾರ್ಗ. ಇದನ್ನು ಡಾ॥ ಚಿದಾನಂದಮೂರ್ತಿ ಸೂಚಿಸಬೇಕಿತ್ತು.

ಅಂದರೆ ಲಿವರ್ ಕಸಿಯಿಂದ ವಿಶ್ವರಥನನ್ನು ಬದುಕಿಸಿಕೊಳ್ಳಬಹುದಿತ್ತು! ಅಂಥ ಮಾರ್ಗದರ್ಶನ ಸಿಕ್ಕಿ ವಿಶ್ವರಥ ಉಳಿದುಕೊಂಡಿದ್ದರೇ, ಸಮಸ್ತವನ್ನು ಕಳೆದು ಕೊಂಡಿದ್ದರು ಅವನೊಂದಿಗೆ ಸಂತೋಷವಾಗಿರುತ್ತಿತ್ತು, ಶೇಷಪ್ಪಯ್ಯನ ಕುಟುಂಬ ಅಂದುಕೊಂಡ ಕವನಳ ಕಣ್ಣಂಚಿನಲ್ಲಿ ಕಂಬನಿ ಇತ್ತು. ಆ ಡಾಕ್ಟರರ ತಪ್ಪಿಗೆ ಇಡೀ ಕುಟುಂಬ ಬಲಿ. ಅವನಿಗೆ ಯಾರು ಶಿಕ್ಷೆ ಕೊಡಬೇಕು?

* * * *

ನಯನಾ ಇಲ್ಲಿಂದ ಹೋಗಿ ಒಂದು ತಿಂಗಳಾಗಿತ್ತು. ಒಂದೆರಡು ಸಲ ಮೃಣಾಲಿನಿ ಫೋನ್ ಮಾಡಿದಾಗ "ಬರ್ತೀನಿ, ಆದಷ್ಟು ಬೇಗ. ಡ್ಯಾಡ್ ಇಲ್ಲೇ ಕೆಲ್ಸ ಹುಡುಕಿಕೋ ಅಂತಾ ಇದ್ದಾರೆ, ನೋಡಬೇಕು." ಇಂಥದೊಂದು ಸಮಜಾಯಿಷಿ ಕೊಟ್ಟಿದ್ದಳು. ಅವಳ ಎಲ್ಲಾ ವಸ್ತುಗಳು ರೂಮಿನಲ್ಲಿಯೇ ಇತ್ತು. ಇಲ್ಲಿನ ಅಕೌಂಟೆಂಟ್ ತಮ್ಮ ಕಡೆಯ ಒಂದು ಹುಡುಗಿ ಇದೆ, ಪೇಯಿಂಗ್ ಗೆಸ್ಟ್ ಆಗಿ ಸೇರಿಸಿಕೊಂಡು ಜಾಗ ಕೊಡಿ ಎಂದು ದುಂಬಾಲುಬಿದ್ದಿದ್ದ. ನೋಡೋಣ ಎಂದಿದ್ದರು. ಪೂರ್ತಿ ಬಯೋಡಾಟಾದ ಜೊತೆ ಹುಡುಗಿಯನ್ನು ಇಂಟರ್‌ವ್ಯೂ ಮಾಡಿಯೇ ಸೇರಿಸಿಕೊಳ್ಳುತ್ತಿದ್ದುದು. ಕೆಲವನ್ನು ಸ್ಟ್ರಿಕ್ಟಾಗಿ ಪಾಲಿಸುತ್ತಿದ್ದರು.

ಭಾನುವಾರ ಬಟ್ಟೆಗಳನ್ನೆಲ್ಲ ಒಗೆದು ಹರವಿ ತಲೆಗೆ ಸ್ನಾನ ಮಾಡಿಕೊಂಡು ಅಪೇಕ್ಷ ಮೃಣಾಲಿನಿ ರೂಮಿಗೆ ಬಂದಾಗ, ಯಾವುದೋ ಲೆಟರ್ಸ್ ನೋಡುತ್ತಿದ್ದವರು ತಲೆಯೆತ್ತಿ ಮುಗುಳ್ನಗೆ ಬೀರಿದರು.

"ಬಾ.... ಬಾ.... ಸಂಜೇ ಕೂಡ ಬಿಜಿ. ಮೊದ್ಲು ಭಾನುವಾರ ರಾತ್ರಿ ಡಿನ್ನರ್ ವೇಳೆಯವರೆಗೂ ಮನೆ ಭಣಗುಟ್ಟೋದು. ಮೊದಲು ಕವನ ಕೂಡ ಓಡಾಡೋಳು.

ಮೊದಲ ಸಲ ವಿಷ್ಣುಕಟ್ಟೆಗೆ ಹೋಗಿಬಂದ ಮೇಲೆ ಪೂರ್ತಿ ಬದಲಾಗಿದ್ದಾಳೆ. ಈಗ ಪೂರ್ತಿ ನಿನ್ನ ಫಾಲೋಯರ್" ಎಂದರು. ಆ ಬದಲಾವಣೆ ಅವರಿಗೆ ಇಷ್ಟವಾಗಿತ್ತು. ಅವಳಿಗೆ ಹೆತ್ತವರು ಇದ್ದರು! ವಿದ್ಯಾವಂತರು,ಸಮಾಜದಲ್ಲಿ ಸ್ಟೇಟಸ್ ಇದ್ದ ಜನ. ಕನಿಷ್ಟ ತಿಂಗಳಿಗೊಮ್ಮೆಯಾದರು ವಿಚಾರಿಸುತ್ತಿರಲಿಲ್ಲ.

ಒಮ್ಮೆ ಯಾವುದೋ ಸಂದರ್ಭದಲ್ಲಿ ಕವನ ಮಮ್ಮಿ ಹೇಳಿದ್ದರು. "ಬೆಳೆಸಿದ್ವಿ, ಎಜುಕೇಷನ್ ಕೊಡ್ಸಿದ್ದೀವಿ. ಇನ್ನು ಪೂರ್ತಿ ಸ್ವತಂತ್ರಳು. ಪಾರ್ಟನರ್ ಆಯ್ಕೆ ಕೂಡ ಅವಳದೇ. ನಾವು ಅವಳ ಯಾವ್ದೇ ವಿಚಾರದಲ್ಲಿ ಮೂಗು ತೂರಿಸೋಲ್ಲ. ಅವಳು ಕೂಡ ನಮ್ಮನ್ನ ಏನು ಕೇಳೋ ಅಗತ್ಯವಿಲ್ಲ." ತುಂಬು ದೃಢತೆ ಇತ್ತು ಅವರ ಮಾತಿನಲ್ಲಿ.

ಆ ಸಮಯದಲ್ಲಿ ಏನಾದರೂ ಹೇಳಬೇಕೆನಿಸಿದರು, ಸುಮ್ಮನಾಗಿದ್ದರು. ಕವನ ಬಗ್ಗೆ ಸಹಾನೂಭೂತಿ ಅಷ್ಟೆ.

"ಯಾಕೆ ನಿಂತೆ, ಕೂತ್ಕೋ. ಇಳಾಭಟ್ ಹೊರ್ಗೆ ಹೋದ್ರಾ?" ಕೇಳಿದರು. "ಹೊರಟಿದ್ದು, ಕೊನೆ ಗಳಿಗೆಯಲ್ಲಿ ಕ್ಯಾನ್ಸಲ್ ಮಾಡಿದ್ರು. ಇವರು ರೆಡಿಯಾಗಿದ್ರು, ಅವ್ರ ಗಂಡ ಬರೋಲ್ಲಾಂತ ಫೋನ್ ಮಾಡಿದ್ದಾರೆ. ಅದಕ್ಕೆ ಒಂದಿಷ್ಟು ಅಪ್‌ಸೆಟ್ ಆಗಿದ್ದಾರೆ" ಅವಳ ತುಟಿಯಂಚಿನಲ್ಲಿ ನಗು ಅರಳಿತು.

"ಸರಳ ಮನಸ್ಥಿತಿಯ ಹೆಣ್ಣು ಮಗಳು. ಸದಾ ಬರೀ ಗಂಡ, ಮಕ್ಕಳು ಜೊತೆಗೆ ಅತ್ತೆ, ಮಾವನ್ನ ಸೇರಿಸಿಕೊಂಡು ಮಾತಾಡ್ತಾರೆ. ಅವರ ಮಾತು ಗಿರಕಿಯೊಡೆಯೋದು ಅವ್ರುಗಳ ಸುತ್ತನೇ. ಏನೇ ಬದಲಾವಣೆ ಬಂದರೂ ತಾತ್ಕಾಲಿಕವೇ. ಏನು ನಿನ್ನ ವಿಷಯ? ವಿಷ್ಣುಕಟ್ಟೆಗೆ ಹೊರಡೋ ತೀರ್ಮಾನ ತಾನೇ?" ಇಂಥದೊಂದು ಪ್ರಶ್ನೆಗೆ ತಡವಾಗಿಯೇ ಉತ್ತರಿಸಿದ್ದು "ಕವನ ಅಮ್ಮನಿಗೆ, ಆರತಿಗೆ, ಕಡೆಗೆ ಸತ್ಯೇಂದ್ರನಿಗೂ ಫೋನ್ ಮಾಡಿ ಕೂತಿದ್ದಾಳೆ. ಅವಳಂತು ಹೋಗೋದು ಗ್ಯಾರಂಟಿ. ನಾನು ಹೋಗದಿದ್ದರೇ, ಮನೆಯಲ್ಲಿ ನೊಂದ್ಕೋತಾರೆ" ಹೋಗಬೇಕಾದ ಅನಿವಾರ್ಯತೆಯನ್ನು ಹೇಳಿದಳು. ಚಿಂತನೆ ಅವರ ಮುಖದಲ್ಲಿ ಇಣುಕಿತು.

"ಇಫ್ ಯು ಡೋಂಟ್ ಮೈಂಡ್, ಒಂದಿಷ್ಟು ವಿಚಿತ್ರವೆನಿಸುತ್ತೆ ನಂಗೆ. ಕವನ ಮಾತಾಡೋದೆಲ್ಲ ನಿನ್ನ ಬಗ್ಗೆ ಮಾತ್ರವಲ್ಲ ನಿನ್ನ ಮನೆಯವರ ಬಗ್ಗೆ, ಜೊತೆಗೆ ಇಲ್ಲವಾದ ವಿಶ್ವರಥನ ಬಗ್ಗೆ ಎಷ್ಟೋ ಹೇಳ್ತಾಳೆ. ಅಂತರಂಗದಲ್ಲಿ ಅವನನ್ನು ಪ್ರೀತಿಸ್ತಾ ಇದ್ದಾಳಂತ ಅನಿಸುತ್ತೆ. ಅವ್ನ ಕ್ಯಾರೆಕ್ಟರ್‌ನ ತುಂಬ ಮೆಚ್ಚಿಕೊಂಡಿದ್ದಾಳೆ. ಇದು ಒಂದು ರೀತಿಯಲ್ಲಿ ಒಳ್ಳೆಯದು, ಇನ್ನೊಂದು ರೀತಿಯಲ್ಲಿ ಕೆಟ್ಟದ್ದು, ಅವಳ ಭವಿಷ್ಯದ ದೃಷ್ಟಿಯಲ್ಲಿ. ಮುಂದಿನ ಅವಳ ಬದುಕಿಗೆ ಗೈಡೆನ್ಸ್ ಮಾಡೋರಿಲ್ಲ. ಸ್ವಂತ ಆಸೆ, ಆಕಾಂಕ್ಷೆಗಳನ್ನು ಜಾರಿ ಮಾಡಿಕೊಳ್ಳೋಕೆ ಪೂರ್ಣ ಸ್ವತಂತ್ರಳು. ಅದು ಸಮಸ್ಯೆಯಾಗಿ ಬಿಡುತ್ತೆ.ಹೇಗೆ ಆ ಹುಡ್ಗೀಗೆ ಅರ್ಥೈಸಿ ಹೇಳೋದು?" ಎಂದರು.

ತಕ್ಷಣಕ್ಕೆ ಅವಳಿಗೇನು ಅರ್ಥವಾಗಲಿಲ್ಲ, ಒಂದು ರೀತಿಯ ಗಾಬರಿ ಕೂಡ.

"ಯಾಕೆ ಶಾಕಾದೆ? ಡೋಂಟ್ ವರಿ. ಅದಕ್ಕೆ ಅವಳದೇ ಆದ ಕಾರಣವಿದೆ. ಮಮತೆ, ಪ್ರೀತಿ, ಅಂತಃಕರಣವೇನು ಅನ್ನೋದು ಗೊತ್ತಿಲ್ಲದೇ ಬೆಳೆದವಳು. ನಿನ್ನ

ಮತ್ತು ನಿನ್ನ ಮನೆಯವರ ನಡವಳಿಕೆಯಿಂದ ಬೇರೊಂದು ಜಗತ್ತಿನ ದರ್ಶನವಾಗಿದೆ. ಇನ್ನೂ ವಿಶ್ವರಥನ ಮಂಪರಿನಲ್ಲಿಯೇ ಇರುವ ನೀನು, ನಿನ್ನ ಮನೆಯವರು ಅವನ ಬಗ್ಗೆ ಆಡುವ ಮಾತುಗಳಿಂದ ಇಂಪ್ರೆಸ್ ಆಗಿದ್ದಾಳೆ. ಕಲ್ಲಾಗಿರುವ ಅವಳಲ್ಲಿ ಚಲನೆ ಬಂದಂತಾಗಿದೆ. ತಲೆ ಕೆಡ್ಸಿಕೊಳ್ಳುವಂತ ವಿಚಾರವಲ್ಲ. ಒಮ್ಮೆ ನಯನಾಗೆ ಫೋನ್ ಮಾಡಿ ಮಾತಾಡ್ಸು" ಅಂದರು.

ರೂಮಿನಿಂದ ಹೊರಗೆ ಬಂದ ಅಪೇಕ್ಷ 'ಕವನ ತನ್ನನ್ನು ತನ್ನ ಮನೆಯವರನ್ನು ಇಷ್ಟು ಕಡಿಮೆ ವೇಳೆಯಲ್ಲಿ ಇಷ್ಟೊಂದು ಹಚ್ಚಿಕೊಂಡಿದ್ದು ಹೇಗೆ?' ಮೃಣಾಲಿನಿ ಹೇಳಿದ್ದು ಸರಿಯೆನಿಸಿತು. ಅದೇ ಕಾರಣವಿರಬೇಕೆಂದುಕೊಂಡರು ಆತಂಕವೇ.

ಇಳಾಭಟ್ ರೂಮಿನಿಂದ ಬಂದವರೇ "ಅಪೇಕ್ಷ, ಕವನ ಹೊರ್ಗಡೆ ಕರ್ಕಂಡ್ ಹೋಗಿ ಟ್ರೀಟ್ ಕೊಡಿಸ್ತಾಳಂತೆ. ಒಂದಿಷ್ಟು ಶಾಪಿಂಗ್ ಇದೇಂದ್ಲು" ಎಂದರು.

"ಹೌದಾ, ಏನು ವಿಷ್ಯ?" ಕೇಳಿದಳು.

"ಗೊತ್ತಿಲ್ಲ, ನಂಗೂ ಊರಿಗೆ ಹೋಗದಿದ್ದಕ್ಕೆ ಬೇಸರವಿದೆ. ಒಂದಿಷ್ಟು ಹೊರ್ಗಡೆ ಸುತ್ತಾಡಿದರೇ ರಿಲ್ಯಾಕ್ಸ್. ನಾನಂತು ರೇಡೀಂತ ಹೇಳಿಬಿಟ್ಟೆ" ಎಂದರು ಹಾಕಿದ ಜಡೆಯನ್ನು ಬಿಚ್ಚುತ್ತ.

"ವಿಚಾರಿಸ್ತೀನಿ, ನಂಗೆ ಐರನ್ ಮಾಡೋದಿದೆ" ಎನ್ನುತ್ತ ಎಲ್ಲ ಬಿಚ್ಚುಗೂದಲನ್ನು ಸೇರಿಸಿ ಗಂಟು ಹಾಕಿಕೊಳ್ಳುತ್ತ ರೂಮಿಗೆ ಬಂದಳು. ಬೀರು ತೆಗೆದಿಟ್ಟುಕೊಂಡು ಕೂತಿದ್ದ ಕವನ, "ಅಪೇಕ್ಷ, ಬೇಗ ರೆಡಿಯಾಗಬೇಕು. ಶಾಪಿಂಗ್, ಹೊರ್ಗಡೆನೇ ಲಂಚ್" ಎಂದಳು ಉತ್ಸಾಹದಿಂದ. "ಏನು ವಿಶೇಷ?" ಕುತೂಹಲ ಇಣುಕಿತು ಅವಳ ದನಿಯಲ್ಲಿ.

"ಹೇಳ್ಲಾ, ನೀನು ಯಾವ್ದೇ ಕಾರಣ ಹೇಳದೇ ವಿಷ್ಣುಕಟ್ಟೆಗೆ ಬರ್ತೀಯ. ಬಂದವಳು ಎರಡು ದಿನ ನಿಲ್ತೀಯಾ. ನೀನು ಕನವರಿಸೋ, ನಿನ್ನ ಮಾವ ಸಚ್ಚಿದಾನಂದ ಬಾಬು ವಿಷ್ಣುಕಟ್ಟೆಗೆ ಬಂದಿದ್ದಾರೆ. ಅವರೇ ಫೋನ್ ಮಾಡಿದ್ರು" ವರದಿ ಒಪ್ಪಿಸಿದಳು.

ಸಂತೋಷದಿಂದ ಕುಣಿದಾಡುವಂತಾಯಿತು ಅಪೇಕ್ಷಗೆ. ಹೌದು, ಮಾವ ಸಚ್ಚಿದಾನಂದಬಾಬು ಅವರನ್ನು ಭೇಟಿಯಾಗಬೇಕು. ತನ್ನ ಎಷ್ಟೋ ಪ್ರಶ್ನೆಗಳಿಗೆ ಅವರಲ್ಲಿ ಸಮಾಧಾನ ಪಡೆದುಕೊಳ್ಳಬೇಕು. ಇಂಥ ಯೋಚನೆ ಎಂದಿನಿಂದಲೋ ಇತ್ತು.

"ಶೂರ್, ಖಂಡಿತ ವಿಷ್ಣುಕಟ್ಟೆಗೆ ಹೋಗ್ತೀನಿ. ನನ್ನ ಮಾವ ಆಧ್ಯಾತ್ಮಿಕವಾಗಿ ಬೆಳೆದವರು, ತಿಳಿದವರು. ಹುಟ್ಟು-ಸಾವುಗಳ ರಹಸ್ಯ ಅವರಿಂದ ತಿಳಕೋಬೇಕು. ವಿಶ್ವರಥ ಎಲ್ಲಿಗೆ ಹೋದ?" ಮುಗ್ಧವಾಗಿತ್ತು ಅವಳ ಪ್ರಶ್ನೆ. ಸಾಕಷ್ಟು ಸಾವುಗಳನ್ನು ನೋಡಿದವಳೇ. ಅವಳಿಗೆ ಬುದ್ಧಿ ಬಂದ ಮೇಲೆ ಅವಳ ತಾತ, ಅಜ್ಜಿ ತೀರಿಕೊಂಡಿದ್ದು. ಆದರೆ ವಿಶ್ವರಥನ ಸಾವು ಬೀರಿದಷ್ಟು ಪ್ರಭಾವ ಯಾರ ಸಾವೂ ಬೀರಿರಲಿಲ್ಲ.

"ನಂಗೂ ಈಚೆಗೆ ಅದೆಲ್ಲ ತಿಳಿಯುವ ಕುತೂಹಲವಿದೆ. ಮಾವ ಸಚ್ಚಿದಾನಂದ ಬಾಬು ನನ್ನತ್ರ ಮಾತಾಡಿದ್ರು. 'ಮಗು' ಅಂದರು. ಎಂಥ ಆತ್ಮೀಯ ಸ್ವರ.

ಇಂಟರೆಸ್ಟಿಂಗ್ ಪರ್ಸನ್... ಹೇಗೂ ಬರ್ತೀನಲ್ಲ. ನೀನು ಬೇಗ ರೆಡಿಯಾಗು. ಬ್ಯೂಟಿ ಪಾರ್ಲರ್‌ಗೆ ಹೋಗೋದಿತ್ತು. ಬೇಡಾಂತ ಅಂದುಕೊಂಡೇ, ನೀನು ಬೇಗ ರೆಡಿಯಾಗು" ಅಂದ ಕವನ ಮುಖಕ್ಕೆ ಹಚ್ಚಿಕೊಂಡಿದ್ದ ಮಾಯಿಸ್ಚರ್‌ನಿಂದ ಮಸಾಜು ಮಾಡುತ್ತ ರೂಮಿಗೆ ಬಂದಾಗ ಇಳಾಭಟ್ ಹೆಚ್ಚುಕಡಿಮೆ ರೆಡಿಯಾಗಿದ್ದರು. ಮುಖಕ್ಕೆ ಕೊನೆಯ ಟಚ್‌ಅಪ್ ಮಾಡುತ್ತ ಇದ್ದರು. ಮೊದಲು ಉಡುಗೆ ತೊಡುಗೆ, ಅಲಂಕಾರಕ್ಕೆ ಹೆಚ್ಚಿನ ಪ್ರಾಶಸ್ತ್ಯ ಕೊಡುತ್ತಿರಲಿಲ್ಲ. ಆದರೆ ಈಚೆಗೆ ಆ ಬಗ್ಗೆ ತುಂಬ ಇಂಟರೆಸ್ಟ್ ತೋರಿಸುತ್ತಿದ್ದರು. ಅದಕ್ಕೆ ದೊಡ್ಡದಾದ ಕಾರಣವೇನು ಇರಲಿಲ್ಲ. ತನ್ನ ಬಗೆಗಿನ ಗಂಡನ ಆಕರ್ಷಣೆ ಉಳಿಸಿಕೊಳ್ಳಬೇಕೆನ್ನುವ ಇರಾದೆ ಅಷ್ಟೆ.

"ಈ ಸೀರೆ ಮೊನ್ನೆ ಕಂತು ಮೇಲೆ ಕೊಂಡೆ, ಚೆನ್ನಾಗಿದ್ಯಾ? ಅಯ್ಯೋ, ನಿನಗಾಗಿ ನೀನು ಏನೊಂದನ್ನು ಕೊಂಡಿದ್ದು ಕಂಡಿಲ್ಲ" ಹೊಸ ಸೀರೆಯ ನೆರಿಗೆಯನ್ನು ಸರಿಮಾಡಿಕೊಳ್ಳುತ್ತ "ಈ ತರಹದ ಸೀರೆ ನಮ್ಮೆಜಮಾನ್ರಿಗೆ ಇಷ್ಟವಾಗೋಲ್ಲ. ವರ್ಕ್ ಮಾಡಿರೋ ಸೀರೆಗಳು ಈಗ ಲೇಟೆಸ್ಟ್. ಅದಕ್ಕೆ ತಗೊಂಡೇ" ಮತ್ತಷ್ಟು ಹೇಳಿದರು.

"ಈ ಸೀರೆಯಲ್ಲಿ ತುಂಬಾ ಚೆನ್ನಾಗಿ ಕಾಣ್ತೀರಿ. ಅವ್ರಿಗೂ ನಿಮ್ಮನ್ನ ಇಂಥ ಸೀರೆಯಲ್ಲಿ ನೋಡಬೇಕೆನ್ನೋ ಆಸಕ್ತಿ ಇರುತ್ತೆ. ಆದರೆ ತೋರ್‍ಸಿಕೊಳ್ಳೋಕೆ ಸಂಕೋಚವಿರುತ್ತೆ, ಬಿಡಿ" ಅಷ್ಟು ಹೇಳಿ ಸುಮ್ಮನಾದಳು. ಅಷ್ಟರಲ್ಲಿ ಇಳಾಭಟ್ ಮೊಬೈಲ್‌ಗೆ ಫೋನ್ ಬಂತು. "ಹಲೋ, ರೋಜಿನ" ಅಂದವರು "ನೋಡಿ, ಇಂಥ ಮಾತುಗಳಿಂದ ಏನು ಪ್ರಯೋಜನ? ಅದು ಅಪೇಕ್ಷನ ಹಣ. ಬೇಗ ಹಿಂದಿರುಗಿಸಬೇಕಪ್ಪ, ಅದು ಹೇಗೆ ಮಾಡ್ತೀರೋ ಗೊತ್ತಿಲ್ಲ. ನಿಮ್ಗೇ.... ಬ್ಲಡ್.." ಅನ್ನುತ್ತಿದ್ದಂಗೆ ಮೊಬೈಲ್ ಕಿತ್ತುಕೊಂಡು ಆಫ್ ಮಾಡಿದ ಅಪೇಕ್ಷ "ಪ್ಲೀಸ್ ಇಳಾಭಟ್.... ಸ್ವಲ್ಪ ಅರ್ಥ ಮಾಡ್ಕೊಳ್ಳಿ. ನೀವು ಕೂಡ ಒಬ್ಬ ತಾಯಿ. ಪದ್ಮಿನಿಗೆ ಹುಷಾರಿಲ್ಲದಿದ್ದಾಗ ಹೇಗೆ ಚಡಪಡಿಸಿಬಿಟ್ರಿ. ರೋಜಿ ಕೂಡ ಒಬ್ಬ ತಾಯಿ.... ಶತಾಯಃ ಗತಾಯಃ ಆ ಮಗುನ ಉಳ್ಸಿಕೊಳ್ಳೋಕೆ ಹೋರಾಡ್ತಾ ಇದ್ದಾರೆ. ಏನೋನೋ.... ಮಾತಾಡಿ ಕುಸಿಯುವಂತೆ ಮಾಡೋದು ಬೇಡ. ನಂಗೆ ಖಂಡಿತ ಹಣ ಬೇಡ. ಆಕೆ ಹಿಂದಿರುಗಿಸಬಹುದೆಂಬ ಉದ್ದೇಶದಿಂದ ಕೊಡ್ಲಿಲ್ಲ. ಒಂದಿಷ್ಟು ಧೈರ್ಯ ಹೇಳಿ... ಮೊಬೈಲ್ ಕಿತ್ತುಕೊಂಡು ಆಫ್ ಮಾಡಿದಕ್ಕೆ ಕ್ಷಮೆ ಇರಲಿ" ಎಂದು ಭಾರವಾದ ದನಿಯಲ್ಲಿ ನುಡಿದ ಅವಳನ್ನೇ ಅಚ್ಚರಿಯಿಂದ ನೋಡಿ, ತೀರಾ ವಿಪರೀತವೆಂದುಕೊಂಡು "ಹೋಗ್ಲೀ ಬಿಡು, ಹಣದಬಗ್ಗೆ ಇಷ್ಟೊಂದು ಕೇರ್‌ಲೆಸ್ ಒಳ್ಳೇದಲ್ಲ. ಅವರಿಂದ ನಿಂಗೇನು? ಸ್ವಂತ ಸಂಬಂಧಿಕರೇನು ಅಲ್ಲ" ಗೊಣಗುತ್ತ ಮುಖ ದಪ್ಪಗೆ ಮಾಡಿಕೊಂಡು ಹೊರಗೆ ಹೋದರು. ಗಂಡ, ಮಕ್ಕಳು ತನ್ನ ಸಂಸಾರಕ್ಕೆ ಬಿಟ್ಟು ಬೇರೆಯವರಿಗೆ ಒಂದು ಕಪ್ ಕಾಫೀ ಕೊಡಿಸಲೂ ಹಿಂದುಮುಂದು ನೋಡುತ್ತಿದ್ದರು. ಅದು ಆಕೆಯ ಸಹಜ ಸ್ವಭಾವ.

ಆಮೇಲೆ ಹತ್ತೆ ನಿಮಿಷಕ್ಕೆ ಬಂದ ಇಳಾಭಟ್ "ಪರ್‌ಫ್ಯೂಮ್ ಬಳಸಿ ನಂಗೆ ಅಭ್ಯಾಸವಿಲ್ಲ. ನಾನು ಬೇಡಾಂದ್ರೂ ಕವನ ಕೇಳ್ಲಿಲ್ಲ" ನಾಚುತ್ತ ಅವಳ ಮುಂದೆ

ನಿಂತರು. ಅದು ಶುದ್ಧ ಸುಳ್ಳೆಂದು ಅವರಿಗೆ ಮಾತ್ರವಲ್ಲ ಅಪೇಕ್ಷಗೂ ಗೊತ್ತು. "ಪರ್ವಾಗಿಲ್ಲ ಬಿಡಿ, ಈಗ ಎಲ್ಲಾ ಬಳಸ್ತಾರೆ. ನೀವು ನಾಚಿಕೊಂಡರೆ ತುಂಬಾ ಚಂದ ಕಾಣಿಸ್ತೀರಿ" ಮೆಚ್ಚಿಗೆಯಾಡಿದಳು.

"ನೀನು ರೆಡಿಯಾಗಿಲ್ಲ. ನಿಂಗಿಂತ ಕವನನೇ ಉತ್ಸಾಹದಿಂದ ಹೊರಟಿದ್ದಾಳೆ. ಹಿಂದಿನ ಜನ್ಮದಲ್ಲಿ ವಿಷ್ಣುಕಟ್ಟೆಯಲ್ಲಿ ಹುಟ್ಟಿದ್ದಾಳೇನೋ" ಎಂದ ಇಳಾಭಟ್ ದನಿಯಲ್ಲಿ ಒಂದಿಷ್ಟು ಅಸಹನೆ ವ್ಯಕ್ತವಾಗಿದ್ದು ಅವಳ ಗಮನಕ್ಕೆ ಬಂತು. ಆದರೂ "ಇದ್ದರು ಇರಬಹುದು. ನೀವು ಕೂಡ ಯಾಕೆ ಬರಬಾರದು?" ಒಂದು ಸಣ್ಣ ಆಹ್ವಾನ ಅಷ್ಟೆ.

"ಅಯ್ಯೋ, ಇಲ್ಲಪ್ಪ! ಸತ್ತವರಿಗೆ ಅದೆಂಥ ಹುಟ್ಟಿದ ಹಬ್ಬ! ಕವನ ಹೇಳಿದಾಗ ಅಚ್ಚರಿಯೆನಿಸಿತು. ನಾನು ಇಂಥದಕ್ಕೆಲ್ಲ ಬರೋಲ್ಲ" ನೇರವಾಗಿಯೇ ಹೇಳಿದ್ದು. ಅಪೇಕ್ಷ ಪ್ರತಿಕ್ರಿಯಿಸಲಿಲ್ಲ.

ಮೃಣಾಲಿನಿಯವರ ರೂಮಿನಿಂದ ಒಂದು ಲಿಸ್ಟ್ ಹಿಡಿದು ಹೊರಬಂದ ಕವನ "ನೀನು ರೆಡಿನಾ? ಬೇಗ ರೆಡಿಯಾಗು. ಇನ್ನೊಂದು ವಿಷ್ಯ, ಆರತಿಗೆ ಶ್ರೀಮಂತನಂತೆ, ನಿನ್ನ ಅಪ್ಪಯ್ಯ ಹೇಳಿದ್ರು. ರಾತ್ರಿ ನಿನ್ಹತ್ರ ಆ ಬಗ್ಗೆ ಮಾತುಕತೆ. ಕ್ವಿಕ್.... ಅಪೇಕ್ಷ" ಅವಸರಿಸಿಯೇ ಹೋಗಿದ್ದು.

ಅಪೇಕ್ಷ ತಣ್ಣಗೆ ನಿಂತಳು. ಸಂಕೋಚವೆನಿಸಿತು. ಒಂದಿಷ್ಟು ಈರ್ಷ್ಯೆಯು ಕೂಡ. ಇವಳಿಗಿಂತ ಮನೆಯವರಿಗೆ ಅವಳೇ ಹತ್ತಿರವಾಗಿಬಿಟ್ಟಿದ್ದಳು.

ಹೋಗೋವಾಗ ಮೂವರು ಆಟೋದಲ್ಲಿ. ಬರೋವಾಗ ಟ್ಯಾಕ್ಸಿ ಒಡಲೆಲ್ಲ ಚಿನ್ನದ ಪುಟ್ಟಪುಟ್ಟ ಹೂಗಳು ಇರುವ ಅರ್ಧ ಇಂಚು ಜರೀ ಇರುವ ಹಸಿರು ರೇಷ್ಮೆ ಸೀರೆ, ಕಣ, ಜೊತೆಗೆ ಹತ್ತು ಬ್ಲೌಸ್ ಪೀಸ್, ಒಂದು ನಾಲ್ಕು ಬಾಕ್ಸ್ ಹಸಿರು ಬಳೆಗಳು, ಒಂದು ಬುಟ್ಟಿ ಸೇಬು, ಮೋಸಂಬಿ, ಕಿತ್ತಲೆ, ದ್ರಾಕ್ಷಿಯಾದಿ ಹಣ್ಣುಗಳು. ಅದರ ಜೊತೆಗೆ ಏನೇನೋ ಪ್ಯಾಕ್ ಮಾಡಿಸಿಕೊಂಡಾಗ ಅಪೇಕ್ಷ ಮೌನವಾಗಿ ವೀಕ್ಷಿಸಿದ್ದಳು. ಇದೆಲ್ಲ ಸರಿಯೆನಿಸಿರಲಿಲ್ಲ.

ಮನೆ ತಲುಪಿದ ಮೇಲೆ ವಿಚಾರಿಸಿದ್ದೆ "ಇದೆಲ್ಲ ಏನು?" ಕವನ ಒಂದು ತರಹ ನೋಡಿ "ನಿನ್ನ ಜೊತೆಯಲ್ಲೇ ಕರ್ಕಂಡ್ ಹೋಗಿದ್ದನಲ್ಲ, ಎಲ್ಲಾ ನೀನೇ ನೋಡಿದ್ದೀಯ. ಇಷ್ಟೆಲ್ಲ ಶ್ರೀಮಂತಕ್ಕೆ ಬೇಕಾಗುತ್ತೇಂತ ಮೃಣಾಲಿನಿಯವರಿಂದ ಕೇಳಿ ತಿಳಿದೇ" ಅಂದಳು ಸರಳವಾಗಿ.

ಅನುಮಾನವಿದ್ದರು ಕವನ ಹೇಳಿದ್ದು ನೋಡಿ ಪೂರ್ತಿ ಸುಸ್ತಾದಳು.

"ಪ್ಲೀಸ್, ಕವನ ಸ್ವಲ್ಪ ಅರ್ಥ ಮಾಡ್ಕೋ. ನಂಗೆ ಇದೆಲ್ಲ ಸರಿಯೆನಿಸೋಲ್ಲ. ನಿನ್ನ ಹೆತ್ತವರು ಪೂರ್ತಿ ಸ್ವತಂತ್ರ ಕೊಟ್ಟು ತಪ್ಪು ಮಾಡಿದರೇನೋ, ನಿನ್ನ ಭವಿಷ್ಯತ್ತಿನ ಬಗ್ಗೆ ಯೋಚ್ಸು" ಸಣ್ಣದಾಗಿ ಬುದ್ಧಿ ಹೇಳುವ ಪ್ರಯತ್ನ ಮಾಡಿದಳು.

"ನೀವೆಲ್ಲ ಯೋಚ್ಸೋವಾಗ, ನಾನ್ಯಾಕೆ ಯೋಚಿಸ್ಲೀ?"

ಅಪೇಕ್ಷ ಮಾತೇ ಆಡಲಿಲ್ಲ. ಅವಳ ಹೆತ್ತವರ ನಡವಳಿಕೆ ಅಚ್ಚರಿಯೆನಿಸಿದ್ದು ಮಾತ್ರವಲ್ಲ ಕವನ ಬಗ್ಗೆ ಸಹಾನುಭೂತಿ ಇತ್ತು. ಆದರೆ... ಈಗ... ಅರ್ಥೈಯಿಸಿಕೊಳ್ಳಲಾಗಲಿಲ್ಲ.

ರಾತ್ರಿ ಫೋನ್ ಮಾಡಿದ ಶೇಷಪ್ಪಯ್ಯ ಆರತಿ ಶ್ರೀಮಂತದ ಬಗ್ಗೆ ಹೇಳಿದರು. "ಐದನೇ ತಿಂಗ್ಳು ನಡೀತಾ ಇದೆ. ಬಂದು ಆರತಿ ಶಾಸ್ತ್ರ ಮಾಡೋಣಾಂತ. ಸಚ್ಚಿದಾನಂದ ಬಂದಿದ್ದಾನೆ. ಯಾವಾಗ ಹೊರಡ್ತಾನೋ ಗೊತ್ತಿಲ್ಲ. ದಿನ ಗೊತ್ತು ಮಾಡಿದೆ. ನೀನೇನು ಅಂತಿ? ವಿಶ್ವನ ಹುಟ್ಟಿದ ಹಬ್ಬದ ಮೂರನೆ ದಿನ ಅಂತ ನಿಷ್ಕರ್ಷೆ ಮಾಡಿದ್ದಾಗಿದೆ." ಹೇಳಿ ಮುಗಿಸಿದ್ದರು. ಇದು ಸಂತೋಷದ ವಿಷಯವೇ. ಏನಾದರೂ ಇಂಥ ಸಂಭ್ರಮಗಳು ಮನೆಯಲ್ಲಿ ನಡೆಯುತ್ತಿದ್ದರೆ ಒಂದು ರೀತಿಯ ಚೇತರಿಕೆಗೆ ಅವಕಾಶ.

"ಆಯ್ತು ಅಪ್ಪಯ್ಯ, ಒಂದು ದಿನ ಮೊದ್ಲು ಕವನ ಬರ್ತಾಳೆ. ಪದೇ ಪದೇ ರಜ ಕಷ್ಟ. ಸ್ವಲ್ಪ ದಿನ ಮಾವ ಇರ್ತಾರಾ?" ಕೇಳಿದಳು. "ಗೊತ್ತಿಲ್ಲ, ಮಗಳೇ! ನಿನ್ನ ನೋಡೋ ಕೆಲ್ಸ ಇದೇಂತ ಪಾರ್ವತಿ ಹತ್ರ ಅಂದನಂತೆ. ಇದ್ದಾನು ಎಲ್ಲಾ ಮುಗ್ಯೋವರ್ಗೂ... ಇಡ್ಲಾ ಫೋನ್?" ಕೇಳಿ ಇಟ್ಟೇಬಿಟ್ಟರು. ಮನೆಯ ಯಜಮಾನ ಆರ್ಥಿಕ ಸಂಕಷ್ಟ ಸ್ಥಿತಿಯಲ್ಲಿ ಹೊಸ ಆದಾಯವಿಲ್ಲದಿದ್ದರು ಪೈಸೆ... ಪೈಸೆ ಉಳಿಕೆಗೂ ಹೋರಾಡಬೇಕು.

ಫೋನ್ ಇಡೋ ವೇಳೆಗೆ ಹೊರಗೆ ಹೋಗಿದ್ದ ಸಚ್ಚಿದಾನಂದಬಾಬು ಒಳಗೆ ಬಂದರು. "ನಿನ್ನ ಬಗ್ಗೆ ಅಪೇಕ್ಷ ಕೇಳಿದ್ಲು. ನಾಲ್ಕು ದಿನ ಉಳ್ದು ತಿಥಿ ಮುಗ್ಸಿಕೊಂಡು ಹೋಗು. ಆ ಸಮಯದಲ್ಲಿ ನೀನಿದ್ದರೆ, ಎಷ್ಟೋ ಮಾರ್ಗದರ್ಶನ ಸಿಗ್ತಾ ಇತ್ತು" ಎಂದರು ಶೇಷಪ್ಪಯ್ಯ. 'ಹಿಂದೆ ಬಂದರೆ ಒದೆಯೋಲ್ಲ, ಮುಂದೆ ಬಂದರೆ ಹಾಯೋಲ್ಲ' ಅನ್ನುವಂಥ ಮನುಷ್ಯ.

"ಆಯ್ತು, ಆ ಮಗು ಯಾವಾಗ ಬರುತ್ತಂತೆ?" ಕೇಳಿದರು.

"ಹುಟ್ಟಿದ ಹಬ್ಬದ ದಿನವೇ ಬರ್ತೀನಿಂದ್ಲು. ಅವ್ಳ ಸ್ನೇಹಿತೆ ಕವನ ಒಂದೆರಡು ದಿನ ಮೊದ್ಲೇ ಬರ್ತಾಳಂತೆ. ಆ ಮಗು ಬಾಂಬೆ... ದೆಹಲಿ ಆ ಕಡೆ ಇದ್ದು ಬೆಳೆದವಳು. ತುಂಬ ಓದಿದವರ ಮಗಳು. ಅಪ್ಪ, ಅಮ್ಮ ಇಬ್ರೂ ಕೆಲ್ಸದಲ್ಲಿ ಇದ್ದಾರಂತೆ. ಎಂ.ಬಿ.ಎ. ಅಂಥದ್ದು ಓದಿದ್ದಾಳೆ. ಈಗ ಬೆಂಗಳೂರಿನಲ್ಲಿ ಕೆಲ್ಸ. ಅಪೇಕ್ಷ ಇರೋ ಕಡೆ ಪೇಯಿಂಗ್ ಗೆಸ್ಟ್ ಆಗಿರೋದು. ಮೂರು ನಾಲ್ಕು ಸಲ ಬಂದಿದ್ದಾಳೇನೋ, ಎಷ್ಟೊಂದು ಈ ಮನೆಗೆ ಹೊಂದಿಕೊಂಡು ಬಿಟ್ಟಿದ್ದಾಳೆ. ನೋಡದ ವಿಶ್ವನ ಮೇಲೆ ಅದೆಷ್ಟು ಅಕ್ಕರೆಯೆಂದರೆ, ಅವನ ರೂಮಿನಲ್ಲಿ ಹೋಗಿ ಕೂಡ್ತಾಳೆ. ಅಚ್ಚುಕಟ್ಟು ಮಾಡ್ತಾಳೆ, ಅವನು ತಂದಿಟ್ಕೊಂಡ ಪುಸ್ತಕಗಳ್ನ ನಾಜೂಕು ಮಾಡ್ತಾಳೆ. ಯಾವುದೋ ಜನ್ಮದ ಸಂಬಂಧಾಂತ ಅನಿಸಿಬಿಟ್ಟಿದೆ, ಒಳ್ಳೆ ಹುಡ್ಗೀ" ಶೇಷಪ್ಪಯ್ಯನ ದನಿಯಲ್ಲಿ ಮೆಚ್ಚುಗೆ ಇತ್ತು. ಸೊಸೆ ಸುಕನ್ಯನ ಸ್ವಂತ ಹೆಣ್ಣು ಮಕ್ಕಳಿಗಿಂತ ಹೆಚ್ಚು ಮಮತೆಯಿಂದ ಕಂಡಿದ್ದರು.

ಆದರೆ ವಿಶ್ವನ ಸಾವಿನ ನಂತರ ಅವಳ ನಡವಳಿಕೆ ಕಂಡು ದಿಗ್ಭ್ರಾಂತರಾಗಿದ್ದರು. ಒಂದು ರೀತಿಯ ವೈರಾಗ್ಯಭಾವ ಕೂಡ.

ಸಚ್ಚಿದಾನಂದಬಾಬು ಏನೂ ಪ್ರತಿಕ್ರಿಯಿಸಲಿಲ್ಲ. ಕವನ ಬಗ್ಗೆ ಮನೆಯವರೆಲ್ಲ ಹೇಳಿಕೊಂಡಿದ್ದರು!

ಅರ್ಧ ಗಂಟೆಯಲ್ಲಿಯೇ ಬಾಳೆಯಗೊನೆಗಳನ್ನು ಹಿಡಿದುಕೊಂಡು ಜಗದೀಶ, ಸತ್ಯೇಂದ್ರ ಇಬ್ಬರೂ ಬಂದರು. ಇಬ್ಬರೂ ವಿದ್ಯಾವಂತರೇ, ಜಗದೀಶ ಅರ್ಧಂಬರ್ಧ ಕೃಷಿಕ, ವ್ಯಾಪಾರವನ್ನು ನೆಚ್ಚಿಕೊಂಡ ಫಣೀಂದ್ರ ತೋಟ, ಜಮೀನು ಕಡೆ ಗಮನಹರಿಸಿದ್ದು ಕಮ್ಮಿಯೇ. ಆಳುಗಳ, ಮೇಲ್ವಿಚಾರಣೆಯಲ್ಲಿ ನಡೆದು ಹೋಗುತ್ತಿತ್ತು. ಜಗದೀಶ ಕೆಲಸದ ಜೊತೆ ತೋಟವನ್ನೂ ಹಚ್ಚಿಕೊಂಡಿದ್ದ.

"ಇಬ್ರೂ ಒಟ್ಟಿಗೆ ಬಂದಿದ್ದೀರಿ" ಎಂದರು ಸಚ್ಚಿದಾನಂದಬಾಬು. ಜಗದೀಶ ಬಾಳೆಗೊನೆ ಒಳಗಿಟ್ಟು ಬಂದು ಎತ್ತಿ ಕಟ್ಟಿಕೊಂಡಿದ್ದ ಪಂಚೆಯನ್ನು ಕೆಳಗಿನವರೆಗೂ ಬಿಟ್ಟು "ಪ್ರಿಪ್ಲಾನ್ಡ್ ಅಂದುಕೊಳ್ಳಿ. ಅಪೇಕ್ಷಗೆ ನಿಮ್ಮಲ್ಲಿ ಅಪರಿಮಿತ ಗೌರವದ ಜೊತೆ ಭರವಸೆ. ನಮ್ಗೂ ನಿಮ್ಮಲ್ಲಿ ಮಾತನಾಡಬೇಕೆನಿಸಿದೆ. ಅದಕ್ಕೆ ಇಬ್ರೂ ಒಟ್ಟಿಗೆ ಬಂದದ್ದು" ಎಂದ. ಅವರು ಮುಗುಳ್ನಕ್ಕರು. ಅವರು ಕೂಡ ಇನ್ನು ಹುಡುಕಾಟದಲ್ಲಿಯೇ ಇದ್ದರು.

ಹಿತ್ತಲಿಗೆ ಹೋಗಿ ಕೈಕಾಲು ಮುಖ ತೊಳೆದುಕೊಂಡು ಬಂದು ಕೂತ ಸತ್ಯೇಂದ್ರ. "ಅಪೇಕ್ಷ ನಿಮ್ಮಲ್ಲಿ ಮಾತನಾಡೋದಿದೇಂತ ಅಂದ್ಲು. ನಾವು ಸಾಧಾರಣ ಜನ, ಓದು, ಹಣ, ಗಳಿಕೆ, ಹೆಂಡ್ತಿ, ಮಕ್ಳು ಇಷ್ಟೆ ಬದುಕಾಗಿ ಒಮ್ಮೆ ಇಲ್ಲವಾಗಿ ಬಿಡ್ತೀವಿ. ವಿದ್ಯಾವಂತರೆಂದು, ಬುದ್ಧಿಜೀವಿಗಳೆಂದು ಡೋಂಗಿ ಹೊಡೆಯುವ ಎಷ್ಟೋ ಜನ ಅಕ್ಷರಸ್ಥರು, ಒಂದೇ ಒಂದು ಪವಿತ್ರ ಗ್ರಂಥವನ್ನು ಓದಿ ಅರ್ಥೈಯಿಸಿಕೊಳ್ಳಲಾರದಷ್ಟು ಅನಕ್ಷರಸ್ಥರೇ. ಒಬ್ಬ ಸ್ವಾಮಿಯ ಪ್ರವಚನಕ್ಕೆ ಹೋಗಿದ್ದೆ. ವೇದಾಂತ ಅಂದರೆ ಬ್ರಹ್ಮಸೂತ್ರದಲ್ಲಿ ಅಡಗಿರುವ ವಿಚಾರ, ಕರ್ಮ ಅಂದರೆ ನಾವುಗಳು ಅನುಭವಿಸಬೇಕಾದ ಸಂಕಷ್ಟಗಳ ಸರಮಾಲೆ. ಇನ್ನು ಆಧ್ಯಾತ್ಮ ಎಂದರೆ ದೈವಿಕ ತತ್ತ್ವ ಎಂದರು. ನಂಗೆ ಏನೇನು ಅರ್ಥವಾಗಲಿಲ್ಲ. ಈಗ ವಿಶ್ವನ ವಿಚಾರವನ್ನು ತೆಗೆದುಕೊಳ್ಳಿ. ನಮ್ಮೊಂದಿಗೆ ಇದ್ದ, ಈಗ ಇಲ್ಲವಾದ. ಅವನೆಲ್ಲಿ ಹೋದ?" ಉದ್ವಿಗ್ನನಾದರೂ ನಿಧಾನವಾಗಿ ಶಾಂತನಾದ.

ಎಲ್ಲರಲ್ಲೂ ಮೂಡುವಂಥ ಸಾಧಾರಣ ಪ್ರಶ್ನೆಯೇ. ಜಗದೀಶ ಅಷ್ಟು ದೂರಕ್ಕೆ ಬಂದು ಕೂತವನು "ನನ್ನ ಈ ಒಂದು ಪ್ರಶ್ನೆಗೆ ಉತ್ತರ ಬೇಕು. ಪುಸ್ತಕಗಳಲ್ಲಿ ಅಥವಾ ವೇದಾಂತಿಗಳ ಮಧ್ಯೆ ಕೂತು ನನ್ನ ಪ್ರಶ್ನೆಗೆ ಉತ್ತರ ಹುಡುಕಿಕೊಳ್ಳುವಂಥ ಸಮಚಿತ್ತ ಭಾವ ನನ್ನಲ್ಲಿಲ್ಲ. ವಿಶ್ವನ ವಿಚಾರವನ್ನು ಉದಾಹರಣೆಯಾಗಿ ಇಟ್ಟುಕೊಂಡು ದೇಹ, ಆತ್ಮದ ಸಂಬಂಧ ತಿಳಿಸಿಹೇಳಿ" ಕೇಳಿದ.

ಸಚ್ಚಿದಾನಂದಬಾಬು ತುಟಿಯಂಚಿನಲ್ಲಿ ಮುಗುಳ್ನಗೆ ಮೂಡಿತು.

"ನಮ್ಮ ಶರೀರವು ಪ್ರಕೃತಿಯ ಗುಣಗಳು ಸೇರುವಿಕೆಯಿಂದ ಆಗಿದೆ. ಅದು ನಾಶವಾಗುವುದು ದೈವಿಕ ಸಂಕಲ್ಪ. ಭಗವದ್ಗೀತೆಯಲ್ಲಿ ದೇಹ ಮತ್ತು ಆತ್ಮದ ಬಗ್ಗೆ ಶ್ರೀಕೃಷ್ಣ ಹೇಳಿದ್ದಾನೆ.

ನ ಜಾಯತೇ ಮ್ರಿಯತೇ ವಾ ಕದಾಚಿನ್ ।
ನಾಯಂ ಭೂತ್ವಾ ಭವಿತಾ ವಾ ನ ಭೂಯಃ ॥
ಆಜೋ ನಿತ್ಯಃ ಶಾಶ್ವತೋಽಯಂ ಪುರಾಣೋ ।
ನ ಹನ್ಯತೆ ಹನ್ಯಮಾನೇ ಶರೀರೇ ॥

"ಆತ್ಮನಿಗೆ ಎಂದಿಗೂ ಹುಟ್ಟು ಅಥವಾ ಸಾವು ಇಲ್ಲ ಅಥವಾ ಒಂದು ಕಾಲದಲ್ಲಿ ಆತ್ಮನು ಇದ್ದವನಾಗಿ, ಎಂದಿಗೂ ಇಲ್ಲದಿರುವವನು ಆಗುವುದಿಲ್ಲ. ಆತ್ಮನು ಹುಟ್ಟಿಲ್ಲದವನು, ಶಾಶ್ವತನು, ನಿತ್ಯನು, ಸಾವಿಲ್ಲದವನು ಮತ್ತು ಆದ್ಯನು. ಈ ಶರೀರ ನಾಶವಾದರೂ ಅವನು ನಾಶವಾಗನು" (ಭ.ದ್ಗಿ, 2.20) ವಿಶ್ವನ ದೇಹ ನಾಶವಾಗಿದೆ. ಅವನ ಆತ್ಮ ಶಾಶ್ವತ. ಅದಕ್ಕೆ ಸಾವೆಂಬುದಿಲ್ಲ. ಸಮಚಿತ್ತ, ಸಮಭಾವದಿಂದ ಎಲ್ಲವನ್ನು ನೋಡಬೇಕು. ಇಂಥ ಸಮಚಿತ್ತದಿಂದ ಬದುಕನ್ನು ಸ್ವೀಕರಿಸಿದ ದಿವಂಗತ ದೇವುಡು ನರಸಿಂಹಶಾಸ್ತ್ರಿಯವರಿಗೆ, ಹೊಸ ಚಪ್ಪಲಿ ಕಚ್ಚಿ ಸಕ್ಕರೆ ಕಾಯಿಲೆಯಿಂದ ವ್ರಣವಾಗಿ, ಗ್ಯಾಂಗ್ರೀನ್‌ಗೆ ತಿರುಗಿ ಎಡಗಾಲನ್ನು ಕತ್ತರಿಸುವುದು ಅನಿವಾರ್ಯವಾಯ್ತು. ಎಳ್ಳಷ್ಟು ಗಾಬ್ರಿಗೊಳ್ಳಲಿಲ್ಲ. ತಮ್ಮ ಹಣೆಬರಹಕ್ಕೆ ನೋಯದ ಮಹಾನುಭಾವ ನಿರ್ಲಿಪ್ತಭಾವದಿಂದ ಸ್ವೀಕರಿಸಿದರು. ವಿಕ್ಟೋರಿಯ ಆಸ್ಪತ್ರೆಯಲ್ಲಿ ಎಡಗಾಲನ್ನು amputate ಮಾಡಿದರು. ಆಗ ಅತ್ತ ಹಿತೈಷಿಗಳನ್ನು "ದುಃಖಪಡುವುದಕ್ಕೆ ಏನಿದೆ? ದೇವರು ಈ ದೇಹವನ್ನು ಕೊಟ್ಟಿದ್ದಾನೆ. ಅದರ ಒಂದು ಭಾಗವನ್ನು ಅವನೇ ತೆಗೆದುಕೊಂಡಿದ್ದಾನೆ" ಎಂದು ಸ್ಥಿತಪ್ರಜ್ಞತೆ ತೋರಿದ ಅವರು 'ಮಹಾದರ್ಶನ' ಎನ್ನುವ ಮಹಾನ್ ಕೃತಿಯನ್ನು ರಚಿಸಿದರು. ಅವರ ಜೀವನದರ್ಶನ ನಮ್ಗೆ ಮಾರ್ಗದರ್ಶನ" ಎಂದರು. 'ಅಧಿಭೌತಿಕ', 'ಅಧಿದೈವಿಕ', 'ಆಧ್ಯಾತ್ಮಿಕ' ಬಗ್ಗೆಯೆಲ್ಲ ಮಾತಾಡತೊಡಗಿದರು.

"ಆತ್ಮ ಅಂದರೇನು?" ಜಗದೀಶ ಕೇಳಿ "ಈಗ ವಿಶ್ವರಥನ ಆತ್ಮ ಎಲ್ಲಿರಬಹುದು?" ಕುತೂಹಲದಿಂದ ಕೇಳಿದ. ಆತ್ಮ, ಪರಮಾತ್ಮ, ಜೀವಾತ್ಮ ಅವೆಲ್ಲ ಅವನ ಪಾಲಿಗೆ ಕಗ್ಗಂಟು.

ಕೆಲವು ನಿಮಿಷಗಳು ಸಚ್ಚಿದಾನಂದಬಾಬು ಮೌನವಾದರು. ನಂತರ ಅವರ ಮುಖದ ಮೇಲೆ ಗಂಭೀರವಾದ ಭಾವ ತೇಲಿತು.

"ಆತ್ಮವೆನ್ನುವುದು 'ಜೀವ' ಎನ್ನುವ ವಸ್ತುವಿನ ಒಳಗಡೆ ಇರುವ ಮೂಲ ಚೈತನ್ಯ. ಚೈತನ್ಯವು ಸ್ವತಃಸ್ಸಿದ್ಧವಾದದ್ದು. ಅದು ತಾನೇ ತಾನಾಗಿ ಇರುತ್ತದೆ. ಚೈತನ್ಯವೆಂದರೆ ಜ್ಞಾನ ಸಮೇತವಾದ ಶಕ್ತಿ. ಜೀವದಲ್ಲಿ ಅಂತರ್ಗತವಾದದ್ದು ಆತ್ಮ. ಅದು ತಾನೇ ತಾನಾಗಿ ಯಾವ ಕೆಲಸವನ್ನು ಮಾಡುವುದಿಲ್ಲ. ಅದು ದೇಹಾದಿ ಸಾಧನಗಳನ್ನು ಧರಿಸಿ ಜೀವವಾದಾಗಲೇ ಕೆಲಸ. ಆತ್ಮವು ದೇಹ, ಇಂದ್ರಿಯ, ಮನಸ್ಸು ಮೊದಲಾದ

ಉಪಕರಣಗಳನ್ನು ಧರಿಸಿ ಕಾರ್ಯಸಿದ್ಧವಾಗುತ್ತದೆ. ಆ ಕಾರ್ಯದ ಮೂಲಕ ಕಾಲದಲ್ಲಿ ಅದು ಜೀವವೆಂಬ ಹೆಸರಿನ ಗುರುತಿಗೆ ಸಿಕ್ಕುತ್ತೆ. ಸ್ವಲ್ಪ ಆಳಕ್ಕೆ ಹೋಗಬೇಕು. ಆತ್ಮ ಎನ್ನುವ ಚೈತನ್ಯ ದೇಹೇಂದ್ರಿಯಸಹಿತವಾದಾಗ ಅಂದರೆ ದೇಹ, ಇಂದ್ರಿಯ ಸಹಿತವಾಗಿದ್ದಾಗ ಆತ್ಮವು ಜೀವಾತ್ಮ, ಜೀವದೆಶೆ ಬಿಟ್ಟಾಗ ಅದು ಪರಮಾತ್ಮ" ವಿವರಿಸಿದರು. ಇನ್ನೂ ಗೊಂದಲಗಳೇ; ಅಷ್ಟೆಲ್ಲ ಅರ್ಥವಾಗುವುದು ಕಷ್ಟವೆನಿಸಿತು.

"ಅಂದರೆ ಪ್ರತಿಯೊಂದು ಮನುಷ್ಯನದು ಒಂದು ಆತ್ಮ?" ಮುಗ್ಧವಾಗಿತ್ತು ಜಗದೀಶನ ಪ್ರಶ್ನೆ. ಸಚ್ಚಿದಾನಂದಬಾಬು ಕ್ಷಣ ಕಣ್ಮುಚ್ಚಿ ತೆಗೆದು "ಮನುಷ್ಯ ಮಾತ್ರವಲ್ಲ ಕೋಟ್ಯಾನುಕೋಟಿ ಪ್ರಾಣಿಗಳು ಇವೆ. ಪ್ರತಿಯೊಂದು ಒಂದೊಂದು ಜೀವ. ಆ ಒಂದೊಂದು ಜೀವದೊಳಗೂ ಆತ್ಮವಿರುತ್ತದೆ. ಹೀಗೆ ಬೇರೆ ಬೇರೆ ಜೀವಗಳೊಳಗೆ ಬೇರೆಬೇರೆಯಾಗಿರುವ ಆತ್ಮವು ಜೀವಾತ್ಮ. ಅಂಥ ಒಂದು ಸಮಷ್ಟಿಯೇ ಪರಮಾತ್ಮ" ಹೇಳುತ್ತ ಹೋದರು.

ಬಹುಶಃ ಅರುಣ ಬರದಿದ್ದರೇ ಅದು ಮುಂದುವರಿಯುತ್ತಿತ್ತೇನೋ. ಆದರೆ ಬಂದವನು "ಕವನ ಅಕ್ಕ ಕಾರಿನಲ್ಲಿ ಬಂದಿದ್ದಾರೆ" ಹೇಳಿದ ಮೇಲುಸಿರುಬಿಡುತ್ತ.

ಜಗದೀಶ, ಸತ್ಯೇಂದ್ರ ಮುಖ ಮುಖ ನೋಡಿಕೊಂಡರು.

"ಒಂದು ರೀತಿಯಲ್ಲಿ ಐಲು ಪಾರ್ಟಿ" ಎಂದು ಮೇಲೆದ್ದ ಜಗದೀಶ "ನಮ್ಮದೆಲ್ಲ ಕುತೂಹಲದ ಆಸಕ್ತಿ. ಆರಾಮಾಗಿ ಸರಳವಾಗಿ ಲೌಕಿಕದಲ್ಲಿ ಬದುಕಿ ಕೆಲಸ ಮುಗಿದ ಕೂಡಲೆ ಕರೆದಾಗ ಎದ್ದು ಹೋಗಿ ಬಿಡುವುದೇ ವಾಸಿ. ನಾನು ಬರ್ತೀನಿ. ಮಾವ, ಇವನಿಗೆ ಈ ಎಲ್ಲಾ ವಿಷಯಗಳ ತಿಳಿವಳಿಕೆ ಅಗತ್ಯ. ಇವ್ನ ಹೆಂಡ್ತಿ ತವರಿನಲ್ಲಿ, ಇವ್ನು ವಿಷ್ಣುಕಟ್ಟೆಯಲ್ಲಿ. ಒಂದಿಷ್ಟು ವೈರಾಗ್ಯದ ಅಗತ್ಯವಿದೆ. ಸದ್ಯಕ್ಕೆ ನನ್ನ ಪರಿಸ್ಥಿತಿ ಹಾಗಿಲ್ಲ" ಅಂದವನು ಸಚ್ಚಿದಾನಂದಬಾಬುರವರ ಪಾದ ಮುಟ್ಟಿ ನಮಸ್ಕರಿಸಿದ.

ಎರಡು ನಿಮಿಷ ಮೌನವಹಿಸಿದವನು ಹೇಳಿದ. "ನಿವೃತ್ತಿ ಧರ್ಮದಿಂದ ದೂರವಿರೋ ಜನರು ನಾವು. ನಮ್ಮದು ವಿರಕ್ತಭಾವವಲ್ಲ. ಭಗವಂತನ ಧ್ಯಾನ, ಚಿಂತನೆ, ಪೂಜೆ, ತಪಸ್ಸು ಆತ್ಮಾರ್ಪಣೆ ಸಂಬಂಧಿಸಿದ್ದು, ನಾನು ಅಂಗಡಿ ಫಣೀಂದ್ರರ ಮಗ. ತೀರಾ ಲೌಕಿಕ" ಎಂದ. ಅವನ ದನಿಯಲ್ಲಿ ನೋವು, ನಿರಾಸೆಗೆ ಮೀರಿದ ಭಾವವೊಂದಿತ್ತು.

ಸತ್ಯೇಂದ್ರ ಪೂರ್ತಿ ಗಂಭೀರವಾದ. ಎದ್ದವನು ನಿಂತಲ್ಲಿಂದಲೇ ಕೈ ಜೋಡಿಸಿ ಸಚ್ಚಿದಾನಂದಬಾಬುರವರಿಗೆ ನಮಸ್ಕರಿಸಿ ಹೊರಬಂದ.

ಅಲ್ಲಿ ನಿಂತಿದ್ದು ಸ್ವಂತ ಕಾರಲ್ಲ, ಬಾಡಿಗೆ ಟ್ಯಾಕ್ಸಿ. ಇಳಿದ ಕವನ ಲಗೇಜ್ ಇಳಿಸಿಕೊಳ್ಳುತ್ತಿದ್ದಕ್ಕೆ ಸಹಾಯ ಮಾಡುತ್ತಿದ್ದರು ಅರುಣ, ಅದಿತಿ. ಅವರಿಬ್ಬರೂ ಅವಳಿಗೆ ಎಷ್ಟು ಒಗ್ಗಿಕೊಂಡುಬಿಟ್ಟಿದ್ದರು ಅಂದರೆ, ಕವನ ಬಂದೆಳೆಂದರೆ ಖುಷಿಯಿಂದ ಹಾರಾಡುತ್ತಿದ್ದರು.

ತನ್ನ ದೊಡ್ಡ ಬ್ಯಾಗ್ ಇಳಿಸಿಟ್ಟ ಅವಳನ್ನ ನೋಡಿ ನಸುನಗೆ ಬೀರಿದ ಸತ್ಯೇಂದ್ರ "ಇದೇನು ದೊಡ್ಡ ಲಗೇಜ್‌ನಲ್ಲಿ ಬಂದಿದ್ದೀರಲ್ಲ, ವಿಷ್ಣುಕಟ್ಟೆಯಲ್ಲಿ ಎಷ್ಟು ದಿನದ ಮೊಕ್ಕಾಂ?" ಎಂದು ಹಾಸ್ಯ ಮಾಡಿದ.

ಈಗಾಗಲೇ ಒಂದು ಬ್ಯಾಗನ್ನು ಒಳಗಿಟ್ಟು ಬಂದ ಜಗದೀಶ "ದಿನಗಳ ಮೊಕ್ಕಂ ಅಲ್ಲ, ತಿಂಗಳು ವಿಷ್ಯ ಕೇಳು. ಅಂತು ಕವನಗೆ ವಿಷ್ಣುಕಟ್ಟೆ ಇಷ್ಟವಾಗಿದೆ. ಈಗ ಹುಡ್ಗೀರೆಲ್ಲ ಬೆಂಗಳೂರಿನ ಸಾಫ್ಟ್‌ವೇರ್ ಇಂಜಿನಿಯರ್ಸ್ ಬೇಕೂಂತ ಪಟ್ಟು ಹಿಡಿದಿರೋದರಿಂದ ಸಾಕಷ್ಟು ಬ್ಯಾಚುಲರ್ಸ್ ಉಳ್ದುಬಿಟ್ಟಿದ್ದಾರೆ ಸುತ್ತಮುತ್ತ ಊರುಗಳಲ್ಲಿ. ಆರಾಮಾಗಿ ಕವನಾನ ಮದ್ವೆ ಆಗೋಕೆ ಕ್ಯೂ ನಿಲ್ತಾರೆ" ನಗೆಯಾಡಿದ ಆತ್ಮೀಯವಾಗಿ.

ಅರುಣ, ಅದಿತಿ ಒಂದು ದೊಡ್ಡ ಬ್ಯಾಗನ್ನು ಎತ್ತಲಾರದೆ ಎತ್ತಿಕೊಂಡು ಹೋದರು.

ಬಂದ ಕವನ "ಹಲೋ, ನಾನೇ ಬೇಗ ಬರಬೇಕಾಯಿತು. ಆರತಿಗೆ ಶ್ರೀಮಂತ.... ಅದೇ ಆರತಿ... ಬಳೆ ತೊಡಿಸೋ ಶಾಸ್ತ್ರ, ಅಂದ ಮೇಲೆ ನಂಗೆ ನಿಲ್ಲೋದಿಕ್ಕಾಗಲಿಲ್ಲ. ಇನ್ನು ವಿಶ್ವರಥನ ಹುಟ್ಟಿದ ಹಬ್ಬದ ಕಾರ್ಯಕ್ರಮ. ನಾನು ಇವನ್ನೆಲ್ಲ ಸಿನಿಮಾದಲ್ಲಿ ನೋಡಿದ್ದೇ ವಿನಹ ಬೇರೆಲ್ಲೂ ನೋಡಿಲ್ಲ. ತುಂಬ ಇಂಟರೆಸ್ಟಿಂಗ್ ಅನ್ನಿಸ್ತು. ಅದಕ್ಕೇ ಬೇಗ ಬಂದೆ" ಉತ್ಸಾಹ ಬೆರೆಸಿಕೊಂಡು ಹೇಳಿದ ರೀತಿಗೆ ಇಬ್ಬರೂ ಬೆರಗಾದರು. 'ಏಯ್ ವಿಶ್ವ, ನೀನು ಸತ್ತ ಮೇಲು ನಿನ್ನ ಪ್ರೀತಿಸೋ, ಅಭಿಮಾನಿಸೋ, ಒಂದು ಸುಂದರವಾದ ಹುಡ್ಗೀ ಇದೆಯೆಂದರೆ, ಯು ಆರ್ ಲಕ್ಕಿ. ಐ ಜಲಸ್ ಫಾರ್ ಯು' ಅಂದುಕೊಂಡ ಸತ್ಯೇಂದ್ರ.

"ನನ್ನಿಂದ ಏನಾದ್ರೂ ಹೆಲ್ಪ್ ಬೇಕಾ?" ಕೇಳಿದ ಸತ್ಯೇಂದ್ರ.

"ಹೆಲ್ಪ್ ಅಂತಲ್ಲ, ಮಾತಾಡೋಕೆ ಇಷ್ಟ, ಅಷ್ಟೆ. ನೀವು ತುಂಬ ಇಂಟರೆಸ್ಟಿಂಗ್ ಆಗಿ ಮಾತಾಡ್ತೀರಿ" ಎಗ್ಗಿಲ್ಲದೇ ನುಡಿದಳು.

"ಮತ್ತೆ ಸಿಗೋಣ. ನಾನು ವಿಷ್ಣುಕಟ್ಟೆಯಲ್ಲೇ ಇರೋದು, ಸಮಯ ಇರುತ್ತೆ" ಹೊರಟ ಸತ್ಯೇಂದ್ರ. ಅವನ ಹಿಂದೆನೇ ಬಂದ ಕವನ "ಮಾವ ಇದ್ದಾರ? ಅಪೇಕ್ಷ ಅವ್ರ ಬಗ್ಗೆ ಏನೇನೋ ಹೇಳ್ತಾಳೆ. ನಾನು ಮಾತಾಡಬಹುದಾ?" ಅವಳ ಪ್ರಶ್ನೆಗೆ ನಕ್ಕ.

"ಖಂಡಿತ ಮಾತಾಡಬಹುದು. ಅಪೇಕ್ಷನಷ್ಟೆ ಮಮತೆಯಿಂದ ನಿಮ್ಮೊಂದಿಗೆ ಮಾತಾಡಬಲ್ಲರು. ರಾಗದ್ವೇಷಗಳನ್ನು ದಾಟಿದವರು. ತಾನು ಇತರರಿಗಿಂತ ಬೇರೆಯೆಂದೆಣಿಸಿಕೊಳ್ಳದೇ, ಅದಕ್ಕೆ ಬದಲಾಗಿ ವಿಶ್ವದಲ್ಲಿ ತಾನು ಒಂದು ಅಂಶ ಎಂದುಕೊಳ್ಳುವ ಪ್ರಯತ್ನದಲ್ಲಿರುವ, ಪ್ರತಿಯೊಬ್ಬರಲ್ಲು ಭೇದವೆಣಿಸದೇ ತನ್ನಂತೆ ಎಂದು ತಿಳಿದುಕೊಳ್ಳಬಲ್ಲರು. ಅದರಿಂದ ಅರುಣ, ಅದಿತಿಯಂತೆ ನಿಮ್ಮನ್ನ ಕಾಣಬಲ್ಲರು." ಸ್ವಲ್ಪ ದೀರ್ಘವಾಗಿಯೇ ಹೇಳಿದ್ದು ಅವಳಿಗೆ ಅಚ್ಚರಿಯೆನಿಸಿತು. ಆದರೆ ದೊಡ್ಡ ದೊಡ್ಡ ಮಾತುಗಳು ತಲೆಗೆ ಹೋಗದು. "ಹೋಗಿ ಮಾತಾಡಿ" ಹೇಳಿ ನಡೆದವನನ್ನು ಜಗದೀಶ ಹಿಂಬಾಲಿಸಿ ಬಂದ.

"ಸತ್ಯ, ನೆನ್ನೆ ಮನೆ ಹತ್ರ ಬಂದಿದ್ದೆ. ಪದ್ದತ್ತೆ ಕಣ್ಣೀರು ಹಾಕ್ಕೊಂಡರು. ಮಗ, ಸೊಸೆ ಬೇರೆ ಬೇರೆ ಇರೋದು ಅವರಿಗೆ ಇಷ್ಟವಾಗೋಲ್ಲ."

ನಡಿಗೆಯನ್ನು ಸ್ವಲ್ಪ ನಿಧಾನಿಸಿ "ಅಮ್ಮ ಹಾಗಂತ ನಿನ್ಹತ್ರ ಹೇಳಿದ್ರಾ?" ಕೇಳಿದ. ಜಗದೀಶ ನಿಟ್ಟುಸಿರು ದಬ್ಬಿ "ಡೈರೆಕ್ಟಾಗಿ ಹೇಳದಿದ್ರೂ ಇನ್‌ಡೈರೆಕ್ಟಾಗಿ ಅದೇ ಪ್ರಸ್ತಾಪ. ಮಗ ಇಲ್ಲಿರೋದು ಆಕೆಗೆ ಇಷ್ಟ. ಈ ವಯಸ್ಸಿನಲ್ಲಿ ಒಂದು ಆಸರೆ ಬೇಕು. ಆದರೆ ನಮ್ಮಗಳ ಸಂತೋಷಕ್ಕೆ, ಒಂದು ಸಣ್ಣ ತ್ಯಾಗ ಮಾಡಿಬಿಡೋಷ್ಟು ಧಾರಾಳಿ. ಕಡೆಯಲ್ಲಿ ಅವನೊಂದು ಕೆಲ್ಸ ಹಿಡಿಯಲೀಂತ... ಹೇಳಿದ್ರು. ಒಂದು ನಿರ್ಧಾರಕ್ಕೆ ಬರೋದು ಒಳ್ಳೇದು."

ಸತ್ಯೇಂದ್ರ ಪ್ರತಿಕ್ರಿಯಿಸಲಿಲ್ಲ. ವಿದ್ಯಾಭ್ಯಾಸ ಮಾಡುವಾಗಲೇ ಅವನದು ನೂರು ಕನಸು. ಚಾರುಲತನ ಕೈ ಹಿಡಿದಾಗ ಅದಕ್ಕೆ ರೆಕ್ಕೆಗಳು ಹುಟ್ಟಿಕೊಂಡು ಆಕಾಶಕ್ಕೆ ಹಾರಿದ್ದ. ಯಾಕೋ ಏನೋ ಭ್ರಮನಿರಸನ.

ಇಬ್ಬರೂ ತೋಟಕ್ಕೆ ಹೋದರು. ಕಾಲುವೆಯಲ್ಲಿ ಅಡಿಕೆಗೆ ಹರಿಯುತ್ತಿದ್ದ ನೀರನ್ನು ನೋಡಿ "ಜಗ್ಗೀ, ನಿನ್ನ ಯಾಕೆ ಇಲ್ಲಿಗೆ ಕರ್ಕಂಡ್ ಬಂದೇ ಗೊತ್ತಾ? ವಿಶ್ವ ಒಂದ್ಸಲ... ಇದೇ ಜಾಗದಲ್ಲಿ ನಿಂತು ಹೇಳಿದ. ನಾನು ಮದ್ವೆಯಾಗಬಾರದಿತ್ತು. ನಾನು ಸ್ವಾಮಿ ವಿವೇಕಾನಂದರನ್ನು ಓದಿಕೊಂಡು ಬೆಳೆದವ. ಅವರ ಪ್ರಭಾವ ದಟ್ಟವಾಗಿ ನನ್ನ ಮೇಲಿದೆ. ಸುಕನ್ಯ ನನ್ನ ಭಾವನೆ, ಆದರ್ಶಕ್ಕೆ ಸ್ಪಂದಿಸಲಾರಳು.... ಯುವಶಕ್ತಿಯ ಬಗ್ಗೆ ಸ್ವಾಮಿ ವಿವೇಕಾನಂದರಿಗೆ ಅತ್ಯುಚ್ಚವಾದ ನಂಬಿಕೆ. My faith is in the younger generation, my faith is in the modern generation. Out of them will come my workers, and they will workout all the things like lions (ಯುವ ಜನಾಂಗದಲ್ಲಿ ನನ್ನ ನಂಬಿಕೆಯಿದೆ. ಆಧುನಿಕ ಜನಾಂಗದಲ್ಲಿ ನನ್ನ ನಂಬಿಕೆಯಿದೆ. ಅವರೊಳಗಿನಿಂದಲೇ ನನ್ನ ಜನರು ಹೊರಬರುತ್ತಾರೆ. ಸಿಂಹಸದೃಶರಾಗಿ ಎಲ್ಲ ಕೆಲಸಗಳನ್ನು ಮಾಡುತ್ತಾರೆ.) ಈ ಮಾತುಗಳನ್ನು ಪದೇ ಪದೇ ಜ್ಞಾಪಿಸಿಕೊಳ್ಳುತ್ತಿದ್ದ. ಸಮಾಜಕ್ಕೆ, ಭಾಷೆಗೆ, ದೇಶಕ್ಕೆ, ಸಂಸ್ಕೃತಿಗೆ ಏನಾದರೂ ಮಾಡುವ ಆಸೆ ಅವನದು" ಎಂದ ನಿರ್ಲಿಪ್ತತೆಯಿಂದ. ಅದಕ್ಕೂ ಮೀರಿದ ಭಾವ ಅವನ ದನಿಯಲ್ಲಿತ್ತು.

"ಎರಡಕ್ಕೂ ಸಂಬಂಧವಿಲ್ಲದ್ದು. ನಾನು ಹೇಳ್ತಾ ಇರೋದು ನಿನ್ನ ವೈಯಕ್ತಿಕ ಬದುಕಿನದು. ವಿಷ್ಣುಕಟ್ಟೆಯಲ್ಲಿ ನನ್ನ ಮಗಳು ಬೆಳೆಯೋದು ನಂಗಿಷ್ಟವಿಲ್ಲಾಂತ, ನಿನ್ನ ಶ್ರೀಮತಿ ಚಾರುಲತ ಅವರು ಅಪ್ಪಣೆ ಕೊಡಿಸಿದರಂತೆ."

ಜಗದೀಶನ ಮಾತು ಕೇಳಿ ಸತ್ಯೇಂದ್ರ ಬೆಚ್ಚಿಬಿದ್ದ. ಚಾರುಲತ ನೇರವಾಗಿ ಮಾತಾಡಬಲ್ಲಳು. ಸ್ಪಷ್ಟವಾಗಿ ತನ್ನ ನಿರ್ಣಯಗಳನ್ನು ಹೇಳಿಕೊಳ್ಳಬಲ್ಲಳು. ಅಷ್ಟೇ ಹಟ. ಇದ್ದಕ್ಕಿದ್ದಂತೆ ಇಲ್ಲಿ ಪ್ರಸ್ತಾಪಿಸಿದ್ದಕ್ಕೆ ಅವನದೇ ಕಾರಣವಿರಬೇಕೆಂದು ಅಂದುಕೊಂಡ.

"ನಿಂಗೆ ಇದ್ನ ಯಾರು ಹೇಳಿದ್ರು?" ತೀಕ್ಷ್ಣವಾಗಿತ್ತು ಅವನ ದನಿ. "ನಿಮ್ಮಮ್ಮಬಾ ಅಂತ ಫೋನ್ ಮಾಡಿದ್ದರಂತೆ. ಅದಕ್ಕೆ ಈ ಉತ್ತರ. ಅದಕ್ಕೆ ಪದ್ದತ್ತೆ ನಂಗೆ ಕರ್ದು

ಹೇಳಿದ್ರು. ಬೆಂಗ್ಳೂರಿನಲ್ಲಿ ಒಂದು ಕೆಲ್ಸ ಹಿಡಿದು ಹೋಗಬೇಕಂತೆ. ನಿನ್ನ ಫ್ಯೂಚರ್‌ನ ಗಮನದಲ್ಲಿ ಇಟ್ಕೊಂಡ್, ಈ ಮಾತು ಹೇಳಿದ್ದಾರೆ" ಎಂದ ಜಗದೀಶ.

ಬಗ್ಗಿ ಹರಿಯುತ್ತಿದ್ದ ನೀರನ್ನು ಎತ್ತಿಕೊಂಡು ಹಾಗೆಯೇ ಬಿಟ್ಟವನು "ನಿರ್ಧಾರ ಮಾಡಿಯಾಗಿದೆ. ಕೆಲ್ಸ ಹಿಡ್ಯೋ ಯೋಚ್ನೆ ಇಲ್ಲ. ಮುಂದೆ ನೋಡೋಣ, ಕೆಲವೊಮ್ಮೆ ಬದ್ಕಿನ ನಿಶ್ಚಯಗಳು ಫಲಕಾರಿಯಾಗೋಲ್ಲ. ವಿಶ್ವ ಇಷ್ಟು ಬೇಗ ಇಲ್ಲವಾಗಿಬಿಡಬಹುದೆಂದು ಅಂದುಕೊಂಡಿದ್ವಾ?" ಅನ್ನುತ್ತ ಅಲ್ಲೇ ಇದ್ದ ಒಂದು ಪುಟ್ಟ ಕಡ್ಡಿಯನ್ನ ಹರಿವ ನೀರಿಗೆ ಹಾಕಿದ, ನೀರಿನಲ್ಲಿ ಹರಿದು ಕಣ್ಮರೆ ಆಯಿತು. "ಮ್ಯಾನ್ ಪ್ರಪೋಸಸ್, ಗಾಡ್ ಡಿಸ್‌ಪೋಸಸ್" ಅನ್ನೋದೊಂದು ಮಾತಿದೆ, ಅದು ಸತ್ಯ ಅಂತ ಅನ್ನಿಸುತ್ತೆ. ಚಾರು ಜೊತೆ ವಿಮಾನದಲ್ಲಿ ಹಾರಿದಾಗ ಮತ್ತೆ ಭಾರತಕ್ಕೆ ಹಿಂದಿರುಗೋ ಅಪೇಕ್ಷೆ ಇರ್ಲಿಲ್ಲ. ಸಮಸ್ತ ಸ್ವರ್ಗವು ನನ್ನ ಮುಷ್ಟಿಯಲ್ಲಿದೇಂತ ಹರ್ಷಿಸಿದ್ದೆ" ಎಂದು ಗಾಢವಾದ ಮೌನಕ್ಕೆ ಶರಣಾದ.

ಆ ಕ್ಷಣ ಜಗದೀಶನಿಗೆ ತಲೆ ಕೆರೆದುಕೊಳ್ಳಬೇಕೆನಿಸಿತು. "ಎಷ್ಟೋ ವಿಚಾರಗಳು ತರ್ಕಕ್ಕೆ ಸಿಗದು. ಆಧುನಿಕ ಮನುಷ್ಯ ಯಾವ ಯಾವುದರಿಂದಲು ಪಾರಾಗುವ ಪ್ರಯತ್ನ ಮಾಡಿ ಸೋಲುತ್ತಾನೆ. ಆದರೆ ವಿಸ್ಮಯವೆನ್ನುವಂತೆ ಒಳಗೊಳ್ಳುವ ಸಂಬಂಧಗಳು ಜೀವನ ಪ್ರವೇಶಿಸಿ ಸಾರ್ವಭೌಮತ್ವ ಸ್ಥಾಪಿಸುತ್ತೆ. ಆ ಪಕ್ಷಿಗಳು ಎಷ್ಟೊಂದು ಹರ್ಷದಿಂದ ಹಾರಾಡುತ್ತಿವೆ. ಭೂತಕಾಲದ ಭಾರವಿಲ್ಲ, ಭವಿಷ್ಯತ್‌ನ ಚಿಂತೆ ಇಲ್ಲ. ವರ್ತಮಾನದ ಸಂಭ್ರಮ ಮಾತ್ರ ಅವುಗಳ ಪಾಲಿಗೆ" ಮಾತಾಡಿದ. ನಂತರ ಈ ಮಾತುಗಳನ್ನ ಆಡಿದ್ದು ನಾನಾ ಎಂದು ಯೋಚಿಸುವಂತಾಯಿತು ಅವನಿಗೆ.

"ನಿಂಗೆ ಫೋನಿದೆ, ಪದ್ದಮ್ಮತ್ತೆ ಕರೆದ್ರು" ಓಡಿ ಬಂದಳು ಅದಿತಿ. "ಹೋಗೋಣ, ಜಗ್ಗೀ, ಅಮ್ಮ ಒಂದು ಫೋನ್ ಬಂತೂಂದರೇ ಗಾಬ್ರಿಯಾಗ್ತಾರೆ. ಚಾರು ಗಟ್ಟಿಯಾಗಿ ಅಲ್ಲಿ ಕೂತಿದ್ದಾಳೆ. ಬಹಳ ಸ್ಮೂತ್ ಅಂದ್ಕೊಂಡಿದ್ದೆ. ಈಗ ಸ್ವಲ್ಪ ಬಾಯಿ ಜಾಸ್ತಿಯಾಗಿದೆ. ತನಗೇ ದೊಡ್ಡ ಅನ್ಯಾಯವಾಗಿದೇಂತ ಅರಚುತ್ತಾಳೆ. ಬೇರೆ ವಿಧಿ ಇಲ್ಲ. ಅಭ್ಯಾಸ ಮಾಡ್ಕೋಬೇಕೂಂತ ಇದ್ದೀನಿ. ಈಗ ಕಾಂಪ್ರಮೈಸ್ ಆಗಿ ಇಳಿವಯಸ್ಸಿನಲ್ಲಿ ಪಶ್ಚಾತ್ತಾಪಪಡೋದು ಬೇಡ. ಬರ್ತೀನೋ, ಜಗ್ಗಿ" ಪಂಚೆ ಮೇಲೆತ್ತಿ ಕಟ್ಟಿಕೊಂಡು ದಾಪುಗಾಲು ಹಾಕುತ್ತ ನಡೆದ.

ಜಗದೀಶನ ತುಟಿಗಳ ಮೇಲೆ ತುಂಟ ನಗು ಅರಳಿತು. ಈಗಲೂ ಆರತಿಗೆ ಪ್ಯಾಂಟು ಮೇಲೆ ವ್ಯಾಮೋಹ. ಹೊರಗೆ ಹೊರಡುವಾಗಲೆಲ್ಲ ಪ್ಯಾಂಟು ಹಾಕಿಕೊಳ್ಳಬೇಕು, ಇಲ್ಲದಿದ್ದರೆ ಅವಳ ಮುಖ ದಪ್ಪಗಾಗುತ್ತಿತ್ತು. ಒಬ್ಬೊಬ್ಬರಿಗೆ ಒಂದೊಂದು ತರಹ ಹುಚ್ಚು.

"ಆರತಿ, ನೀನೇನಾದ್ರು ಹೆಚ್ಚು ಕಡ್ಮೇ ಮಾತಾಡಿದರೆ ಈ ಜನ್ಮದಲ್ಲಿ ಪ್ಯಾಂಟು ಹಾಕ್ಕೊಳ್ಳಲ್ಲಾಂತ ಅಂಗಡಿ ಫಣೀಂದ್ರರ ಮೇಲೆ, ಅದು ಅಮ್ಮನ ಮುಂದೆ ಆಣೆ ಇಡ್ತೀನಿ. ಆಮೇಲೆ ಅಮ್ಮ ನನ್ನ ಪ್ಯಾಂಟುಗಳನ್ನೆಲ್ಲ ಯಾರಿಗಾದ್ರೂ ದಾನ ಮಾಡ್ತಾಳೆ" ಎಂದು

ರೇಗಿಸಿದ್ದ. ಅವಳು ತಕ್ಷಣ ವಿಶ್ವರಥನನ್ನು ನೆನೆಸಿಕೊಂಡು ಕಣ್ಣೀರು ಹಾಕೋಕೆ ಶುರು ಮಾಡೋಳು. ಇದು ಆಗಾಗ ನಡೆಯುವಂಥದ್ದೇ.

ಬಾಳೆತೋಟವನ್ನು ಹಾದು ತೋಟದ ಗೇಟಿನ ಬಳಿಗೆ ಬರುವ ವೇಳೆಗೆ ಕವನ ಪ್ರತ್ಯಕ್ಷ. ಅವನಿಗೆ ಗಾಬರಿ. ಒಮ್ಮೆ ಬಿದ್ದು ಕೈ, ಮಂಡಿಯೆಲ್ಲ ಗಾಯ ಮಾಡಿಕೊಂಡಿದ್ದಳು.

"ನೀವ್ಯಾಕೆ, ಬಂದ್ರಿ? ಸತ್ಯೇಂದ್ರ ಇಲ್ಲಿ ನಿಂತು ಗಮನವಿರಿಸಿದ ಮೇಲೆ ತೋಟ ನಳನಳಿಸುತ್ತಿದೆ. ಇಲ್ಲಿಗೆ ಬರೋದು ನಂಗೆ ಖುಷಿ ಕೊಡುವ ಸಂಗತಿ" ಎಂದ ಸುತ್ತಲು ನೋಟಹರಿಸುತ್ತ.

"ಆಲ್ಬರ್ಟ್ ಐನ್‌ಸ್ಟೈನ್ ನಿಮಗೆಷ್ಟು ಗೊತ್ತು?"

ಅವಳ ಕೇಳಿಕೆಗೆ ನಕ್ಕ. "ವಿಶ್ವರಥ, ಸತ್ಯೇಂದ್ರ ಮಧ್ಯೆ ಬುದ್ಧಿವಂತಿಕೆಯ ಬಗ್ಗೆ ಕಾಂಪಿಟೇಷನ್. ನನ್ನ ಬಿಡಿ, ಸ್ವಲ್ಪ ಕುಂಟುತ್ತಲೇ ಡಿಗ್ರಿ ಮಾಡಿದ್ದು. ನಾನು ಅಂಥ ಆ್ಯಂಬಿಷನ್ ಮನುಷ್ಯನಲ್ಲ. ಇಪ್ಪತ್ತನೇ ಶತಮಾನದ ಜಗತ್ತಿನ ಅತಿ ದೊಡ್ಡ ಭೌತವಿಜ್ಞಾನಿ. ಹದಿನೇಳನೆ ಶತಮಾನದ ಐಸಾಕ್ ನ್ಯೂಟನ್ನಿನಿಗೆ ಸರಿಸಮಾನನೆಂದು ಮಾತ್ರ ಗೊತ್ತು. ಈಗ್ಯಾಕೆ, ಆ ಮಹಾನುಭಾವನ ಡೀಟೈಲ್ಸ್?" ಕೇಳಿದ. ವಿಪರೀತ ಕುತೂಹಲದ ವಿಕ್ಷಿಪ್ತ ಮನಸ್ಸಿನ ಯುವತಿಯಂತೆ ಕಂಡಿದ್ದಳು.

"ಐ ವಾಂಟ್ ಮೋರ್ ಡೀಟೈಲ್ಸ್" ಎಂದಳು ಆವೇಗದಿಂದ.

"ಈಗೇನು ಇಂಟರ್‌ನೆಟ್‌ನಲ್ಲಿ ಹುಡುಕಿದರಾಯ್ತು. ಇಲ್ಲ ನೀವು ಸತ್ಯೇಂದ್ರನಲ್ಲಿ ಕೇಳಿ. ವಿಶ್ವ ಒಂದು ರೀತಿಯ ಬುದ್ಧಿವಂತನಾದರೇ, ಅವನು ಬೇರೆ ರೀತಿಯಲ್ಲಿ ಬುದ್ಧಿವಂತ. ನೀವು ಇಷ್ಟೊಂದು ಐನ್‌ಸ್ಟೈನ್‌ರ ಬಗ್ಗೆ ಯಾಕೆ ಕುತೂಹಲಗೊಂಡಿದ್ದೀರೋ ನಂಗೆ ಗೊತ್ತಿಲ್ಲ. ಪದ್ದತ್ತೆ ಕೈನ ಕಾಫೀ ಕುಡ್ಯೋಕೆ ಬೇಡೆನ್ನೆಲ್ಲ. ನಾನು... ಬರ್ತೀನಿ. ಇಷ್ಟೊತ್ತು ಇಲ್ಲೇ ಇದ್ದ. ಈಗ್ಲೇ ಹೋಗಿದ್ದು."

ಜಗದೀಶ, ಕವನ ಇಬ್ಬರು ಪದ್ದಮ್ಮನ ಮನೆಗೆ ಬಂದರು. ಏನೋ ಹೇಳುತ್ತಿದ್ದ ಆಕೆ ತಟ್ಟನೆ ನಿಲ್ಲಿಸಿದರು. ಒಂದು ರೀತಿಯ ಗೊಂದಲ, ದಿಕ್ಕೆಟ್ಟ ಸ್ಥಿತಿ. ಚಾರುಲತ ಅಲ್ಲೇ ಉಳಿದು ಇವನು ಇಲ್ಲಿ ಉಳಿದರೇ, ಇಂಥ ಒಂದು ಆತಂಕ ಅವರನ್ನು ಕುಸಿಯುವಂತೆ ಮಾಡಿತ್ತು.

"ಅರೇ, ಬನ್ನಿ ಕವನ! ಏನೀ.... ಅರ್ಜೆಂಟ್?" ಕೇಳಿದ ಅವಳತ್ತ ತಿರುಗಿ. "ಹೇಗಿದ್ದೀರಿ ಪದ್ದತ್ತೆ? ವಿಷ್ಣುಕಟ್ಟೆ ನನ್ನ ಪಾಲಿಗೆ ಹೇಗಾಗಿದೆಯೆಂದರೆ ನಾನು ಇಲ್ಲೇ ಹುಟ್ಟಿ ಬೆಳೆದಷ್ಟು ಪರಿಚಯ" ಅಂದಳು. ಆಕೆಗೆ ಸಂತೋಷವೇ. ಇಂಥ ಗುಣ ತನ್ನ ಸೊಸೆಗೆ ಇರಬಾರದಿತ್ತ ಅಂದುಕೊಂಡರು.

"ಚೆನ್ನಾಗಿದ್ದೀನಿ. ಅಪೇಕ್ಷ ಬರಲಿಲ್ವಾ?" ಕೇಳಿದರು.

"ಬರ್ತಾಳೆ, ಅಲ್ಲಿ ರಜ ಸಿಗೋದು ಕಷ್ಟ. ನಂಗೆ ಒಂದು ಲೋಟ ಕಾಫೀ ಬೇಕು" ಕೇಳಿ ಬಿಡುಬೀಸಾಗಿ ಬೆಂಚು ಮೇಲೆ ಕೂತು "ಪ್ಲೀಸ್.... ಸತ್ಯ... ಅಲ್ಲ ಸತ್ಯೇಂದ್ರ

ಅವರೇ, ನಂಗೆ ನಿಮ್ಮಿಂದ ಒಂದು ಹೆಲ್ಪ್ ಬೇಕು. ನಂಗೆ ಐನ್‌ಸ್ಟೈನ್ ಬಗ್ಗೆ ಸ್ವಲ್ಪ ತಿಳೀಬೇಕು" ಅಂದಾಗ ಅವನು ಉಸಿರೆಳೆದು ದಬ್ಬಿ 'ಇಷ್ಟೇನಾ' ಅಂದುಕೊಂಡರೂ ಯಾಕೆ, ಅನ್ನೋ ಪ್ರಶ್ನೆ ಮೂಡಿತು.

"ಅಷ್ಟೊಂದು ಅರ್ಜೆಂಟ್! ಆ ಮಹನೀಯನ ಬಗ್ಗೆ ನಾನು ತಿಳಿದಿರೋದು ಅಲ್ಪಸ್ವಲ್ಪನೇ. ಸಾಕಷ್ಟು ಪುಸ್ತಕಗಳು ಇದೆ. ಇಂಟರ್‌ನೆಟ್‌ನಲ್ಲಿ ಮಾಹಿತಿ ಸಿಗುತ್ತೆ."

ಮುಖ ಒಂದು ತರಹ ಮಾಡಿ ತಲೆಯಾಡಿಸಿ "ಅಷ್ಟಕ್ಕೆ ಸಮಯವಿಲ್ಲ. ಆ ಡೀಟೈಲ್ಸ್‌ನಿಂದ ನಂಗೆ ತುಂಬ ಉಪಯೋಗವಾಗೋಲ್ಲ. ಅವರ ಬಗ್ಗೆ ನನ್ನಲ್ಲಿ ಒಂದು ಪ್ರಶ್ನೆ ಇದೆ. ಬಹುಶಃ ಅಭಿಪ್ರಾಯ ಸಂಗ್ರಹ ಅಂದುಕೊಂಡರೂ. ಪರ್ವಾಗಿಲ್ಲ. 'God doesn't play at dice' 'ದೇವರು ಪಗಡೆಯಾಡುವುದಿಲ್ಲ' ಎನ್ನುವುದು ಅವರ ಸುಪ್ರಸಿದ್ಧ ಮಾತು. ಚಿಕ್ಕ ವಯಸ್ಸಿನಲ್ಲಿಯೇ ಸಾಪೇಕ್ಷ ಸಿದ್ಧಾಂತ, ಶಕ್ತಿ ಸಿದ್ಧಾಂತ ಮುಂತಾದ ವಿಷಯಗಳ ಬಗ್ಗೆ ಅತಿ ಮಹತ್ವದ ಪ್ರಬಂಧಗಳನ್ನು ಬರೆದು ಜಗತ್ತಿನಾದ್ಯಂತ ಪ್ರಸಿದ್ಧಿಯಾದ ಈ ವಿಜ್ಞಾನಿ ಆಗಾಗ ತಮ್ಮ ಮಾತುಗಳಲ್ಲಿ ದೇವರ ವಿಷಯವನ್ನು ತರುತ್ತಿದ್ದದುಂಟು. ಅಂದರೆ ದೇವರ ಅಸ್ತಿತ್ವದಲ್ಲಿ ಅವರಿಗೆ ನಂಬಿಕೆ ಇತ್ತಾ?" ಕೇಳಿದಳು. ಆ ಬಗ್ಗೆ ತಿಳಿಯಲೇಬೇಕೆನ್ನುವ ಕುತೂಹಲ ಇತ್ತು.

ಸತ್ಯೇಂದ್ರನಿಗೆ ಸ್ವಲ್ಪ ವಿಚಿತ್ರವೆನಿಸಿತು. ಕಡಿಮೆ ಸಮಯದಲ್ಲಿ ಶೇಷಪ್ಪಯ್ಯನವರ ಕುಟುಂಬವನ್ನು ಇಷ್ಟೊಂದು ಹಚ್ಚಿಕೊಳ್ಳಲು ಕಾರಣವೇನು? ಅವಳ ಹಿನ್ನೆಲೆಯನ್ನು ಸ್ವಲ್ಪ ಮಟ್ಟಿಗೆ ಅಪೇಕ್ಷ ಹೇಳಿದ್ದಳು. ಆದರೆ ಇದು ಸ್ವಲ್ಪ ವಿಚಿತ್ರವೆನಿಸಿತು.

"ಈಗ ನಿಮ್ಮನ್ನೊಂದು ಪ್ರಶ್ನೆ ಕೇಳಲಾ? ಮೊದ್ಲಿನಿಂದ್ಲೂ ನಿಮ್ಗೆ ಈ ಎಲ್ಲಾ ವಿಷ್ಯದಲ್ಲೂ ಆಸಕ್ತಿ ಇತ್ತಾ?" ಸ್ವಲ್ಪ ಕುತೂಹಲ ವ್ಯಕ್ತಪಡಿಸಿದ. ನಿಮಿಷಗಳ ಕಾಲ ಸ್ತಬ್ಧಳಾಗಿ "ನೋ, ಓದೋದು... ಬರೀ ಪಠ್ಯಪುಸ್ತಕಗಳ್ನ ಮಾತ್ರ. ಮಾರ್ಕ್ಸ್ ತಗೋಳೋದು. ಅಷ್ಟು ಬಿಟ್ಟು ಬೇರೇನು ಗೊತ್ತಿರಲಿಲ್ಲ. ಇನ್ನೊಂದು ಸಲ ಕೇಳ್ತೀನಿ. ವಿಜ್ಞಾನಿ ಐನ್‌ಸ್ಟೈನ್‌ರಿಗೆ ದೇವರಲ್ಲಿ ನಂಬಿಕೆ ಇತ್ತಾ?" ಮತ್ತದೇ ಪ್ರಶ್ನೆ.

"ನಂಗಂತು ಗೊತ್ತಿಲ್ಲಪ್ಪ. ಒಂದಿಷ್ಟು ವಿಶ್ವರಥನ ಫ್ರೆಂಡ್ ಆಗಿದ್ದಕ್ಕೆ ಸ್ವಾಮಿ ವಿವೇಕಾನಂದರ ಬಗ್ಗೆ ಮಾತ್ರ ಗೊತ್ತಿದೆ. ಆಗಾಗ ಇಲ್ಲಿನ ಯುವ ಜನರನ್ನು ಸೇರಿಸಿ ಒಂದು ಕಾರ್ಯಕ್ರಮ ಹಮ್ಮಿಕೊಂಡು ಅವರ ವಿಚಾರಧಾರೆಗಳನ್ನು ತಿಳಿಸಿಕೋಡೋ ಪ್ರಯತ್ನ ಮಾಡ್ತಾ ಇದ್ದ. ಅವರ ಸೂಕ್ತಿಯೊಂದನ್ನು ಶಾಲೆಯಲ್ಲಿ ಬರೆಸಿ ಹಾಕಿದ್ದ. They only live who live for others, the rest are more dead than alive. (ಪರರಿಗಾಗಿ ಬದುಕುವವರದೇ ಬದುಕು; ಉಳಿದವರು ಬದುಕಿ ಸತ್ತಂತೆ.) ಈಗಲೂ ಈ ಸೂಕ್ತಿಯ ಫಲಕ ಶಾಲೆಯಲ್ಲಿದೆ. ನಾನು ಬರ್ತೀನಿ. ನಿಂಗೆ ತಿಳಿದಿದ್ದು ಉತ್ತರಿಸಿ ಕಳ್ಸಿಕೊಡು" ಜಗದೀಶ ಹೊರಟುಬಿಟ್ಟ. ವಿವಾಹದ ನಂತರ ನವೋಲ್ಲಾಸ ಅವನ ನರನಾಡಿಗಳಲ್ಲಿ ಹರಿಯುತ್ತಿತ್ತು. ಚಿಂತನ-ಮಂಥನ ವಿಷಯಗಳು ತಲೆಗೆ ಹೋಗುತ್ತಿರಲಿಲ್ಲ.

"ಈಗೇನು ಕವನ ನಿಮ್ಮ ಸಮಸ್ಯೆ?" ನೇರವಾಗಿ ಕೇಳಿದ.

"ಐನ್‌ಸ್ಟೈನ್‌ರಿಗೆ ದೇವರ ಬಗ್ಗೆ ನಂಬಿಕೆ ಇತ್ತಾ?"

ಇಂಥ ಆಳವಾದ ವಿಷಯಗಳ ಬಗ್ಗೆ ಚಿಂತನ-ಮಂಥನ ನಡೆಯುತ್ತಿದ್ದದ್ದು ವಿಶ್ವರಥ ಬದುಕಿದ್ದಾಗ. ಇವನಿಗೆ ಅನಾಸಕ್ತಿಯೇ. ಆದರೆ ವಿಶ್ವ ಬಿಡದೇ, ಇಂಥ ಆಳವಾದ ವಿಷಯಗಳನ್ನು ಚರ್ಚಿಸುತ್ತಿದ್ದ.

"ಸ್ವಲ್ಪ ಸಿಂಪಲ್ಲಾಗಿ ನಿಮ್ಮ ಪ್ರಶ್ನೆಗೆ ಉತ್ತರಿಸ್ತೀನಿ. ಆದರೆ ಅದೇ ಪೂರ್ಣವಾದ ಉತ್ತರ ರೂಪವಲ್ಲ. ವಿಶ್ವದ ಎಲ್ಲಾ ವಿದ್ಯಮಾನಗಳು ವೈಜ್ಞಾನಿಕ ಸೂತ್ರಕ್ಕೆ ಬದ್ಧವಾಗಿರುತ್ತೆ. ಈ ಸೂತ್ರಗಳನ್ನೆಲ್ಲ ನಿಯಂತ್ರಿಸುವ ಸಮೀಕೃತ ಸೂತ್ರವೊಂದು ಇರಬೇಕಲ್ಲವೇ, ಇದ್ದರೆ ಅದು ಯಾವುದು ಎನ್ನುವುದು ಐನ್‌ಸ್ಟೈನ್‌ರ ಪ್ರಶ್ನೆಯಾಗಿತ್ತು. ಇದು ಜನ ಸಾಮಾನ್ಯರ ಪರಿಭಾಷೆಯಲ್ಲಿ ದೇವರು. ಈಗ ನಿಮ್ಮ ಪ್ರಶ್ನೆಗೆ ಉತ್ತರವನ್ನು ಹೇಗಾದರೂ ಅರ್ಥೈಯಿಸಿಕೊಳ್ಳಿ. ನಿಮ್ಮ ಫ್ರೆಂಡ್ ನಯನಾ ವಿವಾಹ ಎಲ್ಲಿವರ್‍ಗೂ ಬಂತು?" ವಿಷಯ ಬದಲಾಯಿಸಿದ.

"ಸರ್‍ಯಾಗಿ ಗೊತ್ತಿಲ್ಲ. ಬಹುಶಃ ಬೆಂಗಳೂರಿಗೆ ಹಿಂದಿರುಗೋ ಹಾಗೆ ಕಾಣ್ಸೋಲ್ಲ. ನಾಳೆ ವಿಶ್ವರಥನ ಹುಟ್ಟುಹಬ್ಬ. ಅವ್ರ ಹೆಂಡ್ತಿ ಸುಕನ್ಯ ಬರೋಲ್ವಾ?" ಕೇಳಿದಳು.

"ಇಲ್ಲಾಂತ ಅನಿಸುತ್ತೆ. ಶೇಷಪ್ಪಯ್ಯ ಸಾತ್ವಿಕ ಮನುಷ್ಯ. ಹೇಳಿ ಕಳಿಸಿರಬೇಕು. ಇಲ್ಲದ ವಿಶ್ವರಥನ ಬಗ್ಗೆ ತಲೆ ಕೆಡೆಸಿಕೊಳ್ಳೋದು ಅವಳಿಗೆ ಬೇಕಿಲ್ಲಂತ ಅನಿಸುತ್ತೆ. ಇಂಥ ಅಚ್ಚರಿಗಳ ಮಧ್ಯೆಯೇ ಬದ್ಕು. ಕುಡಿಯಲಿಕ್ಕೆ ಏನಾದ್ರೂ ಕೊಡ್ಲಾ? ಅಮ್ಮ ಹೊರ್‍ಗೆ ಹೋದ್ಲು." ಮೇಲೆದ್ದ. ಚಾರುಲತದು ಅವನಿಗೆ ಒಂದು ಸಮಸ್ಯೆಯಾಗಿತ್ತು. ಈಗ ಅವರಿಬ್ಬರೇ ಅಲ್ಲ, ಅವರಿಬ್ಬರ ಮಧ್ಯೆ ಒಂದು ಮಗುವಿತ್ತು. ಪರಿಹಾರ ಸುಲಭವೇ. ಅದು ಅವಳಿಗೆ ಇಷ್ಟವಿಲ್ಲ.

"ಅದೆಲ್ಲ ಏನು ಬೇಡ, ಪ್ಲೀಸ್ ಕೂತ್ಕೊಳ್ಳಿ ಸತ್ಯೇಂದ್ರ ಅವರೇ" ಒಂದು ಸಣ್ಣ ರಿಕ್ವೆಸ್ಟ್ ಅವಳದು. ಅವನಿಗೆ ನಗು ಬಂತು "ಇದು ಏನಾದ್ರೂ.... ರಿಯಾಲಿಟಿ ಷೋಗಳ ತರಹನಾ?" ಅನ್ನುತ್ತ ಕೂತ.

"ದೇವರು ಪಗಡೆಯಾಡುವುದಿಲ್ಲ. (God doesn't play at dice) ಅಂದರೆ ಅರ್ಥವೇನು? ನಂಗೆ ಪಗಡೆಯಾಟದ ಬಗ್ಗೆ ಏನೂ ಗೊತ್ತಿಲ್ಲ. ಅದ್ನ ತಿಳ್ಕೋಬಹುದಾ?"

ಅವನು ಈಗ ಜೋರಾಗಿಯೆ ನಕ್ಕುಬಿಟ್ಟ.

"ಅಲ್ಲರ್‍ರೀ, ಕವನ.... ಯಾವುದಾದ್ರೂ ಇಂಟರ್‌ವ್ಯೂಗೆ ಅಟೆಂಡ್ ಆಗ್ತೀರಾ? ಅಲ್ಲಿ ಐನ್‌ಸ್ಟೈನ್, ಪಗಡೆ ಅಂಥ ವಿಷಯಗಳ ಬಗ್ಗೆ ಪ್ರಶ್ನಿಸ್ತಾರಾ?"

"ಸುಮ್ನೇ ಕುತೂಹಲ ಅಂದ್ಕೊಳ್ಳಿ. ನಾನು.... ಈಗ ತುಂಬಾನೇ ಬದಲಾಗಿದ್ದೀನೀಂತ ಅನ್ನಿಸಿದೆ. ಮಮ್ಮಿ, ಡ್ಯಾಡಿಯೆನ್ನುವ ಸವಾರರ ಜಟಕಾಬಂಡಿಗೆ ನಾನು ಕುದುರೆಯಾಗಿದ್ದೆ. ಓಡಿಸಿದ ಕಡೆ ಓಡಿದ್ದಷ್ಟೇ. ಈಗ...." ಅವಳ ಕಣ್ಣುಗಳಲ್ಲಿ ಮಿಂಚು ಮೂಡಿ ಮರೆಯಾಯಿತು.

ಅಲ್ಪಸ್ವಲ್ಪ ಅಪೇಕ್ಷ ಹೇಳಿದ್ದರಿಂದ ಸ್ವಲ್ಪ ಎಳೆದರೆ ಬಹಳ ದೂರ ಹೋಗುತ್ತದೆಯೆಂದು "ಅದೆಲ್ಲ ಬಿಡಿ, ಸದ್ಯಕ್ಕೆ ನಿಮ್ಗೆ ಪಗಡೆಯ ಬಗ್ಗೆ ತಿಳಿಯುವ ಆಸಕ್ತಿ. ಈಗ್ಬಂದೇ." ಹೋದವನು ಪಗಡೆಯ ಡಬ್ಬ ಹಿಡಿದು ಬಂದು "ಅಮ್ಮ ಪಗಡೆಹಾಸನ್ನು ಎಲ್ಲಿಟ್ಟಿದ್ದಾರೋ ಗೊತ್ತಿಲ್ಲ. ನೋಡಿ, ಇದು ಆರು ಮೈಗಳುಳ್ಳ ಘನಾಕೃತಿಯ ಒಂದು ದಾಳ. ಇವುಗಳ ಮೈಮೇಲೆ ಒಂದು.... ಎರಡು ಮುಂತಾಗಿ ಆರರವರೆಗೂ ಗುರುತು ಮಾಡಿರುತ್ತಾರೆ. ಈ ದಾಳವನ್ನು ಅಲ್ಲಾಡಿಸಿ ಮೇಲೆ ಹಿಡಿದು ಆಡಿಸಿ ಕೆಳಗೆ ಚೆಲ್ಲಿದಾಗ ಎಷ್ಟು ಚುಕ್ಕೆಗಳು ಮೇಲ್ಮೈಯಲ್ಲಿ ಕಾಣಿಸುತ್ತದೆಯೋ ಅಷ್ಟು ಕಳಗಳ ತನಕ ಆಟಗಾರ ತನ್ನ ಕಾಯಿಗಳನ್ನು ನಡೆಸಬಹುದು. ಅಮ್ಮನಿಗೆ ತೀರಾ ಪಗಡೆಯಾಟದ ಹುಚ್ಚು. ಅಪ್ಪಯ್ಯನ ಕೂಡಿಸ್ಕೊತಾರೆ. ಅವರು ಒಮ್ಮೆ ಕೂಡ ಗೆದ್ದದ್ದಿಲ್ಲ. ತುಂಬ ಪುರಾತನವಾದ ಆಟ. ಮಹಾಭಾರತದಲ್ಲಿ ಶಕುನಿಯ ಸಹಾಯದಿಂದ ಧರ್ಮರಾಜನನ್ನು ಸೋಲಿಸಿ ಸಮಸ್ತವನ್ನು ದೋಚಿದ್ದು ಯಾರಿಗೆ ಗೊತ್ತಿಲ್ಲ? ಆದರೆ ದುರ್ಯೋಧನನ ಪರ ಆಡುತ್ತಿದ್ದ ಶಕುನಿ ಮೋಸದಿಂದ ದಾಳ ಉರುಳಿಸಿ ತನಗೇ ಬೇಕಾದ ಅಂಕಗಳನ್ನು ಪಡೆಯುತ್ತಿದ್ದ. ಮುಂದಿನ ಮಹಾಭಾರತ ಯುದ್ಧಕ್ಕೆ ದುರ್ಯೋಧನನ ಸರ್ವನಾಶಕ್ಕೆ ಮೊದಲ ಕಾರಣ ಅವನೇ. ಆದರೆ ದೇವರು ಪಗಡೆಯಾಡಿದರೇ ಧರ್ಮರಾಯನಂತೆ ನೇರವಾಗಿ ಆಡುವವನೆ ಹೊರತು ಶಕುನಿಯಂತೆ ಮೋಸ ಮಾಡುವುದಿಲ್ಲ. ನೇರವಾಗಿ ಪಗಡೆಯಾಡುವುದೆಂದರೆ ಪಗಡೆ ಬೀಳುವುದನ್ನು ಸಂಯೋಗಕ್ಕೆ (Chance)ಗೆ ಬಿಟ್ಟುಕೊಡುವುದು. ಆದರೆ ದೇವರು ಪಗಡೆಯಾಡುವುದಿಲ್ಲ, ಎಂದರೆ ದೇವರು ಸೃಷ್ಟಿಸಿದ ಈ ಲೋಕ ಸಹಯೋಗವನ್ನು ಅವಲಂಬಿಸಿದ್ದು. ಆದ ಕಾರಣ ಈ ಕಾರ್ಯ ಕಾರಣಗಳ ಮೂಲ ಸೂತ್ರವನ್ನು ತಿಳಿದರೆ ಸೃಷ್ಟಿಯ ರಹಸ್ಯ ತಿಳಿದಂತೆ, ಅದು ಈ ಮಹಾವಿಜ್ಞಾನಿಯ ಧೋರಣೆ ಇರಬಹುದು, ಆದರೆ ನಾಲ್ಕು ದಶಕಗಳ ಕಾಲ ಯತ್ನಿಸಿದರೂ ಸಮೀಕೃತ ಕ್ಷೇತ್ರ ಸಿದ್ಧಾಂತ ಹಗಲುಗನಸಾಗಿಯೇ ಉಳಿಯಿತು. ಈಗ ದೇವರ ಬಗ್ಗೆ ನೀವೇ ನಿರ್ಧಾರಕ್ಕೆ ಬರಬೇಕು. ಇದಿಷ್ಟು ನನ್ನ ಬುದ್ಧಿಗೆ ತೋಚಿದ್ದು. ಒಂದಿಷ್ಟು ಕಾಫೀ ತರ್ತೀನಿ" ಎದ್ದು ಹೋದ.

ಇವೆಲ್ಲ ತನಗೆ ಯಾಕೆ ತೋಚುವುದಿಲ್ಲ. ಇತಿಮಿತಿಯಲ್ಲಿ ಓದಿಕೊಂಡಿದ್ದು. ಆ ಮಟ್ಟದಲ್ಲಿಯೇ ಬುದ್ಧಿಯ ಬೆಳವಣಿಗೆ. ಈ ಚಿಂತನೆ ಎಲ್ಲೆಲ್ಲಿಗೋ ಹರಿಯಿತು.

ಅಷ್ಟರಲ್ಲಿ "ಮುಗಿತೇನ್ರಿ, ಕವನ? ವಿಷ್ಣುಕಟ್ಟೆಯಲ್ಲಿ ನೀವು ನಂಗಿಂತ ಹೆಚ್ಚು ಪರಿಚಿತರೆಂದು ಪಾರ್ವತತ್ತೆಗೆ ಗೊತ್ತಿಲ್ಲ. ನಿಮ್ಮನ್ನ ಕರೆಯೋಕೆ ನನ್ನ ಕಳ್ಸಿದ್ರು" ಅನ್ನುತ್ತಲೇ ಬಂದವನು ಅತ್ತಿತ್ತ ನೋಡಿದ ಜಗದೀಶ "ಯಾರೂ ಪತ್ತೆ ಇಲ್ಲ" ಅಂದ.

"ಮುಗೀತು ಅಂದ್ಕೊಳ್ಳಿ ಅಷ್ಟೆ. ಸತ್ಯೇಂದ್ರ ತುಂಬ ತಿಳ್ಕೊಂಡಿದ್ದಾರೆ. ಇವರಿಗೆ ಇದೆಲ್ಲ ಹೇಗೆ ಸಾಧ್ಯವಾಯ್ತು. ನನ್ನ ಕರ್ಯೋಕೆ ಪಾರ್ವತತ್ತೆ ಕಳಿಸಿದ್ರಾ? ಇದೆಲ್ಲ ನಂಗೆ ಹೊಸ ಅನುಭವ. ನನ್ನ ಮಮ್ಮಿ ಡ್ಯಾಡಿ ಇಷ್ಟೆಲ್ಲ ಕನ್‌ಸರ್ನ್ ತೋರಿಸಿಯೇ ಇಲ್ಲ. ಇದೆಲ್ಲ ಇಷ್ಟವಾಗುತ್ತೆ" ಅಂದಳು ರೆಕ್ಕೆಗಳನ್ನು ಕಟ್ಟಿಕೊಂಡು ಆಕಾಶದಲ್ಲಿ ಹಾರಾಡಿದಂತೆ ಸಂತೋಷದಿಂದ.

ಅಷ್ಟರಲ್ಲಿ ಸತ್ಯೇಂದ್ರ ಕಾಫೀ ಲೋಟಗಳ ಜೊತೆಗೆ ಎಂಥದ್ದೋ ಖಾರ ಬೆರೆಸಿದ ಕಾಳುಗಳು, ಗೋಡಂಬಿ, ಖರ್ಜೂರದ ಜೊತೆ ಬಾಳೆಹಣ್ಣಿನ ಚಿಪ್ಸ್ ತಂದಿಟ್ಟ.

"ತಗೊಳ್ಳಿ" ಎಂದವ ಜಗದೀಶನತ್ತ ನೋಟ ಹರಿಸಿ "ಕವನ ಎಲ್ಲೂ ತಪ್ಪಿಸಿಕೊಳ್ಳೊಲ್ಲ, ವಿಷ್ಣುಕಟ್ಟೆಯ ಹುಡ್ಗೀ ಆಗಿದ್ದಾರೆ. ಈಗ ವಿಶ್ವ ಇರಬೇಕಿತ್ತು ಕಣೋ, ಇಲ್ಲಿ ಒಂದು ರೀತಿಯ ಸಂಚಲನ ಶುರುವಾಗುತ್ತಿತ್ತು" ಎಂದು ವಿಶ್ವನನ್ನು ನೆನೆಸಿಕೊಂಡ. ಕ್ಷಣಗಳು ಎದೆ ಭಾರವಾಯಿತು.

ಆಮೇಲೆ ಕವನ "ಅವ್ರು ತುಂಬ ಲಕ್ಕೀ. ನೀವುಗಳು ಛಾಲೆಂಜ್ ಎನ್ನುವಂತೆ ವಿಶ್ವನ್ನ ನಿಮ್ಮ ನೆನಪುಗಳಲ್ಲಿ ಬದುಕಿಸಿಕೊಂಡೇ ಇರ್ತೀರಾ" ಎನ್ನುತ್ತ ಬರೀ ಕಾಫೀ ಕುಡಿದು "ಇದನ್ನೆಲ್ಲ ತಗೊಂಡ್ ಹೋಗ್ತೀನಿ. ನನ್ನ ಕೊಲೀಗ್ಸ್‌ಗೆ ಕೊಡೋದರಲ್ಲಿ ಖುಷಿ ಇರುತ್ತೆ. ಯಾಕೆ ಹೇಳಿ? ಊರುಗಳಿಗೆ ಹೋದಾಗ ಅವ್ರೆಲ್ಲ ಏನೆಲ್ಲ ತರ್ತಾರೆ. ನಂಗೆ ಅಂಥ ಚಾನ್ಸ್ ಇರ್ಲಿಲ್ಲ. ಈಗ ವಿಷ್ಣುಕಟ್ಟೆಗೆ ಬಂದರೆ ಒಂದು ಬ್ಯಾಗ್ ಪೂರಾ ಎತ್ತಿಕೊಂಡು ಹೋಗ್ತೀನಿ" ಮಗುವಿನಂತೆ ಹರ್ಷಿಸಿದಳು.

ಜಗದೀಶ, ಸತ್ಯೇಂದ್ರ ಮುಖಮುಖ ನೋಡಿಕೊಂಡರು.

ಆ ವೇಳೆಗೆ ಅವಳ ಮೊಬೈಲ್ ಸದ್ದಾಯಿತು. ಅದಕ್ಕೆ ಮುನ್ನ ಬಂದಿದ್ದ ಎಸ್‌ಎಮ್‌ಎಸ್‌ನ ಅವಳು ಗಮನಿಸಿರಲಿಲ್ಲ. ಆ ಕಡೆಯಿಂದ ಬಿಕ್ಕಳಿಸಿದ್ದು ಅಪೇಕ್ಷ.

"ನಯನಾ ಆತ್ಮಹತ್ಯೆ ಪ್ರಯತ್ನ ಮಾಡಿದಳಂತೆ. ಮೃಣಾಲಿನಿ ಮೆಸೇಜ್ ಕಳ್ಸಿದ್ರು. ಈಗ ಫೋನ್‌ನಲ್ಲಿ ತಿಳ್ಸಿದ್ರು, ಅಪಾಯದಿಂದ ಪಾರಾಗಿದ್ದಾಳೇಂತ, ನಂಗೆ ಭಯ"

ಸತ್ಯೇಂದ್ರ ಮುಖ ಒಂದು ತರಹ ಮಾಡಿದ. ಸ್ನೇಹ, ಒಂದಿಷ್ಟು ಆತ್ಮೀಯತೆ ಇತ್ತು. "ಛೇ, ಅದೇನು ಅಷ್ಟೊಂದು ವೀಕಾ? ಆತ್ಮಹತ್ಯೆ ಮಾಡಿಕೊಳ್ಳೋಂಥದೇನಿದೆ? ಎಜುಕೇಷನ್ ಸಿಕ್ಕರೆ ಸಾಕು, ಹೆಣ್ಣು ಪ್ರಬಲಳಾಗಿ ಬಿಡ್ತಾಳೇಂತ ಕೂಗಾಡ್ತಾರೆ. ನಮ್ಮ ಹಳ್ಳಿಯ ಹೆಣ್ಣು ಮಕ್ಕಳೇ ವಾಸಿ. ಎಷ್ಟು ಕಷ್ಟ, ಶೋಷಣೆ ಅನ್ಯಾಯದ ವಿರುದ್ಧ ಹೋರಾಡುತ್ತಲೇ, ತಮ್ಮ ಸಂಸಾರಗಳಿಗಾಗಿ ಶ್ರಮಿಸುತ್ತ ಬದುಕಿದ್ದಾರೆ, ಆತ್ಮಹತ್ಯೆ ಅನ್ನೋದು ಹೊಸ ಫ್ಯಾಷನ್ ಆಗಿಬಿಡ್ತು" ಖಿನ್ನನಾದ. ನಯನಾ ಬಗ್ಗೆ ಸಹಾನುಭೂತಿಗಿಂತ ಬೇಸರವೇ ಹೆಚ್ಚಾಯಿತು.

"ನಿನ್ಮಾತು ಸರಿನೇ! ನಮ್ಮ ತೋಟಗಳಲ್ಲಿ ದುಡಿಯೋ ಹೆಣ್ಣಾಳುಗಳಿಗೆ ಇರೋಷ್ಟು ಮಾನಸಿಕ ಸ್ಥೈರ್ಯ ಕಲಿತ ಹೆಣ್ಣು ಮಕ್ಕಳಿಗಿಲ್ಲ. ಅಂಕಿ-ಅಂಶ ನೋಡಿದರೇ ವಿದ್ಯಾವಂತ ಹೆಣ್ಣು ಮಕ್ಕಳೇ ಆತ್ಮಹತ್ಯೆಗೆ ಶರಣಾಗೋದು" ಎಂದು ಸತ್ಯೇಂದ್ರನ ಮಾತನ್ನು ಅನುಮೋದಿಸಿದ ಜಗದೀಶ.

ಹಿಂದೆ ನೆರಳಾಡಿತು. ನಿಂತಿದ್ದ ಅರುಣನ ಕೈ ತುಂಬ ನೇರಳೆ ಹಣ್ಣುಗಳು. "ಕವನಕ್ಕನಿಗೆ ಕೊಡೋಣಾಂತ ತಂದೆ" ಅಷ್ಟು ಸಂಕೋಚಿಸುತ್ತ ಹೇಳಿದಾಗ ಸತ್ಯೇಂದ್ರ, ಜಗದೀಶ ಇಬ್ಬರೂ ಮೇಲೆದ್ದರು. "ಈ ಹಣ್ಣುಗಳ ಮೇಲೆ ಆಸಕ್ತಿ ಹುಟ್ಟಿ, ಆ ಬಗ್ಗೆ ಡೀಟೈಲ್ಸ್ ಕೇಳೋದು ಬೇಡ. ಅದೇನಿದ್ದರು ತಂದ ತಪ್ಪಿಗೆ ಅರುಣನಿಗೆ ಇರಲಿ" ಎಂದ ಸತ್ಯೇಂದ್ರ ನಗುತ್ತ ಹೋಗಿ ಒಂದು ಕವರ್ ತುಂಬ ಹುರಿದು ಖಾರ ಕಟ್ಟಿದ ವಿವಿಧ

ಬಗೆಯ ಕಾಳುಗಳನ್ನು ಕವರ್‌ಗೆ ಹಾಕಿಕೊಂಡು ಬಂದು ಕೊಟ್ಟು "ಖರ್ಜೂರದ ಪಾರ್ಸಲ್ ಅಲ್ಲಿಗೆ ಬರುತ್ತೆ. ಮತ್ತೆ ಇನ್ನೊಬ್ಬರು ಹುಡುಕಿಕೊಂಡು ಬರೋಕೆ ಮುನ್ನ ಶೇಷಪ್ಪಯ್ಯ ಮಾವನ ಮನೆ ತಲುಪಿಬಿಡಿ. ಬಹುಶಃ ಪಾರ್ವತತ್ತೆ, ಗಿರಿಜತ್ತೆ ಕಾಯ್ತ ಬಾಗಿಲಲ್ಲೇ ಇದ್ದರೇ ಹೆಚ್ಚಲ್ಲ" ಅಂದ.

ಅವಳ ಮುಖ ಅರಳಿತು. ನೇರಳೆಹಣ್ಣು ತಿನ್ನುತ್ತ ಹೊರಟಳು.

* * * *

ಬಸ್ಸಿನಿಂದ ಇಳಿದಾಗ ಅರುಣ, ಅದಿತಿಯ ಜೊತೆ ಕವನ ಕೂಡ ಇದ್ದು ಸ್ವಾಗತಿಸಿದಾಗ ಅಪೇಕ್ಷಳ ಎದೆಯುಬ್ಬಿ, ಕಣ್ಣಲ್ಲಿ ತುಂತುರು. 'ಏಯ್... ಅಪೇಕ್ಷ' ವಿಶ್ವನ ದನಿ ಕೇಳಿಸಿದಂತಾಯಿತು. "ಅಕ್ಕ, ಬ್ಯಾಗ್ ಕೊಡು" ಅಂದಾಗ ಎಚ್ಚೆತ್ತಳು.

"ಯಾಕೆ, ತುಂಬ ಸುಸ್ತಾಗಿ ಕಾಣಿಸ್ತೀಯ" ಕವನ ಕಾಳಜಿ ವ್ಯಕ್ತಪಡಿಸಿದಾಗ ತಣ್ಣನೆಯ ನಗೆ ಬೀರಿ "ಅಂಥದೇನಿಲ್ಲ!" ಚುಟುಕಾಗಿತ್ತು ಉತ್ತರ. ನಯನಾ ಆತ್ಮಹತ್ಯೆಯ ಬಗ್ಗೆ ವ್ಯಾಕುಲ, ಗಾಬರಿ ಎಲ್ಲಾ ಇದ್ದರು "ಡೋಂಟ್ ವರೀ, ಷಿ ವಿಲ್ ಬಿ ಆಲ್‌ರೈಟ್. ನೀನು ಫಂಕ್ಷನ್‌ಗೆ ಹೋಗ್ತಾ ಇರೋದ್ರಿಂದ ನೀನು ಮೂಡ್ ಕೆಡ್ಸಿಕೊಂಡು ಅಲ್ಲಿರೋರಿಗೂ ಮೂಡ್ ಕೆಡಿಸಬೇಡ" ಎಂದು ತಿಳಿಸಿದ್ದರು ಮೃಣಾಲಿನಿ. ಕವನಳ ಇನ್ನೊಂದು ಮೊಬೈಲ್ ಅಲ್ಲೇ ಬಿಟ್ಟು ಬಂದಿದ್ದರಿಂದ ಇವಳು ತರುವುದು ಅನಿವಾರ್ಯವಾಗಿತ್ತು.

ಬ್ಯಾಗ್ ಕಸಿದುಕೊಂಡು ಹೆಜ್ಜೆ ಹಾಕುತ್ತಿದ್ದ ಕವನ ತೀರಾ ಬೇರೆಯಾಗಿ ಕಂಡಳು. ಸೀರೆಯುಡುತ್ತಿದ್ದದ್ದು ಅಪರೂಪ. ಬೇರೆ ಡ್ರೆಸ್ಸುಗಳೇ ಅವಳ ಉಡುಗೆ. ಇಂದು ಸೀರೆಯುಟ್ಟಿದ್ದಳು.

"ಕವನ ನೀನು ಪೂರ್ತಿ ವಿಷ್ಣುಕಟ್ಟೆಯ ಹುಡ್ಗಿಯಾಗಿ ಬಿಟ್ಟಿದ್ದಿ." ಹಾಸ್ಯ ಮಾಡಿದಾಗ ಅದಿತಿ ಪಕ್ಕನೇ ನಕ್ಕು ಬಾಯಿ ಮುಚ್ಚಿಕೊಂಡು ಮತ್ತೆ "ಅಮ್ಮನ ಹತ್ರ ಜಡೆ ಹಾಕ್ಸಿಕೊಂಡಿದ್ದು" ಎಂದಳು ಮತ್ತೆ ನಗುವಿನೊಂದಿಗೆ.

ಮನೆಯ ಬಳಿಗೆ ಬಂದಾಗ ಮೊದಲು ಎದುರಾದದ್ದೇ "ಬಂದ್ಯಾ ಮಗಳೇ, ಒಂದಿಷ್ಟು ಯಜಮಾನರ ಮನೆಗೆ ಹೋಗಿ ಬರ್ತೀನಿ. ಅವ್ರಿಗೆ ಮರೆವಿನ ಜೊತೆ ಕೋಪ ಜಾಸ್ತಿಯಾಗಿದೆ. ನಂದು ಕೂಡ ಅದೇ ಸ್ಥಿತಿ" ಕೈಯಾಡಿಸಿಕೊಂಡು ಹೋಗುತ್ತಿದ್ದ ತಂದೆಯ ಕಡೆ ನೋಡಿದಾಗ ಅವಳ ಕರುಳು ಕಿತ್ತು ಬಾಯಿಗೆ ಬಂದಂತಾಯಿತು. ಮನೆಯ ಸಮಸ್ತ ಭಾರವನ್ನು ಹೊರುವಂಥ ಮಗನನ್ನು ಕಳೆದುಕೊಂಡ ದುರಾದೃಷ್ಟ ತಂದೆ. ತುಟಿಕಚ್ಚಿ ಒಳ ನಡೆದಳು.

ಕಳೆ ಕಳೆಯಾಗಿದ್ದ ಆರತಿಯನ್ನು ಕಂಡಕೂಡಲೆ ಗೆಲುವಾದ ಅಪೇಕ್ಷ "ಅಕ್ಕ ಹೇಗಿದ್ದಿ?" ಎನ್ನುತ್ತ ಸನಿಹಕ್ಕೆ ಹೋಗಿ "ಜಗ್ಗೀ ಭಾವನ್ನ ನಿಂಗೆ ಗಂಟ್ ಹಾಕಿದಾಗ ಭಯವಿತ್ತು. ಆದರೆ ಪರ್‍ವಾಗಿಲ್ಲ, ಅಲ್ವಾ?" ಛೇಡಿಸಿದಾಗ ಅವಳ ಕೆನ್ನೆಗಳು ಕೆಂಪಗಾದವು.

"ಏಯ್ ಸಾಕು ಸುಮ್ಮನಿರೇ, ನಿನ್ನ ಅಕ್ಕನ್ನ ಕೊಟ್ಟು ಮದ್ವೆ ಮಾಡಿದ ಮೇಲಾದ್ರೂ.... ಅವ್ರನ್ನ ಸ್ವಲ್ಪ ಮರ್ಯಾದೆಯಿಂದ ಕರೆಯಬಾರದಿತ್ತಾ?" ಆರತಿ ನಸುಮುನಿಸು ವ್ಯಕ್ತಪಡಿಸಿದಾಗ ಕೆನ್ನೆಗೆ ಹಾಕಿಕೊಂಡು "ಸಾರಿ.... ಸಾರಿ.... ಇದ್ನ ಮೊದಲಿಟ್ಟಿದ್ದು ವಿಶ್ವಣ್ಣ. ಜಗ್ಗೀ ಅಂದೇ.... ಅಭ್ಯಾಸ. ಇನ್ಮೇಲೆ ಹಾಗೆಲ್ಲ ಕರೆಯೋಲ್ಲ. ಸದ್ಯಕ್ಕೆ ಪ್ಯಾಂಟು ಹಾಕೋದರ ಮೂಲಕ ಮಡದಿಯನ್ನು ಪ್ರಸನ್ನಚಿತ್ತಳಾಗಿ ನೋಡಿಕೊಂಡಿದ್ದಾರೆ. ತುಂಬಾ ಸಂತೋಷ ಕಣೆ. ಆರತಿ ಅಕ್ಕ" ಎರಡು ಕೆನ್ನೆಗಳನ್ನು ಸವರಿ ನೆಟಿಕೆ ತೆಗೆದಳು.

ರೂಮಿನಿಂದ ಹೊರಬಂದ ಸತ್ಯೇಂದ್ರ, ಜಗದೀಶ್ ಕೈಕಟ್ಟಿಕೊಂಡು ಈ ದೃಶ್ಯವನ್ನು ಆಸ್ವಾದಿಸುತ್ತಿದ್ದರು. ಇದೆಲ್ಲ ಮನಕ್ಕೆ ಹಿತ ತರುವಂಥದ್ದು.

"ನಿನ್ನ ಬ್ಯಾಗ್‌ನ ರೂಮಿನಲ್ಲಿ ಇಟ್ಟಿದ್ದೀನಿ. ಅಕ್ಕ, ತಂಗಿ ಮಾತಿನಲ್ಲಿ ಮೈಮರೆತರೆ ಹೇಗೆ? ಇಲ್ಲಿ ಉಳಿದ ಜನನೂ ಇದ್ದಾರೆ." ಕವನ ಮೇಡಮ್ ಎಚ್ಚರಿಸಿದಾಗ "ಸಾರಿ...." ಎಂದವಳೇ ಸತ್ಯೇಂದ್ರ ಜಗದೀಶರ ಕಡೆ ನೋಡಿ "ಏನೂ ಇಬ್ರೂ ನಿಂತಿದ್ದೀರಲ್ಲ?" ನಗುತ್ತ ಕೇಳಿದಳು. "ನಿನ್ನ ಸ್ವಾಗತಕ್ಕೆ ಅಂದ್ಕೋ, ಸಂಜೆ ಸಿಕ್ತೀನಿ" ಸತ್ಯೇಂದ್ರ ಹೊರ ನಡೆದ. ಅವನಿಗೆ ತೋಟದಲ್ಲಿ ಜರೂರಾದ ಕೆಲಸವಿತ್ತು.

"ಮಾವನದು ನಿನ್ನ ನೋಡಿದ ಮೇಲೆ ಪ್ರಯಾಣ ಬೆಳೆಸುವ ಉಮೇದು. ಅಂಥ ನಿರ್ಲಿಪ್ತಭಾವ ನಮಗ್ಯಾಕೆ ಸಾಧ್ಯವಾಗಿಲ್ಲ" ಎಂದ ಜಗದೀಶ ಹೆಂಡತಿಯ ಕಡೆ ನೋಡುತ್ತ "ಮೈ ಗಾಡ್, ಅಂಥ ಒಂದು ಕಲ್ಪನೆ ಮಾಡ್ಕೋ. ರೊಮ್ಯಾಂಟಿಕ್ಕಾಗಿ ನೀನೂ ಆರತಿ ಅಕ್ಕನ ಹಿಂದೆ ಸುತ್ತೋಲ್ಲ. ಅಂಗ್ಡೀ ಫಣೀಂದ್ರರು ಅಂಗಡಿ ಬಾಗ್ಲು ತೆಗೆಯೋಲ್ಲ. ಆರತಿ ನೀನು ಪ್ಯಾಂಟ್ ಹಾಕ್ಕೋಬೇಕೂಂತ ಹಟ ಮಾಡೋಲ್ಲ. ಜೀವನದಲ್ಲಿ ಯಾವ ರಸಗಳು ಇರೋಲ್ಲ. ತೀರಾ ನಿರ್ಲಿಪ್ತವಾದ ರಾಮಾಯಣ, ಮಹಾಭಾರತಗಳು ರುಚಿಸ್ತಾ ಇರ್ಲಿಲ್ಲ. ಇದೆಲ್ಲ 'ಸತ್ಯೇಂದ್ರನ ಮಾತುಗಳು.' " ಎಂದ. "ಮೊದ್ಲು ಮಾವನ್ನ ನೋಡಬೇಕು" ಅಂದು ಧಾವಿಸಿದ್ದು ತೋಟದ ಕಡೆಗೇನೇ. ಅವಳನ್ನು ಹಿಂಬಾಲಿಸಿದ್ದು ಕವನ. ಒಂಟಿಯಾಗಿ ಸಚ್ಚಿದಾನಂದಬಾಬು ಜೊತೆ ಮಾತಾಡಲು ಹಿಂಜರಿಕೆ.

ದಾರಿಯಲ್ಲಿ "ಪ್ಲೀಸ್, ನನ್ನದೊಂದು ಪ್ರಶ್ನೆ, ನಿಮ್ಮ ಮಾವ ಯಾಕೆ ಮದ್ವೆಯಾಗಿಲ್ಲ?" ಕವನ ಕೇಳಿದಾಗ "ಗೊತ್ತಿಲ್ಲ, ಅವ್ರಿಗೆ ವಿವಾಹ ಅನಿವಾರ್ಯ ಅಲ್ಲಂತ ಅನ್ನಿಸಿರಬೇಕು" ಎಂದು ಹೇಳಿ ಮೌನವಾದಳು ಅಪೇಕ್ಷ.

ಒಂದು ಮರದ ನೆರಳಿನಲ್ಲಿ ಕೂತಿದ್ದ ಸಚ್ಚಿದಾನಂದಬಾಬು ಶ್ವೇತವಸ್ತ್ರಧಾರಿ. ಶಾಂತ ಮುಖಭಾವ. ಹೋದವಳೇ ಅವರ ಕಾಲುಗಳ ಮೇಲೆ ತಲೆ ಇಟ್ಟು ಬಿಕ್ಕಳಿಸಿದವಳ ತಲೆ ಸವರಿದರು ಮಮತೆಯಿಂದ.

"ಮಾವ, ವಿಶ್ವಣ್ಣ ನಮ್ಮನ್ನೆಲ್ಲ ಬಿಟ್ ಹೋದ. ಅವನೆಲ್ಲಿಗೆ ಹೋದ. ಅವನೊಂದಿಗೆ ಮಾತಾಡೋದಿದೆ" ಕಣ್ಣೀರು ಹರಿಸಿದಳು. ಕಣ್ಣುಗಳನ್ನು ಮುಚ್ಚಿದರು ಸಚ್ಚಿದಾನಂದಬಾಬು. "ಮಾವ, ಆರತಿ ವಿಷ್ಯ ಬಿಡೀ. ಅಪೇಕ್ಷ ಗಂಡ ಮಾತ್ರ ಮನೆ

ಅಳಿಯನಾಗಬೇಕು. ಅಂಥ ಗಂಡನ್ನ ಹುಡುಕೋದು. ನಂಗಂತು ಅವಳನ್ನ ಬಿಟ್ಟಿರೋಕೆ ಆಗೋಲ್ಲ" ವಿಶ್ವ ಎಷ್ಟೋ ಸಲ ಈ ಅಭಿಪ್ರಾಯ ವ್ಯಕ್ತಪಡಿಸಿದ್ದ. ಈಗ ಅವನೆಲ್ಲಿ?

"ವಿಶ್ವನ ಶರೀರ ಮಾತ್ರ ಇಲ್ಲವಾಗಿದೆ. ಶರೀರವು ಪ್ರಕೃತಿಯ ಗುಣಗಳು ಸೇರುವಿಕೆಯಿಂದ ಆಗಿದೆ. ಅದು ನಾಶವಾಗುವುದು ದೈವವಿಧಿ. ಇದು ಜಗತ್ತಿನಲ್ಲಿ ಹುಟ್ಟುವ ಎಲ್ಲಾ ಜೀವ ರಾಶಿಗೂ ಅನ್ವಯಿಸುತ್ತೆ. ಸಮಾಧಾನ ಮಾಡ್ಕೋ" ಎಂದರು.

ಆದರೆ ಅವಳು ಅಷ್ಟು ಸುಲಭವಾಗಿ ಸಮಾಧಾನಗೊಳ್ಳಲಿಲ್ಲ. ನೂರೆಂಟು ಪ್ರಶ್ನೆಗಳು. ಇವುಗಳ ಹುಟುಕಾಟದಲ್ಲಿ ಜೀವನ ಸವೆಸಿದ ಎಷ್ಟೋ ಮಂದಿ ಮಹನೀಯರು. ಸರಳವಾಗಿ ಕಂಡರೂ ಅಂತರ್ಗತವಾಗಿರುವ ಆತ್ಮ ತೀವ್ರವಾಗಿ ಜಿಜ್ಞಾಸೆಗೆ ಒಳಪಡಿಸುತ್ತಿತ್ತು.

"ಈಗ ವಿಶ್ವಣ್ಣ ಎಲ್ಲಿ?

"ಅವನು ಎಲ್ಲಿಂದ ಬಂದನೋ, ಅಲ್ಲಿಗೆ ಹೋಗಿ ತಲುಪಿರಬೇಕು. ಇಂಥದೊಂದು ಸೂತ್ರದ ಮೇಲೆಯೇ ಸೃಷ್ಟಿಕ್ರಿಯೆ ತಾನೆ? ಜೀವವು ಒಂದು ದೃಷ್ಟಿಯಲ್ಲಿ ಆತ್ಮ, ಇನ್ನೊಂದು ದೃಷ್ಟಿಯಿಂದ ದೇಹ. ಆತ್ಮ ಎಂದರೆ ಏನು? ಅನ್ನುವ ಪ್ರಶ್ನೆಗೆ ತೀರಾ ಸುಲಭದ ಉತ್ತರವೆಂದರೆ ಅದೊಂದು ಮೂಲ ಚೈತನ್ಯ. ಇದನ್ನೆಲ್ಲ ಅರ್ಥ ಮಾಡಿಕೊಳ್ಳುವ ಸ್ಥಿತಿಯಲ್ಲಿ ನೀನಿಲ್ಲ. ಭೂಮಿಗೆ ಬಂದವರು ಯಾರೂ ಶಾಶ್ವತವಾಗಿ ಉಳಿದಿಲ್ಲ. ಬದ್ಕು ನಶ್ವರ. ಇದೊಂದು ಸರಳ ಸತ್ಯ. ವಿಶ್ವನ್ನ ಬಿಟ್ಟು ನಿನ್ನ ಮುಂದಿರುವ ಸವಾಲ್‌ಗಳತ್ತ ಗಮನ ಹರಿಸು. ಭಾವ ಶೇಷಪ್ಪಯ್ಯ ಕುಸಿತದ ಜೊತೆ ವಯಸ್ಸಿನ ನಿತ್ರಾಣ, ಒಬ್ಬರೇ ಹೊರಲಾರರು. ಆಸರೆ ಬೇಕು. ಆ ಬಗ್ಗೆ ಚಿಂತಿಸು ಮಗಳೇ" ಎಂದರು ಮುಕ್ತವಾಗಿ.

ಅವರ ಮಡಿಲಲ್ಲಿ ಮುಖವಿಟ್ಟು ಬಿಕ್ಕಳಿಸಿದಳು. ಮಮತೆಯಿಂದ ತಲೆ ನೇವರಿಸಿದರು. ಇಂಥ ಒಂದು ಸ್ಥಿತಿಯಲ್ಲಿಯೇ ವೈರಾಗ್ಯ ಅವರನ್ನು ಅಪ್ಪಿಕೊಂಡು ಎಲ್ಲಾ ತೊರೆದು ಮನೆ ಬಿಟ್ಟು ಹೋಗಿದ್ದು.

ಸಚ್ಚಿದಾನಂದಬಾಬು ನೀಳವಾಗಿ ಉಸಿರೆಳೆದುಕೊಂಡು ದಬ್ಬಿದರು.

"ಅಪೇಕ್ಷ, ದೇಹ ಶಾಶ್ವತವಲ್ಲ, ಆತ್ಮಕ್ಕೆ ಸಾವಿಲ್ಲ. ಇದು ಸಾಕ್ಷಾತ್ ಕೃಷ್ಣಪರಮಾತ್ಮನ ಮಾತು. ಒಂದು ದಿನ ನಾನು, ನೀನು ಕೂಡ ಇಲ್ಲವಾಗಿ ಬಿಡುವವರೇ. ಸಾಧಕರಂತೆ, ಜ್ಞಾನಿಗಳಂತೆ, ಸಮಾಜದ ಏಳಿಗೆಗೆ ದುಡಿದಿರುವ ಮಹನೀಯರಂತೆ ಎಷ್ಟು ಕಾಲ ಜನರ, ಅಲ್ಲ ಮನೆಯವರ ನೆನಪಿನಲ್ಲಿ ಉಳಿಯಲು ಸಾಧ್ಯ? ನಿನ್ನ ತಾತ.... ಅವರಪ್ಪ.... ಅವರಪ್ಪನಿಗಾಗಿ ಎಷ್ಟು ದಿನ ಅತ್ತಿದ್ದೀಯ? ನಂಗೂ.... ಒಬ್ಬ ಚಿಕ್ಕ ತಮ್ಮ ಇದ್ದ. ಅವನ ಸಾವು ನನ್ನ ವೈರಾಗ್ಯಕ್ಕೆ ದೂಡಿತು. ನಿನ್ನಮ್ಮ ಈಗ್ಲೂ ಅವನನ್ನು ನೆನೆಸಿಕೊಂಡು ಕಣ್ಣೀರಿಡುತ್ತಾಳೆ. ಅದು ಎಷ್ಟು ದಿನಕ್ಕೊಮ್ಮೆ? ನಿಮ್ಗೆ ಅವನು ಗೊತ್ತೇ ಇಲ್ಲ. ಕಾಲ ಕಳೆದಂತೆ ಸತ್ತವರ ನೆನಪು ಮಸುಕಾಗಿ ಅವರವರ ಬದ್ಕು ಮುಖ್ಯವಾಗುತ್ತೆ. ಇದೊಂದು ಜೀವನ ಚಕ್ರ, ಭಗವಂತನ ಚಮತ್ಕಾರ. ಇನ್ನು ಚೇತ್ಕರಿಸಿಕೊಂಡು... ಹೆತ್ತವರತ್ತ ಗಮನಕೊಡು" ಎಂದರು ಸಾತ್ವಿಕ ದನಿಯಲ್ಲಿ.

ಅವಳಿಗೆ ಎಲ್ಲಾ ನಿಗೂಢವೆನಿಸಿತು. ಸಚ್ಚಿದಾನಂದಬಾಬು ಹೇಳಿದಂತೆ ಜೀವದಲ್ಲಿ ಆತ್ಮ ಅಂತರ್ಗತವಾದದ್ದು. ಆದರೆ ಆತ್ಮವು ತಾನೇ ತಾನಾಗಿ ಯಾವ ಕೆಲಸವನ್ನು ಮಾಡುವುದಿಲ್ಲ. ದೇಹ, ಇಂದ್ರಿಯ ಮನಸ್ಸೆಂಬ ಉಪಕರಣಗಳನ್ನು ಧರಿಸಿ ಕಾರ್ಯ ಸಿದ್ಧವಾದಾಗ ಅದು ಜೀವವೆಂಬ ಗುರುತಿಗೆ ಸಿಕ್ಕುತ್ತದೆ. ಕಾರ್ಯ, ಕಾರಣ ಪರಿತಿಮಿತಿಗಳ ನಿರ್ಬಂಧವಿಲ್ಲದಾಗ ಅದು ಬರೀ ಆತ್ಮವಾಗಿ ಉಳಿಯುತ್ತೆ. ಅತ್ಯಂತ ಸರಳವಾಗಿ ವಿವರಿಸಿದ್ದರು. ಎಲ್ಲಾ ಕಗ್ಗಂಟೆನಿಸಿತು.

"ಅಪೇಕ್ಷ, ಅಲ್ಲಿ ನೋಡು ಅದಿತಿ ಬರ್ತಾ ಇದ್ದಾಳೆ" ಎಂದಾಗ ಕಣ್ಣೊರೆಸಿಕೊಂಡು ಅತ್ತ ನೋಟ ಹರಿಸುವ ಮುನ್ನವೇ ಓಡಿ ಬರುತ್ತಿದ್ದವಳು ಅವಳನ್ನು ದಾಟಿಕೊಂಡು ಅಷ್ಟು ದೂರಕ್ಕೆ ಹೋಗಿಬಿದ್ದಾಗ ಅತ್ತ ಧಾವಿಸಿ "ನೋಡಿದ್ರಾ, ಮಾವ! ತೋಟದಲ್ಲಿ ಎಷ್ಟು ನೂರು ಸಲ ಬಿದ್ದಿದ್ದಾಳೋ, ಎಷ್ಟು ಹೇಳಿದರು ಅದೇ ಓಟ" ಎನ್ನುತ್ತ ತಂಗಿಯನ್ನು ಎತ್ತಿ ನಿಲ್ಲಿಸಿ ಲಂಗದ ನೆರಿಗೆಗಳಿಗೆ ಮೆತ್ತಿದ್ದ ಮಣ್ಣನ್ನು ಕೊಡವಿ "ಪೆಟ್ಟಾಯ್ತ?" ಕೇಳಿದಕ್ಕೆ ತಲೆ ಅಡ್ಡಡ್ಡ ಆಡಿಸಿದಳು.

"ಅದಿತಿ ನಿನ್ನಷ್ಟು ಓಡುವ ಹುಡ್ಗಿಯಲ್ಲ. ನೀನು ಬಿದ್ದಿದ್ದು ಎದ್ದಿದ್ದು, ಎತ್ತಿದ್ದು ಅದೆಷ್ಟು ಬಾರಿಯೋ, ಅದಕ್ಕೆ ಸದಾ ವಿಶ್ವ ನಿನ್ಜೊತೆ ಇರ್ತಾಇದ್ದ. ಈಗ್ಲೂ... ಇದ್ದಾನೆ.! ನಿನ್ನ ಎಚ್ಚರಿಸ್ತಾನೆ. ನೀನು ಬಿದ್ದಾಗ ಎತ್ತಿ ನಿಲ್ಲಿಸಿ ಸಾಂತ್ವನಿಸುತ್ತಾನೆ. ನೀನು ಬದುಕಿರೋವರ್ಗೂ ನಿನ್ನ ನೆನಪಿನ ಅಂಗಳದಲ್ಲಿ ಅವನು ಜೀವಂತ. ಯಾವ ಶಕ್ತಿಯು ನಿನ್ನಿಂದ ಅವನನ್ನ ಬೇರ್ಪಡಿಸಲಾರದು" ಎಂದು ಹೇಳಿ ಮೇಲೆದ್ದರು.

ಮತ್ತೆ ಅವಳ ತಲೆ ಸವರಿ "ನೂರು ವರ್ಷ ಬದ್ಕಿದರೂ ಸಾವಿನಿಂದ ತಪ್ಪಿಸಿಕೊಳ್ಳಲು ಸಾಧ್ಯವಿಲ್ಲ. ಸಾರ್ಥಕವೆನಿಸುವಂತೆ ಮಾತ್ರ ಬದುಕಬೇಕು. ಕೊಟ್ಟ ಬದ್ಕನ್ನ ಗೌರವಿಸಬೇಕು. ಇದು ಮಹಾ ದಾರ್ಶನಿಕರಾದ ಶಂಕರಾಚಾರ್ಯರ ಮಾತು" ಹೇಳಿ ತೋಟದ ಇನ್ನೊಂದು ಬಾಗಿಲಿನಿಂದ ಹೊರಹೋದರು.

ಸುಮ್ಮನೆ ನೋಡುತ್ತ ನಿಂತಳೆ ವಿನಹಃ ಅವರನ್ನು ತಡೆದು ನಿಲ್ಲಿಸಬೇಕೆನಿಸಲಿಲ್ಲ ಆ ಕ್ಷಣ. ಯಾವಾಗಲೋ ಕವನ ಜಾಗ ಖಾಲಿ ಮಾಡಿದ್ದಳು.

"ಎಲ್ಲಿಗೆ ಹೋದ್ರು, ಮಾವ?" ಅದಿತಿ ಕೇಳಿದಳು.

ಅವರು ಹೋದತ್ತ ಬೆಟ್ಟು ಮಾಡಿ "ಮತ್ತೆ ಓಡಾಡಿಕೊಂಡು ಬರ್ತಾರೆ" ಎಂದಳು ಅಪೇಕ್ಷ. ಆದರೆ ಅವರು ಮತ್ತೆ ಬರುವರೆಂಬ ವಿಶ್ವಾಸ ಮೂಡಲಿಲ್ಲ. ಕೊನೆಯ ಸಲ ತಾನು ನೋಡಿದ್ದು ಎನಿಸಿತು. ಅದಕ್ಕೆ ಕಾರಣ ಅವಳಿಗೆ ಗೊತ್ತಿಲ್ಲ.

ತಂಗಿಯೊಂದಿಗೆ ಹೊರಟವಳು ಜಿಜ್ಞಾಸೆಗೆ ಒಳಗಾಗಿದ್ದರಿಂದ ತುಟಿ ಬಿಚ್ಚಲಿಲ್ಲ. "ನಿಂಗೇನೋ ಕೇಳೋದಿತ್ತೂಂತ ಅಂದೆಯಲ್ಲ, ಎಲ್ಲಾ ಕೇಳಿದ್ಯಾ?" ಅವಳ ಪ್ರಶ್ನೆಗೆ ಏನು ತೋಚದೆ "ಇನ್ನೊಂದ್ಸಲ ಹೇಳ್ತೀನಿ. ಓಡೋದ್ನ ಸ್ವಲ್ಪ ಕಮ್ಮಿ ಮಾಡ್ಕೋ" ಎಂದು ಅವಳನ್ನು ಬಳಸಿ ಹೆಜ್ಜೆ ಹಾಕಿದ್ದು.

ರುಕ್ಮಿಣಮ್ಮ ಸೊಸೆಯ ಶ್ರೀಮಂತದಲ್ಲಿ ಭಾಗಿಯಾಗಲು ಇಲ್ಲೇ ಇದ್ದುದ್ದರಿಂದ ಫಣೀಂದ್ರ ಮಧ್ಯಾಹ್ನದ ಊಟಕ್ಕೆ ಇಲ್ಲಿಗೆ ಬಂದರು. ಸಂತೋಷವೇ, ಆದರೆ ಅಂಗಡಿಯಿಂದ ಸಾಮಾನು ತರಿಸಿಕೊಂಡಿದ್ದು ಮಾತ್ರ ಇಷ್ಟವೆನಿಸಿರಲಿಲ್ಲ.

ಆದರೆ ಪಾರ್ವತಮ್ಮ ಮುಖ ಕಂಡಕೂಡಲೆ ಅಕ್ಕರೆ, ಗೌರವದಿಂದ "ಬನ್ನಿ.... ಬನ್ನಿ" ಸಂಭ್ರಮಿಸಿದರು. "ಅಪೇಕ್ಷ ಬಂದಿದ್ದಾಳೆ. ಬೇಳೂರಿಗೆ ಹೇಳಿ ಕಳಿಸಿದ್ದೆ, ಸುಕನ್ಯ ಬಂದಿದ್ದರೆ ಚೆನ್ನಿತ್ತು. ಅವ್ನು ಹೋದದನ್ನೆ ನೆಪವಾಗಿಸ್ಕೊಂಡ್, ನಮ್ಮನ್ನೆಲ್ಲ ದೂರ ಮಾಡ್ಕೋಬೇಕಿತ್ತಾ" ಅಂದರು ಸೊಂಟಕ್ಕೆ ಸೆರಗನ್ನು ಸಿಕ್ಕಿಸಿಕೊಳ್ಳುತ್ತ. ಅದು ಫಣೀಂದ್ರರಿಗೆ ಇಷ್ಟವಾಗಲಿಲ್ಲ.

"ಇನ್ನು ಸುಕನ್ಯ ಬಗ್ಗೆ ಮಾತುಗಳು ಯಾಕೆ? ಕಟ್ಟಿಕೊಂಡವಳ ದೆಸೆಯಿಂದ ಗಂಡಿನ ಆಯಸ್ಸು ಬೆಳೆಯುತ್ತಂತೆ. ಇಲ್ಲಿ ಉಲ್ಟಾ ಹೊಡೆಯಿತು. ಅವ್ನು ಹುಟ್ಟಿದ ನಕ್ಷತ್ರವೆ ಅಂಥದು. ಆಗಿರೋ ಅನಾಹುತ ಸಾಕು. ಇನ್ನ ಅವಳ ಸುದ್ದಿ ಎತ್ತಬೇಡಿ" ನೇರವಾಗಿಯೇ ಹೇಳಿದರು.

ಆಕೆಗೆ ಅರ್ಥವಾಯಿತು, ತೆಪ್ಪಗಾದರು.

ಉಂಡೆ ಕಟ್ಟಲು ಪದ್ದಮ್ಮನನ್ನು ಹೋಗಿ ಕರೆತಂದ ಅರುಣ "ಪದ್ದತ್ತೆ ಮೊದಲ್ನೆ ಉಂಡೆ ನಂಗೆ ಕೊಡಬೇಕು" ಇಂಥದೊಂದು ಕರಾರು. ಯಾರು ಮಾತಾಡಲಿಲ್ಲ.

ವಿಶ್ವನ ಸಾವಿನ ನಂತರ ಸಿಹಿ ಪದಾರ್ಥಗಳನ್ನು ಮಾಡುವುದನ್ನು ನಿಲ್ಲಿಸಿದ್ದರು ಮನೆಯಲ್ಲಿ. ಅವನಿಗೆ ಸಿಹಿ ಇಷ್ಟ. ಎರಡು ದಿನಕ್ಕೊಮ್ಮೆ ಪಾಯಸವನ್ನಾದರೂ ಮಾಡಿ ಬಡಿಸಬೇಕಿತ್ತು. ಆ ನೆನಪುಗಳು ಅವರನ್ನು ಬಾಧಿಸುತ್ತಿತ್ತು.

ಆಮೇಲೆ ಫಣೀಂದ್ರರು ಊಟಕ್ಕೆ ಕೂತು ಮಾತಿನ ಚಟಾಕಿ ಹಾರಿಸಿದ ನಂತರವೇ ಮನೆಯ ವಾತಾವರಣದಲ್ಲಿ ಗೆಲುವು ಮೂಡಿದ್ದು. ಸ್ವಲ್ಪ ಸಡಗರದಿಂದಲೇ ಎಲ್ಲರಿಗೂ ಬಡಿಸಿದರು. ಆದರೆ ಅಪೇಕ್ಷ ಅವರುಗಳೊಂದಿಗೆ ಊಟಕ್ಕೆ ಕೂಡಲಿಲ್ಲ. ಅವಳಿಗೆ ಸಿಹಿ ಇಷ್ಟವಿಲ್ಲ.

ಹೊರಡುವ ಮುನ್ನ ಫಣೀಂದ್ರ "ಒಂದು ನಾಲ್ಕು ಉಂಡೆ ಪೇಪರ್‌ನಲ್ಲಿ ಸುತ್ತಿಕೊಡು" ಎಂದು ಗೊಣಗಿ ಜೊತೆಯಲ್ಲಿ ತಿಂಡಿಯ ಪೊಟ್ಟಣ ಒಯ್ದರು. ಅಂಗಡಿಯಲ್ಲಿ ವ್ಯಾಪಾರ ಕಮ್ಮಿಯಾದ ಮೇಲೆ ಬಾಯಾಡಿಸುವುದು ಜಾಸ್ತಿಯಾಗಿತ್ತು. "ಅಮ್ಮ, ಅಪ್ಪಯ್ಯನ ಊಟದ ಬಗ್ಗೆ ತಲೆ ಕೆಡ್ಸಿಕೊಳ್ಳಬೇಡ. ಅವರೇ ತಿಂದು, ತಿಂದು ಖಾಲಿ ಮಾಡಿಬಿಡ್ತಾರೆ. ಸದಾ ಮೆಲ್ಲುವುದೊಂದು ಕಾಯಕ. ಆದಷ್ಟು ಬೇಗ ಅಂಗಡಿ ಮುಚ್ಚಿದರೇ ಒಳ್ಳೇದು" ಜಗದೀಶ ಹೇಳುತ್ತಿದ್ದ. ಅದರಲ್ಲಿ ವ್ಯಂಗ್ಯವಿತ್ತೋ, ಆತಂಕವಿತ್ತೋ, ಆಕೆಗೆ ಗೊತ್ತಿಲ್ಲ.

ಅಷ್ಟು ದೂರ ಹೋಗಿದ್ದ ಫಣೀಂದ್ರ ಹಿಂದಿರುಗಿ ಬಂದು ಕೋಣೆಯಲ್ಲಿ ಇಣುಕಿ "ಇದೇನು ನಡೀತಾ, ಇದೆ?" ಕೇಳಿದರು. ತಂದಿದ್ದನ್ನೆಲ್ಲ ಕವನ ಹರಡಿಕೊಂಡು ಕೂತಿದ್ದರೆ, ಅಪೇಕ್ಷ ಬೇಸರದಿಂದ ನಿಂತಿದ್ದಳು. "ನಾಳೆ ಆರತಿಯಕ್ಕನ ಶ್ರೀಮಂತ ಅಲ್ವಾ?" ಅಂದಕೂಡಲೆ ಒಳಗೆ ಬಂದರು.

ಸೀರೆಯ ಬಾಕ್ಸ್‌ನ ತೆಗೆದು ಕಣ್ಣರಳಿಸಿ "ದಟ್ಟವಾದ ಹಸಿರು ಬಣ್ಣ, ಒಡಲು, ಅಂಚು ಎಲ್ಲಾ ಚೆನ್ನಾಗಿದೆ. ಇಂಥ ಸಂದರ್ಭಗಳಲ್ಲಿ ಕೊಟ್ಟಿದ್ದು ನೆನಪಾಗಿ ಉಳಿಯಬೇಕಲ್ಲ, ಸೀರೆ ಚೆನ್ನಾಗಿದೆ. ಅಂತೂ ನಿಂದು ಒಳ್ಳೆ ಸಂಬಳ ಬರೋ ನೌಕರಿಯೆ" ಅಂದಕೂಡಲೇ ಅಪೇಕ್ಷ ತಬ್ಬಿಬ್ಬು. ಅಷ್ಟೊಂದು ಕಾಸ್ಟ್ಲಿ ಸೀರೆಯನ್ನು ಖರೀದಿಸುವ ಸ್ಥಿತಿಯಲ್ಲಿ ಅವಳು ಇರಲಿಲ್ಲ. ಏನಾದರೂ ಹೇಳುವ ಮುನ್ನ "ಇರಲೀ, ಒಳ್ಳೆಯದೇ ಆಯ್ತು. ಅಂಗ್ಡಿ ಬಾಗ್ಲು ತೆಗೀಬೇಕು" ಎನ್ನುತ್ತ ಹೊರಟರು.

ಇಷ್ಟೆಲ್ಲ ಕವನ ಖರೀದಿಸಿ ತಂದಿದ್ದು ಸುತರಾಂ ಅಪೇಕ್ಷಗೆ ಇಷ್ಟವಿಲ್ಲ. "ಪ್ಲೀಸ್ ಸ್ವಲ್ಪ ಅರ್ಥ ಮಾಡ್ಕೋ. ದೊಡ್ಡದಾಗಿ ಶ್ರೀಮಂತಿಕೆ ಇಲ್ಲದಿದ್ದರು, ಸ್ವಾಭಿಮಾನ ಇದೆ. ನೀನು ಬರೋದು ಎಲ್ಲರಿಗೂ ಸಂತೋಷನೇ. ಆದರೆ ಇದೆಲ್ಲ ಇಷ್ಟವಾಗೋಲ್ಲ" ಅಂದ ಕೂಡಲೆ ಕವನ ಅಳೋಕೆ ಶುರು ಮಾಡಿದಳು. "ದಯವಿಟ್ಟು ಶೇಷಪ್ಪಯ್ಯನವರ ಮನೆಯಲ್ಲಿ ನನ್ನನ್ನು ಒಬ್ಬಳಾಗಿ ಸ್ವೀಕರಿಸಿ" ಒಂದೇ ಪಟ್ಟು. ಕಡೆಗೆ ಒಪ್ಪಿಗೆ ಸೂಚಿಸಿದ ಮೇಲೇ ಅವಳು ಸಮಧಾನಕ್ಕೆ ಬಂದಿದ್ದು.

ಆಮೇಲೆ "ಪ್ಲೀಸ್, ಕವನ ನನ್ನ ಒಂಟಿಯಾಗಿ ಇರೋಕೆ ಬಿಡು" ಅವಳನ್ನು ಹೊರಗೆ ಕಳಿಸಿ ಬಾಗಿಲು ಹಾಕಿಕೊಂಡಳು. ತುಂಬಾ ನೋವು, ಸಂಕಟ, ನರಳಾಟದ ವಿಶ್ವರಥನ ಚಿತ್ರ ಅವಳ ಕಣ್ಮುಂದೆ ಬಂದು ನಿಂತಾಗ ಬೆಚ್ಚಿಬಿದ್ದಳು.

ಹೈದರಾಬಾದ್‌ನ ಒಂದು ಆಸ್ಪತ್ರೆಯಲ್ಲಿ ನಿಧನನಾದ 25ರ ವೆಂಕಟೇಶ್ ಬಗ್ಗೆ ಹೇಳಿದ್ದರು ಮೃಣಾಲಿನಿ.

"ಕೆಲವರಿಗೆ ಸಾವು ಕೂಡ ವರವೇ. ವೆಂಕಟೇಶ್ ಎನ್ನುವ ಹೆಸರಿನ ಆ ಹರೆಯದ ಹುಡುಗ ಮಾಂಸಖಂಡಗಳ ಸವೆತ (Muscular dystrophy) ಎಂಬ ಅನುವಂಶೀಯ ಕಾಯಿಲೆಯಿಂದ ನರಳ್ತಾ ಇದ್ದ. ಪ್ರತಿ ಸ್ನಾಯುವನ್ನು ನಿಷ್ಕ್ರಿಯಗೊಳಿಸುವ ಭಯಂಕರ ರೋಗ. ಅದರ ತೀವ್ರತೆ ಹೆಚ್ಚಾದಾಗ ವೈದ್ಯಕೀಯ ಉಪಯೋಗಕ್ಕಾಗಿ ತನ್ನ ಅಂಗಾಂಗಗಳನ್ನು ದಾನ ಮಾಡಿ ದಯಾಮರಣಕ್ಕೆ ಬೇಡಿಕೆ ಸಲ್ಲಿಸಿದ. ಆದರೆ 'ಬದುಕಿರುವ ವ್ಯಕ್ತಿಯಿಂದ ಈ ರೀತಿಯ ಅಂಗದಾನ ಭಾರತದ ಕಾನೂನಿಗೆ ವಿರುದ್ಧವಾಗಿದೆ' ಎಂದು ಅಲ್ಲಿನ ನ್ಯಾಯಾಲಯ ದಯಾಮರಣದ ಬೇಡಿಕೆಯನ್ನು ನಿರಾಕರಿಸಿತು. ಆದರೆ ಅವನು ಸಾವಿಗಾಗಿ ದೇವರ ಮೊರೆ ಹೊಕ್ಕು ಸಫಲನಾದ. ಅವನ ಪಾಲಿಗೆ ಸಾವು ವರವೇ" ಎಂದು ಇಂಥದೊಂದು ಘಟನೆಯನ್ನು ಹೇಳಿದಾಗ ಬೆವೆತಿದ್ದಳು. ಆಗ ಕಾಡಿದ್ದು ಎಷ್ಟೋ ಭಯಗಳು.

ನಿಧಾನವಾಗಿ ಹೊರಗೆದ್ದು ಬಂದವಳು ಮುಖ ತೊಳೆದು ಅಡಿಗೆ ಮನೆಗೆ ಬಂದಾಗ ಹೆಂಗಳೆಯರ ಹಿಂಡು. ಇಂಥ ಸಂಭ್ರಮ ಇತ್ತೀಚಿನ ದಿನಗಳಲ್ಲಿ ಕಂಡಿರಲಿಲ್ಲ.

"ಅಪೇಕ್ಷ, ಮೃಣಾಲಿನಿಯವ್ರು ಬಂದಿದ್ರೆ ಚೆನ್ನಾಗಿತ್ತು" ಎಂದರು ಉಂಡೆ ಕಟ್ಟುತ್ತ ಗಿರಿಜಮ್ಮ. ಒಂದು ಜೊತೆ ಚಿನ್ನದ ಬಳೆಗಳನ್ನು ಮದುವೆಯಲ್ಲಿ ಓದಿಸಿದ ಧಾರಾಳಿಯ ಬಗ್ಗೆ ಅಭಿಮಾನವೇ. "ನಾನು ಕರೆದೆ. ಇತ್ತೀಚೆಗೆ ಅವರ ಆರೋಗ್ಯ ಅಷ್ಟೊಂದು ಚೆನ್ನಾಗಿಲ್ಲ. ಆದರೂ ಏನೇನೋ ಮಾಡಬೇಕೂಂತ ಓಡಾಡ್ತ ಇದ್ದಾರೆ. ಆರತಿಯಕ್ಕನಿಗೆ

ಗಿಫ್ಟ್ ಅಂತ ಒಂದು ಸೀರೆ ಕೊಟ್ಟು ಕಳ್ಸಿದ್ದಾರೆ. ಖಂಡಿತ ಮಗುನ ನೋಡೋಕೆ ಬರ್ತೀನಂದ್ರು" ಇಂಥದೊಂದು ಮಾತಾಡಿ ಹೊರಬಂದಳು. ಸಾವಿಗೆ ಎದುರಾದರೂ ಇರುವಷ್ಟು ಸಮಯದಲ್ಲಿಯೇ ಏನಾದರೂ ಮಾಡಿಬಿಡಬೇಕೆನ್ನುವ ತವಕ. ಆಕೆ ತುಂಬ ಇಷ್ಟವಾದರು.

ಹೊರಗೆ ಬಂದಳು. ಕವನಳ ಅಕ್ಕಪಕ್ಕ ಕೂತ ಅರುಣ, ಆದಿತಿ ಏನೋ ಮೆಲ್ಲುತ್ತ ಹರಟೆಯೊಡೆಯುತ್ತಿದ್ದವರು ಇವಳತ್ತ ನೋಟ ಹರಿಸಿದವರೇ ಸುಮ್ಮನಾದರು.

"ಇವತ್ತೇನು ಪ್ಲಾನ್? ಕವನ ನಿನ್ನತ್ರ ದುಡ್ಡು ಗೆಲ್ಲೋ ಸಲುವಾಗಿ ಪ್ರಶ್ನೆ ಮತ್ತು ಅದಕ್ಕೆ ಉತ್ತರದ ಒಂದು ಪಟ್ಟಿಯನ್ನು ತಯಾರಿಸಿ ಇಟ್ಟುಕೊಂಡಿದ್ದಾರೆ. ನೀನು ಹುಷಾರಾಗಿಲ್ಲದಿದ್ದರೇ ನಿನ್ನ ಇಪ್ಪತ್ತು ಲಕ್ಷ ಇವರಿಬ್ಬರ ಅಕೌಂಟ್‌ಗೆ ಜಮಾ ಆಗಿಬಿಡುತ್ತೆ" ಛೇಡಿಸಿದಳು.

"ನೋ ಪ್ರಾಬ್ಲಮ್, ನಾನು ಆರಾಮಾಗಿ ವಿಷ್ಣುಕಟ್ಟೆಯಲ್ಲಿ ಉಳಿದುಬಿಡ್ತೀನಿ. ತೋಟ, ಮನೆಯ ಓಡಾಟ ಚೆನ್ನ. ನಂಗೆ ಜಗ್ಗೀ, ಸತ್ಯ ಸಪೋರ್ಟ್ ಮಾಡ್ತಾರೆ." ಅಂದ ಕವನ ಅತ್ತಿತ್ತ ನೋಡಿದಾಗ ಅಪೇಕ್ಷ ನಕ್ಕಳು. ಅಂಥ ಮುಕ್ತವಾದ ನಗುವನ್ನ ಇತ್ತೀಚಿನ ದಿನಗಳಲ್ಲಿ ನಕ್ಕಿರಲಿಲ್ಲ. ಬೆರಗಿನಿಂದ ನೋಡಿದರು ಮೂವರು.

ಅಷ್ಟರಲ್ಲಿ ಆತುರಾತುರವಾಗಿ ಬಂದ ಜಗದೀಶ "ತಮಾಷೆ ಅಲ್ಲ ತಾನೇ, ನೀವು ನಮ್ಮ ವಿಶ್ವನ ಬಗ್ಗೆ ಪುಸ್ತಕ ಬರೀತೀರಂತೆ" ಎದುರಿನ ಜಗುಲಿಯ ಮೇಲೆ ಕೂತು ಕೇಳಿದ.

ಒಂದೆರಡು ನಿಮಿಷಗಳ ಮೌನದ ನಂತರ ಕವನ "ಖಂಡಿತ, ಅದಕ್ಕೆ ನಿಮ್ಮೆಲ್ಲರ ಕೋ-ಆಪರೇಷನ್ ಬೇಕು, ಅಂಥದೊಂದು ಆಸೆ. ನಿಮ್ಮೆಲ್ಲರ ನೆನಪಿನಲ್ಲಿ ಬದುಕಿರುವ ಅವನನ್ನ ಪುಸ್ತಕದ ರೂಪದಲ್ಲಿ ಜೀವಂತವಾಗಿಸುವ ಕನಸು. ನಿಮ್ಗೇ ಏನು ಅನ್ನಿಸುತ್ತೆ, ನಂಗೆ ಗೊತ್ತಿಲ್ಲ. ಭ್ರಮೆ, ಸೆಂಟಿಮೆಂಟ್ಸ್ ಇಲ್ದೇ ಬೆಳೆದವಳು ನಾನು" ಎಂದು ಅವಳ ಬಗ್ಗೆ ಎಷ್ಟೋ ಹೇಳಿಕೊಂಡದ್ದನ್ನು ಎಲ್ಲಾ ಶ್ರದ್ಧೆಯಿಂದ ಆಲಿಸಿದರು.

"ಅದ್ರಲ್ಲಿ ನಾವು ಇರ್ತೀವಾ?" ಅದಿತಿ ಕೇಳಿದಳು.

"ಖಂಡಿತ ಇರ್ತೀಯಾ, ವಿಶ್ವ ಪ್ರೀತಿಸುತ್ತಿದ್ದ, ಒಡನಾಡುತ್ತಿದ್ದ ಎಲ್ಲವು ಇರುತ್ತೆ. ಆದರೆ ಕವನ ಮಾತ್ರ ಇರೋಲ್ಲ. ಯಾಕೆ ಗೊತ್ತ, ನಾನೊಂದು ಪಾತ್ರವೇ ಅಲ್ಲ, ಬರೀ ನಿರೂಪಕಿ ಅಷ್ಟೇ." ಅಂದವಳ ಕಣ್ಣಂಚು ಒದ್ದೆಯಾಗಿತ್ತು.

ಇದೆಷ್ಟು ವೇಗವಾಗಿ ಹಬ್ಬಿತೆಂದರೆ ವಿಷ್ಣುಕಟ್ಟೆಯ ತಿಳಿದ ಒಬ್ಬೊಬ್ಬರು ಬಂದು ವಿಚಾರಿಸಿದರು. ಆರತಿಯ ಶ್ರೀಮಂತದ ಆರತಿಗೆ ಬಂದ ಹೆಂಗಳೆಯರ ಬಾಯಲ್ಲೆಲ್ಲ ಇದೇ ಮಾತುಗಳು. ಎಲ್ಲರೂ ಕವನ ಕಡೆ ದಿಟ್ಟಿಸುವವರೇ. ಎಲ್ಲರ ನೆನಪುಗಳಲ್ಲಿ ವಿಶ್ವರಥ ನಲಿದಾಡಿಬಿಟ್ಟ.

ಶ್ರೀಮಂತದ ಮರುದಿನವೇ ಅಪೇಕ್ಷ ಹೊರಟುನಿಂತು "ಕವನ ಮೇಡಮ್, ನಂಗಂತೂ ರಜ ಇಲ್ಲ. ತಾವು ಇನ್ನೆರಡು ದಿನ ನಿಂತು ಬರ್ತೀರಾ?" ಕೇಳಿದಳು.

ಅದರಲ್ಲಿ ವ್ಯಂಗ್ಯವಿರಲಿಲ್ಲ. ವಿಶ್ವರಥನ ಬಗ್ಗೆ ಪುಸ್ತಕ ಸಿದ್ಧವಾಗಬೇಕು. ಅದರಲ್ಲಿ ಅವನ ಆಸೆ, ಆಕಾಂಕ್ಷೆ ಕನಸುಗಳೆಲ್ಲ ಇರಬೇಕು.

"ಈಗ ನಿನ್ನೊಜ್ತೆ ಬಂದ್, ನಾಲ್ಕು ದಿನದ ನಂತರ ವಿಷ್ಣುಕಟ್ಟೆಗೆ ಬರ್ತೀನಿ" ಎನ್ನುತ್ತ ತನ್ನ ಬ್ಯಾಗನ್ನ ತಂದು ಬಟ್ಟೆಗಳನ್ನು ತುಂಬಿಕೊಳ್ಳುತ್ತ "ಆರತಿ ಮಗುಗೆ ಏನು ಹೆಸರಿಡೋಣ?" ಕೇಳಿದಕ್ಕೆ ನಿಂತಿದ್ದ ಜಗದೀಶ ಉತ್ತರಿಸಿದ್ದ "ಹೆಣ್ಣಾಗಲೀ, ಗಂಡಾಗಲೀ, ವಿಶ್ವ ಅಷ್ಟೆ. ಅಂಗ್ದೀ ಫಣೇಂದ್ರ ತಾನು ತಾತ, ಈ ಮಗು ತನ್ನ ವಂಶದ್ದು, ಹೆಸರಿಡುವ ಹಕ್ಕು ತನ್ನದು ಎಂದು ಸುಪ್ರೀಮ್ ಕೋರ್ಟಿನವರೆಗೆ ಹೋದರೂ, ನನ್ನ ಮಗುವಿನ ಹೆಸರು ವಿಶ್ವನೇ" ಘೋಷಿಸಿದ. ಎಲ್ಲರ ಮುಖಗಳು ಅರಳಿದವು.

ವಿಶ್ವ ಅಂಬೆಗಾಲಿಟ್ಟು ಅಲೆಲ್ಲ ಓಡಾಡಿದಂತಾಯಿತು.